കാപ്പിപ്പൂക്കളും കുടപ്പനകളും

INSIGHT PUBLICA®

Nadakkavu, Kozhikode, Kerala, 673011
www.insightpublica.com
e-mail: insightpublica@gmail.com

Title: **Kaappipookkalum Kudapanakalum**
(Malayalam)
Author: **S. Joseph**

First Edition: October 2024

Printed and Published by
InsightinPublica Printers & Publishers Pvt. Ltd.
ISBN 978-93-5517-838-1
₹600

കാപ്പിപ്പൂക്കളും കുടപ്പനകളും

എസ്. ജോസഫ്

INSIGHT PUBLICA®

1965-ൽ കോട്ടയം ജില്ലയിൽ, ഏറ്റുമാനൂരിനടുത്ത് പട്ടിത്താനത്ത് ജനനം.

ഗവ.കോളേജുകളിൽ അധ്യാപകൻ അയിരുന്നു. എറണാകുളം മഹാരാജാസിൽ നിന്ന് വകുപ്പ് അധ്യക്ഷനായി വിരമിച്ചു.

കറുത്ത കല്ല്, മീൻകാരൻ, ഐഡന്റിറ്റി കാർഡ്, ഉപ്പന്റെ കൂവൽ വരയ്ക്കുന്നു, ചന്ദ്രനോടൊപ്പം, മഞ്ഞ പറന്നാൽ, ഓർഫ്യൂസ് എന്നിവ കവിതാസമാഹാരങ്ങൾ. *My Sister's Bible* (English Translation), *പുലരിയിലെ മൂന്ന് തെങ്ങുകൾ* (നോവൽ), *ഏറ്റവും പുതിയ കവികൾക്കൊരു മാനിഫെസ്റ്റോ, രണ്ട് ചിത്രണങ്ങൾ, പുതുകവിതയിലെ സഞ്ചാരങ്ങൾ* (ചരിത്രം)

2012 ൽ കവിതയ്ക്ക് കേരള സാഹിത്യ അക്കാദമി പുരസ്കാരം, 2015 ൽ ഓടക്കുഴൽ അവാർഡ്

വിലാസം: ഫ്ലാറ്റ് ബി. 401, കുടുംബം അപ്പാർട്ടുമെന്റ്, ഭവൻ സ്കൂളിന് സമീപം, വൈറ്റില, എറണാകുളം 682306 (Pin)

എസ്. ജോസഫ്

ഉള്ളടക്കം

അധ്യായം 1

എന്റെ ബാല്യകാലത്തെക്കുറിച്ചും ജനിച്ചു വളർന്ന പട്ടിത്താന ത്തെക്കുറിച്ചും എത്ര എഴുതിയാലും തീരുകയില്ല. ദാരിദ്ര്യവും കഷ്ടപ്പാടും നിറഞ്ഞതായിരുന്നെങ്കിലും എന്റെ പ്രധാനപ്പെട്ട കവിതകൾ ആ ഗ്രാമീണതയിലെ മഴയിലും വെയിലിലും കാറ്റിലും കിളിർത്തുപൊ ന്തിയവയാണ്. ആ കുന്നുകളും മലകളും താഴ്വരകളും ചെറിയ തോടുകളും കുളങ്ങളും പാടങ്ങളും നിറഞ്ഞ സ്ഥലങ്ങൾ ഒരു വല്ലാത്ത ഗൃഹാതുരത യായി എന്നിലിന്നുമുണ്ട്.

പട്ടിത്താനം ഒരു മിസ്റ്ററി ഉറങ്ങുന്ന സ്ഥലമാണ്. ചെകുത്താൻ കുപിതനായി തീപാറുന്ന കൈകൊണ്ട് അടിച്ചു ചളുക്കിയ കൊട്ടും വളവുകളും, നിരപ്പ് കണികാണാൻ പോലുമില്ലാത്ത ഉയരങ്ങളും താഴ്ചകളും പട്ടിത്താനത്തിന്റെ പ്രത്യേകതയാണ്. നിരപ്പേൽ എന്നു പേരുള്ള വീട് അവിടുണ്ടെങ്കിലും മോഹം കൊണ്ട് നല്കിയ പേരായിരിക്കും അത്. അവരുടെ വീട്ടിലേക്ക് കേറ്റം കേറിവേണം ചെല്ലാൻ. എന്റെ ചെറു പ്പത്തിൽ കിഴക്കുവശങ്ങൾ മുഴുവൻ കാടുകളായിരുന്നു. ഞങ്ങൾ വിറകു പെറുക്കാൻ പോയിരുന്ന സ്ഥലങ്ങളായിരുന്നവ. അവിടെ മഴക്കാലത്ത് ഉറവകൾ പൊട്ടുമായിരുന്നു. അവിടെ കാട്ടുപഴങ്ങളും മുയൽ, കാട്ടുമാ ക്കാൻ, കുറുക്കൻ തുടങ്ങിയ ചെറിയ കാട്ടുമൃഗങ്ങളും ഉണ്ടായിരുന്നു. പാറകളും ചുറ്റും വെള്ളക്കുഴികളും ഉണ്ടായിരുന്നു. കരികിലാം പിടകൾ, മൈന, ഉപ്പൻ, കാക്ക, മലമ്പുള്ള് എന്നിവ ഉണ്ടായിരുന്നു. ചരൽനിറഞ്ഞ വെള്ളാറം കാലായും കുറ്റിച്ചെടികളും ഞാവൽ, പേഴ്, കുരികിൽ എന്നി ങ്ങനെ മരങ്ങളും ഉണ്ടായിരുന്നു. ഞങ്ങളുടെ വീട്ടിൽ കുറേക്കാലം വന്നു നിന്ന അമ്മയുടെ ചേടത്തിയുടെ മകളായ തങ്കച്ചേച്ചിയുമായി ഞങ്ങൾ വെറകു പെറുക്കാൻ പോയതവിടെയാണ്. എന്റെ അമ്മയും അവിടന്ന് ചുള്ളിവിറകുകൾ ഒടിച്ചു കൊണ്ടുവരുമായിരുന്നു. ആ കാടുകൾ എല്ലാം

മനുഷ്യർ റബറുവച്ചും കല്ലു മടകൾ ഉണ്ടാക്കിയും ഇല്ലാതാക്കി. കപ്പ ഉണക്കാനിട്ടിരുന്ന പാറപ്പുറങ്ങൾ ഓർമ്മകളായി. പാറകൾ കുണ്ടായി. അവിടെ നീല ജലാശയങ്ങൾ രൂപപ്പെട്ടു. ചെകുത്താൻ ചളുക്കിയ ഭൂമി മനുഷ്യൻമാർ തല്ലി നൂർത്തു. വെള്ളവും താഴ്വരകളും കാടുകളുടെ നിഗൂഢതകളുമായി ചെകുത്താൻമാർ സ്ഥലം വിട്ടു. അതിന്റെ നഷ്ടം ഒരു ഗ്രാമം മുഴുവനും വെള്ളമില്ലായ്മയായി അനുഭവിച്ചു. അതോടു കൂടി ആ സ്ഥലങ്ങളുമായി ബന്ധപ്പെട്ട പ്രേതകഥകൾ മാഞ്ഞു പോയി. മറുതയും മാടനും ചാവും കുന്നിലെ വെട്ടങ്ങളും ഇല്ലാതായി. അക്കാലത്ത് അവിട ങ്ങളിലുണ്ടായിരുന്ന മനുഷ്യർ മിക്കവാറും ഇല്ലാതായി. അവരെ പക്ഷേ ഞാൻ ഓർക്കുന്നു. ഓർമ്മകൾ സൂക്ഷിച്ചു വച്ചിരിക്കുന്ന ഒരു വലിയ പെട്ടി എന്റെ വശമുണ്ട്. ഒരു മാന്ത്രികപ്പെട്ടി .

"മന്ത്രപ്പെട്ടിയുണ്ടേ പലതരം

മാല പെട്ടിയുണ്ടേ"

എന്നത് എന്റെ കൊച്ചിലെ പാട്ടായിരുന്നു. അഞ്ചുവയസ്സിൽ ഞാൻ പാടിനടന്ന പാട്ട്. പാപ്പാപ്പാപ്പൻ, മത്തായിപ്പാപ്പൻ, കുഞ്ഞുദേവസ്യാപ്പാപ്പൻ, പാപ്പച്ചൻ, തോമാ, കൊച്ചാമ, മത്തൻ ചേട്ടൻ, കുഞ്ഞാപ്പൻ ചേട്ടൻ എന്നിവരൊക്കെ പ്രായത്താൽ മരിച്ചു. കൃഷിക്കാർ, ആടു മേച്ചവർ ഇഞ്ചി, മഞ്ഞൾ കൃഷിക്കാർ ഒക്കെ പോയ്മറഞ്ഞു.

ആ മലയ്ക്കപ്പുറം കൂടല്ലൂർ. ആ മലയ്ക്കപ്പുറം എന്താണെന്ന് എനിക്കറിയില്ലായിരുന്നു ചെറുപ്പത്തിൽ. ലീലാമ്മയുമായി ആടുമേയ്ക്കാൻ പോയപ്പോൾ കുന്നിന്റെ ഉച്ചിയിൽനിന്ന് മറുവശത്തേക്ക് ഞാൻ അത്ഭുതത്തോടെ നോക്കിനിന്നു. ആ സ്ഥലത്തിന്റെ ഇങ്ങേ ഭാഗം കൊടുകുത്തിമലയാണ്. കൂട്ടുകാരനായ ജോസിന്റെ കൂടെ പാലാമ്പടം എസ്റ്റേറ്റും കടുവാക്കുഴിയും കടന്ന് കൊടുകുത്തിമലയിൽ ഞാൻ പോയി. അവിടെ ഒരു ഓലപ്പുരയിൽ അവന്റെ വല്യമ്മയും വല്യപ്പനും താമസിച്ചിരുന്നു. അവിടന്ന് കപ്ലാങ്ങാപ്പഴങ്ങൾ പറിച്ചു തിന്നിട്ട് ഞങ്ങൾ മടങ്ങി. ഒറ്റയ്ക്ക് ആ വഴിയൊന്നും ഞാൻ അധികം പോയിട്ടില്ല. പിൽക്കാലത്ത് എന്റെ സ്വപ്നങ്ങളിൽ രൂപാന്തരപ്പെട്ട് നിഗൂഢമായ സ്ഥലങ്ങളായി അവ പ്രത്യക്ഷപ്പെട്ടു. കൂടല്ലൂർ ഭാഗങ്ങൾ താണ സ്ഥലങ്ങളാണ്. അവിടെ ഞാനെത്തുന്നത് ഈ വഴിക്കല്ല. എന്റെ വീട്ടിൽനിന്ന് മറ്റൊരു വഴിക്കാണ്. ആ സ്ഥലങ്ങളെപ്പറ്റി കൂടുതൽ പിന്നീട് പറയാം.

ഞങ്ങളുടെ പടിഞ്ഞാറു വശത്താണ് പട്ടിത്താനത്തെ എം. സി. റോഡ്. കയറ്റങ്ങളും ഇറക്കങ്ങളും. വളവുകൾ വളരെ അപകടകരങ്ങളായിരുന്നു. ഇന്നിപ്പോൾ അതിവിസ്തൃതമായ വഴിയാണ്. അവിടത്തെ

പല സ്ഥലങ്ങളിലും അപകടം പതിയിരിപ്പുണ്ട്. അതു വഴി ഞാൻ കാറോടിച്ച് വളരെ പതുക്കയേ പോകാറുള്ളൂ. പക്ഷേ മറ്റു വണ്ടികൾ പാഞ്ഞു പോകുന്നു. അപകടങ്ങൾ ഉണ്ടാകുന്നു. എന്റെ സുഹൃത്ത് ബെന്നി ഓട്ടോ ഓടിച്ചു പോകുമ്പോൾ പിന്നിൽനിന്നുവന്ന കാറിടിച്ചാണ് മരിച്ചത്. രത്നഗിരി പള്ളിക്കുതാഴെ നൂറു വാഹനങ്ങൾ മറിഞ്ഞിട്ടുണ്ട് എന്ന് പഴമക്കാർ പറയുമായിരുന്നു. പാണ്ടി ലോറികൾ, ബസ്സുകൾ, കാറുകൾ ഒക്കെ മറിഞ്ഞു കിടക്കുന്നത് ഞാൻ കണ്ടിട്ടുണ്ട്.

പട്ടിത്താനത്ത് പലയിടത്തും കുടപ്പനകൾ ഉണ്ടായിരുന്നു. ഇപ്പോൾ കാണാനില്ല. ഞാൻ പിറന്ന വീട്ടിൽ (ഒരോല വീടും പിന്നെ ഓടിട്ട വീടും) നാലു കുടപ്പനകൾ ഉണ്ടായിരുന്നു. തലച്ചിറ എന്നു പേരുള്ള വീട്ടിലും കുടപ്പനകൾ ഉണ്ടായിരുന്നു. പനകളിൽ കയറാൻ ഒരു പ്രത്യേക കഴിവു വേണം. കൊച്ച് എന്നൊരാളായിരുന്നു പനകേറ്റക്കാരൻ. പിന്നെ ചാച്ചൻ കുടപ്പനകൾ മൂന്നും താറാവുകാർക്കു കൊടുത്തു. അവർ പനങ്കഞ്ഞി കുടിക്കാനായി കുറേ കഷണങ്ങൾ ഞങ്ങൾക്കു തന്നിരുന്നു. അത് ഉരലിലിട്ടു ഇടിച്ചു പൊടിയാക്കി തെള്ളി വല്യമ്മ പനങ്കഞ്ഞിയുണ്ടാക്കി. കറി ചക്കക്കുരുക്കൂട്ടാൻ ആയിരുന്നു. അവസാനം ഒരു കുടപ്പന മാത്രം ശേഷിച്ചു.

എന്റെ ചാച്ചൻ ഒരു ധാരാളിയായിരുന്നു. മരങ്ങളെ ജീവിക്കാൻ അനുവദിക്കില്ലായിരുന്നു. അവശേഷിച്ച മിറ്റത്തെ കുടപ്പനയുടെ മുറിക്കപ്പെട്ട കൈകളിൽ ഞങ്ങൾ പൊട്ടിയ കുപ്പികളും തബലയ്ക്ക് മഷിയിട്ടുന്ന ഒരു കല്ലും സൂക്ഷിച്ചു. ഞാനൊരിക്കലും പനകളിൽ കേറിയിട്ടില്ല.

കുടപ്പനകൾ സംസാരിക്കുമെന്ന് എനിക്കറിയാം. എന്റെ ബാല്യത്തിന്റെ ഏകാന്തതയിൽ ഞാനത് കേട്ടിട്ടുണ്ട്. കടകട കട എന്നുള്ള ശബ്ദം. അവയുടെ ഇലകളും തണലുകളും ഞങ്ങളുടെ പറമ്പിനെ നിഗൂഢതയാക്കി. ഇക്കാലത്ത് പട്ടിത്താനത്ത് കുടപ്പനകൾ കുറഞ്ഞിരിക്കുന്നു.

അധ്യായം 2

ഞങ്ങൾ ആദ്യം താമസിച്ചത് മുതിരക്കാല എന്ന സ്ഥലത്താ യിരുന്നു. അവിടെയാണ് കുടപ്പനകൾ ഉണ്ടായിരുന്നത്. അവിടത്തെ പല വീട്ടുകളിലും കുടപ്പനകളും ചൂണ്ടപ്പനകളും ഉണ്ടായി രുന്നു. ഞങ്ങളുടെ ആദ്യത്തെ വീട് ഒരു വലിയ ഓലപ്പുര ആയിരുന്നു. പിന്നെ ചാച്ചൻ മുകളിലായി ഒരു ഓടിട്ട സാമാന്യം വലിയവീട്ടുവെച്ചു. അവിടെ മുപ്പത്തഞ്ചു സെന്റ് സ്ഥലം. മൂന്നാലുതെങ്ങുകൾ. ഒരു ആഞ്ഞിലി, വീടിനു താഴെ കാപ്പിത്തോട്ടം. പറമ്പിൽ റബർ കുറ്റികൾ ഉണ്ടായിരുന്നു. ഞങ്ങൾ കപ്പക്കൃഷി ചെയ്തിരുന്നു. കുന്താറു മണിയേൽ എന്ന സ്ഥലത്ത് ഒരേക്കർ സ്ഥലം വല്യപ്പൻ പണയത്തിൽ പിടിച്ചിരുന്നു. കുറേക്കഴിഞ്ഞ് അത് ഞങ്ങളുടേതായി മാറി. മറ്റൊരിടത്ത് പത്തുസെന്റ് സ്ഥലവും ഞങ്ങൾക്കുണ്ടായിരുന്നു.

മുതിരക്കാലായിൽ ഒരു തോടുണ്ട്. ആ തോടിനെ പിന്തുടർന്നാൽ കൂടല്ലൂർ എന്ന സ്ഥലത്തെത്താം. സ്വന്തം എന്ന കവിതയിൽ ഞാൻ ആ തോടിനെപ്പറ്റി എഴുതിയിട്ടുണ്ട്. ആ ഭാഗങ്ങളിൽ എന്റെ അമ്മ കൊയ്യാൻ പോയിരുന്നു. ഞങ്ങളുടെ റേഷൻ കട അവിടെയായിരുന്നു. ആ വഴി പോകുമ്പോൾ വലതുഭാഗത്തായി നീണ്ടചതുരത്തിലുള്ള ഒരു കുളമുണ്ട്. ഞാനതിന്റെ അടുത്തുകൂടി പോകുമ്പോൾ പേടിച്ചിരുന്നു. താഴ്ന്ന പ്രദേശ ങ്ങളായിരുന്നു അവിടം. ഞാൻ ആ കുളത്തെപ്പറ്റിയും കവിത എഴുതിയി ട്ടുണ്ട്. ആ കുളത്തെപ്പറ്റി ഒരു മിത്തുണ്ട്. ചെകുത്താൻമാർ രാത്രിയിൽ കുത്തിയ കുളമാണെന്നാണ് കഥ. നേരം വെളുത്തു പോയതിനാൽ അവർ ഇട്ടിട്ടു പോയെന്നാണ്. ഒരിക്കൽ ഒരു കാളക്കാരൻ അവിടെ കാളയെ കുളിപ്പിച്ചെന്നും കാളക്കാരനെയും കാളകളേയും ചെകു ത്താൻമാർ വലിച്ചു കൊണ്ടുപോയി ദൂരെയുള്ള ചാലിൽ കൊണ്ടിട്ടു എന്നുമാണ്. വർഷകാലത്ത് വെള്ളം നിറയുന്ന ഒരു പ്രദേശമാണത്.

അവിടെ ആണ്ടിലൊരിക്കൽ കൃഷി നടന്നിരുന്നു. അതിന്റെ ഒരു ഭാഗത്ത് വലിയ ഒരു ചതുപ്പുണ്ട്. കുളം നിറഞ്ഞ് നീലിച്ച് കിടക്കുന്നത് എന്നെ ഭയപ്പെടുത്തിയിരുന്നു. അവിടന്ന് ആരും മീൻ പിടിക്കുന്നത് ഞാൻ കണ്ടിട്ടില്ല. കുളം മാത്രമായിരുന്നില്ല ഇഞ്ചൻപുരയും എനിക്ക് ചെറുപ്പത്തിൽ ഭയമായിരുന്നു. റേഷൻ കടയിലേക്കുള്ള എന്റെ യാത്രകൾ അതുവഴിയായിരുന്നു. അതിനാൽ ആ കുളത്തെ ഞാൻ പഠിച്ചുകൊണ്ടിരുന്നു. ഓരോ ഋതുവിലും അതിലെ വെള്ളത്തിന്റെ അളവുകൾ ഞാൻ എടുത്തിരുന്നു. അങ്ങനെയിരിക്കേ കടുത്ത ഒരു വേനലിൽ ഏറ്റവും ആഴത്തിൽ ഒരു കോണിൽ മാത്രം അല്പം വെള്ളവുമായി കിടക്കുന്ന ആ കുളത്തിന്റെ രഹസ്യത്തിലേക്ക് ഞാൻ ഒളിഞ്ഞുനോക്കി. അതിന്റെ ആഴത്തിലൊരു കോണിൽ ഒരു വലിയ അള്ള (ഗുഹപോലെ ഒരു ഭാഗം) ഉള്ളതായി ഞാൻ കണ്ടുപിടിച്ചു. പക്ഷേ ഇപ്പുറത്തുനിന്ന് നോക്കുന്നതുകൊണ്ട് അത് ശരിക്കു കാണാൻ പാടില്ലായിരുന്നു. കുളത്തിന്റെ വെട്ടുകല്ലുഭിത്തിയിൽ വിള്ളലുകളുണ്ടായിരുന്നു.

കുളത്തെ ഒരു പുസ്തകം പോലെ ഞാൻ തുറന്നു വായിച്ചു. ഇന്നും എനിക്ക് ആ കുളം ഭയമാണ്. മുതിരക്കാലാത്തോട് ആ കുളത്തിന്റെ തെക്കുവശത്തുകൂടിയാണ് ഒഴുകുന്നത്. ആ പാടങ്ങളിൽ കപ്പ കൃഷി ചെയ്തിരുന്നു. പത്തുനാല്പതു കൊല്ലങ്ങൾ പിന്നിട്ടപ്പോൾ അവിടെ മുഴുവനും വീടുകൾ നിരന്നു. ആ കണ്ടത്തിന്റെ നടുക്ക് ഒറ്റവീടുമാത്രമേ എന്റെ ചെറുപ്പത്തിൽ ഉണ്ടായിരുന്നുള്ളൂ. അവിടെ താമസിച്ചത് സുറിയാനി ക്രിസ്ത്യാനികളായിരുന്നു. അവിടത്തെ ചേട്ടൻ കമ്യൂണിസ്റ്റും നിരീശ്വരവാദിയുമായിരുന്നു. പള്ളിയിൽ പോകില്ലായിരുന്നു. ആ പാടങ്ങൾ മുറിച്ചുകടന്നു വേണമായിരുന്നു റേഷൻ കടയ്ക്കുപോകാൻ. വരമ്പിലൂടെ പോകുമ്പോൾ നല്ല കാറ്റാണ്. കാറ്റിനെതിരേ ബലം പ്രയോഗിച്ചുവേണം നടന്നു പോകാൻ. അപ്പോഴൊക്കെ ഞാൻ ആ വീട് ശ്രദ്ധിക്കും. നിരീശ്വരവാദി എന്നത് എനിക്ക് മറ്റൊരു ഭയവുമായിരുന്നു.

കുളവും കടന്ന് നമ്മൾ നേരേ പോയാൽ ചെറുകാട് ഷാപ്പുപടിയിൽ എത്തും. അവിടന്ന് പാലായ്ക്കും ഏറ്റുമാനൂർക്കും വയലായ്ക്കും വഴിയുണ്ട്. അതിമനോഹരമായ പാടങ്ങളും ഇടച്ചേരിത്തോടും അവിടെയുണ്ട്. ആ തോടിന്റെ ഇരുകരകളിലും തോട്ടു തഴയുണ്ട്. അതിന്റെ മുള്ളുള്ള ഇലകൾ ഉണക്കിയിട്ടൊക്കെ ആളുകൾ പാ നെയ്യുമായിരുന്നു. തോട്ടുതഴയുടെ കാവലുതാണ്. അതുമെന്നെ ഭയപ്പെടുത്തിയിരുന്നു. വെമ്പള്ളി ഭാഗത്തുനിന്നാണ് പാടത്തിനിടയിലൂടെ ആ തോട് വളഞ്ഞുപുളഞ്ഞ് ഒരു ഗാനം പോലെ ഒഴുകിവരുന്നത്. തോടിന്റെ ചില ഭാഗങ്ങളിൽ തെങ്ങുകളും വാഴകളും ഒട്ടലും ഒക്കെ ഉണ്ടായിരുന്നു. കുടല്ലൂർ എന്ന ഭാഗമാണത്.

അവിടെ ഒരു പള്ളിയുണ്ട്. മുമ്പൊക്കെ ഞാനും അമ്മയും ആ ചന്തയിൽ വരുമായിരുന്നു. അവിടന്നാണ് കൊട്ട കെട്ടാനുള്ള ഒട്ടലും വഴുകയും ഈറ്റയും തേരും ഒക്കെ ഞങ്ങൾ കൊണ്ടുപോയിരുന്നത്. ഒട്ടലുകളും തോട്ടുതഴയും ഒക്കെ ഇപ്പോഴും അവിടെയുണ്ട്.

തോടിന്റെ ഭാഗങ്ങളിൽ ഇപ്പോൾ ബണ്ടു കെട്ടിയിട്ടുണ്ട്. ആ ബണ്ടിൽ നിന്നു നോക്കിയാൽ നല്ല വിശാലതയാണ്. അവിടെ ഒരു പറമ്പിൽ കുറ്റിക്കാടുള്ള സ്ഥലമുണ്ടായിരുന്നു, ഞാനും അമ്മയും അവിടെനിന്ന് ഒട്ടലുവെട്ടിയെടുത്തിട്ടുണ്ട്. അവിടെയുള്ള ഒരു കുളക്കരയിൽനിന്ന് ഞങ്ങൾക്ക് ധാരാളം ഒട്ടലുകൾ കിട്ടി. കൊട്ട എന്ന കവിതയിലും മൂന്നു മത്സ്യങ്ങൾ എന്ന കവിതയിലും ആ കുളവും പ്രദേശങ്ങളും ഉണ്ട്. അമ്മയും ഞാനും പിന്നെ ചില വീടുകളിൽപ്പോയി കുടപ്പനയുടെ മടലിൽനിന്ന് വഴുകയും കീറിയെടുക്കും.

ഈ ഭാഗങ്ങളിൽ ഞാനും ചേട്ടനും മീൻ പിടിക്കാൻ ചൂണ്ടയുമായി വരുമായിരുന്നു. ഇടച്ചേരി തോടായിരുന്നു ഞങ്ങളുടെ മീൻപിടുത്ത പ്രദേശം. മീൻപിടുത്തം, കൊയ്ത്തും മെതിയും, കൊട്ടകെട്ട് ഈ മൂന്നു കാര്യങ്ങളുമായി ബന്ധപ്പെട്ടാണ് ഞാനും അമ്മയും ചേട്ടനും അനിയനും ഒക്കെ ഈ പ്രദേശങ്ങളിൽ വന്നിട്ടുള്ളത്. ഈ തോടിനക്കരെ ഒരു വൃദ്ധനും വൃദ്ധയും ജീവിച്ചിരുന്ന ഒരു സ്ഥലം ഞാൻ ഓർക്കുന്നുണ്ട്. അവർ ഒരുപാട് ഭൂമിയുള്ളവരായിരുന്നു. എങ്കിലും കഞ്ഞി കുടിച്ചിരുന്നത് ചട്ടിയിലായിരുന്നു. മഴക്കാലത്തും വേനലിലും ഞാനീ സ്ഥലങ്ങളിൽ ഉണ്ടായിരുന്നു.

ചാൽ എന്ന ഒരു സ്ഥലത്തേപ്പറ്റി ഞാൻ തുടക്കത്തിൽ സൂചിപ്പിച്ചിരുന്നല്ലോ. ഞാനും ചേട്ടനും വെള്ളം നിറഞ്ഞു കിടക്കുന്ന ചാലിൽനിന്ന് വെപ്പ് ചൂണ്ടകൾ ഉപയോഗിച്ച് മീൻ പിടിച്ചിട്ടുണ്ട്. ഒരു ലൈനിൽ കച്ചികൾ പറിച്ചെടുത്ത് ഒരു വട്ടം ഉണ്ടാക്കും.എന്നിട്ട് കഷ്ണമാക്കിയ വാഴക്കൈയിൽ ചൂണ്ട നൂലുകെട്ടിയിട്ടാണ് മീൻ പിടിക്കുന്നത്. പത്തുപതിനാറ് ചൂണ്ടയെങ്കിലും ഇങ്ങനെ വയ്ക്കുമായിരുന്നു. കുറേ മീനുകൾ കിട്ടും. ചാലിന്റെ അങ്ങേയറ്റത്തേക്ക് പോകാറില്ല. അവിടെ ആഴം കൂടുതലാണ്. വെള്ളം നിറഞ്ഞു കിടക്കുന്ന ചാൽ മാത്രമാണ് ഞാൻ കണ്ടിരുന്നത്. എന്നാൽ ഒരു വേനലിൽ അതു വഴി കടന്നുപോയപ്പോഴാണ് ഉണങ്ങി വരണ്ടു കിടക്കുന്ന ചാലു കണ്ടത്.ദൂരെ ഒരു ഭാഗത്തുമാത്രം വെള്ളം കറുത്തുകിടന്നു. മീനുകളുടെ ഒരു ലോകം വറ്റിപ്പോയിരിക്കുന്നു. അതെന്നെ ജീവിതത്തിന്റെ ഏതോ രഹസ്യങ്ങളിലേക്ക് വലിച്ചെറിഞ്ഞു. അവിടെ ഒരു വീട്ടിൽ ഓറഞ്ചുമരം ഉണ്ടായിരുന്നത് ഞാൻ ഓർക്കുന്നു. മഞ്ഞക്കിളി

എന്ന ഒരു കവിതയിൽ പശ്ചാത്തലം ഈ ചാലാണ്.

ചാലിൽ മാത്രമല്ല തോട്ടിലും ഞങ്ങൾ മീൻ പിടിച്ചിട്ടുണ്ട്.

ചാലിലേക്കുള്ള പഴയ വഴികൾ ഒക്കെ എനിക്ക് അപരിചിതമായി. ചാലിലേക്ക് മാത്രമല്ല ഇടച്ചേരിത്തോട്ടും അവിടത്തെ താറാവിൻ കൂട്ടങ്ങളും തെങ്ങോലത്തുഞ്ചത്തെ തൂക്കനാം കുരുവികളും എനിക്ക് അജ്ഞാതമായി. അങ്ങോട്ട് ഞാൻ പോയിട്ട് മുപ്പതിലധികം വർഷങ്ങൾ കടന്നു. പക്ഷേ ആ പ്രദേശങ്ങൾ എന്റെ മനസിൽനിന്ന് ഒരു കാലത്തും മായില്ല.

അധ്യായം 3

പട്ടിത്താനത്തിന്റെ വടക്കുവശമാണ് വെമ്പള്ളി ഭാഗങ്ങൾ. അവിടെയാണ് കാണക്കാരി വില്ലേജ് ആഫീസും പഞ്ചായത്തും സ്ഥിതി ചെയ്യുന്നത്. സഹകരണ ബാങ്ക്, ഗവ.സ്കൂൾ ഇതൊക്കെയാണ് ആ പ്രദേശത്ത് ഇപ്പോഴും ഉള്ളത്. ആശുപത്രി ഉണ്ടായിരുന്നത് ഇല്ല. പകരം മൃഗാശുപത്രിയുണ്ട്. തെക്കേ കവല വടക്കേ കവല എന്ന് രണ്ട് കവലകൾ അടുത്തടുത്തുണ്ട്. മുമ്പുണ്ടായിരുന്ന ചായക്കടയും മറ്റും ഇപ്പോൾ ഇല്ല. ഒരു ഷാപ്പ് ഉണ്ടായിരുന്നത് അവിടന്ന് തെക്കോട്ട് മാറ്റി. എന്റെ ബാല്യകാലത്ത് വെമ്പള്ളിക്കവലയിൽ ഞായറാഴ്ച ചന്ത യുണ്ടായിരുന്നു. മത്തിയോ കിളിമീനോ വാങ്ങാനായി ഞാൻ അവിടെ പോകുമായിരുന്നു. തലേ ദിവസം കട്ടുകളയാൻ തിളപ്പിച്ച് വെള്ളത്തി ലിട്ട പച്ചക്കപ്പ രാവിലെ തേങ്ങയും മുളകുമൊക്കെച്ചേർത്ത് അമ്മച്ചി വേയിക്കും. അത് മത്തിക്കറി കൂട്ടി കഴിക്കാൻ നല്ല രുചിയായിരുന്നു. വെമ്പള്ളി കവലയിൽ മാച്ചി എന്നൊരു സ്ത്രീയുണ്ടായിരുന്നു. അവർ അവിടെ ഉണക്ക മീൻ വിറ്റിരുന്നു. തിരണ്ടി, കാക്കത്തിരണ്ടി, ഉണ്ടൻ. സ്രാവ്, മുള്ളൻ, നങ്ക്, പാമ്പാട, ഉണക്കമത്തി, ഉണക്ക അയല, കുറിച്ചി, മണങ്ങ് എന്നിവ.

കലത്തിൽ ചുണ്ണാമ്പ് വില്ക്കുന്ന അണിഞ്ഞൊരുങ്ങിയ ഒരു മുത്തശ്ശി യുമുണ്ടായിരുന്നു. ഈ മനുഷ്യരൊന്നും ഇപ്പോളില്ല. ആ കടകളുമില്ല.

ചാച്ചൻ പറഞ്ഞിട്ട് ഞാൻ ഉണക്കമീൻ വാങ്ങാനായി മാച്ചിയുടെ കടയിൽ പോകുമായിരുന്നു. ചാച്ചൻ കുറേ കാശൊക്കെ തരാനുണ്ടല്ലോ എന്നവർ പറയും. ചാച്ചനോട് പറയണമെന്നും പറയും. അവരുടെ മകനായിരുന്നു മോച്ചൻ. അവർക്ക് വേറേയും മക്കൾ ഉണ്ടായിരു ന്നു. കടയിൽ അവരെ കണ്ടില്ലെങ്കിൽ ഞാനവരെ വീട്ടിൽപ്പോയി വിളിച്ചോണ്ടുവരും. അവരുടെ വീടിന്റെ ഇപ്പുറത്തായി ഒരു ചായക്കട

ഉണ്ടായിരുന്നു. അതിന്റെ അടുക്കള ഭാഗത്തു കൂടിയാണ് ഒരു തൊണ്ട് (ഇടവഴി) ഉള്ളത്. ഒരു പ്രത്യേക ദുർഗന്ധമാണ് അവിടെ. അത് ഇപ്പോഴും എനിക്ക് ഓർക്കാൻ കഴിയും. എന്നാലും അവിടത്തെ പരിപ്പുവട, ബോണ്ട, സുഖിയൻ എന്നിവയുടെ രുചി ഒന്നുവേറെയായിരുന്നു. ആ വഴി നടന്നാൽ കാവിലേക്കെത്തും. കാവിന്റെ ഉള്ളിലും പുറത്തും ഓരോ കുളമുണ്ട്. ഉള്ളിലെ കുളത്തിൽ ഒരിക്കൽ ഞാൻ കുളിച്ചിട്ടുണ്ട്. വല്ലാത്ത ആഴമാണ്. എനിക്ക് പേടിവന്നു. മുങ്ങിച്ചാകേണ്ടതായിരുന്നു. കൂടെയുണ്ടായിരുന്ന വിജയൻ രക്ഷിച്ചു. ഈ കാവിലാണ് എന്റെ വല്യപ്പനേയും ചാച്ചന്റെ അനിയനേയും കുടിയിരുത്തിയിരുന്നത്. വല്യപ്പൻ മരിച്ചപ്പോൾ ആണ്ടുചാത്തവും വലുതായി നടത്തി. അയലത്തെ വീട്ടുകാർക്ക് ഓരോ കിലോ ഇറച്ചി വാങ്ങിക്കൊടുത്തു. അവർ അന്നൊന്നും ഞങ്ങളുടെ ആഹാരം കഴിച്ചുതുടങ്ങിയിരുന്നില്ല. നെയ്യപ്പം ഉണ്ടാക്കിയത് മുതിരക്കാലാ വീട്ടിൽ ആയിരുന്നു. ഇപ്പോൾ ഞങ്ങൾ തീർത്തും ക്രിസ്തുമതത്തിലേക്ക് മാറിയതിനാൽ ഇനി ഒരാളെയും വെമ്പള്ളിക്കാവിൽ കുടിയിരുത്തേണ്ടതില്ല.

കാവിന്റെ പുറത്തെ കുളം പായലും വള്ളികളും നിറഞ്ഞതായിരുന്നു. വികൃതമായിരുന്നു അതിന്റെ ദീർഘചതുരത്തിലുള്ള ഭിത്തികൾ. അവിടെ പച്ച ഇരുട്ടായിരുന്നു. എന്റെ ചാച്ചന്റെ സ്ഥിരം സങ്കേതമായിരുന്നു വെമ്പള്ളി. ഒരു ദിവസം ഞാൻ ചാച്ചൻ പറഞ്ഞിട്ട് വൈകുന്നേരം ഷാപ്പിലെത്തി. അവിടെ ഇരുന്ന കൊച്ചാപ്പ എന്നൊരാളുടെ ചേട്ടൻ എന്നെ തെറിവിളിച്ചു. അയാൾ മുഴുവൻ സമയവും കള്ളു കുടിയാണ്. വിഷചികിത്സയും മറ്റുമുണ്ടായിരുന്ന കർത്താക്കൻമാരുടെ വീട്ടിൽ ജനിച്ച ആളാണ്. അക്കാലത്ത് എല്ലാ ഷാപ്പിലും ഇങ്ങനെ കുറേ കുടിയന്മാർ കാണുമായിരുന്നു.

ചാച്ചൻ വന്നപ്പോൾ അയാൾ തെറി വിളിച്ച കാര്യം പറഞ്ഞു. ചാച്ചന് ആളെ പിടി കിട്ടി. ചാച്ചന്റെ കൂട്ടുകാരായ മേസ്തിരിമാരും ഉണ്ടായിരുന്നു. എനിക്ക് ഒരു കപ്പയും ഇറച്ചിക്കറിച്ചാറും പന്നിക്കറിയും ഒരു ഗ്ലാസ് കള്ളും തന്നു. കള്ള് ഒരു വിധത്തിലാണ് ഞാൻ കഴിച്ചത്. ജീവിതത്തിലെ ആദ്യ സംഭവം. ഇപ്പോഴത്തെ കള്ളുപോലെയല്ല. നാടൻ കള്ളായിരുന്നു അത്. വല്ലാത്ത ലഹരി. പിന്നെ പണിക്കാരുമായി കൂടല്ലൂർ പ്രദേശങ്ങൾ ചുറ്റിയാണ് ഞങ്ങൾ വീട്ടിൽ വന്നത്. പോന്ന വഴി അവർ ഓരോരോ കഥകളും പറഞ്ഞാണ് നടന്നത്. ഞാനതെല്ലാം കേട്ടു നടന്നു. അപ്പോൾ സമയം എട്ടൊമ്പതുമണിയായിട്ടുണ്ടാകും. ആ രാത്രിയുടെ തണുപ്പും അതിന്റെ നീലയും വെള്ളയും ഒക്കെ എന്റെ ഓർമ്മയിൽ ഉണ്ട്. ഒരു പൊടി നിറഞ്ഞ വെളുത്ത വഴിയിലൂടെയായിരുന്നു ഞങ്ങൾ നടന്നു

പോന്നത്. കപ്പ കൃഷി ചെയ്ത പാടങ്ങൾ, നല്ല തണുത്ത കാറ്റ്. അവിടെ ഒരു നിരപ്പുണ്ട്. ചാച്ചന്റെ കൂടെയുണ്ടായിരുന്നതിൽ ഒരാൾ പാപ്പാപ്പാപ്പൻ ആയിരുന്നു. അദ്ദേഹം താമസിച്ചത് മുതുക്കൻ പ്രാമലയിൽ. പിശാചുക്കളുടെ ആവാസഭൂമിയായിരുന്നു അവിടങ്ങൾ. ചരൽനിറഞ്ഞ പ്രദേശങ്ങൾ. രാത്രിയിൽ ചില വെട്ടങ്ങൾ അവിടന്ന് കാണാമായിരുന്നു.

വെമ്പള്ളിയിലെ മുടി വെട്ടുകാരനായിരുന്നു ശങ്കു. കുടിച്ചു കുടിച്ച് ക്ഷയരോഗിയായി. അദ്ദേഹത്തിന്റെ ഭാര്യ പാവം. അവിടെ അവർക്ക് എം. സി. റോഡിന്റെ വശത്തായി ഒരു പെട്ടിവീടുണ്ടായിരുന്നു. ശങ്കു ക്ഷയം വന്നു മരിച്ചെന്നാണെന്റെ ഓർമ്മ. വഴിപ്പുറമ്പോക്കിലെ എല്ലാ വീടുകളും ഇക്കാലത്ത് ഇല്ലാതായി.

വെമ്പള്ളി ഷാപ്പിൽ രണ്ടു കൊലപാതകങ്ങൾ നടന്നതായി എന്റെ ഓർമ്മയിലുണ്ട്. കൂടല്ലൂരുള്ള ഒരു വീട്ടിലെ (ചാലിന്റെ അടുത്താണാ വീട്) ഒരു ചെറുപ്പക്കാരനെയാണ് കുഞ്ഞൂഞ്ഞ്, ജോയി എന്ന രണ്ട് സഹോദരന്മാർ കുത്തിക്കൊന്നത്. വെമ്പള്ളി ഷാപ്പുമായി ബന്ധപ്പെട്ട ഒരു സംഘത്തിൽപ്പെട്ടവരായിരുന്നു ഇവർ. പ്രതികാരമായിട്ടാണ് സ്വന്തം കൂട്ടുകാരെത്തന്നെ ഉപയോഗിച്ച് അവരെ കൊന്നു കളഞ്ഞത്. ഊർന്നു വീണ കുടലും കോരിയെടുത്താണ് ഇളയ ആൾ ഷാപ്പിൽനിന്ന് ഇറങ്ങി ഓടിയത്. അയാൾ പണ്ടു തല്ലിയ ഒരു റിട്ടയാർഡ് പോലീസ് ഉദ്യോഗസ്ഥനാണ് അയാളെ ആശുപത്രിയിലെത്തിച്ചത്. പക്ഷേ സഹോദരങ്ങൾ രണ്ടു പേരും മരിച്ചു. മൂത്തയാൾ ഷാപ്പിൽ കിടന്നുതന്നെ മരിച്ചു. ഷാപ്പുകൾ, ബാറുകൾ ഒക്കെ അതിനാൽ എനിക്ക് ഭയമുള്ള സ്ഥലങ്ങളായി.

വെമ്പള്ളി കാവിനെപ്പറ്റി ഞാൻ നേരത്തേ പറഞ്ഞിരുന്നല്ലോ. ബാലെയും ഓപ്പറയും കാണാനായി ഞാൻ ഈ കാവിൽ കൂട്ടുകാരോടൊത്തും വീട്ടുകാരോടൊത്തും പോയിട്ടുണ്ട്. സാധാരണ ക്രിസ്ത്യാനികൾ അമ്പലങ്ങളിൽ പോകാറില്ല. പക്ഷേ ക്രിസ്ത്യാനികളായ ഞങ്ങൾ പോകുമായിരുന്നു. ഞങ്ങൾ എല്ലാ മതങ്ങളേയും സ്നേഹിച്ചു. ചെല്ലപ്പൻ ഭവാനി ആന്റ് പാർട്ടി, അരവിന്ദാക്ഷമേനോൻ ആന്റ് പാർട്ടിയുടെ ബാലെകൾ ആയിരുന്നു കണ്ടത്. പുരാണകഥകളെ ആണ് അവർ തീമാക്കി ഉപയോഗിക്കുന്നത്. ദൃശ്യത്തിന് (spectacle) നല്ല പ്രധാന്യം ഉണ്ട്. പാട്ടും നൃത്തവും യുദ്ധവും ഫലിതവും ഒക്കെച്ചേർന്ന ഒരു കലാരൂപം. അണിഞ്ഞൊരുങ്ങിയ സ്ത്രീകളെ കണ്ടാൽ ദേവതമാരെപ്പോലെ തോന്നും. കൃഷ്ണനായിട്ടഭിനയിച്ചത് ഒരു സ്ത്രീയായിരുന്നു. ആ സൗന്ദര്യം ഏറെ നാൾ എന്റെ മനസിൽനിറഞ്ഞുനിന്നു. അതുപോലെ അതിസുന്ദരന്മാരായ

രാജാക്കന്മാർ. ആകെപ്പാടെ ഒരു മായാലോകം. ലൈറ്റുകളുടേയും മേക്കപ്പിന്റേയും മിഥ്യാലോകം. ഈ കാവിന്റെ അങ്ങേപ്പുറത്തു കൂടിയാണ് വെമ്പള്ളിത്തോട് ഒഴുകി ഇടച്ചേരിത്തോടാകുന്നത്. ഞാനും ചേട്ടനും വെമ്പള്ളിത്തോട്ടിൽ മഴക്കാലത്ത് കുളിച്ചിട്ടുണ്ട്. ഞങ്ങൾ ഒരു കാലത്ത് വെള്ള മുള്ളിടത്തെല്ലാം കുളിക്കുമായിരുന്നു. നല്ല മഴക്കാലത്ത് വെമ്പള്ളിത്തോട്ടിലൂടെ തലയിൽ പൂവുള്ള, കൂവുന്ന പാമ്പുകൾ ഒഴുകി വരാറുണ്ടെന്ന് എന്റെ വല്യമ്മ എന്നോട് പറഞ്ഞിട്ടുണ്ട്.

വല്യമ്മയുടെ കൂടെയായിരുന്നു ഞാനെപ്പോഴും. വല്യമ്മ എന്നെ ഒരു പാട് സ്നേഹിച്ചു. അവർ മരിച്ചപ്പോൾ ഞാൻ ഒരു പാട് കരഞ്ഞു. അവരുടെ കുഴിമാടത്തിൽ ഞാൻ നിത്യസന്ദർശകൻ ആയിരുന്നു. അതിനുമീതേ ചെടികൾ വെള്ളപ്പൂവുകൾ വിടർത്തി. ഒരിക്കൽ ഞാൻ കുഴിമാടത്തിൽ ചവിട്ടിയപ്പോൾ അവിടം താണുപോയി.

വലിയൊരു മാളം കാണായി. പിന്നെ ഞാൻ

അങ്ങോട്ടു പോയില്ല.

അധ്യായം 4

പട്ടിത്താനം എന്ന സ്ഥലത്തിന്റെ മറുചെരിവാണ് കാണക്കാരി. എറണാകുളം കോട്ടയം റോഡ് അതുവഴി കടന്നുപോകുന്നു. എന്റെ ചെറുപ്പത്തിൽ ആ വഴിക്ക് വണ്ടി കുറവായിരുന്നു. ഇപ്പോൾ വല്ലാത്ത തിരക്കാണ്. അവിടെ പ്രധാനമായി ഉള്ളത് സർക്കാർ ഹൈസ്കൂൾ ആണ്. അടുത്ത് കളത്തൂർ എന്ന സ്ഥലത്ത് ഒരു ഗവ. ആശുപത്രിയുമുണ്ട്. മുമ്പ് കാണക്കാരിയിൽ ശാന്തി ക്ലിനിക് എന്ന പേരിൽ ഒരു സ്വകാര്യ ആശുപത്രി ഉണ്ടായിരുന്നു. ആശുപത്രിയുടെ അന്ത്യകാലത്ത് അവിടെ കിടന്ന രോഗികൾക്ക് നേഴ്സുമാരുടെ പ്രണയം കിട്ടിയിരുന്നു. ചെറുപ്പക്കാർ അങ്ങനെ പറയുന്നത് കേട്ടിട്ടുണ്ട്. കുറച്ചു മാറി ഒരു മാദാമ്മ ആശുപത്രിയുണ്ടായിരുന്നു. അതും നിലച്ചു. അവിടെ ചെറുപ്പത്തിൽ ചെന്നപ്പോൾ ഡോക്ടർമാർ എനിക്ക് ഗുളികയ്ക്കു പകരം മൊട്ടായി ആണ് തന്നത്. പിന്നീട് ഒരു വലിയ അസുഖം വന്നിട്ട് ഒരാഴ്ചയോളം അവിടെ ഞാൻ കിടന്നു. എന്നെക്കാണാൻ എന്റെ സഹോദരങ്ങൾ വന്നതും അവർ കട്ടിലിനു ചുറ്റും നിന്നതും ഞാൻ ഓർക്കുന്നു. ഞാനൊരു പ്രധാന വ്യക്തിയാണെന്ന് എനിക്ക് അപ്പോൾ തോന്നി. പിന്നെയുള്ളത് പട്ടിത്താനം ഫൊറൈൻ റോമൻ ചർച്ചിന്റെ ഒരു ശാഖയാണ്. പിന്നെ ബാങ്ക്. ഒരു വലിയ പൊതുകുളം ഉണ്ടായിരുന്നു. വൃത്തികെട്ട് കിടന്ന ആ കുളം ഇപ്പോൾ നന്നാക്കിയിട്ടുണ്ട്. ഒരു അമ്പലവും കുറേ മാറിയുണ്ട്.

കാണക്കാരി ഭാഗത്താണ് എന്റെ ചേട്ടൻ തബലിസ്റ്റും തയ്യൽക്കാരനുമായ ബാബുവും കുടുംബവും താമസിക്കുന്നത്. കാണക്കാരിയുടെ പ്രത്യേകത ദളിത് വിഭാഗത്തിൽപ്പെട്ട ധാരാളം കലാകാരന്മാർ അവിടെ ഉണ്ട്, ഉണ്ടായിരുന്നു എന്നതാണ്. അവരൊക്കെ ചേട്ടന്റെ സുഹൃത്തുക്കൾ ആയിരുന്നു.

എന്റെ ചേട്ടൻ ബാബു പാലാ ടെക്നിക്കൽ സ്കൂളിൽ പഠിച്ച് തോറ്റുപോയത് രണ്ട് കാരണങ്ങൾ കൊണ്ടാണ്. ഒന്ന് മിമിക്രിയോടുള്ള താല്പര്യം, രണ്ട് തബല പഠിച്ചത്. ചാച്ചൻ ഞങ്ങളെയെല്ലാം തബല

പഠിപ്പിച്ചെങ്കിലും ചേട്ടൻ മാത്രമാണത് അത് മുന്നോട്ട് കൊണ്ടുപോയത്. ചേട്ടന് പിന്നീട് അതിൽത്തന്നെയായി ശ്രദ്ധ. കുട്ടികളെ കണ്ടാൽ അദ്ദേഹം അവരുടെ തലയിൽ താളം പിടിക്കുമായിരുന്നു.കോട്ടയത്തുള്ള ഒരു നടേശന്റെ, (വി.ഡി രാജപ്പന്റെ തബലിസ്റ്റായിരുന്ന അദ്ദേഹം) ശിഷ്യനാണ് ചേട്ടൻ. നടേശൻ ഞങ്ങളുടെ വീട്ടിൽ വന്നിട്ടിട്ടുണ്ട്.

എന്റെ ചാച്ചൻ ഒരു തബലിസ്റ്റും ഹാർമോണിസ്റ്റും ഗായകനുമായിരുന്നു. ഈ മൂന്നു കലാശേഷികളും എനിക്ക് ലഭിച്ചില്ല. ആ വഴി ഞാൻ കുറേ ശ്രമിച്ചതാണ്. ചെറുപ്പത്തിൽ തബല കൊട്ടുമായിരുന്നു. ഇപ്പോൾ ആ താളങ്ങളും മറന്നു പോയി.

ചാച്ചന്റെ ചേട്ടനും (ബാങ്കിലെ അറ്റണ്ടർ ആയിരുന്നു) തബലിസ്റ്റായിരുന്നു. ഹിന്ദുസ്ഥാനി ശൈലിയിൽ തബല വായിക്കാൻ അദ്ദേഹം പഠിച്ചിരുന്നു. ഹിന്ദി വിദ്വാൻ കോഴ്സ് പാസായിട്ടുണ്ടായിരുന്നു. അദ്ദേഹത്തിന്റെ വശം തബല പഠനങ്ങളുടേതായ ഒരു വലിയ പുസ്തകം ഉണ്ടായിരുന്നു. ഹിന്ദിയിലായിരുന്നു ആ പുസ്തകം എഴുതിയിരുന്നത്. തീപ്പെട്ടി വിരലിൽ വെച്ച് തബല വായിക്കുന്ന അതിലെ ചിത്രം അനുകരിച്ച് ഞങ്ങൾ തബല കൊട്ടുമായിരുന്നു. ചാച്ചന്റെ ചേട്ടൻ ആ പുസ്തകം എന്റെ ചേട്ടന് കൊടുത്തു. അദ്ദേഹമത് കോട്ടയം തമ്പി എന്ന തബലിസ്റ്റിന് കൊടുത്തു. അത് തിരിച്ചു കിട്ടിയിട്ടില്ല. കലാകാരന്മാരായ ചാച്ചനും അദ്ദേഹത്തിന്റെ ചേട്ടനും തമ്മിൽ തബല വായനയുടെ കാര്യത്തിൽ ആരാണ് മിടുക്കൻ എന്ന വാശിയുണ്ടായിരുന്നു.

ആ വാശിമൂത്ത് അവർ തമ്മിൽ പിണക്കത്തിലായി. എന്നാൽ വളരെ നേരത്തേ ചാച്ചന്റെ ചേട്ടൻ ക്ഷയം വന്നു മരിച്ചു പോയതിനാൽ അവരുടെ ശത്രുത നീണ്ടു നിന്നില്ല. ചാച്ചനാണ് ആ കുടുംബത്തെ അന്ന് സഹായിച്ചത്.

തബല പഠിക്കുവാൻ ചേട്ടൻ കോട്ടയം തമ്പിയുടെ വീട്ടിലും പോയിട്ടുണ്ട് എന്നാണ് തോന്നുന്നത്. വീട്ടിലെ കാര്യങ്ങളിൽ ശ്രദ്ധയില്ലാതെ ബാലേയ്ക്കും ഗാനമേളയ്ക്കും തബല കൊട്ടി നടന്ന ചേട്ടന്റെ കൂടെ ഒരു സുന്ദരിയായ ഓമനച്ചേച്ചി വീട്ടിൽ വന്ന് താമസിച്ചത് ഞാൻ ഓർക്കുന്നു. അവർ തമ്മിൽ പ്രേമമൊന്നും ഉണ്ടായിരുന്നില്ല. ബാലെക്കൊക്കെ പോയ വഴി വീട്ടിൽ വന്നതാണ്. അമ്മയെ സഹായിച്ച് വീട്ടിൽ കുറേക്കാലം ഉണ്ടായിരുന്നു. അവർ കല്ലാശാരി വിഭാഗം ആയിരുന്നു. അവരുടെ സഹോദരൻ ഒരു ഓർഗനിസ്റ്റും വീട്ടിൽ വരുമായിരുന്നു. ചേട്ടൻ ബോംഗോസും നൃത്തവും പഠിക്കുകയുണ്ടായി. അങ്ങനെയാണ് നൃത്തക്കാരൻ ഒരു ആശാൻ വീട്ടിൽ വന്ന് ഏറെക്കാലം താമസിച്ചത്. ചാച്ചൻ മേസ്തിരിപ്പണി ചെയ്ത് എല്ലാവർക്കും ആഹാരം കൊടുത്തു.

ചേട്ടന്റെ ഈ പോക്കിൽ ചാച്ചന് ദു:ഖമുണ്ടായിരുന്നു. തബലകൊട്ടുകൊണ്ട് ജീവിക്കാൻ സാധ്യമല്ലാത്ത കാലം ആയിരുന്നു. ചാച്ചൻ അത് മനസിലാക്കിയാണ് മേസ്തിരിപ്പണിക്കുപോയത്. ചാച്ചൻ തോറ്റ ഇടത്തുനിന്നാണ് ചേട്ടൻ തുടങ്ങിയത്. ഒരു കലാകാരന്റെ ജീവിതത്തിന് അടുക്കും ചിട്ടയും ഇല്ല. വല്ലപ്പോഴും ഒരു പരിപാടി കിട്ടിയാലായി. ബാലേയും മറ്റുപരിപാടികളും കഴിഞ്ഞ് വീട്ടിലെത്തുന്ന ചേട്ടൻ രണ്ട് പാത്രം തികത്തുകപ്പയൊക്കെ തിന്നിട്ട് ഒറ്റ ഉറക്കമുണ്ട്. അത് രണ്ടു മൂന്നു ദിവസം നീളും. കുംഭകർണന്റെ ഉറക്കം എന്നാണ് അമ്മ പറയുക. ചാച്ചൻ സഹികെട്ട് ചേട്ടനെ വെൽഡിംഗ് പഠിക്കാൻ വിട്ടു. കണ്ണിന്റെ പ്രശ്നം മൂലം പുള്ളി അതും വിട്ടു. ഒടുവിൽ തയ്യൽക്കാരനിലെത്തിയാണ് ആ "തൊഴിലുറപ്പ്" പദ്ധതി അവസാനിച്ചത്. ചേട്ടന് നല്ല വിദ്യാഭ്യാസം ഉണ്ടായിരുന്നെങ്കിൽ വലിയ നിലയിൽ എത്തുമായിരുന്നു. അസാധ്യ തബലിസ്റ്റാണ്. ബംഗാളിൽ പരിപാടിക്കുപോയിട്ടുണ്ട്.

ചേട്ടന്റെ കൂടെയുള്ള പല കലാകാരന്മാരും ഞങ്ങളുടെ വീട്ടിലെ അംഗങ്ങളെപ്പോലെയായിരുന്നു. കലാഭവന്റെ ഓർഗനിസ്റ്റായിരുന്ന മഹാപ്രതിഭയായിരുന്ന സാംസൺ. തീരെ ചെറുപ്പത്തിലേ മിടുക്കനായിരുന്നു. എന്റെ കൂടെ ഒരു തഴപ്പായിലാണ് കിടന്നിരുന്നത്. സാംസന്റെ ചേട്ടൻ ജെയിംസ് ബോങ്കോസ് വായിച്ചിരുന്നു. പിന്നെ കമ്പോസറിലേക്ക് മാറി. ജയിംസും വീട്ടിൽ എപ്പോഴും വന്നു താമസിക്കുമായിരുന്നു. സാംസനും ജയിംസും ഇന്നില്ല. നൃത്തക്കാരനായ ആശാനെ പിന്നെ ഞാൻ കാണക്കാരിയിൽവെച്ചുള്ള ഒരു അഭ്യാസപ്രകടനത്തിൽ ആണ് കാണുന്നത്. കത്തിക്കുത്ത്, അടിതടയൽ തുടങ്ങിയ അഭ്യാസങ്ങൾ അദ്ദേഹം കാണിച്ചു. എന്നെ തിരിച്ചറിഞ്ഞു. ഇതു കൂടാതെ എത്രയോ കലാകാരന്മാർ വീട്ടിൽ വന്നു. ജയശ്രീ എന്നൊരു ഡാൻസുകാരി പെൺകുട്ടിയും അമ്മയും അച്ഛനും സഹോദനും ഒക്കെ വീട്ടിൽ വരുമായിരുന്നു. ചേട്ടൻ ആ കുട്ടിയെ നൃത്തത്തിൽ സഹായിച്ചു.

വീട്ടിൽനിന്ന് അവർ ആഹാരം കഴിക്കുകയും ഒക്കെ ചെയ്തു. രാവിലെ വന്നാൽ വൈകുന്നേരം പോകും. മക്കൾ വീട്ടിൽ താമസിച്ചിട്ടുമുണ്ട്. നായന്മാരായിരുന്നു അവർ. പിന്നീട് അവർ സമ്പന്നരായപ്പോൾ ചേട്ടനുമായി അകന്നു. മകൻ കാണക്കാരിയിൽ ഒരു പച്ചക്കറിക്കട നടത്തി. അവൻ എന്നെക്കണ്ടാൽ ചിരിക്കുകപോലുമില്ലാതായി. ചേട്ടനെ തയ്യൽ പഠിപ്പിച്ച ഒരു ചേട്ടനുണ്ടായിരുന്നു. കുറവിലങ്ങാടിനടുത്തുള്ള കുര്യത്താണ് താമസം. ഗംഭീര തയ്യൽക്കാരനായിരുന്നു. മനോനില തെറ്റിപ്പോയി. പരസ്പരബന്ധമില്ലാതെ സംസാരിക്കും. ഇടയ്ക്ക് ശിഷ്യനെ കാണാൻ വരും. കുറേ തുണികൾ തയ്ക്കും.

എന്റെ അമ്മ കോട്ടയം മെഡിക്കൽ കോളേജ് ആശുപത്രിയിൽ കിടന്ന കാലത്ത് അവിടെ ആരുടെയോ കൂടെ വന്ന ഒരു ചേച്ചി അമ്മയുടെ കൂടെ ഞങ്ങളുടെ വീട്ടിലേക്ക് പോന്നു. കുറേയേറെ നാളുകൾ കഴിഞ്ഞാണ് പോയത്. ഒരു നായർ വിഭാഗത്തിൽ പെട്ട സ്ത്രീയായിരുന്നു. പക്ഷേ ക്ഷയരോഗം വന്നതാണ്. അവർക്ക് ചേട്ടനെ വിവാഹം കഴിക്കണമെന്നുണ്ടായിരുന്നു. അമ്മയോട് അവർ ആ ആഗ്രഹം പറഞ്ഞു. പക്ഷേ ക്ഷയം അന്ന് ഒരു ഭീകരമായ രോഗമായതിനാൽ അത് നടന്നില്ല. അവർ പോയി. ഞാൻ പിന്നീട് അവരെയും ഓമനയെയും കണ്ടിട്ടില്ല. ഞാനിതെഴുതുമ്പോൾ എന്റെ കണ്ണുനിറഞ്ഞൊഴുകുന്നുണ്ട്. പലരും മരിച്ചുപോയി. ജീവിച്ചിരുപ്പുണ്ടെങ്കിൽത്തന്നെ എവിടെയാണെന്ന് അറിയില്ല. ഈ കലാകാരന്മാരും സ്ത്രീകളും ഒക്കെ വന്നു പോയ എന്റെ ജീവിതം എത്ര ധന്യമായിരുന്നു എന്ന് ഞാൻ ഓർക്കുകയാണ്.

ചേട്ടൻ ഇപ്പോഴും തബല പഠിപ്പിക്കുന്നുണ്ട്. തബല വായിക്കാൻ പോകാറുണ്ട്. നീണ്ട വിരലുകൾ ആയതിനാൽ അതിന്റെ നാദം ഡിജിറ്റൽ ആണെന്നുപറയാം. അദ്ദേഹത്തിനും ഭാര്യ ലാലിച്ചേച്ചിക്കും മക്കൾ ഇല്ല. സമയത്തിന് തയ്ച്ചു കൊടുക്കില്ലെങ്കിലും (കാരണം കലാപരിപാടി) അദ്ദേഹത്തിന്റെ തയ്യലിന് നല്ല പെർഫെക്ഷൻ ഉണ്ട്. അതുകൊണ്ട് ആളുകൾ അദ്ദേഹത്തെ തേടി നടക്കുന്നു. എന്റെ കയ്യക്ഷരം മഹാകവി ഉള്ളൂരിന്റേതുപോലെയാണെന്നു പറയാം. പക്ഷേ ചേട്ടന്റെ കയ്യക്ഷരം അതിസുന്ദരമാണ്. അദ്ദേഹം ചില പാട്ടുകൾ എഴുതിയിട്ടുണ്ട്.

കവിതയുടെ യാതൊരു പാരമ്പര്യവും എന്റെ കുടുംബത്തിൽ ഉണ്ടായിരുന്നില്ല. എന്നാൽ കലകളുടെ ഒരു സമ്മിശ്രലോകമായിരുന്നു അത്. ആ ലോകമായിരിക്കാം എന്നെ കവിയാക്കിയതെന്ന് ഞാൻ കരുതുകയാണ്.

ഞാനിപ്പോൾ താമസിക്കുന്നത് കാണക്കാരിയിലാണെങ്കിലും അതിരമ്പുഴ പഞ്ചായത്തിലാണ്. കാണക്കാരിയിൽ ഇപ്പോഴും ധാരാളം കലാകാരന്മാരുണ്ട്. ജാസ് വായിക്കുന്ന കുട്ടികൾ ഉണ്ട്. ജെയ്സൺ ജെ. നായർ എന്ന സംഗീതജ്ഞനുണ്ട്. രാജാക്കന്മാരുടെ രാജാവേ എന്ന വിഖ്യാത ഗാനമെഴുതിയ കോട്ടയം ജോയിച്ചേട്ടൻ കാണക്കാരിക്കാരനായിരുന്നു. അദ്ദേഹം ഇപ്പോൾ എവിടെയെന്ന് അറിയില്ല. അദ്ദേഹത്തിന്റെ ആൺ മക്കൾ രണ്ടു പേരും മികച്ച ഗായകരാണ്. രാഗശ്രീ എന്ന പേരിൽ ഒരു ഓർക്കസ്ട്ര കാണക്കാരിയിൽ ഉണ്ടായിരുന്നു. മരിച്ചു പോയ മലയാള മനോരമ ഫോട്ടോഗ്രാഫർ കാണക്കാരിക്കാരനായിരുന്നു. അദ്ദേഹത്തിന്റെ ഓർമ്മയ്ക്കായി അവിടെ വിക്ടർ ജോർജ് റോഡുണ്ട്.

അധ്യായം 5

1976ൽ ആണ് ഏറ്റുമാനൂരിലെ ഗവ. ബോയ്സ് ഹൈസ്കൂളിൽ ആറാം സ്റ്റാന്റേർഡ് വിദ്യാർത്ഥിയായി ഞാൻ ചേരുന്നത്. അതിനു മുമ്പ് എന്റെ അമ്മയുടേയും വല്യമ്മയുടേയും കൂടെ ഏറ്റുമാനൂർ കച്ചേരിക്കുന്ന് ഗവൺമെന്റ് ആശുപത്രിയിൽ മരുന്നു വാങ്ങാൻ പോയിട്ടുണ്ട്. അതുവഴി അമ്മയുടെ കൂടെ അമ്മവീട്ടിലും പോയിട്ടുണ്ട്. അന്ന് എന്നെ അത്ഭുതപ്പെടുത്തിയ ഒരു കാര്യം ടൗണിന്റെ നടുക്കുള്ള ഒരു പൂവരശും അതിനുതാഴെ മയിലെണ്ണ വില്ക്കുന്ന നാടോടികളുമാണ്. മയിലിന്റെ ശരീരഭാഗങ്ങൾ പല പാത്രങ്ങളിലും ഉണ്ടായിരുന്നു. വർണബഹുലമായ കരിഞ്ഞ തലയും കാലും ചിറകും മറ്റും. എനിക്ക് അപരിചിതമായ വേഷങ്ങൾ ആയിരുന്നു നാടോടികളുടേത്. മയിലെണ്ണ വില്ക്കാനായി വലിയ ബഹളമായിരുന്നു അവർ ഉണ്ടാക്കിയത്. അമ്മ വീട്ടിലേക്ക് പോകാൻ വണ്ടി കാത്തു നില്ക്കുമ്പോഴാണ് ആ കാഴ്ച ഞാൻ കണ്ടത്. എനിക്കത് വഴക്കുപോലെയാണ് തോന്നിയത്. അരിവാൾ എടുത്ത് പരസ്പരം വെട്ടാൻ ആയുന്നതൊക്കെ ഞാൻ കണ്ടു. പൂവരശിന്റെ പിന്നിലായിരുന്നു വെയിറ്റിംഗ് ഷെഡ്. അതിനും പിന്നിൽ മൂത്രപ്പുര. ഒരുപാട് ആളുകൾ ബസുകാത്ത് ഷെഡിൽ കാത്തിരിക്കുന്നുണ്ടായിരുന്നു. അന്നൊക്കെ പട്ടിത്താനത്തുനിന്ന് ഏറ്റുമാനൂരേക്കും തിരിച്ചുമൊക്കെ നടപ്പാണ്. കെ.എസ്.ആർ.ടി.സി. ബസേയുള്ളു പട്ടിത്താനം വഴി ഇപ്പോഴും. 10 പൈസയായിരുന്നു ബസുകൂലി. വെയിറ്റിംഗ് ഷെഡിന്റെ ഇപ്പുറത്തായി പോലീസ് സ്റ്റേഷൻ. സ്റ്റേഷന്റെ എതിർവശത്തെ എം.സി. റോഡിൽ പോലീസ് പിടിച്ചിട്ട വാഹനങ്ങൾ കിടപ്പുണ്ടായിരുന്നു. അതിനേക്കുറിച്ച് "പുലരിയിലെ മൂന്നു തെങ്ങുകൾ" എന്ന എന്റെ ഒരേയൊരു നോവലിൽ വിവരിച്ചിട്ടുണ്ട്. അതിന്റെ മുൻവശത്തെ ചില്ലിൽ സിനിമാപ്പോസ്റ്റർ ഒട്ടിച്ചിട്ടുണ്ടായിരുന്നു. അവ കീറിപ്പറിഞ്ഞിരുന്നു. വണ്ടികളുടെ ശവങ്ങൾ എന്നാണ് അവയെപ്പറ്റി നോവലിൽ പറയുന്നത്. അതിനും

അപ്പുറം സ്കൂൾ. ഗേറ്റിൽ 'സത്യമേവ ജയതേ' എന്ന വാക്യം. എം.സി. റോഡുവഴി കുറച്ചു കൂടി മുന്നോട്ടു നീങ്ങിയാൽ ഒരു വർക്ക് ഷോപ്പും വലിയ കണ്ണാശുപത്രിയും. പിന്നെ യു.പി സ്കൂളും ഏറ്റുമാനൂർ ശിവക്ഷേത്രവുമാണുള്ളത്. ആശുപത്രിയിൽനിന്ന് മരുന്നു വാങ്ങിക്കൊണ്ട് ഞാനും വല്യമ്മയും നടന്നു പോരും. ഏറ്റുമാനൂർ മുതൽ പട്ടിത്താനം ജങ്ഷൻ വരെ (അന്നതിന് വൈക്കം റോഡ് ജങ്ഷൻ എന്നായിരുന്നു പേര്.) സിമന്റിട്ട വഴിയായിയിരുന്നു. പട്ടിത്താനം കവല മുതൽ സാക്ഷാൽ പട്ടിത്താനം വരെ വലിയ വളവുകളും കേറ്റവുമാണ്. വലിയമ്മയും ഞാനും നടക്കും. ഇടയ്ക്കു് ഇരിക്കും .

പരിചയമുള്ള വീട്ടിൽനിന്ന് വല്യമ്മ കഞ്ഞിവെള്ളം വാങ്ങിക്കുടിക്കും. ഞാനും കുടിക്കും.

പട്ടിത്താനം സ്കൂളിൽനിന്ന് അഞ്ചാം ക്ലാസിൽനിന്ന് ജയിച്ചതിനു ശേഷം ഏറ്റുമാനൂർ ഗവ. ബോയ്സ് ഹൈസ്കൂളിലാണ് ഞാൻ പഠിച്ചത്. എന്റെ അയല്ക്കാരായ വിജയനും അനിയൻ കുഞ്ഞൂഞ്ഞും എനിക്ക് കൂട്ടുകാരായി ഉണ്ടായിരുന്നു. അടിയന്തിരാവസ്ഥക്കാലമായിരുന്നു എന്നതിനാൽ സ്കൂളിൽ സമരങ്ങൾ ഒന്നും ഉണ്ടായിരുന്നില്ല. ഏറ്റുമാനൂരിൽ അന്ന് മൂന്നു തിയേറ്ററുകൾ ഉണ്ടായിരുന്നു. പലപ്പോഴും ഉച്ച കഴിഞ്ഞ് ഞങ്ങൾ തീയേറ്ററിലായിരുന്നു. ഞങ്ങളെ അതിലേക്ക് നയിച്ചത് വിജയൻ ആയിരുന്നു. പരീക്ഷയെഴുത്ത് പാതിക്കു നിർത്തി ഉത്തരക്കാലാസ് കൊടുത്തിട്ട് സിനിമയ്ക്കു പോകും.

തമിഴ്, ഇംഗ്ലീഷ്, മലയാളം, ഹിന്ദി സിനിമകൾ ധാരാളം കണ്ടിട്ടുണ്ട്. ഒരിക്കൽ സത്യം ശിവം സുന്ദരം എന്ന സിനിമ കണ്ട് വീട്ടിലെത്തേണ്ട നേരം പോയി. വളരെ നേരം ഉള്ള സിനിമയായിരുന്നത്. ഒരു വിധം കള്ളം പറഞ്ഞ് വീട്ടിൽ കയറി.

ഏറ്റുമാനൂർ സ്കൂളിൽ ഞാൻ വളരെയധികം ഉഴപ്പി. ആറിലും ഏഴിലും ഒക്കെ വിജയന്റെ കൂടെ സിനിമ കണ്ടും സൈക്കിൾ വാടകയ്ക്കു് എടുത്തു ചവിട്ടിയും നഗരത്തിൽ സാറ്റുകളിച്ചും എച്ചിൽ കൂമ്പാരങ്ങൾക്കു മീതേ അലഞ്ഞും നാൾ കഴിച്ചു. ഉച്ചയ്ക്കു് വാഗമൺ ഹോട്ടലിലെ രണ്ട് വട്ടേപ്പം എന്റെ വയർ നിറച്ചു. എട്ടിൽ പഠിക്കുമ്പോൾ അമ്മ അനിയത്തിയെ പ്രസവിച്ചതിനാൽ കാലത്ത് ആഹാരം ഉണ്ടാക്കിയിട്ടു വേണമായിരുന്നു എനിക്ക് സ്കൂളിൽ പോകേണ്ടിയിരുന്നത്.

എന്നും പത്തുമണി കഴിഞ്ഞ് ക്ലാസിലെത്തുന്ന എന്നോട് ക്ലാസ് ടീച്ചർ കാരണം ചോദിച്ചു. ഞാൻ കാര്യം പറഞ്ഞു. അദ്ദേഹം എന്നെ ക്ലാസിൽ കയറ്റി.

പ്രഗത്ഭരായ അധ്യാപകരായിരുന്നു ഞങ്ങളെ പഠിപ്പിച്ചത്. പക്ഷേ അവർ കുട്ടികളെ കയറൂരി വിട്ടു. പിള്ളേർ പട്ടണത്തിലൂടെ നായ്ക്കളെപ്പോലെ അലഞ്ഞുനടന്നു. പ്രസവാവധിയിൽ പ്രവേശിച്ച ഹിന്ദി ടീച്ചറുടെ പോർഷൻ പഠിപ്പിക്കാൻ ആളില്ലായിരുന്നു. ഏഴിൽ വെച്ച് ഒരു പണിക്കർസാർ രാമായണ-മഹാഭാരതകഥകൾ പറഞ്ഞുതന്നു. മലയാളം തെറ്റുകൂടാതെ എഴുതാനോ വായിക്കാനോ എനിക്ക് അറിഞ്ഞുകൂടായിരുന്നു. ഏറ്റുമാനൂർ അമ്പലം സ്കൂളിനടുത്താകയാൽ ഉത്സവസമയത്തും മറ്റും ഞങ്ങൾ അമ്പലത്തിലായിരുന്നു. അമ്പലത്തിന്റെ ഒരു വശം കോയിപ്പാടമായിരുന്നു. സർക്കസുകാരും മരണക്കിണറും കറക്കത്തൊട്ടവും ഫോട്ടോ പ്രദർശനവും നടത്താൻ ഉള്ള സ്ഥലം അന്ന് ഉണ്ടായിരുന്നു. ഇപ്പോൾ മനുഷ്യർക്കിരിക്കാൻ പോലും സ്ഥലമില്ലാതെ കെട്ടിടങ്ങളായി. അമ്പലത്തിൽനിന്ന് കഥകളിയും ഓട്ടൻ തുള്ളലും പാഠകവും ഹരികഥയും നൃത്തനൃത്യങ്ങളും എന്താണെന്ന് ഞാൻ മനസിലാക്കി. അമ്പലത്തിന്റെ ചുറ്റുമതിലിനുള്ളിൽ സോപാനക്കെട്ടിനിപ്പുറം ചുവർച്ചിത്രങ്ങളുണ്ട്. അമ്പലത്തിനു ചുറ്റും മുകളിലായി പുരാണാഖ്യാനങ്ങളുടെ കൊത്തുപണികൾ ഉണ്ട്. മുഖ്യപ്രവേശനകവാടത്തിന്റെ ഇടതുവശത്തായി കൂത്തമ്പലത്തിന്റെ മാതൃകയുണ്ട്. രണ്ട് കുളങ്ങളും ആനക്കൊട്ടിലും സ്റ്റേജുമുണ്ട്. അതിൽ ഒരു കുളത്തിൽ ഞാൻ കുളിച്ചിട്ടുണ്ട്. ഹൈന്ദവ സംസ്കൃതി എനിക്ക് ഉൾക്കൊള്ളാൻ കഴിഞ്ഞത് അങ്ങിനെയാണ്. ശബരിമലക്കാലത്ത് കോയിപ്പാടവും അമ്പലത്തിന്റെ അടുത്തുകൂടിയുള്ള വഴികളും മലവും മൂത്രവും കൊണ്ട് അസഹ്യമാകും.

അടിയന്തിരാവസ്ഥയുടേതായ ഒരു വിഷമവും ഞാനറിഞ്ഞില്ല.

കണക്കിന്റെ സാർ ചെവിയിൽ രോമമുള്ള ഒരു ക്രൂരനായിരുന്നു. ക്ലാസിലെ ഒന്നോ രണ്ടോ കുട്ടികൾക്കേ കണക്ക് അറിയൂ. ഞാനൊക്കെ എങ്ങനെയോ കാലം കഴിച്ചു. കണക്കു ചെയ്യാത്ത ഒരു ദിവസം ഞങ്ങൾ ചേട്ടന്മാരോട് സമരം ചെയ്യാമോ എന്നു ചോദിച്ചു. ഒരു രക്ഷയുമില്ല, അടിയന്തിരാവസ്ഥയാണെന്ന് അവർ പറഞ്ഞു. അപ്പോഴാണ് അടിയന്തിരാവസ്ഥ എന്ന് കേൾക്കുന്നത്. ഒരു ദിവസം പട്ടിത്താനം കേറ്റത്തുവെച്ച് ഒരു ചുവരെഴുത്തു കണ്ടു. അടിയന്തിരാവസ്ഥ അറബിക്കടലിൽ.

എനിക്കതിന്റെ അർത്ഥം ആദ്യം മനസിലായില്ല. ഏറ്റുമാനൂർ സ്കൂളിൽനിന്ന് ചില ലൈബ്രറി പുസ്തകങ്ങൾ എനിക്കു കിട്ടി. ഇംഗ്ലീഷ് പുസ്തകങ്ങൾ ആയിരുന്നു അവ. എന്റെ ചേട്ടൻ അത് വായിച്ച് എന്തൊക്കെയോ അർത്ഥം പറഞ്ഞു. പണി കഴിഞ്ഞ് കള്ളു കുടിച്ചു വന്ന ചാച്ചൻ അതു കേട്ടിരുന്നു. അടിമയും യജമാനനും എന്നൊരു കീറിപ്പറിഞ്ഞ

പുസ്തകവും എനിക്ക് ലഭിച്ചിരുന്നു. ഏഴാം ക്ലാസിൽ പഠിക്കുന്ന എനിക്ക് മലയാളം വായിക്കാനും അറിഞ്ഞുകൂടായിരുന്നു. അതുകൊണ്ട് ഞാനത് തിരിച്ചുകൊടുത്തു.

ഏറ്റുമാനൂർ സ്കൂളിൽ അടിയന്തിരാവസ്ഥ കഴിഞ്ഞപ്പോൾ സമരം തുടങ്ങി. ടോമിയായിരുന്നു ചെയർമാർ. ബസുകത്തിക്കുക. എൻജിൻ ബോക്സിൽ മണ്ണു നിറയ്ക്കുക. വണ്ടിയുടെ കാറ്റഴിച്ചു വിടുക ഇതൊക്കെയായിരുന്നു സ്കൂളിലെ കുട്ടികളുടെ സമരരീതി. സമരത്തിന് വലിയ കാരണങ്ങൾ ഉണ്ടായിരുന്നില്ല എന്നാണ് തോന്നുന്നത്. ഞങ്ങളുടെ ബോയ്സ് സ്കൂളിലെ കുട്ടികൾ അപ്പുറത്തെ ഗേൾസ് സ്കൂളിലേയും അതിരമ്പുഴ സ്കൂളിലേയും കുട്ടികളെ സമരം ചെയ്ത് ഇറക്കിവിടും. സമര നേതാവായിരുന്ന ടോമിക്ക് പട്ടിത്താനത്ത് ഒരു പ്രണയം ഉണ്ടായിരുന്നു. അത് വിവാഹത്തിലെത്തി. പിൽക്കാലത്ത് മംഗളത്തിൽ ജോലി ലഭിച്ച ടോമി രാഷ്ട്രീയത്തിൽ വിജയിച്ചില്ല. മദ്യപാനിയായി രോഗിയായി. കുറേ വർഷങ്ങൾക്കുമുമ്പ് എന്നെക്കാണാൻ വീട്ടിൽ വന്നിരുന്നു. ഞാൻ കുറേ രൂപ ചികിത്സയ്ക്കായി കൊടുത്തു. പിന്നെയും എന്നെക്കാണാൻ കോളേജിൽ വന്നു. ചെറിയ തുക അപ്പോഴും കൊടുത്തു. രോഗം കൂടി കോവിഡിനു മുമ്പേ മരിച്ചു പോയി. ടോമിയോട് എനിക്ക് മറ്റൊരു കടപ്പാടുണ്ട്: ഞാൻ ദേവമാതാ കോളേജിൽ ബി എസ്സ് പഠിക്കുമ്പോൾ ഒരു കവിതാമത്സരത്തിൽ പങ്കെടുക്കാനായി കവിത അയച്ചു. മത്സരം നടത്തിയ ആൾക്കെതിരെ പൈസ തട്ടിയെടുത്തെന്നുപറഞ്ഞ് ആരോ കേസു കൊടുത്തു. എനിക്ക് സമൻസ് വന്നു. അങ്ങനെ ആലുവാ കോടതിൽ പോകേണ്ടിവന്നു.അന്ന് ടോമിയും തങ്കച്ചനുമാണ് എന്നോടൊപ്പം പോന്നത്. ഞങ്ങൾ എറണാകുളം ചുറ്റിനടന്നതും നോർത്തിൽ ഒരു മുറി എടുത്തതും ഞാൻ ഓർക്കുന്നു. പിന്നെ രാവിലെ കോടതിയിൽ എത്തി. വക്കീൽ എന്നോട് കുറെ ചോദ്യങ്ങൾ ചോദിച്ചു. ഞാൻ മത്സരം നടത്തിയ ആൾക്ക് പൈസ ഒന്നും കൊടുത്തില്ല. വക്കീൽ പുതുമുഖം ആയിരുന്നു. വിറയ്ക്കുന്നുണ്ടായിരുന്നു. ജഡ്ജി വക്കീലിനെ ശകാരിച്ചു. ഞാനും വിറയ്ക്കുന്നുണ്ടായിരുന്നു. ജഡ്ജി എന്നെ ഒന്നു നോക്കി. ഏതായാലും സംഗതി വേഗം കഴിഞ്ഞു. ഞങ്ങൾ സാക്ഷിപ്പടി ചോദിച്ചു ചെന്നു. ഇല്ലെന്നുപറഞ്ഞു.

ഏറ്റുമാനൂർ സ്കൂൾ ഒരു സ്പോർട്ട്സ് സ്കൂൾ ആയിരുന്നു. എനിക്കാകട്ടെ സ്പോർട്ട്സിൽ താല്പര്യമുണ്ടായിരുന്നില്ല. എങ്കിലും കാണാൻ ഇഷ്ടമായിരുന്നു. പ്രത്യേകിച്ച് ഫുട്ബോൾ. സ്കൂളിന്റെ മുമ്പിൽ വലിയ ഒരു മൈതാനം ഉണ്ടായിരുന്നു. മഴക്കാലമായാൽ മൈതാനത്തു മുഴുവൻ വെള്ളം കയറും. മൈതാനം മാത്രമല്ല കോയിപ്പാടവും പരിസരപ്രദേശങ്ങളും വെള്ളത്തിൽ മൂടും. ചില കുട്ടികൾ മൈതാനത്ത് കാലുതെറ്റി

വീഴമായിരുന്നു. പത്തു രണ്ടായിരത്തിലധികം ആൺകുട്ടികൾ പഠിക്കു ന്ന സ്കൂളാണ്. എല്ലാ വെള്ളിയാഴ്ചയും ഡോക്യുമെന്ററി കാണിക്കുന്ന ഒരു അധ്യാപകൻ ഉണ്ടായിരുന്നു. പഴയ പ്രൊജക്ടർ ആണ്. കിർറ് എന്നൊരു ശബ്ദമുണ്ടാകും. 16 mm ഫിലിമാണ്. ഇടയ്ക്കു പൊട്ടും. സാർ അത് ഒട്ടിക്കും. തയ്യൽ പരിശീലനവും ഡ്രോയിംഗ് പരിശീലനവും ക്രാഫ്റ്റായി ആശാരിപ്പണി പഠിപ്പിക്കലും ഒക്കെയുണ്ടായിരുന്നു. ഞാൻ ഒരു മാതിരി വരയ്ക്കുമായിരുന്നു. എന്നാൽ ക്ലാസിൽ പുറകിലെ ബഞ്ചിലിരുന്ന ഒരു സുഹൃത്ത് നല്ലതുപോലെ വരയ്ക്കുമായിരുന്നു. വർഷത്തിൽ ഒരിക്കൽ ഞങ്ങളെ തീയേറ്ററിൽ കൊണ്ടു പോയി സിനിമ കാണിക്കുമായിരുന്നു. അന്ന് ഏറ്റുമാനൂരിൽ ഒരു മാസ് ഫിലിം സൊസൈറ്റിയുണ്ടായിരുന്നു. ഞങ്ങളുടെ അധ്യാപകർ മിടുക്കരായിരുന്നു. അവർ ഞങ്ങളെ പുസ്തക ത്തിന് വെളിയിലേക്കു കൊണ്ടു പോയി. ഏറ്റുമാനൂർ പട്ടണംതന്നെ എനിക്കൊരു ക്ലാസ് റൂമായിരുന്നു.

ഇന്നത്തെ ഏറ്റുമാനൂർ കളർഫുൾ ആയിട്ടുണ്ട്. എന്നാൽ അന്നത്തെ ഏറ്റുമാനൂർ ഒരു ബ്ലാക്ക് ആന്റ് വൈറ്റ് സിനിമപോലെയായിരുന്നു. അന്നുണ്ടായിരുന്ന കാസിനോ, ഗ്രേയ്സ് ഹോട്ടലുകൾ ഇന്നില്ല. പാടി യത്തിന്റെ ദന്താശുപത്രിയും കണ്ണാശുപത്രിയും ജോസഫ് ഡോക്ടറുടെ ആശുപത്രിയും ചെമ്പകശ്ശേരി ഹോസ്പിറ്റലും ഇല്ല. പൂവരശും മുഷിഞ്ഞ ബസ്സ്റ്റാന്റും പിന്നിലെ നരകതുല്യമായ മൂത്രപ്പുരയും ഇല്ല. പ്രൈവറ്റ്, കെ.എസ്. ആർ. ടി. സി. ബസ്സ്റ്റാന്റുകൾ വന്നു. നശിച്ചുകിടന്ന ചിറക്കുളം വൃത്തിയാക്കി. അതിന്റെ പിന്നിലെ കക്കൂസുകളും താഴത്തെ ഓടയിലെ പുഴുക്കളും ഇല്ലാതായി. കച്ചേരിക്കുന്നു ഭാഗത്തെ കോടതിസമുച്ചയം അവിടെയുണ്ട്. ഗേൾസ് ഹൈസ്കൂളിന്റെ പ്രതാപം പോയി. അതൊരു ട്രൈബൽ സ്കൂളായെന്ന് തോന്നുന്നു. ഞാൻ പഠിച്ച സ്കൂൾ തൊഴിൽ പഠിപ്പിക്കുന്ന സ്ഥലമായി. ഞങ്ങൾ പഠിച്ച കാലത്ത് സ്കൂളിലെ ബഞ്ചു കളിൽ പലപ്പോഴും മലവും മൂത്രവും കാണാം. അതെല്ലാം കഴുകിയിട്ടു വേണമായിരുന്നു ഞങ്ങൾക്ക് ക്ലാസിലിരിക്കാൻ. മാതാ എന്നൊരു വേശ്യാ സ്ത്രീയെ പട്ടണത്തിൽ കാണാമായിരുന്നു. മൂക്കിന്റെ സ്ഥാനത്ത് ദ്വാരമുള്ള ഒരു വൃദ്ധനും ഒരു ചെറിയ തടി വണ്ടിയിൽ ഇരുന്ന് ഉന്തിയുന്തി യാചിച്ചുജീവിച്ച ഒരു മനുഷ്യനും ഉണ്ടായിരുന്നു.

അധ്യായം 6

ഇരുണ്ട ഒരു ബ്ലാക് & വൈറ്റ് നഗരമായിരുന്നു എന്റെ ബാല്യത്തിലെ ഏറ്റുമാനൂർ എന്ന് ഞാൻ മുൻഅധ്യായത്തിൽ കുറിച്ചല്ലോ. അന്നത്തെ സിനിമകളും കറുപ്പും വെളുപ്പും ആയിരുന്നു. എന്നാൽ അക്കാലത്തുതന്നെ കളർച്ചിത്രങ്ങൾ വന്നു. ഈസ്റ്റുമാൻ കളർ എന്നും മറ്റും പോസ്റ്ററിൽ എഴുതിയിരുന്നു. ഒരു ദിവസം ഞങ്ങൾ ലോട്ടസ് തീയേറ്ററിൽ പച്ച നോട്ടുകൾ എന്ന സിനിമ കാണാൻ പോയി. സ്കൂളിൽനിന്നുള്ള മുങ്ങലാണ്. ലോട്ടസ് ഓല കെട്ടിമേഞ്ഞ തീയേറ്ററാണ്. മേൽക്കൂരയിലെ തുളയിലൂടെ വെളിച്ചം കൊണ്ടുള്ള ഒരു കോഴിമുട്ട തിരശീലയിൽ വന്നുവീഴും. സ്ക്രീനിൽ രൂപങ്ങൾ ചലിക്കുമ്പോൾ ചലിക്കാതെ നില്ക്കുന്നത് ആ മുട്ട മാത്രമായിരിക്കും. നിരവധി തൂണുകളും കവരങ്ങളുമുള്ള തീയറ്ററാണ്. ഇലകളില്ലാത്ത ഒരു വനമാണ്. മൂട്ടശല്യം ശരിക്കുണ്ടായിരുന്നു. കടല വിൽക്കുന്ന പയ്യന്മാർ നിലക്കടലേ എന്നു പറഞ്ഞ് ഇടവേള സമയം സഞ്ചരിക്കും. സിനിമ തുടങ്ങി അല്പം കഴിയുമ്പോൾ ഇരുട്ടിലൂടെ തപ്പിത്തടഞ്ഞു വരുന്നവർ എവിടെം വരെയായി, നസീർ വന്നോ എന്നൊക്കെ നമ്മോട് ചോദിക്കും. ഇപ്പ തുടങ്ങിയതേയുള്ളൂ ചേട്ടാ എന്ന് ഞങ്ങൾ പറയും. കൈലാസ് തീയേറ്ററിൽ ശബ്ദം അത്ര തിരിയില്ല. എക്കോ ഉണ്ടാകും. അത് വാർക്കക്കെട്ടിടമാണ്. അവിടെയായിരുന്നു സ്കൂളിലെ ഫിലിം ഫെസ്റ്റിവൽ. കുട്ട്യേടത്തി അവിടെ വെച്ചാണ് കാണുന്നത്. പിന്നൊരു തീയേറ്റർ ശക്തിയായിരുന്നു. വെമ്പള്ളിയിലുള്ള ഒരു കൈമൾ ആയിരുന്നു ഉടമസ്ഥൻ. വെമ്പള്ളി കാവിന്റെ രക്ഷാധികാരിയും ആയിരുന്നു. നീലച്ചിത്രങ്ങൾ അവിടെ പ്രദർശിപ്പിക്കുമായിരുന്നു. തമിഴ് സിനിമകൾ ഇംഗ്ലീഷ് സിനിമകൾ ഒക്കെ. അമ്പലത്തിലെ ഉത്സവസമയത്ത് പാരീസ് രാത്രി സുന്ദരികൾ ഒക്കെയാണ് അവിടെ ഓടിച്ചത്. ഒരു പാട് ഷോകൾ ഉണ്ടായിരുന്നു. വേണ്ടവണ്ണം തുണ്ടുകൾ ഇല്ലെങ്കിൽ കൈമൾ തെറിവിളി കേൾക്കും. ഞങ്ങൾ സ്കൂളിൽനിന്ന്

പോരുന്ന വഴിയിൽ തീയറ്ററിന്റെ വാതിലിലൂടെ ഉളിഞ്ഞുനോക്കും. സിനിമ ഓടിക്കുന്നിടത്ത് ഓപ്പറേറ്റർക്കു നോക്കാൻ ചതുരത്തിൽ ഒരു ദ്വാരമുണ്ട്. അതുവഴിയും നോക്കും. ഉയരം കിട്ടാത്തതിനാൽ ചാടി ച്ചാടിയാണ് നോക്കുക. കഥാപാത്രങ്ങളുടെ തലയുടെ മുകൾ ഭാഗം ചിലപ്പോൾ മാത്രം കാണാം.

ഈ തീയേറ്ററുകളിലൊക്കെ ടിക്കറ്റ് എടുക്കുന്നത് ഒരു ചെറിയ തുളയിലൂടെ കൈയിട്ടാണ്. ചെറിയ ദ്വാരത്തിൽ ഒരുപാട് കൈകൾ കയറുന്നു. ഒരു ബഞ്ച്, സെക്കന്റ് ക്ലാസ് എന്നൊക്കെ വിളിച്ചു പറയുന്നു. ടിക്കറ്റു കിട്ടിയാൽ ഒരു വിധത്തിൽ കൈ വലിച്ചൂരുകയാണ്.

നാലാമതൊരു തീയേറ്റർ കൂടി ഏറ്റുമാനൂരിൽ വരികയുണ്ടായി. അലങ്കാർ. അതായിരുന്നു കുറച്ചു കൂടി മോഡേൺ. വാസ്തുശില്പചാതുരി അല്പം കൂടിയിരുന്നു. അവർ ടിക്കറ്റുകൾ കത്തിച്ചിട്ടവശേഷിച്ച ചപ്പുചവ റിൽനിന്ന് പഴയ ടിക്കറ്റ് എടുത്ത് ഞങ്ങൾ സിനിമാ കണ്ടു. ഒരിക്കൽ ഞാൻ പിടിക്കപ്പെട്ടു. ഞങ്ങൾക്കെല്ലാം സിനിമാ ഭ്രാന്തുപിടിച്ച കാല മായിരുന്നു അത്.

കള്ളം പറഞ്ഞു വീട്ടിൽനിന്ന് പൈസാ വാങ്ങും. അതിന്റെ പേരിൽ ചാച്ചൻ എന്നെ തല്ലിയിട്ടുണ്ട്. ഇപ്പോഴും ലോട്ടസ് ഉണ്ടെന്ന് തോന്നുന്നു. ഇപ്പോൾ യാത്ര കുറവാണല്ലോ. ഞാൻ കുടുംബ സമേതം കൊറോണയ്ക്കു മുമ്പ് ചില സിനിമകൾ ലോട്ടസിൽപ്പോയി കണ്ടിരുന്നു. ആറേഴു പേരേ യുണ്ടായിരുന്നുള്ളു സിനിമ കാണാൻ. ഉടമസ്ഥന് ഞങ്ങളെ ബോധിച്ചു. അദ്ദേഹം ഞങ്ങൾക്ക് വാട്ട്സ് ആപ്പിൽ സിനിമാ വിവരങ്ങൾ അറിയി ക്കുമായിരുന്നു. ബാക്കി മൂന്നു തീയേറ്ററും ഇന്നില്ല. ശക്തി കത്തിപ്പോയി. കത്തിച്ചു കളഞ്ഞതാണെന്നും പറയുന്നുണ്ട്.

സക്കറിയയുടെ ലാസ്റ്റ് ഷോ എന്ന കഥ വായിക്കുമ്പോൾ എന്റെ മനസിൽ തെളിയുന്ന ചിത്രം ശക്തി തീയേറ്ററാണ്. അവിടെ റിക്കോർഡ് വയ്ക്കുന്ന ആദ്യ പാട്ട് ഏഴരപ്പൊന്നാനപ്പുറത്തെഴുന്നള്ളും ഏറ്റുമാനൂരപ്പാ എന്ന പാട്ടായിരുന്നു. അലങ്കാറും കൈലാസും വേറേ കാര്യങ്ങൾക്ക് വിനിയോഗിക്കുന്നു. തമിഴ്, മലയാളം, ഹിന്ദി, ഇംഗ്ലീഷ്, തെലുങ്ക് സിനിമകൾ ആയിരുന്നു അക്കാലത്ത് തീയേറ്ററിൽ ഓടിയിരുന്നത്. കുറ ച്ചൊക്കെ ഭാഷ പഠിക്കാൻ സഹായിച്ചിരിക്കാം അത്തരം സിനിമകൾ. അവളുടെ രാവുകൾ, വാടകയ്ക്കൊരു ഹൃദയം എന്നീ ഐ.വി. ശശിച്ചി ത്രങ്ങൾ ജീവിതം തുടിക്കുന്ന ചിത്രങ്ങൾ ആയിരുന്നു. എങ്കൾ പാട്ടും സ്വത്ത് എന്ന ജയശങ്കറിന്റെ സിനിമ വളരെ ത്രില്ലിംഗ് ആയിരുന്നു. തങ്കപ്പതക്കം എന്ന ശിവാജി ഗണേശന്റെ ചിത്രവും ഉജ്വലമായിരുന്നു.

ആട്ടപുലിയട്ടം എന്ന കമൽ-രജനി ചിത്രം, തപ്പത്താളങ്ങൾ എന്ന രജനീകാന്ത് ചിത്രം, സതീഷ് സത്യൻ അഭിനയിച്ച ടാക്സി ഡ്രൈവർ, ചന്ദനക്കാട് എന്ന കന്നട സിനിമ ഇതൊക്കെ ഓർക്കുന്നു. ശക്തിയിൽ ധൂമം ഓടിയിരുന്നു. ഞാൻ കണ്ടിട്ടില്ല.

ഏത് തീയേറ്ററിലാണെന്നറിയില്ല. ഒരു ഫാമിലിസിനിമാ കാണാൻ പോയി. ഇടവേളയ്ക്ക് ഉണ്ടിട്ടു. അച്ഛൻ പെൺമക്കളോട് കണ്ണടച്ചിരുന്നോ എന്നു പറഞ്ഞതായി കേട്ടിട്ടുണ്ട്.

ലോട്ടസിനെ ഒരു മടപ്പണിക്കാരി സ്ത്രീ തോട്ടത്തിൽ കോട്ടക എന്നാണ് പറഞ്ഞിരുന്നത്. സിനിമയോടുള്ള അഭിനിവേശം ഏതാണ്ട് മുപ്പതുവയസുവരെ എന്നിൽ കത്തിനിന്നു എന്നു പറയാം. തിരുവനന്ത പുരത്ത് പഠിക്കാൻ പോയപ്പോൾ ലോക സിനിമയിലേക്കാണ് എന്റെ ശ്രദ്ധ പോയത്.

ഏറ്റുമാനൂരിൽ സമീപകാലത്ത് ന്യൂ ജനറേഷൻ തീയറ്ററുകൾ കോടതി സമുച്ചയത്തിനു സമീപം ഉണ്ടായിട്ടുണ്ട്.

ഏറ്റുമാനൂർ സ്കൂളിൽ ഞങ്ങളെ പഠിപ്പിച്ച പല അധ്യാപകരും എന്റെ സ്മരണയിലുണ്ട്. ജേക്കബ് സാർ, എബ്രഹാം സാർ, ശിവാനി, വിജയ ലക്ഷ്മി, പണിക്കർ, സ്കറിയ, വലിയ മാത്യു, കൊച്ചു മാത്യു എന്നിവർ, ചിത്രം വരയ്ക്കാൻ പഠിപ്പിച്ച രണ്ട് അധ്യാപകരെ ഞാൻ ഓർക്കുന്നുണ്ട്. പക്ഷേ പേരറിയില്ല. ഞങ്ങൾ കളിയാക്കി വിളിച്ച പേരേ ഓർമ്മയിലുള്ളൂ. ആശാരിപ്പണി പഠിപ്പിച്ച അധ്യാപകനും തയ്യൽ പഠിപ്പിച്ച അധ്യാപിക യും പേരു മറന്നുപോയെങ്കിലും ഓർമ്മയിലുണ്ട്.

ഇന്നത്തെ വിദ്യാർത്ഥികൾ അടച്ചുകെട്ടിയ ജയിൽ ജീവിതമാണ് അനുഭവിക്കുന്നതെന്ന് എനിക്ക് തോന്നാറുണ്ട്. ഞങ്ങളുടേതും ഏതൊക്കെയോ അർത്ഥത്തിൽ ജയിലായി പരിഗണിക്കാം. പക്ഷേ തുറന്ന ജയിലായിരുന്നു അത്. ഒരു പട്ടണവും സമീപത്തെ ഹോട്ടലുകളും വെയിറ്റിംഗ് ഷെഡും വർക്കുഷോപ്പും കോടതിസമുച്ചയവും നാല് തീയേ റ്ററുകളും മുഷിഞ്ഞ ഒരു നഗരവും തുറന്ന ആകാശവും ലക്ഷ്യമില്ലാതെ പറക്കാൻ ഞങ്ങളെ സഹായിച്ചു. ഏറ്റുമാനൂർ സ്കൂളിൽനിന്ന് ഞാൻ അധികം കാര്യങ്ങൾ ഒന്നും പഠിച്ചില്ല. കഷ്ടിച്ചാണ് ഞാൻ പാസായത്.

പക്ഷേ പട്ടണം എന്നെ പലതും പഠിപ്പിച്ചു. ഗ്രേസ് ഹോട്ടലിൽ ചോറുണ്ടിട്ട് പണം തികയാതെ വന്നതിനാൽ ഞാൻ കടം പറഞ്ഞിട്ടു ണ്ട്. രാത്രിയിൽ ഞങ്ങളുടെ സ്കൂൾ അനാഥരുടേയും മദ്യപാനികളുടേയും അവിഹിതബന്ധങ്ങളുടേയും ഇടമായിരുന്നു. അതൊക്കെ ഞങ്ങൾക്ക് പണിഭാരങ്ങളുണ്ടാക്കി. നിരന്തരസമരങ്ങൾ ഞങ്ങളുടെ സ്കൂളിനെ

നശിപ്പിച്ചു. എങ്കിലും നൂറു കണക്കിന് ട്രോഫികൾ നിരന്നിരിക്കുന്ന ഹെഡ്മാസ്റ്ററുടെ മുറി ഞങ്ങൾക്ക് അത്ഭുതവും അഭിമാനവുമായിരുന്നു. ഞങ്ങൾ ഒരു മതത്തിന്റേയും അടിമകൾ ആയിരുന്നില്ല. ഞങ്ങളുടെ ജാതി എന്തെന്ന് ഞങ്ങൾക്കറിയില്ലായിരുന്നു. ഞങ്ങൾ ദൈവത്തിന്റെ കുസൃതിക്കുട്ടുകൾ ആയിരുന്നു. എനിക്ക് ലഭിച്ച മതേതരബോധം അവിടന്ന് ലഭിച്ചതാണ്. സ്കൂളിലും പുറത്തും ഞങ്ങൾ പഠിച്ചത് സിനിമ യായിരുന്നു. വിശാലമായ ജീവിതപുസ്തകം നഗരം ഞങ്ങൾക്കുമുന്നിൽ തുറന്നുവെച്ചു. സൈക്കിൾ വാടകയ്ക്ക് എടുത്ത് ആറുമാനൂരിലെ കരിമ്പു പാടങ്ങൾ തേടി ഞങ്ങൾ പോയി. കരിമ്പുകിട്ടി. അതു സൈക്കിളിന്റെ പിന്നിൽ കെട്ടി വന്ന വഴി മുതിർന്ന കുട്ടികൾ സൈക്കിൾ തടഞ്ഞ് എന്റെ കരിമ്പ് കൊണ്ടുപോയി. കൂട്ടുകാർ രക്ഷപെട്ടു. എന്നും എനിക്കായിരുന്നു പരാജയം. അതെന്നെ ഒറ്റപ്പെടുത്തി. എന്നിലേക്ക് എന്നും ഞാൻ മുഖം തിരിച്ചു. ഇതുമൂലം സുഹൃത്തുക്കൾക്കിടയിലും ഞാൻ ഏകാകിയായിരുന്നു.

ഒരു ഘട്ടത്തിൽ നഗരത്തിൽ നാടോടികൾ വന്നത് ഞാൻ ഓർക്കുന്നു. അവർ അവിടെയുള്ള ഓടകളിലെ മണലുവാരി അതിൽനിന്ന് സ്വർണം അരിച്ചെടുക്കുന്നത് ഞങ്ങൾ കണ്ടിട്ടുണ്ട്. ഇടയ്ക്കിടയ്ക്ക് നാടോടിക്കൂട്ടങ്ങൾ ഏറ്റുമാനൂർ പ്രദേശങ്ങളിൽ തമ്പടിക്കും. പ്രത്യേകിച്ചും കോയിപ്പാടത്ത്. അവർ ആഹാരം ഉണ്ടാക്കുന്നതും മറ്റും കാണാം.

എന്റെ ചെറുപ്പം മുതൽ ഞാൻ പലയിടത്തും നാടോടികളെ കണ്ടിട്ടു ണ്ട്. ആ അനുഭവങ്ങൾ മൂലം നാടോടികൾ എന്റെ കവിതകളിലും ഏക നോവലിലും ആവർത്തിച്ചു കടന്നുവന്നു. പിന്നെ ഞാൻ ജിപ്സികളുടെ ലോകചരിത്രം എഴുതി. ഒരു പക്ഷേ എന്റെ ഉള്ളിൽ കിടന്ന നാടോ ടിസ്വഭാവമാണ് അവരെപ്പറ്റി എഴുതാൻ എന്നെ പ്രേരിപ്പിച്ചതെന്ന് തോന്നുന്നു.

സ്കൂളിൽ വെള്ളിയാഴ്ച ദിവസം ഉച്ചയ്ക്ക് രണ്ടു മണിക്കൂർ ഇടവേളയുണ്ടാ യിരുന്നു. ഞങ്ങളുടെ സൈക്കിൾ യാത്രകളും നടപ്പും ഒക്കെ അപ്പോ ഴായിരുന്നു. പട്ടണം ചുറ്റിനടക്കുക ഞങ്ങളുടെ സ്വഭാവമായിരുന്നു. പട്ടണത്തിൽ ഞങ്ങൾ സാറ്റുകളിച്ചു. ഞങ്ങൾ നടക്കാത്ത ഊടു വഴി കളില്ല. ഒരു ദിവസം ഒരു കൂട്ടുകാരനെ തേടിപ്പോയത് ചായക്കടയുടെ പിന്നാമ്പുറത്തു കൂടിയാണ്. വൃത്തികെട്ട അടുക്കള കണ്ടു, എരുമകളെയും. പി. എം. എച്ച്., അസിസ് എന്ന രണ്ട് കടകളിൽനിന്ന് സൈക്കിൾ എടു ത്തായിരുന്നു ഞങ്ങളുടെ കറങ്ങൽ. വീട്ടിൽപ്പോയി ഉച്ചയ്ക്ക് ചോറുണ്ണാം എന്നു പറഞ്ഞത് വിജയൻ ആണ്. പട്ടിത്താനം കവലയിൽനിന്ന് കൊടുങ്കയറ്റമാണ്. തിരിച്ചു പോരുമ്പോൾ വലിയ സന്തോഷമാണ്.

അവധിക്കാലത്ത് വിജയന്റെ താല്പര്യപ്രകാരം ഞങ്ങൾ കല്ലമടയിൽ പണിക്കു പോയി. എനിക്ക് പണിക്കു പോകേണ്ട ആവശ്യം ഉണ്ടായിരുന്നില്ല. ഒരു കൂട്ടിന് പോയതാണ്. മിറ്റിലടിക്കുക തമരടിക്കുക ഇതൊക്കെയായിരുന്നു പണി. ആ പണം സിനിമ കാണാനും പൊറോട്ടയും ബീഫും കഴിക്കാനുമാണ് ഞങ്ങൾ ഉപയോഗിച്ചത്. അവർ പൈസാ വീട്ടിൽ കൊടുത്തു. ഒരു വിദ്യാർത്ഥിയെന്ന നിലയിൽ ഈ ജീവിതം എന്നെ നശിപ്പിച്ചു. ഞാൻ ചെറുതായി പുകവലിയും തുടങ്ങി. ഒന്നും പഠിക്കാതെ നടന്നു. അങ്ങനെ ഒരിക്കൽ വിജയന്റെ അനിയൻ തമരടിച്ചപ്പോൾ കൂടം കൊണ്ട് എന്റെ വിരൽ ചതഞ്ഞു. ഇപ്പോഴും ഒരു വിരലിൽ ആ പരിക്കുണ്ട്. ശനിയാഴ്ചയും സ്കൂളുവിട്ടു വന്നിട്ടും ഞങ്ങൾ കല്ലമടയിൽ പോയി. വിജയനാണ് ഞങ്ങളെ നിയന്ത്രിക്കുന്നത്. ഇക്കൂട്ടത്തിൽ പണി നിർത്തിയ മടക്കുളത്തിൽ കുളിയും തുടങ്ങി. എരുമയെ കുളിപ്പിക്കുന്ന വെള്ളമായിരുന്നു അത്.

ഇക്കാലത്താണ് ഞാൻ ചാച്ചന്റെ കൂടെ പണിക്ക് പോകുന്നതും. ചാച്ചൻ ഒരിക്കലും വിചാരിച്ചിരുന്നില്ല ഞാൻ പഠിച്ച് മുന്നേറുമെന്ന്. ഞാനൊരു മേസ്തിരിയാകുമെന്നാണ് അദ്ദേഹം പ്രതീക്ഷിച്ചത്. പക്ഷേ ചാച്ചന്റെ കൂടെയുള്ള പണിക്കുപോക്കൊക്കെ അവധിക്കാലത്തായിരുന്നു. ആറേഴു സ്ഥലത്തൊക്കെ ഞാൻ പണിക്കു പോയിട്ടുണ്ട്.

തൊഴിലുകൾ എന്റെ കവിതകളിൽ ഒരു പ്രധാന തീമായി വരുന്നത് അങ്ങനെയാണ്. മേസ്തിരിപ്പണിക്കാർ, മൈക്കാടുപണിക്കാരായ ആണുങ്ങളും പെണ്ണുങ്ങളും ഒക്കെ കവിതയിൽ കഥാപാത്രങ്ങളായി.

അധ്യായം 7

ഏറ്റുമാനൂർ ആറാട്ടിലെ ഒരു സംഭവം ഓർമ്മവരുന്നു. അവിടെ നടന്ന ക്യാബറേ തടയുന്നതിൽ നക്സലൈറ്റുകളും സ്ത്രീവാദികളും വിജയിച്ചു. സദാചാരകാര്യസ്ഥരായി അവർ മാറി. അതിന്റെ വിശദാംശങ്ങൾ എനിക്ക് അറിയില്ലെങ്കിലും ഞാൻ അത് പറഞ്ഞുകേട്ടിരുന്നു. ഇന്നു നോക്കുമ്പോൾ കാർണിവൽ എന്ന സങ്കല്പത്തിന്റെ ഭാഗമായിരുന്നു ആറാട്ടുമായി ബന്ധപ്പെട്ട അശ്ലീല സിനിമകളും ക്യാബറേയും സർക്കസും മരണക്കിണറും ചൂതുകളിയും ചാരായവും എല്ലാം. ശരിക്കു പറഞ്ഞാൽ കാർണിവൽ എന്ന വാക്കിന്റെ അർത്ഥവ്യാപ്തിയുള്ള ഒന്നും കേരളത്തിലില്ല. മഹാകുംഭമേളയെ കാർണിവൽ എന്നു പറയാം എന്നാണ് കേട്ടിട്ടുള്ളത്. കാർണിവൽ ഉപരിവർഗസംസ്കാരത്തെയും പ്രഭുത്വത്തെയും പൗരോഹിത്യത്തേയും പരിഹസിക്കുന്ന ഒന്നാണ്.

ഇന്ന് ഏറ്റുമാനൂർ ആറാട്ട് എന്റെ ചെറുപ്പത്തിലെ ആറാട്ടിൽനിന്ന് വളരെ ശോഷിച്ചുപോയി എന്നു പറയാതെ വയ്യ. ഒന്നാമത് ഇടമില്ലായ്മ. വേനൽക്കാലങ്ങളിൽ പുല്ലു കേറിയും മഴക്കാലങ്ങളിൽ വെള്ളം കേറിയും വെറുതെ വിശാലമായിക്കിടന്ന കോയിപ്പാടങ്ങളിൽ എല്ലാം കെട്ടിടങ്ങൾ നിറഞ്ഞു. മരണക്കിണർ വയ്ക്കാൻ സ്ഥലമില്ല. ഭൂമി കുഴിച്ചായിരുന്നു അന്ന് മരണക്കിണർ ഉണ്ടാക്കിയിരുന്നത്. അതൊക്കെ തുടക്കം മുതലേ ഞങ്ങൾ നിന്ന് കണ്ടിട്ടുണ്ട്. പിന്നീട് ഭൂമിക്കുമുകളിൽ അത് ഇരുമ്പും തടിയും കൊണ്ട് നിർമ്മിതമായി. പിന്നെ അതുമവിടെ ഇല്ലാതായി. ഒരിക്കൽ ആറാട്ടിന് പോയപ്പോൾ കോയിപ്പാടത്തുകൂടി നടന്ന് നടന്ന് ഞാനും ചേട്ടനും കൊട്ട വിൽക്കുന്ന ഞങ്ങളുടെ സ്വന്തക്കാരുടെ അരികിലെത്തിയതും അവർക്കിടയിൽ ഏറെ നേരം വിശേഷങ്ങൾ പറഞ്ഞ് ചെലവഴിച്ചതും ഓർക്കുന്നു.

അമ്പലവുമായി ബന്ധപ്പെട്ട ഒരു കാര്യം ഞങ്ങൾ സൈക്കിൾ

ഓടിക്കാൻ പഠിച്ചത് അമ്പലത്തിന്റെ മുമ്പിലുള്ള മൈതാനത്തായിരുന്നു എന്നതാണ്. കിഴക്കുനിന്ന് നേരേ ഗോപുരത്തിലേക്ക് നോക്കിയാണ് സൈക്കിൾ ഓടിക്കുന്നത്. സൈക്കിളിൽ നോക്കാതിരിക്കാനാണ് അങ്ങനെ ചെയ്യുന്നത്. സൈക്കിളിന്റെ ഹാന്റിലിൽ നോക്കിയാൽ സൈക്കിൾ മറിയും. അവിടെ മൈതാനത്തിന്റെ നടുക്കായി അന്നൊരു വലിയ ആൽമരം നിന്നിരുന്നു. അതിന്റെ ചുവട്ടിൽ കല്ലുകൊണ്ടുള്ള സർപ്പങ്ങൾ ഉണ്ടായിരുന്നു. അമ്പലത്തിന്റെ വലത്തുഭാഗത്ത് മുന്നിലായി മറ്റൊരു ആൽമരവും ഉണ്ടായിരുന്നു. ആ മൈതാനത്തുനിന്ന് ഞങ്ങൾക്ക് നാണയങ്ങൾ ലഭിച്ചിട്ടുണ്ട്. ഞങ്ങൾ സിനിമ കാണാൻ നാണയങ്ങൾ നോക്കി നടക്കുമായിരുന്നു. അമ്പലം എന്ന വാക്ക് പുലവുമായി ബന്ധപ്പെട്ടതാണ്. അം എന്നത് ഒരു മുൻപ്രത്യയം ആണ് (Prefix) പുലമെന്നത് കൃഷിസ്ഥലം ആണ്. എന്റെ മനസിൽ ഇന്നും അമ്പലമാണ്, ക്ഷേത്രമല്ല. കണ്ണാടിയിൽ എന്ന കവിത അടുത്ത കാലത്താണ് ഞാൻ എഴുതിയത്. അത് ഏറ്റുമാനൂർ അമ്പലത്തേക്കുറിച്ചാണ്. അതിന്റെ അകം പുറങ്ങൾ ആ കവിതയിൽ ഉണ്ട്. ഒരു കാലത്ത് ഞാൻ കയറി നടന്ന സ്ഥലങ്ങൾ, കഥകളിക്കു പോയി കിടന്നുറങ്ങിയ വരാന്തയും പൂഴിമുറ്റവും അവിടുണ്ട്. ഇപ്പോൾ ഞാൻ പോകാറില്ലവിടെ. ഒടുവിൽ പോയത് വിനയചന്ദ്രൻ സാറിനൊപ്പമാണ്. അതെല്ലാം ഒരു കണ്ണാടിയിൽ മാത്രമായി പ്രതിഫലിക്കുന്നു. ആ കവിത ഒരു കണ്ണാടി പ്രതിഷ്ഠയാണ്. നഷ്ടപ്പെട്ടു പോയ പഴയ മതേതരത്വം അതിലുണ്ട്.

നമുക്ക് സ്കൂൾ കാലത്തിലേക്കുതന്നെ മടങ്ങാം. കണക്കുപഠിപ്പിച്ച വിജയലക്ഷ്മി ടീച്ചറെ എനിക്ക് ഒരിക്കലും മറക്കാൻ ആവില്ല. ഒമ്പതാം ക്ലാസിൽ പഠിക്കുമ്പോൾ ക്ലാസിലാരും ചെയ്യാത്ത ഒരു കണക്കു ഞാൻ ചെയ്തുപോയി. ടീച്ചറെന്നെ അഭിനന്ദിച്ചത് പൊട്ടക്കണ്ണന്റെ മാവിലേറു പോലെ എന്നു പറഞ്ഞാണ്. ഞാനത് അഭിനന്ദനമായി സ്വീകരിക്കുകയും ചെയ്തു.

എന്നാൽ എട്ടാം ക്ലാസിൽവെച്ച് രാമാണ്ടി സാർ ചോദിച്ച ഒരു ചോദ്യമുണ്ട്. എണ്ണാൻ ഉപയോഗിക്കുന്ന സംഖ്യകളേവ? കുട്ടികളിൽ ആർക്കും അറിയാത്ത ഉത്തരം ഞാൻ പറഞ്ഞു. 1 മുതൽ 9 വരെയെന്ന് ഞാൻ പറഞ്ഞു. സാർ പറഞ്ഞു. ശരിയാണ് പൂജ്യം കൂടിയുണ്ട്. അഭിനന്ദിച്ചില്ലെങ്കിലും ആ പുരിപ്പിക്കലിൽ ഒരു അഭിനന്ദനം സ്വയമേ വന്നിരുന്നു. ഗണിതവുമായി ബന്ധപ്പെട്ട് ഈ രണ്ട് ഓർമ്മകൾ ആണ് എനിക്ക് ഉള്ളത്. അതുകൊണ്ടാവാം പിൽക്കാലത്ത് ഒറ്റയടിക്ക് UGC NET പാസായത്. ഞങ്ങൾ മാത്രമല്ല പലരും ഗണിതം പഠിക്കാത്തത് പഠിപ്പിക്കാൻ അധ്യാപകർക്ക് അറിഞ്ഞുകൂടാത്തതുകൊണ്ടാണ്

എന്ന് എനിക്ക് തോന്നിയിട്ടുണ്ട്. സത്യത്തിൽ ശാസ്ത്രങ്ങളുടെ ശാസ്ത്രവും ഫിലോസഫിയുമാണ് ഗണിതം. ഗണിതമില്ലാതെ ഒന്നും ഇല്ല. ഭാഷയും ജീവിതവും ഒക്കെ ഗണിതത്തിലാണ്. നമ്മൾ തമാശയായിട്ടെടുത്തെ ങ്കിലും സ്ഫടികം സിനിമയിൽ തിലകൻ പറഞ്ഞത് ശരിയാണ്. ഒരു കെട്ടിടം കെട്ടിടമായി നില്ക്കുന്നത് ഗണിതം കൊണ്ടാണ്. ടീച്ചർക്ക് ഞങ്ങളെ ഗണിതം പഠിപ്പിക്കാൻ കഴിഞ്ഞില്ല. മുന്നിലെ ബഞ്ചിലിരു ന്ന പണക്കാരും കുലീനരുമായ കുട്ടികളെയാണ് ടീച്ചർ പഠിപ്പിച്ചത്. ഞങ്ങൾ ഭൂരിപക്ഷം വരുന്നവരും ഉപേക്ഷിക്കപ്പെട്ടവർ ആയിരുന്നു. സാബു എന്നൊരു പാവപ്പെട്ടവൻ ഉണ്ടായിരുന്നു. വെളുത്തു മെലിഞ്ഞ ഒരുവൻ. ആര് പഠിപ്പിച്ചില്ലെങ്കിലും അവൻ പഠിക്കുമായിരുന്നു. ഞാനൊരിക്കൽ ക്ലാസ് കട്ട് ചെയ്ത് ലോട്ടസിൽ സിനിമാ കാണാൻ ചെന്നപ്പോൾ അവനെക്കണ്ടു. ഇത്രയും നല്ല പോലെ പഠിക്കുന്ന ഇവനും സിനിമ കാണാൻ വന്നിരിക്കുന്നു. എനിക്ക് അത്ഭുതമായി. ഓരോന്നും സംസാരിച്ച കൂട്ടത്തിൽ നിന്റെ പഠിത്തത്തിന്റെ പിന്നിലെ രഹസ്യമെ ന്താണ് ? ഞാൻ ജിജ്ഞാസയോടെ അവനോട് ചോദിച്ചു. അവനത് പറയാൻ അറിയില്ലായിരുന്നു. പിൽക്കാലത്ത് ഞാനും അവനും വലിയ കൂട്ടുകാരായി. മൂന്നാറിനൊരു യാത്രപോയി. ധാരാളം ചാരായം കുടിച്ചു. അവൻ വലിയ ഒരു ഉദ്യോഗസ്ഥനായി. എന്നാൽ ഞാൻ പിന്നീട് അവനെ കണ്ടിട്ടില്ല.

ഞങ്ങളെ ഇംഗ്ലീഷു പഠിപ്പിച്ച ശിവാനി ടീച്ചർക്ക് എന്നെ പുച്ഛമായിരു ന്നു. ടീച്ചർ പഠിപ്പിച്ച ഇംഗ്ലീഷ് ഒന്നും ഞാൻ പഠിച്ചില്ല. ഒലിവർ ട്വിസ്റ്റ് ടീച്ചർ പഠിപ്പിച്ചപ്പോൾ ഞാൻ കിനാവുകാണുകയായിരുന്നു. ഹൈസ്കൂളിൽ ഞാൻ ഇംഗ്ലീഷിനും ജയിച്ചില്ല. ആ ടീച്ചർ ഞങ്ങളെ പഠിപ്പിക്കാൻ വലിയ ശ്രമമാണ് നടത്തിയത്. പക്ഷേ ടീച്ചർക്ക് ഭാവിയിൽ ഞാൻ ഇംഗ്ലീഷു പഠിക്കും എന്ന് ഊഹിക്കാൻ കഴിഞ്ഞില്ല. ഇംഗ്ലീഷ് പുസ്തകങ്ങൾ ഞാൻ വായിച്ചു കൂട്ടുമെന്നും ഇംഗ്ലീഷിൽ ലേഖനമെഴുതുമെന്നും ഭോപ്പാലിലും ബാംഗ്ലൂരിലും ഇംഗ്ലീഷിൽ പ്രസംഗിക്കുമെന്നും സങ്കല്പിക്കാൻ പോലും സാധിച്ചില്ല. എന്റെ കവിതകൾ ഇംഗ്ലീഷിന്റെ കൈകളിൽ തൂങ്ങി സഞ്ചരിക്കുമെന്നും കേരളത്തിലെ കോളേജുകളിലും യൂണിവേഴ്സിറ്റിക ളിലും അധ്യാപകർ ആ കവിതകൾ പഠിപ്പിക്കുമെന്നും ടീച്ചർക്ക് സ്വപ്നം കാണാനും കഴിഞ്ഞില്ല. ഇടബഞ്ചിൽ ഇരുന്ന ഒരു ആഫ്രിക്കൻ ശില്പം പോലൊരുത്തൻ പിൽക്കാലത്ത് ടീച്ചറെക്കുറിച്ചെഴുതുമെന്നും ടീച്ചർ എങ്ങനെ വിചാരിക്കാനാണ് ? കുറേക്കാലം കഴിഞ്ഞ് സ്കൂളിൽ അധ്യാപകനായതിനു ശേഷം കൂട്ടുകാരോടൊത്ത് ഞാൻ അവരുടെ വീട്ടിൽ പോയി. ഞാനിപ്പോൾ ഒരു സ്കൂളിൽ അധ്യാപകനാണ് എന്ന്

ടീച്ചറോട് പറഞ്ഞു. പക്ഷേ ടീച്ചർക്ക് എന്നെ ഓർമ്മയുണ്ടായിരുന്നില്ല. വർഷങ്ങൾക്കുശേഷം ഞാൻ ഒരിക്കൽ ഒരു ഒഫീഷ്യൽ കാര്യത്തിന് സ്കൂളിലെത്തി. അപ്പോൾ എന്നെ പഠിപ്പിച്ച എബ്രഹാം സാർ അവിടെ ഉണ്ടായിരുന്നു. സാർ എന്റെ കാര്യം സാധിച്ചു തന്നു. എന്നെ ഓർമ്മ ഉണ്ടായിരുന്നോ ഇല്ലയോ എന്ന് നിശ്ചയമില്ല. ഞാനത് ചോദിക്കാനും മറന്നു. സാർ ഫിസിക്സ് ഞങ്ങളെ ഗംഭീരമായി പഠിപ്പിച്ചു. എന്നെ ഏറ്റവും കൂടുതൽ സ്വാധീനിച്ചത് സക്കറിയ സാർ ആയിരുന്നു. മലയാളം ആണ് അദ്ദേഹം പഠിപ്പിച്ചത്. അദ്ദേഹമാണ് ഗൗരവമുള്ള വായനയിലേക്ക് എന്നെ വഴിതിരിച്ചുവിട്ടത്.

ഞങ്ങൾ ഒമ്പത് ഇ-യിൽ പഠിക്കുന്ന കാലം ധാരാളം കമ്പിപ്പുസ്തകങ്ങൾ കിട്ടുന്ന ചെറിയ കടകൾ ഉണ്ടായിരുന്നു. ഒരു ദിവസം വിജയൻ ഒരെണ്ണം കൊണ്ടു വന്ന് എനിക്ക് വായിക്കാൻ തന്നത് ഞാൻ ഓർക്കുകയാണ്. ഒരു ഇലക്ട്രിക് പോസ്റ്റിന്റെ ചോട്ടിലിരുന്നാണ് ഞാനത് വായിച്ചത്. എന്നാൽ അത്തരം പുസ്തകങ്ങൾ വായിക്കാനൊന്നും എനിക്ക് താല്പര്യം ഉണ്ടായിരുന്നില്ല. ഇന്നത്തെ കുട്ടികളെപ്പോലെയല്ല. ബി. എ. കാലത്താണ് ലൈംഗികവികാരം എന്തെന്ന് ഞാൻ മനസിലാക്കിയത്.

ഞാൻ ബി.എസ്സ് പഠിക്കുന്ന കാലം നക്സൽ കാലഘട്ടമായിരുന്നു. അന്ന് കോമ്രേഡും സംക്രമണവും നിയോഗവും വാക്കും ഒക്കെക്കിട്ടുന്ന ഒരു മാടക്കട ഏറ്റുമാനൂരിൽ ഉണ്ടായിരുന്നു. ഇന്ന് മാതൃഭൂമി ആഴ്ചപ്പതിപ്പ ലഭിക്കുന്ന ഒരേയൊരു കടയേ ഏറ്റുമാനൂരിൽ ഉള്ളൂ. വായന ശോഷിച്ചു പോയി. ചില കാര്യങ്ങൾ ഇല്ലാതായി എന്നു പറയാം. എന്നെ സംബന്ധിച്ച് സാരശൂന്യമായ പലതും പുതുതായി കടന്നുവന്നു.

ഞാൻ എട്ടാം ക്ലാസിൽ പഠിക്കുന്ന കാലത്ത് ഒരു രാമൻസാർ ക്ലാസിൽ വന്ന് മാമ്പഴം എന്ന കവിതയുടെ കഥപറഞ്ഞു. അത് എന്നെ വല്ലാതെ തൊട്ടു. എന്റെ സുഹൃത്ത് സുരേഷ് ടി. എന്നുമൊത്ത് ഞാൻ ട്രെയിൻ കാണാൻ പോയി. അപ്പോഴാണ് അവൻ കേക എന്നൊരു വൃത്തത്തെപ്പറ്റി എന്നോടു പറഞ്ഞത്. പാളത്തിന്റെ ഒരു വശത്തു നിന്നാണ് ഞങ്ങൾ തീവണ്ടി കണ്ടത്. തീവണ്ടി പാഞ്ഞുവരുമ്പോൾ അതിന്റെ മുൻവശം ഇടത്തോട്ടും വലത്തോട്ടും ആടുന്നതുപോലെ തോന്നി. ഒരു രാക്ഷസനെപ്പോലെ തീവണ്ടി പാഞ്ഞു വന്നു. ഞാൻ വിറച്ചു പോയി. കേകയും വിറയലും ഒന്നിച്ചെന്നിലേക്ക് കയറി. ട്രെയിൻ ഓടുന്നത് പാളത്തിലൂടെയാണ്. കവിതയിലെ വാക്കുകൾ ഓടുന്നത് വൃത്തത്തിലൂടെയാണ്. ആ പുതിയ ആശയമാണ് എന്നിലേക്ക്

കയറിയത്. ഇന്നിപ്പോൾ കവിതകൾക്ക് വൃത്തമില്ല. എങ്കിലും ജപ്പാനിൽ തീവണ്ടികൾ പാളത്തിൽ തൊടാതെ പാഞ്ഞുപോകുന്നതു പോലെ ഒന്നാണ് ഇന്ന് കവിത. പാളങ്ങൾ ഉണ്ട്. അദൃശ്യമാണ് എന്നുമാത്രം. കവികൾക്കറിയുമോ ഈ രഹസ്യം?

എന്റെ പ്രിയപ്പെട്ട കൂട്ടുകാരിൽ പലരും നാനാ ജാതി-മതസ്ഥരാണ്. പ്രി.ഡിഗ്രി കാലം മുതൽ 2010 വരെയെങ്കിലും ഞാൻ കൂട്ടുകാരോടൊപ്പം അമ്പലത്തിന്റെ മുമ്പിൽ ലോകകാര്യങ്ങൾ പറഞ്ഞിരിക്കുമായിരുന്നു. ജോലിയില്ലാതിരുന്ന ആ കാലത്ത് ഞാൻ രാവിലെ വീട്ടിൽനിന്നിറങ്ങും ഏതെങ്കിലും സുഹൃത്തിന്റെ വീട്ടിൽ ഭക്ഷണം, പിന്നെ അലഞ്ഞുനടക്കൽ, കള്ള് - ചാരായം കുടി .

രാത്രിയിൽ കവിതയെഴുത്ത്. വീട്ടിൽനിന്ന്, എന്റെ സഹോദരിയിൽ നിന്ന് ഒന്നര രൂപാ വാങ്ങിയാവും എന്റെ യാത്ര. മണി, തങ്കച്ചൻ, ജോയി, വിജയൻ പിള്ള, സതീശൻ, ബെന്നി, ഷാബു, ഷാജി, പ്രസാദ് എന്നിവരിൽ ആരുടെയെങ്കിലുമൊക്കെ വീട്ടിൽ പോകും. ഷാജിയുടെയോ മണിയുടേയോ വീടുകളിൽ ചെന്നാൽ ആധുനികകവിതകൾ കേൾക്കാം. തങ്കച്ചന്റെ വീട്ടിൽ ഞാനൊരുപാടു കാലം പണി ചെയ്തിട്ടുണ്ട്.

ഈ കൂട്ടുകാരെല്ലാം ഏറ്റുമാനൂർ സ്കൂളിൽ പഠിച്ചവരായിരുന്നു. പക്ഷേ ഞാനവരെ അന്നൊന്നും കണ്ടിട്ടേയില്ല. ഞങ്ങൾ ഓണത്തിന് എല്ലാ വീട്ടിലും പോയി അല്പമെങ്കിലും ചോറുണ്ണുമായിരുന്നു.

പിന്നീട് ഓരോരുത്തരും കല്യാണം കഴിച്ച പല വഴിയായി. പ്രസാദ് ചിത്രകാരനായി. ഞാൻ പലയിടങ്ങളിൽ ജോലിയായി പോയി. പിന്നെ ഞങ്ങൾ വർഷത്തിൽ ഒരിക്കൽ (ജനുവരി 26) കൂടി. ഇപ്പോഴും അതുണ്ട്.

ഏറ്റുമാനൂർ സ്കൂളിന്റെ മൈതാനത്ത് നൂറുകണക്കിന് ചെറുപ്പക്കാർ കൂടിയിരുന്ന ഒരു കാലമുണ്ടായിരുന്നു. ദൈവം ഉണ്ടോ ഇല്ലയോ എന്ന വിഷയം അവിടെ ചർച്ച ചെയ്തത് ഞാൻ ഓർക്കുന്നു. ഒരു തൊഴിലും ഇല്ലാത്ത ഞങ്ങൾ വേറെയെന്താണ് ചെയ്യുക? പിന്നീട് ഏറ്റുമാനൂർ അമ്പലത്തിന്റെ ഗോപുരനടയിൽ ആയിരുന്നു ഞങ്ങൾ ചെറുപ്പക്കാരെല്ലാം വൈകുന്നേരം ചെലവഴിച്ചത്. പത്തു പന്ത്രണ്ടു പേർ അവിടെ നിരന്നിരുന്ന് ലോക കാര്യങ്ങളും രാഷ്ട്രീയവും തമാശകളും പറഞ്ഞു. അതിൽ നാനാ ജാതി മതസ്ഥർ ഉണ്ടായിരുന്നു. ഒരു മതേതര - ജാത്യേതര സ്വഭാവം എന്നിൽ രൂപപ്പെട്ടത് അങ്ങനെയാണ്. ദളിത് കവിതയിൽ ഇടപെടുമ്പോഴും എന്റെ ഉള്ളിൽ ഈ മനോഭാവം ഉണ്ടായിരുന്നു. അതു കൊണ്ടാണ് എന്റെ കവിത മലയാളത്തിലെ പൊതുകവിതയ്ക്കും ദളിത് കവിതയ്ക്കും ഇടയിൽനിൽക്കുന്നത്.

ഏറ്റുമാനൂർ ഗവൺമെന്റ് സ്കൂൾ കുട്ടികളില്ലാതെ തകർന്നു. പിന്നത് തൊഴിലധിഷ്ഠിത സ്കൂൾ ആയെന്ന് തോന്നുന്നു. പ്ലസ് ടുവും ഉണ്ട്. ഞാനിപ്പോൾ അവിടെ പോകാറില്ല. കെട്ടിടങ്ങൾ ഒക്കെ അങ്ങനെ തന്നെയുണ്ട്. പഴയ ലോകം മാഞ്ഞുപോയി.

പക്ഷേ എന്റെ മനസിൽ എന്നും ജീവിക്കുന്നത് ആ ബ്ലാക് ആന്റ് വൈറ്റ് ടൗണും ഞങ്ങൾ പഠിച്ച സ്കൂളുമാണ് .

അധ്യായം 8

ഏറ്റുമാനൂർ ഗവൺമെന്റ് ബോയ്സ് ഹൈസ്കൂൾ പേരുകൊണ്ടുതന്നെ ആൺകുട്ടികൾ മാത്രം പഠിച്ചിരുന്ന സ്കൂളായിരുന്നു. തൊട്ടടുത്തുതന്നെ ഗവൺമെന്റ് ഗേൾസ് ഹൈസ്കൂളും ഉണ്ടായിരുന്നു. ഗേൾസ് സ്കൂളിന് കുറേക്കാലംകൂടി തുടർച്ച നിലനിർത്താൻ കഴിഞ്ഞു. എന്നാൽ രണ്ടു സ്കൂളിലും കുട്ടികൾ കുറഞ്ഞു. പേരിനു മാത്രമേ കുട്ടികൾ ഇപ്പോൾ ഉള്ളൂ. ഗേൾസ് സ്കൂൾ ട്രൈബൽ സ്കൂളായ കഥ പറഞ്ഞല്ലോ. അതിരമ്പുഴ പള്ളിയുടെ നിയന്ത്രണത്തിൽ ബോയ്സ് ഹൈസ്കൂളും ഗേൾസ് ഹൈസ്കൂളും ഉണ്ട്. പല അൺഎയിഡഡ് സ്കൂളുകളും ചുറ്റുവട്ടത്തു വന്നു.

സോവ്യറ്റ് യൂണിയന്റെ തകർച്ചയ്ക്ക് തൊണ്ണൂറുകളിൽ ഉണ്ടായ മാറ്റങ്ങളിൽ ഒരു പങ്കുണ്ടെന്ന് തോന്നുന്നു. സ്വകാര്യമേഖലയ്ക്കും മതമേൽക്കോയ്മയ്ക്കും ആഗോളവൽക്കരണത്തിനും മാർക്കറ്റ് കേന്ദ്രിത വിദ്യാഭ്യാസത്തിനും പ്രാധാന്യം വന്നു. ഗവൺമെന്റ് പൊതുമേഖലാസ്ഥാപനങ്ങൾ പതുക്കെപ്പതുക്കെ നാശത്തിലേക്കു കൂപ്പുകുത്തി. സ്കൂളുകൾ മാത്രമല്ല പൊതുമേഖലാസ്ഥാപനങ്ങൾ ആകെ പരാജയത്തിലായി. എല്ലാ അസംതൃപ്തികളും സമരങ്ങളും പൊതുമേഖലയ്ക്ക് എതിരേ ആയിരുന്നു. എന്നാൽ പിന്നീട് എയിഡഡ് മേഖലയ്ക്കും തിരിച്ചടിയുണ്ടായി. അൺ എയിഡഡ് മേഖല ശക്തിപ്പെട്ടു. കോഴിഫാം, ചെമ്മീൻ വളർത്തൽ കേന്ദ്രം അങ്ങനെ പലതും ഉണ്ടായി.

കോൺസൻട്രേഷൻ ക്യാമ്പുകൾ എന്നിവയിലെന്നപോലെ കുട്ടികൾ വളർത്തപ്പെട്ടു. സമ്പന്ന രാഷ്ട്രങ്ങളിലേക്ക് കയറ്റുമതി ചെയ്യാൻ ഉള്ള ശരീരങ്ങളായി നമ്മൾ മാറി. കൂടുതൽ ക്രിമിനൽസ്വഭാവം ഉള്ള കുട്ടികൾ ജുവനൽ ഹോമിലേക്ക് മാറ്റപ്പെട്ടു. സ്വതന്ത്രബാല്യം ഒരു ഓർമ്മയായി. കശുമാവും മാവും തോട്ടും ആട്ടുമേയ്ക്കലും മിക്കവാറും ഇല്ലാതായി. മൊത്തത്തിലേ ഗവൺമെന്റിന്റേതായ എല്ലാം തകർന്നടിയുന്നതാണ്

നാം കാണുന്നത്. സ്വകാര്യവൽക്കരണം അതിനൊരു കാരണമാണ്. പഴയ പ്രതാപം കോട്ടയം ജില്ലയിലെ ഒരു ഗവൺമെന്റ് സ്കൂളിനുമില്ല. മോഡൽ സ്കൂളുകളിൽ പോലും കുട്ടികളില്ലാതെയായി. ഗവൺമെന്റ് നയങ്ങൾ സ്വകാര്യ മാനേജ്മെന്റുകൾക്ക് അനുകൂലമായിരുന്നു. ഗവൺമെന്റ് തന്നെ ഒരു സ്വകാര്യകമ്പനിയായി. ജനങ്ങളുടെ മനോഭാവം മാറി. വിദ്യാഭ്യാസത്തിൽ ഊന്നൽ വന്നു. മധ്യവർഗം കൃഷിയിൽനിന്ന് പിൻമാറുകയും വിദ്യാഭ്യാസത്തിൽ പണം മുടക്കാൻ തയാറാവുകയും ചെയ്തു. വിദേശജോലികൾക്ക് സാധ്യത കൂടി. പൊതുവിൽ സാമ്പത്തികമായ ഉയർച്ച മധ്യവർഗത്തെ മാറി ചിന്തിക്കാൻ പ്രേരിപ്പിച്ചു. ഏറ്റുമാനൂരിൽ ഒരിക്കൽ പ്രശസ്തമായിരുന്ന സ്ഥാപനങ്ങളുടെ ഇന്നത്തെ അവസ്ഥ എന്നെ വേദനിപ്പിക്കുന്നു. കോട്ടയം ടെക്സ്റ്റയിൽസ് തകർന്നു. അവിടെ നടൻ സുകുമാരൻ ഒരു പരിപാടിക്കു വന്നത് ഓർക്കുന്നു. ഞങ്ങളുടെ സ്കൂളിന്റെ 'യതോ ധർമ്മ സ്തതോ ജയ' എന്നെഴുതിയ ഗെയിറ്റ് കാണാനില്ല.വാഗമൺ ഹോട്ടലും എന്റെ ഉച്ചഭക്ഷണമായിരുന്ന വട്ടേപ്പവും ഇല്ലാതായി.

പോലീസ് സ്റ്റേഷനുമുന്നിൽ മഴയും വെയിലുമേറ്റ് ചില്ലുകളിൽ സിനിമാ പോസ്റ്ററുകൾ ഒട്ടിച്ചതിനാൽ കണ്ണു പൊട്ടന്മാരായി കിടന്ന വാനും ലോറിയും കാറുകളും ഇല്ലാതായി. ഏറ്റുമാനൂർ നഗരത്തിന്റെ പഴയ മണം നഷ്ടമായി. തിരക്കുകൾ ഏറിയ ഒരു പട്ടണമായത് മാറി.

അധ്യായം 9

എന്റെ അമ്മയുടെ വീട് അമയന്നൂർ ആണ്. അടുത്ത കാലത്ത് അവിടത്തെ സ്കൂളിൽ ഞാനൊരു പരിപാടിക്കു പോയിരുന്നു. അവരെന്നെ പരിചയപ്പെടുത്തിയത് പട്ടിത്താനംകാരൻ എന്നു പറഞ്ഞാണ്. എന്റെ അമ്മ അമയന്നൂർക്കാരിയായതിനാൽ ഞാൻ അമയന്നൂർക്കാരൻ കൂടിയാണെന്ന് ഓർമ്മിപ്പിച്ചു.

“കക്ക നീറ്റുമിടം കഴിഞ്ഞുള്ള തോടിന്റെ വക്കത്തെ അമ്മ വീട് “ എന്ന് ഇടം എന്ന കവിതയിൽ ഞാനെന്റെ അമ്മ വീടിനെ വരച്ചു വെച്ചിട്ടുണ്ട്. ഇന്നുമുണ്ട് ആ സ്ഥലം. അവിടെ ആരുമിപ്പോൾ താമസിക്കുന്നില്ല. പക്ഷേ സ്ഥലം ഞങ്ങളുടെ സ്വന്തക്കാരുടെ അവകാശത്തിൽ തന്നെയാണ്. എന്റെ അമ്മയ്ക്കും അതിൽ അവകാശം ഉണ്ടെന്നുമാത്രം.

അക്കാലത്ത് അതൊരു ഓലവീടായിരുന്നു. മുറ്റത്ത് ഒരു പാണ്ടിമാവുണ്ട്. മൂന്നാലു സെന്റിന്റെ വീതിയുള്ള ഒരു നീണ്ട സ്ഥലമായിരുന്നു അത്. നിറയെ കായ്ച്ച മൂന്നാലു തെങ്ങുകൾ. ഒരു കിണർ, മുന്നിൽ തോട്. പിന്നിൽ ഒട്ടൽ. അതിനും പിന്നിൽ പാടം. പാടത്തിനപ്പുറത്ത് മറ്റൊരു തോട്.

ഈ തോട്ടിന്റെ കരയിൽ വേറേ ചില ഓലപ്പുരകളും ഉണ്ടായിരുന്നു. മഴക്കാലത്ത് വീട്ടിലേക്ക് വെള്ളം കേറുമ്പോൾ അവരെല്ലാം ഉയർന്ന പ്രദേശമായ മാലത്തേക്ക് പോകും.

അമ്മയുടെ അമ്മ പൊക്കം കുറഞ്ഞ വെളുത്ത ഒരു സ്ത്രീയായിരുന്നു. ഞാനവരെ ഓർക്കുന്നത് ഞാനും അമ്മയും ഒരിക്കൽ ചെല്ലുമ്പോൾ പാടത്തുനിന്ന് പിടിത്താളുമായി കയറിവരുന്നതായിട്ടാണ്. അമ്മയെ അവർ പെണ്ണീ എന്ന് വിളിച്ചു. പിന്നെ അവർ അത്താഴം ഉണ്ടാക്കി. അയലത്തെ ഏതോ ചത്ത ആടിന്റെ ഇറച്ചിയുണ്ടായിരുന്നു. അതിന്റെ തലച്ചോറും. തലച്ചോറ് ഞാൻ കഴിച്ചില്ല. അതിന്റെ വെട്ടിമാറ്റിയ തല

കണ്ടു തന്നെ ഞാൻ പേടിച്ചു. അമ്മയ്ക്ക് അഞ്ച് ആങ്ങളമാരാണ്. മൂന്ന് സഹോദരിമാരും. മൂത്ത ആങ്ങള ഭ്രാന്തു വന്ന് ആത്മഹത്യ ചെയ്തു എന്നാണ് കേട്ടിട്ടുള്ളത്. ഞാൻ കണ്ടിട്ടില്ല. അമ്മയുടെ ഇളയ ആങ്ങളയ്ക്കും മനോരോഗമുണ്ട്. അദ്ദേഹം മാത്രമാണ് ഇന്ന് അവശേഷിക്കുന്ന ഒരേ ഒരാൾ. നട എന്നായിരുന്നു ആ സ്ഥലത്തിന്റെ പേര്. ഒരു തോട് ഒഴുകിവന്ന് വളയുന്നിടത്തായിരുന്നു അവരുടെ വീട്. വളയുന്ന തോടിന്റെ ഭംഗി ഒന്നു വേറെ. തോട്ടിലിറങ്ങി വേണം മഴക്കാലത്ത് അവിടെ എത്താൻ. വേനലിൽ തോട് താഴ്ന്നൊഴുകും. മണൽ തെളിഞ്ഞു വരും. അവിടെ ചെന്നാൽ ചൂണ്ടയിട്ട് മീൻപിടുത്തമായിരുന്നു എന്റെ പണി. മീനൊന്നും കിട്ടുകയില്ല.

അമ്മയുടെ അപ്പന്റെ പേര് മോശ എന്നായിരുന്നു. ഞാൻ കണ്ടിട്ടേയില്ല.

അമ്മവീടിന്റെ പ്രകൃതിമനോഹാരിതയും അവിടത്തെ ജീവിതാനുഭവങ്ങളും എന്റെ കവിതകളിൽ ഉണ്ട്. മൂന്ന് തോടുകളും പാടങ്ങളും തോട്ടുകൈതയും ഒട്ടലും നിറഞ്ഞ പ്രദേശം. വല്ലാത്ത ഒരു നൊറ്റാൾജിയ ആയി എന്നിൽ അവശേഷിക്കുന്നു. അതുകൊണ്ട് ആരോരുമില്ലാത്ത ആ സ്ഥലത്ത് ഞാൻ ഇപ്പോഴും വെറുതേ പോയി ഇരിക്കാറുണ്ട്. കക്ക നീറ്റുന്ന ഒരു സ്ഥലം, ഒരു സംഘം, ചായക്കട ഒക്കെ അവിടെ ഉണ്ടായിരുന്നു. കുഞ്ഞച്ചനച്ചൻ എന്നായിരുന്നു അമ്മയുടെ ഇളയ ആങ്ങളയെ ഞാൻ വിളിച്ചിരുന്നത്. അദ്ദേഹം എന്നെ ചായക്കടയിൽ കൊണ്ടുപോകുമായിരുന്നു.

അമ്മയുടെ മറ്റൊരു ആങ്ങളെ പാപ്പനച്ചന്റെ വീട്ടിൽവെച്ചാണ് ഞാൻ കുഞ്ഞച്ചനച്ചനെ ആദ്യമായി കാണുന്നത്. ഞെട്ടിക്കുന്ന ഒരു കാഴ്ചയായിരുന്നു അത്. വലിയ ഒരു തടി ചതുരത്തിൽ തുളച്ചതിൽ അദ്ദേഹത്തിന്റെ കാലിട്ട് പൂട്ടിയിരിക്കുകയായിരുന്നു. വിഷാദവാനായി ആരോടും ഒന്നും പറയാതെ തല കുനിച്ച് അദ്ദേഹം ഇരുന്നു. എന്റെ ചാച്ചനും ചേട്ടനും അമ്മയ്ക്കുമൊപ്പമായിരുന്നു ഞങ്ങൾ പോയത്. ഇരുൾ വീണുതുടങ്ങിയിരുന്ന ഒരു സന്ധ്യാനേരമായിരുന്നു അത്. അവിടെ ചില മരങ്ങൾ ഉണ്ടായിരുന്നു. അല്പം വലിയ ഒരു ഓല വീടായിരുന്നു അത്. പാപ്പനച്ചൻ ഒരു പാട് സ്നേഹമുള്ള ആളായിരുന്നു. അദ്ദേഹവും ചെല്ലുമ്പോഴൊക്കെ എന്നെ ചായക്കടയിൽ കൊണ്ടുപോകും. അദ്ദേഹത്തിന്റെ ഭാര്യ ചോയാമ്മായി ഒരു നാടകനടിയായിരുന്നെന്ന് കേട്ടിട്ടുണ്ട്. പക്ഷേ പിന്നീട് മാനസികവിഭ്രാന്തി വന്നു. അടുത്തിടെ മരിച്ചു. പരസ്പരബന്ധമില്ലാതെ സംസാരിക്കും. പാപ്പനച്ചൻ മദ്യപിക്കുമായിരുന്നു. വളരെ

സ്നേഹമുള്ള ഒരാളായിരുന്നു. ക്ഷയം വന്ന് വളരെ നേരത്തേതന്നെ അദ്ദേഹം മരിച്ചു. അദ്ദേഹത്തിന്റെ മൂത്തമകൾ ലില്ലിച്ചേച്ചി പ്രിഡിഗ്രി വരെ പഠിച്ചതാണ്. ലില്ലിച്ചേച്ചി സാഹിത്യപരമായ കാര്യങ്ങളിൽ എന്നെ പ്രോത്സാഹിപ്പിച്ചിട്ടുണ്ട്. എന്നെ ഇപ്പോഴും ജോസ് മോൻ എന്നാണ് വിളിക്കുക. ലില്ലിച്ചേച്ചിയുടെ കൂട്ടുകാരിയായിരുന്നു നായർ സമുദായത്തിൽപ്പെട്ട അശ്വതി. അവരെ എന്നെ പരിചയപ്പെടുത്തി യിട്ടുണ്ട്. ഞാൻ ബി.എ.യ്ക്ക് പഠിക്കുന്ന കാലത്ത് അവരെക്കുറിച്ചൊരു നോവൽ എഴുതി.

നായന്മാരുടെ ചരിത്രമാണ് നോവൽ എന്നാണ് ഞാൻ കരുതിയത്. അവരാണ് ശരിക്കുള്ള മനുഷ്യർ എന്നും കരുതിയിരുന്നു. പലതവണ ഞാനത് മാറ്റിയെഴുതി. നോവലിന് യുക്തി ആവശ്യമാണ്. തുടർച്ചയായ ആഖ്യാനവും വേണം. അതിനായി ഞാൻ വളരെ ശ്രമിച്ചു. എനിക്ക് യുക്തി കുറവാണ്. കവിതയ്ക്കു യുക്തിയുടെ ആവശ്യം അത്രയ്ക്കില്ല. ആ നോവൽ പിന്നീട് ഞാൻ കത്തിച്ചുകളഞ്ഞു.

അമ്മയുടെ മറ്റൊരു ആങ്ങളയായിരുന്നു ഉണ്ണൂണി. അദ്ദേഹവും ഭാര്യയും കൊട്ടകെട്ടിയാണ് ജീവിച്ചത്. മുറ്റത്ത് കുരുമുളക ചെടികൾ ഉണ്ടായിരുന്നു. ഞാൻ അവധിക്കാലത്ത് മാലത്തും നടേലും ഉണ്ണൂണി യച്ചന്റെ വീട്ടിലും പോകുമായിരുന്നു. അദ്ദേഹത്തിന്റെ മക്കൾ ലീലയും ബാബുവും കുഞ്ഞുമോളും. എന്റെ കുട്ടിക്കാലത്ത് അവരോടൊപ്പം ഞാൻ വളരെക്കാലം ഒരു ഭാവനാജീവിയായി, സ്വപ്നാടകനായി ജീവിച്ചിട്ടുണ്ട്.

അമ്മയുടെ ആങ്ങളമാരെല്ലാം നല്ല പൊക്കമുള്ളവർ ആയിരുന്നു. ആ പൊക്കമാണ് എനിക്ക് ലഭിച്ചത്. ആ പൊക്കം എന്നെ സ്വാധീനി ച്ചിട്ടുണ്ട്.

അധ്യായം 10

അമ്മയുടെ മൂത്ത സഹോദരി അയർക്കുന്നത്താണ് താമസിച്ചത്. പേരമ്മ എന്ന് ഞങ്ങൾ അവരെ വിളിച്ചു. അവരുടെ ഭർത്താവ് തെങ്ങുകേറ്റക്കാരനും കയ്യാലപ്പണിക്കാരനുമായിരുന്നു. മത്തായി എന്നായിരുന്നു പേര്. പേരപ്പൻ എന്ന് ഞങ്ങൾ വിളിച്ചു. അവർക്ക് ഏഴ് മക്കളുണ്ടായിരുന്നു. മൂത്ത ചേച്ചിയുടെ കല്യാണം കഴിഞ്ഞിരുന്നു. അവർ കൊറോണ വന്നാണ് മരിച്ചത്. അതിനാൽ ഞങ്ങൾക്ക് ആർക്കും അടക്കിന് പോകാനായില്ല. അവരുടെ ഒരു കണ്ണിന് കാഴ്ചയില്ലായിരുന്നു. അവർ കാഴ്ച കിട്ടാത്ത ഒരു കൃത്രിമക്കണ്ണ് വച്ചിരുന്നു. അവരുടെ മൂത്ത മകൻ എന്റെ ചേട്ടന്റെ കടയിൽ തുണി തയ്ച്ചിരുന്നു. ഭേദപ്പെട്ട രീതിയിലാണ് അവർ ജീവിച്ചത്. അവർക്ക് കറവപ്പശുക്കൾ ഉണ്ടായിരുന്നു. ചേച്ചിയുടെ ഭർത്താവ് മദ്യപിച്ചിരുന്നില്ല. ബാക്കി കുഞ്ഞുകുട്ടൻ, തേവൻ, ചാക്കോ, തങ്കച്ചൻ, തങ്കച്ചേച്ചി, വാവ എന്നിങ്ങനെ മക്കൾ. അവർ എല്ലാരും ഒരു ജന്മിയുടെ വിശാലമായ പറമ്പിന്റെ ഒരു ഭാഗത്തായിരുന്നു താമസിച്ചത്. അവർ ആ പറമ്പിൽ കോവലും പാവലും മറ്റും കൃഷിചെയ്തു. ഞാൻ അതിന് വെള്ളം നനയ്ക്കാൻ കൂടിയിട്ടുണ്ട്. കോവലുകൾ മുളച്ചുപൊന്തുന്നത് കാണാൻ എനിക്ക് ഇഷ്ടമായിരുന്നു. അവിടെ വീട്ടിൽച്ചെന്നാൽ ഒരാഴ്ചയോളം ഞാനവിടെ തങ്ങും. രാവിലെ ഒരു മൺചട്ടിയിൽ തൊണ്ടുകാപ്പി. ഉച്ചയ്ക്ക് എല്ലും കപ്പയും. പിന്നെ രാത്രിയിൽ ഒന്നുമില്ല. എനിക്ക് ഈ ബുദ്ധിസ്റ്റരീതി (ബുദ്ധൻ ഒരു നേരം മാത്രം ആഹാരം കഴിച്ചു) താങ്ങാനായില്ല. എന്റെ വീട്ടിൽ നാലുനേരം ഭക്ഷണമാണ്. അതിനാൽ അവിടത്തെ ചാക്കോ ചേട്ടനോ തേവൻ ചേട്ടനോ എന്നെ ചായക്കടയിൽ കൊണ്ടുപോയി ദോശ വാങ്ങിത്തരും. രാത്രിയിൽ എനിക്കു മാത്രം ചോറു തരും. അവരുടെ വീടിന്റെ താഴെക്കൂടിയാണ് മറ്റക്കരയ്ക്കുള്ള വഴി പോകുന്നത്. അവിടെ താളിക്കല്ല് എന്നൊരു സ്ഥലമുണ്ട്. ചേന്നാമറ്റം, ളാക്കാട്ടൂർ ഭാഗത്തേക്കുള്ള

വണ്ടികൾ അവിടന്ന് തിരിഞ്ഞാണ് പോകുന്നത്. അവിടെ കല്ലുകൾ നിറഞ്ഞ ഇരുണ്ട ഒരു തോട് ഉണ്ടായിരുന്നു. ഒരിക്കൽ ഞങ്ങളെല്ലാവരും ദേവൻചേട്ടന്റെ കല്യാണത്തിന് പോയി. ചാച്ചന്റെ ചേട്ടന്മാരുടെ വീട്ടുകാരും ഉണ്ടായിരുന്നു. ഞങ്ങൾ പോകുന്നതിന്റെ ഒന്നോ രണ്ടോ ദിവസം മുമ്പ് രാത്രി കൊടുങ്കാറ്റ് കോട്ടയം ജില്ലയിൽ എമ്പാടും ഉണ്ടായി. കനത്ത മഴ നനഞ്ഞ് ചേട്ടൻ ഒരു കൊട്ട നിറയെ മാമ്പഴവുമായി വന്നു. കല്യാണത്തിന്റെ തലേന്നു രാത്രി ഞങ്ങൾ എല്ലാവരും കല്യാണവീട്ടിലെത്തി. ഭക്ഷണം കഴിച്ച് എവിടെയോ കിടന്നുറങ്ങി. പിറ്റേന്ന് കല്യാണം കഴിഞ്ഞിട്ടും ഞങ്ങൾ വീട്ടിലേക്ക് പോന്നില്ല. മക്കൾ എല്ലാം അവിടെ തങ്ങി. അമ്മച്ചിയും ഉണ്ടായിരുന്നു. അന്ന് അവിടെയെല്ലാം കൊടുങ്കാറ്റുമൂലം മരങ്ങൾ വീണു കിടന്നിരുന്നു. അവയ്ക്കിടയിൽ ആഞ്ഞിലികൾ ഉണ്ടായിരുന്നു. ഞങ്ങൾ ആഞ്ഞിലിക്കാവെള പറിച്ചു തിന്നു. ഞങ്ങൾ എല്ലാം കൂടി പിന്നീട് പന്നാംതോട്ടിൽ (പന്നഗം തോട്) പോയി. അത് വളഞ്ഞുപുളഞ്ഞ് ഒഴുകുന്ന ഒരു തോടാണ്. ശരിക്കും പാമ്പുപോലെ തോന്നി. പിന്നെ അവിടെ ഒരു റബർത്തോട്ടത്തിൽ ഒരു എല്ലുകുഴി കണ്ടു. നിറയെ പുഴുക്കൾ ആയിരുന്നു അതിൽ.

അമ്മയുടെ ഇളയ സഹോദരി കിടങ്ങൂരിൽ ആണ് ജീവിച്ചത്. വല്യ കുടിയനും പൊല്ലാപ്പുകാരനുമായിരുന്നു തോമ്മാ എന്നു പേരുള്ള അവരുടെ ഭർത്താവ്. ആ ഭാഗം പിന്നീട് വിശദീകരിക്കാം.

കൃഷിക്കാരും സവർണരായ ക്രിസ്ത്യാനികളും ഹിന്ദുക്കളുമടങ്ങുന്ന ഒരു സമൂഹത്തിലാണ് ഇവരൊക്കെ ജീവിച്ചിരുന്നത്. പട്ടിത്താനത്തേക്കാൾ ശോചനീയമായ ജീവിതമായിരുന്നു അവരുടേത്. ജീവിതത്തിന്റെ ദുരിതങ്ങൾ ഞാൻ കൂടുതലായി മനസിലാക്കുന്നത് അമയന്നൂരിൽനിന്നാണ്. ഭ്രാന്തും ക്ഷയം പോലുള്ള രോഗങ്ങളും അവിടെ ഞാൻ കണ്ടു. ക്രിസ്തുമതത്തിൽനിന്ന് പെന്തക്കോസ്തുമതത്തിലേക്കുള്ള പരിവർത്തനങ്ങളും, കുടുംബങ്ങൾ ചിതറിപ്പോകുന്നതും, കീറിപ്പറിഞ്ഞ തുണിപോലെ ബന്ധങ്ങൾ അകന്നകന്നുപോകുന്നതും ഞാൻ കണ്ടു.

അമ്മയുടെ അനിയത്തിയുടെ വീട് കിടങ്ങൂരാണ്. നല്ല വെളുത്ത സ്ത്രീയായിരുന്നു. ഞാൻ കാണുമ്പോൾ പല്ല് പൊങ്ങിയിരുന്നു. ഒരു ചിരിക്കുടുക്ക. പല്ല് പൊങ്ങിയതിനാൽ ആ ചിരിയിൽ ഒരു ജാള്യതയും ഉണ്ടാകും. ഭർത്താവിന്റെ പേര് തോമ. എന്റെ ചെറുപ്പത്തിൽ ഞാനും അമ്മയും അവിടെപ്പോയി. ഞങ്ങൾ കുറേ പലഹാരവും വാങ്ങിയിരുന്നു. ബാബു, ജോയി എന്നീ കുട്ടികൾ ഓടിവന്നു.

അപ്പോൾ എന്റെ അമ്മ കൊണ്ടു വന്നതാണെന്ന് പറഞ്ഞ്

ഞാനവർക്ക് പലഹാരം കൊടുത്തില്ലെന്നാണ് അമ്മ പറയുന്നത്.

അത് അമ്മ ഇടയ്ക്കിടയ്ക്ക് പറയുമായിരുന്നു. പലഹാരങ്ങളുമായി കുട്ടികളുടെ അടുത്ത് ചാണകം മെഴുകിയ ഒരു ഉയർന്ന ഭാഗത്ത് ഇരുന്ന കൊതിയനും സ്വാർത്ഥനുമായ എന്നെ ഇന്നും കാണാം.

അമ്മയുടെ അനിയത്തിയുടെ ഭർത്താവ് ഇടയ്ക്കിടയ്ക്ക് ഞങ്ങളുടെ വീട്ടിൽ വരുമായിരുന്നു.

കള്ളുകുടിച്ചാണ് വരവ്. കള്ളിന്റെ മണമുണ്ട്. മുഖം ചുമന്നിരിക്കും. മൂക്കു കൊണ്ടുള്ള സംസാരം. അമ്മവീട്ടുകാരെ അധിക്ഷേപിക്കും.

ചാച്ചൻ വൈകിട്ടു വരുമ്പോൾ അമ്മച്ചി തോമ വന്നെന്ന് പറയും. ചാച്ചൻ ചിരിക്കും. തോമ തടിപ്പണിക്കാരനായിരുന്നു. ഞങ്ങൾ ആദ്യത്തെ വീടുവിറ്റ് പുലിയിള ഭാഗത്തേക്കു വന്നതിനുശേഷം അദ്ദേഹം വരാതായി. ഭാര്യയെ ഒരു പാട് ഇടിക്കുമായിരുന്നു. അമ്മച്ചിയുടെ അനിയത്തി അടിമയെപ്പോലെയാണ് ജീവിച്ചത്. അവർ രണ്ടു പേരും മരിച്ചപ്പോൾ ഞാൻ അവിടെ പോയിട്ടുണ്ട്.

അമ്മയുടെ അനിയത്തി ഞങ്ങളുടെ വീട്ടിൽ വന്നതായി ഓർക്കുന്നില്ല. അമ്മവീട്ടിൽ മരിച്ചടക്കിനും കല്യാണത്തിനും മറ്റും പോകുമ്പോൾ കള്ളു കുടിച്ചുവന്ന് ഉടക്കുണ്ടാക്കും തോമ. ഒരുപാട് പുകിലുകൾ കക്ഷിയുണ്ടാക്കിയിട്ടുണ്ട്. ഞങ്ങൾ അമ്മവീട്ടിലും പേരപ്പന്റെ വീട്ടിലും ചെല്ലുമ്പോൾ അദ്ദേഹത്തിന്റെ കഥകൾ പറഞ്ഞ് എല്ലാവരും പൊട്ടിച്ചിരിക്കും. തങ്കച്ചനാണ് കഥയുണ്ടായതിൽ മിടുക്കൻ. ഞങ്ങളുടെ യൊക്കെ വീടുകളിലെ അവസ്ഥയെപ്പറ്റി ഇങ്ങനെ പറയും തങ്കച്ചൻ.

"പറമ്പിൽ കിളയ്ക്കാൻ നോക്കുമ്പോൾ തൂമ്പയില്ല

ഓടി പടിക്കെ.

വിറകുവെട്ടാൻ നോക്കുമ്പോൾ വാക്കത്തിയില്ല

ഓടി പടിക്കെ." (പടിക്കെ - പടിക്കൽ എന്നുവച്ചാൽ ജന്മിമാരുടെ വീട്)

തങ്കച്ചൻ പാടുന്ന ഒരു പാട്ടുണ്ട് :

"മലയിലിരിക്കണ മാതാവേ

ഞങ്ങടെ കൂാത്തിയെ കെട്ടിക്കണേ

സ്ത്രീധനമൊന്നും ചോദിക്കല്ലേ

ചെറുക്കനും പെണ്ണിനും ബോധിക്കണേ"

ഞങ്ങളുടെ ഇടയിലെ ഒരു മുഴക്കുടിയന്റെ മിത്തായിരുന്നു തോമ.

വെച്ച കഞ്ഞി കുടിപ്പിക്കില്ലാത്ത ഭർത്താവ്.

അദ്ദേഹത്തിന്റെ മൂത്തമകൻ ബാബു അര സൈക്കിളുമായും പോത്തുമായും വീട്ടിൽ വരുമായിരുന്നു. സൈക്കിളിന് കാറ്റ് കാണില്ല. ചെയിൻ ഇടയ്ക്കിടയ്ക്ക് ഊരിപ്പോകും. അതും ഉന്തിക്കൊണ്ട് ഞങ്ങൾ കാണക്കാരിക്ക് കാറ്റടിക്കാൻ പോകും. എനിക്ക് സൈക്കിൾ ഉന്താൻ കൊതിയാണ്. പക്ഷേ പെറ്റിൽ കട്ട കാലിൽത്തട്ടി ഞാൻ വീഴാൻ തുടങ്ങും. ചന്തയിൽനിന്നുവാങ്ങിയ ഒരു പോത്തുമായും അവൻ വീട്ടിൽ വന്നു. എനിക്ക് പോത്തിന്റെ പുറത്തു കേറണമെന്ന് ഞാൻ പറഞ്ഞു. അത് കശാപ്പിനായി കൊണ്ടുപോകുന്ന ഒരു ചെറിയ പോത്തായിരുന്നു. പല തവണ ശ്രമിച്ചിട്ടും എനിക്ക് പോത്തിന്റെ പുറത്ത് കേറാൻ പറ്റിയില്ല. പിന്നീട് അവനും വരാതായി. മെലിഞ്ഞ് ഈരുകോലി പോലെയിരുന്ന അവൻ തടിച്ച വല്യ ആളായി. തടിക്കച്ചവടത്തിലൂടെ അല്പം മെച്ചപ്പെട്ടു. പെന്തക്കോസ്താായി. വീട്ടിൽ മറ്റെല്ലാരും പള്ളിയിൽ തുടർന്നു. അവൻ എന്നെ മറന്നു. അവന്റെ സഹോദരൻ ജോയി ഇടയ്ക്കൊക്കെ എന്നെ വിളിക്കും. ജോയിയുടെ മകളുടെ കല്യാണത്തിന് അടുത്തിടെ ഞങ്ങൾ പോയിരുന്നു. ഏറ്റവും ഇളയവളായ കൊച്ചുപെണ്ണമ്മ അവളുടെ അമ്മയെപ്പോലെയാണ്. വെളുത്തു സുന്ദരി. അവൾ ഞങ്ങളുടെ വീട്ടിൽ വരികയും കുറേക്കാലം എന്റെ അമ്മയെ സഹായിക്കുകയും ചെയ്തിരുന്നു.

കിടങ്ങൂർ ബസ്റ്റോപ്പിൽ ഞാൻ പല തവണ ബസുകാത്ത് നിന്നിട്ടുണ്ട്. ഇപ്പോൾ കവല മാറി. വേറേ വലിയ വഴി വന്നു.

അമയന്നൂർക്കും അയർക്കുന്നത്തിനും പോകാൻ അന്ന് അതുവഴി പോകണമായിരുന്നു. പിന്നീടാണ് ആറുമാന്നൂർ വഴി ബസു വന്നത്. കിടങ്ങൂർ സുബ്രഹ്മണ്യക്ഷേത്രത്തിൽ ഉത്സവം കൂടാനും ഒരിക്കൽ പടയണി കാണാനും ഞാൻ പോയിട്ടുണ്ട്. ടൗണിലെ സ്കൂളിൽ യൂത്തു ഫെസ്റ്റിവലിന് പോയിട്ടുണ്ട്. എന്റെ കൂടെ ഏറ്റുമാന്നൂർ സ്കൂളിൽ പഠിച്ച ഒരു സോമൻ കിടങ്ങൂർകാരനായിരുന്നു. അവനും ഞാനും ഒരുമിച്ച് അമ്പലത്തിൽ പോയി. എന്റെ ഓർമ്മയിൽ ചിരിക്കുന്ന ആ വെളുത്ത മുഖം ഉണ്ട്.

നമ്മൾ ജീവിതത്തിൽ എത്രയെത്ര പേരെയാണ് കണ്ടുമുട്ടുന്നത്. അവരിൽ പലരും മാഞ്ഞുപോകും.

കിടങ്ങൂരിൽനിന്ന് ഏറ്റുമാന്നൂർക്കുപോകാം. പാലായ്ക്കു പോകാം. അന്നതു വഴി വിജയലക്ഷ്മി എന്നൊരു ബസുണ്ടായിരുന്നു. പി റ്റി എസ്, പി റ്റി എം എസ് എന്നീ ബസുകളും. പി റ്റി എം എസ്. ഫാസ്റ്റ് പാസഞ്ചർ ആയിരുന്നു. കേരളത്തിൽ ഞാൻ കണ്ടിട്ടുള്ള ആദ്യത്തെ

പ്രൈവറ്റ് ഫാസ്റ്റ് പാസഞ്ചർ. KSRTC ലൈലാന്റ് ബസുകളും ഉണ്ടായിരുന്നു. ടാറ്റയേക്കാളും സുഖയാത്രയാണ് ലൈലാന്റ് ബസിൽ. അന്ന് ഏറ്റുമാനൂരിൽനിന്ന് പാലായിലെത്താൻ മുക്കാൽ മണിക്കൂർ വേണമായിരുന്നു. ഇന്ന് അരമണിക്കൂർ മതി. ഏറ്റുമാനൂർക്ക് പോകുമ്പോൾ കരിമ്പുകൃഷിയും കട്ടക്കളങ്ങളും ഉള്ള സ്ഥലങ്ങൾ കാണാം. കട്ടച്ചിറ എന്ന സ്ഥലത്ത് വഴിയുടെ ഇരുവശങ്ങളിലും ധാരാളം ക്രൂറ്റൻ മരങ്ങൾ ഉള്ള ഒരു ഭാഗമുണ്ട്. കിടങ്ങൂരിൽനിന്ന് കൂടല്ലൂർക്ക് ഒരു വഴിയുണ്ട്. അവിടന്ന് കടപ്പൂർക്കുപോകാം. അതിനടുത്താണ് എന്റെ ജന്മനാടായ പട്ടിത്താനം. കൂടല്ലൂർ ഭാഗങ്ങൾ ഏതാണ്ട് നിരപ്പായ സ്ഥലങ്ങളാണ്. തോടും കണ്ടങ്ങളും കുളങ്ങളും. നെൽക്കൃഷിയും കൊണ്ടുക്കൃഷിയും അന്നുണ്ടായിരുന്നു. ഒട്ടലും ഈറ്റയും ഉള്ള സ്ഥലങ്ങൾ. കുടപ്പനകൾ, ചുണ്ടപ്പനകൾ. ഇന്ന് കുടപ്പനകൾ കുറഞ്ഞു. അതെല്ലാം എന്റെ കവിതയിലെ ഭൂപ്രദേശങ്ങൾ ആണ്. അവിടത്തെ വളഞ്ഞുപുളഞ്ഞതോടും കുളക്കോഴികളും മീനുകളും തോട്ടുകൈതകളും എന്റെ കവിതയിൽ ഉണ്ട്. മഴക്കാലത്തെ തോടും പാടങ്ങളുമല്ല വേനലിൽ. ഉണങ്ങിയ ഞവുണിക്കാത്തോടുകൾ കാണാം. തോട്ടിൽ ഇടയ്ക്കു മാത്രം വെള്ളക്കുഴികൾ. വേനലിലെ പാടങ്ങൾ, കച്ചിയുടെയും നെല്ലിന്റേയും മണം.

താറാവുകളുടെ ളുവലുകൾ, ളുക്കനാം കുരുവിക്കൂട്ടുകൾ.

എന്റെ ഗൃഹാതുരതകളിൽ ഒന്ന് ഇവിടമാണ്.

ചെറുകാട് ഷാപ്പ് പ്രസിദ്ധമാണ്. വേറേയും രണ്ട് ഷാപ്പുകൾ ആ പ്രദേശത്ത് ഉണ്ട്. നല്ല പനങ്കള്ളും തെങ്ങിൻകള്ളും അവിടെ കിട്ടുമായിരുന്നു. കപ്പയും വാളമീൻ കറിയും ചെറുകാട് ഷാപ്പിൽനിന്ന് ഞാൻ കഴിച്ചിട്ടുണ്ട്. ഞാനും ജോയി എന്ന സുഹൃത്തും പനങ്കള്ളുകുടിക്കാൻ കിഴക്കേ കൂടല്ലൂരുള്ള ഷാപ്പിൽ സ്ഥിരമായി പോയ ഒരു കാലമുണ്ട്. (അന്നൊക്കെ ചാരായവും കിട്ടുമായിരുന്നു.) അവിടെ പല്ലില്ലാത്ത ഒരു കറിക്കാരൻ ഉണ്ടായിരുന്നു. അയാൾ പോത്തുലർത്തിയത് ഉണ്ട് എന്നു പറഞ്ഞത് എന്നിൽ വെറുപ്പുളവാക്കി. കൂടല്ലൂരിൽ ഒരു പള്ളിയുണ്ട്. എന്റെ അമ്മ കൊട്ട കെട്ടി കൂടല്ലൂർച്ചന്തയ്ക്ക് പോയിരുന്നു. ഒട്ടലുവെട്ടാനും ഈറ്റയും വഴകയും (കുടപ്പനയുടെ മടലിന്റെ അകവള്ളിയും പുറവള്ളിയും) കൊണ്ടുവരാനും അമ്മയുടെ കൂടെ ഞാൻ പോകും. കൊയ്യാനും മെതിക്കാനും ഞാറു നടാനും പോകും. ഒരിക്കൽ വല്യമ്മയോടൊത്താണ് ഞാറു നടാൻ പോയത്. കാർഷിക സംസ്കൃതിയുടെ ഓർമ്മകൾ എന്നെ പ്രകൃതിയോട് ചേർത്തൊട്ടിച്ചു. ചേറിന്റെയും മീനിന്റെയും മണം എന്നെ ഉന്മാദിയാക്കുന്നു. സന്ധ്യയാകുമ്പോൾ അകലേക്ക് പറന്നു പോകുന്ന

പക്ഷികളെ കാണാം. മഴക്കാലത്ത് തോട്ടം പരിസരവും നിറഞ്ഞൊഴുകും. അവിടന്ന് കുറേ ഇങ്ങു മാറിയാൽ കുന്നിൻപുറങ്ങൾ തുടങ്ങുകയായി. വലിയ കയറ്റങ്ങൾ, താഴ്വരകൾ പാറപ്പുറങ്ങൾ.

അതിലൊരു കുന്നിന്റെ ചെരുവിൽ കുടപ്പനകൾക്കും ചൂണ്ടപ്പനകൾക്കും തെങ്ങുകൾക്കും ഇടയിൽ ഞങ്ങളുടെ ആദ്യത്തെ വീട്. ഓടിട്ട വലിയ വീട്, മുമ്പിൽ മച്ചുള്ള, തേക്കാത്ത വീട്. നടുമുറ്റത്ത് ഒരു വലിയ കറുത്ത കല്ലും തെങ്ങും. കാപ്പിത്തോട്ടം, വാളമ്പുളിമരം, വലിയ കല്ലുകൾ പെറുക്കിവെച്ച മതിൽ. അവിടെ എന്റെ സ്വപ്നങ്ങൾ, ചെകുത്താൻമാർ, പുള്ളും തത്തകളും. വേനൽക്കാലത്ത് എവിടന്നോ പറന്നു വരുന്ന അപ്പൂപ്പൻ താടികൾ. ഒരു പാട്ടുപേർ, വീട്ടുകാർ കൂടെ താമസിച്ച തറവാട്. തെക്കുവശത്ത് വീടില്ലാത്ത രണ്ടു മൂന്നേക്കർ പറമ്പ്. പാമ്പുകൾ, മലമ്പുള്ളുകൾ.

അധ്യായം 11

1965 മെയ് 20 നാണ് ഞാൻ ജനിച്ചത്. ചെറുപ്പത്തിലെ ആദ്യത്തെ ഓർമ്മ പുതിയ വീടുവെച്ച കാലം ഞങ്ങൾ കുട്ടികൾ എല്ലാരും കൂടി ചിതല്പ തിന്നാൽ വരുന്ന കാക്കകളെ പിടിക്കാൻ മുറവും കമ്പും കമ്പിൽ ഒരു വള്ളിയും കെട്ടി ഒളിച്ചിരുന്നതാണ്. കാക്കയെ കിട്ടിയില്ല. താഴത്തെ പറമ്പിലെ കുടപ്പനയുടെ കീഴെ ഞാനും എന്റെ സഹോദരിയും ഒരു പനയോലയ്ക്കുള്ളിൽ ഒരുമിച്ച് കിടന്നതാണ് രണ്ടാമത്തെ ഓർമ്മ. ചാച്ചൻ മുകളിലെ വീടിന്റെ മുറ്റത്ത് കളിക്കുകയായിരുന്നു. അമ്മ ചാച്ചനെ വിളിച്ചുകാണിച്ചു. അവർ ചിരിച്ചു. പഴയ വീട് വലിയ ഒരു ഓലവീടായിരുന്നു. രണ്ട് കാളകൾ ഞങ്ങൾക്കുണ്ടായിരുന്നു. വല്യപ്പൻ കാളപൂട്ടാൻ പോകുമായിരുന്നു. അവയെ വിറ്റു. ഒരു പത്തായം എന്റെ മങ്ങിയ ഓർമ്മയിൽ ഉണ്ട്. പിന്നീട് ആ വീട് പൊളിച്ച് ഓടിട്ട വീട്ടിലേക്ക് ഞങ്ങൾ താമസം മാറി. മൂന്നു മുറിയും തിണ്ണയും ഉണ്ടായിരുന്നു പുതിയ വീടിന്. അടുക്കള പുറത്തായിരുന്നു. ധാരാളം കാപ്പിച്ചെടികൾ, താഴെ ഒരു പേര. കുടപ്പനകൾ, ചൂണ്ടപ്പന, ഒരു ചെറിയ ആഞ്ഞിലി, മൂന്നാല്പ തെങ്ങുകൾ തെക്കുപടിഞ്ഞാറായി കപ്പക്കൃഷി. പുറകിൽ ഒരു വറുങ്. പെര മേയാനായി പനയോല വെട്ടിക്കൊണ്ടുപോകാൻ ആളുകൾ വരുമായിരുന്നു. മുറ്റത്തിന്റെ വലതുഭാഗത്ത് ഒരു വലിയ വാളൻപുളിമരം. കാപ്പികൾ പൂക്കും കാലങ്ങൾ എനിക്ക് ഓർമയുണ്ട്. രാവിലെ നല്ല മഞ്ഞുണ്ടാകും. ഇന്നത്തെ പോലെയല്ല തണപ്പും മഞ്ഞും അന്ന് കൂടുതലാണ്. വെളുത്ത പൂക്കൾ എങ്ങും നിറയും. നല്ല മണവും. ചേട്ടനും ഞാനും ആണ് മക്കളായിട്ടുള്ളത്. ഞങ്ങൾ കാപ്പിപ്പൂക്കൾ കൊണ്ട് മാലയുണ്ടാകും. ചേട്ടൻ സ്കൂളിൽ പോയാൽ ഞാൻ ഒറ്റപ്പെടും.

ഒരു പറമ്പ് കടന്നാൽ ചാച്ചന്റെ ചേട്ടന്റെ വീടായി. ചാച്ചന്റെ ചേട്ടൻ (അച്ഛൻ എന്ന് ഞങ്ങൾ വിളിച്ച) ഞങ്ങളുടെ വീട്ടിൽനിന്നാണ്

അന്നൊക്കെ ആഹാരം കഴിച്ചിരുന്നത്. വല്യമ്മയും വല്യപ്പനും ഞങ്ങളുടെ വീട്ടിൽ ആയിരുന്നു. സ്വന്തം അമ്മ വിളമ്പിക്കൊടുക്കുന്ന ഭക്ഷണമേ അച്ഛൻ കഴിച്ചിരുന്നുള്ളൂ. അമ്മായിയപ്പനുമായി അഭിപ്രായ വ്യത്യാസം ഉണ്ടായിരുന്നല്ലോ. വെമ്പള്ളി ബാങ്കിലെ അറ്റണ്ടർ ആയിരുന്നു അദ്ദേഹം. ഹിന്ദി വിദ്വാൻ പരീക്ഷ ജയിച്ച ആളായിരുന്നു. അഞ്ചുമക്കളായിരുന്നു അദ്ദേഹത്തിന്. ഞാൻ ഒരു പറമ്പുകടന്ന് അപ്പുറത്തെ വീട്ടിലേക്ക് പോകും. അവിടെ സഹോദരി പെണ്ണമ്മയുണ്ട്. രാജുവുണ്ട്. അവർക്ക് അവിടെ 65 സെന്റ് സ്ഥലവും വേറൊരിടത്ത് 50 സെന്റ് സ്ഥലവും ഉണ്ടായിരുന്നു. രാത്രി ഞാനും ചേട്ടനും ഇരുട്ടത്ത് ഒളിച്ചു കളിക്കും. ചേട്ടൻ പായ്ക്കുള്ളിലും മറ്റും കയറിയിരിക്കും. ഇരുട്ടത്ത് എനിക്ക് കണ്ടുപിടിക്കാൻ പേടിയാകും. ഞാൻ പേടിച്ച് അമ്മയുടെ അടുത്തേക്ക് ഓടും. ഞങ്ങൾ മിന്നാമിനുങ്ങുകളെ പിടിച്ച് കൂട്ടിലാക്കി വീട്ടിലൂടെ നടക്കും. രാത്രി ഉറങ്ങുമ്പോൾ എനിക്ക് പേടിയാണ്. പടിഞ്ഞാറുഭാഗത്തെ ജനലിന് മുകളിലെ വെന്റിലേഷനിലൂടെ വെട്ടം കടന്നുവരും. എനിക്ക് പുറത്തേക്ക് നോക്കാൻ പേടിയാണ്. അങ്ങനെ ഉറങ്ങാത്ത രാത്രികൾ ഉണ്ടെനിക്ക്. പലപ്പോഴും ഉറങ്ങാൻ കിടക്കുമ്പോൾ ഇരുളാഴങ്ങളിലേക്ക് വീണുപോകുന്നപോലെ എനിക്ക് തോന്നും. ഒന്നിനൊന്നിന് ഞാൻ ആഴങ്ങളിലേക്കു പോകും. ഉറക്കം വരില്ല. ചേട്ടൻ നല്ല ഉറക്കത്തിലായിരിക്കും.

ഒരു രാത്രിയിൽ സ്വപ്നത്തിൽ കുറേപ്പേർ "അർധരാത്രി നിലാവുള്ള ... " എന്നു തുടങ്ങുന്ന ഒരു പാട്ടുപാടി വന്നു. അതോർത്ത് ഞാൻ ഉറക്കം വരാതെ കിടക്കും.

രാത്രികൾ എനിക്ക് ഭയമായിരുന്നു. ഒരു ദുസ്വപ്നത്തിൽ ആരോ എന്റെ വൃഷണത്തിൽ പിടിച്ചു ഞെക്കി. ഞാൻ വേദന കൊണ്ട് പേടിച്ചു കാറി.

ഞങ്ങൾ വേനലിൽ ചെനച്ച പച്ചനിറത്തിലുള്ള വാളൻ പുളി തിന്നും. കാപ്പിമരങ്ങളിൽ ചേട്ടനും ഞാനും പൂച്ചക്കുട്ടി മറിയും. അങ്ങനെ ഒരിക്കൽ ചേട്ടന്റെ കൈ ഒടിഞ്ഞു. ചേട്ടനെ ആശുപത്രിയിൽ കൊണ്ടുപോയി പ്ലാസ്റ്ററിട്ടു. കാപ്പിക്കുരു പച്ചയായ് പഴുത്ത് കടും ചുമപ്പായി മാറും. അതെല്ലാം പറിച്ചെടുത്ത് ഉണക്കും. അതിന്റെ തൊണ്ടുകൊണ്ട് കാപ്പി ഉണ്ടാക്കി കഴിക്കും. ഞങ്ങൾ മഴയത്ത് കുളിക്കും. മുട്ട അടവെച്ച തട്ടിൽ കയറി ഞാൻ മുട്ടവിരിഞ്ഞോ എന്നു നോക്കും. ഒരു മുട്ട ഞാൻ പൊട്ടിച്ചുനോക്കി. അതിൽ ഉറങ്ങുന്ന കോഴിക്കുഞ്ഞ്. അമ്മ എന്നെ പറമ്പിലൂടെ ഓടിക്കും. ഒരു ദിവസം വിരിഞ്ഞു വരുന്ന കുഞ്ഞുങ്ങളെ ഞാൻ കണ്ടു. മുട്ടയ്ക്കു ജീവൻ വെച്ചപോലെയുള്ള കുഞ്ഞുങ്ങൾ. കുഞ്ഞുങ്ങളുമായി

തള്ളക്കോഴി നടക്കുമ്പോൾ ചങ്ങാലി എറിയനും കാക്കകളും കുഞ്ഞുങ്ങളെ കൊത്തിക്കൊണ്ടുപോകാൻ വരും. എറിയൻ കൊണ്ടുപോയാൽ ഞങ്ങൾ കല്ല് പെറുക്കി എറിയും. തെക്കുഭാഗത്തെ അതിര് കാട്ടുകല്ലുകൾ പൊറുക്കി വെച്ച കയ്യാലയാണ്. അതിൽ പടരുന്ന പനച്ചേനും മൂക്കട്ടപ്പഴവും ഞങ്ങൾ പറിച്ചുതിന്നും. അവിടെ നിന്ന് വേനലിൽ, മേ മാസം പറമ്പിൽ കപ്പ നടാനായി തീയിടും. അപ്പോൾ ഭൂമി ഇരുണ്ടു മൂടും. മഴമേഘങ്ങൾ ആകാശത്ത് വന്നുമൂടും. കാറ്റ് എടുത്തു മഴമേഘങ്ങൾ കൊണ്ടുപോയില്ലെങ്കിൽ മഴ പെയ്യും. കപ്പ വളർന്നു കഴിഞ്ഞാൽ അമ്മയും ഞാനും കൂടി കമ്പുകൊണ്ട് മണ്ണിൽ തുളച്ച് പയർ നടും. അവ വളർന്ന് കപ്പയിൽ കയറും. ചിലതൊക്കെ ഞാൻ പറിച്ചു തിന്നും. പറമ്പിൽ റബറിന്റെ കുറ്റികൾ ഉണ്ടായിരുന്നു. റബറുകൾ ഉണ്ടായിരുന്നു പറമ്പിൽ എന്ന് അമ്മ പറഞ്ഞിട്ടുണ്ട്. പറമ്പിൽ തുമരപ്പയറിന്റെ ഒരു മരം ഉണ്ടായിരുന്നു. അതിൽനിന്ന് കായ്കൾ പറിച്ച് കറിവയ്ക്കുമായിരുന്നു. മഴക്കാലത്ത് ഞങ്ങൾ ജനലിലൂടെ തുളിമാനമടിക്കാതെ സുരക്ഷിതമായിട്ടുറങ്ങും. തലമൂടി പുതച്ചുറങ്ങും. അന്നൊക്കെ ഏറ്റവും സുഖം ഉറക്കമായിരുന്നു. ചിലപ്പോൾ ഞങ്ങൾ നേരത്തേ ഉറങ്ങും. ചാച്ചൻ വരുമ്പോൾ വിളിച്ചെഴുന്നേല്പിച്ച് പ്രാർത്ഥന ചൊല്ലിക്കും. ചോറു കഴിപ്പിക്കും. ചേട്ടൻ വിളക്കുവെട്ടത്തിൽനിഴലിൽ അണ്ണാൻ ഓടുന്നതും പട്ടി കരയുന്നതും എനിക്ക് കാണിച്ചു തരും. അപ്പുറത്തുള്ള പറമ്പിന്റെ നടുക്കായി ഒരു കോട്ട മാവും താഴെ വഴിയരികിലായി ഒരു വലിയ നാട്ടുമാവും ഉണ്ടായിരുന്നു. നാട്ടുമാവിന്റെ അടുത്ത് ഒരു പൊട്ടക്കിണർ ഉണ്ടായിരുന്നു. മാങ്ങാ വീഴുന്നതും നോക്കി ഞാനും പെണ്ണമ്മയും രാജുവും മാവിൻചോട്ടിൽനില്ക്കും. കല്ലെടുത്ത് പൊട്ടക്കിണറ്റിലിടും. കോട്ടമാങ്ങാപ്പഴത്തിനും നാട്ടു മാമ്പഴത്തിനും രുചിഭേദമുണ്ട്. രണ്ടും എന്റെ ഓർമ്മയിൽ ഉണ്ട്. ആ പറമ്പിൽ കീരിയും പാമ്പുകളും ഉണ്ടായിരുന്നു. മഞ്ചട്ടിപ്പാമ്പിനെ പകൽ ഞാൻ കണ്ടിട്ടുണ്ട്.

അമ്മ താഴെ മുതിരക്കാലാത്തോട്ടിൽ തുണിയലക്കാൻ പോകുമ്പോൾ ഞാനും പെണ്ണമ്മയും മീൻ പിടിക്കും. കല്ലുകൾ പൊക്കി കുഞ്ഞുഞണ്ടുകളെ പിടിക്കും. വെണ്ട, പാവൽ, കോവൽ, വെറ്റിലക്കൊടി, നെല്ല്, കപ്പ എന്നിങ്ങനെ ധാരാളം കൃഷികൾ അന്നുണ്ടായിരുന്നു. കവുങ്ങുകളും തെങ്ങുകളും ഇല്ലിക്കൂട്ടങ്ങളും എങ്ങും നിറഞ്ഞിരുന്നു.

പട്ടിത്താനം എന്ന സ്ഥലപ്പേര് എനിക്ക് അപമാനകരമായി തോന്നിയിരുന്നു. സ്കൂളിലെ ചില കുട്ടികൾ ഞങ്ങളെ പട്ടികൾ എന്നാണ് വിളിച്ചിരുന്നത്. പാണ്ടൻ പട്ടി എന്നും വിളിച്ചവർ ഉണ്ട്. പട്ടിയുടെ സ്ഥാനം എന്നാണ് പലരും ഞങ്ങളുടെ സ്ഥലത്തിന് അർത്ഥം നൽകിയത്. ചിലർ പറ്റിയ സ്ഥാനം എന്നു വ്യാഖ്യാനിച്ചു. ആൾക്കാർ

ഒരു അടിസ്ഥാനവുമില്ലാത്ത കഥകൾ ഉണ്ടാക്കിയിരുന്നു. ഇപ്പോഴും അത് തുടരുന്നു.

എന്നാൽ പട്ടി എന്നാൽ പടിഞ്ഞിരിക്കുന്നത് എന്നാണ് അർത്ഥം. അചലം എന്നു പറയാം. കുന്നിൽ മേലുള്ള നിരപ്പ് എന്നാണ് ശരിക്കുമുള്ള അർത്ഥം. നിരവധി കുന്നുകൾ ഉണ്ടിവിടെ. കേരള സാഹിത്യഅക്കാദമി പ്രസിദ്ധീകരിച്ച മഠം ഈശ്വരൻ നമ്പൂതിരിയുടെ ഊരും പേരും എന്ന കൃതിയിലാണ് ഇത് ഉള്ളത്.

ഇന്ന് പട്ടിത്താനം എന്ന സ്ഥലപ്പേരും ഞങ്ങൾക്ക് നഷ്ടപ്പെട്ടു. വൈക്കം റോഡ് ജങ്ഷനെയാണ് ഇപ്പോൾ അങ്ങനെ പറയുക. ഞങ്ങളുടെ സ്ഥലം പട്ടിത്താനം പള്ളി എന്നു മാറി. സ്ഥലം എന്നത് സത്യത്തിൽ ഒരു സങ്കല്പമാണ്. സ്ഥലങ്ങളുടെ പേരും മാറിക്കൊണ്ടിരിക്കും. സ്ഥലങ്ങളുടെ ആകൃതിയും മാറും. മണ്ണെടുപ്പും വികസനവും അതിനൊരു കാരണമാണ്. എന്നാൽ ഇന്നും വികസനം കടന്നുവരാത്ത ഒരു സ്ഥലമാണ് പ്രകൃതിമനോഹരമായ പട്ടിത്താനം. ഒരു ഉൾഗ്രാമം. ഒരു അനാഘ്രാത കുസുമം. ക്രിസ്തുമതത്തിലെ വൈരുദ്ധ്യമായി ഞങ്ങളുടെ റോമൻ-ലത്തീൻ പള്ളിയും സിറിയൻസിന്റെ സിറിയൻ പള്ളിയും വളരെ അടുത്തായിട്ടുണ്ട്. സമ്പന്നതയിൽ രണ്ടു പള്ളിയും തുല്യമാണ്. ആളുകൾ രണ്ടു പള്ളികളിലും മാറി മാറിപ്പോകുന്നുണ്ട്. റോമൻ-ലത്തീൻ പള്ളിക്കാണ് സ്കൂൾ ഉള്ളത്. ആദ്യത്തെ പള്ളി വിദേശികൾ സ്ഥാപിച്ച റോമൻ-ലത്തീൻ പള്ളിയായിരുന്നു. എന്റെ ചെറുപ്പത്തിൽ രണ്ടു പള്ളികളും തമ്മിൽ നല്ല അടുപ്പം ആയിരുന്നു.

ഇപ്പോൾ അത്രയ്ക്ക് അടുപ്പമില്ല എന്നു തോന്നുന്നു. മറ്റേ പള്ളിക്കാർ ഒരു ഇംഗ്ലീഷു മീഡിയം സ്കൂൾ സ്ഥാപിച്ചു. കൂടുതൽ കുട്ടികൾ അവിടെ പഠിക്കുന്നു. ഒരു പോസ്റ്റാഫീസും വായനശാലയും പട്ടിത്താനത്ത് ഉണ്ട്. എം.സി റോഡ് കടന്നുപോകുന്നു. നല്ല വീതിയുള്ള വഴിയാണ്.

മുമ്പ് ഒരു ചെറിയ നേഴ്സിങ് ഹോമും ചായക്കടയും ഉണ്ടായിരുന്നു.

പട്ടിത്താനത്തിന് അടുത്തുള്ള സ്ഥലമാണ് വെമ്പള്ളി. ഈ സ്ഥലം ശുകസന്ദേശം എന്ന സംസ്കൃതസന്ദേശകാവ്യം എഴുതിയ ലക്ഷ്മീദാസന്റെ പഴയ രാജ്യാതിർത്തിക്കുള്ളിലാണ്. ഈ വിവരം എന്നോടുപറഞ്ഞത് എം. ജി. ശശിഭൂഷൻ മാഷാണ്. കരിങ്ങമ്പിള്ളി സ്വരൂപത്തിന്റെ രാജ്യാതിർത്തി വെമ്പള്ളി മുതൽ പാലക്കാട് വരെയായിരുന്നു എന്നു കാണുന്നു.

ഞങ്ങളുടെ വീടായിരുന്നു തറവാട്. അവിടെ എന്റെ ചെറുപ്പത്തിൽ ഒരുപാട് കുടുംബക്കാർ വന്ന് താല്ക്കാലികമായി താമസിച്ചിട്ടുണ്ട്. മുതുക്കൻപ്രായിലെ കുഞ്ഞു ദേവസ്യാപ്പാപ്പനും അദ്ദേഹം പ്രണയിച്ച

കല്യാണം കഴിച്ച വേലൻ സമുദായത്തിൽപ്പെട്ട ഭാര്യയും ഞങ്ങളുടെ വീട്ടിൽ ഒരുപാട് കാലം താമസിച്ചിരുന്നു. അദ്ദേഹത്തിന്റെ ഭാര്യ കൊട്ടനെയ്യാൻ പഠിച്ചിരുന്നു. അവർ കാപ്പിച്ചോട്ടിലിരുന്ന് കൊട്ടനെയ്യുന്നത് എന്റെ ഓർമ്മയിൽ ഉണ്ട്. ഞാൻ അവരുടെ സ്വന്തം വീട്ടിൽ പോയിട്ടുണ്ട്. അവരുടെ അമ്മ മണ്ണുതിന്നുമായിരുന്നു. അതുകേട്ട് എന്റെ സഹോദരിയും മണ്ണുതിന്നാൻ ശ്രമിച്ചിരുന്നു. തെങ്ങിലെ ചിതൽ മണ്ണ് നല്ലതാണെന്ന് അവൾ എന്നോട് പറഞ്ഞിരുന്നു. ഞാനും തിന്നുനോക്കി.

മർക്കോസുചേട്ടനും ഭാര്യയും ഞങ്ങളുടെ വീട്ടിൽ കുറേക്കാലം താമസിച്ചവരായിരുന്നു.

വേറേ ജാതിക്കാരായിരുന്നു അവർ. മർക്കോസുചേട്ടൻ മേസ്തിരിയായിരുന്നു. പിന്നീട് അവർ മുതിരക്കാലായിൽ വീടുവെച്ചു. അവിടന്ന് കളത്തൂർ എന്ന സ്ഥലത്തേക്ക് മാറി. ഈ പറഞ്ഞവർ ആരും ഇന്നില്ല. എന്റെ ബാല്യത്തിൽ ഞാൻ കണ്ട പലരും ഇന്ന് ഈ ഭൂമിയിൽ ഇല്ല. നാനാജാതി മതങ്ങളിൽപ്പെട്ട ഗാനമേളക്കാരും നാടകക്കാരും നർത്തകിമാരും കാഥികൻമാരും ഗായകരും ഒക്കെ വീട്ടിൽ വരുമായിരുന്നു. ഒരു ഗായകൻ ഒരു പാട് കാലം വീട്ടിലുണ്ടായിരുന്നു. ജോൺ എന്നായിരുന്നു പേര്. പട്ടിത്താനം റേഷൻകടയുടെ മുമ്പിൽ വെച്ച് കിടങ്ങൂരുകാരനായ ജോസ് എന്നയാൾ രമണൻ എന്ന കഥാപ്രസംഗം നടത്തി. ഒരു പൊക്കം കുറഞ്ഞ ആളായിരുന്നു. കമ്യൂണിസ്റ്റുപാർട്ടിയുടെ മീറ്റിംഗുകളിൽ കലാപരിപടികൾ ഉണ്ടായിരുന്നു. അത്തരം പരിപാടികളുടെ റിഹേഴ്സലും മറ്റും നടന്നത് ഞങ്ങളുടെ വീട്ടിലായിരുന്നു. ഒരു യുവതി പൊടി പറത്തി നൃത്തം ചെയ്തത് ഞാൻ ഓർക്കുന്നുണ്ട്. നാടകം നടത്താനായി മടലുകൊണ്ടു തോക്കുണ്ടാക്കിയതും വീട്ടിൽ വെച്ച് റിഹേഴ്സൽ നടത്തിയതും ഓർക്കുന്നു.

അന്നൊക്കെ തബലയും ഹാർമ്മോണിയവും വീട്ടിൽ ഉണ്ടായിരുന്നു. ഹാർമ്മോണിയം പിന്നെ തകർന്നു. ഞങ്ങൾ അതൊക്കെ കളിക്കോപ്പുകളായിട്ട് ഉപയോഗിച്ചു. അതിന്റെ ഒരു സ്പ്രിങ്ങിൽ ബ്രേക്ക് എന്ന നിലയിൽ ചവിട്ടി ഞാൻ വണ്ടിയോടിച്ചു. എവിടന്നോ ഒരു മണി ഞങ്ങൾക്കു കിട്ടി. ഒരു ചത്ത ഓന്തിനെ കുഴിച്ചിടാനായി മണിയടിച്ചുകൊണ്ട് ഞങ്ങൾ കുട്ടികൾ ശവഘോഷയാത്ര നടത്തി. ചെണ്ടക്കാരനായിരുന്ന വല്യപ്പന്റെ ചെണ്ടയും പൊട്ടിത്തകർന്നു. വല്യപ്പന്റെ ചെണ്ടയിൽനിന്ന് തബലയിലേക്കൊരു പരിവർത്തന മുണ്ട്. പാവാടപ്രായത്തിൽ, പൂന്തേനരുവീ, സുപ്രഭാതം, ഉണരൂ വേഗം നീ, ഗാഗുൽത്താ മലയിൽനിന്നും എന്നീ ഗാനങ്ങൾ ഞങ്ങൾക്ക് പരിചിതമായിരുന്നു. പീറ്റർ എന്നും തമ്പി

എന്നും രണ്ട് ഗായകർ പാർട്ടിക്കുവേണ്ടി പാട്ടുപാടി. പീറ്റർ ചേട്ടൻ പിന്നീട് ആത്മഹത്യചെയ്തു.

തമ്പിച്ചേട്ടനും ദുരിതത്തിലായിരുന്നു. എന്നെ കാണുമ്പോൾ അവർ സ്നേഹത്തോടെ അടുത്തെത്തി സംസാരിക്കുമായിരുന്നു. വല്യപ്പനും വല്യമ്മയും ഞങ്ങളുടെ കൂടെയായിരുന്നു. ഇടയ്ക്ക് അവർ തമ്മിൽ വഴക്കിടും. വിറകു പെറുക്കാൻ പോയപ്പോൾ ആരാണ്ടെ കണ്ടെന്നും മറ്റും പറഞ്ഞാണ് വഴക്ക്.

വല്യപ്പൻ തിന്നുന്ന താറാവുമൊട്ടയുടെ ഒരു ഭാഗം എനിക്കുതരും. വല്യമ്മയ്ക്ക് എന്നോട് വലിയ ഇഷ്ടമായിരുന്നു. പോകുന്നിടത്തൊക്കെ എന്നെയും കൊണ്ടുപോകും. ഒരിക്കൽ ഞാൻ മറ്റുള്ളവരോടൊപ്പം കളിക്കുകയായിരുന്നു. വല്യമ്മ ഒരു കൊട്ടയുമായി അതുവഴി വന്നു. വെമ്പള്ളിയിലേക്കാണ് യാത്ര. ഞാൻ ഒരു അരഞ്ഞാണം മാത്രമേ ഇട്ടിട്ടുള്ളു. ഞാൻ വല്യമ്മയുടെ കൂടെ വെമ്പള്ളിയിലെ ആവിയിൽ എന്ന വീട്ടിൽ ചെന്നു. വല്യമ്മ പൊന്ന (കേട്ടുപാട്ടു തീർത്ത) കൊട്ടയാണത്. അവിടന്ന് ഞങ്ങൾ കഞ്ഞിയും പുഴുക്കും കഴിച്ചു.

ഇതേതാണ് മൂപ്പത്തീ ഈ കൊച്ച് എന്ന് അവിടത്തെ വീട്ടമ്മ ചോദിച്ചു.

ആവിയിലെ ആ വീട് അതേപടി ഇപ്പോഴും അവിടെയുണ്ട്. ഞാനതു വഴി പോകുമ്പോൾ എന്റെ വല്യമ്മയെ ഓർക്കും. വല്യമ്മയെ എനിക്ക് അത്ര ഇഷ്ടമായിരുന്നു. ഞാനവരെ എപ്പോഴും പിന്തുടർന്നു.

ഉടുക്കാതെ വെമ്പള്ളിക്കുപോയി എന്ന പേരിൽ എല്ലാവരും എന്നെ കളിയാക്കി.

പെണ്ണമ്മ അതു പറഞ്ഞാണ് എന്നെ വിളിക്കുക. അതൊരു വലിയ നാണക്കേടായി എന്റെ ജീവിതത്തിൽ .

വല്യപ്പൻ തീരെ വയ്യാത്ത അവസ്ഥയിലായി. എങ്കിലും തെങ്ങേക്കേറാനും ചേട്ടനെ പറമ്പിലൂടെയിട്ട് ഓടിക്കാനും ശ്രമിക്കുമായിരുന്നു.

ആദ്യത്തെ കമ്യൂണിസ്റ്റ് ഗവൺമെന്റിനെതിരേ വിമോചനസമരത്തിന് ഏറ്റുമാനൂർ പോലീസ് സ്റ്റേഷന്റെ മുമ്പിലോ മറ്റോ പ്രതിഷേധിക്കാൻ വല്യപ്പനും പോയി. പോലീസുകാർ അവരെ പേടിപ്പിച്ച് ഓടിച്ചു. വല്യപ്പൻ പാലാ കൂടിയാണ് ഓടിയത്. നാളുകൾ ഏറെ കഴിഞ്ഞാണ് കയ്നിറയെ പണവുമായി തിരിച്ചെത്തിയത്. അങ്ങനെ സമ്പാദിച്ചതാണ്. രണ്ടു മൂന്നേക്കർ സ്ഥലവും മറ്റും എന്നു പറയുന്നു. അദ്ദേഹത്തിന്റെ മൂത്ത മകൾ ഭർത്താവു മരിച്ചതുകാരണം വീട്ടിൽ മടങ്ങിയെത്തി.

എന്നാൽ വീട്ടിൽ വന്നുനിന്ന അദ്ദേഹത്തിന്റെ ചേട്ടന്റെ മകനോടൊപ്പം വെള്ളിയാമറ്റത്തേക്ക് ഒളിച്ചോടി. ഞാൻ അവിടെ വർഷങ്ങൾക്കുശേഷം പോയിട്ടുണ്ട്. വല്യപ്പൻ അവരെ പിന്നെ വീട്ടിൽ കേറ്റിയില്ല. ചാച്ചന്റെ ആ പെങ്ങൾ മരിച്ചുപോയി. ഞാൻ അവരെ കണ്ടിട്ടില്ല.

വല്യപ്പൻ മരിച്ചപ്പോൾ എടുത്ത ഫോട്ടോയിൽ കണ്ണുനിറഞ്ഞു നിൽക്കുന്ന എന്നെക്കണ്ട് പലരും കളിയാക്കിയിരുന്നു.

ഇന്നേക്ക് 51 വർഷങ്ങൾക്കു മുമ്പുള്ള ചരിത്രമാണിത്. ഞങ്ങളുടെ പറമ്പ് ലോറി പോകുന്ന മൺവഴിക്ക് അരികിലായിരുന്നു. കുറേ ദൂരം പറമ്പും വഴിയോടൊപ്പം നീണ്ടു. വഴിക്കു താഴെ ഒരു പറമ്പിനും താഴെ ഒരു കുഴിയിലായിരുന്നു ഏറ്റവും അടുത്തുണ്ടായിരുന്ന വീട്. ഒരു ഓടിട്ട ആനവായൻ വീട്. വഴിയിലൂടെ പോകുന്നവർക്ക് ആ വീടിന്റെ മുകൾ ഭാഗം മാത്രമേ കാണാൻ പറ്റൂ. ഞങ്ങളുടെ വീടിനേക്കാൾ കുറച്ചു കൂടി വലുതായിരുന്നത്. അവർക്ക് തൊഴുത്തും പശുക്കളും ഉണ്ടായിരുന്നു; മുറ്റത്ത് കിണറും. അവരുടെ വീടിരിക്കുന്ന പറമ്പിനു താഴെ കുത്തുകല്ലിറങ്ങിയാൽ കൃഷിപ്പറമ്പായി. പടവലം, വെണ്ട, വെള്ളരി എന്നിവ അവർ മാറിമാറി കൃഷി ചെയ്തിരുന്നു. വെറ്റിലക്കൊടി തീർച്ചയായും. പല വീടുകളിലും വെറ്റിലക്കൊടികൾ ഉണ്ടായിരുന്നു. ചിലർ അത് തെങ്ങിൽ കയറ്റിവിട്ടു. ഇളം വെറ്റില ഏണിവെച്ച് പറിച്ച് മുറുക്കിച്ചുവപ്പിച്ചു. അമ്മ പറഞ്ഞിട്ട് ഞാനതു വാങ്ങാനും പോയിരുന്നു. ആ പറമ്പിൽനിന്ന് അടുത്ത കുത്തുകല്ലിറങ്ങിയാൽ ഒരു തേരകം നില്ക്കുന്നതു കാണാം. അതിനു താഴെ തോടും വെള്ളക്കുഴിയും ഉണ്ട്. അതിനപ്പുറം കൃഷിപ്പാടമുണ്ട്. ഒരു കുളം അപ്പുറത്തെ വഴിക്കിപ്പുറം ഉണ്ട്. അവിടെയും കൃഷികൾ ഉണ്ടായിരുന്നു. വെറ്റിലക്കൊടിയും പടവലവും പാവലും ഒക്കെ. മഴക്കാലത്ത് ഞങ്ങൾ തോട്ടിലെ വെള്ളക്കുഴിയിൽ കുളിക്കും.

വെള്ളം കഞ്ഞി തിളയ്ക്കുമ്പോലെ ഇളകിമറിയും. പല ചുഴികൾ രൂപപ്പെടും. ഞങ്ങൾ ആൺകുട്ടികളും പെൺകുട്ടികളും ഉടുത്തുമുടുക്കാതെയും വെള്ളത്തിലേക്ക് എടുത്തു ചാടി പരസ്പരം വെള്ളം തേകി നീന്തിത്തിമർക്കും. വെള്ളത്തിൽ മുങ്ങിക്കിടക്കും. ആരാണ് ഏറ്റവും കൂടുതൽ സമയം മുങ്ങിക്കിടക്കുന്നതെന്നറിയാൻ ഒരാൾ എണ്ണും. നൂറു കുടം വെള്ളം തലയിൽ ഒഴിക്കും. അവിടെ തോട്ടു കൈതകൾ ഉണ്ടായിരുന്നു. വേനലിൽ വെള്ളം താഴേക്ക് ഇറങ്ങുന്നതിനാൽ താഴെയായിരിക്കും ഞങ്ങളുടെ കുളി. അവിടെ ഒരു പരന്ന പാറക്കെട്ടിനിപ്പുറം വെള്ളം നിറഞ്ഞു. പിന്നെ ഒരു വശത്തു കൂടി അത് ഒഴുകി. വേനൽക്കാലത്ത് വെള്ളം കുറയും. ആ വീട്ടിൽ എപ്പോഴും തല ആടുന്ന ഒരു

വല്യമ്മയുണ്ടായിരുന്നു. പൂച്ചയെ കൊന്നവരുടെ തലയാണ് ഇങ്ങനെ ആടുന്നത് എന്ന് കേട്ടിട്ടുണ്ട്. ഞാനതൊന്നും വിശ്വസിച്ചിരുന്നില്ല. അവർ മുറുക്കുന്നതിനാൽ വെറ്റിലച്ചെല്ലവും ചുണ്ണാമ്പുപാത്രവും അടയ്ക്ക ഇടിക്കുന്ന കല്ലും കട്ടയുമൊക്കെ അടുത്തുണ്ടാകും. ഞാനവരുടെ തിണ്ണയിൽ ഇരിക്കുമായിരുന്നു. നാരായണഗുരുവിന്റെ ഫോട്ടോ നട വാതിൽക്കൽ ഉണ്ട്. ഞാൻ ഫോട്ടോ നോക്കിയിരിക്കും. അദ്ദേഹം ആരാണെന്ന് എനിക്കറിയില്ല. ഞാൻ ചോദിച്ചിട്ടില്ല. അവർ ജാതി ആചരിച്ചിരുന്നില്ല എന്ന് പറയാം. എന്നാൽ ജാതിക്കെതിരേ പ്രവർത്തിച്ചുമില്ല. കുടുംബനാഥൻ അല്പം മുകളിലായി ഒരു കട നടത്തിയിരുന്നു. അദ്ദേഹം സാധനങ്ങൾ തൂക്കുന്നത് പൊന്നു തൂക്കുന്നതു പോലെയായിരുന്നു. വല്ലാത്ത നിഷ്ഠയുള്ള ആളായിരുന്നു. കഥകളിപ്രിയനായിരുന്നു. ഏറ്റുമാനൂർ അമ്പലത്തിൽ കഥകളിക്കുപോകുന്ന കാര്യം എന്നോട് പറഞ്ഞിട്ടുണ്ട്. അദ്ദേഹത്തിന് ചർക്കയും തറിയും ഉണ്ടായിരുന്നു. തറിയിൽ അദ്ദേഹം തോർത്തു നെയ്തുവില്ക്കുവാൻ പോകും. അദ്ദേഹം തുണിനെയ്യുന്നത് ഞാൻ നോക്കി നിന്നിട്ടുണ്ട്. ഓടം പോകുന്നതനുസരിച്ച് തല അങ്ങോട്ടുമിങ്ങോട്ടും തിരിയും. ഞാനും ആ തറിയിൽ കേറിയിരുന്ന് തുണിനെയ്യാൻ ശ്രമിച്ചിട്ടുണ്ട്. അതത്ര എളുപ്പമല്ല. അദ്ദേഹമാണ് 1971-ലെ ഇന്ത്യാ പാക് യുദ്ധം പൊട്ടിപ്പുറപ്പെട്ട കാര്യം എന്നോട് പറഞ്ഞത്. അന്നെനിക്ക് 6 വയസ്സേയുള്ളൂ. എനിക്ക് പേടിയായി. ചേട്ടൻ പറഞ്ഞു കൊച്ചിയിൽ പാക്കിസ്ഥാൻ ബോംബിട്ടെന്നും കടലിൽ വീണതിനാൽ പൊട്ടിയില്ല എന്നും. ഒരു ദിവസം കുട്ടികളായ ഞങ്ങൾക്ക് കളിച്ചുകൊണ്ടിരിക്കുമ്പോൾ ആകാശത്തുകൂടി വിമാനം പോയതു കണ്ടിട്ട് പേടിയായി. സാധാരണ വിമാനം പോകുമ്പോൾ ഞങ്ങളെല്ലാവരും "വിമാനേ പൂയ്" എന്ന് വിളിക്കുന്നവർ ആണ്. അന്ന് പക്ഷേ പേടിച്ചിരുന്നു. ചേട്ടൻ പറഞ്ഞു ബോംബിട്ടാൽ നമ്മൾ ഒരു കല്ലെടുത്ത് കടിച്ചുപിടിച്ചു കിടക്കണം എന്ന്. ചേട്ടൻ ഇതുപോലെ പല കഥകളും പറയുമായിരുന്നു. ബസും ലോറിയും കൂട്ടിയിടിച്ചാണ് പാണ്ടി ലോറി ഉണ്ടായതെന്ന് പറഞ്ഞിരുന്നു. തൊപ്പിക്കച്ചവടക്കാരന്റേയും കുരങ്ങന്റേയും കഥയും പറഞ്ഞിരുന്നു. ഒറ്റയ്ക്കായ ദിവസം ഉച്ചകഴിഞ്ഞ് ഒരു ഒച്ചയും ഓശയുമില്ലാത്ത നേരത്ത് ഞങ്ങളുടെ വീടിന്റെ പിൻഭാഗത്തുനിന്നും ഒരു പക്ഷി സ്പൂണിങ് എന്ന് കരയും. എനിക്ക് പേടിയാകും. അമ്മ ആ സമയത്ത് മുതുക്കൻപ്രാ മലയിൽ വിറകു പെറുക്കാൻ പോയതാകും. പേടി മൂടിക്കിടന്ന തെക്കുപടിഞ്ഞാറൻ വിജനത മുഴുവനും ഒരു ഭാരമായി എന്നിൽനിറയും. അന്തിനേരത്ത് കൂമൻ ഇങ് ഹോ എന്ന് നീട്ടിക്കൂവും. ജീവിതം നിരാലംബമാണെന്ന് എനിക്ക് അന്നേ മനസിലായി. പകൽ പറമ്പിലാകെ

മഞ്ഞവെയിൽ പൂക്കുമ്പോൾ, കുടപ്പനയുടെ ഓലകൾ കിടകിട ശബ്ദ ത്താൽ എന്നെ ആശ്വസിപ്പിക്കും. അമ്മയപ്പോൾ തലയിൽ ഒരു കെട്ട് വിറകുമായി, അഥവാ ഈറ്റയോ വഴകയോ ഒക്കെ ചുമന്നു വരും. റേഷൻ വാങ്ങിയോ കൊയ്ത്തുകഴിഞ്ഞോ വരും. വിറക് താഴത്തേക്കിടുമ്പോഴുള്ള അമ്മയുടെ മുഖഭാവം ഞാൻ കാണുന്നു. ഭാരരഹിതമായ ഒരവസ്ഥയിൽ അമ്മ ഫലഭാരങ്ങൾ ഒഴിഞ്ഞ ഒരു വള്ളിമരം പോലെ നിവരും. അക്കാ ലത്താണ് അമ്മയും ഞാനും മുറ്റത്ത് വെണ്ടക്കൃഷി തുടങ്ങിയത്. ധാരാളം വെണ്ടയ്ക്ക ഞങ്ങൾക്കു കിട്ടി. മത്ത പറമ്പിലൂടെ ഓടി നടന്നു. കാള കിടക്കും കയറോട്ടും എന്നതിന്റെ അർത്ഥം അങ്ങനെ മനസ്സിലായി. വലിയ മത്തങ്ങകൾ കിട്ടി. നെയ്ക്കുമ്പളങ്ങകൾ കിട്ടി.

മുതിരക്കാലാ എന്ന് വീട്ടുപേരുള്ള രണ്ട് വീടുകളും അടുത്തുണ്ടായിരു ന്നു. ചേട്ടാനിയൻമാരുടെ വീടുകൾ ആയിരുന്നു. ആദ്യം പറഞ്ഞവീടിന്റെ ഉള്ളിൽ ഞാൻ കയറിയിട്ടില്ല. അവിടത്തെ നിലവിളക്കും സന്ധ്യാനാമ വും എന്നെ ഭയപ്പെടുത്തിയിരുന്നു. നാരായണഗുരുവിന്റെ ഫോട്ടോയും എന്റെ താണനിലയെ ഉറപ്പിച്ചു. ജാതിയുടെ ഭീഷണികൾ എന്നെ നിയ ന്ത്രിച്ചു. പക്ഷേ സിറിയൻ കത്തോലിക്കരുടെ വീട്ടിൽ ലത്തീൻ കത്തോ ലിക്കനായ എനിക്ക് പ്രവേശനം ഉണ്ടായിരുന്നു. മിക്കവാറും കാർഷി കോപകരണങ്ങൾ വാങ്ങാനോ അമ്മയുടെ കൂടെ മെതിക്കാനോ ആ വീടുകളിൽ പോകുമായിരുന്നു. ഇളയ ആൾക്ക് കാറ് ഉണ്ടായിരുന്നു. ആ വീട്ടിൽ അമ്മ മെതിക്കുമ്പോൾ ഞാൻ കാർഷെഡിൽ കുഴിയാനകളെ ഊർക്കിലുകൊണ്ടു ചികയും. അവ പുതിയ കുഴിയുണ്ടാക്കി മറയും. അറയും നിരയുമുള്ള വീടായിരുന്നു അവരുടേത്. മുറിയിൽ ഇരുട്ടാണ്. കൂട്ടി യോജിപ്പിച്ച രണ്ട് വീടുകൾ അവർക്കുണ്ടായിരുന്നു. പടിഞ്ഞാറു ഭാഗത്ത് ഒരു മാവുണ്ടായിരുന്നു. മുൻഭാഗത്ത് ഒരു ഇരുമ്പപ്പുളിമരവും ചാമ്പയും. ഞാനതൊക്കെ പറിച്ചു തിന്നും. എന്റെ ലോകത്ത് ഞാൻ ഒറ്റയ്ക്ക് കളിച്ചു. കുഞ്ഞൂഞ്ഞ് എന്നായിരുന്നു അവിടത്തെ ചേട്ടന്റെ പേര്. ഏറ്റുമാനൂരിൽ അദ്ദേഹം ടാക്സി ഓടിച്ചു. തോട്ടിൽ കാറുകഴുകാനും കുളിക്കാനും അദ്ദേഹം വന്നിരുന്നു. കാറു കഴുകാൻ ഞാനും സഹായിക്കും. അദ്ദേഹത്തിന്റെ ചേട്ടന്റെ വീട്ടിലും എനിക്ക് സ്വാതന്ത്ര്യമുണ്ടായിരുന്നു. അവിടത്തെ ഇളയ പെൺകുട്ടിയും ഞാനും ഒരുമിച്ച് പശുവിനെ തീറ്റാൻ പോയത് എന്റെ ഓർമ്മയിലുണ്ട്. മുമ്പ് ഞാൻ പറഞ്ഞ വേനലിൽ കുളിക്കുമായിരുന്ന തോടിന്റെ ഭാഗത്തിന് അടുത്ത് പച്ചപ്പുല്ല് നിറഞ്ഞ ഒരു ഭാഗത്തായിരു ന്നു ഞങ്ങൾ ഇരുന്നത്. അപ്പുറത്ത് ഒരു കുളം കാട്ടുമൂടി ഇരുണ്ടു കിടന്നു. എന്നും എന്റെ മനസിലുള്ള ഒരു ചിത്രമായിരുന്നത്. പച്ചച്ച പ്രകൃതി, പശുവും അതിനരുകിൽ വരമ്പത്ത് ഇരിക്കുന്ന ഞാനും പെൺകുട്ടിയും.

ഞങ്ങൾ എന്തൊക്കെയോ സംസാരിച്ചിരുന്നു. അതൊന്നും ഞാൻ ഓർക്കുന്നില്ല.

പശുമേയ്ക്കാൻ എന്നെ കൂടെക്കൂട്ടിയ പെൺകുട്ടിയും (അവളുടെ പേര് ഓർമ്മയിൽ എത്തുന്നില്ലല്ലോ) ഞാനും കൂട്ടുകാരായിരുന്നു. അവൾ നല്ലവണ്ണം വെളുത്തിട്ടായിരുന്നു. എന്റെ നിറം എനിക്ക് അറിയില്ല. അവളുടെ അമ്മ കച്ചികുമുകളിൽ തലകുത്തി മറിയുന്നതിനും മറ്റും എന്നെ വഴക്കുപറഞ്ഞിരുന്നു. ഞങ്ങൾ അവരുടെ വീട്ടിനുള്ളിൽ കളിക്കുമായിരുന്നു. ഒരു ദിവസം ഞങ്ങൾ രണ്ടും കച്ചിത്തുറുവിന്റെ അടിയിൽ തണുപ്പത്ത് ഇരുന്നത് ഞാൻ ഓർക്കുന്നുണ്ട്. ഞങ്ങൾ എന്തൊക്കെയോ സംസാരിച്ചിരുന്നു. ഞങ്ങൾ കുട്ടികൾ മുൻപു പറഞ്ഞ ചെറുകയത്തിൽ കുളിക്കുമ്പോൾ അവളും കുളിക്കാൻ എന്റെ കൂടെ വന്നിരുന്നു. അവരുടെ വീടിന്റെ തിണ്ണയിൽ തണലിനായി ഒരു തരം വള്ളിച്ചെടി കയറ്റി വിട്ടിരുന്നു. കൂടാതെ വിരിയുമിട്ടിരുന്നു. കാരണം സൂര്യന്റെ നേരേയായിരുന്നു ഉച്ചയ്ക്കു മുമ്പ് അവരുടെ തിണ്ണ. വിരിയും വള്ളിച്ചെടിയും ഉള്ളതിനാൽ അവിടെ ഇരുന്നാൽ ചൂടറിയില്ല. ഞാനാ തിണ്ണയിൽ ഫോട്ടോകൾ നോക്കിയിരിക്കും. അവിടെ പല ഫോട്ടോകൾ ഉണ്ടായിരുന്നു. അതിൽ ഒരു ഫോട്ടോ ക്രിസ്തു ധ്യാനിച്ചിരിക്കുന്നത് ആയിരുന്നു. ആ ചിത്രം എനിക്ക് ഇഷ്ടമായിരുന്നു. മറ്റൊരു ഫോട്ടോയിൽ ഒരു ശവത്തിനു ചുറ്റും ആളുകൾ ദു:ഖിച്ചിരിക്കുന്നതും മരിച്ച ആളുടെ ആത്മാവ് അന്തരീക്ഷത്തിൽ പച്ചക്കാളയെപ്പോലെ തലകീഴായി പറന്നു നില്ക്കുന്നതും ആയിരുന്നു. പലപ്പോഴും ഞാൻ അതു നോക്കിയിരുന്നു. അത് ആത്മാവാണെന്ന് ഞാൻ കരുതി. ഒരു ആന്തരിക ലോകം എനിക്കുണ്ടായിരുന്നു. രാത്രിയിൽ അതിൽ ദു:സ്വപ്നങ്ങളും ഭയവും നിറയും. ഈ വീടിന്റെ താഴെക്കൂടിയായിരുന്നു തോട് ഒഴുകിയിരുന്നത്. ആ തോടിനപ്പുറത്ത് അവരുടെ പറമ്പിൽ ഒരു കുളം ഉണ്ടായിരുന്നു. ആ കുളത്തിൽ ഒരിക്കൽ അവരുടെ പശു വീണു. എല്ലാവരും കൂടി അതിനെ ഒരു വിധം കരയ്ക്കു കയറ്റി. സംഘകാല കവി കൂവൻ മൈന്തന്റെ കവിതയിലേതുപോലെ ഒരു പശു. അതിന്റെ കരച്ചിലും മുഖഭാവവും വേദനാകരമായിരുന്നു. രക്ഷപെട്ടപ്പോൾ അത് ശാന്തമായി. കുളത്തിനിപ്പുറത്ത് തോട്, അതിന്റെയിപ്പുറത്ത് പന്നിക്കൂട്.

അധ്യായം 12

പട്ടിത്താനത്ത് എന്റെ ചെറുപ്പത്തിൽ എല്ലാവരുംതന്നെ പന്നികളെ വളർത്തിയിരുന്നു. പറമ്പിൽ അല്പം ദൂരെയുള്ള പന്നിക്കൂട്ടിലായിരുന്നു ആളുകളുടെ മലവിസർജനം. ആളുടെ കയ്യിൽ ചെറിയ കല്ലുകളോ കമ്പോ വേണം. വിശന്നുവലഞ്ഞ പന്നികൾ കുട്ടികളെ ഒക്കെ ഇട്ടോടിക്കും. വലിയ കല്ലുകൾ പെറുക്കിവെച്ചിട്ടുള്ള കൂടുകളാണ് പന്നിക്കൂടുകൾ. ചിലയിടത്ത് അത് ഭിത്തി കെട്ടിയ കുഴികളായിരിക്കും. അതിനു മീതേയാകും കക്കൂസ്. അപ്പോൾ പന്നിയെ പേടിക്കേണ്ട. പന്നികൾക്ക് കപ്പത്തൊലിയും പഴങ്കഞ്ഞിയും ഒക്കെയാണ് കൊടുത്തിരുന്നത്. എന്തും തിന്നും അവ. വിശപ്പാണ് അവയുടെ ഒരേയൊരു പ്രശ്നം.

നാടൻ പന്നികളാണ്, കറുത്ത നിറം. മൂക്കറ്റത്തും കാൽ അറ്റത്തും അല്പം വെളുപ്പ്. കൂടല്ലൂർ ചന്തയിൽനിന്നും അതിരമ്പുഴ ച്ചന്തയിൽനിന്നു മൊക്കെയാണ് പന്നിക്കുഞ്ഞുങ്ങളെ ആളുകൾ വാങ്ങിക്കൊണ്ടുവരിക. കുഞ്ഞുങ്ങളായിരിക്കുമ്പോൾ അവയെ കൂട്ടിൽ ആക്കുകയില്ല. വീടിന്റെ സൈഡിൽ വല്ല കൂട്ടിലോ ഒക്കെ അവയെ കെട്ടിയിടും. അവിടെ കിടത്തും. നല്ല സ്നേഹമുള്ള ജീവികളാണ് പന്നികൾ. നാടൻ പന്നികൾ ആരെയും ഉപദ്രവിച്ചതായി കേട്ടിട്ടില്ല. കാട്ടുപന്നി തേറ്റ കൊണ്ട് വെട്ടും എന്ന് കേട്ടിട്ടുണ്ട്. വലുതായി വരുമ്പോൾ പന്നികൾ കൂട്ടിൽനിന്ന് ഇടയ്ക്കിടയ്ക്ക് ചാടിപ്പോയെന്നു വരാം. നാട്ടുകാരെല്ലാവരും കൂടി ഓടിച്ചിട്ട് കൂട്ടിൽ കേറ്റും. ഞാനും കുറെ ഓടിയിട്ടുണ്ട്.

നല്ല വേനക്കാലത്ത് പന്നിക്കൂടിന്റെ അഥവാ കുട്ടക്കൂടിന്റെ മൂലയിലെ ചെളിവെള്ളത്തിലാവും പന്നി കിടക്കുക. പന്നിക്കാട്ടത്തിന്റെ ഉൾപ്പെടെ ഒരു ദുർഗന്ധം അവിടെ ഉണ്ടാകും. പന്നിക്ക് കുട്ട എന്നും പറയുമായിരുന്നു. കുട്ട എന്ന ബാസ്കറ്റിന് കൊട്ട എന്നായിരുന്നു ഞങ്ങൾ പറഞ്ഞിരുന്നത്. ഒന്നിലോ രണ്ടിലോ ഒക്കെ പഠിച്ചപ്പോൾ ടീച്ചർ ഒരു കുട്ടയിൽ

10 മാമ്പഴമുണ്ട്. അതിൽ 5 എണ്ണം അയൽക്കാർക്ക് കൊടുത്തു ബാക്കി എത്രയുണ്ട് എന്നൊക്കെ കണക്ക് പഠിപ്പിച്ചപ്പോൾ ഞങ്ങൾ ചിരിക്കും. എന്തിനാണ് നിങ്ങൾ ചിരിക്കുന്നത് എന്ന് ടീച്ചർ ഞങ്ങളോട് ചോദിച്ചിട്ടില്ല. പന്നികളെ ബൈബിൾ പഴയ നിയമത്തിലെ നോഹയുടെ പെട്ടകത്തിന്റെ കഥയിലെവിടെയോ കുറ്റപ്പെടുത്തിയിട്ടുണ്ട്. അതുകൊണ്ട് ശപിക്കപ്പെട്ട ജീവികളായിട്ടാണ് ഞങ്ങളും അതിനെ കണ്ടത്. പക്ഷേ നാട്ടിൽ പന്നിവളർത്തൽ നല്ല ഒരു വരുമാനമുള്ള തൊഴിലായിരുന്നു.

വളർന്ന പന്നികളെ കശാപ്പുചെയ്യും. പന്നിയെ പിടിച്ച് കോടാലി കൊണ്ട് തലയ്ക്കടിച്ചു കൊന്നിട്ട് അതിന്റെ ദേഹം ചൂട്ടുകത്തിച്ചു കരിക്കും. വക്കുക എന്നാണ് പറയുക. വങ്ങി എന്നതിന്റെ വേറൊരു രൂപം. വക്കിയിട്ട് രോമവും തൊലിയും കത്തികൊണ്ട് വടിച്ച്, കഴുകി മഞ്ഞളു പുരട്ടും. പിന്നെ മുറിച്ചുമുറിച്ച് വിൽക്കും. പന്നിയിറച്ചിക്ക് പുറന്തൊലിയും അകത്ത് കട്ടിയുള്ള നെയ് കണ്ടവും ഉണ്ട്. പിന്നെയാണ് ചുവന്ന മാസം. തൊലി ചീനിച്ചിട്ടിയിലിട്ട് ഉരുക്കും. അപ്പോൾ നെയ്യുള്ള ഭാഗം ചുരുങ്ങി വരും. നെയ്യ് കുപ്പിയിൽ എടുത്തുവയ്ക്കും. ഉണക്ക മുള്ളൻ വറുക്കാൻ നല്ലതാണ്. ഉരുക്കിയ കഷണങ്ങൾ ഇറച്ചിക്കറിയിൽ ചേർക്കും. ഒരു പാട്ടുനേരം വേയിക്കണം. മൂന്നു മണിക്കൂർ വേയിക്കണമെന്ന് റേഡിയോയിൽ പറയാറുണ്ടായിരുന്നു. പന്നിയെ വാങ്ങി സൈക്കിളിൽ വെച്ചുകെട്ടിക്കൊണ്ട് ഷാപ്പിലേക്ക് കൊണ്ടുപോയിരുന്നവർ ഉണ്ട്. സൈക്കിളിന്റെ പിൻഭാഗത്ത് വലിപ്പമുള്ള കാരിയർ ഉണ്ടായിരിക്കും. അതിൽ കിടത്തി കെട്ടിവെയ്ക്കും. പിന്നീട് ഷാപ്പിലേക്കുള്ള കൊണ്ടുപോക്ക് ബൈക്കിൽ ആയി. രണ്ടു പേരു കൂടി ഓടിച്ചിട്ട് പന്നിയുടെ പിൻകാലിൽ പിടിച്ച് വീഴ്ത്തിയിട്ട് ഒരു വലിയ കമ്പിൽ തല കുഞ്ഞനെ കെട്ടിത്തൂക്കി കൊണ്ടു പോകുന്ന കാഴ്ചയുമുണ്ട്. കീ കീ എന്ന് അത് കരയും. പിന്നെ കുറുകി ഒതുങ്ങും. കിണറ്റിൽനിന്ന് വെള്ളം കോരുന്ന ഇരുമ്പുകപ്പിയുടെ ശബ്ദം പോലെയായിരുന്നു അത്. ഇപ്പോഴും ആ ശബ്ദം എന്റെ ചെവിയിൽ മുഴങ്ങുന്നു.

ആൺ പന്നിയുടെ വൃഷണങ്ങൾ കുഞ്ഞുങ്ങളായിരിക്കുമ്പോൾ പിച്ചാത്തി കൊണ്ട് മുറിച്ച് ചുരണ്ടിക്കളഞ്ഞിരുന്നു. കപ്പാസെടുക്കുക എന്നാണ് പറയുക. അത്തരം വിദഗ്ധർ നാട്ടിലുണ്ടായിരുന്നു. പട്ടികളുടെ കപ്പാസും എടുക്കാറുണ്ട്. നാട്ടിലെ മൂത്ത പന്നികളെ മുഴുവനും കൊണ്ടുപോകാൻ അങ്കമാലിയിൽനിന്ന് ലോറികൾ വരുമായിരുന്നു ചില വീടുകളിൽ രണ്ടും മൂന്നും പന്നികൾ ഉണ്ടായിരുന്നു. അങ്കമാലിക്കാർ വരുന്ന ദിവസം നാട്ടുമുഴുവനും പന്നികളുടെ കൂട്ടക്കരച്ചിൽ ആയിരിക്കും. നാടൻ പന്നികളുടെ സ്ഥാനത്ത് വെളുത്ത നിറമുള്ള പോർക്കുകൾ വന്നു.

പന്നിക്കുട്ടകൾ ഇല്ലാതായി. ഒരു പാട് പന്നികളെ ഒരുമിച്ച് വളർത്തുന്നവർ ചില സ്ഥലങ്ങളിൽ ഉണ്ട്. പന്നികൾ എന്റെ ഒന്നു രണ്ട് കവിതകളിൽ കഥാപാത്രങ്ങളായുണ്ട്. കാട്ടുപന്നി എന്നൊരു കവിതയും ഉണ്ട്. മൃദുലമായ മാംസമാണ് പന്നിമാംസം. വളരെ രുചികരവും. ഒരു ജീവി എന്ന നിലയിൽ ഞാനതിനെ സ്നേഹിച്ചിട്ടുണ്ട്. ഇറച്ചി എന്ന നിലയിൽ തിന്നിട്ടുമുണ്ട്.

അധ്യായം 13

ഞാനും സഹോദരിയും മിക്കപ്പോഴും തോട്ടിൽ ആയിരുന്നു. ഞങ്ങൾ വെള്ളത്തിൽ മുങ്ങിക്കിടന്നു. മീനുകളെപ്പോലെ തമ്മിൽ സംസാരിച്ചു. വെയിലിന്റെ വട്ടങ്ങൾ വീണുകിടന്ന വെള്ളത്തിൽ മുങ്ങി ഉരുളൻ കല്ലുകൾ പെറുക്കി. ഭാരം കുറഞ്ഞവരെപ്പോലെ പൊങ്ങി. വെള്ളത്തിനടിയിൽ മറ്റൊരു ലോകമാണ്. ഞങ്ങൾ തോർത്തുകൊണ്ട് പരലുകളെ പിടിച്ചു. നെറ്റിയേൽപ്പൊന്നൻ തോർത്തിൽനിന്ന് ചാടിപ്പോകും. കുളികഴിഞ്ഞ് ചുമന്ന കണ്ണുകളുമായി ഞങ്ങൾ കുന്നിലേക്ക് മടങ്ങി.

മുതിരക്കാലാത്തോട് ഒഴുകിച്ചെല്ലുന്ന മറ്റൊരു ഭാഗമായിരുന്നു തലച്ചിറത്തോട്. പാറക്കെട്ടുകൾ നിറഞ്ഞ ഒരിടം. ആ പാറകളിൽ പല തട്ടുകൾ ഉണ്ടായിരുന്നു. തുണികൾക്ക് നീലം മുക്കാൻ പറ്റുന്ന മൺകലം പോലുള്ള കുഴികൾ ഉണ്ടായിരുന്നു. അവയുടെ ഉള്ളിൽ ചില വട്ടങ്ങളുടെ വരയിട്ടിട്ടുണ്ട് വെള്ളം. വളവുകൾ, തിരിവുകൾ. വെള്ളം കാർന്നെടുത്ത (carved) പാറയുടെ പരിണാമങ്ങൾ. പതഞ്ഞൊഴുകുന്ന വെള്ളമൊഴുകി തളംകെട്ടുന്ന ഒരു ചെറുകയവും താഴെ. അവിടന്ന് പാറവിള്ളലിനിടയിലൂടെ വെള്ളം കുതിച്ചൊഴുകിപ്പോകുന്നു. തുടർന്ന് ഇറക്കത്തിലോട്ട് പായൽച്ചെരിവുകളും. ഞങ്ങൾ ആ പായൽച്ചെരുവുകളിൽ ഇരുന്നുകൊണ്ട് ഊർന്നിറങ്ങും. താഴെ ചെല്ലുമ്പോൾ ചവിട്ടിനില്ക്കാൻ ഒരു കല്ലുണ്ടായിരുന്നു. അതിൽ ചവിട്ടാൻ പറ്റിയില്ലെങ്കിൽ എന്തും സംഭവിക്കാം.

അവിടെയെല്ലാം കുറ്റിപ്പാണലും കാശാവും നിറഞ്ഞിരുന്നു. ഇപ്പുറത്തുമാറി ഒരു വെട്ടിമരം. അതിന്റെ ഇലകൾ പറിച്ച് കല്ലുകൊണ്ട് ചതച്ച് കുഴിയിൽ ചാലിച്ച് സ്ത്രീകളെപ്പോലെ ഞാനും തലമുടി കഴുകുമായിരുന്നു. താളി കൊണ്ട് തല കഴുകി എന്നു പറയാം. അന്നവിടെ ഒരുപാട്

സ്ത്രീകൾ തുണിയലക്കാനും കുളിക്കാനും വരുമായിരുന്നു. തുണികൾ മുകളിലെ വഴിക്കപ്പുറമുള്ള പാറപ്പുറങ്ങളിൽ വിരിച്ചിടും. അലക്കുസോപ്പ കൊണ്ടായിരുന്നു ഞങ്ങൾ അലക്കിക്കുളിച്ചത്. കുളിസോപ്പ് ലഭിക്കാൻ പിന്നെയും വർഷങ്ങൾ എടുത്തു. തുണിയലക്കുന്ന സമൂഹത്തിൽപ്പെട്ടവർ ചിലപ്പോൾ കാണും. അവർ തുണികൾക്ക് നീലം മുക്കുന്നതും മേൽപ്പറഞ്ഞ കുഴിയിലാണ്. ഈ പ്രദേശങ്ങൾ ഇപ്പോഴും അവിടെയുണ്ട്. പക്ഷേ രൂപം മാറി. പലഭാഗവും മണ്ണിനടിയിലായി. പാറകളിലെ കുഴികൾ മൂടിപ്പോയി. പുതിയ ഭിത്തികൾ വന്നു. പാറപ്പുറങ്ങൾ പുരത്തറകളായി, കൽഭിത്തികളായി. ഓർമ്മകൾകൊണ്ട് ഞാൻ വരച്ചെടുത്ത വീടുകൾക്കും രൂപം മാറി. എന്റെ കളിക്കൂട്ടുകാരി എവിടെ എന്നറിയില്ല.

ഈ തോട്ടിൻഭാഗത്തിനപ്പുറത്തായിരുന്നു തലച്ചിറയിലെ വീട്. അങ്ങോട്ട് അനേകം കൽനടകൾ ഉണ്ടായിരുന്നു. ചേട്ടന്റെ കൂട്ടുകാരായ ഒരാങ്ങളയും പെങ്ങളും അവിടെ ഉണ്ട്. ആ വീടിനും രണ്ട് ഭാഗങ്ങൾ ഉണ്ടായിരുന്നു. അവർ ഞങ്ങളോട് ഒരു പാട് സ്നേഹം കാണിച്ചിരുന്നു. ആ ചേച്ചി എന്നെ വിളിക്കുകയും സംസാരിക്കുകയും ചെയ്യുമായിരുന്നു. ഒരു ക്രിസ്തുമസ് കാലത്ത് ഞങ്ങൾ അവിടെ പോയി. അവിടന്ന് ഞങ്ങൾ പുൽക്കൂട് ഉണ്ടാക്കാനുള്ള ഈന്തില കൊണ്ടുപോന്നു. അവിടത്തെ ഒരു പ്രത്യേകത ധാരാളം ചൂണ്ടപ്പനകൾ, കുടപ്പനകൾ ഉണ്ടായിരുന്നു എന്നതാണ്, കച്ചിത്തുറുവും. ക്രിസ്ത്യൻ വീടുകളിലെല്ലാം കച്ചിത്തുറു ഉണ്ടായിരുന്നു. ഒരിക്കൽ ഞാനവിടെ ഒറ്റയ്ക്കിരിക്കുമ്പോൾ കറ്റയും ചുമന്നുവരുന്ന സ്ത്രീകളെ കണ്ടു. പുറകേ അവിടത്തെ ചേട്ടൻ പറയുമായി വരുന്ന കാഴ്ചയും.

അധ്വാനശീലരായിരുന്നു സവർണ ക്രിസ്ത്യാനികൾ. രാവിലെ എണീക്കും. പശുക്കളെ കറക്കും. പാടത്തു പണിയും. പാവപ്പെട്ടവർ കൊയ്ത്തിലും മെതിയിലും ഒക്കെ അവരെ സഹായിച്ചു. അവർക്ക് നെല്ലു കിട്ടി.

ഞങ്ങളുടെ വീടിന്റെ വടക്കുപടിഞ്ഞാറായി ഒരു മലയാളം സാറിന്റെ വീടുണ്ടായിരുന്നു. അവരുടെ വീട്ടിൽ മണി എന്നൊരു കൂട്ടുകാരൻ ഉണ്ടായിരുന്നു. അവന് കളിപ്പാട്ടമായി സ്കൂട്ടർ ഉണ്ടായിരുന്നു. കീ കൊടുത്താൻ ഓടുന്ന സ്കൂട്ടർ ആണത്. വേറേയും ചില കളിപ്പാട്ടങ്ങൾ ഉണ്ടായിരുന്നു. അതൊക്കെ എനിക്കും കളിക്കാൻ തരും. അവർക്ക് ഒരു ക്ലോക്കുണ്ടായിരുന്നതിനാൽ ചാച്ചൻ പറഞ്ഞിട്ട് ഞാൻ അവിടെ സമയം നോക്കാൻ പോയിരുന്നു. ആ വീടിന്റെ തിണ്ണയിലിരുന്ന് ഞാനും കളിപ്പാട്ടങ്ങൾ ഉപയോഗിച്ച് കളിക്കും. ക്ലോക്കിന്റെ പെൻഡുലം ആടുന്നതനുസരിച്ച്

നോക്കും. അവിടത്തെ സാറിനെ എനിക്ക് പേടിയായിരുന്നു. അദ്ദേഹം ചിരിച്ച ഞാൻ കണ്ടിട്ടില്ല. പക്ഷേ എന്നെ വഴക്കുപറഞ്ഞിട്ടില്ല. എന്നെ നോക്കും. ഞങ്ങൾക്ക് സ്വന്തമായി കിണർ ഇല്ലാതിരുന്നതിനാൽ (ഉയരത്തിൽ ആയിരുന്നു ഞങ്ങളുടെ പറമ്പ്) വെള്ളമെടുക്കാൻ ഞങ്ങൾ അവരുടെ കിണറ്റിലും പോകുമായിരുന്നു. സ്വന്തം കവുങ്ങും പാളയിൽ താഴെ നിന്നായിരിക്കും ഞങ്ങൾ വെള്ളം കോരുക. അവരുടെ വീട്ടിലും ഉണ്ടായിരുന്നു വെറ്റിലക്കൊടിയിട്ട കൊടിമരം. അവർ തെക്കോട്ട് തീയും വെള്ളവും കൊടുക്കില്ല എന്നൊക്കെ പറഞ്ഞിരുന്നു. പക്ഷേ അതൊക്കെ അനുവദിച്ചിട്ടുണ്ട്. അന്നൊക്കെ മറ്റു വീടുകളിൽനിന്ന് ചകിരിയിൽ തീക്കിണർ വാങ്ങുമായിരുന്നു. ഞാൻ തീയുമായി ഇരുട്ടത്ത് വീട്ടിലേക്ക് ഓടിയിട്ടുണ്ട്. ചക്കയും ചക്കപ്പഴവും ചക്കക്കുരുവുമൊക്കെ അവർ നല്കുമായിരുന്നു. പട്ടിത്താനത്തെ മിക്ക വിടുകളിലും ഞാനെന്റെ ബാല്യകാലം ചെലവഴിച്ചിട്ടുണ്ട്. മിക്കവാറും വീടുകളിൽ ഞാൻ പോകുമായിരുന്നു. എനിക്ക് അവിടെ പ്രവേശനം ഉണ്ടായിരുന്നു. ബ്ലാക് സ്മിത്ത് സമുദായത്തിൽ പെട്ടവരായിരുന്നു ഇവർ. പക്ഷേ സാറിന് സ്കൂളിൽ ജോലിയുണ്ടായിരുന്നതിനാൽ അവർക്ക് കുലത്തൊഴിലിന്റെ ആവശ്യം ഉണ്ടായിരുന്നില്ല. അവർക്ക് ഒരു പാട് സ്ഥലം ഉണ്ടായിരുന്നു. ഞങ്ങളുടെ വീടിന്റെ താഴെ ഭാഗം അവരുടേത് ആയിരുന്നു. എന്നാൽ അവരുടെ വീടിന്റെ അപ്പുറത്ത് കുലത്തൊഴിൽ ചെയ്തിരുന്ന ഒരു വീട് ഉണ്ടായിരുന്നു. അവരൊക്കെ എന്റെ ഓർമ്മയിൽ ഉണ്ട്. അവിടെ പടർന്നു പന്തലിച്ച ഒരു ഓടമരം ഉണ്ടായിരുന്നു. അതിന്റെ തൊലിക്കുള്ളിലെ രസം ഞങ്ങൾ ഉറിഞ്ചിക്കുടിക്കുകയും കായ്ക്കുള്ളിലെ പരിപ്പെടുത്ത് കളഞ്ഞിട്ട് അത് വിസിലായിട്ട് ഉപയോഗിക്കുകയും ചെയ്യും.

കള്ളുചെത്തിയിരുന്ന പാക്കരൻ ചേട്ടന്റെ വീട് ഞങ്ങളുടെ വീടിന്റെ ഇടതു വശത്തായിരുന്നു. അവിടെക്കൂടി ഒരു മൺവഴിയുണ്ട്. അതിനപ്പുറത്താണ് വീട്. ഞങ്ങളതിനെ പുത്തൻവഴി എന്ന് വിളിച്ചു. വീടിന്റെ മുൻവശത്തുകൂടിയുള്ള വഴിയെ പഴേ വഴി എന്നും. കുറേയങ്ങു പോയാൽ പഴേ വഴി വലിയ ഒരു കേറ്റമായി. കേറ്റത്തിനുതാഴെ വലതു ഭാഗം മൺതിട്ടയായിരുന്നു. ആ വഴിയിൽ രണ്ട് ഇല്ലിക്കൂട്ടം ഉണ്ടായിരുന്നു. രാവിലെ ഇല്ലിക്കമ്പുകൾ ചാഞ്ഞുകിടക്കും. ഉച്ചയാകുമ്പോൾ നിവർന്നു നില്ക്കും. ഒരിക്കൽ ഒരു പണിക്കാരൻ ഒരു ഇല്ലിക്കമ്പിൽ ചോറുമ്പൊതി കെട്ടിത്തൂക്കിയിട്ടിട്ട് പണി തുടങ്ങി. ഉച്ചയ്ക്ക് ഭക്ഷണം കഴിക്കാൻ കൈ കഴുകി വന്നുനോക്കിയപ്പോൾ പൊതി അങ്ങുയരത്തിൽ. ഇത് ചാച്ചൻ പറഞ്ഞ കഥയാണ്.

മുളയരി കഞ്ഞിവെച്ച കാലത്തെക്കുറിച്ച് വല്യമ്മ പറയുമായിരുന്നു.

പനങ്കഞ്ഞിയും ചക്കക്കുരു കൂട്ടാനും കഴിക്കുന്ന ഒരു വൈന്നേരമാണ് വല്യമ്മ അങ്ങനെ പറഞ്ഞത്. മുളക്കൂട്ടത്തിനടിയിൽക്കൂടി പോകുമ്പോൾ ഞാൻ മുളയരി പെറുക്കിയെടുക്കാൻ ശ്രമിക്കുമായിരുന്നു.

ചിലപ്പോൾ കാലിൽ മുള്ളുകൊള്ളും.

മുളയരി എങ്ങനെ ശേഖരിക്കുമെന്ന് എനിക്ക് ഒരിക്കലും മനസ്സിലായില്ല. ഞാൻ വിചാരിക്കുന്നത് അന്നൊക്കെ ധാരാളം സമയമുണ്ടായിരുന്നതുകൊണ്ടാണ് മുളയരി ശേഖരിക്കാൻ ആളുകൾക്ക് കഴിഞ്ഞതെന്നാണ്. അത്തരം വൈദഗ്ധ്യം മറവിയിലാണ്ടു എന്നതും ഞങ്ങളുടെ കാലമായപ്പോഴേക്കും ആ രീതിയിലുള്ള ഭക്ഷണരീതികൾ ഇല്ലാതാവാൻ കാരണമായി. ഇപ്പോൾ ഇതൊക്കെ ആദിവാസികളുടെ വംശീയഭക്ഷണമെന്ന നിലയിൽ മുളയരിപ്പായസമായി ലഭിക്കുമല്ലോ. കണ്ടത്തിലെ വരിനെല്ലുകഴുകി കഞ്ഞിവെച്ചതിനെക്കുറിച്ചും വല്യമ്മ പറയുമായിരുന്നു. വരിനെല്ല് കടപ്പുര് ചാലിൽനില്ക്കുന്നത് ഞാൻ കണ്ടിട്ടുണ്ട്. കൊയ്ത്തു കഴിഞ്ഞ പാടത്തുനിന്നും പിടിത്താളു പെറുക്കി കഞ്ഞിവെച്ചതിനെക്കുറിച്ചും വല്യമ്മയും അമ്മയും പറയുമായിരുന്നു.

“തമ്പുരാനെന്റെ പിടിത്താളു കണ്ടപ്പോൾ, പമ്പരം പോലൊരു ചിന്ത പൊങ്ങി” എന്ന് എന്റെ അമ്മ പാടുമായിരുന്നു.

വഴികളുടെ കാര്യത്തിലേക്ക് മടങ്ങിവരാം. രണ്ടു വഴികളിൽക്കൂടിയും ഞങ്ങൾക്ക് സ്കൂളിൽ പോകാം. മഴക്കാലത്ത് പുത്തൻവഴിയിൽ ഉറവ പൊട്ടി ചതുപ്പുകൾ ഉണ്ടാകുമായിരുന്നു. ഒരു വശത്തുള്ള ഓടയിലൂടെ വെള്ളം ഒഴുകും. അതിൽ മീനുകൾ ഉണ്ടോ എന്ന് ഞാൻ നോക്കുമായിരുന്നു. ഇടയ്ക്ക് ചിലയിടത്ത് ഞാൻ ചിറകെട്ടി വയ്ക്കും. താഴെ തോട്ടിൽനിന്ന് പരലുകളെ പിടിച്ചുകൊണ്ടുവന്നിട്ടും. പാക്കരൻ ചേട്ടന്റെ വീടും ഞങ്ങളുടേതു പോലെ തേച്ചിരുന്നില്ല. വെട്ടുകൽ ഭിത്തികൾ .

അവിടെയും എനിക്ക് കൂട്ടുകാരുണ്ടായിരുന്നു. താഴെ കണ്ടത്തിൽ എന്റെ ചേട്ടനോടൊപ്പം അവരുടെ കൂടെ ജന്മികളുടെ കപ്പയൊരുക്കാൻ പോയിരുന്നത് ഓർക്കുന്നു. ഒരുക്കിയ കപ്പകൾ ലോറിക്കാർ വന്നു കൊണ്ടുപോകും. ഒരുക്കുന്നവർക്കു ഓരോരുത്തർക്കും ഒരു ചെറുവീതം കിട്ടും. ആ കപ്പയുമായി അവരുടെ വീട്ടിൽ എത്തിയതും പെട്ടെന്ന് അത് ചെണ്ടൻ പുഴുങ്ങി കാന്താരിമുളക് അരച്ചതും കൂട്ടി എല്ലാവരും കൂടി വട്ടത്തിലിരുന്ന് തിന്നതും ഓർക്കുന്നു.

മണി, ശ്രീനി, പെണ്ണി എന്നിങ്ങനെയായിരുന്നു അവിടത്തെ കുട്ടികളുടെ പേരുകൾ. പെണ്ണി വളരെ ഗ്ലൂമിയായിരുന്നു. ഞാൻ പെണ്ണിയോട് എന്തെങ്കിലും പറയാൻ ശ്രമിച്ചിട്ടുണ്ട്. അവൾ മാറിക്കളയും. അവരുടെ

അമ്മ കല്യാണിച്ചേച്ചി. അവിടെ ഒരു തത്തയുണ്ടായിരുന്നു. അത് ഒരു ദിവസം കൂട്ടുവിട്ട് പറന്നുപോയി. പാക്കരൻ ചേട്ടൻ പുറകേ. അങ്ങനെ തത്തയ്ക്കുപിന്നാലെ ഓടി അദ്ദേഹം ഞങ്ങളുടെ തെക്കേ മുറ്റത്തെ വലിയ വാളൻപുളി മരത്തിനു താഴെ എത്തി. പുളിമരത്തിലിരുന്ന തത്തയെ കല്ലു കൊണ്ടെറിഞ്ഞു. ഇതിനിടെ അവിടെ കിടന്ന പട്ടി അദ്ദേഹത്തെ കടിച്ചു. പട്ടികടിച്ചു എന്നത് നേരാണ്. പക്ഷേ, അങ്ങനെയൊരു പട്ടിയെ ആ ഒരു നിമിഷത്തിലല്ലാതെ ഞാൻ ഓർക്കുന്നില്ല. തത്ത പറന്നും പോയി.

അദ്ദേഹത്തിന് ഒരിക്കൽ ഒരു വെരുകിനെ കിട്ടി. അതിനെ ഒരു ഇരുമ്പു വലയിട്ട കൂട്ടിൽ വളർത്തി. ഞങ്ങൾ അതിനെ കാണാൻ പോയിരുന്നു. പല്ലിന് വല്ലാത്ത മൂർച്ചയുള്ള ഒരു ചെറുജീവിയാണത്. അവരുടെ വീടിന്റെ മുകളിലത്തെ ഒരു ക്രിസ്ത്യൻ വീട്ടിൽ ഞാൻ പോയിരുന്നു. അങ്ങോട്ടു പോകാൻ വലത്തോട്ട് വളയുന്ന ഒരു തൊണ്ട് (ഇടവഴി) ആണ് ഉണ്ടായിരുന്നത്. ഒരു പാട് ഭൂമിയും കൃഷിയും ഉണ്ടായിരുന്നെങ്കിലും വലിയ ഒരു ഓലവീട്ടിലാണ് അവർ താമസിച്ചത്. ഞാൻ അവിടെ ചെന്നാൽ എന്തെങ്കിലും ഭക്ഷണം വേണോ എന്നവർ ചോദിക്കും. ഞാൻ വേണ്ടെന്ന് പറയും. ചെറുപ്പത്തിൽ അവിടത്തെ അമ്മയുടെ മുലപ്പാൽ ഞാൻ കുടിച്ചിരുന്നു എന്ന് അവർ പറഞ്ഞിട്ടുണ്ട്. അവരുടെ സ്ഥലമായിരുന്നു ഞങ്ങളുടെ വീടിന്റെ തെക്കുപടിഞ്ഞാറായിട്ട് വിശാലമായി ഉണ്ടായിരുന്നത്. പാമ്പുകളും കീരിയും കാട്ടുമുയലുകളും അവിടെ ഉണ്ടായിരുന്നു. അവർ പിന്നെ അവിടെ ഒരു വലിയ വീടുവെച്ചു. ഞങ്ങളുടെ വീടും പറമ്പും വാങ്ങുകയും ചെയ്തു. അങ്ങനെയാണ് ഞങ്ങൾ അവിടന്ന് ഒരു കിലോമീറ്റർ ദൂരമുള്ള പുലിയളഭാഗത്തേക്ക് പോയത്.

അവരുടെ പാടത്ത് ഞാറു നടാൻ ഞാൻ വല്യമ്മയുടെകൂടെ പോയിട്ടുണ്ട്. ചാറ്റമഴ പെയ്യുന്നതുപോലെയാണ് ഞാറുനടുക. പിന്നെ കള പറിക്കാനും പോയിട്ടുണ്ട്. കളകൾക്കാണ് ഭംഗി. ചുവട് ചുമന്നിരിക്കും. നെല്ലിന്റെ ചുവട് പച്ചച്ചിരിക്കും. നെല്ലു പറിച്ചുകളയാനാണ് എനിക്ക് തോന്നിയത്. എന്റെ വല്യമ്മ കളപറിക്കുന്നത് കാണിച്ചുതന്നു. കളകൾക്ക് സമൃദ്ധിയുണ്ടെന്ന് എനിക്ക് അന്നേ മനസ്സിലായി. ജീവിതത്തിലും അങ്ങനെ തന്നെ.

ആ വീടിനുമപ്പുറത്ത് കാർപെന്റർമാരുടെ കുടുംബങ്ങളാണ്. അവിടത്തെ വീടുകളിൽ ഞാൻ ചേട്ടനോടൊപ്പം പോകുമായിരുന്നു. എല്ലാം ഓടിട്ട ചെറിയ വീടുകൾ. അവിടന്നാണ് ചില ആശാരിപ്പണികൾ ഞാൻ പഠിച്ചത്. കൊരണ്ടിയുണ്ടാക്കാനും ചിന്തേരിടാനും മറ്റും പഠിച്ചു. (ഏറ്റുമാനൂർ സ്കൂളിലും ആശാരിപ്പണി ഞാൻ പഠിച്ചിരുന്നു). അവിടെ

രാജൻ, കുട്ടൻ എന്നിങ്ങനെ ചേട്ടന് കൂട്ടുകാർ ഉണ്ടായിരുന്നു. ആശാരിമാരുടേതുമാത്രമായ ഒരു ചെറിയ വാസസ്ഥാനം ആയിരുന്നു അവിടം.

അവിടെ സംസ്കൃതം അറിയാമായിരുന്ന ഒരു ആശാൻ പണിക്കന്റെ വീട് ഉണ്ടായിരുന്നു. കിണറിന് സ്ഥാനം, പുരയ്ക്കു സ്ഥാനം ഒക്കെ കാണുന്നത് അവരായിയിരുന്നു. അദ്ദേഹത്തിന്റെ മൂത്തമകനാണ് വീടിന്റെ പ്ലാനുകളുടെ വരയും കുറിയുമൊക്കെ. അദ്ദേഹം വരയ്ക്കുന്നത് ഞാൻ നോക്കിയിരുന്നിട്ടുണ്ട്.

അക്കാലത്ത് ഇരുപത് പൈസ ചെമ്പുതുട്ടായിരുന്നു. ചേട്ടൻ അതുകൊണ്ട് ഒരു മോതിരം രാജനെക്കൊണ്ട് ഉണ്ടാക്കിച്ചു. രാജന് പിന്നീട് മനസ്സിന് സുഖമില്ലാതായി. ആശാൻപണിക്കന്റെ മക്കളിൽ ചിലർ അധ്യാപകരായിരുന്നു. അതിലൊരാൾ മുതിരക്കാലാതോട്ടിലാണ് കളിച്ചിരുന്നത്. കളിക്കിടയിൽ സൂര്യനമസ്കാരം ഉണ്ട്. ഞാനും സഹോദരിയും അതു കണ്ട് സൂര്യനമസ്കാരം ചെയ്യുമായിരുന്നു. കാർപെന്റർമാരുടെ മേഖലയിലെ എല്ലാ വീട്ടിലും ഞാൻ പോയിട്ടുണ്ട്. അവർക്കെല്ലാം എന്നെ ഇപ്പോഴും അറിയാം. അവരും കീഴാളമനുഷ്യരായിരുന്നു. അവരിൽ ചിലർ ചാച്ചന്റെ കൂടെ പണിക്ക് പോയിരുന്നു. പാക്കരൻചേട്ടന്റെ വീടിനു താഴെയായിരുന്നു മറ്റൊരു ക്രിസ്ത്യൻ വീട്. അവിടത്തെ പാപ്പച്ചൻ ചേട്ടൻ ട്രംപറ്റ് വായിച്ചിരുന്നു. വലിയൊരു ബാന്റ് സെറ്റ് പട്ടിത്താനത്തുണ്ടായിരുന്നു. അതിൽ പല വിഭാഗത്തിൽപ്പെട്ട ആളുകൾ ഉണ്ടായിരുന്നു.

വി. ഡി. രാജപ്പന്റെ ക്ലാർനെറ്റ് വായിച്ചിരുന്നത് പട്ടിത്താനത്തെ രാജപ്പൻചേട്ടനായിരുന്നു. രാജപ്പൻചേട്ടനും ഈ ബാന്റ് സെറ്റിന്റെ ഭാഗമായിരുന്നു. ക്ലാർനെറ്റ്, ഡ്രം, ട്രംപറ്റ് തുടങ്ങിയ ഉപകരണങ്ങൾ അവർക്കുണ്ടായിരുന്നു. വാ കൊണ്ടു വായിക്കേണ്ട ഉപകരണങ്ങൾ വായിക്കുന്നവരുടെ കവിളുകൾ നെല്ലിക്ക പോലെ വീർക്കും. പെരുന്നാളുകളിൽ ആയിരുന്നു ഇവരുടെ പ്രകടനം. പല പള്ളികളിലും അവർ വായിക്കാൻ പോയിരുന്നു. കൂടാതെ ശവസംസ്കാരചടങ്ങുകളിലും അവർ വിഷാദഭരിതമായ ട്യൂണുകൾ വായിക്കുമായിരുന്നു. അതിലെ ട്രെംപറ്റ് എടുത്താണ് ഞാൻ വായിച്ചത്. ഒന്നേ ഊതാൻ പറ്റിയുള്ളൂ. ശബ്ദം കേട്ടുമില്ല. അത് വായിച്ചിരുന്ന പാപ്പച്ചൻചേട്ടന് ക്ഷയം വന്നു. അത് വായിച്ചാൽ പ്രോ പ്രോ എന്ന് ശബ്ദം കേൾക്കും. ഒരു പാമ്പിനെ എടുത്ത് പിടിച്ചതു പോലെ അത് അങ്ങോട്ടുമിങ്ങോട്ടും ചുരുണ്ടിരിക്കും. പിച്ചളകൊണ്ട് ഉണ്ടാക്കിയതായിരുന്നു അത്. വലിയൊരു വാവട്ടം അതിനുണ്ട്. അവിടെ നാലുമക്കൾ ഉണ്ടായിരുന്നു. അതിൽ ഇളയവരായ സണ്ണിയും

സഹോദരി മോളിയുമായിട്ടായിരുന്നു എന്റെ കൂട്ട്. അവരുടെ കൂടെ ആട്ടുമേയ്ക്കാനായി ഞാൻ മലയിൽ പോയിട്ടുണ്ട്. വിജനമായ റബർ തോട്ടികളിൽ ഞങ്ങൾ ആട്ടുമേച്ചു. ഞാൻ അവിടെ ചെത്തിപ്പഴങ്ങളും പൂച്ചപ്പഴങ്ങളും തിന്നുനടക്കും. അവിടെ ഒരു കിണറുണ്ടായിരുന്നു. അത് എനിക്ക് ഭയമായിരുന്നു. ഞങ്ങൾ നടന്നു നടന്ന് കയറ്റത്തിലേക്കുള്ള ഭാഗം ഭാഗമാക്കി കയ്യാല കെട്ടിയ പറമ്പുകൾ കയറി അങ്ങ് മലയുടെ മുകളിൽ എത്തും. ഏക്കറുകണക്കിനാണ് ഇരുണ്ട ഭയം കിടക്കുന്നത്. അവിടന്ന് പിന്നെ മറുചെരിവാണ്. എന്തോ ഒരു നിഗൂഢത ഈ സ്ഥലങ്ങൾക്ക് ഉണ്ടായിരുന്നു എന്ന് എനിക്ക് അന്ന് തോന്നിയിരുന്നു. അവരൊക്കെ എന്നെ കൂട്ടത്തിലൊരാളായിട്ടാണ് പരിഗണിച്ചത്. അവരുടെ റബർപ്പാലെടുക്കാനും ഞാൻ പോയിരുന്നു. മോളിയുമായി എനിക്കൊരടുപ്പം ഉണ്ടായിരുന്നു. വർഷങ്ങൾക്കുശേഷം മോളി എന്നെ തേടി ഞങ്ങളുടെ പുലിയിളയിലെ വീട്ടിൽ വന്നു. ബി. എ. ഫൈനൽ പരീക്ഷയ്ക്ക് പഠിക്കുന്ന കാലമായിരുന്നു. വേണ്ടവണ്ണം സംസാരിക്കാനോ ബാല്യകാലസ്മരണ പുതുക്കാനോ പറ്റിയില്ല. സണ്ണി അടുത്ത കാലത്ത് മരിച്ചു. ശവസംസ്കാരത്തിന് ഞാൻ പോയിരുന്നു. ഞാൻ മോളിയെ തേടി. കണ്ടില്ല.

അധ്യായം 14

കാണക്കാരി സർവ്വീസ് സഹകരണസംഘത്തിൽനിന്നെടുത്ത ലോണുകൾ അടയ്ക്കാൻ പറ്റാത്തതു കൊണ്ടാണ് ചാച്ചൻ വീടുവിറ്റത്. ഈ ബാങ്കാണ് ഞങ്ങളുടെ ജീവിതത്തെ പിന്നീടും തകർത്തു തരിപ്പണമാക്കിയത്. പുതിയ വീട്ടിൽ 65 സെന്റ് സ്ഥലം ഞങ്ങൾക്കുണ്ടായിരുന്നു. 90 രൂപയായിരുന്നു അന്നു സെന്റിന് വില. അവിടം മൊത്തം രണ്ടേക്കറോളം സ്ഥലം. ബാക്കി സ്ഥലത്തിന് അഡ്വാൻസ് കൊടുത്തിട്ട് ചാച്ചൻ പലർക്കായി വിറ്റ് ഉടമസ്ഥന് പണം കൊടുത്തു. ആ ലാഭംകൊണ്ടു കൂടിയാണ് 65 സെന്റ് സ്ഥലം വാങ്ങിയത്. ഉടമസ്ഥൻ സമ്പന്നനായ ഒരു വലിയ ഉദ്യോഗസ്ഥനായിരുന്നു. രാവിലെ റബറു വെട്ടിയിട്ടായിരുന്നു അദ്ദേഹം ജോലിക്കു പോയിരുന്നത്. ചാച്ചൻ അദ്ദേഹവുമായി നല്ല സ്നേഹത്തിലായിരുന്നു. കാണക്കാരിയിൽ ചേട്ടന് വാടകയ്ക്ക് വീടു കൊടുത്തത് അദ്ദേഹമായിരുന്നു. ഞങ്ങളുടെ 65 സെന്റ് സ്ഥലം പിന്നീട് 35 സെന്റായി കുറഞ്ഞു. ചാച്ചൻ തന്നെ വർഷങ്ങൾക്കുശേഷം വിറ്റ് വിറ്റ് അങ്ങനെയായതാണ്. ചാച്ചൻ എന്തു കണ്ടാലും വില്ക്കുന്ന പ്രകൃതമായിരുന്നു. പറമ്പിലെ ഒരു പാട് മരങ്ങൾ വിറ്റു. ഒരു പശുവിനെ വിറ്റു. പിന്നീട് സ്ഥലം മുഴുവനും ബാങ്കിൽ പണയമായി.

പുലിയള എന്നായിരുന്നു ഞങ്ങൾ പുതിയതായി താമസിക്കാൻ ചെന്ന പ്രദേശത്തിന്റെ പേര്. ആ പേരിൽ തെക്കുഭാഗത്തായി ഒരു ക്രിസ്ത്യൻ വീടുതന്നെയുണ്ട്. അവർക്ക് കാളവണ്ടി ഉണ്ടായിരുന്നു, വലിയ ഒരു കുളവും ഉണ്ടായിരുന്നു. വേനൽക്കാലത്ത് ഞങ്ങൾ അവിടെ കുളിക്കാൻ പോകും. അവർക്ക് കൃഷിപ്പാടവും ഉണ്ട്. ഞങ്ങളുടെ പറമ്പിന്റെ അങ്ങേയറ്റത്ത് പുലിയുടെ ഒരു അളയും (ഗുഹ) കാണാം. അതാവണം സ്ഥലത്തിന് ആ പേരുകിട്ടാൻ കാരണം. ഞങ്ങൾ അതിന്റെ അടുത്തുപോകും. തുറന്ന ഒരു വലിയ വാ പോലെയായിരുന്നു അത്. അടിഭാഗം മണ്ണുമൂടിക്കിടന്നിരുന്നു. ഞങ്ങൾ ഉള്ളിലോട്ട് നോക്കി നില്ക്കും. പാമ്പുകളുള്ള ഒരു പ്രദേശം

ആണത്. ഞങ്ങളുടെ വീടിന്റെ വശത്തു കൂടി ഒരു തൊണ്ട് (ഇടുങ്ങിയ വഴി) ഉപയോഗശൂന്യമായിട്ടുണ്ടായിരുന്നു. അവിടത്തെ മൺതിട്ട ഞാനും ചേട്ടനും ചേർന്ന് കൊത്തിക്കിളച്ച് ഞങ്ങളുടെ പറമ്പിലേക്ക് ചായ്ച്ചു. അങ്ങനെ അതൊരു നടവഴിയായി. പക്ഷേ ആധാരത്തിൽ അങ്ങനെ ഒരു വഴി രേഖപ്പെടുത്തിയിട്ടില്ലായിരുന്നു.

അങ്ങു ദൂരെ ഒരു വലിയ ആഞ്ഞിലി ഉണ്ടായിരുന്നു. അത്രയും വലിയ ആഞ്ഞിലി ഞാൻ കണ്ടിട്ടേയില്ല. അതിൽ കയറി ആരും വിള പറിച്ചിരുന്നില്ല. പിടിച്ചാൽ വട്ടമെത്തില്ല. ചാച്ചനത് 300 രൂപയ്ക്ക് വിറ്റു.

ഞങ്ങളുടെ പറമ്പിൽ തേൻതുള്ളി വരിക്ക എന്ന പേരുള്ള ഒരു പ്ലാവും ഉണ്ടായിരുന്നു. അതിന്റെ ചക്കച്ചുളയ്ക്കുള്ളിൽ തേൻപോലെ ജലം ഉണ്ട്. ചക്ക പലരും കൊണ്ടുപോയിരുന്നു. ഇപ്പുറത്ത് രണ്ട് കശുമാവും വേറേ രണ്ട് മൂന്നു പ്ലാവുകളും ഉണ്ടായിരുന്നു. 28 തെങ്ങുകളും ഉണ്ടായിരുന്നു. തേങ്ങാ വില്ക്കാനുണ്ടായിരുന്നു. വീടിന്റെ മുൻവശത്തെ ആഞ്ഞിലിയിൽനിന്ന് ധാരാളം ആഞ്ഞിലിക്കാവെള കിട്ടി. അതിൽക്കയറി വിള പറിക്കാൻ കുട്ടികൾ വന്നിരുന്നു. മൂത്ത ആഞ്ഞിലിച്ചക്കകൾ ഞങ്ങൾ പുഴുങ്ങിത്തിന്നും. ആഞ്ഞിലിക്കാക്കുരു വറുത്തു തിന്നും. വറുത്ത ആഞ്ഞിക്കാക്കുരു നിലക്കടല പോലെ രുചികരമാണ്. അതൊക്കെ തിന്നാൻ അപ്പുറത്തെ വലിയ വീട്ടിലെ കുട്ടികളും വരും. ഞങ്ങൾ ഗോതമ്പുണ്ടയും ഉണ്ടാക്കും. ചക്കക്കുരു പുഴുങ്ങിയും തിന്നും. ചാച്ചൻ കൃഷി ചെയ്തിരുന്നു. പറമ്പിൽ റബർ വെയ്ക്കുകയും ഇടയ്ക്ക് കൊക്കോ വെയ്ക്കുകയും ചെയ്തു. അങ്ങനെ തെങ്ങ്, കപ്പ, റബർ, കൊക്കോ എന്നിവ ഇടതിങ്ങിനിന്നു. മൂന്ന് കശുമാവുകളും ഉണ്ടായിരുന്നു. മറ്റൊരു മരം ഒരു പയ്യാനിയായിരുന്നു. വേനലിൽ അതു കല്പക്കിയാൽ അതിന്റെ കായ്കൾ ഈയൽ മാതിരി പറന്നുപോകും.

ഞങ്ങളുടെ എതിർവശത്തുള്ളവർ സവർണ ക്രൈസ്തവർ ആണ്. മൂന്നുനാലേക്കർ സ്ഥലം അവർക്കുണ്ട്. ഒരു പാട് കശുമാവുകൾ അവരുടെ പറമ്പിൽനിന്നു. അവരുമായി നല്ലൊരു ബന്ധം ഞങ്ങൾക്ക് ഉണ്ടായിരുന്നു. അവിടെ ഇളയ രണ്ട് പെൺകുട്ടികൾ ഉണ്ടായിരുന്നു. മൂത്തവളും ഞാനും പുല്ല് പറിക്കാൻ പോയിട്ടുണ്ട്. അവർ രണ്ടുപേർക്കും പടം വരച്ചുകൊടുക്കും ഞാൻ. മൂത്തയാളും ഞാനും വലിയ കൂട്ടുകാർ ആയിരുന്നു. ഉത്സവ സ്ഥലത്തുനിന്ന് അവൾക്ക് ഞാൻ വള വാങ്ങിക്കൊടുക്കുകയും ചെയ്തിരുന്നു. എന്റെ കയ്യിൽ എന്തു കിട്ടിയാലും പകുതി അവൾക്കായിരുന്നു. അവൾ വീട്ടിൽ വന്നാൽ ആഞ്ഞിലിക്കാക്കുരു വറുത്തതും ഗോതമ്പു ണ്ടയും തിന്നും. പള്ളിയിൽനിന്ന് ഞങ്ങൾക്കു

കിട്ടുന്ന മെയ്സുപൊടി വളരെ രുചികരമാകയാൽ ആ വീട്ടുകാർക്കും ഞങ്ങൾ കൊടുത്തിരുന്നു. അവിടെനിന്ന് ചക്കയും ചക്കപ്പഴവും ഞങ്ങൾക്കും തരും. ഒരിക്കൽ ഞങ്ങൾ ഒരു ഗ്രൂപ്പായി ഏഴാം കടലിനക്കരെ എന്ന സിനിമയ്ക്കു പോയി. ഏറ്റുമാനൂർ കൈലാസിൽ ആയിരുന്നു സിനിമ. വരിവരിയായി നടന്നാണ് ഞങ്ങളെല്ലാം ഏറ്റുമാനൂർക്ക് പോയതും തിരികെ വന്നതും.

എനിക്കന്ന് പറമ്പിൽ പണികൾ ഉണ്ടായിരുന്നു. ചെറിയ തോതിൽ കൃഷിക്കാരനായിരുന്നു ഞാൻ. പറമ്പിൽ കിളയ്ക്കുമ്പോൾ അവളും വന്നുനില്ക്കും. ഞാൻ പിൽക്കാലത്ത് ഒരു സാറാകും എന്നൊക്കെ പറയും. അവരുടെ പാടത്തെ കൊയ്ത്തിന് ഞങ്ങൾ പോയതോർക്കുന്നു. വേനലായാൽ എല്ലായിടത്തും വെള്ളം വറ്റും. സന്ധ്യയാകുമ്പോൾ ഞങ്ങൾ എല്ലാവരും പാടത്തെ കിണറ്റുകരയിലേക്കു കുളിക്കാൻ പോകും. ഞാനക്കാലത്ത് പ്രിഡിഗ്രിക്ക് പഠിക്കുകയാണ്. ഒരു പാട് പുസ്തകങ്ങൾ ഞാൻ വായിക്കുന്ന കാലമായിരുന്നു അത്. ഞാനവൾക്ക് ഏണസ്റ്റ് ഹെമിംഗ് വേയുടെ 'മണിമുഴങ്ങുന്നതാർക്കുവേണ്ടി' എന്ന നോവൽ വായിക്കാൻ കൊടുത്തു. ആദ്യമൊക്കെ വായിച്ചുപോകാൻ വളരെ മുഷിപ്പുള്ള ഒരു നോവലാണത്. പക്ഷേ ഒടുവിൽ കരഞ്ഞുപോകും. ഒരാഴ്ച കഴിഞ്ഞ് ഞാനാ പുസ്തകം തിരിച്ചു വാങ്ങി. അവളത് വായിച്ചില്ല എന്നെന്നോട് പറഞ്ഞു. ലാളിത്യവും നേരും നെറിയുമുള്ള ഒരു പെൺകുട്ടിയായിരുന്നു അവൾ. കോളേജിൽ ബി. എ.യ്ക്കു പഠിക്കുമ്പോൾ ഒരു പെൺകുട്ടി എനിക്കു തന്ന ഹീറോ പേന അവൾക്ക് കൊടുത്തു. പക്ഷേ അത് വേറെ ആർക്കും കൊടുക്കുന്നത് എനിക്ക് ഇഷ്ടമല്ലായിരുന്നു. ഞാനത് തിരിച്ചു ചോദിച്ചു. അതുകൊണ്ട് അവൾ എന്നോട് പിണക്കമായി. അതിനിടയിൽ അവൾ അമേരിക്കയിലേക്ക് പോയി. ഞാൻ ആ പേന എടുത്തുകൊള്ളാൻ അവളോട് പറഞ്ഞു. പക്ഷേ അവളത് വാങ്ങാതെ യാത്രപറഞ്ഞു പോയി. അവളുടെ മൂത്തസഹോദരൻ അമേരിക്കയിൽ ആയിരുന്നു. സ്ഥലമെല്ലാം വിറ്റ് ആ കുടുംബവും അമേരിക്കയിലേക്കു പോയി. ഞാൻ ബി.എ. കഴിഞ്ഞ് നാട്ടിൽ പലപ്പോഴും ഉണ്ടായിരുന്നില്ല. അവൾ രണ്ടു തവണ പിന്നീട് എന്നെക്കാണാൻ വീട്ടിൽ വന്നു. പക്ഷേ ഞാനവിടെ ഉണ്ടായിരുന്നില്ല.

ചാച്ചൻ ഉൾപ്പെടെ മൂന്ന് സഹോദരങ്ങൾക്ക് ഒരു മൂത്ത പെങ്ങൾ ഉണ്ടായിരുന്നു. അവർ ഭർത്താവു മരിച്ചതിനാൽ കെട്ടിച്ചു വിട്ടിടത്തുനിന്ന് തിരിച്ചു വീട്ടിൽ വന്നുനിന്നു. പോകപ്പോകേ വല്യപ്പന്റെ ചേട്ടന്റെ മകനുമായി സ്നേഹത്തിലായിട്ട് ഒളിച്ചോടി. അവർ പോയത് തൊടുപുഴയ്ക്ക് അപ്പുറത്തുള്ള വെള്ളിയാമറ്റത്തേക്ക് ആയിരുന്നു. അന്നത്തെക്കാലത്ത്

അത് വളരെ ദൂരെ അജ്ഞാതമായ ഒരു സ്ഥലമായിരുന്നു. അപ്പോൾ ആദ്യത്തെ വിവാഹത്തിലെ മകനെയും അവർ കൊണ്ടുപോയി. കൃത്യമായി പറഞ്ഞാൽ അവർ പോയത് തേന്മാരി എന്ന സ്ഥലത്തേക്ക് ആയിരുന്നു. അത് കലയന്താനിയിൽനിന്ന് കിഴക്കോട്ടാണ്. അവർക്ക് അവിടെ വെച്ച് ഒരു മകളും ഉണ്ടായി. കുറേക്കഴിഞ്ഞപ്പോൾ ചാച്ചന്റെ പെങ്ങൾ മരിച്ചുപോയി. (അവരെ ഞാൻ കണ്ടിട്ടില്ല. അവർ പിന്നൊരിക്കലും പട്ടിത്താനത്തു വന്നില്ല. പക്ഷേ അവരുടെ ഭർത്താവായ മത്തനച്ചൻ വന്നിട്ടുണ്ട്.) അപ്പോൾ ചാച്ചനും മറ്റും ചെന്ന് ആ മകനെ (തോമസ്) ഞങ്ങളുടെ തറവാട്ടിലേക്ക് കൊണ്ടുവന്നു.

തോമസുചേട്ടൻ ചാച്ചന്റെ കൂടെ നടന്ന് മേസ്തിരിപ്പണി പഠിച്ചു. സുന്ദരിയായ കുഞ്ഞാമച്ചേച്ചിയുമായി പ്രേമത്തിലായി കല്യാണവും കഴിച്ചു. അവരുടെ പ്രേമം പറഞ്ഞ് അമ്മമാർ ചിരിക്കുമായിരുന്നു. കുഞ്ഞാമച്ചേച്ചിയുടെ വീട് കിടങ്ങൂരിൽ ആയിരുന്നു എന്നാണ് എന്റെ തിട്ടം. അവിടെ തോമസുചേട്ടൻ എന്നെ കൊണ്ടുപോയിട്ടുണ്ട്. ഞങ്ങൾ ഒരു ചായക്കടയിൽ പോയതുമാത്രം ഓർമ്മയുണ്ട്. അവ്യക്തമായ സ്വപ്നം പോലെയാണ് ആ ഓർമ്മ. അത് ഇഷ്ടമാകയാൽ ഓർത്തെടുക്കാൻ പലപ്പോഴും ശ്രമിച്ചിട്ടുണ്ട്. ഓർത്തെടുക്കാൻ പറ്റാത്തവണ്ണം അത് മാഞ്ഞുപോയി.

കുന്താറുമണിയേൽ ഉണ്ടായിരുന്നതിൽ ഒരു 10 സെന്റ് സ്ഥലം തോമസുചേട്ടനും ഭാര്യയ്ക്കും കൊടുത്തു. ബാക്കി പലർക്കായി വില്ക്കുകയും ചെയ്തു. അക്കാലത്ത് ഞങ്ങളൊക്കെ അവിടെ പോകുമായിരുന്നു. ഉള്ള സ്ഥലത്ത് അവർ കപ്പ നട്ട് നല്ല വിളവ് ഉണ്ടായി. പുട്ടുപോലുള്ള സിലോൺ മലബാർ കപ്പ. അത് കാന്താരി മുളകും പൊട്ടിച്ച് ഞങ്ങൾ കഴിക്കും.

അവർക്ക് നാലു മക്കൾ. കുറേ കൊല്ലം കഴിഞ്ഞപ്പോൾ സ്ഥലം മുഴുവൻ കേസിൽ ആയി. ഞങ്ങളുടെ അടുത്തുള്ള ഒരു ചെറുകിട ക്രിസ്ത്യൻ ജന്മിമാരുടേതായിരുന്നു ആ സ്ഥലം. അവർ ഞങ്ങൾക്ക് പണയപ്പെടുത്തി കാലാവധി കഴിഞ്ഞിട്ടും തിരിച്ചെടുക്കാതെ കിടന്ന സ്ഥലമാണിത്. വല്യപ്പനാണ് ഈ സ്ഥലം പണയത്തിൽ പിടിച്ചത്. കേസിൽ ജന്മിമാർ വിജയിച്ചു. അവിടെ ഉണ്ടായിരുന്നവർക്കെല്ലാം ചില്ലറ നഷ്ടപരിഹാരം കൊടുത്ത് ആ സ്ഥലം അവർ സ്വന്തമാക്കി. തോമസ് ചേട്ടനും കുടുംബത്തിനും കണ്ണീരും കയ്യുമായി അവിടന്ന് ഇറങ്ങേണ്ടിവന്നു. ഞങ്ങളുടെ അമ്മ അന്ന് കരച്ചിലായിരുന്നു. ആ കുടുംബം വാറ്റുപുര ഭാഗത്തേക്ക് പോയി. ഞാൻ അവിടെയും ചെന്നിട്ടുണ്ട്. എന്റെ അമ്മ ഈ അനീതിയിലെല്ലാം പ്രതിഷേധിച്ചിരുന്നു. തോമസുചേട്ടന് സത്യത്തിൽ

ഞങ്ങളുടെ ശരിക്കുള്ള സ്വത്തിൽ അവകാശം ഉണ്ടായിരുന്നു എന്ന് ഞാൻ കരുതുന്നു. വല്യപ്പന് കട്ടിപ്പറമ്പ് എന്ന സ്ഥലത്ത് വേറേ ഭൂമിയുണ്ടായിരുന്നതായും കേട്ടിട്ടുണ്ട്. ഒരു പക്ഷേ തേന്മാരിയിൽത്തന്നെ തോമസുചേട്ടൻ കഴിയുമെന്ന് എല്ലാവരും കരുതിക്കാണും. കാര്യങ്ങൾ മറ്റൊരു വിധത്തിലായി. സഹോദരിയും തോമസുചേട്ടനും ഒത്തുപോയില്ല. നേർസഹോദരങ്ങൾ അല്ലല്ലോ. അദ്ദേഹം മടങ്ങിവന്നപ്പോഴേക്കും വല്യപ്പൻ മരിച്ചുപോയിരുന്നു. ഇവിടത്തെ സ്ഥലമെല്ലാം വീതിച്ചുകഴിഞ്ഞിരുന്നു. മറ്റൊന്ന്, ജന്മിമാർ സ്ഥലം തിരിച്ചെടുക്കാൻ വരുമെന്ന് കരുതിയില്ല. അവർ നേരത്തേ അത് തിരിച്ചെടുത്തിരുന്നെങ്കിൽ തോമസുചേട്ടന് കുറച്ച് സ്ഥലം എവിടെയെങ്കിലും വാങ്ങിക്കൊടുക്കേണ്ടിവന്നേനെ. സ്വന്തം ഭൂമിയിൽനിന്ന് ഒരു ഭാഗം പിന്നീട് കൊടുക്കാൻ ആരും തയാറായുമില്ല. നടുവിലത്തെ ആൾ പിണക്കത്തിലായിരുന്നല്ലോ.

എല്ലാ മനുഷ്യരും സ്ഥലത്തിന്റെ കാര്യം വരുമ്പോൾ സ്വാർത്ഥരാണ് എന്ന് ഞാൻ ജീവിതത്തിൽനിന്ന് മനസിലാക്കിയിട്ടുണ്ട്. സ്ഥലം മനുഷ്യർക്ക് സ്വന്തം ശരീരം പോലെയാണ്. ആറടി മണ്ണ് എന്ന ടോൾസ്റ്റോയിയുടെ കഥ ലോകോത്തരമാണ്. ആ കഥ എനിക്ക് ഏറ്റവും ഇഷ്ടമാണ്. അത് ഇടയ്ക്കിടയ്ക്ക് ഞാൻ ഓർക്കും. അപൂർവ്വം ചിലർ മാത്രമാണ് ഇക്കാര്യത്തിൽ വ്യത്യസ്തർ. പ്രിയ കവി വി. എം. ഗിരിജ എനിക്ക് 10 സെന്റ് സ്ഥലം ഷൊർണ്ണൂര് തരാമെന്നു പറഞ്ഞതാണ്. അതിനായി ഞാൻ പട്ടാമ്പി കോളേജിലേക്ക് സ്ഥലം മാറ്റം കൊടുത്തിരുന്നു. പക്ഷേ എനിക്ക് എറണാകുളം മഹാരാജാസിലേക്ക് പോരേണ്ടിവന്നു. കുടുബത്തിൽനിന്ന് സ്ഥലം ലഭിക്കാത്തതുമൂലം ഒരു കാലത്ത് ഞാൻ ഭൂമി തേടിനടന്നു.

എത്രയോ കാലം ഭൂമിയില്ലാതെ ഞാൻ സങ്കടപ്പെട്ടു. വാടകവീടുകളിൽ അലഞ്ഞു. നമുക്ക് തോമസുചേട്ടന്റെ കഥ തുടരാം. തോമസു ചേട്ടന്റെ സ്വന്തം പെങ്ങൾക്ക് തേന്മാരി എന്ന സ്ഥലത്ത് കുന്നിൻ പുറത്ത് 3 ഏക്കർ സ്ഥലം റബറായിട്ടുണ്ടായിരുന്നു. അല്ലാതെ, റോഡരുകിൽ വീടും സർവ്വസൗകര്യങ്ങളും പശുക്കളും. അവർ അവിടെ റേഷൻ കട നടത്തിയിരുന്നു. പക്ഷേ സഹോദരന് ഒന്നും കൊടുത്തില്ല.

പിൽക്കാലത്ത് ഞാൻ തേന്മാരിയിൽ പോയിട്ടുണ്ട്. വെള്ളിയാമറ്റം സ്കൂളിൽ പഠിപ്പിച്ച കാലത്താണ് അവിടെ എത്തിയത്. വെള്ളിയും ശനിയും ഞായറുമായി കുറച്ചു ദിവസങ്ങൾ അവിടെ താമസിച്ചിട്ടുണ്ട്. തോമസുചേട്ടന്റെ പെങ്ങൾ (അവരുടെ അച്ഛൻ മത്തനച്ഛൻ അന്നവിടെ ഉണ്ടായിരുന്നു. ഇപ്പോൾ ജീവിച്ചിരിപ്പുണ്ടോ എന്നെനിക്ക് അറിയില്ല) സ്നേഹിച്ച് വിവാഹം കഴിച്ചത് ഒരു ഈഴവനെയായിരുന്നു. അദ്ദേഹത്തിന്റെ വീട്

വെള്ളിയാമറ്റം സ്കൂളിന്റെ താഴെയായിരുന്നു. അദ്ദേഹത്തിന്റെ അനിയൻ തേന്മാരിയിൽ താമസിച്ചപ്പോൾ ഞാൻ അവരുടെ വീട്ടിലും താമസിച്ചിട്ടുണ്ട്. പക്ഷേ ഒരു ദിവസം രാത്രിയിൽ അദ്ദേഹം ഒരു വിചിത്രമായ ഒരു കാര്യം എന്നോട് പറയുകയുണ്ടായി. ജാതീയമായ അന്തരം ആയിരിക്കും അതിനു പിന്നിൽ. അഥവാ, സഹോദരൻ ഒരു താണ ജാതിയിലുള്ള സ്ത്രീയെ വിവാഹം കഴിച്ചതിലും സമ്പന്നമായ നിലയിൽ ജീവിക്കുന്നതിലും ഉള്ള കുശുമ്പുകൊണ്ടുമാവാം. പിന്നെ ഞാൻ അവിടെ പോയിട്ടില്ല. തോമസു ചേട്ടനെക്കുറിച്ച് പെങ്ങൾ എന്നോട് അന്വേഷിക്കുമായിരുന്നു.

തോമസുചേട്ടൻ ശരിക്കും അനാഥനായിരുന്നു. പിന്നെയും ആരുമില്ലാതായി. എന്റെ ചേട്ടന്റെ കല്യാണത്തിന് അദ്ദേഹത്തെ വിളിച്ചില്ല. കുറ്റം ചാച്ചന്റേതല്ല. തോമസുചേട്ടൻ എന്റെ അമ്മയുടെ അടുത്തു വന്ന് കരയുകയും പറയുകയും ചെയ്യുമായിരുന്നു. തോമസുചേട്ടനും മരിച്ചു. ഭാര്യ ഉണ്ട്. മക്കൾ പലയിടത്തായി ജീവിക്കുന്നു. അദ്ദേഹത്തിന്റെ പെങ്ങൾ ഒരു ദിവസം വെള്ളിയാമറ്റത്തുനിന്ന് ഭർത്താവുമായി വഴക്കുണ്ടാക്കി ഞങ്ങളുടെ ചാച്ചന്റെ മൂത്ത ചേട്ടന്റെ മകന്റെ അരികിൽ വന്നു. ചേട്ടൻ ആശ്വസിപ്പിച്ചുവിട്ടു എന്നാണ് തോന്നുന്നത്. അവർക്കും ആരുമില്ലാതായിക്കാണും. പിന്നീട് ഒന്നും അറിയാതെയായി. വെളിയമറ്റവും തേന്മാരിയും വീണ്ടും ദൂരെദൂരെയായി. തോമസു ചേട്ടൻ മരിക്കുന്നതിനുമുമ്പ് ഒരു ദിവസം ഞാൻ കൂടല്ലൂർ വഴി എന്റെ ചെറിയ കാറ് ഓടിച്ചുപോകുമ്പോൾ വഴിയരികിൽനില്ക്കുന്ന അദ്ദേഹത്തെ കണ്ടു. എന്റെ കയ്യിൽ അപ്പോൾ കുറച്ച് പണമുണ്ടായിരുന്നു. തോമസുചേട്ടന്റെ അരികിലെത്തി അത് കൊടുക്കണമെന്ന് ആഗ്രഹിച്ചു. കാറ് ഒരു സ്ഥലത്തു നിർത്തിയിട്ട് ഞാൻ കുറേയധികം ആലോചിച്ചു. തോമസ് ചേട്ടൻ അത് വാങ്ങുമോ എന്ന് എനിക്ക് സംശയമുണ്ടായി. അദ്ദേഹം ഒരു പ്രത്യേക സ്വഭാവക്കാരനാണ്. വെറുതേ പോയി കുശലം ചോദിക്കാനും എനിക്ക് തോന്നിയില്ല.

വല്യപ്പന്റെ മൂത്ത മകൾ രക്തബന്ധമുള്ള ഒരാളുടെ കൂടെ ഒളിച്ചോടി എന്നതായിരുന്നല്ലോ അദ്ദേഹത്തിന്റെ അമ്മയിലുള്ള കുറ്റം. അതിൽ ഒരു അഗമ്യത ഉണ്ട്. അതുവെച്ചാണ് വല്യപ്പൻ അവരെ അവഗണിച്ചത്. വല്യപ്പന്റെ അരിശത്തിന്റെ തീപ്പൊകയേറ്റ് വഴിയരികിൽ മങ്ങി നില്ക്കുകയാണ് പാവം തോമസുചേട്ടൻ. വല്യപ്പന്റെ അനുഗ്രഹമേറ്റ് സൗഭാഗ്യം കൊണ്ടു ഞാൻ കാറിലുമിരിക്കുന്നു. ദുഷ്ടത എന്നിലുമുണ്ട്. കാറ് പതുക്കെ നീങ്ങി. ആത്മകഥ ശരിക്കും പറയുമ്പോൾ പറയുന്ന ആൾ കുറ്റവാളിയാകും എന്നെനിക്ക് മനസിലായി.

അധ്യായം 15

വെള്ളിയാമറ്റത്തെ കഥ പറഞ്ഞാണ് നിർത്തിയത്. അതിലേക്ക് കറങ്ങിയടിച്ച് ഇനിയും വരേണ്ടിവരും. അതിനു മുമ്പ് വിട്ടുപോകാതെ കുറച്ചു കാര്യങ്ങൾ പറയട്ടെ. 10-ാം ക്ലാസിൽ ഞാൻ കഷ്ടിച്ചാണ് ജയിച്ചത്. 232 മാർക്ക്. അതിൽ കൂടുതൽ കിട്ടാമായിരുന്നു. ഞാൻ ഹിന്ദി പേപ്പറിൽ എന്റെ പേര് എഴുതിവെച്ചു. അങ്ങനെ ചെയ്തു തോർത്ത് പേടിമൂലം പിന്നെ പരീക്ഷകൾ ശരിക്കും എഴുതാൻ പറ്റിയില്ല. ഒരു ദിവസം രാവിലെ എന്നെ പട്ടിത്താനത്തെ കേശവൻ ചേട്ടന്റെ ചായക്കടയിൽ ദോശവാങ്ങാൻ ചാച്ചൻ പറഞ്ഞുവിട്ടു. അപ്പോൾ അവിടെ നിന്ന ഗോവിന്ദൻചേട്ടൻ എത്ര മാർക്കുണ്ടെന്ന് ചോദിച്ചു. ഞാൻ മർക്കുപറഞ്ഞു. തന്റെ മകൾ രമയ്ക്ക് നല്ല മാർക്കുണ്ടെന്നും അവളെ ടി. ടി. സി.ക്ക് വിടുകയാണെന്നും അദ്ദേഹം അഭിമാനത്തോടെ എല്ലാവരോടുമായി പറഞ്ഞു. ഞാൻ ദോശയും വാങ്ങി തലയും താഴ്ത്തിപ്പോന്നു. അക്കാലത്തെ ദോശയും ചമ്മന്തിയും ഇന്നില്ലാത്ത രുചിയായി ഓർമ്മയിൽ ഉണ്ട്. ഞാൻ ഓർക്കുകയാണ്. രമയ്ക്ക് അതിലും വലിയ നിലയിൽ എത്താമായിരുന്നല്ലോ എന്ന്. ഗതി കിട്ടാത്തവന്റെ യാത്രയായിരുന്നു പിന്നീട് എന്റെ ജീവിതം. ഞാൻ മിക്കവാറും കോളേജുകളിലേക്ക് അപേക്ഷകൾ അയച്ചു. ആ സമയത്ത് ഞാൻ ചാച്ചന്റെ കൂടെ സി. എം. എസ്. കോളേജിൽ പണിക്കും പോയിരുന്നു. ചീളുകല്ലുകൾ പെറുക്കിക്കൊടുക്കുകയും ചാന്ത് ചട്ടിയിൽ കൊണ്ടുകൊടുക്കുകയും ചെയ്യുകയായിരുന്നു എന്റെ പണി. ചാച്ചൻ പണിക്കൂലിയൊന്നും എനിക്ക് തന്നില്ല. കോളേജിലെ ബൊട്ടാണിക്കൽ ഗാർഡന്റെ താഴെയാണ് ഭിത്തികെട്ട്. ഒരു പാട് പണിക്കാരുണ്ട്. അതുവഴി പാത്രം കഴുകാനും മറ്റും പോകുന്ന അതിസുന്ദരികളും സുന്ദരന്മാരുമായ കുട്ടികളെക്കണ്ട് എനിക്ക് ചമ്മലായി. അവരെല്ലാം എന്നെ നോക്കുന്നതായും കളിയാക്കി ചിരിക്കുന്നതായും തോന്നി. ചാച്ചൻ അവിടത്തെ കോൺട്രാക്ടറോട് എനിക്ക്

ഒരു അഡ്മിഷൻ കിട്ടാൻ പ്രിൻസിപ്പലിനോട് പറയാമോ എന്ന് ചോദിച്ചു. കോൺട്രാക്ടർ തന്ന കത്ത് ഞാൻ പ്രിൻസിപ്പൽ താമസിക്കുന്ന മുറിയിൽ കൊണ്ടു നേരിട്ടുകൊടുത്തു. ഒരു പ്രിൻസിപ്പലെ ആദ്യം കാണുകയാണ്. കുറച്ചു ദിവസം കഴിഞ്ഞപ്പോൾ കോൺട്രാക്ടർ അവിടെ അഡ്മിഷൻ കിട്ടില്ലെന്ന് പറഞ്ഞു. എല്ലായിടത്തും മാർക്കാണ് പ്രധാനം. അന്ന് ആകെ 600 ആണല്ലോ മാർക്ക്. ഫസ്റ്റ് ക്ലാസ് കിട്ടിയവർക്കുപോലും ആഗ്രഹിക്കുന്ന കോഴ്സ് കിട്ടിയിരുന്നില്ല. സെക്കന്റ് ഗ്രൂപ്പിനാണ് ഡിമാന്റ്. ഡോക്ടറാകുക എന്നതിനാണ് പ്രഥമ പരിഗണന. ഫസ്റ്റ് ഗ്രൂപ്പിനു പാലാ സെന്റ് തോമസ് കോളേജിൽ പ്രവേശനം കിട്ടിയ മാർക്കു കുറഞ്ഞ എന്റെ കൂട്ടുകാരൻ തോറ്റുപോയി. സി. എം. എസ്. വലിയ പാരമ്പര്യമുള്ള മനോഹരമായ, മികച്ച കോളേജാണ്. അവിടെ അവസരം കിട്ടില്ലെന്ന് എനിക്കറിയാമായിരുന്നു.

ഞങ്ങൾക്ക് മാനേജ്മെന്റ് കോട്ടയിൽ അഡ്മിഷൻ കിട്ടുന്ന കോളേജായിരുന്നു മാന്നാനം കെ. ഇ. കോളേജ്. ഞാൻ ഞങ്ങളുടെ ലത്തീൻ - റോമൻ ഇടവക പള്ളിയിലെ ഹെൻറി അച്ചന്റെ അടുക്കൽച്ചെന്ന് ഒരു ശുപാർശക്കത്തുവാങ്ങി. പള്ളിയിൽ ചെല്ലാത്ത കാര്യമൊന്നും അച്ചൻ ചോദിച്ചില്ല. വേദപഠനത്തിന് മൂന്നാം ക്ലാസുവരെയേ ഞാൻ പോയിരുന്നുള്ളൂ. അച്ചൻ എനിക്ക് ഏഴാം ക്ലാസുവരെ പഠിച്ചതായി എഴുതിത്തന്നു. മാന്നാനത്ത് ബസിറങ്ങി കൊടും വെയിലത്ത് ഞാൻ കോളേജിലെത്തി. അന്ന് വളരെ മെലിഞ്ഞ ഒരാളാണ് ഞാൻ. മുഖത്ത് കാര പൊട്ടിയ പാടുകൾ. ഒരു മുണ്ടുടുത്ത് അനാഥനെപ്പോലെ. സി. എം. എസ്. പോലെ വൃക്ഷനിബിഡത ഇല്ലാത്ത കോളേജാണ്. പഴമയുടെ പുതുമ അതിനില്ല. കോൺക്രീറ്റ് കെട്ടിടങ്ങൾ ആണ്. അവിടെയും നല്ല മാർക്കുവേണം. ഡോക്ടർമാരെ നിർമ്മിക്കുക എന്നതാണ് അവിടെയും ലക്ഷ്യം. കത്തു കൊടുക്കാൻ ഞാൻ പ്രിൻസിപ്പലിന്റെ ക്യാബിനിൽ എത്തി. അദ്ദേഹമെന്നെ ആകപ്പാടെ നോക്കി. അതൊരു നോട്ടമായിരുന്നില്ല. വിശദപഠനം ആയിരുന്നു. ശുപാർശയിലെ മാർക്കും നോക്കി. എവിടെയാണ് പഠിച്ചത് എന്നു ചോദിച്ചു. ഏറ്റുമാനൂർ ഗവൺമെന്റ് സ്കൂൾ എന്ന് ഞാൻ പറഞ്ഞു. അതൊരു ഉഴപ്പൻ സ്കൂളാണെന്നും സമരമാണെന്നും അവിടെയിരുന്ന ഒരു സമ്പന്നനായ ആളോട് അദ്ദേഹം പറഞ്ഞു. സ്വകാര്യ മാനേജുമെന്റ് സ്കൂളുകളും കോളേജുകളും ഇത്തരം നുണകൾ സൃഷ്ടിച്ചാണ് കേരളത്തിലെ ഗവൺമെന്റ് മേഖലയെ ഒരു പരിധിവരെ തകർത്തത്. സമീപകാലത്ത് ഒരു സ്വകാര്യ കോളേജിൽ ചെന്നപ്പോൾ ഇതുപോലെ ഒരനുഭവം ഉണ്ടായി. പുരോഹിതൻമാർക്കു ചേർന്ന ക്രൈസ്തവ ധാർമ്മികതയല്ല ഇതൊന്നും. സത്യത്തിൽ

എന്നിലെ കവിക്ക് അടിത്തറ പണിതത് ഏറ്റുമാനൂർ ഗവൺമെന്റ് സ്കൂൾ ആയിരുന്നു. ആ മനുഷ്യൻ തന്റെ മകനെ, വീട്ടിലോട്ട് വിടുമ്പോൾ അധികം പൈസ ഒന്നും കൊടുത്തു വിടരുതെന്ന് പ്രിൻസിപ്പൽ അച്ചനോട് പറയുന്നു. മകന്റെ കാര്യങ്ങൾക്ക് എല്ലാം വേലി കെട്ടിത്തിരിക്കുന്നു. നല്ല മാർക്കുണ്ടെങ്കിലേ ഇവിടെ കിട്ടുകയുള്ളൂ. എനിക്കവിടെ അഡ്മിഷൻ കിട്ടില്ല എന്ന് പ്രിൻസിപ്പൽ അച്ചൻ പറഞ്ഞു. എന്റെ പക്കലുള്ള റെക്കമെന്റേഷൻ കത്ത് പരിഗണിച്ചില്ല. ഏഴാം ക്ലാസു വേദ പഠനവും യേശുവിന്റെ കുഞ്ഞാട് എന്ന പദവിയും ഒന്നും കാര്യമല്ല. മാർക്കുതന്നെ വേണം. കത്തുകൾ എവിടന്നും കിട്ടും. ഞാൻ തല കുനിച്ച് ഇറങ്ങിപ്പോന്നു. അപമാനഭാരം കൊണ്ട് ഞാൻ തകർന്നുപോയി. മുറ്റത്തെ ചുട്ടുപൊള്ളുന്ന മണലിൽ ചെരിപ്പിടാത്ത ഞാൻ നിന്നു. എന്റെ ഭാവി എന്താണെന്ന് ഞാൻ ആലോചിച്ചു. ഇനി എനിക്ക് പഠിച്ച് വലിയ ആളാകണം എന്ന് ഞാൻ അവിടെനിന്ന് കരഞ്ഞുകൊണ്ട് സ്വയം പറഞ്ഞു. എന്റെ കവിളിലൂടെ കണ്ണീരൊഴുകി. മറ്റാരും കാണുന്നുണ്ടോ എന്നു ഞാൻ ശ്രദ്ധിച്ചില്ല. വെയിലത്തെ പതുക്കെയുള്ള നടത്തവും നില്പും എനിക്ക് ഇന്നും കാണാൻ കഴിയുന്നുണ്ട്. അതിനായി പിന്നീട് ഞാൻ വായനയിലേക്ക് തിരിഞ്ഞു.

പ്രീഡിഗ്രി കാലത്ത് കവിത വായന തുടങ്ങി. ലൈബ്രറിയിൽനിന്ന് പുസ്തകങ്ങൾ എടുത്തുവായിച്ചു. കഥകൾ, കവിതകൾ, നോവലുകൾ. ലേഖനങ്ങൾ. ഒരു പുസ്തകം എപ്പോഴും എന്റെ കയ്യിലുണ്ടാകും. എല്ലാ വിഷയവും ഞാൻ കുറേശ്ശേ പഠിച്ചു. ലോകസാഹിത്യത്തിന്റെ മഹാവായനശാലയിലേക്ക് ഞാൻ കയറി. സാഹിത്യം മാത്രമല്ല, ഫിലോസഫി, സയൻസ് ചരിത്രം എന്നു വേണ്ട കണ്ണിൽ കണ്ടതെല്ലാം. ഇംഗ്ലീഷ് പുസ്തകങ്ങളും അക്കാലത്ത് ഞാൻ വായിച്ചിരുന്നു. കവിതയുടെ വൃത്തവും അലങ്കാരവും മലയാളം വ്യാകരണവും ഇംഗ്ലീഷ് വ്യാകരണവും പര്യായങ്ങളും നാനാർത്ഥങ്ങളും ഇംഗ്ലീഷ് കാല്പനിക കവിതകളും ഞാൻ സ്വയം പഠിച്ചു. ഡി. എച്ച്. ലോറൻസിന്റെ കവിതകളും തോമസ് മന്നിന്റെ പുസ്തകങ്ങളും വായിച്ചു.

എനിക്ക് പ്രിഡിഗ്രിക്ക് അഡ്മിഷൻ കിട്ടിയ കാര്യം പറയാം. ഉപരി പഠനം ഒരു ചോദ്യ ചിഹ്നമായിരിക്കുമ്പോൾ കുറവിലങ്ങാട് ദേവമാതാ കോളേജിൽനിന്ന് കാർഡ് വന്നു. ഫോർത്തു ഗ്രൂപ്പാണ് ഞാൻ ആഗ്രഹിച്ചത്. അതു ലഭിച്ചു. ഡിപ്പാർട്ടുമെന്റ് തലവൻ എന്നോട് തനിക്കെങ്ങനെയാണ് ഇവിടെ അഡ്മിഷൻ കിട്ടിയതെന്ന് ചോദിച്ചു. എനിക്ക് സംവരണം ഉള്ളതുകൊണ്ടാവാം സാർ എന്ന് ഞാൻ പറഞ്ഞു. നല്ലവണ്ണം പഠിക്കണം എന്നദ്ദേഹം എന്നോടു പറഞ്ഞു. അക്കൗണ്ടൻസിയുടെ

ബുക്ക വാങ്ങാൻ ചെന്ന സന്ദർഭത്തിലും അങ്ങനെ അദ്ദേഹം പറഞ്ഞു. ആ വാക്കുകൾ എനിക്ക് പ്രചോദനമായി. ക്ലാസിൽ വരുന്ന സാറന്മാർ ഓരോരുത്തരുടേയും മാർക്കുകൾ ചോദിച്ചു. ഏതോ ഒരധ്യാപകൻ സത്യം പറഞ്ഞതിന് എന്നെ അഭിനന്ദിച്ചു. സത്യത്തിൽ മാർക്കിലൊന്നും വലിയ കാര്യമില്ല എന്നെനിക്ക് മനസിലാവാൻ വലിയ താമസമൊന്നും വേണ്ടിവന്നില്ല. പ്രിഡിഗ്രി ക്ലാസിൽനിന്ന് 80 പേരിൽനിന്ന് ഞങ്ങൾ 10 പേർ മാത്രമാണ് ജയിച്ചത്. അവരിൽ അഞ്ചാം സ്ഥാനം എനിക്ക് ഉണ്ടായിരുന്നു. എന്റെ ഉഴപ്പ് മുഴുവനും ഏറ്റുമാനൂർ സ്കൂളിൽ വെച്ച് അതിന്റെ പരമാവധിയിൽ എത്തിയിരുന്നതിനാൽ പിന്നീട് വീണ്ടും ഞാനങ്ങനെ ഉഴപ്പിയില്ല. നല്ലൊരു ലൈബ്രറിയും കോളേജിൽ ഉണ്ടായിരുന്നു. ഞാൻ എൻ. സി. സി.യിൽ ചേർന്നു. അക്കാലത്ത് ഞാൻ വൃത്തം പാലിച്ച് കവിത എഴുതുമായിരുന്നു. ക്ലാസിലെ ഒരു സുന്ദരിക്കുട്ടിയെ ഞാൻ ഇടയ്ക്ക് നോക്കിയിരുന്നു, അവളെക്കുറിച്ചൊരു കവിതയും എഴുതി. ബസ് യാത്രയിലും ഒരു മാൻ കണ്ണിയുണ്ടായിരുന്നു പ്രചോദനമായി. നാട്ടിലെ കൂട്ടുകാരിയുടെ കാര്യം ഞാൻ നേരത്തെ പറഞ്ഞല്ലോ. പക്ഷേ കവിതകൾ ഞാൻ എന്റെ കൂട്ടുകാരനായ ബാബു ജെയിംസിനെ മാത്രമേ കാണിച്ചുള്ളു. മറ്റാർക്കും അതിൽ താല്പര്യം ഉണ്ടായില്ല. പക്ഷേ കുട്ടികൾ ഞാൻ കവിത എഴുതുമെന്ന് എങ്ങനെയോ കണ്ടുപിടിച്ചു. ബാബുവും കഥയെഴുതിയിരുന്നു. ദേവമാതാ കോളേജിൽ ഞാൻ അഞ്ചുവർഷം പഠിച്ചു. ബി. എ.യ്ക്ക് മലയാളം ആയിരുന്നു വിഷയം. ഒന്നാം റാങ്കിലാണ് ബി. എ.യ്ക്ക് അഡ്മിഷൻ കിട്ടിയത്. മലയാളത്തിന് അത്രമാത്രം മാർക്കുണ്ടാകുന്നു. എന്റെ ഭാഷാസ്വാധീനത്തിന് അടിസ്ഥാനമിട്ടത് ദേവമാതാ കോളേജിലെ ബി. എ. മലയാളം ക്ലാസാണ്. പിന്നെ എന്റെ സ്വയം പഠിത്തവും. ഇക്കാലത്ത് ധാരാളം വായിക്കാനും കഴിഞ്ഞു. കവിയായി പേരെടുത്തശേഷം കേരളത്തിലെ മിക്കവാറും കോളേജുകളിലും ഞാൻ കവിത ചൊല്ലുവാനും സംസാരിക്കാനും പോയിട്ടുണ്ട്. അക്കൂട്ടത്തിൽ ഞാൻ മൂന്നാലുതവണ മാന്നാനം. കെ. ഇ. കോളേജിലും കോട്ടയം സി. എം. എസ്. കോളേജിലും പോയിട്ടുണ്ട്. കവിതകൾ ചൊല്ലിയിട്ടുണ്ട്. പ്രഭാഷണം നടത്തിയിട്ടുണ്ട്. അപ്പോഴൊക്കെ കയ്യിലിരിപ്പുമൂലം കഷ്ടിച്ചു പാസ്സായ മാർക്കുമായി പിച്ചക്കാരനെപ്പോലെ അവിടങ്ങളിൽ അലഞ്ഞ ആ പഴയ പത്താം ക്ലാസുകാരനെ, മെലിഞ്ഞ ആ കൊലുമ്പനെ ഞാൻ ഓർക്കും. ആ ഓർമ്മകൾ ഒക്കെ മരണം വരെയും എന്റെ കൂടെയുണ്ടാകും.

അധ്യായം 16

പട്ടിത്താനവും സമീപപ്രദേശങ്ങളായ കടപ്പൂരും ഒക്കെ എന്റെ ചെറുപ്പത്തിൽ കൃഷിയുടെ വിശാലമായ ഇടങ്ങൾ ആയിരുന്നു. കരഭൂമിയായും വയലായും ഒക്കെ കൂടുതൽ സ്ഥലം (ഏതാണ്ട് 80% എങ്കിലും) ഉണ്ടായിരുന്നത് സിറിയൻ കത്തോലിക്കർക്കും ബാക്കി 10% ഈഴവർക്കും താഴോട്ടുമാറി അപൂർവ്വം ചില നായന്മാർക്കും ഒക്കെയായിരുന്നു. അരികുമനുഷ്യരായ ബാക്കി മനുഷ്യർക്കൊക്കെക്കൂടി 10% പറയാമോ എന്ന് സംശയമുണ്ട്. ഭൂമിയില്ലാത്ത നിരവധിയാളുകൾ എം. സി. റോഡ് പുറമ്പോക്കിൽ താമസിച്ചിരുന്നു. ഇതിന്റെ പിന്നിലെ ചരിത്രം എനിക്ക് അറിയില്ല. മലക്കുന്നും പുറം മുഴുവനുംതന്നെ ക്രിസ്ത്യൻ ജന്മികളുടേതായിരുന്നു. ഇവർക്കൊന്നും പൊതുവേ അധികം വിദ്യാഭ്യാസം ഉണ്ടായിരുന്നില്ല. ഇവിടെ പട്ടിത്താനം പ്രദേശങ്ങളിൽ കുടിയേറി ഇവർ തെളിച്ചെടുത്തതാകാം കുന്നിൻപുറങ്ങളിൽ ഉള്ള അവരുടെ ഏക്കർ കണക്കിന് ഭൂമി. താണ സ്ഥലങ്ങൾ നെൽകൃഷിക്കും ഉപയുക്തമാക്കിയിരിക്കണം. കാർഷികമായ ജ്ഞാനവും നെൽവിത്തുകളും കാർഷികോപകരണങ്ങളും അവർക്ക് ഉണ്ടായിരുന്നിരിക്കണം. കാടുകളിൽ അവർ റബർ നട്ടു. എന്നിട്ടും എന്റെ ചെറുപ്പകാലത്ത് കുന്നിൽ പുറങ്ങളിൽ വലിയ കാടുകൾ മിച്ചമായിട്ട് ഉണ്ടായിരുന്നു. തലച്ചിറപ്പതി എന്ന സ്ഥലവും പതിയിരിക്കും പറമ്പും ഒക്കെ ഉണ്ടായിരുന്നു. കീഴാളരുടെ ആരാധനാസ്ഥലങ്ങൾ ആയിരുന്നിരിക്കണം പതി എന്ന പേരുള്ള ഈ സ്ഥലങ്ങൾ. അതെല്ലാം ക്രിസ്ത്യൻ ജന്മികളുടെ കയ്യിലായി. ഏതായാലും താരതമ്യേന ശക്തമായ ഒരു സിറിയൻ ക്രിസ്ത്യൻ കുടിയേറ്റം ഇവിടെ നടന്നിട്ടുണ്ട്. പത്തുമുപ്പത് വർഷങ്ങൾക്കു മുമ്പ് താഴെ ഭാഗത്തുള്ള പ്രായമുള്ള ഒരു ക്രിസ്ത്യൻ ജന്മി എന്റെ ചേട്ടന് കുറച്ച് സ്ഥലം കൊടുക്കാം എന്നു പറഞ്ഞു കാണക്കാരിയിൽ ചെന്നു. ഏതോ ഒരു പശ്ചാത്താപം അതിനു പിന്നിൽ ഉണ്ട് എന്നാണ് ചേട്ടൻ

എന്നോട് പറഞ്ഞത്. ചേട്ടൻ ആ സ്ഥലം വാങ്ങിയില്ല. അദ്ദേഹത്തിന് കാണക്കാരിയിൽ വീടും സ്ഥലവും ഉണ്ടല്ലോ. പട്ടിത്താനത്ത് വീതവു മുണ്ട്. ആദ്യകാലത്ത് സിറിയൻ കത്തോലിക്കർക്ക് പട്ടിത്താനത്ത് പള്ളി ഉണ്ടായിരുന്നില്ല. ആദ്യത്തെ പള്ളി ലത്തീൻ (റോമൻ) പള്ളി യായിരുന്നു. അത് സായിപ്പന്മാർ സ്ഥാപിച്ച പള്ളിയാണെന്താനും. അവിടെയായിരുന്നു അവരും ദളിതരോടൊപ്പം പോയിരുന്നത്. ആ പള്ളി പട്ടിത്താനം കവല എന്ന ഭാഗത്തിന് മുകളിൽ ആയിരുന്നു. അവിടെ ലത്തീൻ പള്ളിക്ക് മൂന്ന് ഏക്കറോളം സ്ഥലമുണ്ട്. ഇപ്പോഴും ഉണ്ട്. പിന്നീട് ആ പള്ളി പട്ടിത്താനം എന്ന കുന്നിൻ ടോപ്പിലേക്ക് മാറി. അപ്പോഴേക്ക് സിറിയൻ ചർച്ചും തൊട്ടടുത്തുതന്നെ ഉണ്ടായി. എങ്കിലും സുറിയാനികൾ പലരും ലത്തീൻപള്ളിയിൽ ആയിരുന്നു കുർബാനയ്ക്ക് വന്നിരുന്നത്. അടുത്ത കാലംവരെ അങ്ങനെയായിരുന്നു.

അറയും നിരയുമുള്ള വീടുകളായിരുന്നു ചില ക്രിസ്ത്യൻ ഭൂവുടമകളു ടേത്. ഓടിട്ട വീടുകളും ഉണ്ടായിരുന്നു. അപൂർവ്വം ഓലവീടും. ഈഴവർക്ക് കൂടുതലും കരഭൂമിയിരുന്നു ഉണ്ടായിരുന്നത്. കണ്ടം ഉള്ള ചിലർ ഉണ്ടാ യിരുന്നു. ഓടിട്ട വീടുകൾ ആയിരുന്നു അവരുടേതും. ഓലപ്പുരയുള്ള പാവപ്പെട്ടവരായ ഈഴവരും ഉണ്ടായിരുന്നു. ഈഴവർ കണ്ടം പാട്ടത്തി നെടുത്ത് പച്ചക്കറികൾ കൃഷിചെയ്യും. ഞാനവരുടെ കൂടെ പാവലിനും പടവലത്തിനും വെള്ളം കോരി ഒഴിക്കാൻ പോയിട്ടുണ്ട്. പറമ്പുകളിൽ വെറ്റിലക്കൊടിയും കരനെല്ലും കപ്പയും വാഴയും ഇഞ്ചിയും മഞ്ഞളും ഒക്കെ എല്ലാവരും കൃഷി ചെയ്യും. കുരുമുളക് മരങ്ങളിലും മറ്റും കയറ്റിവിട്ട് കൃഷി ചെയ്യുവർ ഉണ്ടായിരുന്നു. വില്ക്കാൻ കുറച്ചു കുരുമുളക് പുലിയളയിലെ ഞങ്ങളുടെ വീട്ടിലും ഉണ്ടായിരുന്നു. ദളിതരിൽ ഗവൺമെന്റ് ജോലിയു ള്ളവർ അവിടെയും ഇവിടെയുമായി താമസിച്ചു. എല്ലാ ജാതിക്കാരിലും ജോലിക്കാർ ഉണ്ടായിരുന്നില്ല. ഞങ്ങളുടെ ചാച്ചന്റെ മൂത്ത ചേട്ടന്റെ മകനും ഭാര്യയും സ്കൂൾ അധ്യാപകർ ആയിരുന്നു. ചാച്ചന്റെ നേർചേട്ട ന്റെ മൂത്തമകൻ ബാങ്കിലായിരുന്നു. അച്ചൻ മരിച്ച ജോലി കിട്ടിയതാണ്. കുടല്ലൂർ വെമ്പള്ളി ഭാഗത്തായിരുന്നു നായന്മാർ താമസിച്ചിരുന്നത്. അവർക്കും കൃഷിയും ഓഫീസ് ജോലികളും ഉണ്ടായിരുന്നു. പട്ടിത്താനം എന്ന ചെറിയ വട്ടത്തിൽ ബ്രാഹ്മണരും നായന്മാരും അമ്പലവാസിക ളും മുസ്ലീങ്ങളും ഉണ്ടായിരുന്നില്ല. തുണിയലക്കുന്നവരും കൊല്ലൻമാരും ആശാരിമാരും പപ്പടം ഉണ്ടാക്കുന്നവരും കണിയാന്മാരും ഉണ്ടായിരു ന്നു. തീർച്ചയായും സമൂഹത്തിൽ ഉച്ചനീചത്വങ്ങൾ ഉണ്ടായിരുന്നു എന്ന് പറയേണ്ടല്ലോ. എന്നാൽ ചെറുതല്ലാത്ത സംഘർഷങ്ങൾ ഉണ്ടായി രുന്നതായി അറിവില്ല. ഓരോ ജാതിയും അദൃശ്യമായ കളങ്ങളിൽ

ആണ് ജീവിച്ചത്. അവരുടെ ചലനങ്ങളെ ഈ കളങ്ങൾ കുറെയെല്ലാം നിയന്ത്രിച്ചു. പറയ-പുലയ സമുദായങ്ങൾ തമ്മിൽ ഇന്നത്തെപ്പോലെതന്നെ അകലമിട്ടുള്ള ഐക്യത്തിലായിരുന്നു. അവർ പരസ്പരം വിവാഹം കഴിച്ചിരുന്നില്ല. (എന്നാൽ വേറേ മിശ്രവിവാഹിതർ ചുരുക്കമായിട്ടുണ്ടായിരുന്നു.) ആദ്യകാലത്ത് ഇരുകൂട്ടരും തമ്മിൽ ആഹാരം കഴിച്ചിരുന്നില്ല. (ഇപ്പോൾ മാറ്റം വന്നു.) ഇരുകൂട്ടരും കട്ടക്കട്ട നിന്നു. കൂടുതൽ അവഗണന അനുഭവിച്ചത് തീർച്ചയായും വേട്ടുവരായിരുന്നു. എല്ലാവരും അവരെ പുറന്തള്ളി. അവരെ മനുഷ്യരായിപ്പോലും കരുതിയില്ല. എന്നാൽ അവരെ ആരും ശരീരികമായി ഉപദ്രവിച്ചിരുന്നില്ല. ഞങ്ങളുടെ ആദ്യത്തെ വീടിന്റെ മുകൾ ഭാഗത്ത് ഒരു വലിയ ജന്മിവീട് ഉണ്ടായിരുന്നു. അവർക്ക് ഒരു വലിയ പ്രദേശം മുഴുവനും സ്വന്തമായിട്ടുണ്ടായിരുന്നു. സമൂഹത്തിൽനിന്നവർ അകന്നുനിന്നു. ഞങ്ങളുമായിട്ട് അവർക്ക് അടുപ്പം ഉണ്ടായിരുന്നു. ഞാനവരുടെ വീടിനുള്ളിൽ കയറിയിട്ടുണ്ട്.

വീട്ടിനുള്ളിൽ ആണ് കിണർ. അവർക്ക് യൂറോപ്യൻ രീതിയിലുള്ള ജീവിതമായിരുന്നു. വലിയ മീൻകുളവും ഒരു ഫിയറ്റുകാറും വലിയ റബർ തോട്ടവും അവർക്കുണ്ടായിരുന്നു. അങ്ങു താഴെയുള്ള കീരുതാനംകാരുടെ 10 സെന്റ് സ്ഥലത്താണ് വേട്ടുവകുടുംബം താമസിച്ചത്. അവിടത്തെ തേങ്ങ ആ ജന്മികൾ പറിച്ചുകൊണ്ടുപോകും. പക്ഷേ പറമ്പിന്റെ ഒത്ത നടുക്ക് അവർ താമസിച്ചിരുന്നു. ആ സ്ഥലം മേൽ പറഞ്ഞ വലിയ ജന്മിയുടെ പറമ്പിന്റെ ഒരു വശത്തായിരുന്നു. അകത്തേക്ക് കയറി ചതുരത്തിൽ. അവിടത്തെ കുട്ടികൾ ഞങ്ങളുടെ കളിക്കൂട്ടുകാർ ആയിരുന്നു. ലിസി ഞങ്ങളുടെ കൂട്ടുകാരി ആയിരുന്നു. അവൾ ഇപ്പോൾ കുടുംബമായി കൂടല്ലൂരിൽ താമസിക്കുന്നുണ്ടെന്ന് ഞാൻ അറിഞ്ഞു. പാലാ കോളേജിലെ ഒരു അധ്യാപകനായ കുട്ടിസാർ ആയിരുന്നു ആ വലിയ ജന്മി. അവരും ഈ വേട്ടുവകുടുംബവും തമ്മിൽ സംഘർഷത്തിലായി. ദേവസ്യ എന്നായിരുന്നു ഗൃഹനാഥന്റെ പേര്. തെങ്ങിൽ കയറിയും എലിപിടിച്ചും ഒക്കെയാണവർ ജീവിച്ചിരുന്നത്. അവരെ അവിടന്ന് ഓടിക്കണം. അതായിരുന്നു ജന്മിയുടെ ഉന്നം. അത് നടന്നില്ല. കുട്ടിസാറിന്റെ മകൾ മാമിയുടെ കല്യാണത്തിന് അവരേയും വിളിച്ചു. ഞാനും പോയിരുന്നു വീട്ടിൽനിന്ന്. ദേവസ്യാച്ചേട്ടന്റെ സഹോദരിയാണ് കല്യാണത്തിന് വന്നത്. അവരെ കുട്ടിസാർ തടഞ്ഞു. വിളിച്ചത് ദേവസ്യായെ ആണെന്നും സഹോദരി വരേണ്ട കാര്യമില്ലെന്നും പറഞ്ഞു. എന്നെയല്ല ചാച്ചനെയാണ് വിളിച്ചത്. ഞാനൊന്നു ഞെട്ടി. അപ്പോൾ ആ സ്ത്രീ കരഞ്ഞുകൊണ്ട് "നീ ഒരു വർഷം എത്തില്ല" എന്ന് പ്രാകി. ഞാനത് കേട്ടു. അതങ്ങനെ തന്നെ സംഭവിക്കുകയും ചെയ്തു എന്നതാണ്

അത്ഭുതം. വിവാഹം കഴിച്ച മാമി അതിസുന്ദരിയായ ഒരു സ്ത്രീയായിരുന്നു. അവർ കൊട്ടനെയ്ത്ത് പഠിക്കാൻ ചാച്ചന്റെ ചേട്ടന്റെ വീട്ടിൽ വന്നിരുന്നു. ഞാനവരെ കണ്ടിട്ടുണ്ട്.

ഇക്കാലത്ത് പട്ടിത്താനത്തെ മിക്കവാറും വീടുകളിൽ ഞാൻ പോയി ട്ടുണ്ട്. പല വീടുകളിലും പോകാൻ പറ്റിയ ഒരാളായിരുന്നു ഞാൻ. അത് എങ്ങനെ സംഭവിച്ചു എന്നെനിക്കറിയില്ല. സമൂഹത്തിൽ കുത്തും വെട്ടും ഉണ്ടായിരുന്നില്ല. പക്ഷേ ബന്ധുകുടുംബക്കാർ തമ്മിൽ ഭൂമിയുടെ പ്രശ്നത്തി ലും കണ്ടത്തിലെ കൃഷിക്കാവശ്യമുള്ള വെള്ളത്തെ പ്രതിയും തർക്കങ്ങൾ ഉണ്ടായിരുന്നു. ഒരു കുടുംബത്തിലെ സഹോദരങ്ങൾ തമ്മിൽ വലിയ വഴക്കുകൾ നടന്നിരുന്നു. തോടിനക്കരെയും ഇക്കരെയുമായിനിന്ന് വലിയ കല്ലുകൾ വെച്ച് അങ്ങോട്ടും ഇങ്ങോട്ടും അവർ എറിഞ്ഞിരുന്നു. ഒരു കല്ലുപോലും കൊള്ളിക്കാതെ അവർ എറിഞ്ഞു എന്നതിൽ സാക്ഷിയാ യിരുന്ന എനിക്ക് അത്ഭുതം തോന്നി. ഒരു പക്ഷേ ഉന്നം പിഴച്ചതുമാകാം. അവരോക്കെ ഞങ്ങളോട് സ്നേഹം കാണിച്ചിരുന്നു. സ്വത്തിന്റെ പേരിൽ കൃഷിയുടെ കാര്യത്തിൽ ആരും പരസ്പരം വിട്ടുവീഴ്ചയ്ക്ക് തയാറായില്ല. ഭൂമിയോടും കൃഷിയോടും ഉള്ള വന്യമായ സ്നേഹമാകാം അവരെ ഇങ്ങ നെയാക്കിയത്. എന്നാൽ ഞങ്ങൾ ഭൂമിയെയോ കൃഷിയേയോ അധികം സ്നേഹിച്ചില്ല. കൃഷി നമ്മെ വഴക്കിലാക്കുന്നു എന്ന് ഞാൻ മനസിലാക്കി യിരുന്നു. ചില കൃഷിപ്പണികൾ എനിക്കും ഉണ്ടായിരുന്നു. അതെല്ലാം മിക്കപ്പോഴും അയൽക്കാരുടെ കോഴിയും മറ്റും വന്നു നശിപ്പിച്ചു. കാർഷി കേതര തൊഴിലിനേയും കലകളേയും ആണ് ഞങ്ങൾ കൂടുതൽ സ്നേഹി ച്ചത്. പുല്ലാങ്കുഴൽ, ക്ലാർനെറ്റ്, ഡ്രം, ജാസ്, ഗിഥാർ, ഓർഗൺ, തബല, ഹാർമോണിയം, കഥാപ്രസംഗം, നൃത്തം എന്നിവയിൽ പൊതുവേ സബാൾട്ടേൺ വിഭാഗങ്ങൾക്ക് താല്പര്യമായിരുന്നു. ചില ഗായകരും ഒരു ഗിഥാറിസ്റ്റുമൊഴിച്ച് കലാകാരൻമാരെല്ലാം സബാൾട്ടേൻ ജനത യായിരുന്നു. ഞങ്ങളുടെ ദാരിദ്ര്യത്തെയും കഷ്ടപ്പാടിനെയും ഞങ്ങൾ തൊഴിലുകളിലും കലകളിലും ഒളിപ്പിച്ചു. ഞങ്ങൾ ഹിന്ദുമതത്തേയും സ്നേഹിച്ചു. അമ്പലങ്ങളിലും പള്ളികളിലും കാവുകളിലും ഉത്സവങ്ങൾ പെരുന്നാളുകൾ എന്നിവയ്ക്കെല്ലാം കുടുംബത്തോടെ പോകുമായിരുന്നു. രാഷ്ട്രീയമായ ഒരു സംഘർഷമാണ് ഉണ്ടായിരുന്നത്. അത് പക്ഷേ വഴി യിൽവെച്ചുള്ള ആക്രമണം ആയിരുന്നു. ഇടതു-വലതു കമ്മ്യൂണിസ്റ്റ് പാർ ട്ടിക്കാർ തമ്മിലായിരുന്നു. കൊലപാതകം ഉണ്ടായിട്ടില്ല. ഒരു സമാധാ നപൂർണമായ താളം ഉണ്ടായിരുന്നു എന്നു പറയാം. വളരെ പ്രബലരും മഴയത്തും കൊടും വെയിലത്തും പ്രകൃതിയോടിണങ്ങി കൃഷി ചെയ്തുമിരു ന്ന ജന്മിക്രിസ്ത്യാനികൾക്ക് വേറൊന്നിനും നേരമുണ്ടായിരുന്നില്ല. അവർ

നെല്ല് കൊയ്തു കൂട്ടിവെച്ചു. കപ്പ ഉണങ്ങിവെച്ചു. കൊപ്ര ആട്ടി എണ്ണയാക്കി വെച്ചു. വില കൂടുമ്പോൾ വില്ക്കാനായി കുരുമുളകും ചുക്കും എടുത്തു വെച്ചു. അവർക്ക് സ്വന്തമായി ചേമ്പിൻ വിത്തുകളും ചേന വിത്തുകളും ഉണ്ടായിരുന്നു. അവർക്ക് കാളകളും കലപ്പയും ഉണ്ടായിരുന്നു. ചെമ്പും വാർപ്പും ഉരുളിയും പഴയ മന്നും (ഗുക്കത്തിനുള്ള കല്ല്) കോടാലിയും കൃഷിയുപകരണങ്ങളും ഉണ്ടായിരുന്നു. പറയും നാഴിയും ഉണ്ടായിരുന്നു. മീൻകൂടുകളും ഒറ്റാലും ഉണ്ടായിരുന്നു. അവർ ആഴ്ചയിലൊരിക്കൽ ചന്തയ്ക്ക് പോകും. ഉണ്ടൻ മീനും മറ്റും വാങ്ങിപ്പോരും, അവർ സിനിമ കണ്ടിരുന്നില്ല. അവർക്ക് ഒരു എന്റർറ്റൈൻമെന്റും ഉണ്ടായിരുന്നില്ല. എല്ലാ ഞായറാഴ്ചയും അവർ പള്ളിയിൽ കുർബാനയ്ക്ക് പോയിരുന്നു. അതിരാവിലെ എണീറ്റ് പശുക്കളെ കറന്നിരുന്നു. നേരത്തേ ഉറങ്ങിയിരുന്നു. അവർ വളരെ പിശുക്കി ജീവിച്ചു. അവർ മണ്ണിനെയും ചേറിനെയും മരങ്ങളെയും പുല്ലിനെയും മരങ്ങളുടെ ചവറിനെയും സ്നേഹിച്ചു. പാടത്ത് മഴ നനഞ്ഞുകൊണ്ട് വരമ്പുവെട്ടുന്നവരെ ഞാൻ കണ്ടിട്ടുണ്ട്. അവർ വീടുകളിൽ സന്ധ്യയ്ക്ക് കുടുംബപ്രാർത്ഥന നടത്തിയിരുന്നു.

അധ്യായം 17

സിറിയൻ കത്തോലിക്കരായ ക്രിസ്ത്യാനികളുടെ അധ്വാനശീലം, അവരിലെ സ്ത്രീകളുടെ കുടുംബം നോക്കാനുള്ള മിടുക്ക്, ചിട്ടയായ പള്ളീപ്പോക്ക് ഇതൊക്കെ ഞങ്ങളെ അതിശയിപ്പിച്ചിരുന്നു. അവരുടെ പാടങ്ങളിൽ കൊയ്യാനും മെതിക്കാനും അമ്മയും വല്യമ്മയും പോയിരുന്നു. അവരെ സഹായിക്കാൻ ഞാനും പോകും. കറ്റ മെതിക്കുമ്പോൾ എന്റെ കാല് വേദനിച്ചിരുന്നു. എന്നാൽ നെല്ല് പുഴുങ്ങി ഉണങ്ങി കുത്തിയെടുത്ത നല്ല കുത്തരിച്ചോറ് ഉണ്ണുമ്പോഴുള്ള രുചി ഒന്നു വേറെയാണ്. നെല്ല് പുഴുങ്ങുമ്പോഴുള്ള മണവും പാടങ്ങളിലെ കാറ്റും ചേറിന്റെ മണവും എനിക്ക് ഇന്നും ഇഷ്ടം. കൊയ്യാനും ഞാൻ കൂടിയിട്ടുണ്ട്. വേനൽക്കാലത്തെ പാടത്ത് കച്ചിക്കൂനകൾ കാണാം. പ്രാവുകൾ, തത്തകൾ, കൊക്കുകൾ, ളുക്കനാം കുരുവിക്കൂട്ടുകൾ ഒക്കെ കാഴ്ചകളാണ്. വിദൂരതയിലെ നീലകലർന്ന പച്ചപ്പും പാടത്തെ കറണ്ടുകമ്പികളും തോട്ടുതഴകളും ഒഴുക്കുനിലച്ച, അവിടെയുമിവിടെയുമായി വെള്ളം കെട്ടുങ്ങിക്കിടക്കുന്ന തോടും ഹൃദയത്തിൽ തൊടുന്നു. മഴക്കാലത്തെ പാടങ്ങൾ മറ്റൊരു കാഴ്ചയായിരുന്നു. താറാവുകളും അപൂർവ്വമായി ലഭിക്കുന്ന തോൽ മുട്ടയും മീൻപിടുത്തവും. വേനലിലെ എന്റെ പ്രധാന വിനോദം അമ്മയും ഞാനും ചേട്ടനും മെതിക്കുന്ന വീടുകളുടെ മുറ്റത്തെ കച്ചിക്കു മുകളിൽ തലകുത്തി മറിയുക എന്നതായിരുന്നു. നിലത്ത് കൈകുത്തിമറിയാനും എനിക്ക് അന്ന് കഴിഞ്ഞിരുന്നു. ക്രിസ്ത്യാനികൾക്ക് കാളകളും കലപ്പയും ഞവുരിയടിക്കുന്ന പലക കൊണ്ടുള്ള ഉപകരണവും ഉണ്ടായിരുന്നു. അവരെ അനുകരിച്ചുകൊണ്ടുള്ള ഒരു പാരഡിയായിരുന്നുവോ അക്കരെ ഉറുകുഴി എന്ന ഈഴവ വീട്ടിലെ തങ്കപ്പൻ എന്നും നാരായണൻ കുട്ടി എന്നും പേരുള്ള രണ്ടു ചേട്ടന്മാർ നുകത്തിൽ കാളകളുടെ സ്ഥാനത്തുനിന്ന് കലപ്പ വലിക്കുകയും അവരുടെ അച്ഛൻ കലപ്പ പിടിക്കുകയും ചെയ്തത് ? കപ്പക്കോല്

കുട്ടിക്കെട്ടി കലപ്പയുണ്ടാക്കി ഞങ്ങളും അതിനെ പാരഡി ചെയ്തു. കപ്പ നടാനുള്ള നല്ലയിനം കപ്പക്കോലുകൾ ആളുകൾ കൈമാറിയിരുന്നു. ചുള്ളി, കട്ടൻ, പത്തിനെട്ട്, മലബാർ, നാലാം മാസം, ആമ്പക്കാടൻ സിലോൺ എന്നിവയായിരുന്നു കപ്പയിനങ്ങൾ. എല്ലാത്തരം വിത്തുകളും കൈമാറിയിരുന്നു. ശരിക്കും ഒരു കാർഷികസമൂഹം. ഞങ്ങൾ ചാണകം വിലയ്ക്കുവാങ്ങി കൃഷിക്ക് ഉപയോഗിച്ചിരുന്നു. ഒരിക്കൽ ചാച്ചന്റെ ചേട്ടന്റെ വീട്ടിലേക്ക് എല്ലുപൊടികൊണ്ടു വന്നു. എന്തും രുചിച്ചുനോക്കുന്ന സ്വഭാവമുള്ള ഞാൻ അതും രുചിച്ചു. പിന്നീട് തുപ്പിക്കളഞ്ഞു. റബർകൃഷി വ്യാപകമായപ്പോഴും ഏത്തവാഴക്കൃഷി വ്യാപകമായപ്പോഴും ആയിരുന്നു രാസവളം വന്നുതുടങ്ങിയത്.

ഏതോ രാസവളം രുചിച്ച എന്റെ വാ ചെറുതായി പൊള്ളിയ പോലെ അനുഭവപ്പെട്ടത് ഓർക്കുന്നു .

ഞങ്ങൾ ഞങ്ങളുടെ പറമ്പിലും ചാച്ചന്റെ ചേട്ടന്റെ പറമ്പിലും കൃഷി ചെയ്തു. രാത്രിയിൽനിലാവത്ത് പറമ്പു കിളയ്ക്കാമെന്നു കണ്ടുപിടിച്ചു. പക്ഷേ നിലാവത്ത് പുസ്തകം വായിക്കാനുള്ള എന്റെ ശ്രമം വിജയിച്ചില്ല. അതുപോലെ അമ്മ കൊട്ടനെയ്യുന്നതിൽ എതിർപ്പുണ്ടായതിനാൽ ഒരു ദിവസം ചാച്ചൻ കൊട്ടയെല്ലാം വെട്ടിക്കീറി കാപ്പിയുടെ ചോട്ടിൽ ഇട്ടു. എന്നാൽ പിന്നീട് ഇക്കാര്യത്തിൽ ചാച്ചൻ പരാജയപ്പെടുകയാണ് ഉണ്ടായത്. പിന്നീടാണ് അമ്മ കൊയ്ത്തിനും മെതിക്കും ഒക്കെ പോയത്. ചെത്ത് കുലത്തൊഴിലുകൾ ആയിട്ടുള്ളവർ കുറേപ്പേർ ഉണ്ടായിരുന്നു. പക്ഷേ എല്ലാവരും ചെത്ത് തൊഴിലാക്കിയില്ല. അവർ കൃഷിചെയ്തു. കച്ചവടം ചെയ്തു. ഞങ്ങളുടെ ആദ്യവീട്ടിലെ ചൂണ്ടപ്പന ചെത്താൻ കൊടുത്തിരുന്നു. കൊട്ടനെയ്ത്ത് പറയരുടേയും പായനെയ്ത്ത് പുലയരുടേയും കുലത്തൊഴിൽ ആയിരുന്നു. കല്ലൊക്കെ എടുക്കാൻ പറ്റിയ ഒരു വള്ളിക്കൊട്ട വല്യപ്പൻ കെട്ടിയത് ഞാൻ കണ്ടിട്ടുണ്ട്. എന്റെ ഒരു അമ്മാവൻ കൊട്ട നെയ്ത്തുമായിരുന്നു. എന്നാൽ സ്ത്രീകളാണ് കൂടുതലായും ഈ മേഖലയിൽ പ്രവർത്തിച്ചത്. ആണുങ്ങൾ കൽപ്പണിയിലേക്കും കിണർവെട്ട്, മേസ്തിരിപ്പണി, മൈക്കാടുപണി എന്നിവയിലും ഏർപ്പെട്ടു. കൊല്ലന്മാർ മിക്കവരും ആലയിൽ പണിതു. ഒരു പൂണോൻ കൊല്ലൻ ഉണ്ടായിരുന്നു. നമ്മൾ വേണം കാറ്റൂതിക്കൊടുക്കാൻ. അദ്ദേഹം ഉറപ്പിച്ച തൂമ്പാ വീട്ടിൽ കൊണ്ടുവന്ന് രണ്ടു കിളയ്ക്കുമ്പോഴേക്കും ഊരിപ്പോകും. തൂമ്പാ ഉറപ്പിക്കാൻ ഞങ്ങളും പഠിച്ചു. കണിയാരത്തിന്റെ (ഇല്ലി) പൂൾ ഉണ്ടെങ്കിൽ ഉറപ്പിക്കാൻ എളുപ്പമാണ്. ഉറപ്പിച്ചു കഴിഞ്ഞ് അല്പം വെള്ളംകൂടി ഒഴിച്ചാൽ നന്നാകും.

ആയിടയ്ക്ക് താഴെ ഒരു പുതിയ കൊല്ലപ്പണിക്കാരൻ വന്നു. അയാൾ പുലയ വിഭാഗത്തിൽ പെട്ട നല്ലപോലെ വെളുത്ത നിറമുള്ള ഒരു പെൺകുട്ടിയെ പ്രേമിച്ചു കല്യാണം കഴിച്ചു. അവിടെത്തന്നെ താമസവും തുടങ്ങി. ഗംഭീര പണിക്കാരനായിരുന്നു അയാൾ. തോക്കിന്റെ പണിയും അറിയാവുന്നതിനാൽ അയാളെ കാണാൻ ആളുകൾ വന്നിരുന്നു എന്ന് പറഞ്ഞുകേട്ടു. ആശാരിമാരെക്കുറിച്ച് ഞാൻ നേരത്തേ പറഞ്ഞിട്ടുണ്ട്. വേട്ടുവർ എലി പിടിച്ചും തെങ്ങിൽക്കയറിയും ജീവിച്ചു.

ഒരു കറുത്ത മൂരിയുമായി പശുക്കളെ തടിപ്പിക്കാൻ (ഇണചേർക്കാൻ) വരുന്ന ഒരു കയ്യിൽ വിരലില്ലാത്ത ഒരു ചേട്ടൻ ഉണ്ടായിരുന്നു. പാണ്ടിക്കലവും കൊണ്ടു വരുന്നവരും നാട്ടിലൂടെ കടന്നുപോയി. ഞങ്ങൾ വീടുകളുടെ ഭിത്തി പണിയാൻ മണ്ണിഷ്ടിക പിടിക്കുമായിരുന്നു. അത് വെയിലത്തുവെച്ചാണ് ഉണക്കുക. തെങ്ങോലയും പനയോലയും കമുങ്ങിൻ തടിയും വീടുണ്ടാക്കാൻ ഉപയോഗിച്ചിരുന്നു. പുരമേയാൻ എല്ലാവർക്കുംതന്നെ അറിയാമായിരുന്നു. ഞാനും അപ്പണിയൊക്കെ സ്വന്തം വീട്ടിനും സ്വന്തക്കാരുടെ വീടുകൾക്കുമായി ചെയ്തിട്ടുണ്ട്. പിന്നെ എന്റെ കുഴപ്പം പുരപ്പുറത്തുനിന്ന് തലകുത്തിമറിഞ്ഞായിരിക്കും ഇറങ്ങുക എന്നതായിരുന്നു. തുണിയലക്കിക്കൊടുത്തു ജീവിച്ചവർ ഉണ്ടായിരുന്നു. മീനുമായി വരുന്ന വാലത്തിമാരും ഉണ്ടായിരുന്നു. തടിപ്പണിക്കാർ ഒരു ലോറിയിൽ കയറ്റിക്കൊണ്ടുപോയ പൊങ്ങല്യത്തിന്റെ തടികൾ എല്ലാം ലോറി കേറ്റംകേറിയപ്പോൾ ഉരുണ്ടുവീണത് ഞങ്ങൾ കണ്ടു. അവർ കയറിട്ടു കെട്ടാതെ യാണ് കൊണ്ടുപോയത്. ഗൗരവമുള്ള പരിക്കൊന്നും ആർക്കും പറ്റിയില്ല. എനിക്ക് 12,13 വയസ്സുള്ള കാലം പട്ടിത്താനത്ത് കല്ലുമടകൾ ഉണ്ടായി. പരമ്പരാഗത തൊഴിൽസങ്കല്പത്തിനേറ്റ ആദ്യത്തെ അടി അതായിരുന്നു.

പട്ടിത്താനത്തെ ആദ്യത്തെ കല്ലുമട കാഞ്ഞിരപ്പാറയിലായിരുന്നു. അതിനുംമുമ്പ് വൈക്കം റോഡ് ജംക്ഷനിൽനിന്ന് മൂവാറ്റുപുഴ ഭാഗത്തേക്കുള്ള വഴി തുടങ്ങുന്നതിന്റെ രണ്ടാമത്തെ വളവു കഴിയുമ്പോൾ ഇടതു ഭാഗത്ത് ഒരു കല്ലുമടയുണ്ടായിരുന്നു. അത് വലിയ ആഴമുള്ളതാണ്. ഇപ്പോൾ ഒരു മതിൽ പണിതതിനാൽ യാത്രക്കാർക്ക് കാണാൻ വയ്യ. ഏറ്റുമാനൂർ സ്കൂളിൽ പഠിച്ച കാലത്ത് ഞങ്ങൾ വഴിയരികിൽനിന്ന് താഴേക്ക് പേടിയോടെ നോക്കുമായിരുന്നു. ലില്ലിപ്പുട്ടിലെ കുള്ളന്മാരെപ്പോലെ താഴെ മനുഷ്യർ ചലിക്കുന്നു. കുറേ ഭാഗത്ത് വെള്ളവും ഉണ്ടായിരുന്നു. പട്ടിത്താനം വാറ്റുപുരയ്ക്കടുത്തുള്ള കാഞ്ഞിരപ്പാറയിലെ മടയും കണ്ടാൽ പേടിയാകും. അത് മടയുടെ താഴെനിന്നാണ് നാം കാണുക. വളരെ ചെറുപ്പത്തിൽ ഞാനത് കാണാൻ പോയിട്ടുണ്ട്. ഒരു വലിയ

കുന്നിന്റെ നല്ല ഒരു ഭാഗം അവർ എടുത്തു കഴിഞ്ഞു. പിന്നെയും പണി നടക്കുകയാണ്. അന്ന് ഇതൊക്കെ എന്താണ് എന്ന് മനസിലാക്കാനു ള്ള തിരിച്ചറിവ് എനിക്ക് ഇല്ലായിരുന്നു. പരിസ്ഥിതിബോധം ഒക്കെ 35 വയസു കഴിഞ്ഞാണ് (CE 2000) എനിക്ക് ഉണ്ടായത്. പിന്നെയും കുറേ കഴിഞ്ഞാണ് മുതുക്കൻ പ്രാമലയുടെ താഴ് വാരത്തിൽ ഒരു മടവന്നത്. അതോടെ ആ പ്രദേശത്തെ വനം ഇല്ലാതായി. എത്ര മനോഹരമായിരു ന്നെന്നോ ആ പ്രദേശം! ഞാനും ചേട്ടനും അവിടെ വിറകു പെറുക്കാൻ പോയിട്ടുണ്ട്. മുകളിലെല്ലാം മരച്ചില്ലകളും കാശാവും ഞരളവള്ളികളും പൂച്ചപ്പഴം, കദളിപ്പഴം, കുരികിൽ പഴം എന്നിവയും നിറഞ്ഞ വളഞ്ഞുപു ളഞ്ഞ ഇരുൾ വഴികൾ. താഴെ ഉണ്ടക്കല്ലുകൾ നിറഞ്ഞ, വർഷകാലത്ത് ഉറവകൾ പൊട്ടുന്ന വഴികൾ, പാറപ്പുറങ്ങൾ. അവിടം കാട്ടുമാക്കാൻ, കുറുക്കന്മാർ, വിഷപാമ്പുകൾ, കാട്ടുമുയലുകൾ, കീരികൾ ഒക്കെ നിറഞ്ഞ സ്ഥലമായിരുന്നു. താഴെ പാറകൾക്കിടയിൽ വെള്ളക്കുഴികൾ. എത്ര പാറപൊട്ടിച്ചിട്ടും വനമേഖല മുഴുവൻ നശിപ്പിച്ചിട്ടും ഒരു പേഴുമരം അവരവിടെ നിലനിർത്തി.

എന്റെ വിവാഹശേഷം മുതുക്കൻ പ്രാമലയിൽ ഒരു പ്രായം ചെന്ന ബന്ധുവിനെ, പാപ്പാപ്പാപ്പനെ കാണാൻ ഞാനും ഭാര്യയും അതുവഴി പോയി. മടക്കുളത്തിലെ നീല ജലാശയം കണ്ട് ഭാര്യ പേടിച്ചു. അതവൾ മനസിൽ വെച്ചു. അന്നു രാത്രി ദുസ്വപ്നം കണ്ട് കാറിക്കൊണ്ട് എണീറ്റു. ഈ മട വന്നതോടെ തുടർച്ചയായി പല മടകൾ പട്ടിത്താനത്തിന്റെ കിഴക്കൻ പ്രദേശങ്ങളിൽ രൂപപ്പെട്ടു. അടിത്തട്ടിൽ ശരിക്കും വലിയ ഒരു പാറയുള്ള സ്ഥലമാണെന്നു തോന്നുന്നു പട്ടിത്താനം. ഞങ്ങളുടെ കിണറിന്റെ അടിത്തട്ടിലും പാറയാണ്. എവിടെ താഴ്ത്തിയാലും പാറയിൽ ചെന്നുമുട്ടുന്നു. ഏറ്റവും അടുത്തുള്ള രണ്ട് പാറമടകൾ ഞങ്ങളുടെ വീട്ടിൽ നിന്ന് രണ്ടു ഫർലോങ് മാത്രം ദൂരത്തായിരുന്നു. ദരിദ്രസമൂഹങ്ങളിൽനി ന്ന് ജാതി നോക്കാതെ പലരും മടപ്പണിക്കാരായി. കുടുംബങ്ങളിലെ സ്ത്രീകൾ പലരും കുലത്തൊഴിലുകൾ ഉപേക്ഷിച്ച് മിറ്റിലടിക്കാനും മറ്റും പോയിത്തുടങ്ങി. ഈഴവർ, പാവപ്പെട്ട ക്രിസ്ത്യാനികൾ, കൊല്ലന്മാർ, ദളിതർ ഒക്കെ ഉൾപ്പെടുന്നു. മറ്റു സ്ഥലങ്ങളിൽനിന്ന് വന്നവരുണ്ട്. ഞാനും ചേട്ടനും അനിയനും ഒക്കെ തമരടിക്കാനും മിറ്റിലടിക്കാനും പോയിട്ടുണ്ട്. ഏറ്റുമാനൂർ സ്കൂളിൽ 8-ലും 9-ലും പഠിക്കുമ്പോൾ ഒഴിവുദിവസ ങ്ങളിൽ മൂന്നു നാലുമടകളിൽ ഞാൻ മിറ്റിൽ അടിക്കുകയും തമരടിക്കുക യും ചെയ്തിട്ടുണ്ട്. അവിടന്നൊക്കെ ഞാൻ രക്ഷപെട്ടത് ഭാഗ്യത്തിനാണ്. ഇക്കാലത്തു തന്നെയാണ് വാറ്റുപുര ഭാഗത്ത് ഒരു കോളനി ഉണ്ടായത്. കീഴാളരായ ഒരു മിശ്രജാതി സമൂഹമായിരുന്നു അവിടെ താമസിച്ചത്.

അവിടെയാണ് ആശാരി വിഭാഗത്തിൽ പെട്ട കെ. എസ്. പരമേശ്വരൻ (തങ്കച്ചൻ) എന്ന കവി താമസിച്ചിരുന്നത്. അദ്ദേഹം ഞങ്ങളുടെ ഒരു അകന്ന ബന്ധുവിനെയാണ് കല്യാണം കഴിച്ചത്. അദ്ദേഹത്തെ കാണുവാൻ ഞാൻ അവിടത്തെ ഓലപ്പുരയിൽ പോകുമായിരുന്നു. ചാച്ചന്റെ മൂത്ത ചേട്ടന്റെ വീട് ആ കോളനിക്കു താഴെയായിരുന്നു. അവിടന്ന് കുത്തനെയുള്ള ഒരു കയറ്റം കയറിവേണം കവിയുടെ വീട്ടിലെത്താൻ. പക്ഷേ ഞാൻ ആ കേറ്റം ഭാരമില്ലാതെ കയറി. കാരണം ആ കേറ്റത്തിന്റെ ഒടുവിലുള്ള കല്ലൻമാരുടെ വീട്ടിൽ ഒരു മെലിഞ്ഞ സുന്ദരിയുണ്ടായിരുന്നു. വലിയ നീണ്ട കണ്ണുകളുള്ള ഒരുവൾ. എനിക്ക് അങ്ങോട്ട് ഒരു മൗനപ്രണയം ഉണ്ടായിരുന്നു. അവളും എന്നെ നോക്കുമായിരുന്നു. അവളെക്കാണുക. കൂടെ കവിയെയും കാണുക. ഇതായിരുന്നു എന്റെ ലക്ഷ്യം. എന്നാൽ പിന്നീട് ആ കുടുംബം അവിടന്നുപോയി. കവിഗുരുവും നാടുവിട്ടു. ഞാൻ തിരുവനന്തപുരത്തേക്കും പോയി.

മടകൾ വന്നതോടെ ആളുകൾ കൃഷിയിൽനിന്ന് വിട്ടു. കൊയ്യാനും മെതിക്കാനും ആളെ കിട്ടാതായി. കൊട്ടയ്ക്കും പായയ്ക്കും ഉള്ള ഈറ്റ, വഴക, ഒട്ടൽ, തഴ എന്നിവ കിട്ടാതായി. അഥവാ കിട്ടിയാൽ പൈസാ കൊടുക്കണം. മുമ്പ് ഉദാരമതികളായ വലിയ ജന്മിമാർ വെറുതേ നല്കിയിരുന്നു. ഒട്ടലുകളും ഈറ്റകളും കുടപ്പനകളും അന്യംനിന്നു. അവിടവിടങ്ങളായി ചിലടത്ത് ഉണ്ടെന്നേയുള്ളൂ. പുതിയ വീട്ടിലെത്തിയതിൽ പിന്നെ എന്റെ അമ്മയും എങ്ങും കൊയ്യാനോ മെതിക്കാനോ പോയില്ല. ഈ മടകളിൽ പണിയെടുത്ത ഒരാളുടെ കൈ തമർക്കുഴി അഴിച്ചപ്പോൾ തമർ പൊട്ടി ആകാശത്തേക്ക് തെറിച്ചുപോയി. വേറെ രണ്ടു പേർ പാറമട അപകടത്തിൽ മരിച്ചു. എന്റെ ചാച്ചന്റെ ചേട്ടന്റെ രണ്ടാമത്തെ മകൻ കുഞ്ഞേട്ടായിയും പാറവീണു മരിച്ചു. അദ്ദേഹത്തിന് ചെവികേട്ടുകൂടായിരുന്നു, പാറ താഴേക്കുവരുന്ന വിവരം ആളുകൾ വിളിച്ചു കൂവി എങ്കിലും കേട്ടില്ല. നല്ല ഒരു ഫിക്ഷൻ വായനക്കാരനായിരുന്നു കുഞ്ഞേട്ടൻ. ചെറുപ്പത്തിൽ പോളിയോ വന്നതാണ്. ഞങ്ങൾ വലിയ കൂട്ടുകാർ ആയിരുന്നു. എന്റെ പുസ്തകവായനയെ അദ്ദേഹം പ്രോത്സാഹിപ്പിച്ചിരുന്നു. മുട്ടത്തുവർക്കി, മലയാറ്റൂർ, അയ്യനേത്ത്, ഇ. എം. കോവൂർ, എ. റ്റി. കോവൂർ, ഉറൂബ് എന്നിവരെയെല്ലാം എനിക്ക് പരിചയപ്പെടുത്തിയത് അദ്ദേഹമായിരുന്നു. അദ്ദേഹത്തിന്റെ കയ്യക്ഷരം അതിമനോഹരമായിരുന്നു. തയ്യൽക്കാരനായിരുന്നു. തയ്യൽജോലി കുറഞ്ഞപ്പോൾ അദ്ദേഹം മടപ്പണിക്ക് പോയതാണ്. ഭാര്യ അദ്ദേഹത്തെ ഉപേക്ഷിച്ചു പോയി. മൂന്നു മക്കളും കൂടെ. ആ വിഷമത്തിൽ ആയിരുന്നു അദ്ദേഹം. ബോഡി ഞാൻ മെഡിക്കൽ കോളേജിൽ പോയിക്കണ്ടു. മരിച്ചിട്ടും ജീവനുണ്ടെന്ന്

തോന്നും മട്ടിലായിരുന്നു മുഖഭാവം. കല്ലമടയിൽ തമരടിച്ചപ്പോഴാണ് എന്റെ ഇടതുകയ്യിലെ ചൂണ്ടുവിരൽ കൂട്ടുകാരന്റെ ചുറ്റികയ്ക്കുള്ള അടിയേറ്റ് ചതഞ്ഞത്. ആറുമാസമെടുത്തു ആ വിരൽ ഉണങ്ങുവാൻ. ഉണങ്ങിവരുമ്പോൾ ഞാൻ പോയി മടക്കുളത്തിൽ കൂട്ടുകാരോടൊപ്പം കളിക്കും. വളരെ പൊക്കത്തിൽനിന്ന് ആകാശത്ത് രണ്ടു തവണ തലകുത്തി മറിഞ്ഞിട്ടായിരിക്കും വെള്ളത്തിൽ എത്തുക. മടക്കുളത്തിൽ മൂന്നമണിക്കൂറും മറ്റുമായിരുന്നു കളി. ഞാനെന്നും പ്രലോഭനങ്ങളിൽ പെട്ടു. അതിൻനിന്നാണ് ഞാൻ കുറേയൊക്കെ പിന്നീട് മാറിയത്. അത് ഞാൻ നേരത്തേ പറഞ്ഞിരുന്നല്ലോ. എന്നാൽ ഇന്നും ആ സ്വഭാവം തുടരുന്നുണ്ട്. ഒരു ദിവസം ഉണങ്ങാത്ത വിരലുമായി ഞാൻ ഏറ്റുമാനൂർ ഗവ. ആശുപത്രിയിൽ ചെന്നു. കൈ കഴുകിക്കെട്ടിയ മനുഷ്യൻ എന്നെ വഴക്കുപറഞ്ഞു. അതേറ്റു. അങ്ങനെയാണ് ആ വിരൽ ഉണങ്ങി എന്റെ മടപ്പണിച്ചരിത്രത്തിന്റെ സ്മാരകം ആയത്. ഇക്കാലത്ത് കൊയ്ത്തും മെതിയും തീരെ കുറഞ്ഞു. പലരും ഓട്ടോറിക്ഷ വാങ്ങി, എരുമാപ്പാടത്ത് വീടുകൾ നിറഞ്ഞു. കണ്ടങ്ങളിൽ റബർ നിരന്നു. പാടങ്ങളിൽ പുല്ലുകേറി. പശുക്കളും പോത്ത്, എരുമ, ആട് എന്നിവയും മേഞ്ഞുനടന്നു. കിണറുകൾ വറ്റി. അതൊക്കെ മടകളിലെ കേപ്പും പശയും വെടിയിൽനിന്നാണെന്ന് ഞാൻ കരുതുന്നു. ശരിക്കും ബോംബുകളാണവ. ഒരിക്കൽ പട്ടിത്താനത്തുള്ള ഒരാൾ കേപ്പ് വാങ്ങിച്ച് മടിയിൽവെച്ച് ഏറ്റുമാനൂരിൽ ഒരു പാർട്ടിപ്രസംഗം കേട്ടുനിന്നു. മദ്യം കഴിച്ചിരുന്നതിനാലാണോ എന്നറിയില്ല. കേപ്പ് താഴെ വീണു. അയാളെ പോലീസുപിടിച്ചു. കേപ്പും പശയും വെച്ച് പാറപൊട്ടിച്ചാൽ ഒരു പ്രദേശം മുഴുവനും ഉൾക്കിടിലം കൊള്ളും. ഉർവ്വരമായ ഒരു പ്രദേശമായിരുന്നു ഞങ്ങളുടെ നാട്. മഴക്കാലത്ത് ഞങ്ങളുടെ വീടിന്റെ അടുക്കള ഭാഗത്തുനിന്ന് ഉറവ പൊട്ടിയിരുന്നു. താഴെ പറമ്പുകളിലും വഴിയിലും മഴക്കാലത്തു മുഴുവൻ ഉറവകൾ ആയിരുന്നു. ഇപ്പോൾ വരണ്ടുകിടക്കുകയാണ് ആ പ്രദേശങ്ങൾ എല്ലാം. പലയിടത്തും മണ്ണെടുപ്പും രൂക്ഷമായി. മനുഷ്യർ ഭൂമിയെ ഉള്ളം കയ്യിലെടുത്ത് അമ്മാനമാടി. വലിയ മരങ്ങളെല്ലാം വെട്ടിക്കളഞ്ഞു. തോടുകളുടെ ഭിത്തികൾ കെട്ടി. വെള്ളം കൊണ്ടുപോകാനുള്ള ബണ്ടുകൾ ഉണ്ടാക്കി. എല്ലാറ്റിനേയും നിയന്ത്രിച്ചു. അപ്പോൾ ഊഷരത കൂടി. ഒരു കാലത്ത് മനുഷ്യർ കപ്പവാട്ടി ഉണക്കാനിട്ട പറമ്പുകളും പാറപ്പുറങ്ങളും അപ്രത്യക്ഷമായി. വാട്ടാൻ കപ്പയുമില്ലെന്നായി. പട്ടിത്താനത്തിന് രൂപാന്തരം സംഭവിച്ചു. ചെകുത്താൻമാർ അടിച്ചുചളുക്കിയ പട്ടിത്താനത്തെ വർണിച്ചു കൊണ്ടാണ് ഞാനീ എഴുത്ത് തുടങ്ങിയത്. അത് മനുഷ്യർ വീണ്ടും അടിച്ചുചളുക്കി നരകമാക്കി. വ്രണങ്ങൾ പോലെ മണ്ണെടുത്ത

ച്ചവപ്പകൾ. ഇരുൾ മൂടിക്കിടന്ന പ്രദേശങ്ങൾ കുറഞ്ഞു. ഇല്ലിക്കാടുകൾ, മുളങ്കാട്ടുകൾ സംസാരിക്കാതായി. വലിയ കുടം പുളി മരങ്ങൾ, കാഞ്ഞിരം, വാളൻപുളി, ഓടമരം, താന്നിമരം, പേഴ്, എടന, പയ്യാനി, കശ്ശുമാവുകൾ, ഈറ്റ, സപ്പോട്ട ഒക്കെയ്യും വംശനാശം വന്നു. റബറുകൾ ഇടയ്ക്കു വന്നു. അവയും ഇപ്പോൾ കുറഞ്ഞു. കുറ്റിക്കാടുകളും കുളങ്ങളും മൂടിപ്പോയി. വേനൽക്കാലത്ത് മടക്കുള്ളിൽ മനുഷ്യരും പോത്തുകളും കുളിച്ചു. അധ്വാനശീലരായ മനുഷ്യർ കുറഞ്ഞു. ഞാൻ വിവരിച്ച ഫ്യൂഡൽ കുടുംബങ്ങൾ കാലത്തിലൂടെ ഒഴുകി പഴമയുടെ തീരത്തടിഞ്ഞു. പഴയ നന്മയുള്ള പ്രതാപശാലികളുടെ മക്കൾ വഴിപിരിഞ്ഞുപോയി. അവർ പുത്തൻ ബിസിനസുകാരായി. ചിലർ തകർന്നടിഞ്ഞു. ചിലർ വിദേശരാജ്യങ്ങളിൽ കുടിയേറി. പുതിയ കുടുംബങ്ങൾ പട്ടിത്താനത്തേക്ക് വന്നു. പുതിയതായി വന്നവർക്ക് അവിടത്തെ ആദിമനിവാസികളായ ഞങ്ങളെ മനസിലായില്ല. സർവ്വവും ശിഥിലമാകുന്നു എന്ന് ചിനുവ അച്ചീബിയുടെ കൃതിയിൽ പറയുന്നപോലെ എന്റെ ഓർമ്മകളിലെ പട്ടിത്താനം ശിഥിലമായി. എന്റെ ചെറുപ്പത്തിൽ ഞാൻ കണ്ട പലരും മരിച്ചുപോയി. ചിലർ മാത്രം അവശേഷിക്കുന്നു. അവർക്ക് എന്നെയറിയാം. പുതിയ തലമുറയിലെ മനുഷ്യർക്കിടയിൽ ജാതീയത പെരുകി. ലത്തീൻ പള്ളിയെ ജാതിപ്പേരു കൂട്ടി വിളിക്കുന്നവർ ഉണ്ടായി. രണ്ടു പള്ളികൾ തമ്മിൽ അടുപ്പം കുറഞ്ഞു.

അധ്യായം 18

സത്യത്തിൽ പട്ടിത്താനം എന്ന ചെറിയ നാട്ടുപ്രദേശത്തിന്റെ കവി മാത്രമാണ് ഞാൻ. ഞങ്ങളുടെ സ്ഥലത്തിന്റെ പേര് അവിടന്ന് തെന്നിമാറി ഇപ്പോൾ പഴയ വൈക്കം റോഡ് ജംക്ഷന്റെ പേരായി മാറിയിട്ടുണ്ട്. മൂവാറ്റുപുഴയ്ക്കും എറണാകുളത്തിനും ഇപ്പോൾ മണർകാടിനും ഒക്കെ തിരിയുന്ന ഒരു നാൽക്കവലയുടെ പഴയ പേര് വൈക്കം റോഡ് ജംക്ഷൻ എന്നായിരുന്നു. ഇപ്പോൾ പട്ടിത്താനം എന്നായി. കഴിഞ്ഞ ദിവസം (മാർച്ച് 29, 2023) അതു വഴി പോയപ്പോൾ പട്ടിത്താനം എന്നെഴുതിയ ഒരു ബോർഡു കണ്ടു. അപ്പോൾ പട്ടിത്താനം എന്ന പേര് പട്ടിത്താനത്തിന് നഷ്ടപ്പെട്ടു എന്നു തോന്നി. യഥാർത്ഥമായ പട്ടിത്താനത്തെങ്ങും അതുപോലെ ഒരു ബോർഡ് ഇല്ല. പട്ടിത്താനം പള്ളി എന്ന പേരാണ് ഇപ്പോൾ ബസ് സ്റ്റോപ്പിന് പറയുക. രത്നഗിരി പള്ളിക്കാർ രത്നഗിരി എന്ന പേരും പറയുന്നുണ്ട്. പട്ടിത്താനം എന്ന പേരിൽ പട്ടി എന്നുള്ളതാണ് പട്ടിത്താനംകാരുടെ പ്രശ്നം എന്നു തോന്നുന്നു. ഞങ്ങളുടെ സ്ഥലപ്പേരിന്റെ ശരിയായ അർത്ഥം ഞാൻ നേരത്തെ പറഞ്ഞിട്ടുണ്ട്. ഒരു പാട് വർഷങ്ങൾക്കുശേഷം ഒരു പക്ഷേ പട്ടിത്താനം എന്ന പേര് ചിലപ്പോൾ മാഞ്ഞുപോയേക്കുമോ? സ്ഥലപ്പേരുകൾ മായ്ക്കാൻ പറ്റും. പക്ഷേ നമ്മൾ എത്രമായ്ച്ചാലും മായില്ല സ്ഥലപ്പേരുകൾ. തെളിവുകൾ ബാക്കിയാകും.

എങ്ങനെയാണ് ഞാൻ കവിയായത് ? അത് എനിക്ക് അറിയില്ല. കാവ്യപാരമ്പര്യം എനിക്ക് ഉണ്ടായിരുന്നില്ല. പട്ടിത്താനത്ത് ആർക്കും എടുത്തു പറയത്തക്ക സാഹിത്യപാരമ്പര്യം ഇല്ല. ഒന്നുരണ്ട് പേരെ വേണമെങ്കിൽ സൂചിപ്പിക്കാം എന്നേയുള്ളൂ. അതിൽ കാവുന്തോലി എന്ന വീട്ടിൽ നാടകമെഴുതുന്ന ഒരാൾ ഉണ്ടായിരുന്നു. വളരെ പതുക്കെയേ സംസാരിക്കുകയുള്ളൂ. ആ വീട്ടുകാരുമായാണ് ഞങ്ങൾക്ക് കന്താറ

മണിയേൽ ഭാഗത്തെ സ്ഥലത്തിന്റെ പേരിൽ കേസ് ഉണ്ടായത്. പക്ഷേ ആ നാടകക്കാരൻ എന്നെ കാണുമ്പോൾ എഴുതണമെന്ന് എപ്പോഴും പറയുമായിരുന്നു. അദ്ദേഹത്തിന്റെ നാടകങ്ങൾ ഭേദപ്പെട്ട നിലവാരം പുലർത്തിയിരുന്നു. ക്രൈസ്തവമൂല്യങ്ങളിൽ അടിയുറച്ച ജീവിതമായിരുന്നു അദ്ദേഹത്തിന്റേത്. സാഹിത്യവും അങ്ങനെതന്നെ. ഞങ്ങളുടെ വീടിന്റെ വശത്തുകൂടി പോകുമ്പോൾ എന്നോട് സാഹിത്യകാര്യങ്ങൾ പറഞ്ഞിരുന്നു. അദ്ദേഹം വയലിൻ വായിക്കുമായിരുന്നു. ഞാൻ ഒരിക്കൽ ആ വീട്ടിൽ പോയിട്ടുണ്ട്. അദ്ദേഹത്തിന്റെ മുറി പുറകുവശത്തായിരുന്നു. അന്നവിടെ നക്ഷത്രവള്ളികൾ ഉണ്ടായിരുന്നു. അദ്ദേഹം വയലിൻ വായിച്ചു കേൾപ്പിച്ചു. വളരെ വൈകിയായിരുന്നു അദ്ദേഹം വിവാഹം കഴിച്ചത്. കുറച്ചു വർഷങ്ങൾക്കുമുമ്പ് അദ്ദേഹം മരിച്ചു പോയി. ഞാൻ കാണാൻ പോയിരുന്നു. മറ്റൊരാൾ മുള്ളമ്മാണ്ടിലെ സാർ ആയിരുന്നു. അദ്ദേഹം എയർഫോഴ്സിലോ മറ്റോ ആയിരുന്നു. അദ്ദേഹത്തിന്റെ മകനായ ഫ്രാൻസിസ് എന്നയാൾക്ക് എന്റെ സാഹിത്യകാര്യങ്ങളിൽ താല്പര്യം ഉണ്ടായിരുന്നു. അതിസുന്ദരനായിരുന്ന ഒരാൾ ആയിരുന്നു ഫ്രാൻസിസ്. ദീപികാ ബാലജനസഖ്യം ഇവരൊക്കെ ചേർന്നാണ് നടത്തിയത്. ഞാനതിലൊന്നും ഉണ്ടായിരുന്നില്ല. അദ്ദേഹത്തിന് പാക്കിൻസൺ എന്ന രോഗം വന്നു. പട്ടിത്താനത്ത് മൂന്ന് ക്രിസ്ത്യൻ കുടുംബങ്ങളിൽ മൂന്ന് നിരീശ്വരവാദികൾ ഉണ്ടായിരുന്നു. ഒരാൾ ഒരു കമ്മ്യൂണിസ്റ്റ് പ്രവർത്തകനും രണ്ടു പേർ വലിയ ജോലിക്കാരും ആണ്. മൂന്നു പേർക്കും എന്നെ അറിയാം. ഞാൻ ഈശ്വരവിശ്വാസിയായിരുന്നില്ല. പക്ഷേ, ഞാൻ ദൈവത്തെ നിഷേധിക്കാനും പോയിട്ടില്ല. ദൈവം പ്രകൃതിയാണ് എന്ന് ഫാ. എസ്. കാപ്പൻ എന്നോട് പറഞ്ഞിരുന്നു. സ്പിനോസയുടെ ആശയമാണ്. പക്ഷേ എനിക്ക് ആ ബോധം ലഭിക്കുന്നത് 1988-ൽ ആണ്. 1990-ൽ ആണ് അത്തരം സ്വാധീനത്താൽ ഞാൻ ദിഗംബരം എന്ന ദീർഘകവിത എഴുതുന്നത്. അപ്പോൾ ഞാൻ പ്രീഡിഗ്രി കാലത്തു വായിച്ച ജി.ശങ്കരക്കുറുപ്പിന്റെ സാഹിത്യകൗതുകം നാലുഭാഗവും എന്നിൽ ഉയിർത്തെഴുന്നേറ്റു. മറ്റൊന്ന് എന്റെ വീട്ടിലെ കലാപരമായ അന്തരീക്ഷം ആയിരുന്നു എന്നു തോന്നുന്നു. ഞങ്ങൾക്കൊരു വലിയ കലാപാരമ്പര്യം ഉണ്ടായിരുന്നു. ചെണ്ട, തബല, ഹാർമ്മോണിയം, ബോങ്കോസ്, ഗെഞ്ചിറ എന്നിവയുടെ പാരമ്പര്യമായിരുന്നു അത്. നൃത്തം, കഥാപ്രസംഗം, ഗാനമേള എന്നിവയുടെ പാരമ്പര്യം. തബലയും ഹാർമ്മോണിയവും ബോങ്കോസും വയലിനും പഠിക്കാൻ ഞാൻ ശ്രമിച്ചിട്ടുണ്ടെങ്കിലും അതിലൊന്നും ഞാൻ തുടർന്നില്ല. സിനിമാഗാനങ്ങളുടെ അന്തരീക്ഷം റേഡിയോയും മറ്റുമില്ലാത്ത അക്കാലത്തും

വീട്ടിൽ ഉണ്ടായിരുന്നു. എന്നാൽ പാടാൻ ചാച്ചനൊഴികെ ആർക്കും കഴിഞ്ഞില്ലതാനും.

ഞാൻ ദേവമാതാ കോളേജിൽ പഠിച്ച കാലം ജനകീയ സാംസ്കാരികവേദിയുടെ കാലമായിരുന്നു. കുറേ കമ്യൂണിസ്റ്റ് പുസ്തകങ്ങൾ അന്ന് ലഭിച്ചിരുന്നു. കോമ്രേഡ് വായിച്ചിരുന്നു. സംക്രമണവും ആധുനിക കവിതകളും വായിച്ചിരുന്നു. ആധുനിക കവിതയുടെ സ്വാധീനം വളരെ ശക്തമായിരുന്നു. ധാരാളം പുസ്തകങ്ങൾ അക്കാലത്ത് വായിച്ചു. നാനാജാതി മതങ്ങളിലും അല്ലാതെയുമുള്ള ആളുകളെ കണ്ടുമുട്ടി. പിന്നെ മുമ്പ് പറഞ്ഞ പരമേശ്വരൻ കെ. എസിന്റെ സ്വാധീനം, മൂകമാം പ്രണയങ്ങൾ, പ്രകൃതിസ്നേഹം, മതപരമല്ലാത്ത ജീവിതം ഇതൊക്കെ എന്നെ സ്വാധീനിച്ചു. പക്ഷേ ഞാനൊരിക്കലും വിപ്ലവത്തിൽ വിശ്വസിച്ചില്ല. പതുക്കെയുള്ള മാറ്റങ്ങൾ ആണ് എനിക്ക് ഇഷ്ടം. എല്ലാ മഹാന്മാരെയും ഞാൻ വായിച്ചു. ആരെയും പിന്തുടർന്നില്ല. ഞാൻ ഞാൻതന്നെ എന്നെനിക്ക് തോന്നി. പിന്നീട് കേരളത്തിലുള്ള പലസാഹിത്യകാരന്മാരെയും പരിചയപ്പെട്ടു. കവിതയിലൂടെ ഏറെ ദൂരം അന്വേഷിച്ചുപോയി. പക്ഷേ ഇതൊന്നുമല്ല എന്നെ കവിയാക്കിയത് എന്നാണ് എനിക്ക് തോന്നുന്നത്. വേറെ ചില കാര്യങ്ങളും ഞാൻ പറയാം.

എന്റെ അമ്മ ഓർമ്മകൾ ധാരാളമുള്ള ആളായിരുന്നു. ഞാൻ ബി.എ.യ്ക്ക് പഠിക്കുമ്പോഴാണ് അമ്മയ്ക്ക് മെനഞ്ചൈറ്റിസ് എന്ന രോഗം വന്നത്. അമ്മ മരിച്ചുപോകുമെന്ന് എല്ലാവരും കരുതി. ഞാനും ചേട്ടനും മെഡിക്കൽ കോളേജിന്റെ വരാന്തയിലാണ് കിടന്നത്. അമ്മയുടെ കാര്യം ക്രിറ്റിക്കൽ ആണെന്ന് ഡോക്ടർ പറഞ്ഞെന്ന് ചേട്ടൻ എന്നോടു പറഞ്ഞു. ഞാൻ മെഡിക്കൽ കോളേജിന്റെ മൈതാനത്തുവെച്ച് ഒരു പാടു നേരം കരഞ്ഞു. അമ്മ രക്ഷപ്പെട്ടെങ്കിലും ശരീരം തളർന്നുപോയിരുന്നു. പിന്നീട് ആയുർവേദ ചികിത്സയിലൂടെയാണ് എണീക്കാമെന്നായത്. പിന്നീട് അമ്മ എങ്ങും പോയില്ല. ഒരു കസേരയിൽ പകൽ മുഴുവൻ പുറത്തേക്ക് നോക്കിയിരുന്നു. അതോടെ അമ്മ ഏറെ മാറിപ്പോയി. ഓർമ്മകൾ ആയിരുന്നു അമ്മയുടെ ലോകം. ഇനിയൊരു സഞ്ചാരമില്ല. സ്വപ്നങ്ങൾ മാത്രം. ആരോടും ദേഷ്യമില്ല. അതി വൈകാരികതയില്ല.

എന്റെ ആദ്യകാലകവിതകൾ ഒർമ്മകളുടെ വീണ്ടെടുപ്പാണ്. ഒരു പക്ഷേ അമ്മ ഒരു രൂപകമായി എന്നിൽ കുടികൊണ്ടിരിക്കാം. മറവിക്കെതിരേ ഓർമ്മകളുടെ കലാപം എന്ന് മിലാൻ കുന്ദേര പറഞ്ഞു. അതാവാം ഓർമ്മകളുടെ കാവ്യലോകം. ഒരു പക്ഷേ അമ്മയുടെ രോഗാതുരമായ ജീവിതമാകാം എന്നെ കവിയാക്കിയത്. പക്ഷേ,

അതിനൊക്കെ എത്രയോ മുമ്പ് ഞാൻ കവിതകൾ എഴുതി.

ഞാനെന്റെ അമ്മവീട്ടിൽ വളരെക്കാലം പോയി നിന്നിട്ടുണ്ട്. അമ്മയുടെ ഏറ്റവും ഇളയ ആങ്ങളയാണ് അവിടെ താമസിച്ചിരുന്നത്. അദ്ദേഹം ഒരു മാനസികരോഗിയായിരുന്നു. അന്ന് അത് ഒരു ഓലപ്പുരയായിരുന്നു. മുറ്റത്ത് ഒരു കിണർ. പിൻവശത്ത് ഒട്ടലുകൾ, മുന്നിൽ തോട്. നല്ലവണ്ണം കായ്ക്കുന്ന തെങ്ങുകൾ ഇപ്പോഴും അവിടെയുണ്ട്. ഇപ്പോൾ അവിടെ ആരും താമസിക്കുന്നില്ല. ഞാനും കുഞ്ഞച്ചൻ അച്ചനും കൊഞ്ചിനെ പിടിക്കാൻ ശ്രമിച്ചിരുന്നു. അദ്ദേഹം ജോലിക്കൊന്നും പോയിരുന്നില്ല. അദ്ദേഹത്തിന്റെ ഭാര്യയായിരുന്നു ജോലിക്ക് പോയിരുന്നത്. അദ്ദേഹത്തിന്റെ രൂപമായിരുന്നു എനിക്ക് എന്ന് എല്ലാവരും പറയുമായിരുന്നു. ഈ സാദൃശ്യം എന്നെ എന്നും ചിന്തിപ്പിച്ചിട്ടുണ്ട്. പക്ഷേ അദ്ദേഹത്തിന്റെ സ്വഭാവത്തിൽ വലിയ വ്യത്യാസമൊന്നും ഞാൻ കണ്ടിട്ടില്ല. ഭ്രാന്തിന്റെ രൂപകമായി ഈ മനുഷ്യൻ എന്നും എന്റെ മനസിൽ ഉണ്ടായിരുന്നു. എനിക്ക് ഭ്രാന്ത് ഉണ്ട് എന്ന് പലരും എന്നോട് പറഞ്ഞിട്ടുണ്ട്. പക്ഷേ എനിക്ക് ഒരിക്കലും ഭ്രാന്ത് ഉണ്ടായിരുന്നില്ല. പിടിച്ചാൽ കിട്ടാത്ത കാമനകളും പ്രണയവും എന്നിൽ ഒരു ഭ്രാന്താലയത്തിലെന്നവണ്ണം കഴിഞ്ഞുകൂടി. സൂക്ഷിച്ചു നോക്കിയിൽ ഒരു കവിയിൽ ഭ്രാന്തമായ ഒരു ലോകവും ഉണ്ടാകും.

അധ്യായം 19

ഞങ്ങൾ അഞ്ചു മക്കളിൽ രണ്ടു പേർ ഇളയ സഹോദരിമാരാണ്. ഏറ്റവും ഇളയവളെ മകളെപ്പോലെയാണ് ഞാൻ സ്നേഹിച്ചത്. പക്ഷേ അവർ രണ്ടു പേരും ഉണ്ടാകുന്നതിനുമുമ്പ് ചാച്ചന്റെ നേർ ചേട്ടന്റെ മൂന്ന് പെണ്മക്കളും മൂത്ത ചേട്ടന്റെ നാല് പെണ്മക്കളുമായിരുന്നു എനിക്ക് പ്രിയ സഹോദരിമാർ. ചെറുപ്പത്തിലെ, ജന്മിയുടെ മകളായ എന്റെ കുഞ്ഞുകൂട്ടുകാരി നഷ്ടപ്പെട്ടതിനാൽ ഇവർ ഏഴുപേർ എനിക്ക് തണൽ മരങ്ങൾ ആയിരുന്നു. അവർ വീട്ടിൽ വരുമ്പോൾ എനിക്ക് ഉത്സവമായിരുന്നു. ചാച്ചന്റെ മൂത്ത ചേട്ടന്റെ മൂന്നാമത്തെ മകളായിരുന്നു ആലീസ്. മുതിരക്കാലാത്തോട് കടന്ന് ആലീസ് കയറ്റം കേറി ഞങ്ങളുടെ ആദ്യത്തെ വീട്ടിലേക്ക് ചിരിച്ചുകൊണ്ടു വരുന്നത് എനിക്കോർമ്മയുണ്ട്. വഴിയിൽനിന്ന ഞാനും പെണ്ണമ്മയും ആലീസിനേയും കൂട്ടി വീട്ടിലേക്ക് തിരിച്ചുപോന്നു. ആലീസ് നല്ലപോലെ വെളുത്തവൾ ആയിരുന്നു. ഒരു മാലാഖയെപ്പോലെ നിഷ്കളങ്ക. ശാരോനിൽ വിരിഞ്ഞ ശോശന്നപ്പൂവ്. അവൾ അരപ്പാവാട ഇട്ടിരുന്നു. എന്നാൽ അവൾ കൗമാരത്തിലേ അസുഖം വന്ന് മരിച്ചു പോയി. അത് എന്റെ ഒരു ദുഃഖമായി ഇന്നും മനസിലുണ്ട്. യഹൂദി അമിച്ചായുടെ റൂത്തിനെപ്പോലെയവൾ. സഹോദരിമാരിൽ രണ്ടു പേർ ഒഴികേ എല്ലാവരും വെളുത്തവർ ആയിരുന്നു. ചാച്ചന്റെ മരിച്ചുപോയ ചേട്ടന്റെ മകൾ പെണ്ണമ്മ (ഏലിയാമ്മ) യോടായിരുന്നു എനിക്ക് ഏറ്റവും അടുപ്പം. ചെറുപ്പത്തിൽ ഞങ്ങൾ ഒരുമിച്ചേ നടക്കുകയുണ്ടായിരുന്നുള്ളു. കളിക്കാനും തുണിയലക്കാനും സാറ്റുകളിക്കാനും അക്ക്, കല്ലുകളി, ഞൊണ്ടിപ്പിടുത്തം, സ്കൂളിൽ പോക്ക്, ചീട്ടുകളി, തബലവായന ഇതിലൊക്കെ ഞങ്ങൾ ഒന്നിച്ചായിരുന്നു. മിക്കവാറും എന്റെ രാത്രി ഉറക്കം മാറിമാറി ചാച്ചന്റെ രണ്ട് ചേട്ടന്മാരുടേയും വീടുകളിലായിരുന്നു. ഞാൻ തിരുവനന്തപുരത്തേക്ക് പോകുംവരെ ഞങ്ങൾ ഒരുമിച്ചായിരുന്നു. ഞങ്ങൾ ഒരുമിച്ച് പത്താം ക്ലാസിൽ ട്യൂഷനു പോയി.

ട്യൂഷൻ കഴിഞ്ഞ് രാത്രിയിൽ എന്നെ വീട്ടിൽ കൊണ്ടുവിട്ടിട്ട് അവൾ ഒറ്റയ്ക്ക് തിരിച്ചുപോകും. എനിക്ക് ഇല്ലിക്കൂട്ടം കടന്നുപോകാൻ പേടിയായിരുന്നു. പെണ്ണമ്മ സുന്ദരിയായിരുന്നു. അവൾ പത്താംക്ലാസു കഴിഞ്ഞ് പിന്നെ പഠിച്ചില്ല. ഇടയ്ക്ക് വീട്ടിൽ വരുമ്പോൾ എന്റെ പാന്റ്സും ഷർട്ടുമിട്ടു നടക്കും. പിന്നെ അവളുടെ കല്യാണം കഴിഞ്ഞു. അവളുടെ ഭർത്താവ് ഒരു ജോലിക്കാരൻ ആയിരുന്നു. മൂവാറ്റുപുഴയായിരുന്നു അദ്ദേഹത്തിന്റെ വീട്. അദ്ദേഹം കുറേ വർഷങ്ങൾ മുമ്പ് മരിച്ചുപോയി. അവൾക്ക് മൂന്ന് മക്കളുണ്ട്. ഞങ്ങൾ ഒരുമിച്ചു ജീവിച്ച ഇരുപതു വർഷങ്ങൾ ഓർക്കുകയാണ് ഇക്കാലത്ത് ഞാൻ. അടുത്ത കാലത്ത് ഞാനവളെ കാണാൻ പോയിരുന്നു. അവൾ രണ്ടു പെണ്മക്കളെയും കെട്ടിച്ചു വിട്ടു. ഇപ്പോൾ യേശുവിൽ ഹൃദയമർപ്പിച്ച് പ്രാർത്ഥനയോടെ ജീവിക്കുന്നു. ഇക്കാലമത്രയും നേരാംവണ്ണം ഒരു പ്രണയം എനിക്ക് ഉണ്ടായിരുന്നില്ല. എന്റെ അയല്ക്കാരി കുട്ടിയുമായി കൗമാരപ്രണയമായിരുന്നു എന്ന് ഇപ്പോഴാണ് മനസിലായത്. എനിക്ക് ചിലരോട് ചില കാന്തിക ബന്ധങ്ങൾ തോന്നുമായിരുന്നു എന്നത് സത്യമാണ്. പക്ഷേ, ലൈംഗികമായ അജ്ഞത ഉണ്ടായിരുന്നു. ബി.എ. കഴിയുമ്പോഴാണ് ലൈംഗികമായ ചില ഉൾവിളികൾ, അറിവുകൾ എനിക്ക് ഉണ്ടായത്. എനിക്ക് സ്ത്രീകളെ ഭയമായിരുന്നു. ബി. എ. ക്ലാസിൽ കൂടെ പഠിച്ച ഒരു പെൺകുട്ടി എനിക്കൊരു ഹീറോപ്പേന തന്ന കാര്യം ഞാൻ നേരത്തേ പറഞ്ഞിട്ടുണ്ട്. എന്നെ സാമ്പത്തികമായി അവൾ സഹായിച്ചിരുന്നു. ചോറുണ്ണാനും പുസ്തകം വാങ്ങാനും പൈസ തന്നു. അവൾ മാത്രമല്ല വേറെ രണ്ട് പെൺകുട്ടികളും സഹായിക്കുമായിരുന്നു. ഞാനും ആദ്യം പറഞ്ഞവളും ശനിയാഴ്ച കോളേജിൽ വന്ന് പാഠപുസ്തകം വായിച്ച് ഒരുമിച്ചിരിക്കുമായിരുന്നു. അവൾ ഇടയ്ക്ക് പഠിത്തം നിർത്തി ഷില്ലോങ്ങിലേക്ക് പോയി. പിന്നെ ഒരു വിവരവും ഇല്ല. അടുത്ത കാലത്ത് ഞാനവളെ വിളിച്ചു. എന്നെ ഓർക്കുന്നെന്ന് പറഞ്ഞു. പേന തന്ന കാര്യം ഞാൻ പറഞ്ഞു. അവൾ പക്ഷേ അത് മറന്നുപോയി. അക്കാലമൊക്കെ പോയില്ലേ എന്നവൾ എന്നോട് പറഞ്ഞു. അവളുടെ ഫോട്ടോ എന്നെ ഞെട്ടിച്ചു കളഞ്ഞു. ബി. എ. കാലത്തെ ആ ആർദ്രയായ പെൺകുട്ടിയെ കണ്ടെത്താൻ ആ ഫോട്ടോയിൽ എനിക്ക് കഴിഞ്ഞില്ല. ഒരടി കിട്ടിയ പോലെയായി ഞാൻ. കാലം മനുഷ്യരെ ഇങ്ങനെ മാറ്റി വരയ്ക്കുമോ എന്ന് ഞാൻ പരിതപിച്ചു. പിന്നെ ഞാനവളെ വിളിച്ചില്ല. അക്കാലം പോയില്ലേ എന്നവൾ പറഞ്ഞത് എന്നെ വേദനിപ്പിച്ചു. അവൾ എനിക്ക് നല്കിയ സഹായവും പരിഗണനയും എനിക്ക് മറക്കാൻ പറ്റില്ല; ആ പേനയും. അതിന്റെ പേരിലാണ് എന്റെ അയല്ക്കാരി കൂട്ടുകാരിയും ഞാനുമായി

പിണങ്ങിപ്പിരിഞ്ഞത്. പിന്നീട് ഇരുപത്തിമൂന്നാം വയസുവരെ ഞാനൊരു പെണ്ണിനോടു പോലും പ്രണയം പറഞ്ഞില്ല. പ്രണയം എന്റെ ഉള്ളിലെ തടവറയിൽ കിടന്നു. രാത്രിയിൽനിലത്ത് പായിൽക്കിട ന്ന് പ്രണയത്തെപ്പറ്റി ഞാൻ ചിലതെല്ലാം കുത്തിക്കുറിച്ചുകൊണ്ടിരുന്നു. പ്രണയം പറയാൻ ഒരു ഭൗതിക സാഹചര്യം വേണം. ഞാനൊരിക്ക ലും എന്റെ ജാതിയിൽ പെട്ടവരെ സ്നേഹിച്ചില്ല. എനിക്ക് ജാതിബോധം, മതബോധം ഇല്ല. എന്റെ സങ്കല്പത്തിനിണങ്ങുന്നവരോട് പ്രണയം പറയാൻ എന്റെ താഴ്ച, വീട്ടിലെ അവസ്ഥ എന്നെ സഹായിച്ചില്ല. പക്ഷേ ഞാൻ പ്രണയത്തെപ്പറ്റി അതുമിതും എഴുതിക്കൊണ്ടിരുന്നു. എന്നാൽ എം. എ. പഠനകാലം കഴിഞ്ഞ് ഞാൻ ഒരാളെ അഗാധമായി പ്രണ യിച്ചിട്ടുണ്ട്. മുകളിൽ ആകാശവും താഴെ ഭൂമിയുമായിരുന്നു എനിക്ക്. എങ്കിലും ഞാൻ രണ്ടും കല്പിച്ച് അവളെ സ്നേഹിച്ചു. അവളും എന്നോട് പ്രണയം പറഞ്ഞു. അല്പം ഇരുണ്ട നിറമായിരുന്നു അവൾക്ക്. അത് അവൾക്ക് അസാധാരണമായ അഴകേകി. അതുകൊണ്ട് ഞങ്ങൾക്ക് ശത്രുക്കളുണ്ടായി. ഞങ്ങൾ ഒന്നിച്ചിരുന്ന് ചോറുണ്ടു. വളരെ നേരം ഒരുപാട് കാര്യങ്ങൾ പറഞ്ഞു. ഞങ്ങൾ ശനിയാഴ്ചകളിലും കോളേജിൽ വന്നു. അവധിക്കാലത്ത് കത്തുകൾ എഴുതി. നഗരത്തിലൂടെ കുടചൂടിന ടന്നു. സംഗീതകോളേജിന്റെ താഴെവെച്ച് വഴക്കുകൂടി. പിന്നെ മുന്നിലും പിറകിലുമായി നടന്നു. ഒരു ദിവസം ഞാൻ മറ്റൊരു പെൺകുട്ടിയേയും കൂട്ടി അവളുടെ വീട്ടിൽ പോയി. അവളുടെ അമ്മയ്ക്ക് എന്നെ അത്ര പിടിച്ചി ല്ല എന്നവൾ പിന്നീട്ടു പറഞ്ഞു. അത് സാരമില്ല എന്ന് ഞാനും പറഞ്ഞു. ഒരു കർഷകകുടുംബമായിരുന്നു അവരുടേത്. ഹിന്ദു മേൽജാതിക്കാർ. ആ പ്രണയവും എനിക്ക് നഷ്ടപ്പെട്ടു. അവൾ അവൾക്ക് ഇഷ്ടമല്ലാത്ത ഒരുത്തനെ വിവാഹം കഴിച്ചു. അവൾ വിവാഹം കഴിഞ്ഞ് ഒരു വർഷമെ ത്തുന്നതിനു മുമ്പേ മരിച്ചു. അവളുടെ മരണം എന്നെ തകർത്തുകളഞ്ഞു. വളരെക്കാലം ഞാൻ അലഞ്ഞു നടന്നു. ഒറ്റയ്ക്കിരുന്നു കരഞ്ഞു. മദ്യപിച്ചു. പിന്നെ രോഗം മൂലം മദ്യപാനം നിർത്തി. അവളുടെ ഓർമ്മകൾ ഇപ്പോഴും എന്നെ പിന്തുടരുന്നു. ഞാനവളെ ഇപ്പോഴും സ്വപ്നം കാണുന്നു. അവൾ ഒരിക്കൽ പറഞ്ഞത് ഞാനോർക്കുന്നു. “ജോസഫ് വലിയ കവിയാകും. ഞാൻ മരിച്ചുപോകും.” അവൾക്ക് തലയിൽ ഒരു വേദനയുണ്ടെന്ന് അവൾ പറഞ്ഞിരുന്നു. അവളെ ബ്രെയിൻ ട്യൂമറിലേക്കെത്തിച്ചത് അതാവാം. എന്റെ പ്രണയകവിതകൾ പലതും ഞാനൊരു ഉമ്മപോലും കൊടുക്കാത്ത അവളെക്കുറിച്ചാണ്. ഞങ്ങൾ ഒരുമിച്ച് അവളുടെ മുറിയിൽ ഏറെ നേരം ഇരുന്നതാണ്. ശർക്കരവരട്ടി തിന്നതാണ്. ഞാൻ പക്ഷേ അങ്ങനെ ചിന്തിച്ചില്ല. അവളാകട്ടെ ഓർപ്പിച്ചുമില്ല.

ഞാനവളെ കാത്തുസൂക്ഷിച്ചിരുന്നു. ഞാനെന്നും അവളോടുള്ള എന്റെ ഉത്തരവാദിത്വം കാണിച്ചു. ശരീരം അല്ല ആത്മാവായിരുന്നു എന്റെ പ്രണയത്തിന്റെ അടിസ്ഥാനം. അവൾക്കും അങ്ങനെതന്നെ. ഇന്നത്തെ ലോകം ഇതു കേട്ട് പൊട്ടിച്ചിരിക്കും എന്നെനിക്കറിയാം. ഇന്ന് ശരീര പ്രധാനമായി ലോകം. എന്നാൽ ആ പ്രണയം താല്ക്കാലികമാണ്. അതു കൊണ്ടാണ് ദാമ്പത്യ ജീവിതം തകരുന്നത്. അവിടെ ആത്മീയത ഇല്ല. ദാമ്പത്യ ജീവിതം മിക്കവാറും തകർന്നു കഴിഞ്ഞു. സത്യത്തിൽ എന്നും പ്രണയിച്ചിരിക്കുന്നതാണ് ശരി. ആ ആത്മീയമായ സ്നേഹം കൊണ്ടാണ് അവൾ എന്റെ കവിതകളിൽ എന്റെ കവിതകൾ ഉള്ള കാലത്തോളം ജീവിക്കുന്നത്. എനിക്കവളെ മരണത്തിന് വിട്ടു കൊടുക്കാൻ ആവില്ല. എന്റെ കവിതകളുടെ രാവണൻകോട്ടയിൽ അവൾ ഒരു രാജകുമാരിയെപ്പോലെ ജീവിക്കുന്നു. അവളെക്കുറിച്ചെഴുതിയ കവിതയാണ് ഐഡന്റിറ്റി കാർഡ്. ഒരിക്കൽ എന്റെ കൈ അവളുടെ തുടയിൽ അല്പനേരം ഇരുന്നു. "ഇതെന്താ ഇങ്ങനെ?" അവൾ ചോദിച്ചു. നമ്മൾ വിവാഹം ഉറപ്പിച്ചല്ലോ അതുകൊണ്ടാണ്. ഞാൻ പറഞ്ഞു. അവളുടെ മോതിരം അവളെന്റെ കയ്യിലിട്ടു. അവളാണെന്റെ ആദ്യഭാര്യ എന്നു പറയാം. സ്വപ്നത്തിൽ പല തവണ ഞാനവളുടെ വീട്ടിലെത്തിയിട്ടുണ്ട്. ഞങ്ങൾ പിണങ്ങി ക്ലാസിലിരുന്നിട്ടുണ്ട്. ഞങ്ങളുടെ താഴത്തെ വീട്ടിൽവെച്ച് ഞാനവളെ കണ്ടിട്ടുണ്ട്. ഇവിടെ ശരീരം ആത്മാവ് എന്ന് ഞാൻ പറഞ്ഞതിലെ വൈരുദ്ധ്യം നിങ്ങൾ ചോദ്യം ചെയ്തേക്കാം. ശരീരവും മനസും രണ്ടല്ല എന്നേ പറയാനുള്ളു. പിന്നീട് ഞാൻ വിവാഹം ചെയ്യാൻ ആഗ്രഹിച്ചില്ല. പക്ഷേ ആ തീരുമാനം മാറിയ ഒരു സന്ദർഭം ഉണ്ടായി. അത് ഞാൻ പിന്നീട് വിവരിക്കാം.

ഞാൻ ജീവിതത്തിൽ ആഴത്തിൽ ഭ്രാന്തമായി സ്നേഹിച്ചത് നാലു പേരെയാണ്. അതിൽ ഒരാൾ മരിച്ചല്ലോ. എനിക്ക് പ്രണയം മുന്നോട്ടു കൊണ്ടുപോകാനുള്ള ഭൗതികമായ സാഹചര്യങ്ങൾ ഉണ്ടായിരുന്നില്ല. ഉയർന്ന ജാതിയിൽപ്പെട്ടവരായിരുന്നു മൂന്നു പേരും. ഒരാളോട് ഞാൻ പ്രണയം ഒരിക്കലും പറഞ്ഞിട്ടില്ല. ഒരാളും കൂടി ശരിക്കും ഭാര്യയെപ്പോലെയായിരുന്നു. അത് ഞാൻ പിന്നീട് വിവരിക്കാം. പ്രണയ കവിതകൾ എഴുതാൻ ഇവരെല്ലാം കാരണമായി. ഇതുകൂടാതെ ചില താല്ക്കാലികപ്രണയങ്ങളും ഉണ്ടായിരുന്നു. അതിലൊരു പ്രണയമാണ് മലയാളകവിതയ്ക്ക് ഒരു കത്തിലെ നായിക. അവളും ഉന്നതജാതിയായിരുന്നു. അതീവ രഹസ്യമായ ഒരു ബന്ധമായിരുന്നു ഞങ്ങൾ തമ്മിൽ ഉണ്ടായിരുന്നത്. എല്ലാവരും ആരാധിച്ചിരുന്ന ഒരു സുന്ദരിയായിരുന്നു അവൾ. കറുത്തവനും ഒരു കവിയുടെ ഒരടയാളവും ഇല്ലാത്ത ഞാനുമായി ഉണ്ടായിരുന്ന

അവളുടെ പ്രണയം ആരും സംശയിച്ചില്ല. എന്റെ കറുത്ത കല്ല് എന്ന കവിതയാണ് അവളെ എന്നോട് അടുപ്പിച്ചത്. അതിൽ “മരണത്തിൽ നിന്ന് കരച്ചിലാൽ ഞങ്ങൾ തിരിച്ചെടുത്ത മാതാവിനെ” എന്നൊരു ഭാഗമുണ്ട്. അവളുടെ അമ്മയും തളർന്നുപോയിരുന്നു. ഒരു ദിവസം ഞങ്ങൾ ഒരു മുറിയിൽപ്പെട്ടുപോയി. ഉച്ചയായപ്പോൾ ഞാൻ പോകാനൊരുങ്ങി. പോകരുതേ എന്നവൾ പറഞ്ഞു. ഞാനവളോട് കവിതയെപ്പറ്റിയും ലോർക്കയെപ്പറ്റിയും പറഞ്ഞു. പുറത്ത് ഖസാക്കിലേതുപോലെ വെളുത്ത മഴ, അനാദിയായ മഴ. ആകാശം ഞങ്ങളെ ഒരു പുതപ്പുപോലെ മൂടി. വാതിലടച്ചു. ജനൽ ഒരു പാളി തുറന്നു കിടന്നു. ദൂരെ മരങ്ങൾ കൊണ്ടുണ്ടാക്കിയ മലകളിലെ മരങ്ങൾ ഭ്രാന്തമായി കാറ്റിലാടി. പിന്നെ മരങ്ങളെ മഴ മറച്ചു. ചൂണ്ടപ്പനയും മാഞ്ഞു. ഏതാണ്ട് വൈകുന്നേരം വരെ ഞങ്ങൾ ഒരാളുപോലുമില്ലാത്ത കുറഞ്ഞ വെളിച്ചത്തിൽ ഇരുന്നു. അവളുടെ സൗന്ദര്യം വിളക്കുപോലെ കത്തിക്കൊണ്ടിരുന്നു. ഞാനവളിൽനിന്ന് വളരെ മാറിനിന്നു. ഇടയ്ക്ക് ഇരുന്നു. ശരിക്കും ഞാനപ്പോൾ മഴയെക്കുറിച്ചാണ് ഓർത്തത്. ഞങ്ങൾ ധാരാളം സംസാരിച്ചു. ഇന്ന് ഞാനാ സന്ദർഭത്തെ നഷ്ടപ്പെട്ടുപോയ പ്രണയനേരം എന്നു വിളിക്കുന്നു. അവളും അങ്ങനെ വിളിച്ചിട്ടുണ്ടാവണം. എനിക്കക്കാലത്ത് ഒരബദ്ധം കൂടി പറ്റി. അവൾക്ക് എന്നേക്കാൾ മൂന്ന് വയസു കൂടുതലുണ്ടെന്ന് ഞാൻ കരുതി. പിന്നെ കുറേക്കാലം ഞങ്ങൾ കത്തുകൾ എഴുതി. പക്ഷേ അധികകാലം ഞങ്ങൾക്ക് തമ്മിൽ കാണാൻ കഴിഞ്ഞില്ല. ഞങ്ങൾ രണ്ടു വഴിക്കായി. പിന്നെ അധികകാലം കത്തുകൾ തുടർന്നില്ല. അവൾ അവളുടെ വഴിക്കുപോകട്ടെയെന്നു ഞാൻ കരുതി. അവസാനമായി ഒരു ക്രിസ്മസ് കാർഡ് എനിക്കവൾ അയച്ചു. എനിക്ക് പലപ്പോഴും പെട്ടെന്ന് ദേഷ്യം വരും. എന്റെ ജീവിതത്തിലെ പരാജയങ്ങൾ അങ്ങനെയുണ്ടായതാണ്. ഞാനാ കത്തിന് ശരിയായ ഒരു മറുപടി അയയ്ക്കേണ്ടതായിരുന്നു. പ്രണയത്തിന് ധാരാളം ക്ഷമ വേണം. അത് ഒരു എളുപ്പവഴി അല്ല. കാത്തിരുപ്പും ക്ഷമയും ആവശ്യമാണ്. അപക്വമായ സ്വഭാവം ആയിരുന്നു എന്റേത്. അതാണ് എനിക്ക് എല്ലായിടത്തും സംഭവിക്കുന്നത്. അവളെനിക്ക് മുമ്പ് എഴുതിയ കത്തിലെ “ ജനലിലൂടെ ഒരു പക്ഷിയെപ്പോലെ പറന്നു പോകണ “ മെന്ന വരിയാണ് ഞാൻ കവിതയിൽ ഉപയോഗിച്ചത്. ആ കവിത എന്റെ നല്ലൊരു തുടക്കമായി. അതുപോലുള്ള കവിതകൾ എന്നെ കവിയാക്കി. യഥാർത്ഥത്തിൽ ഞങ്ങൾ തമ്മിൽ കുറച്ചു നാളേ സ്നേഹിച്ചുള്ളൂ. ഒരു വർഷക്കാലം പോലും നീളം ഉണ്ടായിരുന്നില്ല പ്രണയത്തിന്. മൂന്നു മാസം പോലും. അവളെക്കുറിച്ച് ഞാൻ ഒരു കവിത കൂടി എഴുതിയിട്ടുണ്ട്.

പിന്നെ ഞാൻ പറഞ്ഞ നഷ്ടമായ അവസരം. ശരീരമാണ് പ്രണയത്തെ ഉറപ്പിക്കുന്നത് എന്നെനിക്ക് പിന്നീടാണ് മനസിലായത്. എന്നാൽ വീണ്ടുമത് അത്മാവിനെ കണ്ടെത്തണം.

എന്നാൽ പ്രണയം പിന്നീട് വലിയ ദുഃഖങ്ങൾക്കും തകർച്ചയ്ക്കും കാരണമാകും എന്നാണെന്റെ അനുഭവം. പക്ഷേ ഒരു കവിക്ക് അനവധി പ്രണയങ്ങൾ വേണം. ഓരോ സ്ത്രീയും ഒരു നിഗൂഢതയാണ്. കലാകാരന് സ്ത്രീയുടെ സ്നേഹം വേണം. എന്നാൽ പ്രണയം എന്ന വാക്കിൽ നയം എന്നൊരു വാക്ക് ഒളിച്ചിരുപ്പുണ്ട്. പ്ര + നയം ആണല്ലോ പ്രണയം. ആ നയം എനിക്ക് ഇല്ലാതെ പോയി എന്നതിനാൽ ദുഃഖം മാത്രമാണ് അവസാനം ലഭിച്ചത്.

അധ്യായം 20

പട്ടിത്താനത്തെ ലത്തീൻ (റോമൻ) പള്ളിയാണ് ഞങ്ങളുടെ ഇടവകപ്പള്ളി. ആദ്യത്തെ പള്ളിയെപ്പറ്റി ഞാൻ നേരത്തേ പറഞ്ഞിട്ടുണ്ട്. അത് പട്ടിത്താനം കവലയിൽ ആയിരുന്നു. അവിടെ ത്തന്നെയായിരുന്നു ശവക്കോട്ടയും. ഞങ്ങൾ എന്നാണ് പള്ളിയിൽ കൂടിയതെന്ന് ഒരു പിടിയുമില്ല. എന്റെ വല്യപ്പന്റെ അപ്പന്റെ പേര് ചന്തിരൻ എന്നായിരുന്നു എന്ന് പറഞ്ഞു കേട്ടിട്ടുണ്ട്. അദ്ദേഹത്തിന്റെ രേഖകൾ പള്ളിയിൽ ഉണ്ടോ എന്ന് നോക്കാൻ പറ്റിയിട്ടില്ല. എന്റെ രേഖകൾ പോലും നോക്കി അച്ചൻ തളർന്നു പോയി. അപ്പോൾ പിന്നെ പഴയ പള്ളിയിലെ രേഖകൾ നഷ്ടപ്പെട്ടിരിക്കാം. ഇപ്പോൾ വല്യപ്പന്റെ രേഖയുണ്ട്. ഞാൻ മനസിലാക്കുന്നത് വല്യപ്പന്റെ അപ്പന്റെ കാലത്താകും പള്ളിയിൽ ചേർന്നത് എന്നാണ്. അതിനുമുമ്പ് ഞങ്ങൾക്ക് വേരുകൾ ഇല്ല. രണ്ടാമത്തെ പള്ളിയാണ് എന്റെ ഓർമ്മയിൽ ഉള്ളത്. കുരിശാകൃതിയിൽ മാർബിൾ തറയുള്ള പള്ളിയായിരുന്നത്. പള്ളിക്ക് സ്വന്തമായി ഒരു അഞ്ചു വരെയുള്ള സ്കൂളും ഉണ്ടായിരുന്നു. അവിടെയാണ് പട്ടിത്താനത്തുള്ളവർ എല്ലാവരും തന്നെ പഠിച്ചത്. ഈ പള്ളിക്കപ്പുറത്ത്, ഏതാണ്ട് ഒരു ഫർലോങ് അകലെ സുറിയാനിപ്പള്ളിയും ഉണ്ടായിരുന്നു. അവിടത്തെ കുർബാനയ്ക്ക് കൂടുതൽ സമയം എടുക്കും. എന്റെ ചെറുപ്പത്തിൽ കുർബാനയുടെ ഇടയ്ക്ക് സുറിയാനിയിലും അച്ചൻ സംസാരിക്കുമായിരുന്നു. ലത്തീൻ പള്ളിയിൽ ലത്തീൻ ഭാഷയിലും ചില വചനങ്ങൾ അച്ചൻ ഉരുവിട്ടിരുന്നു. രണ്ട് പള്ളിയിലും മാറിമാറി ഞാൻ പോയിരുന്നു.

ഇപ്പോൾ സുറിയാനി കുർബാന അൾത്താരയ്ക്ക് നേരേ നോക്കിയാണ് അച്ചൻമാർ അർപ്പിക്കുന്നത്. വളരെ റിയലിസ്റ്റിക് ആണത്. ലത്തീനിലേത് ജനങ്ങൾക്കഭിമുഖമായാണ്. കൺസെപ്ച്വൽ ആണത്.

അതിലാണ് നാടകീയത, ബൗദ്ധികത ഉള്ളത്. സുറിയാനി രീതി സാധാരണമാണ്. ലത്തീൻ പള്ളിയും സുറിയാനിപ്പള്ളിയും തമ്മിൽ നല്ല ഐക്യത്തിലായിരുന്നു മുമ്പ്. ഞങ്ങളുടെ അച്ചന്റെ പേര് ഫ്രാൻസിസ് അത്രുജ എന്നായിരുന്നു. നാട്ടുകാർക്ക് എല്ലാവർക്കും അദ്ദേഹത്തെ പേടിയായിരുന്നു. വളരെ അച്ചടക്ക നിഷ്ഠയുള്ള ആളായിരുന്നു. പള്ളിയിൽ ചെല്ലാത്തതിന് എന്നെ ചൂരൽകൊണ്ട് തല്ലിയിട്ടുണ്ട്. അത് എന്നിൽ വെറുപ്പുണ്ടാക്കി. എന്നിൽ ഒരു നിഷേധിയെ രൂപപ്പെടുത്തി. അദ്ദേഹം ആംഗ്ലോ ഇന്ത്യനായിരുന്നു എന്ന് കേട്ടിട്ടുണ്ട്. അദ്ദേഹത്തിന്റെ മലയാളം ഇംഗ്ലീഷ് മാതിരി ഇരുന്നു. കുർബാനയ്ക്കിടയിൽ അദ്ദേഹം പള്ളിയുടെ മട്ടുപ്പാവിലെ പ്രാവുകളുടെ ശബ്ദമല്ലാതെ ഒന്നും അനുവദിച്ചിരുന്നില്ല. പള്ളിയിൽ ഹാർമ്മോണിയത്തിൽ പാട്ടിന്റെ സമയത്തല്ലാതെ ശബ്ദം ഉണ്ടാക്കിയ ഹാർമ്മോണിസ്റ്റിനെ അദ്ദേഹം വഴക്കുപറഞ്ഞത് ഞാൻ ഓർക്കുന്നു. കുർബാനയ്ക്ക് വൈകിവരാൻ ആരും ധൈര്യപ്പെട്ടില്ല. അപ്പുറത്തെ പള്ളിക്കാരും ഇവിടെ വന്നിരുന്നു. അദ്ദേഹത്തിന്റെ പ്രസംഗം അല്പനേരമേ ഉണ്ടായിരുന്നുള്ളൂ. അദ്ദേഹം എല്ലാവരോടും തുല്യനിലയിൽ പെരുമാറി. അദ്ദേഹം നടക്കുകയായിരുന്നു എപ്പോഴും .വൈക്കം റോഡ് ജംങ്ഷനിൽനിന്ന് നടന്നുപോകുമ്പോൾ കടകളിലുള്ളവർ എണീറ്റ് നില്ക്കുമായിരുന്നു. ഇന്നത്തെപ്പോലെ ഇടവകക്കാരുടെ കളിപ്പാട്ടം ആയിരുന്നില്ല അദ്ദേഹം. പാവങ്ങളോട് അനുകമ്പ ഉണ്ടായിരുന്നു. മറ്റുവുമായി അകന്നുനിന്നു.

സ്ത്രീകളെ അടുപ്പിച്ചിരുന്നില്ല. സ്കൂളിലെ കുട്ടികളുടെ പേടിസ്വപ്നമായിരുന്നു. ഇന്നത്തെപ്പോലെ സ്വന്തമായി വാഹനം ഉണ്ടായിരുന്നില്ല. അന്നത്തെ പള്ളിയുടെ പരിസരത്ത് വാകയും സപ്പോട്ടയും പാണ്ടിമാവും അടക്കം ധാരാളം മരങ്ങൾ ഉണ്ടായിരുന്നു. പള്ളിയുമായുള്ള എന്റെ ഓർമകളിലെ ശവക്കോട്ട എനിക്ക് പേടിയായിരുന്നു. രാത്രിയിൽ ചെകുത്താൻമാർ വന്ന് പള്ളിമേട അടിച്ചു താഴ്ത്തുമെന്ന് ഞാൻ പേടിച്ചു. ഇന്ന് പള്ളിയിലെ അച്ചൻ താമസിക്കുന്ന പള്ളി ഒരു സർക്കാർ ആഫീസുപോലെ സാധാരണമായിരിക്കുന്നു. എന്നാൽ പഴയ പള്ളിമേട ലളിതവും കുലീനവുമായിരുന്നു. അച്ചന്റെ സമീപമെത്തുമ്പൊഴേക്കും നമ്മുടെ അമ്പൊടിയും. അവിടെ ഒരു സുഗന്ധം ഉണ്ടായിരുന്നു. ഒരു പാട് തടിച്ച പുസ്തകങ്ങൾ, മഷിയിൽ മുക്കി എഴുതുന്ന പേനകൾ വെച്ച പെൻസ്റ്റാന്റ്. കടിശിക പുസ്തകം. പേരേടിന്റെ തടിച്ച പുസ്തകം. പള്ളിയിലെ ആളുകളുടെ ഒപ്പുകൾ രസകരമായിരുന്നു. കുരിശുവരച്ചിട്ട് വട്ടം വരച്ച ഒപ്പ്. ച്ര എന്നെഴുതി കുരിശിട്ടവർ. എല്ലാ ഒപ്പിലും എവിടെയെങ്കിലും കുരിശു കാണും. പള്ളിയുടെ കുശിനി പിന്നിലായിരുന്നു. സൂതൻ എന്നൊരു

ചെറുപ്പക്കാരൻ ആയിരുന്ന അന്നത്തെ അച്ചന്റെ കുക്ക്. കാലു വയ്യാത്ത ആശാൻ എന്നൊരാൾ അവിടെ താമസിച്ചിരുന്നു. അദ്ദേഹത്തിന് ഒരു പൂന്തോട്ടം ഉണ്ടായിരുന്നു. പള്ളിമുറ്റത്ത് ചമ്പകങ്ങൾ ഉണ്ടായിരുന്നു. അൾത്താരബാലനായി കുന്തിരിക്കം ആട്ടിയും മറ്റും ഞാനും ചേട്ടനും കുർബാനയെ സഹായിച്ചിട്ടുണ്ട്. മുഷിഞ്ഞ ഒരുടുപ്പാണ് ഞങ്ങൾ ഇട്ടിരുന്നത്. അതിന് ഒരു പഴകിയ നാറ്റം ഉണ്ടായിരുന്നു. ഞങ്ങൾ അവിടന്ന് കുന്തിരിക്കം മോഷ്ടിച്ചു. ഇന്ന് പഴയ പള്ളി പാരീഷ് ഹാളായി. പുതിയ പള്ളിയുണ്ടാക്കിയിരിക്കുന്നു. ശവക്കോട്ടയോട് വളരെ അടുത്താണത്. ഇന്നിപ്പോൾ ശവക്കോട്ട പലർക്കും ഒരു പേടിയല്ല. അതിനടുത്തായിരുന്നു പള്ളിമഠം.

ഞാനും പെണ്ണമ്മയും ഒരിക്കൽ മഠത്തിൽ ചെന്നു. അപ്പോൾ അനാഥക്കുട്ടികൾ പാർക്കുന്നത് ശവക്കോട്ടയ്ക്ക് അടുത്താണെന്നു കണ്ടു. “നിങ്ങൾക്ക് പേടിയില്ലേ? ഞാൻ അവരോട് ചോദിച്ചു. പേടിയില്ലെന്ന് അവർ പറഞ്ഞു. പണ്ട് പ്രേതങ്ങൾ ഉള്ള സ്ഥലങ്ങൾ എല്ലാം മനുഷ്യർ കയ്യേറി വീടുകൾ വെച്ചു. പള്ളിയുടെ ഹാലോയും പോയി എന്നു പറയാം. ഞങ്ങളുടെ പള്ളിയിൽ സാംബവരും ചേരമരും വേട്ടുവരും ആണുള്ളത്. വേട്ടുവർ പള്ളിയിൽ മുമ്പൊക്കെ വന്നിരുന്നു. ഇപ്പോഴും ചിലർ ഉണ്ടാകാം. കോട്ടയം ജില്ലയിൽ പറയർ, പുലയർ എന്ന് പറയില്ല. അവർ തമ്മിൽ വിവാഹം കഴിക്കുക അപൂർവ്വമാണ്. എന്നാൽ സ്നേഹത്തിന് കുറവില്ല താനും. തുല്യനിലയാണ് അവർക്കുള്ളത്. ഇന്നിപ്പോൾ പലരും സാമ്പത്തികമായും വിദ്യാഭ്യാസപരമായും പുരോഗമിച്ചു. വളരെ ദരിദ്രരായവർ ഉണ്ട്. പള്ളിക്കാർ വീടു വെച്ചുകൊടുത്തിരുന്നു. ഇപ്പോൾ പള്ളിയിൽ സുറിയാനി ക്രിസ്ത്യാനികൾ അധികം വരാറില്ല. ഈഴവർ ക്രിസ്ത്യാനികൾ ആയ ഒരു കുടുംബം ഉണ്ടായിരുന്നു. അവർക്ക് വീടും പള്ളി വെച്ചു കൊടുത്തു. പക്ഷേ അവർ ഇപ്പോൾ പെലപ്പള്ളി, പറപ്പള്ളി എന്ന് വിളിക്കുന്നതിനാലാവണം അപ്പുറത്തെ സുറിയാനി പള്ളിയിൽ ചേർന്നു. മുമ്പ് ഇത് റോമൻ പള്ളി കൂടിയാണെന്ന് ആരും അറിഞ്ഞില്ല. സുറിയാനി പള്ളിയെയാണ് റോമൻ പള്ളി എന്ന് വിളിച്ചുപോന്നത്. പക്ഷേ ഇപ്പോൾ ഇതാണ് ലത്തീൻ റോമൻ പള്ളി. എന്നാൽ എന്റെ ചെറുപ്പത്തിൽ സവർണ ക്രൈസ്തവർ ആരും ഈ പള്ളിയെ ജാതിപ്പേര് വിളിച്ചിരുന്നില്ല. കാരണം അന്നിത് അവരുടെ കൂടി പള്ളിയായിരുന്നു. ഒരിക്കൽ പെരുന്നാളുമായി ബന്ധപ്പെട്ട് അപ്പുറത്തെ പള്ളിയിലെ ചില അഹങ്കാരികളായ ചെറുപ്പക്കാർ ഈ പള്ളിയിൽ വന്ന് പ്രശ്നമുണ്ടാക്കി. വലിയ അടി നടന്നു. അവരിലെ വലിയ കുഴപ്പക്കാരനെ മേത്തോട്ടി ജോസ് എടുത്തെറിഞ്ഞു. ഇത്തരം സംഘർഷങ്ങൾ മാറിയ

കാലത്തിന്റെ പ്രശ്നങ്ങൾ ആണ്. കാർഷികജീവിതത്തിന്റെ തകർച്ചയും ഏതു വിധേനയും പണമുണ്ടാക്കണമെന്ന മോഹവും പുതിയ തലമുറയിലെ സവർണ ക്രൈസ്തവർക്കുണ്ടായി. അത് ചില പോലീസ് കേസുകൾ ഉണ്ടാക്കിയതായി അറിയാം. അത്തരം തിന്മകളുടെ കാലത്താണ് ഞാൻ പട്ടിത്താനത്തുനിന്നും പോകുന്നത്. ഉപശാഖകൾ ഉള്ള പള്ളിയാണ് പട്ടിത്താനം പള്ളി. പള്ളിക്ക് ധാരാളം ഭൂമിയുണ്ട്. എങ്കിലും ദരിദ്രരാണ് ഇടവകക്കാർ പലരും. പട്ടിത്താനം വഴിക്ക് വീതി കൂട്ടിയ കാലത്ത് ഞാൻ വൈക്കം റോഡ് ജംങ്ഷനിലെ മനോഹരമായ വളവിങ്കൽ ഒരു ആശുപത്രിയോ വലിയൊരു സംരംഭമോ നടത്താൻ പറഞ്ഞതാണ്. വഴിയരുകിൽ ഷോപ്പുകൾ ഉണ്ടാക്കാൻ പറഞ്ഞതാണ്. പള്ളിയുടെ ഭൂസ്വത്തുകൊണ്ട് വേണമെങ്കിൽ ഇടവകക്കാർക്ക് സമ്പന്നരാകാം. പക്ഷേ മറ്റുള്ളവർ സമ്പന്നരാകുന്നതിൽ ആർക്കാണ് താല്പര്യം?

പള്ളിയുമായി ചേർന്നു നില്ക്കുന്നവർക്കാണ് പുരോഗതി എന്ന് പറയാറുണ്ട്. ഞാൻ കുറയേറെ കാലത്തേക്ക് പള്ളിയിൽ പോയിരുന്നില്ല. മതഗ്രന്ഥങ്ങളും പള്ളിയുടെ സംസ്കാരവും ഒക്കെ ഇഷ്ടമാണെങ്കിലും ഞാൻ ഒരു വിശ്വാസിയല്ല. മതവിശ്വാസം ഒരു അന്ധവിശ്വാസം ആണ്. എങ്കിലും വിശ്വസിക്കുന്നവർക്ക് ദൈവവിശ്വാസത്തിൽനിന്ന് സാന്ത്വനം ലഭിക്കാം എന്ന് തോന്നുന്നു. ക്രിസ്തുവിനെ എനിക്ക് ഇഷ്ടമാണ്. ഞാനദ്ദേഹത്തെ കുറെയൊക്കെ പിന്തുടരുന്നു. പക്ഷേ ഒരു സിസ്റ്റത്തിൽനില്ക്കുവാൻ എനിക്ക് സാധിക്കുകയില്ല. ക്രിസ്തുവിനെക്കുറിച്ച് സുദീർഘമായി സംസാരിക്കാൻ എനിക്ക് ഇഷ്ടമാണ്. ഗോസ്പൽ അക്കോർഡിങ് ടു സെന്റ് മാത്യൂ എന്ന പസോളിനി സിനിമയും ഗോസ്പൽ അക്കോർഡിങ് ടു ജീസസ് ക്രൈസ്റ്റ് എന്ന സരമാഗുവിന്റെ നോവലും ഇഷ്ടമാണ്. യൂറോപ്യൻ നവോത്ഥാന ചിത്രകലയും ശില്പകലയും വാസ്തുവിദ്യയും ഇഷ്ടമാണ്. പക്ഷേ പള്ളിക്കാർക്ക് ഇതൊന്നും വേണ്ട. എങ്കിലും ദളിത് ക്രിസ്ത്യാനികളുടെ ആത്മീയമായ പ്രശ്നങ്ങളും ഭൗതികമായ കാര്യങ്ങളും പള്ളി പരിഹരിക്കുന്നുണ്ട്.

അധ്യായം 21

പട്ടിത്താനം പള്ളിയുടെ സ്കൂളിൽ ആണ് 1 മുതൽ 5 വരെ ഞാൻ പഠിച്ചത്. അന്നത്തെ ഓടിട്ട കെട്ടിടം തന്നെ ഇന്നുമുണ്ട്. വേറേ വാർക്കക്കെട്ടിടവും പിന്നീട് ഉണ്ടായി. പക്ഷേ എന്റെ ഓർമ്മയിൽ പഴയ കെട്ടിടമാണ് ഉള്ളത്. സ്കൂളിന്റെ പടിഞ്ഞാറു ഭാഗത്തായി ഒരു കിണറു ണ്ടായിരുന്നു. അതിൽ വലിയ കാലുള്ള കുത്താടികൾ ഉണ്ടായിരുന്നു. ഞാൻ പലപ്പോഴും സ്കൂളിൽ ആദ്യം ചെല്ലുമായിരുന്നു. അതിന് പെണ്ണമ്മ എന്നെ കളിയാക്കുമായിരുന്നു. ഒന്നാം ക്ലാസിൽ എനിക്ക് രണ്ടു പാഠ പുസ്തകങ്ങൾ വേണ്ടിവന്നു. ആദ്യ പുസ്തകത്തിന്റെ താളുകൾ കീറിത്തീർ ന്നപ്പോൾ ഞാൻ സ്കൂളിൽ പോകാതെ കരഞ്ഞു. ചാച്ചൻ എന്നെ തല്ലി. അപ്പോൾത്തന്നെ തോമസുചേട്ടൻ പുസ്തകം വാങ്ങിക്കൊണ്ടുവന്നു. അഞ്ചാം ക്ലാസുവരെ ഞാൻ നല്ലതുപോലെ പഠിച്ചിരുന്നു. വലിയ വീടായിരുന്നതിനാൽ കൂട്ടുകാർ വീട്ടിൽ വരുന്നതിൽ നാണം തോന്നി യില്ല. സ്കൂളിനെക്കുറിച്ച് ഓർക്കുമ്പോൾ ഉപ്പുമാവും മെയിസ് പൊടി കുറുക്കിയ പാലും മറക്കുക വയ്യ. എല്ലാ കുട്ടികളും അത് കഴിച്ചിരുന്നു. അത് വാങ്ങുന്നത് വട്ടേലയിൽ ആണ്. പാലിന് സ്കൂളിൽനിന്ന് പാത്രം തരുമായിരുന്നു. അത് കഴുകിവയ്ക്കണം. കുര്യൻ സാറായിരുന്നു ഹെഡ് മാസ്റ്റർ. സൈമൺ സാർ, കുട്ടപ്പൻ സാർ, ഭവാനിടീച്ചർ, മേഴ്സിടീച്ചർ, തയ്യൽടീച്ചർ മറിയാമ്മ, പിന്നെ സിസ്റ്റർമാർ എന്നിങ്ങനെയായിരുന്നു അന്നത്തെ അധ്യാപകർ. അതിൽ കുട്ടപ്പൻ സാറിന്റെയും കുര്യൻ സാറിന്റെയും വീട്ടിൽ ഞാൻ പിന്നീട് പണിക്കുപോയിരുന്നു. സ്കൂളിന്റെ മുറ്റത്ത് ഒരു മാവ് ഉണ്ടായിരുന്നു. പള്ളിമുറ്റത്തെ പൂവാകയെക്കുറിച്ചും സപ്പോട്ട മരത്തെക്കുറിച്ചും ഞാൻ നേരത്തേ പറഞ്ഞിട്ടുണ്ട്. ഒരു സപ്പോ ട്ടയ്ക്കാ തിന്നണമെന്ന് ഒരാശ എനിക്ക് ഉണ്ടായിരുന്നു. അത് ഒരിക്കലും നടന്നില്ല. പിന്നീട് സപ്പോട്ടയ്ക്കാ മറ്റൊരു സ്ഥലത്തുനിന്ന് തിന്നപ്പോ ഴാണ് അതിൽ വലിയ കാര്യമില്ലെന്ന് മനസിലായത്. ചില കുട്ടികൾ

വാകയുടെ കാ പൊട്ടിച്ച് തിന്നുന്നത് ഞാൻ കണ്ടിട്ടുണ്ട്.

സ്കൂളിലെ അധ്യാപകരിൽ ക്രൂരയായ ഒരു സിസ്റ്റർ ഉണ്ടായിരുന്നു. അവർ കുട്ടികളെ, പ്രത്യേകിച്ച് മഠത്തിൽനില്ക്കുന്ന അനാഥക്കുട്ടികളെ ഭീകരമായി അടിക്കുമായിരുന്നു. കുട്ടികളുടെ പുറത്തിനിട്ടായിരുന്നു അടിക്കുക. എന്നാൽ പള്ളിയുടെ നടയിൽ ഞങ്ങളെ ഇരുത്തി അവർ പഴയ നിയമം ബൈബിൾ വായിക്കുമായിരുന്നു. ബൈബിളിലെ അബ്രഹാമിന്റെയും ഇസഹാക്കിന്റെയും കഥകൾ, യാക്കോബിന്റെയും ജോസഫിന്റെയും സോദോം ഗൊമോറയുടേയും കഥകൾ ഒക്കെ അവർ വായിച്ചുകേൾപ്പിച്ചത് ഇന്നും എന്റെ ഓർമ്മയിൽ ഉണ്ട്. ആ സിസ്റ്റർ വാക്കുകൾ ഉച്ചരിച്ചത് പ്രത്യേക മട്ടിലായിരുന്നു. മാത്യൂ എന്നത് അവർ മേത്യൂ എന്നാണ് ഉച്ചരിച്ചത്. എന്നൂട്ടി ശട്ടമ്പി എന്നു പറത്താണ് അവർ കുട്ടികളെ ശിക്ഷിക്കുക. അവർ തമിഴ് നാട്ടുകാരിയായിരുന്നു എന്നാണ് തോന്നുന്നത്. അത് മനസിലാക്കിയ ക്ലാസിലെ ജോസ് എന്ന കുട്ടിയുടെ അച്ഛൻ മത്തൻചേട്ടൻ അവർക്ക് ഒരു ലീവ് ലെറ്റർ കൊടുത്തത് തമിഴിലായിരുന്നു. അത് വായിച്ചിട്ട് ഇതിൽ തെറ്റുണ്ടല്ലോ എന്നാണവർ പറഞ്ഞത്.

പിൽക്കാലത്ത് ഏറ്റുമാനൂർ സ്കൂളിൽ പഠിച്ചപ്പോൾ മഹാഭാരതകഥകൾ കേട്ടതുപോലെയാകുന്നു ബൈബിൾ പഴയ നിയമകഥകളും. സൈമൺ സാർ കണക്കാണ് പഠിപ്പിച്ചത്. അല്പം പീഡനവും അതിലുണ്ടായിരുന്നു. അന്നത്തെ പാഠപുസ്തകങ്ങൾ മികച്ചവയായിരുന്നു. അതിലെ കവിതകൾ പലതും ഇപ്പോഴും ഓർമ്മയിൽ ഉണ്ട്. കുട്ടപ്പൻ സാറും കുട്ടികളെ മർദ്ദിച്ചിരുന്നു. ലത്തീൻ പള്ളിയുടെ സ്കൂളായിരുന്നു എങ്കിലും മേഴ്സിടീച്ചർ മാത്രമായിരുന്നു ആ വിഭാഗത്തിലെ ഒരധ്യാപിക. ഒരിക്കൽ സ്കൂളിൽ ഒരു മാന്ത്രികൻ വന്നു. അയാൾ മറിയാമ്മ ടീച്ചറിന്റെ ഒരു സ്വർണ്ണമോതിരം വാങ്ങി ചുറ്റികകൊണ്ട് ഇടിച്ചുചളുക്കി മുമ്പു പറഞ്ഞ കിണറ്റിലേക്കിട്ടു. പിന്നെ അയാൾ ചെറിയ മണലുകൾ മാന്ത്രികവടി കൊണ്ട് ഇളക്കി മിഠായിയാക്കി. കുട്ടികൾ ചാടിപ്പെറുക്കി. പിന്നെ ഒരു വലിയ കരിങ്കല്ല് തലയിൽ ചുമ്മാടിനു മുകളിൽവെച്ച് വേറൊരാളെക്കൊണ്ട് കൂടം കൊണ്ട് തല്ലിപ്പൊട്ടിച്ചു. മോതിരത്തിന്റെ ഉടമയായ ടീച്ചർക്ക് വേവലാതിയായി. അപ്പോൾ അയാൾ ഒരു പഴം തിന്നാനായിട്ടെടുത്തു. അതൊരു കത്തികൊണ്ട് മുറിച്ചു. അപ്പോഴതാ മോതിരം. ടീച്ചർക്ക് സന്തോഷമായി.

ഈ മാജിക് ഞാനിന്നും ഓർക്കുന്നു. പാഠപുസ്തകത്തിലെ നല്ല സമരിയാക്കാരന്റെ കഥ എന്നെ സ്പർശിച്ചിരുന്നു. ഞാനും പെണ്ണമ്മയും അന്ന്

മത്സരിച്ച് പള്ളിയിൽ പോകുമായിരുന്നു.

ഇപ്പോൾ അപ്പുറത്തെ സുറിയാനി പള്ളിക്കാർ നടത്തുന്ന ഇംഗ്ലീഷ് മീഡിയം സ്കൂൾ വന്നതോടെ പട്ടിത്താനം സ്കൂളിൽ കുട്ടികൾ തീരെ കുറഞ്ഞു. ഇവിടെ വന്നിരുന്ന സാമ്പത്തികശേഷിയുള്ള വീട്ടിലെ കുട്ടികളെല്ലാം അപ്പുറത്തെ സ്കൂളിലേക്ക് പോയി. ഇവിടെ രണ്ടു തരം ധ്രുവീകരണം ഉണ്ടായി. ഒന്ന് ഉള്ളവരും ഇല്ലാത്തവരും തമ്മിലുള്ള വിഭാഗീയത. രണ്ട് സുറിയാനിക്കാരായ ക്രൈസ്തവരും ലത്തീൻ അതർ വിഭാഗക്കാരും എന്ന ധ്രുവീകരണം. കേരളത്തിലെ സാമ്പത്തിക വർഗീയധ്രുവീകരണം ബോധപൂർവ്വമായ നിർമ്മിതിയുടെ ഭാഗമാണെന്ന് നമുക്ക് മനസിലാക്കാം.

കുട്ടികളില്ലാത്ത പട്ടിത്താനം സ്കൂളിലാണ് എന്റെ രണ്ട് മക്കളും പഠിച്ചത്. ഗവൺമെന്റിന്റെ വികലമായ നയങ്ങൾ മൂലം പല ഗവൺമെന്റ്/എയിഡഡ് മേഖലയിലെ സ്കൂളുകളിൽ കുട്ടികൾ ഇല്ലാതെയായി.

മുമ്പ് പട്ടിത്താനം പള്ളിയിൽ ഒരു അച്ചൻ വന്നിരുന്നു. മഹാ ചൂടൻ ആയിരുന്നു. പക്ഷേ പെട്ടെന്ന് തണുക്കും. സ്കൂളിനെ ഹൈസ്കൂളാക്കാൻ അദ്ദേഹം ശ്രമിച്ചിരുന്നു. പക്ഷേ അതിലദ്ദേഹം വിജയിച്ചില്ല. സത്യത്തിൽ പട്ടിത്താനം സ്കൂളിനും പള്ളിക്കും അവിടത്തെ അദർ ക്രിസ്ത്യൻ വിഭാഗത്തിൽപ്പെട്ട ഇടവകക്കാർക്കും സമ്പന്നതയിൽ എത്താമായിരുന്നതാണ്. പക്ഷേ ഇവിടെ സാമ്പത്തികവും സാമൂഹ്യവുമായി വികാസം ഉണ്ടാകാതെ പോയതിൽ വിജയപുരം രൂപതയുടെ കെട്ടുകാര്യസ്ഥതയുണ്ട്. ഇതാണ് ജാതി എന്ന പ്രത്യയശാസ്ത്രത്തിന്റെ ശക്തി. അതാണ് സാഹചര്യവും സമ്പത്തും ഉണ്ടായിട്ടും പട്ടിത്താനത്തെ പാവപ്പെട്ട മനുഷ്യർ എങ്ങുമെത്താതെ പോയത്. ഒന്നാമതായി വിശ്വാസം എന്നതിനെ കീഴ്പ്പെടലായാണ് സഭ കാണുന്നത്. യുക്തി ഒട്ടുമേ ഇല്ല. ചങ്ങലകളിൽ ചലിക്കുന്ന മനുഷ്യരുടെ പരിമിതചലനങ്ങളുടെ ലോകമാണിത്. അവിടെ നമുക്ക് ഒന്നുംതന്നെ ചെയ്യുവാനില്ല. എന്നെ പഠിപ്പിച്ച അധ്യാപകരിൽ ഒരാളൊഴികെ എല്ലാവരും മരിച്ചു.

അധ്യായം 22

പട്ടിത്താനത്ത് മൂന്ന് ശവക്കോട്ടകൾ ഉണ്ട്. രണ്ടെണ്ണം പള്ളികളുടേതാണ്. ഒരെണ്ണം പഞ്ചായത്തിന്റേതാണ്. അത് കാഞ്ഞിരപ്പാറ ഭാഗത്തെ ഒരു കുന്നിന്റെ മുകളിലാണ്. താഴെ ഒരു കോളനിയുണ്ട്. ആ ശവക്കോട്ടയിൽ ഞാൻ പോയിട്ടില്ല. പട്ടിത്താനത്തുനിന്ന് ഞാൻ മാറിനിന്ന കാലത്താണ് ഈ ശവക്കോട്ട ഉണ്ടായത്. പള്ളികളുടെ രണ്ട് സിമിത്തേരികളിലും പോയിട്ടുണ്ട്. ഒരിടത്ത് പണിയെടുത്തിട്ടുണ്ട്. ഞങ്ങടെ പള്ളിയുടെ ശവക്കോട്ട മോഡേൺ അല്ല. പായലുപിടിച്ച ഭിത്തികൾ. കുറച്ച് കല്ലറകൾ, ബാക്കി മൺകൂനകൾ. മുമ്പ് തെമ്മാടി (നിഷേധി) കൾക്കും ആത്മഹത്യ ചെയ്യുന്നവർക്കും ഒരു ഏരിയ ഉണ്ടായിരുന്നു. ഇപ്പോൾ അങ്ങനെയില്ല. പക്ഷേ എനിക്ക് ഞങ്ങടെ ശവക്കോട്ടയെയായിരുന്നു കൂടുതൽ പേടി. 90കൾ ആദ്യം എഴുതിയ ഗ്രാമത്തിലെ ദേവാലയം എന്ന കവിതയിൽ ഈ രണ്ട് സിമിത്തേരികളേയും ഒന്നിച്ചാണ് വിവരിക്കുന്നത്:

"അപ്പനുമവനും ശവക്കല്ലറയിൽ
കൊത്തിയ ലിഖിതം പായലുമൂടുമ്പോൾ
പായലു മായ്ക്കുവാൻ പോയില്ല
കുരിശുവരച്ച് വട്ടമിട്ടൊപ്പിട്ടു
മക്കളെ സ്കൂളിലേക്കെറിഞ്ഞ പിതാക്കൾ
ആറടി മണ്ണിലിഴഞ്ഞു കേഴുമ്പോൾ
അവർക്ക് മൺകൂനമുകളിൽ
പൂവുകൾ വയ്ക്കുവാൻ പോയില്ല "

ആരെങ്കിലും പ്രിയപ്പെട്ടവർ മരിക്കുമ്പോൾ ഞാൻ രണ്ട് സിമിത്തേരികളിലും മാറിമാറി പോകാറുണ്ടായിരുന്നു. അപ്പോൾ ഭൂമി ഇരുണ്ടതായും

മരണത്തിന്റെ വിഷാദം എന്നെ ബാധിക്കുന്നതായും എനിക്കുതോന്നും. ഫ്യൂണറൽ പ്രോഗ്രാമിലുള്ള ചില ഗാനങ്ങൾ എന്നെ ഓഫാക്കും. എന്റെ അമ്മയുടെ അന്ത്യയാത്രയിൽ കേട്ട, "സ്നേഹമുള്ള നിങ്ങളോട് ചൊല്ലിടുന്നു യാത്രയായ് " എന്ന ഗാനം കേട്ട് ഞാൻ പൊട്ടിക്കരഞ്ഞു. അമ്മയുടെ ഓർമ്മകൾ എന്നെ വട്ടംപിടിച്ചു.

ഒരിക്കൽ എന്നെയും ഒരു പെട്ടിയിൽ ഇവിടേക്ക് ആളുകൾ വഹിച്ചുകൊണ്ടുവന്നേക്കാം. (എന്നെ പള്ളിയിലടക്കില്ല എന്ന് ഒരു അച്ചൻ പറഞ്ഞു. ഇല്ലെങ്കിൽ വേണ്ട. എനിക്ക് ഭൂമിയുണ്ട്.) അവസാന പ്രാർത്ഥനകളും കഴിഞ്ഞ് ആളുകൾ മടങ്ങും. ഞാൻ ഏറെ സ്നേഹിച്ചവർ, എന്നെ സ്നേഹിച്ചവർ പിന്നെയും നിഴലുകൾപോലെ അവിടെ തങ്ങി നിൽക്കും. ആഴങ്ങളിൽ എന്റെ ശവശരീരം കിടക്കും. എനിക്ക് ആത്മാവില്ല. ദൈവമില്ല. എന്റെ ജീവൻ എന്റെ ശരീരത്തോടൊപ്പം മരിച്ചു. ജീവന് എങ്ങോട്ടും പോകാൻ ഇല്ല. എന്റെ മരണം ഞാൻ പകൽസ്വപ്നം പോലെ കാണാറുണ്ട്. അത് എനിക്കു മാത്രം പ്രധാനം. കോടാനുകോടി മനുഷ്യർ ഈ ഭൂമിയിൽ അടക്കപ്പെട്ടിരിക്കുന്നു. മരണാനന്തരം എന്റെ കവിത നിലനിൽക്കുമോ എന്നത് എന്റെ വിഷയമല്ല. കുറച്ചു കവിതകൾ എഴുതി എന്നല്ലാതെ എന്റെ കവിതകൾ ലോകോത്തരകവിതകൾ ഒന്നുമല്ല. ചെറുപ്പത്തിൽ കഞ്ഞീം കറീം കളിച്ചു. പിന്നെ പ്രണയത്തിന്റെ പിന്നാലെ നടന്ന് കുഴിയിൽച്ചാടി. പിന്നെ പിള്ളരെ പഠിപ്പിച്ചു. കവിതകൾ എഴുതി. എല്ലാം ഓരോരോ മറിമായങ്ങൾ.

എന്റെ ജീവിതത്തിൽ മഴക്കാലവും വെയിൽക്കാലവും ഏറെ പ്രധാനപ്പെട്ട രണ്ട് ഋതുക്കളാണ്. രണ്ടിനേയും ഞാൻ സ്നേഹിച്ചിട്ടേയുള്ളൂ. മഴക്കാലത്ത് ഞങ്ങളുടെ രണ്ടാമത്തെയും മൂന്നാമത്തെയും വീടുകൾ നനയുമായിരുന്നു. പനയോല കെട്ടിയ വീടുകളായിരുന്നു അവ. (ആദ്യത്തെ വീട് ഓടിട്ട വലിയ വീടായിരുന്നു. കടം കാരണം അത് വിറ്റ് ഞങ്ങൾ മറ്റൊരിടത്തേക്ക് പോയി.) ഓലവീടുകൾ മൂന്നു കൊല്ലത്തിലൊരിക്കൽ മേയണം. മേയാൻ എനിക്കറിയാം. മേച്ചിൽ തീർന്നാൽ മുകളിൽനിന്ന് തലകുത്തിമറിഞ്ഞായിരിക്കും ഞാൻ ഭൂമിയിൽ എത്തുക. മഹാകുസൃതിയായിരുന്നു ഞാൻ. മഴക്കാലത്തെ ശരിക്കും സ്നേഹിച്ചിരുന്നു. മഴ നനഞ്ഞു നടക്കുക, മഴയത്ത് റബർത്തോട്ടത്തിൽ വിറകു പെറുക്കാൻ പോകുക, മഴയത്ത് തോട്ടിലും വീട്ടുമുറ്റത്തും കളിക്കുക - ഇതൊക്കെ രസമായിരുന്നു. ഞങ്ങൾ വെള്ളം കോരുന്ന കിണർ നിറഞ്ഞു കവിഞ്ഞൊഴുകുമ്പോൾ ഇളേ പെങ്ങളുടെ കൈയിൽനിന്ന് വിട്ടുപോയ തൊട്ടി കിണട്ടിൽച്ചാടി താണുതാണ് അടിത്തട്ടിൽച്ചെന്ന് എടുത്തിട്ടുണ്ട്. വളരെ ആഴമുള്ള കിണറായിരുന്നു അത്. മഴത്തുള്ളികൾ

വീഴുമ്പോൾ തോട്ടിലെ വെള്ളത്തിനടിയിൽ മുകളിലേക്കു നോക്കി മലർന്നു കിടക്കുക എത്ര മനോഹരമാണ്. കണ്ടത്തിൽ ഞാറുനടുന്നത് പല വിതാനങ്ങളിൽ ചെരിച്ചുചെരിച്ചാണ്. അതുപോലെ പല വിതാനങ്ങളിൽ കാറ്റു നടുന്ന മഴഞാറുകൾ കണ്ടിട്ടുണ്ട്. വേനലിൽ വെള്ളം ഞങ്ങൾക്കൊരു പ്രശ്നമായിരുന്നു. പക്ഷേ ദൂരെയുള്ള ഒരു കുഴിയിൽ നിന്ന് ഒരു നാട്ടുമുഴുവനും വെള്ളം കോരിയ കുറെ വേനലുകൾ ഉണ്ട് ഗ്രാമത്തിന്റെ ഓർമ്മയിൽ; കുളിയും അവിടത്തെ വാഴക്കണ്ടത്തിൽ. വേനലിനേയും സ്നേഹിച്ചു. പഴങ്ങൾ പാകമാകുന്ന കാലവുമാണ്. മാമ്പഴവും പേരയ്ക്കയും ഒക്കെ കിട്ടും. മെയ് മാസം പകുതിയോടെയാണ് അന്നൊക്കെ മഴ തുടങ്ങുക. പറമ്പിൽ തീയിട്ട് ഞങ്ങൾ മഴയെ വിളിച്ചു വരുത്തും. മഴ തുടങ്ങിയാൽ പിന്നെ ഒരു നിർത്തില്ല. വേനലും മഴയും തമ്മിൽ ശരിക്കും കുട്ടിമുട്ടുന്നതും മഴകൾ വേനലിന്റെ തീയടുപ്പിൽ ശരിക്കു വെള്ളം കോരിയൊഴിക്കുന്നതും മെയ് മാസത്തിലാണ്. പിന്നെ അല്പം വെയിൽ കാണാൻ കൊതിക്കും. കുടയില്ലാത്തതിനാൽ പുസ്തകങ്ങൾ മാറത്ത് ഉടുപ്പിനടിയിൽ കയറ്റി ഒരോട്ടം കൊടുക്കും. ഇടയ്ക്ക് മരച്ചോട്ടിൽ നില്ക്കും. മഴക്കാലം ആഗസ്റ്റുമാസത്തോടെ ഇല്ലാതാകും. കൊയ്ത്തുകാലം വരവാകേ ഞങ്ങളെല്ലാം പാടത്തായിരിക്കും. അക്കാലത്ത് ഓണവും നീലത്തുമ്പികളുമായി വരും. പുന്നെല്ലിന്റെ ചോറ്, ചേനയും പയറും കറി. കറിനാരങ്ങാ. പപ്പടം. ശുദ്ധ വെജിറ്റേറിയൻ സദ്യ. വസന്തകാലമാണോ അത് ? പൂക്കൾ അധികമൊന്നും നാട്ടിൽ കണ്ടിട്ടില്ല. നട്ടുവളർത്തുന്ന ചെടികളിലെ വസന്തമല്ലാതെ നീലത്തുമ്പികളും ഒരു തരം നീലനിറത്തിലുള്ള പൂവുകളും ഉണ്ടായിരുന്നു അക്കാലത്ത്. അത് വിടർത്തിപ്പൊടിച്ചാണ് ഓണത്തിന് പൂവിടുന്നത്. പൂക്കാലം അത്രയൊന്നും ഓർമ്മകളെ തൊട്ടിട്ടില്ല. അല്ലെങ്കിൽ എന്റെ ജീവിതത്തിൽ വസന്തം ഇല്ലായിരുന്നു എന്നും പറയാം. ഞാൻ ആഗ്രഹിച്ചത് ഒന്നുംതന്നെ ജീവിതം എനിക്ക് തന്നില്ല. ഏതോ ഒരു ഏകാധിപതിയുടെ കീഴിൽ അടിമയെപ്പോലെ ജീവിച്ചു. ഏകാധിപതി നല്കുന്നതുമാത്രം അനുഭവിച്ചു. അയാൾ എന്നെ പഠിപ്പിച്ചു. എന്റെ പ്രണയമെല്ലാം പൊളിച്ചുതന്നു. വിവാഹം കഴിപ്പിച്ചു. ജോലി വാങ്ങിത്തന്നു. കവിയാക്കി. അവസാനം ഏകാന്തതടവറയിലാക്കി.

മറ്റൊരു വേള മഞ്ഞുകാലമാണ്. ഡിസംബർ ജനുവരി മാസങ്ങൾ. അതിരാവിലെയും രാത്രിയിലും മഞ്ഞാണ്. വെളുത്ത രാത്രികളുടെ കാലമാണത്. മഞ്ഞുകാലത്ത് പലർക്കും ചുണ്ടുപൊട്ടും. എനിക്കും ചുണ്ടു പൊട്ടാൻ കൊതിയായി. എപ്പോഴോ എന്റെ ചുണ്ടിലും തൊലിപോയി. നല്ല പുതപ്പുണ്ടെങ്കിൽ മഞ്ഞുകാലരാത്രിയാണ് ഉറങ്ങാൻ സുഖം.

പുതയ്ക്കുമ്പോൾ നല്ല സുഖമാണ്. ഒരു കുളിരും തോന്നും ചൂടും തോന്നും. മഞ്ഞുകാലത്ത് ഒരു തരം ഉണ്ണീശോപ്പുല്ലുകൾ നാട്ടിലെ കയ്യാലകളിൽ ഉണ്ടാകും. അത് പറിച്ചെടുത്താണ് പുൽക്കൂട്ടിൽ നടുക. കടലാസ് നക്ഷത്രം ഉണ്ടാക്കി അതിനുള്ളിൽ പാട്ടകൊണ്ടുള്ള ഒരു മണ്ണെണ്ണ വിളക്കും വെച്ചാൽ നല്ല രസമാണ് ചോപ്പൻ നിറം കാണാൻ. അപ്പോൾ കാപ്പിപ്പൂക്കളും താഴെ പറമ്പിൽ വിരിഞ്ഞുനില്ക്കും.

ഇന്ന് പ്രകൃതിയോട്, ഋതുക്കളോട് അത്ര സെൻസിറ്റീവായി ഇണങ്ങാൻ പറ്റുന്നില്ല. ജീവിതസൗകര്യങ്ങൾ കൂടിയപ്പോൾ ചിലതൊക്കെ തിരിച്ചു കിട്ടാനാവാത്തവണ്ണം നഷ്ടപ്പെട്ടു. പുതിയ ഒരു തരം ദാരിദ്ര്യവും വന്നു. എന്നിലെ ധൂർത്തൻ മരിച്ചു. അതുകൊണ്ട് കവി തയിൽനിന്ന് കവിത ഒളിച്ചോടിയോ എന്നൊരു സംശയമുണ്ട് എനിക്ക്. നിങ്ങൾ പ്രസിദ്ധനായ കവിയായിരിക്കാം. അവാർഡുകൾ പലതും കിട്ടി യിട്ടുണ്ടാവാം. സാഹിത്യ അക്കാദമിയിലും മറ്റും ആളാവാം. കവിതയെ നിങ്ങളൊക്കെ നിയന്ത്രിക്കുന്നുണ്ടാകാം. നിങ്ങൾ ലോകത്തിലെ വലിയ കവിയാകാം. പക്ഷേ ഭാര്യ ഒളിച്ചോടുന്ന പോലെ നിങ്ങളുടെ കവിതയിൽനിന്ന് കവിത ഒളിച്ചോടി സുഹൃത്തേ എന്ന് എന്നോട് ഞാൻ തന്നെ പറയുന്നു. അറിവും പത്രാസും ഉണ്ടായി. പക്ഷേ മണ്ണിൽ ഇഴയുന്ന മണ്ണിരയ്ക്കു മുമ്പിൽ നീ തോറ്റുപോയി. കാട്ടു പന്നിക്കുമുമ്പിൽ തോറ്റുപോയി. നീ ജീവിക്കുകയായിരുന്നില്ല. പലതും നേടുകയായിരുന്നു. ഭൂമിയിൽ ഇതിനൊന്നും വലിയ വിലയില്ല എന്നു നീ മനസിലാക്കണം. മഴ, വെയിൽ, മഞ്ഞ്, പൂവ് ഇതും നാലും നീ ഓർത്തുകൊള്ളുക.

അധ്യായം 23

എന്റെ അമ്മ മെനിൻജിറ്റിസ് വന്നു തളർന്നുപോയത് ഞാൻ ബി.എ.യ്ക്ക് പഠിക്കുന്ന കാലത്താണ്. "മരണത്തിൽനിന്ന് കരച്ചിലാൽ ഞങ്ങൾ തിരിച്ചെടുത്ത മാതാവിനെ" എന്ന് ഞാൻ അമ്മയെപ്പറ്റി എഴുതിയിട്ടുണ്ട്. കഥാകൃത്ത് കെ. രേഖയ്ക്കും, ഡോ. കെ. എം. വേണുഗോപാലിനും ആ വരികൾ ഇഷ്ടമായിരുന്നു എന്നവർ പറഞ്ഞിട്ടുണ്ട്. ഇതിനു മുമ്പ് ഞാൻ എഴുതിയ പ്രണയത്തിലെ നായികയ്ക്കും. അവരുടെ ജീവിതത്തെ സ്പർശിച്ച ആ വരികൾ. ഇത്തരം ചില വരികൾ എല്ലാ മനുഷ്യരെയും സ്പർശിച്ചേക്കാം.

ആയുർവേദം ചെയ്താണ് അമ്മയ്ക്ക് പിന്നീട് എവിടെയെങ്കിലും പിടിച്ചുപിടിച്ചൊക്കെ നടക്കാൻ പറ്റിയത്. അമ്മ പകലെല്ലാം മുൻവശത്തെ തിണ്ണയിലോ പിൻവശത്തെ ഇളംതിണ്ണയിലോ ഒക്കെ ഇരിക്കും. അക്ഷരം അറിയാത്തതിനാൽ അമ്മയ്ക്ക് വായിക്കാനും കഴിഞ്ഞില്ല. ടി. വി. വന്നപ്പോൾ അമ്മ അതും നോക്കിയിരിക്കുമായിരുന്നു. പക്ഷേ ദുഃഖത്തിൽ ഉരുകിയുരുകി അമ്മ പത്തരമാറ്റ് തങ്കമായി മാറി. ഞങ്ങൾ മൂന്ന് ആൺമക്കളുടേയും ഭാര്യമാർക്ക് ഒരിക്കലും അമ്മായിയമ്മപ്പോര് അനുഭവിക്കേണ്ടി വന്നിട്ടില്ല. പള്ളിയെ അമ്മ യുക്തിപൂർവ്വം വിലയിരുത്തി. കവിത കേൾക്കാൻ അമ്മയ്ക്ക് ഇഷ്ടമായിരുന്നു. അമ്മയുടെ മുഴുവൻ സമയ സാന്നിധ്യം ഞങ്ങളുടെ കുടുംബത്തിൽ തികഞ്ഞ ഒരു അസാന്നിധ്യത്തെ ഒരിക്കലും സൃഷ്ടിച്ചില്ല. എന്റെ സഹോദരിമാർക്ക് നല്ലൊരു സംരക്ഷകയായിരുന്നു അമ്മ. ഓർമ്മകളിലായിരുന്നു അമ്മ ജീവിച്ചത്. ഓർമ്മകളിൽനിന്ന് ചെങ്ങന്നൂരാതിപ്പാട്ടുകൾ പാടി. അമ്മയ്ക്ക് നീന്തൽ അറിയാമായിരുന്നു. ഒരു കയ്യിൽ വറ്റൽ മുളകും പൊക്കിപ്പിടിച്ച് നീന്തിയ കാര്യം അമ്മ പറഞ്ഞിട്ടുണ്ട്. വളരെ ദരിദ്രമായ ഒരു സാഹചര്യത്തിലാണ് അമ്മ വളർന്നതും ജീവിച്ചതും. കൊയ്ത്തും മെതിയും

കൊട്ടകെട്ടും ഒക്കെ അമ്മ ചെയ്ത ജോലികൾ ആണ്. അമ്മയുടെ കൂടെ കൂടല്ലൂർ വയലുകളിൽ, തോട്ടിറമ്പുകളിൽ, കുളങ്ങളുടെ വക്കുകളിൽ, ജന്മിമാരുടെ വീടുകളിൽ ഒട്ടലും വഴുകയും ഈറ്റയും ഒക്കെ അന്വേഷിച്ച ഞങ്ങൾ നടന്നു. ഒട്ടലുകൾ കൂട്ടമായിട്ടാണ് കാണുക. അതിന്റെ ചോട് വെട്ടി വലിച്ചെടുക്കണം. വിശാലമായ പാടങ്ങൾ, ഇടച്ചേരിത്തോട് എന്നിവ എന്നെ പ്രകൃതിയിലേക്ക് മാടിവിളിച്ചു. അവിടെ വെച്ചാണ് പ്രകൃതി എന്നൊരു സങ്കല്പം എന്നിൽ വിരിയുന്നത്. പിന്നീട് ഇപ്രദേശങ്ങളിൽ മീൻ പിടിച്ച നടന്നപ്പോഴും ഭാഷയും ചിത്രങ്ങളും വസ്തുക്കളുമായി ഒരുപാട് കാര്യങ്ങൾ എനിക്ക് കിട്ടി. ഒട്ടൽ, ഈറ്റ, വഴുക (അകവഴുക, പുറവഴുക), തേര്, തോട്ടുതഴ, കുളങ്ങൾ, കാരി, മഞ്ഞക്കൂരി, പള്ളത്തി, വരാൽ, ത്ളാപ്പ, ചില്ലോൻ, ആരോൻ, മുതുമ്പില തുടങ്ങിയ മീനുകൾ, കുളക്കോഴി, തുക്കനാം കുരുവിക്കൂട് അങ്ങനെ എത്രയോ വാക്കുകൾ. ഇമേജുകൾ.

അമ്മയ്ക്ക് വയ്യാതായതോടെ ചാച്ചനും കുറേ പക്വത നേടി. അമ്മയുടെ ചികിത്സയ്ക്ക് ശേഷം ഞങ്ങൾ കഷ്ടപ്പെട്ടു. ഞാനാകട്ടെ തിരുവനന്തപുരത്തിന് മടങ്ങി. ഞാൻ പട്ടിത്താനത്ത് ആയിരിക്കുമ്പോൾ എന്റെ കൂട്ടുകാർ ഏറ്റുമാനൂരിലായിരുന്നു. ഒന്നരരൂപ വണ്ടിക്കൂലിയുമായി ഞാൻ ഏറ്റുമാനൂർക്ക് പോകും. കൂട്ടുകാരുടെ വീടുകളിൽ പോകും. പിന്നെ രാത്രിയിൽ ഏറ്റുമാനൂരിൽനിന്ന് പട്ടിത്താനത്തേക്ക് നടക്കും. പട്ടിത്താനത്തെത്തുമ്പോൾ പാലപൂത്തമണം കിട്ടും. അപ്പുറത്ത് സെമിത്തേരി. എനിക്ക് പേടിയാകും. എങ്കിലും ആ രാത്രി നടത്തങ്ങൾ എനിക്ക് ഇഷ്ടമായിരുന്നു.

“നിദ്രാടനം മഞ്ഞുരാത്രികൾ നിശ്ചലം

സ്വപ്നജ്യോതിമയീ നിർജനഗ്രാമമേ “

എന്നു ഞാൻ എഴുതി. പക്ഷേ അതൊന്നും എന്റെ കവിതയായിരുന്നില്ല.

വീട്ടിലെ ഉത്തരവാദിത്വം മുഴുവനും ലിസി, സോഫി എന്നീ സഹോദരിമാർക്ക് ഏറ്റെടുക്കേണ്ടിവന്നു. അതിനാൽ അവർക്ക് കൂടുതൽ പഠിക്കാൻ സാധിച്ചില്ല. ചാച്ചന് പണികൾ കുറവായി. കടുത്ത ദാരിദ്ര്യത്തിലൂടെയാണ് അക്കാലം ഞങ്ങൾ കഴിഞ്ഞുപോയത്. ചേട്ടൻ മാറിത്താമസിച്ചിരുന്നു. അനിയൻ പഠിക്കുകയായിരുന്നു. എന്നെപ്പോലെ പഠിച്ച് മുന്നോട്ടുപോകാൻ അവർക്കാർക്കും കഴിഞ്ഞില്ല.

എന്റെ ആദ്യകാലകവിതകൾ ഒക്കെ വന്നത് ദേശാഭിമാനിയിലും യുവധാരയിലും ആയിരുന്നു. യുവധാരയുടെ എഡിറ്റർ ആയിരുന്നു അന്ന്

മൈത്രേയൻ. കവിതകൾക്ക് ലഭിക്കുന്ന 75, 50 രൂപകൊണ്ട് ഒരുപാട് കാര്യങ്ങൾ എനിക്ക് ചെയ്യാൻ പറ്റിയിരുന്നു. വീട്ടിലെ ചെലവുകൾ മണിയോർഡറായി കിട്ടുന്ന ആ തുകകൾകൊണ്ട് സാധിച്ചിട്ടുണ്ട്. എന്റെ പ്രണയിനിയുടെ കത്തും മാസികയിൽനിന്നുള്ള മണിയോർഡറും വാങ്ങാൻ ഞാൻ നിരന്തരം പോസ്റ്റാഫീസിൽ പോകുമായിരുന്നു. കറുത്തകല്ല് എന്ന സമാഹാരത്തിലെ ചില കവിതകൾ അക്കാലത്ത് എഴുതിയതായിരുന്നു. എന്റെ കവിതകൾ ഇളയ സഹോദരി സോഫിയും അമ്മയും കേൾക്കുമായിരുന്നു. പാലായിൽ ഒരു ട്യൂട്ടോറിയൽ കോളേജിൽ ഞാൻ പഠിപ്പിച്ചിരുന്നു. അവിടെ കുറേ വർഷങ്ങൾ എം. എ. വിദ്യാർത്ഥികളെ ഞാൻ വ്യാകരണവും കവിതയും മറ്റും പഠിപ്പിച്ചു. ആസിഡു കുടിച്ച് ചുണ്ടുപൊള്ളിയ ഒരു വിദ്യാർത്ഥിനിയുണ്ടായിരുന്നു എന്റെ ക്ലാസിൽ. അവൾക്ക് എന്നോട് അടങ്ങാത്ത പ്രണയം. ഒരു പാട് ഒഴിവുകൾ പറഞ്ഞിട്ടും കുട്ടി മാറുന്നില്ല. അവസാനം ആ കുട്ടി എന്നോട് പിണങ്ങിപ്പിരിഞ്ഞു. വേറേയും ചില കുട്ടികൾ എന്നെ ശരിക്കും എന്റെ അവസ്ഥ മനസിലാക്കാതെ പ്രണയിച്ചിരുന്നു. ഞാനതൊന്നും കാര്യമാക്കിയില്ല. ഞാൻ എന്റെ ഒരേയൊരു പ്രണയിനിയെ മാത്രം സ്നേഹിച്ചു നടന്ന നാളുകൾ ആണവ.

1990 ആദ്യം പി.എച്ച് ഡിക്കായി ഞാൻ കാര്യവട്ടത്ത് ചേർന്നു. ദേശമംഗലം രാമകൃഷ്ണൻ സാറായിരുന്നു ഗൈഡ്. എന്നാൽ താമസിക്കാൻ എനിക്കൊരു സ്ഥലം കിട്ടിയില്ല. തിരുവനന്തപുരത്തെ യൂണിവേഴ്സിറ്റി ഹോസ്റ്റലിൽ ഒരു സുഹൃത്തിന്റെ മുറിയിൽ ഞാൻ കിടന്നു. നാലു ദോശ കഴിക്കും. വെള്ളം കുടിക്കും. അതിനിടയിൽ ഒരു ദിവസം ഞാൻ വിജയപുരം പള്ളിയിൽ ഏതോ ഒരു മീറ്റിംഗിന് പോയി. ഞാൻ ഗവേഷകനാണെന്നറിഞ്ഞ ഒരച്ചൻ എനിക്ക് ചെറിയ ഒരു തുക സഹായം നല്കി. പിന്നീട് വെള്ളിയാമറ്റം സ്കൂളിൽ ജോലിയും നല്കി. ഇക്കാലത്ത് ഞാനെന്തുകൊണ്ടാണ് എന്റെ കാമുകിയെ കാണാൻ ശ്രമിക്കാത്തത് എന്ന് എത്ര ആലോചിച്ചിട്ടും ഇന്നെനിക്ക് മനസ്സിലാകുന്നില്ല. വാശിയാണോ അതോ വിവരക്കേടാണോ എന്ന് എനിക്കറിയില്ല. എന്റെ ഉള്ളുനിറയെ അവളായിരുന്നു. എന്നിട്ടും ഞാനവളെ തിരക്കിയില്ല. തിരുവനന്തപുരത്ത് എവിടെയോ ഒരു സ്കൂളിൽ അവൾ പഠിപ്പിക്കുന്നുണ്ടായിരുന്നുതാനും. അവളെ പോയി കണ്ടാൽ മതിയാരുന്നു. കുറച്ചുകൂടി കാത്തിരിക്കാൻ അവളോട് പറയാമായിരുന്നു. എനിക്കുതന്നെ അജ്ഞാതനായിരുന്നു അന്നൊക്കെ ഞാൻ. അടിസ്ഥാനപരമായി ഒന്നും എനിക്കില്ലായിരുന്നു. എങ്ങോട്ടോ പറക്കുന്ന പക്ഷി. ഈ യുക്തിയില്ലായ്മ എന്നും എന്റെ കൂടെയുണ്ടായിരുന്നു, ഇന്നും.

അവളാകട്ടെ എന്നെ തേടിയുമില്ല. ഇപ്പോൾ നിങ്ങൾ ആരെങ്കിലും ചോദിച്ചേക്കാം, അവൾ വൈകാതെ മരിക്കില്ലേ എന്ന്. അതേ ശരിയാണ്. പക്ഷേ ഒരു ദിവസം ഒരു മണിക്കൂർ അവളോടൊപ്പം ജീവിക്കാൻ ഞാൻ കൊതിച്ചു. പിന്നെ വിധുരനായി ജീവിച്ചാലും കുഴപ്പമില്ലായിരുന്നു. പക്ഷേ അവളും എന്നെ മനസിലാക്കിയില്ല എന്നു തോന്നുന്നു. അവൾക്ക് സ്നേഹത്തിന്റെ ഉന്മാദം ഉണ്ടായിരുന്നില്ല.

എനിക്ക് ഒറ്റയെഴുത്തിന് നെറ്റ് കിട്ടി. തമിഴ് നാട്ടിലും ഒരു നെറ്റ് കിട്ടി. അതുകൊണ്ട് എവിടെയെങ്കിലും കോളേജിൽ കിട്ടാം. പക്ഷേ എനിക്ക് ഒരിക്കലും കോളേജിൽ കിട്ടുമെന്ന് പ്രതീക്ഷ ഉണ്ടായിരുന്നില്ല. ഇതിനിടയിൽ ഞങ്ങൾ കുറേ സുഹൃത്തുക്കൾ അഗസ്ത്യകൂടത്തിലേക്ക് യാത്രപോയി. അന്നൊന്നും ഞാൻ മദ്യപിക്കുകയില്ല. ആ പർവ്വതത്തിന്റെ ഉച്ചിയിൽനില്ക്കുമ്പോൾ അവളുടെ കല്യാണം നടക്കുകയായിരുന്നു. മുകളിൽനിന്ന് ചാടണോ? ഞാൻ ചിന്തിച്ചു. ആ ഭാഗം ഞാൻ അഗസ്ത്യകൂടം എന്ന കവിതയിൽ എഴുതിയിട്ടുണ്ട്.

“ താൻ സ്നേഹിച്ചൊരു പെണ്ണിനിന്നു കല്യാണം വരണം
രാവിന്നിമത്തൂർമ്മയിൽ -
ത്തുകം നീരിൽ വിളക്കു വെട്ടമണയും
പിന്നീടിവൻ മാഞ്ഞുപോം
കേഴുന്നിങ്ങനെയേകനാരുമറിയാ-
താഴത്തിലേക്കായുവാൻ
മൂകം നില്ക്കേ, തിരിഞ്ഞുനോക്കി പിറകോ-
ട്ടെല്ലാരെയും കാണുവാൻ”

അധ്യായം 24

പാതിവഴിയിൽ റിസേർച്ച് ഉപേക്ഷിച്ച് ഞാൻ ജോലി ചെയ്തത് വെള്ളിയാമറ്റം സ്കൂളിലാണ്. റിസേർച്ച് പാർട്ട് ടൈം ആക്കാൻ വകുപ്പില്ലായിരുന്നു എന്നാണറിഞ്ഞത്. ഗൈഡിന് എന്റെ വേക്കൻസിയിൽ മറ്റാരെയോ നിയമിക്കണമായിരുന്നു. സച്ചിദാനന്ദന്റെ കവിതയായിരുന്നു എന്റെ വിഷയം. അതു മുഴുവനും എനിക്ക് ഹൃദിസ്ഥമായിരുന്നു. റിസേർച്ച് കാലത്ത് ഞാൻ ചിത്രകലയും ശില്പകലയും കൂടി മനസിലാക്കി. കിട്ടാവുന്നിടത്തോളം പുസ്തകങ്ങൾ ഞാൻ വായിച്ചു. കൂടുതലും ഇംഗ്ലീഷ് പുസ്തകങ്ങൾ. ഉത്തരാധുനികചിന്തകൾ നമ്മുടെ അക്കാദമിക് മേഖലയെ പിടിച്ചു കുലുക്കുന്ന കാലമായിരുന്നു അത്. സൊസ്യൂർ, യാക്കോബ്സൺ, ഈഗിൾട്ടൺ, ഫൂക്കോ, ബാർത്ത്, ലെവിസ്ട്രോസ് എന്നെല്ലാം അന്തരീക്ഷത്തിൽ കേൾക്കാമായിരുന്നു. ഫ്രഞ്ച്, സ്പാനീഷ്, ആഫ്രിക്കൻ കവികളെ ഞാൻ വായിച്ചു. അല്പസ്വല്പം വിവർത്തനവും നടത്തി. ബൈലിംഗ്വൽ ബുക്കുകളായിരുന്നു ഞാൻ വായിച്ച പുസ്തകങ്ങളിൽ ചിലത്: സ്പാനീഷ് / ഇംഗ്ലീഷ്, ഫ്രഞ്ച് / ഇംഗ്ലീഷ്. റൂബൻഡാരിയോ മുതലുള്ള സ്പാനീഷ് കവികളെ ഞാൻ പിന്തുടർന്നു. ഫ്രഞ്ച് സിമ്പോളിക് / ദാദായിസ്റ്റ് / സറിയലിസ്റ്റ് കവിതകളെ. അല്ലാതെ മലയാള വിവർത്തനങ്ങളല്ല ഞാൻ ആശ്രയിച്ചത്. പ്രീഡിഗ്രിക്കാലം മുതലേ ഇംഗ്ലീഷ് പുസ്തകങ്ങൾ നിരന്തരമായി ഞാൻ വായിച്ചിരുന്നു. അത് എനിക്ക് വലിയ ഗുണം ചെയ്തു.

വെള്ളിയാമറ്റത്തെ മലയാളം അധ്യാപകന്റെ ജോലി രണ്ടു വർഷത്തെ ഒരു നീണ്ട ലീവ് വേക്കൻസിയായിരുന്നു. ചിലപ്പോൾ ലീവെടുത്ത് ഗൾഫിൽ പോയ അധ്യാപകൻ മടങ്ങിവരില്ല എന്ന് പറഞ്ഞിരുന്നു. അവിടെ ചേർന്നതിന്റെ തലേദിവസം രാത്രി കേരളത്തിന്റെ ഭൂപടമെടുത്തുവെച്ച് ഞങ്ങൾ വെള്ളിയാമറ്റം എവിടെയാണെന്ന്

കണ്ടുപിടിച്ചു. അതിരാവിലെ ചാച്ചൻ എന്നെ വിളിച്ചെഴുന്നേല്പിച്ചു. സഹോദരി ചായ തന്നു. കറുകപ്പള്ളിയിലിറങ്ങി കുറേ ദൂരം നടന്നാണ് ഞാൻ സ്കൂളിലെത്തിയത്. പള്ളിമേടയിലാണ് തുടക്കത്തിൽ താമസിച്ചത്. രണ്ടാം നിലയിലെ ഒരു മുറിയായിരുന്നു എന്റേത്. മഴക്കാലമാകയാൽ ഞാൻ വൈകിയേ ഉണരൂ. രാവിലത്തെ കുർബാനയ്ക്ക് ഞാൻ പോയിരുന്നില്ല. എന്നാൽ വികാരിയും ഞാനും ഒരുമിച്ചാവും ആഹാരം കഴിക്കുക. സുഭിക്ഷമായ ആഹാരമായിരുന്നു. രാവിലെ നല്ല പഴങ്ങൾ ഭക്ഷണത്തോടൊപ്പം ഉണ്ടാകും. പ്രാർത്ഥിച്ച ശേഷമാണ് ഭക്ഷണം കഴിക്കുക.

" ദൈവമേ, ഞങ്ങൾക്ക് ഭക്ഷണം നല്കുന്ന അങ്ങേക്ക് സ്തുതി " എന്നൊക്കെയാണ് പ്രാർത്ഥന. അച്ചൻ കുറച്ചു ഭക്ഷണമേ കഴിക്കുകയുള്ളൂ. എനിക്കത് പോരല്ലോ. വൈന്നേരം ഞാൻ പുല്ലു നിറഞ്ഞ പള്ളി മൈതാനത്തു നടക്കും. എവിടെയെങ്കിലും ഇരിക്കും. അവിടത്തെ അസ്തമയാന്തരീക്ഷം മനോഹരമായിരുന്നു. ഒന്നുരണ്ട് സന്ദർഭങ്ങളിൽ ഞാൻ രാവിലത്തെ നല്ല തണുപ്പോടെ കുർബാനയ്ക്കു പോയിട്ടുണ്ട്. പള്ളിമേടയിൽ ഒരു പിശാചാണ് ഉറങ്ങുന്നത് എന്ന് അച്ചൻ അറിയരുതല്ലോ. ലത്തീൻ റോമൻ കുർബാന പെട്ടെന്ന് തീരുന്നതുകൊണ്ട് എനിക്ക് അത് ഇഷ്ടമായി; പിന്നെ രാവിലത്തെ തണുപ്പും. സ്കൂളിലെ കുട്ടികളുടെ പ്രിയപ്പെട്ട അധ്യാപകനാകാൻ എനിക്ക് പെട്ടെന്ന് സാധിച്ചു. അവിടത്തെ മലയാളം അധ്യാപകനായ മുരളി സാറായിരുന്നു സൊസൈറ്റി നടത്തിപ്പുകാരൻ. ശമ്പളം ഇല്ലാത്ത എനിക്ക് അദ്ദേഹം വലിയ ഒരു സഹായമായിരുന്നു. ഞാനന്ന് ഒരു മരുന്ന് സ്ഥിരമായി കഴിച്ചിരുന്നു. അതിനും വേണം പണം. നാടകം, കഥാപ്രസംഗം, ഗാനമേള, കവിത, കഥ, ചിത്രകല, കൈയെഴുത്തുമാസിക എന്നിങ്ങനെ ഒരുപാട് കാര്യങ്ങൾ ഞാൻ സ്കൂളിൽ ചെയ്തിട്ടുണ്ട്. കുട്ടികളെ മൽസരങ്ങൾക്കു കൊണ്ടുപോയി വിജയിച്ചുവന്നിട്ടുണ്ട്.

എന്റെ ചാച്ചന്റെ പെങ്ങളുടെ ഭർത്താവ് മത്തനച്ചനും മകളും കുടുംബവും താമസിക്കുന്ന തേന്മാരിയിൽ ഞാൻ പോകുകയുണ്ടായി. മത്തനച്ചന്റെ സ്വാധീനമുപയോഗിച്ച് ഒറ്റമുറിയുള്ള ഒരു വാടക മുറി അദ്ദേഹം സംഘടിപ്പിച്ചു തന്നു. റേഷൻ കടയുടെ തൊട്ടിപ്പുറത്തെ മുറിയായിരുന്നത്. അതിനാൽ റേഷനരിയുടേയും മണ്ണെണ്ണയുടേയും മണം ഉണ്ടായിരുന്നു എപ്പോഴും. ഒരു കതകും ചെറിയ കിളിവാതിലും മാത്രമായിരുന്നു മുറിക്ക് ഉണ്ടായിരുന്നത്. മുറിയടച്ചിട്ടാൽ വല്ലാത്ത ചൂടായിരുന്നു. ഞാൻ പുറത്തേക്ക് ഒരു ഫാൻ വെച്ചു. 200 രൂപാ വാടക ശമ്പളം കിട്ടുമ്പോൾ കൊടുത്താൽ മതി. കാലത്തെയുള്ള കാര്യങ്ങൾ

തൊട്ടടുത്തുള്ള മറ്റൊരു വീട്ടിലായിരുന്നു. അവിടെ ഒരു പട്ടിയുണ്ടായിരുന്നതിനാൽ കുളിച്ചുഫ്രെഷാകൽ പ്രയാസമായിരുന്നു.

തേന്മാരിയിൽ രണ്ട് കുട്ടികൾ (ആൺകുട്ടിയും പെൺകുട്ടിയും) ഉണ്ടായിരുന്നു. ബസിൽ പോകുന്നതു കൂടാതെ പാടം കടന്ന് ഒരു കാട്ടിലൂടെ നടന്ന് പാലം കയറി നദി കടന്നും ഞാനവിടെ എത്താറുണ്ടായിരുന്നു. അത് പാടങ്ങളും വിജനമായ വഴികളും വീടും ഒക്കെയുള്ള വഴിയായിരുന്നു. മറ്റൊരു വഴി എണ്ണപ്പനത്തോട്ടത്തിലൂടെയായിരുന്നു. ഇരുൾ നിറഞ്ഞ എണ്ണപ്പനത്തോട്ടം വിശാലമായിരുന്നു. അതിനുള്ളിലൂടെയായിരുന്നു വഴി. മത്തനച്ചൻ എന്നെ സാമ്പത്തികമായി സഹായിച്ചിരുന്നു. അത്യാവശ്യം നല്ല സമ്പന്നതയിൽ ആയിരുന്നു അവരവിടെ ജീവിച്ചത്. മഴക്കാലത്ത് അവിടത്തെ തോട്ടിൽ കുളിക്കാമായിരുന്നു. സ്കൂളിൽ പോകുമ്പോൾ അവരെനിക്ക് ചോറ് പൊതിഞ്ഞു തരുമായിരുന്നു. അങ്ങനെയിരിക്കേ ഒരു ദിവസം എന്റെ കൂട്ടുകാരി മരിച്ചതായി അൻവർ അലി എനിക്ക് ഒരു കത്തെഴുതി. കുറേനേരം ഞാനിരുന്നു കരഞ്ഞു. പിന്നെ അവൾക്കായി പള്ളിയിൽ പോയിരുന്ന് പ്രാർത്ഥിച്ചു. പിന്നെ എപ്പോഴും അവളെത്തന്നെ ഓർത്തു. അവളുടെ വിവാഹത്തിനുമുമ്പ് അവളോട് ആരോ എന്നെപ്പറ്റി ചോദിച്ചു. ആ അധ്യായം അവസാനിച്ചു എന്നാണവൾ പറഞ്ഞത്. എനിക്കു പക്ഷേ മറ്റൊരധ്യായം ആരംഭിക്കുകയായിരുന്നു. അവളുടെ മരണശേഷം പിന്നെയും എത്രയോ വർഷങ്ങൾ കഴിഞ്ഞാണ് എനിക്ക് ജോലി സ്ഥിരമായത്. ജീവിതം അസംബന്ധമാണല്ലോ എന്നെനിക്കു തോന്നി. സ്ഥിരമാം സ്നേഹമനാഥമൂഴിയിൽ എന്ന വരി മാത്രം ഇടയ്ക്കിടെ മിന്നിത്തിളങ്ങി.

ഞാൻ സ്നേഹിച്ചവരെല്ലാം എനിക്ക് ദുഃഖങ്ങൾ മാത്രം തന്നു.

അക്കാലത്ത് ഞാൻ മദ്യം കഴിച്ചിരുന്നില്ല. ഏതാണ്ട് മൂന്നു വർഷം മദ്യപിക്കാതെയിരുന്നു. പെൻഷനായ ശേഷം ഇപ്പോൾ വിരളമായേ മദ്യം കഴിക്കാറുള്ളൂ. അക്കാലത്ത് സ്കൂളിൽ ഞാനൊരു നാടകം ചെയ്തു. കുട്ടികൾക്കായുള്ള നാടകം. നാടകത്തെ സംബന്ധിച്ച ചില ആശയങ്ങൾ ഞാൻ തിരുവനന്തപുരത്തെ നാടകങ്ങളിൽനിന്ന് മനസിലാക്കിയിരുന്നു. എന്റെ നാടകങ്ങൾ ശൈലീകൃതങ്ങൾ ആയിരുന്നു. അതിൽ ചില കവിതകൾ അഥവാ പാട്ടുകൾ ഉണ്ടായിരുന്നു. അക്കാലത്താണ് എന്റെ ഒരു കവിത കലാകൗമുദിയിൽ വന്നത്. തൊടുപുഴയിൽ ഇന്നില്ലാത്ത ആ കട ഞാനോർക്കുന്നു. ദേശാഭിമാനിയിൽനിന്ന് എന്റെ കവിതകൾ കലാകൗമുദിയിലേക്ക് മാറി. അതൊക്കെ എന്റെ കവിതയ്ക്ക് മലയാളകവിതയിൽ ഒരു ചെറിയ ഇടം നല്കി.

അധ്യായം 25

വെള്ളിയാമറ്റം സ്കൂളിൽ പഠിപ്പിക്കുന്ന കാലത്ത് ഞാൻ തീരെ കുറച്ചു കവിതകളേ എഴുതിയുള്ളൂ. എന്നാൽ എന്നും രാത്രി കവിതയെഴുത്തായിരുന്നുതാനും. തിരുത്തിത്തിരുത്തി പല കവിതകളും എങ്ങുമെത്താതെ പോയി. തൊണ്ണൂറിൽ തുടങ്ങിയ ദിഗംബരം എന്ന കവിത പൂർത്തിയാക്കിയത് ഇവിടെ വെച്ചാണ്. അത് കെ.ജി.എസിന്റെ സമകാലീനകവിതയിൽ വന്നു. ആധുനികരുടെ ഭാഷാസങ്കല്പത്തിൽ നിന്ന് പതുക്കെ പതുക്കെ ഞാൻ മാറുന്നുണ്ടായിരുന്നോ? അറിവു ഭാരം തന്നെയായിരുന്നോ എന്റെ കുഴപ്പം? അറിവ് ഭാരമില്ലാതായി, അമൂർത്തമായി മാറിയില്ല. നോളജിൽനിന്ന് അറിവ് വിസ്ഡം (Wisdom / വിവേകം) ആയി മാറിയില്ല. അറിവ് എന്ന മരം പൂവിട്ടു കായിട്ടുമില്ല. അതിന് ഇനിയും ദൂരങ്ങൾ ഉണ്ട്. ഘട്ടങ്ങൾ ഉണ്ട്. തെരുവിലേക്ക് വലിച്ചെറിയപ്പെടേണ്ടതുണ്ട്. പിന്നീട് അത് സംഭവിക്കുന്നുണ്ട്.

കുട്ടികൾക്കുമുമ്പിൽ രസകരമായി ക്ലാസെടുക്കാൻ എനിക്ക് സാധിക്കുന്നുണ്ടായിരുന്നു. ഒരുപാട് കൊല്ലം പലയിടത്തും പഠിപ്പിച്ച പരിചയം ഉണ്ടായിരുന്നല്ലോ. ക്ലാസിന്റെ ഇടയ്ക്ക് പറയേണ്ടുന്ന തമാശകൾ പുസ്തകത്തിൽ എഴുതിവച്ചിരുന്ന ഒരു സയൻസ് അധ്യാപകൻ ഉണ്ടായിരുന്നു അവിടെ. എനിക്കതിന്റെ ആവശ്യം ഉണ്ടായിരുന്നില്ല. ഫലിതം സ്വാഭാവികമായി വന്നെത്തും. അപൂർവ്വമായി മാത്രമേ കുട്ടികളെ ഞാൻ ശിക്ഷിച്ചിട്ടുള്ളൂ. മലയാളത്തിലെ പല കവിതകളും കാണാതെ ചൊല്ലാൻ എനിക്ക് പറ്റിയിരുന്നു. ഞാൻ കവിയാണെന്ന് കുട്ടികൾ അറിഞ്ഞിരുന്നില്ല. എന്റെ പേര് ജോസഫ് സെബാസ്റ്റ്യൻ എന്നേ പറയാറുണ്ടായിരുന്നുള്ളൂ. എസ്. ജോസഫ് എന്ന് പറഞ്ഞിട്ടേയില്ല. വൃത്തശാസ്ത്രവും വ്യാകരണവും അലങ്കാരവും പഠിപ്പിക്കുന്നതിൽ ഞാൻ ലാളിത്യവും മൗലികതയും കൈക്കൊണ്ടു. അക്ഷരങ്ങളെ സ്വരങ്ങൾ

മാത്രമായി എണ്ണി. എന്നിട്ടും പല കുട്ടികൾക്കും ക്ലാസുകൾ പിന്തുടരാൻ കഴിഞ്ഞില്ല. ചില കുട്ടികൾ മിടുക്കരായിരുന്നു. ഒരു പാട് കഥകൾ, സിനിമാക്കഥകൾ, സെൻ കഥകൾ, മുല്ലാ കഥകൾ ഞാൻ അവരോടു പറഞ്ഞു. കുമാർ ഗന്ധർവ്വ മരിച്ചപ്പോൾ ക്ലാസിൽ അനുസ്മരണം നടത്തി. കുട്ടികളെ ചിത്രകലയും അഭിനയവും പാട്ടും പഠിപ്പിച്ചു. അവരെക്കൊണ്ട് കയ്യെഴുത്തുമാസികയിൽ എഴുതിപ്പിച്ചു. ഇതിനിടയിൽ എനിക്കൊരു ഊമക്കത്തു വന്നു. ഒമ്പതാം ക്ലാസിലെ ഏതോ ഒരു കുട്ടിയുടേതാണ്. എന്തോ പ്രേമമാണെന്ന് തോന്നി. ഞാനാരോടും ഒന്നും പറഞ്ഞില്ല. കത്തു വീണ്ടും വന്നു. പകർത്തു ബുക്കുകൾ മുഴുവനും നോക്കിയെങ്കിലും ആളെ കണ്ടെത്താൻ കഴിഞ്ഞില്ല. ഞാനത് വിട്ടുകളഞ്ഞു.

സ്കൂൾ ജീവിതമാണ് എന്നെ ഇന്നത്തെ രീതിയിൽ കവിയാക്കി മാറ്റിയത്. സാധാരണ ജീവിതത്തിൽ ഞാനൊരു പരാജയമായിരുന്നു. ഞാനൊരു വെട്ടിയിട്ട തടിപോലെ കിടന്നു. എന്നിൽ കൂണുകൾ മുളച്ചു. ഞാൻ തമാശകൾ പറഞ്ഞും കുട്ടികളുടെകൂടെ നടന്നും അകളങ്കമായി ചിരിച്ചും ബാല്യത്തിലേക്ക് മടങ്ങി. അവിടെ കുട്ടികളുടെ ഭാഷ ഞാൻ ശ്രദ്ധിച്ചു. അതിൽ നാട്ടുമലയാളം വാസനിച്ചു. ഇംഗ്ലീഷും സംസ്കൃതവും ഞാനുപേക്ഷിച്ചു. ഞാൻ മണ്ണുപോലെ ചിരിച്ചു. മഴപോലെ തേങ്ങി. ഗവേഷണം ഉപേക്ഷിച്ചത് നന്നായി എന്നെനിക്ക് തോന്നി. ബുദ്ധമതത്തെ ഓർമ്മിപ്പിക്കുന്ന ഞാൻ വെള്ളിയാമറ്റം എന്ന പള്ളിയാർമറ്റത്ത് പുതിയ ഒരു അറിവുലോകം കണ്ടു. വെള്ളിയാമറ്റം സ്കൂളിലും മറ്റും കടന്നുപോയ വർഷങ്ങളാണ് എനിക്ക് രാസവളം ചേർക്കാത്ത ഒരു ഭാഷ നല്കിയത്. മനു എന്ന ഒരു വിദ്യാർത്ഥിനി എനിക്ക് ഓണത്തിനും ക്രിസ്തുമസിനും വേനലവധിക്കും നിഷ്കളങ്കമായ ഭാഷയിൽ കത്തെഴുതുമായിരുന്നു. അവളാ കത്തുകൾ സൂക്ഷിക്കുന്നുണ്ടിപ്പോഴും. ഞാനതിന് മറുപടികൾ എഴുതി. മറ്റു കുട്ടികളും എനിക്ക് എഴുതുമായിരുന്നു. മാധ്യമം വീക്‌ലി തള്ളിക്കളഞ്ഞ, ഒരു നിരൂപകൻ കൊച്ചുവർത്തമാനം എന്നു പറഞ്ഞ ഒരു കവിത അക്കാലത്ത് ഞാൻ എഴുതിയിരുന്നു. അത് ഞാൻ കീഴെ കൊടുക്കാം:

കുട്ടികളുടെ ചിത്രകാരൻ

കുട്ടികൾക്കു പഴങ്ങൾ പരുന്തുകൾ
പട്ടുടുപ്പ കടലാസുപുലികളും
ഒറ്റ മേഘമുറങ്ങുമാകാശവും
ദുഃഖമില്ലാത്ത സ്നേഹവും ജ്ഞാനവും

ചിത്രകാരാ, ബ്രഷുകൊണ്ടൊരാനയെ

ഇഷ്ടമുള്ള നിറത്തിൽ വരയ്ക്കുക

കുട്ടികൾ പുഴ കേറിയ പല്ലുമായ്

പച്ച വെയ്‌ലിനെ നോക്കി നില്ക്കുമോ ?

കുണിനു കീഴെ മഴ നോക്കി നില്ക്കുമോ?

ചിത്രകാരാ, വരയ്ക്കുക മാമ്പഴ -

ക്കുട്ടകൾ ഞാവൽ നീലകൾ, പാലിനെ

കുട്ടിയാക്കി വരയ്ക്കുക, പൈക്കളെ

പൂവുകൾക്കിടയ്ക്കൊക്കെ വരയ്ക്കുക

ചിത്രകാരാ, വരച്ചുവരച്ചു നീ

കുട്ടിയായി തിരിച്ചുപോകുന്നുവോ?

ഈ കവിത മാനേജർ അച്ചൻ പറഞ്ഞിട്ട് രൂപതയുടെ ഒരു ജേർണലിൽ പ്രസിദ്ധീകരിച്ചു. മാനേജർ അച്ചന്റെ താല്പര്യപ്രകാരം ആണ് വെള്ളിയാമറ്റം സ്കൂളിൽ എന്നെ നിയമിച്ചത്. ഇടവകയിൽനിന്നുള്ള ശുപാർശ വേണ്ടിയിരുന്നില്ല. അത് ഞങ്ങളുടെ ഇടവകയിൽ ചില അഭിപ്രായവ്യത്യാസം ഉണ്ടാക്കി. ഞാൻ പള്ളിയിൽ പോകാറില്ലായിരുന്നല്ലോ. ഒരു കമ്യൂണിസ്റ്റുകാരൻ പയ്യന് ജോലി കൊടുത്തു എന്നവർ പറഞ്ഞു. പക്ഷേ വെള്ളിയാമറ്റം സ്കൂളിൽ ഉള്ളവർ എന്നെ സഭയുടെ ആളായിട്ടാണ് കണ്ടത്. ഞാനാകട്ടെ പള്ളിക്കാരുടെ മുമ്പിൽ ഒരു കുഞ്ഞാടിന്റെ വേഷംകെട്ടി. ജീവിക്കാൻ മറ്റൊരു മാർഗവും ഉണ്ടായിരുന്നില്ല. തൊഴിലില്ലായ്മ രൂക്ഷമായ 80-കൾ ഒടുവിലും 90-കളിലും എനിക്ക് പ്രണയിനി നഷ്ടപ്പെട്ടു. ഞങ്ങളുടെ പ്രണയം പിച്ചിച്ചീന്തപ്പെട്ടു. ജോലിയുണ്ടായിരുന്നെങ്കിൽ ഞങ്ങൾ ഒരുമിച്ചു ജീവിച്ചേനേ. ജോലിക്കായി പള്ളിയിൽ എനിക്ക് മുട്ടുകുത്തേണ്ടിവന്നു. എന്നെ സംബന്ധിച്ചിടത്തോളം നിരാശ നിറഞ്ഞ വർഷങ്ങൾ ആയിരുന്നു അവ. ഇന്നത്തെ കാലം എത്രയോ ഭേദമാണ്.

വികാരിയച്ചനും ഞാനും സ്കൂളിന്റെ സാംസ്കാരികമായ, കലാപരമായ ഉന്നതിക്കായി ഒരു പാട് കാര്യങ്ങൾ ചർച്ച ചെയ്യുമായിരുന്നു. ഞാൻ പള്ളിമേടയിൽ താമസിച്ച കാലത്ത് പല കാര്യങ്ങൾ അച്ചനുമായി സംസാരിച്ചു. നല്ല അറിവും പുരോഗമനചിന്തയുമുള്ള ആളായിരുന്നു അച്ചൻ. അദ്ദേഹമെനിക്ക് സർവ്വസ്വാതന്ത്ര്യവും നല്കി. അതിനാൽ കുട്ടികളുടെ സാംസ്കാരികവളർച്ചയിൽ വളരെ കാര്യങ്ങൾ ചെയ്യാൻ എനിക്ക് പറ്റി.

ഒറ്റയ്ക്ക് ജീവിക്കുന്ന എനിക്ക് കഞ്ഞിവയ്ക്കാൻ മാത്രമേ

അറിയാമായിരുന്നുള്ളു. എട്ടിലും ഒമ്പതിലും പത്തിലും മറ്റും പഠിക്കുമ്പോൾ വയ്ക്കാനറിയാമായിരുന്ന മീൻകറി വയ്ക്കാൻ ഞാൻ മറന്നുപോയിരുന്നു. വെണ്ടയ്ക്കയോ ബീൻസോ പയറോ തോരൻ വെച്ചു. ഉണക്കമീൻ വറുത്തു. പിന്നെ വല്ല അച്ചാറും. ഇതൊക്കെയാണ് എന്റെ പാചകം. ഞാൻ ഉണ്ടാക്കുന്ന കറികൾ ഉച്ചയ്ക്കത്തെ പന്തിഭോജനസമയത്ത് അധ്യാപകർ അങ്ങനെ കഴിച്ചിരുന്നില്ല. ചിലപ്പോൾ ഒന്നു തൊടും. ഒരു ബീൻസ് കഷണം എടുത്തേക്കാം. ബീൻസിലെ നാരുകൾ ചിലപ്പോൾ പൊങ്ങി നില്ക്കുമായിരുന്നു. അധ്യാപകർ അത് എടുക്കാത്തത് മറ്റൊന്നുംകൊണ്ടല്ല, എന്റെ പാചക കലയുടെ പരാജയത്താലാണ്. എന്നാൽ അവരെല്ലാം എന്നെ കവിയും കലാകാരനും എന്ന നിലയിൽ സ്നേഹിച്ചിരുന്നു എന്നെനിക്കറിയാം.

വെള്ളിയാമറ്റം സ്കൂളിലെ നല്ലൊരു ശതമാനം കുട്ടികൾ ആദിവാസി വിഭാഗത്തിൽപ്പെട്ടവരായിരുന്നു. അത് എനിക്ക് പുതിയ അറിവായിരുന്നു. ഞാൻ എട്ടിലെ ക്ലാസ് ടീച്ചർ ആയിരുന്നല്ലോ.

"നിങ്ങളിൽ കവിതയോ കഥയോ എഴുതുന്നവർ ആരെങ്കിലും ഉണ്ടോ? "ഞാൻ കുട്ടികളോട് ചോദിച്ചു.

അവർ ശുഭ പി. എം. എന്നൊരു കുട്ടിയെ പിടിച്ചുയർത്തി. അവൾ ഒരു വള്ളി നുരുമ്പോലെ നൂർന്നു. നല്ലതുപോലെ വെളുത്ത നിറമുള്ള സുന്ദരിയായ ഒരു കുട്ടി.

കവിത എഴുതുന്നവൾ.

"ഇരിക്കു ! നാളെ വരുമ്പോൾ ഒരു കവിത കൊണ്ടുവരണം !" ഞാൻ പറഞ്ഞു.

പിറ്റേന്ന് ആ കുട്ടി ഒരു കവിത കൊണ്ടുതന്നു. അതിലെ "പൂജയ്ക്കെടുക്കാത്ത പൂക്കളുമായി ഞാൻ അമ്പലമുറ്റത്തു ചെന്ന നേരം" എന്ന വരിയിൽ എന്റെ കണ്ണ് ഉടക്കിനിന്നു. ഞാൻ ഹാജർ ബുക്കിൽ നോക്കി. മലയരയ വിഭാഗത്തിൽപ്പെട്ട കുട്ടിയായിരുന്നു അവൾ. പാട്ടും നൃത്തവും ഒക്കെ അറിയാം. എനിക്ക് അഭിമാനം തോന്നി. പഠിത്തത്തിൽ അത്ര പോര. അവൾക്ക് ധാരാളം കൂട്ടുകാർ ഉണ്ടായിരുന്നു. മനു, മാജി, പ്രീതി, ശുഭ, ജിഷ എന്നിവർ ഒരു കൂട്ടുകെട്ടായിരുന്നു. എല്ലാവരും കഴിവുള്ളവർ. ജിഷ സാധാരണ സംസാരത്തിൽ വിക്കുള്ള ഒരു കുട്ടിയായിരുന്നു. പക്ഷേ അസാധാരണമായി പാടും. അപ്പോൾ വിക്കില്ല. മനു നല്ലതുപോലെ പഠിക്കും. പ്രീതിയും പാട്ടുകാരി. പല വിഭാഗങ്ങളിൽപ്പെട്ട കുട്ടികളായിരുന്നു അവർ. അവരൊക്കെ എന്നെ ഇപ്പോഴും വിളിക്കാറുണ്ട്.

മലയരയ വിഭാഗത്തെക്കുറിച്ച് വികാരിയച്ചൻ പറഞ്ഞത് അവർ

ഒരു പ്രത്യേക ക്ലാൻ ആണെന്നാണ്. മുമ്പൊക്കെ ഹിൽ ആര്യൻസ് എന്നായിരുന്നു ഹാജർബുക്കിൽ എഴുതിയിരുന്നത് എന്ന് അധ്യാപകർ പറഞ്ഞു. അവർ പൂമാല, പൂച്ചപ്ര തുടങ്ങിയ ഭാഗങ്ങളിൽ താമസിക്കുന്നു. പിന്നെ കുടയത്തൂർ മലനിരകളിൽ. ആ ഭാഗത്തെ കഥയാണ് നമ്മുടെ നാരായൻ സാറിന്റെ കൊച്ചരേത്തി.

ആദിവാസികളെക്കുറിച്ചുള്ള അന്വേഷണം എന്റെ കവിതകളിൽ മുമ്പേ പരാമർശങ്ങളായിട്ടുണ്ടായിരുന്നു.

"ആദിമവാസികൾക്കായെങ്ങോ

ഉരുളുപൊട്ടുന്ന മൗനത്തിൽ " എന്നെഴുതിട്ടുണ്ട്.

കുട്ടികളുടെ ചിത്രകാരൻ എന്ന കവിത അവരെക്കുറിച്ചു കൂടിയാണ്. ശുഭ എന്ന കുട്ടിയെ ഞാൻ പ്രോത്സാഹിപ്പിച്ചിരുന്നു. പക്ഷേ അവൾ പാട്ടുപാടാനും നൃത്തം ചെയ്യാനുമാണ് കൂടുതൽ താല്പര്യപ്പെട്ടത്.

സ്കൂളിലെ ആനിവേഴ്സറിയായി. കുട്ടികളുടെ ഗാനമേളയും ഒരു ലഘു നാടകവും ചെയ്യാൻ ഉദ്ദേശിച്ചു. കയ്യെഴുത്തുമാസിക പ്രകാശിപ്പിക്കണം. ഗാനമേളയ്ക്ക് ഒരു ഓർഗൺ സംഘടിപ്പിക്കാനായി അച്ചൻ എന്നെ വാഴത്തോപ്പപള്ളിയിലേക്ക് പറഞ്ഞുവിട്ടു. അവിടെ ചെന്നപ്പോൾ ഓർഗൺ അവിടെയില്ല. അന്നവിടെ താമസിക്കാൻ അവിടത്തെ വികാരി പറഞ്ഞു. അച്ചനുമായി കുറേ സംസാരിച്ചു. സുഭിക്ഷ ഭക്ഷണം കഴിച്ച് അവിടെ സുഖമായുറങ്ങി. പിറ്റേന്ന് ഒരു കത്തുതന്ന് കട്ടപ്പന, ലബ്ബക്കടയിലെ ഒരു വീട്ടിലേക്ക് അച്ചൻ എന്നെ പറഞ്ഞുവിട്ടു. ഒരു വിധത്തിലാണ് ഞാൻ ആ വീട് കണ്ടുപിടിച്ചത്. എന്നാൽ അവിടന്നും നിരാശരായി മടങ്ങേണ്ടിവന്നു. ഇതൊക്കെ വിഡ്ഢിത്തം നിറഞ്ഞ യാത്രയാണെന്ന് എനിക്കറിയാമായിരുന്നു. പക്ഷേ അച്ചൻ പറഞ്ഞതല്ലേ എന്ന് വിചാരിച്ച് ഞാൻ പോയതാണ്. ഏതായാലും കുട്ടികൾക്കായി ഒരു ശൈലീകൃതനാടകവും ഒരു ഗാനമേളയും ഞാൻ നടത്തി. അതിന്റെ കാര്യങ്ങൾ ചെയ്തുതന്നത് എന്റെ ചേട്ടൻ ആയിരുന്നു.

സ്കൂളിന് നല്ല ഒരു മൈതാനം ഉണ്ടായിരുന്നു. അവിടെ നിരയായി അരണമരങ്ങൾ നിന്നിരുന്നു. വലിയ ഒരു ജനക്കൂട്ടം അവിടെ വന്നിരുന്നു.

ഓർഗൻ വാങ്ങാൻ പോയപോലെ അബദ്ധം പറ്റിയ മറ്റൊരു യാത്രയുമുണ്ടായി.

അടിമാലിയിലുള്ള ഒരു കവിയുമായി എനിക്ക് കത്തിടപാടുകൾ ഉണ്ടായിരുന്നു. ഒരു ദിവസം കിട്ടിയ കത്തിൽ അടിമാലിയിൽ വരൂ കാണാം എന്നയാൾ എഴുതി. ഞാൻ അടിമാലിവരെ പോയതു മിച്ചം. അയാളെ കാണാൻ കഴിഞ്ഞില്ല. ഇതു മാതിരി മറ്റൊരബദ്ധവും

പറ്റി. പള്ളിയിൽ വരുന്ന ഒരു ചങ്ങാതിയുമായി ഞാൻ കൂട്ടായി. ഞങ്ങൾ പലസ്ഥലങ്ങളും കാണാൻ പോയി. ഒടുവിൽ തൊമ്മൻ കുത്തിലും പോയി. കൽക്കൂട്ടങ്ങൾക്കു മീതേ തൂങ്ങിക്കിടന്ന കാട്ടുവള്ളികളിൽ അയാൾ ഊഞ്ഞാലാടി. അപ്പോൾ ആ സുഹൃത്തു പറയുവാ ഞാനിന്ന് സാറിനെയും കൊണ്ട് എന്റെ വീട്ടിൽ പെണ്ണുകാണാൻ ചെല്ലാമെന്ന് പറഞ്ഞിട്ടുണ്ടെന്ന്. ഞാൻ മുതലയും കുരങ്ങനും കഥയിലെ കുരങ്ങിനെ പോലെ ഒന്നു ഞെട്ടി.

"അയ്യോ ഞാൻ ഇപ്പോൾ വിവാഹം ഒന്നും ആലോചിച്ചിട്ടില്ല." ഞാൻ പറഞ്ഞു.

"സാർ, ഒന്നു വന്നാൽ മതി. ഞാൻ പറഞ്ഞു പോയല്ലോ."

രക്ഷപ്പെടാൻ പലതരത്തിൽ ഞാൻ ആലോചിച്ചു. ഒരു മാർഗവും ലഭിച്ചില്ല. അയാൾ അവിടത്തെ മൂത്ത പെൺകുട്ടിയുടെ ഭർത്താവാണ് എന്ന് ഞാൻ മനസിലാക്കി. ഏതായാലും ഞങ്ങൾ അവിടെ എത്തി. വലിയ ഒരു പാറപ്പുറത്ത് ഞങ്ങൾ കുറേ നേരം ഇരുന്നു. അയാൾ ഒരു ബീഡി വലിച്ചു. അപ്പോൾ ഇളയ പെൺകുട്ടി ജോലി കഴിഞ്ഞ് അതുവഴി വരുന്നതു കണ്ടു. ഇരുനിറം. അല്പം ചുവന്ന നിറമുള്ള ആളായിട്ടാണ് എനിക്ക് തോന്നിയത്. തരക്കേടില്ല. പക്ഷേ എന്റെ മരിച്ചു പോയ കാമുകി വിവാഹം കഴിക്കാൻ എന്നെ അനുവദിക്കില്ല. അവളുടെ ഓർമ്മകളിൽ മാത്രമാണ് ഞാൻ ജീവിക്കുന്നത്. ആ പെൺകുട്ടി കൊണ്ടുതന്ന ചായ കുടിച്ചിട്ട് ഞാൻ തിരക്കിട്ടു യാത്രയായി. അങ്ങനെ ആ സുഹൃത്തും നഷ്ടപ്പെട്ടു.

അധ്യായം 26

ഇക്കാലത്തൊക്കെ ഞാൻ ഇടയ്ക്കിടയ്ക്ക് തിരുവനന്തപുരത്തു പോകുമായിരുന്നു. കാർത്തിക ലോഡ്ജായിരുന്നു ഇടം. അത് കവികളുടേയും സാഹിത്യകാരന്മാരുടേയും താവളം ആയിരുന്നു. അവിടന്ന് കടൽക്കരയിലെ സുഹൃത്തുക്കളെ കാണാൻ പോകും. എന്റെ അറിവിൽ കടൽജീവിതത്തെക്കുറിച്ച് മലയാളത്തിൽ ആദ്യമായി കവിതകൾ എഴുതിയത് ഡിക്സൺ ജോർജ്ജും പിന്നാലെ ഞാനും ആകുന്നു. പക്ഷേ കാലം എല്ലാം മായ്ക്കുന്നു. കവി ശ്രീകുമാർ കരിയാട് മുമ്പ് പറഞ്ഞപോലെ ഭ്രാന്തനെക്കുറിച്ച് ഭ്രാന്തൻ തന്നെ എഴുതണം എന്ന യുക്തിയാണ് മുക്കുവർ കടൽ കവിത എഴുതണമെന്നതും ആദിവാസി ആദിവാസി കവിത എഴുതണമെന്നതും. ആർക്കും എഴുതാം എന്നതാണ് ശരിയായ കാഴ്ചപ്പാട്. മലയാളത്തിലെ കടൽ കവിതയും ആദിവാസി കവിതയും ദളിത് കവിതയും കീഴാളകവിതയും ഒക്കെ എന്നിൽനിന്ന് പുറപ്പെട്ട ഒരു കാലം ഉണ്ടായിരുന്നു. അതിനെപ്പറ്റി എത്രയോ ഞാൻ എഴുതി. എത്ര അഭിമുഖങ്ങൾ വന്നു. അതെല്ലാം വെള്ളത്തിൽ വരച്ചപോലായി.

വെള്ളിയാമറ്റത്ത് എനിക്ക് ഒരു നല്ല വിദ്യാർത്ഥിയെ കൂട്ടിനു കിട്ടി. സന്തോഷ് പൂമാല. അവനാണ് എന്നെ പൂമാലയിലും കുവക്കണ്ടത്തിലും കുളമാവിലും ഒക്കെ കൊണ്ടുപോയത്. ഞങ്ങൾ പൂമാലയിൽനിന്ന് കാട്ടിലൂടെ ഏറെ ദൂരം നടന്നു. ഊരാളി വിഭാഗത്തിൽപ്പെട്ട ഒരു വീട്ടിൽപ്പോയി. അവർ വളരെ മനോഹരമായ രീതിയിൽ ചെറിയ തരം കൊട്ടകെട്ടുന്നവരാണ്. മുറം നെയ്യുന്നവരാണ്. പോകുന്ന വഴിയിൽ ആളുകൾ താമസിച്ചിരുന്ന ഒരു ഗുഹയെപ്പറ്റി സന്തോഷ് പാഞ്ഞു. ആ യാത്ര എത്തിച്ചേർന്നത് കുളമാവിലാണ്. സന്തോഷ് എന്റെ വീട്ടിൽ വന്ന് ഒരുപാടു കാലം താമസിച്ചിട്ടുണ്ട്. ഇപ്പോൾ ഹൈദ്രാബാദിലാണ്. സന്തോഷിന്റെ സഹായത്താലാണ് ഞങ്ങൾ മേത്തൊട്ടി എന്ന ഭാഗത്ത്

ഒരു ചിത്രകലാ ക്യാമ്പ് നടത്തിയത്. സുഹൃത്തുക്കൾ അവിടെയുള്ള ആളുകളെ, കുട്ടികളെ വരച്ചു. നാട്ടുകാരുടെ സഹായം ഉണ്ടായിരുന്നു. ക്യാമ്പ് രണ്ടു ദിവസം ആയിരുന്നു. രണ്ടാമത്തെ ദിവസം ആളുകളോട് യാത്രപറഞ്ഞ് ഞങ്ങൾ പതിവില്ലാത്ത വഴിയിലൂടെ കുന്നു കയറി. കുത്തനേയുള്ള ഒരു കേറ്റം ഒരു വിധത്തിൽ കയറി. അതിന്റെ മുകളിലെത്തിയപ്പോൾ ഞങ്ങൾ അത്ഭുതപ്പെട്ടുപോയി. അവിടെ ഒരിക്കലും പ്രതീക്ഷിക്കാത്ത അതിമനോഹരമായ ഒരു ഭൂപ്രകൃതിയാണ് ഞങ്ങൾ കണ്ടത്. പശുക്കൾ മേയുന്ന പുൽത്തകിടികൾ. വലിയ താഴ്ച്ചകൾ, തെളിഞ്ഞ സായാഹ്നം. ഞങ്ങളെല്ലാവരും കുറേനേരം അവിടെ ഇരുന്നു. പിന്നെ സന്തോഷിന്റെ കൂടെ, പ്രസാദ്, ജയലാൽ, വിൽഫ്രെഡ് തുടങ്ങിയ ചിത്രകാരന്മാരുടെകൂടെ മലയിറങ്ങി. സ്കൂളിൽ ചിത്രം വരയ്ക്കുന്ന രണ്ടു കുട്ടികൾ ഉണ്ടായിരുന്നു. അനസ് എന്നൊരു കുട്ടി കാർട്ടൂൺ വരച്ച് ധാരാളം സമ്മാനം വാങ്ങിയിട്ടുണ്ട്. അയാൾ ഫ്രാൻസിൽനിന്നെന്നെ വിളിച്ചിരുന്നു. ഞാൻ മഴക്കാലത്തും മറ്റും മൂലമറ്റത്തിനും കാഞ്ഞാറിനും ഒറ്റയ്ക്കും സന്തോഷിനോടൊപ്പവും പോകുമായിരുന്നു. കാഞ്ഞാറിൽനിന്നാൽ കുടയത്തൂർ മലകൾ കാണാം. അവിടന്ന് അരുവി ഒഴുകി മൂലമറ്റം ആറ്റിലേക്ക് വരുന്നതു കാണാൻ രസമാണ്. അവിടന്ന് പുള്ളിക്കാനം കൂടിയുള്ള യാത്ര അതിമനോഹരമാണ്. ഇലവീഴാപൂഞ്ചിറ അവിടെ അടുത്താണ്. അരയവിഭാഗം ആദിവാസികൾ മറ്റുള്ളവർക്ക് പെണ്ണുങ്ങളെ വിവാഹംകഴിച്ചു കൊടുക്കില്ല എന്ന് കേട്ടിട്ടുണ്ട്. ഊരാളിവിഭാഗവുമായി അവർക്ക് അകൽച്ചയുണ്ട്. ഇതിനിടയിൽ ഞാൻ പാട്ടുപഠിപ്പിച്ച ഒരു കുട്ടി ആത്മഹത്യ ചെയ്തു എന്നു കേട്ടു. അതൊരു സങ്കടമായി. ഓണാവധിക്ക് എട്ടാം ക്ലാസിലെ ഒരു കുട്ടി എന്റെ കൂടെ വീട്ടിലേക്കുപോന്നു. അമ്മയ്ക്ക് അവനെ വലിയ ഇഷ്ടമായിരുന്നു. അവനൊരു കുഞ്ഞു മജീഷ്യൻ ആയിരുന്നു. പത്തു പൈസാ അവൻ അഞ്ചു പൈസയാക്കും. അവന്റെ അച്ഛൻ മജീഷ്യൻ ആയിരുന്നു. അവനെപ്പറ്റി ഇപ്പോൾ ഒരു വിവരവുമില്ല. ഒരു വർഷം കഴിഞ്ഞപ്പോൾ എനിക്ക് ശമ്പളം ശരിയായി. അന്നൊക്കെ ക്ലാർക്കുമാർക്ക് വെള്ളം കുടിക്കാൻ പൈസാ കൊടുക്കണം. ശമ്പളം ഒരുമിച്ചു കിട്ടിയതുമായി ഞാൻ വീട്ടിലെത്തി. വീടും പറമ്പും ജപ്തിയിലായിരിക്കുകയാണ്. പിറ്റേന്ന് ഞാൻ വെമ്പള്ളി ബാങ്കിലെത്തി. 20000 രൂപാ അടച്ചു. എന്നിട്ടും കടം തീർന്നില്ല. പിന്നീട് ചീന്തലാർ സ്കൂളിൽ ജോലിചെയ്തപ്പോഴും ഒരു വർഷം കഴിഞ്ഞ് പൈസാ ഒരുമിച്ചു കിട്ടി. അപ്പോഴാണ് ബാക്കി കടവും വീട്ടിയത്. എനിക്കായി മോഹങ്ങൾ ഉണ്ടായിരുന്നില്ല. വിലകൂടിയ വസ്തുങ്ങൾ ഞാൻ മോഹിച്ചില്ല. മദ്യപിക്കുകയോ പുകവലിക്കുകയോ ചെയ്തില്ല. എന്റെ സഹോദരിമാരുടേയും

അമ്മയുടേയും കൂട്ടുകാരനായി ഞാൻ ജീവിച്ചു. വല്ലപ്പോഴും തിരുവനന്തപുരത്തുപോകും. അൻവറെ, ഷുജാദിനെ, മോഹൻദാസിനെ, എ. അയ്യപ്പനെ, വിനയനെ കാണും. കടൽക്കരയിൽപ്പോകും.

ആദിവാസികളെ മനസിലാക്കാനുള്ള നമ്മുടെ ശ്രമങ്ങൾ ഒട്ടുംതന്നെ വിജയച്ചില്ല. പുറത്തുനിന്നുള്ള ഒരാൾക്ക് കടന്നുചെല്ലാവുന്ന വഴികൾ ഒന്നും ആദിവാസികളിലേക്കില്ല എന്നാണ് എനിക്ക് മനസിലായത്. ഇപ്പോൾ കേരളത്തിലെ ആദിവാസി ഫാഷൻ വ്യാജമാണെന്ന് ഞാൻ കരുതുന്നു. ഒരർത്ഥവുമില്ലാത്ത കാര്യങ്ങൾ ആണവ. മലയരയവിഭാഗം കുറേയൊക്കെ സാമ്പത്തികശേഷി ഉള്ളവരാണ് എന്നാണ് എനിക്ക് തോന്നിയത്. അവർക്ക് പ്രത്യേകമായ ഒരു ഭാഷയുള്ളതായും എനിക്ക് മനസിലാക്കാൻ പറ്റിയില്ല. മാത്രമല്ല ഞാൻ പോയ സ്ഥലങ്ങളിൽ നാട്ടുകാരുമായി ഇടകലർന്നു ജീവിക്കുന്ന സമൂഹത്തെയാണ് കണ്ടതും. നമ്മൾ ആദിവാസികളെ തേടിനടക്കുന്നു. അവരാകട്ടെ നമ്മളെ അന്വേഷിച്ചുനടക്കുന്നു. എന്നു വെച്ചാൽ അവർ നമ്മെപ്പോലെ ജീവിക്കാൻ ആഗ്രഹിക്കുന്നു. അവർ അവരുടെ ദൈവങ്ങളെ മറന്നു. പരിഷ്കൃതരായ വിഭാഗങ്ങളുടെ ദൈവങ്ങളെ അവർ ആരാധിക്കുന്നു. നാം അവിടെ ചെല്ലുമ്പോൾ അവരവിടെ ഉണ്ടാവില്ല. അവർ അവരെ മറന്നു ജീവിക്കുന്നു. എനിക്ക് ഇന്നുവരെ ആദിവാസികളെ മനസിലാക്കാൻ സാധിച്ചിട്ടില്ല എന്ന് ഞാനൊരു ഖേദത്തോടെ ഓർക്കുന്നു. പക്ഷേ എവിടെയോ ഒരു പാളിച്ചയുണ്ട്. അതാണ് ശുഭ എന്ന ആ കുട്ടിയുടെ കവിതയിലെ

" പൂജയ്ക്കെടുക്കാത്ത പൂക്കളുമായി ഞാൻ

അമ്പലമുറ്റത്തു ചെന്ന നേരം " എന്ന വരികളിൽ ഞാൻ ഉറ്റുനോക്കാനുള്ള കാരണവും.

അധ്യായം 27

വെള്ളിയാമറ്റം സ്കൂളിലെ ജോലിതീർന്നു. ഞാനൊരു പുസ്തകക്കച്ചവടക്കാരനായി മാറി. തിരുവനന്തപുരത്തുനിന്ന് കുറേ പുസ്തകങ്ങൾ വിനയൻ അയച്ചുതന്നു. അത് വില്ക്കാൻ ചിത്രകാരൻമാരായ ജയലാലും പ്രസാദും എന്റെ കൂടെക്കൂടി. അതുമായി ഞങ്ങൾ ചില ഫൈനാട്സ് കോളേജുകളിലും മറ്റും പോയി. പുസ്തകക്കച്ചവടം നഷ്ടമായിരുന്നു. പുസ്തകങ്ങൾ പലതും വായിക്കാൻ പറ്റി എന്നതാണ് ഒരു മെച്ചം. ഉച്ചയ്ക്ക് ഞങ്ങൾ ദോശയാണ് തിന്നത്. ചമ്മന്തി ഫ്രീയാണല്ലോ. ഇതിനിടയിൽ രണ്ടു മാസത്തേക്ക് വെച്ചൂച്ചിറ സ്കൂളിൽ എനിക്ക് ജോലിയായി. ഞാനും ജയലാലും അവിടെ പോയി മടങ്ങിവന്നത് മുഴപ്പട്ടിണിയിലാണ്. അവിടത്തെ ഹെഡ് മാസ്റ്റർ എല്ലാവിധത്തിലും അവസാനം എന്നെ ദ്രോഹിച്ചു. ഒരു ടീച്ചർ എന്നെ വിവാഹം കഴിക്കണമെന്നു പറഞ്ഞ് പുറകേ കൂടി. ഒരുവിധത്തിൽ അവരിൽനിന്ന് ഞാൻ രക്ഷപ്പെട്ടു. വെച്ചൂച്ചിറ സ്കൂളിൽ ആൺകുട്ടികളും പെൺകുട്ടികളും വെവ്വേറെ ക്ലാസുകളിൽ ആയിരുന്നു. അനുസരണയുള്ള കുട്ടികളല്ല. സത്യത്തിൽ അധ്യാപനം മടുത്ത നാളുകളായിരുന്നു അവ. ഒടുവിൽ ഹെഡ് മാസ്റ്റർ ശമ്പളം തന്നപ്പോൾ കുറേ രൂപ കൂടുതൽ ഉണ്ടായിരുന്നു. അത് ഞാൻ തിരിച്ചുകൊടുത്തു. പിന്നെ ഒന്നും മിണ്ടാതെ അവിടം വിട്ടു. അവിടന്ന് കിട്ടിയ ശമ്പളംകൊണ്ടാണ് പുസ്തകക്കച്ചവടംകൊണ്ടുണ്ടായ കടം തീർത്തത്. തിരുവനന്തപുരത്തായിരിക്കും ഇതിന്റെയൊക്കെ ഇടവേളകളിൽ ഞാൻ.

കാർത്തിക ലോഡ്ജിൽ മിക്കവാറും വരുന്ന ഒരാൾ ആർ. ഉണ്ണിയായിരുന്നു. അവിര റബേക്ക എന്ന ചലച്ചിത്രസംവിധായകൻ അന്നവിടെ ഉണ്ടായിരുന്നു. ചിത്രകാരൻ മോഹൻദാസ്, ഷുജാദ്, വിനയൻ, ഷിറാസ് അലി, ശരത്, അയ്യപ്പൻ ഇടയ്ക്കിടയ്ക്ക് വരും. പിന്നെയും എത്രയോ

സുഹൃത്തുക്കൾ. ഇതിനിടയിൽ മാവേലിക്കര ഫൈനാട്സ് കോളേജിൽ കലാതത്ത്വശാസ്ത്രം (Aesthetics) പഠിപ്പിക്കാൻ ഒരവസരം ലഭിച്ചു. ഇംഗ്ലീഷും മലയാളവും കലർത്തിയാണ് ക്ലാസുകൾ എടുത്തത്. അത് എന്നെ ചിത്രകലയോട് കൂടുതൽ അടുപ്പിച്ചു. ഉച്ചകഴിഞ്ഞ് ചിത്രം വരയ്ക്കാനും ശില്പം ചെയ്യാനും ചില അവസരങ്ങൾ എനിക്കും ലഭിച്ചു. ചിത്രശില്പകലാ സംബന്ധിയായ ധാരാളം പുസ്തകങ്ങൾ അക്കാലത്ത് ഞാൻ വായിച്ചു. പ്രായിക്കര, റെയിൽവേ പുറമ്പോക്കുകൾ എന്നിവിടങ്ങളിൽ വരയ്ക്കാൻ സുഹൃത്തുക്കളോടൊപ്പം ഞാനും പോയിരുന്നു. "ഒരു ദോണി വരയണ്ണാ" പ്രായിക്കരയിലെ പിള്ളേർ ആവശ്യപ്പെട്ടും. ഞാൻ അതുമിതുമൊക്കെ വരയ്ക്കുമെന്നേയുള്ളൂ. പക്ഷേ കവിതയിലേക്ക് ശരിക്കും വരുംമുമ്പ് ഞാൻ പട്ടിത്താനത്തുള്ള ചിലരുടെ പടങ്ങൾ വരച്ചിരുന്നു. പ്രകൃതിയെയും മനുഷ്യരെയും വിരൽകൊണ്ട് തൊടുവാൻ അതെന്നെ സഹായിച്ചു.

ഒരു ദിവസം മാവേലിക്കര റെയിൽവേ സ്റ്റേഷന്റെ അപ്പുറത്തുള്ള ഒരു ചെറിയ തോട്ടിൽവെച്ച് കുറെ നാടോടിക്കുട്ടികളെ ഞങ്ങൾ കണ്ടു. പാദം പ്രിയ, മേരി എന്നീ കുട്ടികളെ പരിചയപ്പെട്ടു. ചിലർ അവരെ വരച്ചു. മാവേലിക്കരയിൽനിന്ന് തിരിച്ചുള്ള യാത്രയിൽ ചങ്ങനാശ്ശേരി ബസ്റ്റാണ്ടിൽ ഞാനും ജയലാലും നില്ക്കുമ്പോഴാണ് കറുത്ത കല്ല് എന്ന കവിതയുടെ ആശയം എന്നിൽ വന്നുവീണത്. അഞ്ചാറു മാസം കൊണ്ടാണ് ആ കവിത പൂർത്തീകരിച്ചത്. ഇന്ന് നോക്കുമ്പോൾ അത് ആധുനികഭാഷയുള്ള ഒരു കവിതയാണ് എന്ന് തിരിച്ചറിയാം. പക്ഷേ വേറെ എന്തൊക്കെയോ അതിലുണ്ടുതാനും. അതിൽ പറയുന്ന പോലൊരു കല്ല് ഞങ്ങളുടെ ആദ്യ വീടിന്റെ നടവാതിക്കൽ ഉണ്ടായിരുന്നു. മാവേലിക്കര കോളേജിലെ കറുപ്പ സാറിനെയും വിവേകാനന്ദൻ സാറിനെയും ഉണ്ണികൃഷ്ണൻ സാറിനെയും ഓർക്കാതെ വയ്യ. ഞാനവിടെ ചെല്ലുന്നതിന് മുമ്പ് അവിടെ പഠിച്ച പാലാ ബാബു, പിറമാടം മോഹൻ എന്നീ പ്രതിഭാധനരെ, ബൈജു, പാർത്ഥസാരഥി വർമ്മ, റോയിച്ചൻ എന്നിവരെയും ഓർക്കുന്നു.

അസാധാരണ പ്രതിഭയായ ബാബു കൂലിപ്പണിയെടുത്താണ് ജീവിക്കുന്നത്. മോഹൻ ആത്മഹത്യ ചെയ്തു. മോഹൻ ദാലിയെപ്പോലെ മീശ വച്ചിരുന്നു. മുടി കെട്ടിവച്ചിരുന്നു. സറിയലിസ്റ്റ് സ്വഭാവം ഉള്ളവരായിരുന്നു ബാബുവും മോഹനനും. കടമ്മനിട്ടക്കവിതകൾ ഉറക്കെ ചൊല്ലിനടന്ന ബാബുവും മോഹനനും. കുറേക്കാലം ചിത്രകാരനായ ഹരീന്ദ്രൻ മാവേലിക്കരയിൽ താമസിച്ചിരുന്നു. കുറേക്കാലം കഴിഞ്ഞാണ് മോഹൻ ദാസ് ക്ലാസ് എടുക്കാൻ അവിടെ വന്നത്.

വീട്ടിൽ ശാന്തമായ ജീവിതമായിരുന്നു. പകൽ ധാരാളം കിളികൾ വരും. വൈകുന്നേരം സഹോദരിമാർ ഗോതമ്പ് അടയുണ്ടാക്കിത്തരും. അയലത്തെ ഷാജിയും കാണും. അമ്പിളി, ജോജി മോൾ, ബിജി, ഷാജി, രാജേഷ്, സിൽജി എന്നിവർ വരും. ഷാജി എന്റെ കവിത വായിക്കു മായിരുന്നു. ഞാൻ വായിക്കുന്ന പുസ്തകങ്ങൾ ഷാജിക്കും കൊടുക്കും. വേനൽമഴ വരുമ്പോൾ ഞങ്ങൾ പറമ്പ് അടിച്ചുവാരി തീയിടും. മഴ പെയ്താൽ പിറ്റേന്ന് കപ്പയിടും. പിന്നെ അവിടെ റബർ വെച്ചു. കപ്പ ഓർമ്മയായി. ഭക്ഷണരീതിയും മാറുകയായിരുന്നു. പറമ്പിൽ ധാരാളം പ്ലാവുകൾ ഉണ്ടായിരുന്നു. ഒരു വാളൻപുളിയും പയ്യാനിയും. കാപ്പിച്ചെടിക ളും. ഒരു ചെറിയ കശുമാവ് അല്പം മാറി നിന്നിരുന്നു. കൊക്കോക്കായും അല്പം കുരുമുളകും ലഭിച്ചിരുന്നു. അത്യാവശ്യം ചെലവുകൾ അതുകൊണ്ട് സാധിക്കും. പുസ്തകവായനയായിരുന്നു എന്റെ പ്രധാന പരിപാടി. ചിലപ്പോൾ തെങ്ങിൻചോട് വകയും. വീട്ടിലേക്ക് കേറിവരുന്ന വഴിയിൽ ഞാൻ വാകമരത്തിന്റെ തൈകൾ നട്ടിരുന്നു; ഒരു കൂവളവും. ഇടയ്ക്കിടയ്ക്ക് ഞാൻ കട്ടൻ കാപ്പി ആവശ്യപ്പെട്ടുമായിരുന്നു.

വൈകുന്നേരം ചിലപ്പോൾ ഏറ്റുമാനൂർക്കുപോകും. അല്ലെങ്കിൽ രാവിലെ വീട്ടിൽനിന്നിറങ്ങി ചിത്രകാരനായ ജയലാലിന്റെ വീട്ടിൽ പ്പോകും. ജയലാലിന്റെ വീട്ടിൽ പ്രായം ചെന്ന അമ്മയും അച്ഛനും നോർമ്മലല്ലാത്ത ഒരു അമ്മാവനുമാണ് ഉണ്ടായിരുന്നത്. അവിടെ തോടും തോടിനക്കരെ റബർത്തോട്ടവും ഇപ്പുറത്ത് വിശാലമായ പാടവും ഉണ്ടായിരുന്നു. ഞങ്ങൾ അതുവഴിയൊക്കെ നടക്കും. കവിതയും ചിത്രക ലയും സംബന്ധിച്ചു സംസാരിക്കും. ചിലപ്പോൾ അവിടെയിരുന്ന് ചിത്രം വരയ്ക്കും. അവിടെ പാടങ്ങളിൽ സൈബീരിയൻ കൊക്കുകൾ വന്നിരുന്നു. തോടിനക്കരെയുള്ള കാട്ടിൽ കാട്ടുകോഴികൾ ഉണ്ടായിരുന്നു. കരിമ്പു പാടങ്ങൾ നീറിക്കാടിന്റെ മറ്റൊരു പ്രത്യേകതയാണ്. വർഷകാലമാ കുമ്പോൾ പാടങ്ങൾ വെള്ളംകേറി നിറയും. ജയലാലും ഒരു നല്ല വായ നക്കാരനാണ്. ഞങ്ങൾ രണ്ടും പോകാത്ത സ്ഥലങ്ങളില്ല. നടക്കാത്ത ദൂരങ്ങൾ ഇല്ല. അവനെക്കുറിച്ച് ഞാൻ പലകവിതകൾ എഴുതിയിട്ടുണ്ട്. മാവേലിക്കരയിൽ അവനെന്റെ വിദ്യാർത്ഥിയായിരുന്നു. ജന്മവാസന അധികമായുള്ള ഒരു ചിത്രകാരനാണ്. “പാതിയും കാണപ്പെടാതെ “ എന്ന പേരിൽ അവന്റെ ചിത്രങ്ങളെക്കുറിച്ച് ഞാനൊരു ലേഖനം മാധ്യമം ആഴ്ചപ്പതിപ്പിൽ എഴുതി.

മനുഷ്യരുടെ കഴിവുകളെ നമ്മൾ എത്ര പ്രോത്സാഹിപ്പിച്ചാലും അവർ മുന്നോട്ടു പോകണമെന്നില്ല. എത്രകഴിവുള്ള കവിയായാലും കലാകാരനായാലും ഒരിടത്തും എത്തണമെന്നില്ല. ഗ്രാമീണരായ

ആർട്ടിസ്റ്റുകൾക്ക് ഈ ബിനാലെ കാലത്ത് ഇനി മുന്നോട്ടു വരാൻ ആവുകയില്ല. കുഴിമന്തിപോലുള്ള ഭക്ഷണങ്ങൾ വന്നതിനു ശേഷം ടൗണുകളിലെ ചായക്കടക്കാരുടെ അവസ്ഥയാണ് തദ്ദേശീയരായ കലാകാരൻമാർക്കും കലാകാരികൾക്കും ഉള്ളത്. വലിയ മാളുകളും ജ്വല്ലറികളും ചെറുകിടക്കാരുടെ കടകൾ പൂട്ടിക്കുന്നു. ഇത്രയും കവിതകൾ എഴുതിയ എന്റെതന്നെ കാര്യമോർക്കുക. നമ്മുടെ കാലം വ്യാജ ബിംബങ്ങളുടെയും സ്ലീപ്പറ്റുകളുടേയും കാലമാണ്. വളരെ ചെറിയ ഒരു കളിയായ കിക്കറ്റിന്റെ വാല്യൂ എന്താണ്? അഭിനയശേഷി കൂടുതലുള്ള നടന്മാർ എങ്ങനെയാണ് കൊമേഡിയൻമാർ ആയി ഒതുങ്ങുന്നത് ? നഗരകലകളും ഗ്രാമകലകളും ഉണ്ട്. ഗ്രാമീണ കലാകാരന്മാരുടെ ജീവിതം പലപ്പോഴും നിരാധാരമാണ്.

അധ്യായം 28

ചിത്രകല കുറെയൊക്കെ ഞാൻ മനസിലാക്കിയിട്ടുണ്ട്. അത് കവിതപോലെ എനിക്ക് പ്രിയങ്കരമാണ്. പല ചിത്രകാരൻമാരും സുഹൃത്തുക്കളാണ്. അവരൊക്കെ വളരെ പ്രശസ്തരുമാണ്. ലോകത്തെ പല ചിത്രകാരൻമാരെയും ഞാൻ മനസിലാക്കിയിട്ടുണ്ട്. പക്ഷേ, എന്റെ മനസിനെ കൂടുതൽ തൊട്ടുണർത്തിയ ചിത്രകാരൻ എം. ടി. ജയലാൽ ആണ്. അവൻ ഒരു ചെറിയ ചിത്രകാരനാണ്. ഏതാനും ചിത്രങ്ങൾ മാത്രമേ വരച്ചിട്ടുള്ളൂ. പലതും അവന്റെ ശീലവിശേഷം കൊണ്ട് അപൂർണമാണ്. ലളിതകലാ അക്കാദമിയുടെ സ്റ്റേറ്റ് അവാർഡ് ലഭിച്ചിട്ടുണ്ട്. അക്കാദമിയുടെ ക്യാമ്പുകളിൽ പങ്കെടുത്തിട്ടുണ്ട്. അവൻ വരച്ച ചില ചിത്രങ്ങൾ എന്റെ ഹൃദയത്തോട് ഞാൻ ചേർത്തുവെച്ചു. കട്ടക്കളം എന്ന കവിത അവനെക്കുറിച്ചാണ്. ആൾ വിവാഹിതനല്ല.

അവൻ എന്റെ സന്തതസഹചാരിയായിരുന്നു. ഒരു ദിവസം ഞങ്ങൾ വാഗമൺ മുതൽ ഏലപ്പാറ വരെ നടന്നു. തേയിലത്തോട്ടങ്ങളും മൊട്ടക്കുന്നുകളും പർവ്വതങ്ങളും പുൽപ്രദേശങ്ങളും കടന്നുപോന്നു. വെളുത്ത ഉമ്മത്തിൻ പൂവുകളും കൊളുഞ്ചിപ്പൂക്കളും കണ്ടു. ഇടയ്ക്ക് പരസ്പരം കോടമഞ്ഞിൽ അപ്രത്യക്ഷരായി. ഏകാന്തമായ വഴികൾ, ലയങ്ങൾ. അതിനെപ്പറ്റി ഞാൻ കവിത എഴുതി.

" പച്ചയിൽ നടന്നു പോകുന്നു

ഉമ്മത്തിൻ പൂവുകൾ കാണുന്നു " ... അങ്ങനെ കൂട്ടിക്കെട്ടാത്ത വാക്കുകളിൽ.

ഏകാന്തതയുടെ അങ്ങേയറ്റമാണ്

"മെലിഞ്ഞ പട്ടികൾ ഓടുന്നു

ചുറ്റിലും ഇരുമ്പുപർവതം" എന്ന വരികളിൽ ആവിഷ്കരിച്ചത്.

മറ്റൊരു യാത്ര കേരളകവിതയുടെ പ്രകാശനവുമായി ബന്ധപ്പെട്ടായിരുന്നു. അത് പെരുന്തേനരുവിലായിരുന്നു. ഒരു കാട്ടിനുള്ളിലെ ചതുപ്പിനിടയിലെ ഒരു തുരുത്തിൽ പ്രകാശനം. അയ്യപ്പപ്പണിക്കർ, ജോസ് വെമ്മേലി, പ്രസന്നകുമാർ, കുരൂർ, ബി. മുരളി എന്നിവർ. അതിനിടയിൽ ഒരു ഗോത്രവർഗത്തിൽപെട്ട സ്ത്രീ വടികുത്തി പൂവാലൻ

ചെങ്കീരിയുടെ പാട്ടും പാടിവന്നു.

“ഒന്നാം മലമേൽ കേറുന്ന കീരി

പൂവാലൻ താൻ ചെങ്കീരി “

ജയലാൽ അവരെ വരച്ചു. അത് നല്ല ഒരു ഡ്രോയിംഗായിരുന്നു. വന്യമായ പമ്പയാറ്റിലൂടെ ഞങ്ങൾ നടന്നു. കണ്ണശ്ശന്റെ “പുഷ്കര പത്രാക്ഷൻ കൗസല്യാപുത്രനെയോർത്തു. തടാകജലോപരി തീയെരിയുന്നതു പോലെ നിൽക്കുന്ന താമരകൾ കണ്ടു. രാമരഥം കടന്നുപോയ പാറകളിലെ ചക്രപ്പാടുകൾ കണ്ടു. പമ്പാസരസ്തടം പരന്നുകിടക്കുന്നു. ഇരുവശവും വൃക്ഷനിബിഡമായ വനമേഖലകൾ, ഇരുളുകൾ.

ഞങ്ങൾ അന്ന് അവിടത്തെ അപരിചിതമായ ഒരു വീട്ടിൽ അനുവാദം ചോദിച്ചിട്ടുറങ്ങി. പിറ്റേന്ന് കുറെ ചെത്തുകള്ളു സംഘടിപ്പിച്ചു. കെ. എം. വേണുഗോപാലും കൂട്ടത്തിലുണ്ടായിരുന്നു.

കാട്ടിൽനിന്ന് ആരോ വാറ്റും കൊണ്ടുവന്നു. ഞാനും ജയലാലും കാട്ടിലെ തോട്ടിലൂടെ ആദിമമനുഷ്യരെപ്പോലെ ദിഗംബരരായി നടന്നു. അതെനിക്ക് ഒരു ബോധോദയമായിരുന്നു. നമ്മളും പ്രകൃതിയും നഗ്നം. ജൈനൻമാർ കണ്ടെത്തിയ രഹസ്യം എനിക്ക് വെളിപ്പെട്ടു. പാറപ്പുറത്ത് ഞങ്ങൾ പാറകളായി ഇരുന്നു.

ഇതിനു മുമ്പാണ് ഞങ്ങൾ മദ്രാസിന് പോയത്. ഗോപൻ എന്ന ഒരു ചിത്രകാരനെ കാണാനാണ് പോയത്. മാവേലിക്കരയിൽ എന്റെ വിദ്യാർത്ഥിയായിരുന്നു അയാൾ. ജലച്ചായത്തിൽ പ്രതിഭയാണ്. തണ്ണിമത്തനൊക്കെ ഗംഭീരമായി വരയ്ക്കും. ഒരു വിധം ഞങ്ങൾ ഗോപന്റെ വീട്ടിലെത്തി. അച്ഛനും അമ്മയും ഉണ്ടായിരുന്നു. ഗംഭീരമായ സ്വീകരണം. ഞങ്ങൾ നഗരം കാണാൻ പോയി. കാണുന്ന ഹോട്ടലിലൊക്കെ ഗോപന് കേറണം. ഞങ്ങളൊരു സ്റ്റുഡിയോയിലെത്തി. അവിടെ ഒരു സുന്ദരിയായ ക്യൂറേറ്ററുണ്ടായിരുന്നു.

അമൂർത്തചിത്രങ്ങൾ ആയിരുന്നു അവിടെ പ്രദർശിപ്പിക്കുന്നത് .

ഞാൻ ജയലാലിന്റെ ഒരു ചിത്രം കാണിച്ചു.

തനിക്ക് ഇത്തരം ചിത്രങ്ങളിൽ താല്പര്യമില്ല.

ചിത്രങ്ങൾ നൈസ് ആയിരിക്കണം, സിമ്പിൾ ആയിരിക്കണം എന്നവർ പറഞ്ഞു. ഞാനും അവരുമായി ഒരു ചിത്രകലാചർച്ചയായി. ഞാൻ മുങ്കിനെ പറ്റിയൊക്കെ പറഞ്ഞു. അവസാനം ഞങ്ങൾ ഒരുമ യിലെത്തി. അവർ പറയുന്നതിലും കാര്യമുണ്ടെന്ന് എനിക്കു തോന്നി. ഞാൻ പറയുന്നതിൽ കാര്യമുണ്ടെന്ന് അവർക്കും തോന്നി. ഞങ്ങൾ ഇംഗ്ലീഷിലാണ് സംസാരിച്ചത്. ജയലാലിന്റെ ചിത്രങ്ങൾ അയച്ചു കൊടുക്കാൻ അവർ പറഞ്ഞു. വിലാസവും കൊടുത്തു. പക്ഷേ ജയലാൽ അയച്ചുകൊടുത്തില്ല. കുറേ പ്രാവശ്യം ഞാൻ പറഞ്ഞു. ഞാനും പിന്നീടത് വിട്ടു. ഗീതാ മോഹൻദാസ് എന്നോ മറ്റോ ആയിരുന്നു അവരുടെ പേര്. ഞാൻ ആ സന്ദർഭത്തെപ്പറ്റി ഒരു ഫീച്ചർ കുങ്കുമം വാരികയിൽ എഴുതി. ഫീച്ചറിൽ മുങ്കിന്റെ ഒരു ചിത്രവും വാരിക കൊടുത്തു.

അവിടന്നും ഞങ്ങൾ ഇറങ്ങി മഹാബലിപുരത്തിന് പോയി. ശിലാ ശില്പങ്ങളുടെ ഒരു ലോകം ആണ് മഹാബലിപുരം. മദ്രാസിൽനിന്ന് അങ്ങോട്ടുള്ള യാത്ര മനോഹരം. ബസ് ദൂരങ്ങൾ പിന്നിടുമ്പോൾ പ്രകൃതി ദൃശ്യങ്ങൾ നോക്കിയിരിക്കാൻ എനിക്ക് വളരെ ഇഷ്ടമാണ്. അപ്പോൾ ഞാൻ സംസാരിക്കാറില്ല. സ്വയം നഷ്ടപ്പെടും പോലെ തോന്നും. അക്കാ ലത്ത് മദ്യപാനമോ പുകവലിയോ ഞങ്ങൾക്ക് ഉണ്ടായിരുന്നില്ല. പുകവലി ഞാൻ പണ്ടേ നിർത്തി. സത്യം പറയാമല്ലോ മദ്യം ഇല്ലാതെ, പുകവലി ഇല്ലാതെ ജീവിച്ച ജീവിതം ആണ് എന്നും എനിക്കിഷ്ടം. പിറ്റേന്ന് ഞങ്ങൾ ചോഴമണ്ഡലത്തിൽ പോകുകയുണ്ടായി. അവിടെ താമസിച്ചു വരയ്ക്കുന്ന ചിത്രകാരൻമാരെ കണ്ടു. അവിടെ അതിസുന്ദരി യായ ഒരു സ്ത്രീയുമായി സംസാരിച്ചത് ഓർക്കുന്നു. ഇതിനിടയിലെല്ലാം ഗോപന്റെ നിർബന്ധത്താൽ ഞങ്ങൾ ഹോട്ടലിൽ കയറും. ഗോപൻ ആഹാരം കഴിക്കുമ്പോൾ ഞങ്ങൾ ചായ കുടിക്കും. ഒടുവിൽ ഞങ്ങൾ പൂക്കളുടെ ഒരു ചന്തയിൽ പോയി. പൂക്കൾക്കുമാത്രമായൊരു ചന്ത.

പിറ്റേന്ന് ഞങ്ങൾ മദിരാശി വിട്ടു. പല ബസുകൾ കയറിയാണ് ഞങ്ങൾ മധുരവഴി കുമളി കൂടി വീട്ടിലെത്തിയത്. ഏതാനും നാളുകൾ കഴിഞ്ഞപ്പോൾ ഞങ്ങളെ ഞെട്ടിച്ചുകൊണ്ട് ചിത്രകാരനായ ഗോപകുമാർ മരിച്ച വാർത്തയാണ് ഞങ്ങൾ അറിയുന്നത്, അതും ഭക്ഷ്യവിഷബാധയാൽ.

അധ്യായം 29

സാധാരണ മഴക്കാലം തുടങ്ങുന്നത് മേയ് മാസം പകുതിയോടെയാണ്. അതുവരെ ചുട്ടുപൊള്ളിയ ഭൂമി തണുക്കുന്നു. ഭൂമി ഉർവരയാകുന്നു. എപ്പോഴും മഴ. അങ്ങനെ ജൂൺ മരത്തിന്റെ കൊമ്പത്ത് നനഞ്ഞിരിക്കുമ്പോൾ എനിക്ക് ചീന്തലാർ ഹൈസ്കൂളിൽ നിയമനം കിട്ടി. അതിരാവിലെ കോട്ടയത്തുനിന്ന് പുറപ്പെട്ടു. മഴയും തണുപ്പും. ഏലപ്പാറയിൽനിന്ന് രണ്ട് ബസാണ് ആങ്ങോട്ടേക്ക് ഉള്ളത്. ജീപ്പ സർവീസും ഉണ്ട്. ഒരു ബസിൽ കയറി. ഹെയർപിൻ വളവുകൾ കടന്ന് ഏലത്തോട്ടവും തണ്ണിമരങ്ങളും കടന്ന് തമിഴ് മലയാളം മണക്കുന്ന ചീന്തലാർ സ്കൂളിലെത്തി, കൊടുമഴയത്ത്. സ്കൂളിൽ തമിഴ് മലയാളം എന്നിങ്ങനെ രണ്ട് ഭാഗം ഉണ്ട്. ഒരു പഴയ വീട്ടിലാണ് ഞാൻ താമസിച്ചത്. രാത്രിയിൽ രണ്ട് കമ്പിളിപ്പുതപ്പ വേണം. കാപ്പിയും ഏലവും കൃഷിചെയ്യുന്ന സ്ഥലങ്ങളാണ്. അതിനാൽ മരപ്പട്ടിയുടെ സാന്നിധ്യം വീടിന്റെ മുകൾ ഭാഗത്ത് ഉണ്ട്. വീടിന്റെ മുമ്പിൽ കുരുമുളകുവള്ളി കേറിയ ഒരു മരം ഉണ്ട്. അതിൽ ഇരട്ടത്തലച്ചിപ്പക്ഷികൾ കൂടുകൂട്ടിയിരിക്കുന്നു. മുമ്പിൽ ഒരു വഴിയുണ്ട്. തേയിലത്തോട്ടത്തിൽ പണിയെടുക്കുന്നവർ നേരം വെളുക്കും മുമ്പേ സംസാരിച്ചു പോകുന്നതു കേൾക്കാം. ദൂരെ ഒരു കുന്നു കാണാം. അവിടെ മരങ്ങൾ കോടയിൽപ്പെടുന്നു. കാറ്റിലാടുന്നു. പച്ചവെള്ളം ചൂടാക്കി മാത്രമേ കുടിക്കാൻ പറ്റുകയുള്ളൂ. ഞങ്ങൾ അവിടെ കഞ്ഞിവെച്ചാണ് കഴിഞ്ഞത്. ഞങ്ങൾ നാലു പേരായിരുന്നു. അവർ എല്ലാവരും വെള്ളിയാഴ്ച വീട്ടിൽ പോകും. ഞാൻ രണ്ടാഴ്ച കൂടുമ്പോഴേ വീട്ടിൽ പോകാറുള്ളൂ.

ഞാൻ അന്ന് അക്രിലിക്കിൽ പടം വരയ്ക്കുമായിരുന്നു. ഗോഗിന്റെ ഒരു വർക്ക് പകർത്തിവരച്ചിരുന്നു. പിന്നെ ചില ചെറിയ ഡ്രോയിംഗുകൾ. ചിത്രകലയെക്കുറിച്ചുള്ള ചില പുസ്തകങ്ങൾ എന്റെ വശം

ഉണ്ടായിരുന്നു. മഞ്ഞും ഇരുട്ടും ചാലിച്ചാൽ എന്തു നിറം കിട്ടുമെന്ന് ഞാൻ ആലോചിച്ചു. പിന്നെ ഞാൻ വൈലറ്റ് പെയിന്റിൽ അല്പം കറുത്ത പെയിന്റ് ചേർത്തു. ഇരുട്ടിൽ കുഴച്ച മഞ്ഞല്ലോ പാതിരാ എന്ന വരി കിട്ടി. ബീഥോവന്റെ ഒമ്പതാം സിംഫണി കേട്ടു വരയ്ക്കും ഞാൻ. അമൂർത്ത സംഗീതം, നിറങ്ങൾ, ഒറ്റയൊറ്റ വാക്കുകൾ ഇവ മൂന്നും ചേർന്നപ്പോൾ എനിക്കൊരു പുതിയ ഭാഷ കിട്ടി. അതാണ് ചിന്തലാറിൽനിന്ന് എനിക്ക് കിട്ടിയത്.

"അവൾക്കു കൂടെ ഞാൻ പോകുന്ന മഞ്ഞച്ച മലയിൽ പോകുന്നു." ഇത്തരത്തിലുള്ള ഭാഷയിൽനിന്നാണ് പിന്നീട് മേസ്തിരിയിലേക്കും ഇടത്തിലേക്കും വരാൻ കഴിഞ്ഞത്.

"മഞ്ഞുതൊപ്പികളിട്ട കുട്ടികൾ

ചുണ്ടുകൾ ചുമന്നുള്ള പെൺകുട്ടി

മഴയിൽ നനയുന്ന ആൺകുട്ടി"

ഭാഷയെ ലളിതമായും സുതാര്യമായും സൂക്ഷ്മമായും പ്രയോഗിക്കണം എന്നു ഞാൻ സ്വയം പഠിച്ചു. ഇക്കാലത്ത് ഞാൻ മാസികകളോ കവിതകളോ വായിച്ചിരുന്നില്ല. വായിച്ച കവിതകൾ എല്ലാം ഞാൻ ഉപേക്ഷിച്ചിരുന്നു. ക്ലാസിലെ ബോർഡിൽ ഞാൻ ചില കുട്ടികളുടെ പടങ്ങൾ വരയ്ക്കുമായിരുന്നു. തമിഴ് വിഭാഗത്തിലെ ക്ലാസുകളിൽ പോകുമായിരുന്നു. തമിഴിന്റെ മണം ഞാൻ അനുഭവിച്ചു. രാത്രിയിൽ ഒറ്റയ്ക്ക് ഒരു മുറിയിൽ ഉറങ്ങുമ്പോൾ ആരോ പാടുന്നതു കേട്ടു. ഒരു തമിഴ് പെൺകുട്ടിയുടെ കൂടെ ഞാൻ ചീന്തലാറിന്റെ മഞ്ഞുപുതച്ച മലകൾക്കിടയിൽ, പതാലിൽ നടന്നു.

എന്നിൽ ഒരു അബോധലോകം ഉയർന്നുവന്നു.

"പുഴയിൽ കേൾക്കുന്ന സംസാരം

അടക്കിപ്പിടിച്ച സംസാരം

മരിച്ചുപോയവർ ആയിടാം

മനുഷ്യൻ മരിച്ചുപോയാലും

ഇലതൻ ഞരമ്പു പോലയാം

നിലച്ചുപോകാത്ത സംസാരം"

ചീന്തലാർ അന്നെനിക്കൊരു ആവേശമായിരുന്നു. ഞാൻ ആ പ്രദേശങ്ങളിൽ മുഴുവൻ കറങ്ങി നടന്നു. ആയിടെയാണ് എന്റെ കറുത്ത കല്ല് എന്ന കവിത കലാകൗമുദിയിൽ പ്രസിദ്ധീകരിച്ചു വന്നത്. പ്രസാദ്

എനിക്ക് കത്തെഴുതി. ജയലാൽ ഒരു ദിവസം ചീന്തലാറ്റിൽ വന്നു. കറുത്ത കല്ല് വായിച്ച് ആവേശഭരിതനായി വന്നതാണ്. ഞങ്ങൾ ഒറ്റമരം എന്ന സ്ഥലത്തേക്ക് നടക്കാൻ പോയി. ചാറ്റമഴ നനഞ്ഞു. അനുഭവതീവ്രമായ ഒരു കവിതയായിരുന്നത്. അതൊരു ചലനം സൃഷ്ടിച്ചു. എന്നാൽ അപ്പോഴേക്കും ഞാൻ മറ്റൊരു ഘട്ടത്തിലേക്ക് മാറിയിരുന്നു. അത് ഞാൻ മുകളിൽ പറഞ്ഞിരുന്നല്ലോ. കേരളത്തിലെ ഏറ്റവും മനോഹരമായ സ്ഥലങ്ങളിലൊന്നായിരുന്നു ചീന്തലാർ അന്ന്. ധാരാളം തമിഴരും ലയങ്ങളും തേയിലഫാക്ടറിയും ഒക്കെയുള്ള സ്ഥലങ്ങളാണ്. അവിടെ പശുപ്പാറ എ.വി.റ്റി. എസ്റ്റേറ്റിൽ ഞാൻ പി. പ്രകാശ് എന്നൊരു കവിയെ കാണാൻ പോയി. ആ പ്രദേശങ്ങളും മനോഹരം. സ്കൂളിലെ കുട്ടികൾ പാവപ്പെട്ട വീടുകളിൽനിന്നുള്ളവർ ആയിരുന്നു. തമിഴരും മലയാളികളുമായ അധ്യാപകർ എല്ലാവരും ഒരു മുറിയിൽ ആണ് ഇരുന്നത്. ഉത്തമപാളയത്തുള്ള ഒരു അധ്യാപകന്റെ വീട്ടിൽ ഞാൻ പോകുകയുണ്ടായി.

കന്യാകുമാരി ജില്ലയിലെ ഒരു സാറിന്റെ വീട്ടിലും ഞാനും ജയലാലും പോകുകയുണ്ടായി. ഞങ്ങൾ ഒരാഴ്ച അവിടെ താമസിച്ചു. ശമ്പളം ഉണ്ടായിരുന്നില്ല. എങ്കിലും ജീവിതം അങ്ങനെ മുന്നോട്ടുപോകുമ്പോൾ ശമ്പളം ഒരുമിച്ചു കിട്ടി. എല്ലാവർക്കും കിട്ടി. എല്ലാവരുംകൂടി ആഘോഷിച്ചതാണ്. മൂന്നാലു വർഷങ്ങളായി മദ്യപിക്കാത്ത ഞാൻ എല്ലാവരും കൂടിയപ്പോൾ മദ്യപിച്ചു. രാത്രിയിൽ പുറത്തിറക്കിയപ്പോൾ ബോധം കെട്ടു വീണു പരിക്കുപറ്റി. തുടർന്ന് മെഡിക്കൽ കോളേജിൽ അഡ്മിറ്റ് ചെയ്യപ്പെട്ടു. കുറേ നാളുകൾ ഞാൻ ലീവിലായിരുന്നു. ശമ്പളം ഒരുമിച്ചു കിട്ടിയതിനാൽ ബാങ്കിലെ കടം മുഴുവനും തീർത്തു. അങ്ങനെ ജപ്തിയിൽനിന്ന് ഞങ്ങൾ സ്വതന്ത്രരായി. അസുഖമായിരുന്ന കാലത്താണ് ഞാൻ ധാരാളം വായിച്ചത്. ഡോസ്റ്റോവ്സ്കിയുടെ മിക്കവാറും കൃതികൾ വായിച്ചു. എന്നെ കാണാൻ സ്കൂളിൽനിന്ന് പലരും വീട്ടിൽ എത്തി.

ഒരു ദിവസം എന്നെ കാണുവാൻ പ്രശസ്ത ചിത്രകാരൻമാരായ ഡി. അലക്സാണ്ടറും വിൽഫ്രഡും ആലപ്പുഴയിൽനിന്ന് എത്തി. അലക്സാണ്ടർ വന്നപ്പോഴേ പറഞ്ഞത് ഞാൻ താമസിക്കുന്ന വാടകവീട് ഡോസ്റ്റോവ്സ്കിയുടെ നോവലുകളിലെ വീടുപോലെയാണ് എന്നാണ്. ഞാൻ അപ്പോൾ ഭൂതാവിഷ്ടരിലെ മിസ് ലെബിയാഡ്കിന്റെ മുറിയോർത്തു. അലക്സാണ്ടറും വിൽഫ്രെഡും ഞാനും അവർ വന്ന ദിവസം സ്കൂളിന്റെ പിന്നിലുള്ള ഒരു വഴിയിലൂടെ പോകുകയുണ്ടായി. അവിടെ വെച്ചാണ് ഒരു വേഴാമ്പലിനെ നേരിട്ടു കണ്ടത്. മരത്തിൽ അനക്കമില്ലാതെ ഒരു നിർമ്മിതവസ്തു പോലെ ഇരിക്കുന്നു. ചുണ്ടുകൾ തടികൊണ്ട്

ഉണ്ടാക്കിയതുപോലെ കാണപ്പെട്ടു. ആ ഒരു ആത്മചിത്രണം മനസിൽ പതിഞ്ഞു.

ഞങ്ങൾ പിറ്റേന്ന് രാവിലെ അവിടന്ന് പശുപ്പാറ എസ്റ്റേറ്റുകൂടി നടപ്പ തുടങ്ങി. കവി പി. പ്രകാശിന്റെ കോട്ടേജിൽനിന്നൊരു ചായ കുടിച്ചത് ഉണർവായി. ഞങ്ങൾക്ക് വഴികാട്ടിയായി ഒരാളെ പ്രകാശ് ഏർപ്പാടു ചെയ്തു. വലിയ നടപ്പുകാരനായ ഒരാൾ. നെല്ലിമരങ്ങൾ കാട്ടു കാപ്പി ഒക്കെയുള്ള വഴികളിലൂടെ ഞങ്ങൾ കോഴിമലയിലേക്കാണ് പോയത്. അതിനടുത്തുള്ള ഒരു ചെറിയ കവലയിൽനിന്ന് ഭക്ഷണം കഴിച്ചു. അലക്സാണ്ടർക്ക് ആളുകളുമായി കൂട്ടുകൂടാൻ നല്ല കഴിവാണ്. പിന്നെ ഒരു നദി കടക്കണം. അങ്ങനെ കോഴിമലയിലെത്തി. അവിടത്തെ മന്നാൻ ആദിവാസി രാജവംശത്തിലെ രാജാവ് അന്ന് തേവൻ മന്നാൻ ആയിരുന്നു. അദ്ദേഹത്തെ കണ്ടില്ല. അദ്ദേഹത്തിന്റെ സഹോദരിയുമായി സംസാരിച്ചു. രാജകല ഉണ്ടെന്ന് തോന്നുന്ന ഒരു പ്രൗഢി അവർക്കുണ്ടായിരുന്നു. അവർ കണ്ണകിയെക്കുറിച്ചും കോവ ലനെക്കുറിച്ചും സംസാരിച്ചു. അവരെല്ലാം പണ്ട് തമിഴ് നാട്ടിൽനിന്ന് കുടിയേറിയതാണെന്ന് എനിക്ക് തോന്നി. അവരുടെ മന്നാൻകൂത്ത് എന്ന ഒരു കലാരൂപം കണ്ടിട്ട് രാവിലെ പോകാമെന്ന് അവർ പറഞ്ഞെ ങ്കിലും എനിക്ക് ലീവില്ലാത്തതിനാൽ മടങ്ങാൻതന്നെ തീരുമാനിച്ചു. ആ യാത്ര ഉപ്പുതറയിലെത്തി. പോകുന്ന വഴിയിൽ കണ്ട മനുഷ്യരോടെല്ലാം സംസാരിച്ചാണ് അലക്സാണ്ടറുടെ യാത്ര. ഉപ്പുതറയിലെത്തിയപ്പോൾ രാത്രിയായി. ഇനി തേയിലക്കാടിന് നടുക്കു കൂടിയുള്ള വഴിയിലൂടെ വേണം പോകാൻ. കാട്ടുപന്നികൾ ഉള്ള സ്ഥലമാണ്. കാട്ടുപന്നി തുണിയലക്കിക്കൊണ്ടിരുന്ന ഒരു സ്ത്രീയുടെ വയറു പിളർന്നു എന്നു കേട്ടി ട്ടുണ്ട്. നിലാവുണ്ടായിരുന്നതിനാൽ വഴി വെളുപ്പുനിറത്തിൽ തെളിഞ്ഞു കാണാമായിരുന്നു. ഇടയ്ക്കിടയ്ക്ക് കാട്ടുമുയലുകളെ വഴിയിൽ കണ്ടു. മുകളിൽ ആകാശം, നക്ഷത്രങ്ങൾ. നടന്നു നടന്ന് ഞങ്ങൾ ഒറ്റമരത്തിലെത്തി. അവിടെ ഒരു ചായക്കട കണ്ട് അങ്ങോട്ടു കേറി. കഴിക്കാൻ ഒന്നുമുണ്ടാ യിരുന്നില്ല. അവർ കട്ടൻകാപ്പി തിളപ്പിച്ചുതന്നു. വീണ്ടും യാത്ര തുടർന്നു. അകലെ ഒരു വിളക്കുവെട്ടം കാണാമായിരുന്നു. ശരിക്കും ഒരു മിസ്റ്റിക് പ്രകൃതിയിലൂടെയാണ് ഞങ്ങൾ നടക്കുന്നത്. അത്തരം യാത്രകൾ, പ്ര പഞ്ചത്തിന്റെ നിഗൂഢതകൾ ഒക്കെ നമ്മെ അണുരൂപങ്ങൾ ആക്കുന്നു. കൊച്ചു മനുഷ്യരായി അനന്തമായ ആകാശത്തിനു കീഴിൽ നാം അലയുന്നു. കവിയായും ചിത്രകാരനായും ചിത്രകാരിയായും നമ്മളെ നിർവചിക്കാൻ ശ്രമിക്കുന്നു. ചിന്തലാർ എന്നെ നാച്വറൽ സ്പിരിച്വാ ലിറ്റി പഠിപ്പിച്ചു. ആ പ്രകൃതിയിൽ ഞാൻ വിരഹിയും ഉന്മാദിയുമായി

അലഞ്ഞു. അവിടത്തെ മഴകളും വളഞ്ഞുപുളഞ്ഞ വഴികളും മഞ്ഞണിഞ്ഞ തേയിലത്തോട്ടങ്ങളും ഉരുളൻ കല്ലുകൾ തെളിഞ്ഞ അരുവികളും തണുപ്പിലെ കിളികളുടെ ശബ്ദങ്ങളും സിൽവർ ഓക്കുമരങ്ങളും എന്നെ വിദൂരതകളുടെ, ഇന്റീരിയർ ഭൂപ്രകൃതിയുടെ വ്യാകരണം പഠിപ്പിച്ചു. അത് അടിസ്ഥാനഘടനകളുടെ, ഘടകങ്ങളുടെ ഒരു ഭാഷയാണ്. മരങ്ങൾ, കാറ്റ്, മഴ, തണുപ്പ്, വിജനത, കുന്ന്, താഴ്‌വര, വളവുകൾ എന്നിങ്ങനെ പദാവലികളാണ് അതിനുള്ളത്. അത് കൂട്ടിവായിക്കാൻ കഴിഞ്ഞു എന്നതാണ് ചീന്തലാർ ജീവിതത്തിൽനിന്ന് ലഭിച്ച ഒരു കാര്യം. ഒടുവിൽ ഞങ്ങൾ കാപ്പിപ്പതാലിൽ എത്തി. അന്ന രാത്രി അവിടെ താമസിച്ചിട്ട് പിറ്റേന്ന് അവർ പോയി.

"കുമ്മിയടി തമിഴ് നാട്ടു മുഴുതും കുലുങ്കിട കൈകൊട്ടി കുമ്മിയടി

നമ്മെ പുടിത്ത പിസാസുക്കൾ പോകിന

നമ്മെ കണ്ടോമെന്റ് കുമ്മിയടി

ഏട്ടയും പെൺകൾ തൊട്ടുവത് തീമയെന്നെണ്ണിയിരുപ്പവർ

മായ്ന്തുവിട്ടാർ

വീട്ടുക്കുള്ളെ പെണ്ണെ പൂട്ടി വയ്പ്പോരെന്ത്

വിന്തെയ് മനിതർ തലകവിഴ്ന്താർ"

(തമിഴ് നാട്ടിൽ എങ്ങും കുമ്മിയടിയാണ്. നാട്ടു കുലുങ്ങുന്ന കുമ്മിയടി. നമ്മെ പിടിച്ച പിശാചുക്കളെല്ലാം പോയി. പെണ്ണുങ്ങൾ പുസ്തകം തൊടുന്നത് തെറ്റ് എന്ന് കരുതിയവർ മാഞ്ഞുപോയി. വീട്ടിനുള്ളിൽ പെണ്ണുങ്ങളെ പൂട്ടിവയ്ക്കാം എന്നു കരുതിയവർ തലകുത്തി വീണു.)

ഇത് സുബ്രഹ്മണ്യഭാരതിയാരുടെ മറുമലർച്ചി പാടൽകൾ പെൺകൾ വിടുതലൈ കുമ്മിയിൽ ഉള്ള വരികൾ ആണ്. തമിഴ് ക്ലാസിൽനിന്ന് ഞാൻ പഠിച്ചതാണിത്. ശരിക്കും ഫെമിനിസം പഠിച്ചത് ഇതിൽനിന്നാണ്. എന്റെ എല്ലാ അറിവും സ്വന്തം ജീവിതാനുഭവങ്ങളിൽ നിന്നും ചിന്തയിൽനിന്നുമാണ്. അല്ലാതെ ഒരു തീയറിയും ആഴത്തിൽ പഠിച്ചതുകൊണ്ടല്ല. പഠിച്ചതെല്ലാം ശരിയാണെന്ന് തോന്നിയിട്ടില്ല. ശാസ്ത്രവും മന്ത്രവാദവും സമാനമാണെന്ന് അഡോർണോ പറയുമ്പോൾ നാം ഞെട്ടിപ്പോകും. രണ്ടും കരുതി കൊടുക്കുന്നു ഇതരജീവികളെ. ഇതുപോലെയാണ് പല അറിവുകളും. എത്രയോ കവിതകൾ മനുഷ്യർക്ക് ദോഷം ചെയ്തിട്ടുണ്ട്. അങ്ങനെ നോക്കുമ്പോൾ നാം സ്വയം കണ്ടെത്തുന്നതാണ് ശരിയെന്ന് എനിക്ക് തോന്നുന്നു. അതുകൊണ്ടാണ് നമ്മുടെ കവിത നമ്മൾക്കുതന്നെ കണ്ടെത്തേണ്ടിവരുന്നത്.

അല്പം തമിഴൊക്കെ ഞാൻ തമിഴ് അധ്യാപകരോട് ചോദിച്ച മനസിലാക്കിയിരുന്നു. ഒരിക്കൽ കുട്ടികളുടെ കൂടെ ഒരു കുന്നിൽമുകളിൽ ഞാൻ പോയി. കുട്ടികൾ ചിത്തീന്തിന്റെ പൊങ്ങെടുത്ത് തിന്നു. എനിക്കും തന്നു. പിന്നെ ഞങ്ങൾ ഒരു ഗുഹയിൽ പോയിരുന്നു. അവിടെ മട്ടക്കക്ക മ്പുകൾ ഉണ്ടായിരുന്നു. ഗുഹയുടെ താഴെ വലിയ ഒരു ആഴമായിരുന്നു. അവിടന്ന് പോരുന്ന വഴി ഒരു പാച്ചോറ്റിമരം കണ്ടു.

മറ്റൊരിക്കൽ തിരുവനന്തപുരത്തുനിന്ന് ഷുജാദും സജിത്തും എന്നെ കാണാൻ വന്നു. സജിത് ഇപ്പോൾ ഇല്ല. അന്നും പതിവുപോലെ ഒറ്റമരത്തിലേക്ക് ഞങ്ങൾ പോയി. അവിടന്ന് വേറൊരു വഴിയേ പോയി. അതു ഞാനും പോകാത്ത വഴിയായിരുന്നു. കാല്പനികമായ പ്രകൃതിയായിരുന്നത്. പിന്നെ തിരിച്ച നടന്നു. ഒരു ചെരിവിൽവെച്ച് കാറ്റ് കുറച്ച മഴവെള്ളം എടുത്ത് ഞങ്ങളെ എറിഞ്ഞു. പിറ്റേന്ന് ഞങ്ങൾ മറ്റൊരു വഴിയേ വാഗമണ്ണിലേക്കും അവിടന്ന് ഏലപ്പാറയ്ക്കും നടന്നു. വൈവിധ്യമേറിയ പ്രദേശങ്ങളിലൂടെ ഞങ്ങൾ കടന്നുപോയി. വനങ്ങൾ, പുൽമേട്ടുകൾ, മൊട്ടക്കുന്നുകൾ, പർവ്വതങ്ങൾ, മലയാളം അക്ഷരമാല പോലുള്ള വഴികൾ. ഇതിനിടയിൽ സാഹിത്യവും മറ്റും ചർച്ചാവിഷയ മായി. ഞങ്ങളെ ഒരിടത്തുവെച്ച് അട്ട കടിച്ചു. ഒരു കടയിലെത്തി ഉപ്പുതേ ച്ചപ്പോൾ അവ താഴെ വീണു. ഏലപ്പാറയിലെത്തി ഞങ്ങൾ ചീന്തലാ റ്റിലേക്ക് വണ്ടിയിൽ പോന്നു. ഞാനിങ്ങനെ കേരളത്തിൽ ഒരു പാട് ദൂരങ്ങൾ പല സുഹൃത്തുക്കളുമായി നടന്നിട്ടുണ്ട്. ഞാനിതെഴുതുമ്പോൾ സജിത് ഇല്ലല്ലോ എന്നൊരു ദു:ഖമുണ്ട്.

ചീന്തലാറ്റിലേതുപോലെ ഇടതൂർന്ന മഴകൾ ഞാൻ വേറെങ്ങും കണ്ടി ട്ടില്ല. ടെമ്പസ്റ്റിൽ ഷേക്സ്പിയർ എഴുതിയപോലെ വലിയ ഭരണികളിൽ വെള്ളം ആകാശത്തുനിന്ന് ഒഴിക്കുകയാണ്. നെരൂദയുടെ ഓർമ്മകളിൽ മഴകളുടെ വൽപെരൈസോ (Valparaíso, Chile) എന്ന് പറയുമ്പോ ലൊരു സ്ഥലം. കാറ്റ് മഴവെള്ളംകൊണ്ട് ഒരു മലയുടെ താഴത്തെ വളവിൽവെച്ച് നമ്മളെ എറിയുക എന്നൊക്കെ പറഞ്ഞാൽ എന്തൊരു രസകരമായ കുസൃതിയാണത്! വേമ്പുമരങ്ങൾ പിന്നിട്ട് വരുമ്പോഴാ ണത്. ചുവന്ന പൂക്കളുള്ള തണ്ണിമരങ്ങൾ എവിടേയും ഉണ്ട്. രാത്രികാലങ്ങ ളിൽ ചെവിതുളയ്ക്കുന്ന ചീവീടുകളുടെ പാട്ടും ഉണ്ടാകും. രാത്രിയിൽ കറുത്ത മൂക്കുത്തിയണിഞ്ഞ തമിഴു മണക്കുന്ന പെൺകുട്ടി പടികൾ കയറിവന്നു. അവളുടെ കൂടെ ഞാൻ പതാലിൽ നടന്നുപോകുന്നു. ബോധം മറയുക യുകയും അബോധം ഉണരുകയും ചെയ്യുന്ന സ്വപ്നലോകത്തിൽ ഞാൻ ജീവിച്ചു. അതിരാവിലെ മഞ്ഞുവന്ന് സ്കൂളിനെ മൂടുമായിരുന്നു. കുട്ടികളിൽ ചിലർ തൊപ്പിവെച്ചാണ് വന്നിരുന്നത്. 8-ൽ പഠിച്ച റോസ് എന്ന ഒരു

കുട്ടി അങ്ങനെയായിരുന്നു. ഞങ്ങൾക്ക് പാലു കൊണ്ടുതരുന്ന ഉമ്മൻ എന്നൊരു കുട്ടിയുണ്ടായിരുന്നു. ഞാൻ രോഗിയായി വീട്ടിലിരിക്കേ അവൻ എന്നെക്കാണാൻ പട്ടിത്താനത്തിന് വന്നു. ഒരു ദിവസം ക്ലാസിൽ കോടമഞ്ഞെത്തി. ചുറ്റുപാടും വനങ്ങളാണ്. അഞ്ചാറ് കെട്ടിടങ്ങൾ സ്കൂളിന് ഉണ്ടായിരുന്നു. ഒരിക്കൽ എനിക്കൊരു അബദ്ധം പറ്റി. ഞാൻ തണുപ്പുകാരണം ഉടുപ്പിനു മീതേ സ്വെറ്റർ ഇട്ടുകൊണ്ട് വെറുതേ കുമളിക്കു പോയി. എന്നാൽ കുമളിയിൽ എത്തും മുമ്പേ ചുട്ടുപൊള്ളിയതിനാൽ സ്വെറ്റർ അഴിച്ചു മാറ്റേണ്ടിവന്നു. കുമളിയിൽ എനിക്ക് ആരും ഉണ്ടായിരുന്നില്ല. ഇന്നത്തെപ്പോലെ ഒരു ടൂറിസ്റ്റു സ്ഥലമല്ല അന്ന് കുമളി. കുറേ നേരം അതു വഴിയെല്ലാം നടന്നിട്ട് ഞാൻ തിരിച്ചുപോന്നു. ഏലപ്പാറയിൽനിന്ന് കുമളിയിലേക്കുള്ള വഴി മനോഹരമാണ്. ഇടയ്ക്ക് സൈപ്രസ് മരങ്ങളുള്ള ഒരു സ്ഥലമുണ്ട്. കുട്ടിക്കാനത്തെത്തുമ്പോൾ കനത്തമഞ്ഞ് ഉണ്ടാകും. മഞ്ഞിലങ്ങനെ സ്വയം മറഞ്ഞു നില്ക്കാൻ രസമാണ്. ആരോടും മിണ്ടാതെ നിൽക്കുന്നതാണ് എന്റെ രീതി. അവിടന്ന് കോട്ടയം ബസ് കിട്ടും. പഴയ കടകൾ ആയിരുന്നു അന്നവിടെ. കേരളത്തിൽ ഏറ്റവും കൂടുതൽ മഴ പെയ്യുന്ന സ്ഥലമായിരുന്നു അന്ന് കുട്ടിക്കാനം. കുട്ടിക്കാനത്ത് ബസുകാത്ത് നില്ക്കുന്നത് എനിക്ക് ഇഷ്ടമായിരുന്നു. ഞാനൊരിക്കലും അവിടെ മഴ കണ്ടില്ല. മഞ്ഞിന്റെ ഒരു ഇടം എന്ന നിലയിലാണ് ആ മുക്കവല എന്നെ വിഭ്രമിപ്പിച്ചത്. എനിക്കെന്തോ അപകടം വരാൻ പോകുന്നു എന്ന് ഞാൻ അവിടെവെച്ചാണ് ഒരു ഞെട്ടലോടെ അറിഞ്ഞത്. അത് പിന്നീട് സംഭവിക്കുകയും ചെയ്തല്ലോ.

ഏതാനും കുട്ടികളേയുംകൊണ്ട് ഞാൻ യൂത്തുഫെസ്റ്റിവലിന് ഏലപ്പാറ സ്കൂളിൽ പോയതോർക്കുന്നു. അതൊരു ഗവ. സ്കൂളാണ്. സമ്മാനമൊന്നും കിട്ടിയതായി ഓർക്കുന്നില്ല. ഞാൻ അങ്ങനെ നില്ക്കുമ്പോൾ പുറകിൽനിന്ന് എന്റെ ഉടുപ്പിൽ പിടിച്ച് ആരോ വലിച്ചു. ഞാൻ തിരിഞ്ഞു നോക്കി. ഞങ്ങടെ വീട്ടിൽ ഒരുകാലത്തു വരുമായിരുന്ന കൂടല്ലൂർ ഉള്ള സുജാതച്ചേച്ചിയാണ്. ചേച്ചിയും ഭർത്താവും സഹോദരനും പാമ്പനാറിലാണ് താമസിക്കുന്നത്. ഒരു ദിവസം അവിടെ ചെല്ലണമെന്ന് പറഞ്ഞു. അങ്ങനെ ഞാനവിടെ എത്തി. ചേച്ചിയുടെ ഭർത്താവ് ഒരു തയ്യൽക്കട നടത്തുന്നു. അവരുടെ വീട്ടിൽ പോയി ഭക്ഷണം കഴിച്ചുപോന്നു. പിന്നെ ഞാൻ അവരെ കണ്ടിട്ടില്ല.

ചീന്തലാറ്റിൽ വെച്ച് ഞാൻ ചില കവിതകൾ എഴുതി. ഒറ്റവാക്കുകൾ ഉപയോഗിക്കുന്ന രീതി അവിടന്നാണ് ഞാൻ തുടങ്ങി വെച്ചത്. അധികം വിശേഷണങ്ങൾ ചേർക്കാതെയുള്ള ഒരു രീതിയാണ്. കവിത എലമെന്റൽ ആവുക എന്നതാണത്. രസതന്ത്രജ്ഞന്റെ എലമെന്റ് അല്ല

കവിയുടേത്. വായു, വെള്ളം, പച്ച, മല, മഴ, മഞ്ഞ് എന്നിങ്ങനെയാണ് ആ എലമെന്റുകൾ.

"താഴ്വര, ചെറുകുളം, കുട്ടികൾ

പട്ടിയെ കുളിപ്പിച്ചുനില്ക്കുന്നു"

എന്ന വരികളിൽ സമീപ, മധ്യ, ദൂരക്കാഴ്ചകൾ ഉണ്ട്. ഇങ്ങനെ കുറെ കണ്ടെത്തലുകൾ. തീവ്രമായ അനുഭവങ്ങളെ ആവിഷ്കരിക്കുന്ന രീതിയാണ് മലയാളത്തിൽ ഇന്നും വായനാസമൂഹത്തിനിഷ്ടം. അത് ആധുനികതയുടെ ആവിഷ്കാരമായിട്ടാണ് ഞാൻ കാണുന്നത്. അത് എന്റെ വഴിയല്ല. തീവ്രമല്ലാത്ത കവിതകൾ ആണ് എന്റേത്. അതാണ് ആധുനികാനന്തരകവിതയിലെ മാറ്റം എന്ന് ഞാൻ കരുതുന്നു. അതു കൊണ്ടാണ് ഞാൻ വാൻഗോഗിൽനിന്ന് ഗോഗിനിലേക്ക് മാറിയത്. ഗോഗിന്റെ ചിത്രങ്ങൾ സിമ്പോളിക്കാണ്, ഡെക്കറേറ്റീവാണ്. സ്റ്റൈലൈസ്ഡ് ആണ്. മേസ്തിരി എന്ന കവിതയിൽ ഈ വ്യത്യാസം സംഭവിക്കുന്നുണ്ട്. സ്ഥൂലത്തെ അംശംകൊണ്ടു സൂചിപ്പിക്കുന്ന രീതിയാണിത്. തീവ്രതയിൽ എത്തിച്ചേരുന്നത് വായനക്കാർ ആകാം.

"തലപ്പു പതഞ്ഞ മരങ്ങൾ

അവയ്ക്കു ചുവട്ടിലിരുന്നു

പറഞ്ഞു വെളുത്ത ഹൃദയം"

ബീഥോവൻ, മൊസാർട്ട്, ബാക് (Bach), ചോപ്പിൻ, ചെയ്ക്കോവ്സ്കി എന്നീ സംഗീതജ്ഞന്മാരുടെ സംഗീതം നമ്മുടെ കിഴക്കൻ പ്രദേശങ്ങൾക്ക് കൂടുതൽ ഇണങ്ങും. ഒരു റൊമാന്റിക് ലാന്റ്സ്കേപ്പാണത്. ഒരു മൗണ്ടൻ സ്കേപ്പ്. തേയില നുള്ളുന്ന സ്ത്രീകളുടെ ചിത്രം മാധവമേനോൻ വരച്ചിട്ടുണ്ട്. ശരിക്കും തേയിലത്തോട്ടത്തിൽ അത്തരം ദൃശ്യങ്ങൾ ഉണ്ട്. അവിടത്തെ എന്റെ ഓർമ്മകളിൽ അതെല്ലാം ഉണ്ടായിരുന്നു. കിഴക്കൻ ദൃശ്യങ്ങൾ എന്ന പേരിൽ ഞാനൊരു ഇത്തിരി നീണ്ട കവിത എഴുതി. പിന്നെ അതിലെ ഒരു ഭാഗം മാത്രം എടുത്തു. അതൊരു കുട്ടിക്കവിതയായി. മഴക്കുട്ടിയെക്കുറിച്ചൊരു കവിത. ഞാൻ തമിഴ് പഠിക്കാൻ ശ്രമിച്ചിരുന്നു എന്നു പറഞ്ഞല്ലോ. പഴയ വ്യാകരണമട്ടുകൾ ധാരാളം ഉള്ള ഭാഷയാണ് തമിഴ്. നീ എങ്കെ പോറേൻ എന്നൊരു കുട്ടിയോട് ചോദിക്കാൻ പറ്റും. പക്ഷേ മുതിർന്ന ആളോട് നീങ്ക എങ്കെ പോരേങ്കേ എന്നേ ചോദിക്കാൻ പറ്റൂ. തമിഴ് ക്ലാസിക് ആകുന്നത് അങ്ങനെയാണ്. മലയാളം ആകട്ടെ കുറച്ചേറെ മോഡേൺ ആണ് എന്നു തോന്നുന്നു. അവിടത്തെ തമിഴർക്ക് മലയാളവും അറിയാം. എന്നാൽ മലയാളികൾക്ക് പലർക്കും തമിഴ് അറിഞ്ഞുകൂടാ. ഞങ്ങൾ താമസിക്കുന്നിടത്ത്

ധാരാളം പ്ലാവുകളും ഉണ്ടായിരുന്നു. ചക്കപ്പഴങ്ങൾ വീണുകിടക്കും. അപ്പോൾ ഞാൻ ഔവയാറിന്റെ കവിതകൾ ഓർക്കും. ഒരു കുന്നിന്റെ മുകളിലായിരുന്നു അവിടത്തെ പള്ളി. ഒരു ദിവസം ഞങ്ങൾ അധ്യാപകർ അവിടെ നാടക മത്സരത്തിന് മാർക്കിടാൻ പോയി. കറുത്ത കല്ല് മാസികയിൽ വന്ന കാലമായിരുന്നു അത്. എന്റെ കവിതയെക്കുറിച്ച് ചോദിച്ച ഒരു അധ്യാപിക ഉണ്ട്. പക്ഷേ കവിയാണ് ഞാനെന്നൊന്നും എനിക്ക് തോന്നിയിരുന്നില്ല. ഇത്ര കവിതകൾ എഴുതിയിട്ടും കവിയാണ് എന്ന് തോന്നുന്നില്ല. കാരണം അടുത്ത കവിത എഴുതാൻ കഴിയുമോ എന്നാണ് എന്റെ സംശയം.

ഞാൻ ഒരു വർഷമേ ചീന്തലാറിൽ കഴിഞ്ഞുള്ളൂ. രണ്ടു മാസത്തോളം ഞാൻ ലീവിലായിരുന്നു. ലീവുകഴിഞ്ഞ് മധ്യവേനലും കഴിഞ്ഞ് പുതുവർഷം തുടങ്ങിയപ്പോൾ എനിക്ക് ഗവൺമെന്റ് സ്കൂളിൽ ജോലി കിട്ടി. അടുത്ത കാലത്ത് എനിക്ക് ചീന്തലാറ്റിൽ പോകേണ്ടിവന്നു. എന്റെ കൂടെ പഠിപ്പിച്ച ആരെയും കാണാൻ കഴിഞ്ഞില്ല. എന്റെ സങ്കല്പത്തിലെ സ്കൂൾ ഇന്നില്ല. ആ പ്രദേശങ്ങളും മാറിപ്പോയി. അവിടത്തെ ഒരു സിസ്റ്റർ കുട്ടികൾക്കായി കവിതകൾ ചൊല്ലണമെന്നു പറഞ്ഞു. ഞാൻ ഓർമ്മയിൽനിന്ന് കുറെ കവിതകൾ ചൊല്ലി. അവർ തമിഴ് കുട്ടികൾ ആയിരുന്നു. ഞാൻ കണ്ട ചീന്തലാർ ഇന്നില്ല. ഒക്കെ എന്റെ കാല്പനികതയായിരുന്നു എന്നെനിക്ക് മനസിലായി. പക്ഷേ എന്റെ കണ്ണുകൾ ഒരാളെ തേടി. തമിഴുമണക്കും മൂക്കുത്തിയണിഞ്ഞ ആ തമിഴത്തിയെ. എന്റെ കാമുകിയെ.

അധ്യായം 30

ആത്മസുഹൃത്താണ് ഷുജാദ് എസ്.എ. കാർട്ടൂൺ എന്ന ഒരു നോവലും ചെറുകഥകളും എഴുതിയിട്ടുണ്ട്. അവന്റെ ഹിമാലയം യാത്രാനുഭവങ്ങൾ എന്നോട് പറഞ്ഞിട്ടുണ്ട്. അത് രാജൻ കാക്കനാട ന്റെ ഹിമവാന്റെ മടിത്തട്ടിൽ എന്ന കൃതിക്ക് ഏതാണ്ട് സമാനമാണ്. ചിതറയിലെ ഷുജാദിന്റെ വീട്ടിൽ ഒരാഴ്ചക്കാലം ഞാൻ താമസിച്ചിട്ടുണ്ട്. ബഷീറിയൻ നോവലനുഭവത്തിന്റെ ഒരു പുതിയ വേർഷൻ കൂടിയാണ് കാർട്ടൂൺ. ഒരു പാരഡി. അഥവാ പാസ്റ്റീഷ് എന്നൊക്കെ പറയാം. അതിന് പക്ഷേ ശ്രദ്ധ കിട്ടിയില്ല. ശ്രദ്ധ എന്നത് കൾച്ചറൽ ഇൻഡസ്ട്രി നിർമ്മിക്കുന്നതാണ് എന്ന് പറഞ്ഞുകേൾക്കുന്നു. ആയിരിക്കാം അല്ലായി രിക്കാം. എനിക്കൊന്നും മനസിലാകുന്നില്ല. ഷുജാദ് ഒരു പ്രാക്ടീസിംഗ് മുസ്ലീം അല്ല. ഞങ്ങളുടെ തിരുവനന്തപുരത്തെ അരാജകവാദികളുടെ, കലാസാഹിത്യകാരൻമാരുടെ കൂട്ടത്തിലുള്ള ആരുംതന്നെ മതതൽ പരരല്ലായിരുന്നു. പരാജയപ്പെട്ട ഏതോ വിപ്ലവത്തിന്റെ നിരാശ എല്ലാവരുടേയും കണ്ണുകൾക്കുതാഴെ മഴക്കാറുപോലെ ഇരുണ്ടു കിടന്നു എന്ന് എനിക്ക് തോന്നിയതാവാം. കമ്മ്യൂണിസം നശിച്ച് അധോലോ കമാകുന്നത് ഞങ്ങൾ കണ്ടു കൊണ്ടുനിന്നു. ടിയാൻമെൻ സ്ക്വായറും സോവ്യറ്റ് യൂണിയനും കണ്ടു. കമ്യൂണിസം മുതലാളിത്തത്തെ എടുത്തു വളർത്തുന്നത് കണ്ടു. ഞങ്ങൾ ആരുംതന്നെ ധാർമ്മികത വിട്ട് ഒന്നും ചെയ്തില്ല. ഞങ്ങൾ ഞങ്ങളുടെ ലളിതജീവിതം ജീവിച്ചു. തിരുവനന്ത പുരത്തെ സുഹൃത്തുക്കളുടെ കുടുംബങ്ങളിലെ വിവാഹങ്ങളിൽ ആദ്യ കാലങ്ങളിൽ ഞങ്ങൾ പങ്കെടുത്തിരുന്നു. വിവാഹത്തിന്റെ തലേന്ന് ഞങ്ങൾക്കായി ഹോട്ടലിലെ ഒരു മുറിയിൽ കൂടി പഴയ സിനിമാഗാ നങ്ങൾ പാടി. മദ്യം അതിന്റെ ഭാഗമായിരുന്നു. പിന്നെ ഞങ്ങൾ റീ ഇൻഗ്രാഫിലും കാർത്തിക ലോഡ്ജിലും ജീവിച്ചു. പുസ്തകങ്ങളെക്കുറിച്ചു ചർച്ച ചെയ്തു. കവിതകൾ വായിച്ചു. ചലച്ചിത്രമേളകളിൽ പങ്കുകൊണ്ടു.

സ്ത്രീ-പുരുഷ തുല്യതയിൽ, മിശ്രവിവാഹങ്ങളിൽ വിശ്വസിച്ചു. അന്ന് സമൂഹത്തിൽ മതതീവ്രത ഉണ്ടായിരുന്നില്ല. മാറുന്ന കാലത്തിന്റെ സാക്ഷികൾ ആയിരുന്നു ഞങ്ങൾ.

ഷുജാദ് ഒരിക്കൽ എന്റെ വീട്ടിൽ വന്നു. ഒരു യാത്ര ഉദ്ദേശിച്ചാണ് വന്നതെന്ന് പറഞ്ഞു. അന്ന് ചാച്ചന്റെ മൂത്ത ചേട്ടന്റെ വീട്ടിൽ എന്തോ ഒരു ഫങ്ഷൻ നടക്കുകയായിരുന്നു. അവിടന്ന് ഭക്ഷണം കഴിച്ചിട്ട് ഞങ്ങൾ നേരേ പൊള്ളാച്ചിയിലെത്തി. തമിഴ്നാട്ടിലെ ചില സ്ഥലങ്ങൾ കണ്ടാൽ എനിക്ക് പേടിയാകും. പൊള്ളാച്ചി ബസ്റ്റാന്റ് അത്തരമൊരു തോന്നലാണ് എന്നിലുണ്ടാക്കിയത്. പുലർകാലത്താണ് ഞങ്ങൾ അവിടെ എത്തിയത്. അവിടന്ന് ഞങ്ങൾ ബസിൽ പറമ്പിക്കുളത്തെത്തി. കുറേ മാനുകൾ മേയുന്നതു കണ്ടു. നടന്നുനടന്ന് ഉദ്യോഗസ്ഥർ ഇരിക്കുന്നിടത്തെത്തി. ഉള്ളിലേക്ക് പോകാൻ അവർ സമ്മതിച്ചില്ല. ഉൾവനത്തിൽ പോകാനായിരുന്നു ആഗ്രഹം. പിന്നെ തടാകവും മരങ്ങളും ഒക്കെക്കണ്ട് അവിടെ കുറെ നേരം ചുറ്റിനടന്നു. അവിടന്ന് പതുക്കെ മടങ്ങി.

പറമ്പിനാടിന്റെ അധിപനായ പാരിയുടെ കഥ ഞാൻ ഓർത്തു. പാരിയുടെ രണ്ട് പെണ്മക്കളെ സംരക്ഷിക്കാൻ പാരി കപിലരെ ഏല്പിച്ചു. കപിലർ അവരെ ഏതോ രാജാവിനെ ഏല്പിച്ചു. അതിൽ എന്തോ ദുഃഖമുണ്ടായിക്കാണണം. അതാവാം കപിലർ ആത്മഹത്യ ചെയ്തത് എന്നാണ് കഥ. സംഘകാല കവിതയിലെ ഏറ്റവും മഹാനായ കവിയാണ് കപിലർ. ബ്രാഹ്മണനായിരുന്നു. കേരളീയൻ. അതി മനോഹരമാണ് കപിലരുടെ കവിതകൾ. കവിയൂർ മുരളിയുടെ പുറനാനൂറ് എന്ന ഉജ്വലമായ കൃതിയിൽ ഈ വിവരണം ഉണ്ട്. പറമ്പിക്കുളം ആണ് പറമ്പിനാട് എന്ന് വായിച്ചിരിക്കുന്നു. അവിടന്ന് പളനിക്കാണ് ഞങ്ങൾ യാത്ര തുടർന്നത്. ആ പ്രദേശങ്ങൾ ചുറ്റിക്കണ്ടു. പളനിയിൽ പലതവണ ഞാൻ പോയിട്ടുണ്ട്. നടകേറുക എന്നത് വല്ലാത്ത പ്രയാസമാണ്. എങ്കിലും മുകളിലെത്തുമ്പോൾ കാറ്റുകൊണ്ടങ്ങനെ നില്ക്കാം. ദൈവികമായ ഒന്നും എനിക്ക് അനുഭവപ്പെടാറില്ല. മയിൽവാഹനനായ സുബ്രഹ്മണ്യൻ എന്ന സങ്കല്പം ഇഷ്ടമാണ്. ഇത്തരം ക്ഷേത്രങ്ങൾ തമിഴ്നാട്ടിലേ ഉള്ളു. മധുര മീനാക്ഷി പോലുള്ള ശില്പസൗധങ്ങൾ. തൃച്ചിയിലെ മലൈക്കോവിൽ ...

ഏത് കെട്ടിട നിർമ്മിതിയെയും അതിന്റെ ഭൂപരിസരമാണ് ഭംഗിയുള്ളതാക്കുന്നതെന്ന് പറയാറുണ്ട്. പളനി എത്ര കണ്ടാലും എത്ര തവണ പളനി ക്ഷേത്രത്തിന്റെ നടകൾ കേറിയാലും വീണ്ടും നാമവിടെ പോകും. അതിന്റെ കാരണം ഭക്തിയുടെ ഒരു അന്തരീക്ഷം കൂടിയാവാം.

ഭക്തിയില്ലാത്തവർക്കും ഭക്തി ഇഷ്ടമാണ്. ശൃംഗാരത്തിന്റെ ഭാഗമാണ് ഭക്തി എന്നു പറയുന്നു. കേരളത്തിലെ ക്ഷേത്രങ്ങളിൽ അഹിന്ദുക്കൾക്ക് പ്രവേശനം ഇല്ല. എന്നാൽ ഇന്ത്യയിൽ മറ്റെങ്ങും അങ്ങനെയല്ല. ഞാൻ കേരളത്തിലെ പല ക്ഷേത്രങ്ങളിലും കയറിയിട്ടുണ്ട്. എന്റെ പേര് എന്റെ നെറ്റിയിൽ ഒട്ടിച്ചിട്ടില്ലല്ലോ. ഞാൻ ഏത് മതക്കാരനാണെന്നുള്ള ഒരട യാളവും എന്നിലില്ല. ഷുജാദിലും ഇല്ല. ഞങ്ങൾ ഒരു പകൽ മുഴുവനും അവിടെ ചെലവഴിച്ചിട്ട് പാലക്കാടിന് മടങ്ങി. പാലക്കാട്ട് ഒരു ലോഡ്ജിൽ ആണ് ഞങ്ങൾ താമസിച്ചത്. പിറ്റേന്ന് ഷിറാസിലിയുടെ ബന്ധത്തിലുള്ള ഒരു വീട്ടിൽ പോയി. അവിടന്നാണ് ഉച്ചഭക്ഷണം കഴിച്ചത്. ഷിറാസിനെ കാണാൻ പറ്റിയില്ല. അവിടന്ന് പിന്നെ ഞങ്ങൾ വീടുകളിലേക്ക് മടങ്ങു കയാണ് ഉണ്ടായത്. ഇന്നോർക്കുമ്പോഴാണ് ആ യാത്രയുടെ ഒരു വില മനസ്സിലാകുന്നത്. യാത്രകളിൽനിന്ന് നമുക്ക് അറിവും ലോകപ രിചയവും കിട്ടും. നല്ല വായനയുള്ള ഒരു ചങ്ങാതിയാണ് ഷുജാദ്. തിരു വനന്തപുരത്തെ എന്റെ സുഹൃത്തുക്കൾ എല്ലാംതന്നെ വായനക്കാരും സഞ്ചാരികളും ആണ്. അവരെക്കുറിച്ച് ഞാൻ വഴിയേ എഴുതുന്നുണ്ട്.

മറ്റൊരിക്കൽ ഷുജാദും ഞാനും കൊല്ലത്ത് കാക്കനാടന്റെ വീട്ടിൽ പോയി. ഷുജാദ് അവിടെ നേരത്തേയും പോയിട്ടുണ്ട്. കാക്കനാടനെ എനിക്കു പരിചയമില്ല. പക്ഷേ അദ്ദേഹത്തിന്റെ ഒരു സഹോദരനെ എനിക്കറിയാം. കാക്കനാടന്റെ നോവലുകളും കഥകളും എനിക്ക് ഏറെ ഇഷ്ടമായിരുന്നു. അവ സാഹിത്യത്തിന്റെ രാജപാതയിലൂടെയല്ല സഞ്ചരിക്കുന്നത്. എന്റെ നാട്, സമരകഥ, മറ്റൊരു മുഖം എന്ന കൃതി വായിച്ചതോർക്കുന്നു. അതുപോലെ എത്ര പുസ്തകങ്ങൾ. കാഫ്കെയി സ്കെന്ന് പറയാവുന്ന കഥയാണ് പുറത്തേക്കുള്ള വഴി. ഖസാക്കിന്റെ ഇതിഹാസത്തിൽ ആശ്രമത്തിൽനിന്ന് സ്വാമിനിയുടെ തുണിയുമായി വരുന്ന രവിയെ നാം കാണുന്നുണ്ട്. സത്യത്തിൽ അത്തരം സന്ദർഭം കാക്കനാടന്റെ ഏതോ കൃതിയിലുമുണ്ട്. ഒരു വേശ്യയുടെ പാവാടയുടു ത്തു കൊണ്ടുപോകുന്ന ഒരുവൻ. അരാജകത്വത്തിന്റെ കാര്യത്തിൽ വിജയനും കാക്കനാടനും തുല്യരാണ്. പക്ഷേ ആത്മീയത, ധർമ്മിക ചിന്ത കൂടുതലാണ് വിജയന്. കാക്കനാടൻ പുറത്തെവിടെയോ പോയി രിക്കുകയാണ്. വന്നിട്ട് പോകാം എന്ന് അദ്ദേഹത്തിന്റെ ഭാര്യ പറഞ്ഞു. പക്ഷേ ഞങ്ങൾ കുറേ നേരമിരുന്നിട്ട് മടങ്ങി. കുങ്കുമം മാസികയുടെ ഓഫീസിൽ ഞങ്ങൾ പോയി. എന്റെ മേസ്തിരി, മലയാളകവിതയ്ക്കൊരു കത്ത്, മീൻകാരൻ, ഇടം എന്നീ കവിതകൾ എല്ലാം വന്ന മാസികയായി രുന്നു കുങ്കുമം. കുങ്കുമത്തിലെ മധുസാറിന്റെ താല്പര്യം ആണ് ഇത്രയധികം കവിതകൾ തുരുതുരെ അവിടെ വരാൻ കാരണം. അവിടന്ന് ഞങ്ങൾ തിരുവനന്തപുരത്തേക്ക് മടങ്ങി.

അധ്യായം 31

വീട്ടിൽ ആയിരിക്കുന്നത് എനിക്ക് ഇഷ്ടമായിരുന്നു. അമ്മ എപ്പോഴും വീട്ടിലുണ്ടാകും; സഹോദരിമാരും. ഞാനാകട്ടെ വായനയിൽ ആയിരിക്കും. എഴുത്ത് രാത്രിയിൽ ആണ്. രാവിലെ കുളിക്കാനായി തോട്ടിലേക്കു പോകും. രണ്ട് നേരം കുളിക്കുക എന്നത് ചെറുപ്പത്തിലേ ഉള്ള നിർബന്ധമാണ്. കടുത്ത വേനലിൽ മാത്രമേ അവിടെ വെള്ളമില്ലാതെ വരൂ. ഇവിടേയും തോടിന്റെ ഒരു പ്രത്യേകത പാറകൾ ആണ്. അതുകൊണ്ട് ഉള്ള വെള്ളം തെളിനീരായിരിക്കും. പക്ഷേ കുളിക്കുന്ന സ്ഥലങ്ങൾ മാറിക്കൊണ്ടിരുന്നു. അതെങ്ങനെയെന്ന് ചിന്തിച്ചാൽ മനസിലാവില്ല. പലയിടത്തും ഞങ്ങൾ മാറിമാറി കുളിച്ചുകൊണ്ടിരുന്നു. വേനൽ കടുത്താൽ ചുറ്റുവട്ടത്തെ എല്ലാ വീടുകളിലും വെള്ളം പറ്റുന്നു. കൊട്ടാരം വീട്ടുകാരുടെ ഒരിക്കലും പറ്റാത്ത കിണറും പറ്റി. അതിലൊരു ആമ ജീവിച്ചിരുന്നു. അതിന് അപ്പുറത്തുള്ള ഒരു പറമ്പിലും പറ്റാത്ത, വക്കു കെട്ടാത്ത ഒരു കിണറും പറ്റുകയില്ല. അതിൽ രണ്ട് ആമകളുണ്ടായിരുന്നു. ഇടയ്ക്കൊക്കെ പൊങ്ങിവരും. കണ്ടത്തിന്റെ ഒരു വശത്തായി കൃഷിക്കു നനയ്ക്കാൻ ഉള്ള ഒരു കുഴി വൃത്തിയാക്കി സംരക്ഷിച്ചാണ് എല്ലാവരും കുടിക്കാൻ വെള്ളമെടുക്കുന്നത്. കുഴിയിൽ ഇറങ്ങി വെള്ളം കോരരുത്. വെള്ളത്തിനായുള്ള യാത്രകൾ, വാഴത്തോട്ടത്തിലെ കുളികൾ. ഞങ്ങൾ സഹോദരന്മാർ വലിയ പാത്രങ്ങളിൽ വെള്ളം ചുമന്ന് വീട്ടിലെത്തിക്കും. വർഷകാലമായാൽ വെള്ളത്തിന്റെ കുതിച്ചുചാട്ടം തോട്ടിലുണ്ട്. മൈലനോലിയിലെ കുളികൾ. വെള്ളം ഒഴുകിവരുന്ന ഒരു അരുവി കുറേ മാറിയിട്ട് ഉണ്ടായിരുന്നു. അവിടെ ഉയരമുള്ള രണ്ട് കവുങ്ങുകൾക്കിടയിൽ വെള്ളം ഒഴുകിവന്ന് കറങ്ങും. നല്ല തെളിഞ്ഞ കണ്ണീർ പോലുള്ള വെള്ളം. അവിടെയും ഞങ്ങൾ കുളിക്കുമായിരുന്നു. ഞാനവിടത്തെ കുളിയേക്കുറിച്ച് എന്റെ മരിച്ചുപോയ പ്രണയിനിക്കെഴുതി. അപ്പോൾ അവൾക്കും അവിടെ കുളിക്കാൻ മോഹമായി. അതിനെക്കുറിച്ച്

പെയിന്റേർലി ആയ ഒരു കവിത ഞാൻ എഴുതി. ഒരു രതി കവിതയാണത്. ഭർത്തൃഹരി, കാളിദാസൻ എന്നിവരുടെ പ്രേമകവിതകളുടെ ഒരു ഇംഗ്ലീഷ് സമാഹാരം ഞാൻ വായിച്ചിട്ടുണ്ട്. കുമാരനാശാനിലും നല്ലതുപോലെ രതിയുണ്ട്. പക്ഷേ സദാചാരത്തിന്റെ പരിധി അതിലുണ്ട്. ഞാൻ അങ്ങനെയല്ല. സദാചാരസംഹിതകൾ ഞാൻ കണക്കിലെടുക്കുകയില്ല. പ്രീഡിഗ്രിക്കാലം മുതലേ എന്റെ വായനകൾ ആരംഭിച്ചു. അതിനുമുമ്പും ഞാൻ വായിച്ചിരുന്നു. ലോകസാഹിത്യം വായിക്കുക എന്നതായിരുന്നു എന്റെ താല്പര്യം. ഞാനും അനുജനും കിടക്കുന്നത് ഒരു മുറിയിലായിരുന്നു. രണ്ട് ജനലുകളും ജനൽപ്പാളികൾ ഇല്ലാതെ തുറന്നു കിടന്നു. അവിടെയാണ് പുസ്തകങ്ങളും. ഞങ്ങൾക്ക് കട്ടിൽ ഉണ്ടായിരുന്നില്ല. ചാണകം മെഴുകിയ മുറികളിൽ തഴപ്പായിട്ട് ഞങ്ങൾ കിടന്നു. തലയിണ, നല്ല പുതപ്പ് ഒന്നും ഉണ്ടായിരുന്നില്ല. മണ്ണെണ്ണ ഉപയോഗിച്ച് കത്തിക്കുന്ന പാട്ടവെളക്കായിരുന്നു ഉണ്ടായിരുന്നത്. ഒരു കസേരയിൽ ഇരുന്നുകൊണ്ടോ പായിൽ കിടന്നുകൊണ്ടോ ഞാൻ വായിക്കും. കസേരയിൽ ഇരിക്കുമ്പോൾ ഒരു പലകയ്ക്ക് ഇപ്പുറത്താകും കസേര ഇടുക. എന്റെ പല പുസ്തകങ്ങളും ആ മുറിയിലിരുന്ന് നശിച്ചു പോയിട്ടുണ്ട്. മുറ്റത്ത് ഇരുന്ന് ഞാൻ വായിക്കുമായിരുന്നു. അവിടെ കിളികൾ വരുമായിരുന്നു. അവിടെ ഞാൻ നട്ട വാകമരങ്ങളിലെല്ലാം അവ വന്നിരുന്നു. ഓലഞ്ഞാലി, കാക്കത്തമ്പുരാട്ടി, കുയിൽ, മഞ്ഞക്കിളി, മൈന, കാക്ക, നീലപ്പൊൻമാൻ, പച്ചിലക്കുടുക്ക, മരംകൊത്തി എന്നിങ്ങനെ പക്ഷികൾ. കോഴികൾ പറമ്പിലുണ്ടാകും. എന്റെ കവിതകളിൽ ഈ പക്ഷികൾ ഉണ്ട്. ഞാൻ വളരെ സ്നേഹിച്ച ഒരു നീലപ്പൊൻമാനും മഞ്ഞക്കിളിയും ഉണ്ട്. അവയെക്കുറിച്ച് ഞാൻ കവിതകൾ എഴുതിയിട്ടുണ്ട്. കാല്പനികതയാണ് എന്നെ കവി ആക്കുന്നത്. ഭാവനയിലാണ് ഓരോ ജീവിക്കും വസ്തുവിനും ഒരു പുതിയ മാനം ലഭിക്കുന്നത്. ഒരു സ്ത്രീ, പുരുഷൻ, പക്ഷി എന്നിവയെ ശാസ്ത്രീയമായി അപഗ്രഥിച്ചാൽ ഒരു അലൗകികതയുമില്ല. നമ്മുടെ ഭാവനയും വികാരങ്ങളുമാണ് ഇവയ്ക്കെല്ലാം സ്പിരിച്ചാലിറ്റി നല്കുന്നത്. ആ സ്പിരിച്ചാലിറ്റി മതങ്ങളിൽ ഉണ്ട്. പക്ഷേ കവിയെ പ്രചോദിപ്പിക്കുന്നത് അതല്ല. അത് നഷ്ടപ്പെട്ടാൽ പിന്നെ കവിതയില്ല. അത് സദാചാര സംഹിതയ്ക്കകത്തോ തിയോളജിയിലോ രാഷ്ട്രീയ ചിന്തകളിലോ ഒതുങ്ങുകയില്ല. അത് അപഥസഞ്ചാരങ്ങളുടെ ഒരു ലോകമാണ്. മനുഷ്യനെ അതിമാനുഷനാക്കുന്ന അംശങ്ങൾ അതിലുണ്ട്. അതില്ലെങ്കിൽപ്പിന്നെ കവിതയില്ല. കലയില്ല. പ്രണയമോ സ്നേഹമോ ഇല്ല.

എന്റെ അമ്മയെനിക്ക് ഒരു തണൽ മരം പോലെയായിരുന്നു.

എന്റെ സഹോദരിമാർ എനിക്ക് മാലാഖമാരെപ്പോലെയായിരുന്നു. ഞങ്ങളെല്ലാം ഒരുമിച്ചുണ്ടായിരുന്ന ആ കാലത്തിന് ഒരു സംഗീതമുണ്ടായിരുന്നു. വയ്യാത്ത അമ്മയ്ക്കുപകരം കുഞ്ഞുസഹോദരിമാർ അമ്മമാരായി. ചാച്ചന്റെയും അമ്മയുടേയും സഹോദരങ്ങളുടേയും കാര്യങ്ങൾ അവർ നോക്കി. ദാരിദ്ര്യമായിരുന്നെങ്കിലും അക്കാലത്തിന് ഒരു സ്പിരിച്വാലിറ്റി ഉണ്ടായിരുന്നു. പട്ടിയും പൂച്ചയും ചക്കയും തേങ്ങയും കപ്പങ്ങയും മൂവാണ്ടൻ മാവും കമ്പളങ്ങയും റബറും കൊക്കോയും ഒക്കെ നിറഞ്ഞ ആ കാലം അതിമനോഹരമായിരുന്നു. അവരെ മൂന്നു പേരെക്കുറിച്ചും ഞാൻ ധാരാളം കവിതകൾ എഴുതി. ലളിതമായ, ദരിദ്രമായ ഞങ്ങളുടെ ജീവിതത്തിന്റെ പ്രതിഫലനമാണ് അക്കാലത്തെ എന്റെ കവിതകളിൽ ഉള്ളത്. എന്റെ കവിതകൾ കവിതകൾ അല്ല. അത് പാവപ്പെട്ട ഞങ്ങളുടെ ജീവിതമാണ്. ആ ജീവിതം ഇന്നില്ല. ആ വീടും ഇന്നില്ല. പക്ഷേ ആ ഓർമ്മകളിൽ ജീവിക്കുകയാണ് ഞാനിന്നും. അതായിരുന്നു എനിക്ക് ഇഷ്ടപ്പെട്ട ജീവിതവും.

വർഷങ്ങളായിട്ട് എങ്ങും പോകാതെ അമ്മ വീട്ടിൽത്തന്നെ കഴിയുകയായിരുന്നു എന്ന് ഞാൻ നേരത്തേ എഴുതിയിരുന്നു. ഞാൻ ബ്രണ്ണനിൽനിന്ന് മഹാരാജാസിലേക്ക് വന്നത് 2005-ൽ ആണ്. കുറേക്കഴിഞ്ഞ് തറവാട്ടിൽനിന്ന് മാറി ഭാര്യയോടും മക്കളോടുമൊപ്പം ഞാൻ കാണക്കാരിയിൽ വാടകയ്ക്ക് താമസിച്ചു. എല്ലാ ആഴ്ചയിലും ഞങ്ങൾ തറവാട്ടിൽ പോകുമായിരുന്നു. അമ്മ കുറേക്കാലം ഞങ്ങളോടൊപ്പം താമസിക്കാൻ വന്നു. ചാച്ചനും കാണക്കാരിയിൽ വന്നുപോന്നു. ചാച്ചനും അമ്മയ്ക്കുമുള്ള മരുന്നുകൾ ഞാൻ വാങ്ങിക്കൊടുത്തിരുന്നു. കോളേജിൽ ആയിരുന്നെങ്കിലും അടിസ്ഥാനപരമായി ഒന്നുമില്ലാതിരുന്നതിനാൽ എന്റെ അവസ്ഥ പഴയതുപോലെ തുടർന്നു. ഇതിനിടയിൽ അസുഖങ്ങൾ കൂടി അമ്മ ആശുപത്രിയിലായി. വൈകാതെ മരിക്കുകയും ചെയ്തു. മരിക്കുമ്പോൾ ഞാൻ കോളേജിൽ ആയിരുന്നു.

അമ്മയെ ഓർക്കുമ്പോൾ ഞങ്ങൾ ഒരുമിച്ച് അമ്മ വീട്ടിലേക്ക് നടന്നു പോകുന്ന ദൃശ്യം ഓർമ്മയിൽ വരും. "പെണ്ണീ, വരുന്ന വഴിയാണല്ലേ?" ആളുകൾ ചോദിക്കും. മറ്റൊരോർമ്മ ഒരു കെട്ട് ഒട്ടലുമായി ഞാനും അമ്മയും പൂവത്തുംമൂട് ആറ് വള്ളത്തിൽ കടന്ന് പോന്നതാണ്. എന്റെ കയ്യിൽ ചൂണ്ട കൊളുത്തിയപ്പോൾ അമ്മ എന്നെ എടുത്തുകൊണ്ട് ആശുപത്രിയിലേക്ക് പോയത് ഞാൻ ഓർക്കുന്നു. "എന്റെ മകൻ എഞ്ചിനീരാകും" അമ്മ കൊയ്ത്തുകഴിഞ്ഞ് പോരുമ്പോൾ കൂടെയുള്ളവരോട് പറഞ്ഞു. എനിക്ക് പനിയായിട്ടും ഞാൻ തോട്ടിൽ ചൂണ്ടയിടാൻ പോയി തലകറങ്ങി വീണു. അപ്പോൾ കുട്ടപ്പൻ ചേട്ടൻ അമ്മയെ വഴക്കുപറഞ്ഞത്

ഓർക്കുന്നു. ഞങ്ങൾ കൂടല്ലൂർ ഭാഗത്ത് ഒട്ടൽ വെട്ടിയെടുക്കാനും വഴക കീറിയെടുക്കാനും പോയത്, കൂടല്ലൂർ ചന്തയിൽ ചക്കക്കുരു വില്ക്കാൻ പോയത്, കിഴക്കേ കൂടല്ലൂർ ആശുപത്രിയിൽ പോയത്, അമ്മയുടെ അനിയത്തിയുടെ വീട്ടിൽ പോയത്, കളത്തൂർ ആശുപത്രിയിൽ പോയത്, ചാച്ചനുമായി വഴക്കു കൂടി പിറ്റേന്ന് തന്റെ വീട്ടിലേക്കുപോകാൻ പോയിട്ട് നടയ്ക്കലിരുന്ന് പോക്കെടമില്ലാതെ തിരിച്ചു പോന്നത് ഒക്കെ ഓർക്കുന്നു. എന്റെ കവിതകൾ കേട്ടിരുന്ന അമ്മയെ ഞാൻ ഓർക്കുന്നു. "തമ്പുരാനെന്റെ പിടിത്താളു കണ്ടപ്പോൾ പമ്പരംപോലൊരു ചിന്ത പൊങ്ങി" എന്ന് പാടിയിരുന്ന അമ്മ. ഞാൻ അമ്മയെ വരയ്ക്കുമ്പോൾ അങ്ങോട്ടുമിങ്ങോട്ടും അനങ്ങുന്ന അമ്മയെ ഓർക്കുന്നു. അങ്ങനെയങ്ങനെ എത്രയെത്ര ഓർമ്മകൾ.

എന്റെ കവിതയുടെ ഊർജം ആ മരം ആയിരുന്നു. അതിന്റെ ചോട്ടിലിരുന്ന് ഞാൻ ലളിതമായ കവിതകൾ എഴുതി. അതിൽ കവിതയുണ്ടായിരുന്നോ ? നിങ്ങളാണ് പറയേണ്ടത്. പക്ഷേ അതിൽ ഞങ്ങളുടെ ജീവിതമുണ്ടായിരുന്നു. അത് എനിക്ക് പറയാൻ കഴിയുമെന്ന് കരുതുന്നു.

അമ്മ മരിച്ചുകഴിഞ്ഞ് കുറെ ദിവസങ്ങൾക്കുശേഷം ഞങ്ങൾ കാണക്കാരിക്കുപോന്നു. അവിടെയടുത്തൊരു മരണം ഉണ്ടായതിനാൽ ഞാൻ ആ മരണവീട്ടിൽപ്പോയി. തിരിച്ചുപോരുമ്പോൾ എന്തോ ഭയം എന്നെ ബാധിച്ചു. വീട്ടിൽ വന്നതിനുശേഷം എനിക്കാകെപ്പാടേ പ്രയാസമായി. അവസാനം ചേട്ടനെയും ചേച്ചിയെയും വിളിച്ചു. അവർ വന്നിട്ടാണ് ഞാൻ ഉറങ്ങിയത്. അവർ അന്നു പിന്നെ പോയില്ല. ഞങ്ങളുടെ വീട്ടിൽ കിടന്നു. അമ്മയുടെ മരണത്തോടെ ഞങ്ങളുടെ സ്നേഹക്കൂട്ടുംബം പതുക്കെ പതുക്കെ ശിഥിലമാവുകയായിരുന്നു. എല്ലാ ഓണത്തിനും ക്രിസ്തുമസിനും ഈസ്റ്ററിനും ഞങ്ങൾ സഹോദരങ്ങൾ ഒന്നിച്ചു കൂടുമായിരുന്നു. അയൽ വീടുകളിലെല്ലാം ശൈഥില്യം ഉണ്ടായപ്പോഴും ഞങ്ങൾ സമാധാനത്തോടെ, സ്നേഹത്തോടെ ജീവിച്ചു. ചാച്ചൻ പിന്നീട് ഏകാകിയായാണ് ജീവിച്ചത്. അക്കാലത്ത് ചാച്ചൻ ഒരു പണിപിടിച്ചു. പക്ഷേ എന്തോ പ്രശ്നമായി. കാഴ്ച തീരെ കുറഞ്ഞുവരികയായിരുന്നു ചാച്ചന്. കിഡ്നി പ്രോബ്ലവും പ്രഷറും ഉണ്ടായിരുന്നു. അങ്ങനെയിരിക്കുമ്പോഴാണ് പണിക്കുപോയത്. ഏതായാലും അനിയൻ ചെന്ന് ചാച്ചനെ കൂട്ടിക്കൊണ്ടുപോന്നു. ചുറ്റികയും കരണ്ടിയും ഒരു മൂലയ്ക്കായി. പട്ടിത്താനത്തെ അറിയപ്പെടുന്ന മേസ്തിരിയായിരുന്നു ചാച്ചൻ. അവസാനം തന്റെ വിദ്യ അദ്ദേഹത്തെ കൈവിട്ടു. പിന്നീടൊരിക്കലും പണിക്കുപോയില്ല. പ്രിയപ്പെട്ട പാട്ടുകളും അദ്ദേഹത്തെ കൈവിട്ടു.

ചെറുപ്പത്തിൽ ആവേശിച്ച കമ്യൂണിസം കൈവിട്ടു. മരുന്നു വാങ്ങാൻ പൈസായ്ക്ക് കാണക്കാരിയിൽ വരുമായിരുന്നു. എന്റെ താമസം കാണക്കാരിയിൽ മറ്റൊരു വാടകവീട്ടിലേക്കായി. അവിടന്നും മറ്റൊരു വീട്ടിലേക്ക്. ഒടുവിൽ ഞാനൊരു വീടുവെച്ചു. അവിടെ ചാച്ചൻ ഏറെക്കാലം താമസിച്ചു. പിന്നെ അവിടെ കിടപ്പിലായി. തറവാട്ടിൽവെച്ചാണ് ചാച്ചൻ മരിച്ചത്. മരണം കാണാൻ വയ്യാത്തതിനാൽ ഞാൻ മുറ്റത്തെ പുളിയുടെ ചോട്ടിൽ ഒരു കസേരയിൽ ഇരുന്നു.

അധ്യായം 32

" നീലപ്പുൽത്തറകൾക്കു മേൽ പല നിഴൽ-

ക്കുടാരമുണ്ടാക്കിയും"

(കുമാരനാശാൻ, പ്രരോദനം)

1985ൽ ഞാൻ ബി. എ. മലയാളം പാസായി. തിരുവനന്തപുരം യൂണിവേഴ്സിറ്റി കോളേജിലാണ് എം. എ. യ്ക്ക് പഠിച്ചത്. ഇത്ര ദൂരം വന്നു പഠിക്കുവാൻ എന്താണ് കാരണമെന്ന് പലരും ചോദിച്ചു. ഞാൻ എന്തു പറയാനാണ് ? കവിയാകാനാണ് എന്നു പറയാൻ പറ്റുമോ? ഓരോരുത്തരോടും ഞാൻ ഓരോ ഉത്തരം പറഞ്ഞു.

തിരുവനന്തപുരത്ത് താമസിക്കുക എന്നത് എളുപ്പമായിരുന്നില്ല. എന്റെ ചാച്ചന്റെ ചേട്ടന്റെ മകൻ രാജു കേരള കോൺഗ്രസ് ജോസഫ് ഗ്രൂപ്പിൽ പ്രവർത്തിക്കുന്ന ആളായിരുന്നു. അദ്ദേഹത്തിന്റെ സഹായ ത്താൽ ഹോസ്റ്റലിൽ അഡ്മിഷൻ കിട്ടും വരെ കേരള കോൺഗ്രസിന്റെ വെള്ളയമ്പലത്തെ ഓഫീസിൽ ആണ് ഞാൻ താമസിച്ചത്. ബസിൽ യാത്ര ചെയ്യാൻ അറിയാത്തതിനാൽ രാവിലെ അവിടന്ന് നടന്നാണ് കോളേജിൽ എത്തിയത്. നഗരം അടിച്ചു വാരുന്ന സമയമാണത്. മരങ്ങളിൽനിന്ന് കാക്കകൾ കാഷ്ഠിക്കുകയും ചെയ്യും. എന്റെ രാവി ലത്തെയും ഉച്ചയ്ക്കത്തെയും ആഹാരം പാളയത്തെ അരുൾജ്യോതി ഹോട്ടലിൽനിന്നായിരുന്നു. അവിടത്തെ ചപ്പാത്തിയും വെജിറ്റബിൾ കുർമ്മയും രുചികരം. വില കുറഞ്ഞ മുണ്ടും ഉടുപ്പും ആയിരുന്നു എന്റെ വേഷം. വിദൂരമായ ഗ്രാമത്തിൽനിന്ന് നഗരത്തിലെത്തിയ പ്രാകൃതൻ അഥവാ എ. അയ്യപ്പന്റെ കവിതയിലെ നഗരത്തിലെത്തിയ ചെന്നായ.

"ഇതൊരു വൃത്തിയുള്ള നഗരം ആണല്ലോ" ഞാൻ ചിന്തിച്ചു. മ്യൂ സിയത്തിലൂടെ കേറിയാവും ഞാൻ ചിലപ്പോൾ നടക്കുക. കവടിയാർ കൊട്ടാരവും കാണാം. പഴമയിലെ പുതുമ. രണ്ടുനില ബസുകൾ, രണ്ടു

ബസുകൾ കൂട്ടിക്കെട്ടിഓടുന്ന ചെയിൻ ബസ്. ബസുകളുടെ ബോർഡുകളിലെ അപരിചിതമായ പേരുകൾ. പേരൂർക്കട, തിരുമല, ഒരു വാതിൽക്കോട്ട, പാളയം, കിഴക്കേക്കോട്ട... വാഹനത്തിരക്കുകൾ. ഞാൻ ഈ നഗരത്തെ സ്നേഹിച്ചു. വഴി മുറിച്ചുകടക്കാൻ എനിക്ക് പേടിയായിരുന്നു;

അയ്യപ്പന്റെ കവിതയിലെ ചെന്നായ വണ്ടിയിടിച്ചു ചത്തു.

യൂണിവേഴ്സിറ്റി കോളേജിൽ പഠിച്ചു എന്നല്ലാതെ മറ്റു പലർക്കുമുള്ളതുപോലെ അതൊരു എടുത്തു പറയത്തക്ക അനുഭവം ആയിരുന്നില്ല എനിക്ക്. പന്മന രാമചന്ദ്രൻ ഹെഡ് ആയിരുന്നു. രണ്ടോ മൂന്നോ ക്ലാസുകളിലേ ആകെ വന്നിട്ടുള്ളൂ. എടുത്ത ക്ലാസുകൾ നന്നായിരുന്നു. നളചരിതത്തിൽ ബഹുകേമൻ. വി. പി. ശിവകുമാർ, വിനയചന്ദ്രൻ, ദേശമംഗലം രാമകൃഷ്ണൻ, എ. സുധാകരൻ എന്നിവരായിരുന്നു മറ്റ് പ്രധാന അധ്യാപകർ. വി. പി. യുടെ ക്ലാസ് ഒന്നാന്തരം. അരമണിക്കൂറേ പഠിപ്പിക്കുകയുള്ളൂ. പിന്നെ ചെറുതായി ചിരിച്ചുകൊണ്ടിരിക്കും. അദ്ദേഹം പഠിപ്പിച്ചതെല്ലാം മനഃപാഠം. അദ്ദേഹം ക്യാൻസർ രോഗിയായിരുന്നു അപ്പോൾ. ദേശമംഗലം ഇടശ്ശേരിക്കവിതയിൽ ആണ്ടുമുങ്ങി. ഇടശ്ശേരിയിലേക്കൊരു പാത തുറന്നുതന്നത് ദേശമംഗലമാണ്. അതാണ് എനിക്കു ലഭിച്ച അപൂർവ്വമായ ജ്ഞാനോദയം. അദ്ദേഹം ഒഴികേ ബാക്കിയുള്ളവർ ഇന്നില്ല. വിനയചന്ദ്രന്റേത് ശാഖാചംക്രമണമാണ്. പക്ഷേ നമുക്ക് മുന്നിൽ അറിവുകളുടെ വിശാലലോകം തെളിയും. എ. സുധാകരൻ മാർക്സിസ്റ്റ്രീതിയിൽ ചരിത്രം പഠിപ്പിച്ചു. യൂണിവേഴ്സിറ്റി ലൈബ്രറി, പബ്ലിക് ലൈബ്രറി, ഡിപ്പാർട്ടുമെന്റ് ലൈബ്രറി എന്നിവിടങ്ങളിൽനിന്ന് ഞാൻ ധാരാളം പുസ്തകങ്ങളെടുത്തു വായിച്ചു.

കുറേ കഴിഞ്ഞപ്പോൾ കേരള കോൺഗ്രസിന്റെ ഓഫീസിൽനിന്ന് മാറി. ഞാൻ വെള്ളയമ്പലത്തെ ഹോസ്റ്റലിൽ എം. എ. യ്ക്കു സീനിയർ ആയി പഠിക്കുന്ന മോഹൻദാസ് എം. ഡി. എന്ന സുഹൃത്തിന്റെ കൂടെ അതിഥിയായി താമസമായി. പക്ഷേ അനധികൃതമായി താമസിക്കയാൽ റെയ്ഡുമൂലം അവിടന്ന് രാത്രിയിൽ ഓടി പാളയത്തെ ഹോസ്റ്റലിലേക്ക് പോകേണ്ടി വന്നു. അവിടെയും അതിഥിയായിരുന്നു. അങ്ങനെയിരിക്കേ എനിക്ക് ഒരു മുറികിട്ടി. മെസിൽനിന്ന് ആഹാരവും ആയി. രണ്ടാം വർഷം എം. എ. വിദ്യാർത്ഥി പി. മോഹൻ ദാസ് ആയിരുന്നു അടുത്ത കൂട്ടുകാരൻ. പിന്നീട് ഡിക്സൺ ജോർജ് എന്റെ മുറിയിൽ കൂടി. അവന് പിന്നീട് സ്വന്തം മുറിയായി. ഹോസ്റ്റലിലെ വാർഡൻ എന്നെ കണ്ടപ്പോൾ നക്സലൈറ്റ് ആണോ എന്നു ചോദിച്ചു. എന്റെ ഫോട്ടോ കണ്ടാൽ അങ്ങനെ തോന്നും എന്നു പറഞ്ഞു.

ഒരിക്കൽ ഞങ്ങൾ കുറെ സുഹൃത്തുക്കൾ കൂടി കന്യാകുമാരിക്കു പോയി. പൊൻമുടി, കല്ലാർ, കോവളം, ശംഖുമുഖം, സൂ എന്നിവിടങ്ങളിൽ എല്ലാം പോയി. അക്കാലത്ത് ധാരാളം സിനിമകൾ ഞാൻ കണ്ടിട്ടുണ്ട്. ലോക ക്ലാസിക്കുകൾ. എം. എ. കാലത്താണ് ഞാൻ മദ്യപിച്ചുതുടങ്ങുന്നത്. പുകവലിയും തുടങ്ങി. ചാരായം ലഭിക്കുമായിരുന്നു. അക്കാലത്ത് കവിതകൾ ഒന്നും എഴുതാൻ സാധിച്ചില്ല. കോളേജ് മാസികയിൽ എന്റെ കവിത നിരസിക്കപ്പെട്ടു. ഒരു കവിത ഞാൻ മലയാളവിഭാഗത്തിൽ ചൊല്ലിയിട്ടുണ്ട്. എന്നെത്തന്നെ നോക്കിയിരുന്ന എന്റെ ക്ലാസിലെ രണ്ട് വലിയ കണ്ണുകൾ. രണ്ടു കണ്ണുകൾ മാത്രം. അവളെക്കുറിച്ച് ഞാൻ മുമ്പേ എഴുതിയല്ലോ. സംസ്കൃത കോളേജിലും തുടർന്ന് ഞാൻ ഒരു കവിത ചൊല്ലി. സമരങ്ങളിൽ എനിക്ക് താല്പര്യം ഉണ്ടായിരുന്നില്ല. ഒരു സമരത്തിൽ പെട്ടിട്ട് ഒരു സുഹൃത്തുമൊത്ത് താഴെ ഷാപ്പിൽ പോയി ഓരോ കുപ്പി തെങ്ങിൻകള്ളു കുടിച്ചിട്ട് ഞാൻ നെടുമങ്ങാട്ടുള്ള കൂട്ടുകാരന്റെ വീട്ടിലേക്ക് പോലീസിനെ പേടിച്ച് പോയി. അവിടെയുള്ള കുട്ടികളെ ഡാൻസു പഠിപ്പിച്ചു ഞാൻ. ഒരാഴ്ച കഴിഞ്ഞാണ് തിരിച്ചുവന്നത്. ഹെഡ് പന്മന എന്നെ അവഗണിച്ചു. അദ്ദേഹം വലിയ നായർപ്രമാണി. ശരിയും തെറ്റും എഴുതി തെറ്റും ശരിയുമാക്കിയ ആൾ. അദ്ദേഹം ക്ലാസിൽ വന്ന സമയത്ത് ഞാൻ ഉണ്ടായിരുന്നില്ല. ഞാൻ വീട്ടിൽ പോയിരുന്നു. അതാവാം ദേഷ്യം. എനിക്ക് ഫസ്റ്റ് എം. എ. യിൽനിന്ന് സെക്കന്റ് എം. എ. യിലേക്ക് പ്രവേശനം ഇല്ലെന്ന് പറഞ്ഞു. ക്ലാസിലെ ഏറ്റവും മാർക്കുള്ള വിദ്യാർത്ഥി ഞാനായിരുന്നു, അവിടെ ചേരുമ്പോഴും അവിടന്ന് പോകുമ്പോഴും. കമ്യൂണിസ്റ്റുകാരനായ എ. സുധാകരൻ സാറാണ് പ്രശ്നം പരിഹരിച്ചത്. പ്രൊമോഷനോ? സാർ അന്തം വിട്ടു. എങ്കിലും പിന്നീടൊരു സാഹിത്യപരിപാടിയിൽ വെച്ച് പന്മനയ്ക്ക് എന്നെ പരിഗണിക്കേണ്ടിവന്നു. ഊണിന് കൈ കഴുകാൻ വെള്ളം ഒഴിച്ചുതന്നു. സംഗീതം അറിയാമായിരുന്നു പന്മനയ്ക്ക്. തെളിഞ്ഞ ഭാഷയുണ്ടായിരുന്നു പന്മനയ്ക്ക്. ചട്ടമ്പിസ്വാമിയെക്കുറിച്ച് എപ്പോഴോ പറഞ്ഞിട്ടുണ്ട്.

വൃക്ഷസങ്കുലമാണ് പൗരാണികതയുടെ സ്മാരകമായ യൂണിവേഴ്സിറ്റി കോളേജ്. മുകളിലെ കവിതാശകലം അവിടെ കൊള്ളുന്നു. പക്ഷി കൂജനങ്ങൾ ഞാൻ കേട്ടിട്ടില്ല. പ്രണയമോഹനവുമായിരുന്നു. പക്ഷേ എനിക്കത് ഒരു രാവണൻകോട്ടപോലെയായിരുന്നു. മഹാരാജാസ് എന്നു തന്നെയാണ് അതിന്റേയും ശരിയായ പേര്. ചില രാത്രികളിൽ SFI ക്കാരോടൊപ്പം ഞാൻ കോളേജിൽ പോയിട്ടുണ്ട്. അവിടെ വൈകുന്നേരങ്ങളിൽ കുത്തിയിരിക്കുന്ന ബുദ്ധിജീവികളെ പരിചയപ്പെട്ടിട്ടുണ്ട്.

SFI ക്കാർ പലരുടേയും പ്രശ്നം മാർക്സിസത്തെപ്പറ്റി ഒന്നും അറിഞ്ഞുകൂടാ എന്നതാണ്. ഞാനൊക്കെ നക്സലിസവും ലിറ്റിൽ മാഗസിനുകളും മനസി ലാക്കിയിട്ടാണ് ചെല്ലുന്നത്. അൻവർ, പി. കെ. രാജശേഖരൻ, വിനയൻ, ആലീസ് എന്നിവർ ഒരു കൂട്ടുകെട്ടായിരുന്നു. ഒരു ദിവസം അൻവറും വിനയനും ഞങ്ങളുടെ മുറിയിലെത്തി. അൻവർ ശ്രുവല്യകൾ എന്ന കവിതചൊല്ലി. ഞാൻ എന്നിലെ കവിയെ ഒളിപ്പിച്ചുവെച്ചു. പ്രൊഫ. നബീസ ഉമ്മാളായിരുന്നു അന്നത്തെ പ്രാൻസിപ്പാൾ. മതചിഹ്നം ഇല്ലാത്ത ടീച്ചർ.

അധ്യായം 33

എം. എ. കഴിഞ്ഞപ്പോൾ ഞാൻ ബി.എഡിന് ചേർന്നു. അപേക്ഷ കൊടുത്തത് സജീവ് എന്ന സുഹൃത്തായിരുന്നു. കുറെ കവിതകൾ എഴുതി. അതൊന്നും എങ്ങും എത്തിയില്ല. ബി. എഡ്. കോളേജിൽ ആർട്ട്സ് ക്ലബ് സെക്രട്ടറിയായിരുന്നു. ഓംജി ജോർജ് എന്ന ഒരു നല്ല സുഹൃത്തിനെ ലഭിച്ചു. അദ്ദേഹത്തിലൂടെയാണ് ഞാൻ ഫാ. എസ്. കാപ്പനിൽ എത്തുന്നത്. ആഹാരം കഴിച്ച ശേഷം പാത്രം സ്വയം കഴുകുന്ന ശീലം അവിടന്ന് എനിക്ക് കിട്ടിയതാണ്. സ്വന്തം തുണികൾ സ്വയം കഴുകുന്ന ശീലം മുമ്പേ ഉണ്ടായിരുന്നു. ജോർജ് എനിക്ക് പല നന്മകളും പറഞ്ഞുതന്നിട്ടുണ്ട്. ഞങ്ങൾ കോളേജിൽ ഒരു കവിയരങ്ങു വെച്ചു. തിരുവനന്തപുരം കവികൾ ഒക്കെ വന്നു. ഞാൻ കവിത ചൊല്ലിയില്ല. ഒഡേസ മൂവീസിന്റെ അമ്മയറിയാൻ കോളേജിൽ കാണിക്കാൻ ശ്രമിച്ചു. പ്രിൻസിപ്പാൾ അനുവദിച്ചില്ല. ഫാദർ കാപ്പന്റെ വീട്ടിൽ സാഹിത്യചർച്ചകൾ നടന്നിരുന്നു. കലയുടെ ഉറവിടം എന്താണെന്നുള്ള അന്വേഷണം ആയിരുന്നു അതിന്റെ കാതൽ. ഹൈഡഗറിന്റെ The Origin of the Work of Art ഫാദർ വിവർത്തനവും ചെയ്തിട്ടുണ്ട്. ഞാനതു വായിച്ചിട്ടുണ്ട്. സെബാസ്റ്റ്യൻ വട്ടമറ്റം സാറും വേറേ ചിലരും ചർച്ചയ്ക്ക് എത്തിയിരുന്നു. ജോർജ് കോഴിക്കോട്ടുകാരനായിരുന്നു. സുരാസുവിനെ ഞാൻ പരിചയപ്പെടുന്നതും ജോർജിലൂടെയാണ്. കാപ്പനച്ചൻ എന്നെ സാമ്പത്തികമായി സഹായിച്ചിട്ടുണ്ട്.

ബി.എഡ്. ക്ലാസിൽനിന്ന് ഞാനൊന്നും പഠിച്ചില്ല. കോളേജ് വിദ്യാർത്ഥിയെ ഒന്നാം ക്ലാസിൽ കൊണ്ടിരുത്തുമ്പോലെയായിരുന്നു അത്. റൂസോയുടെ എമിലി എന്ന പുസ്തകത്തിലെ ആശയങ്ങൾ ആയിരുന്നു അക്കാലത്ത് എന്നെ സ്വാധീനിച്ചത്. "ഞാനെന്റെ എമിലിയെ ഒന്നും പഠിപ്പിക്കില്ല. എമിലി സ്വയം പഠിക്കട്ടെ" എന്ന

ആശയം. കണിക്കൊന്നകൾ പൂവിട്ട കോളേജ് പരിസരങ്ങൾ മനോഹരമായിരുന്നു. പ്രണയത്തിന്റെ നിറം മഞ്ഞയാണെന്ന് അത് എഴുതിക്കാണിച്ചു. സ്റ്റൈപന്റ് വിദ്യാർത്ഥികൾക്കുവേണ്ടി ഞാൻ സമരം ചെയ്തു. പ്രിൻസിപ്പാളുടെ മുറിക്കു പുറത്ത് കുത്തിയിരുപ്പ് സമരം നടത്തി. മൊത്തം വിദ്യാർത്ഥികളുടേയും പിന്തുണ ലഭിച്ചു. യൂത്ത് ഫെസ്റ്റിവൽ നല്ലതുപോലെ നടത്തി. ഞാൻ അന്നൊരു കാല്പനികബുദ്ധിജീവിയാണെന്ന് സ്വയം വിചാരിച്ചു. എന്റെ ജീവിതാവസ്ഥ, വീട്ടിലെ ദാരിദ്ര്യം ഒന്നും ഓർത്തില്ല. പാർട്ടിപ്രവർത്തകർ അല്ലെങ്കിലും ഉള്ളിൽ കമ്യൂണിസ്റ്റുകൾ ആയിരുന്നു ഞാനും പല കൂട്ടുകാരും; പിന്നീട് ഞാൻ അതിനെ അൺലേൺ ചെയ്തെങ്കിലും. ഡിക്സനും സുഹൃത്തുക്കളും തരുന്ന ഷർട്ടുകളും പാൻറ്സുകളും ഇട്ടു ഞാൻ നടന്നു. ആത്മാർത്ഥമായി പ്രണയിച്ചു. നെരൂദയുടെ " I am explaining a few things" എന്ന കവിത കോളേജിൽ ചൊല്ലി. ആധുനികകവിത ഉണ്ടാക്കിയ മിഥ്യാലോകത്തായിരുന്നു ഞാൻ. പിന്നീടുള്ള അതിന്റെ തകർച്ച താങ്ങാനായില്ല. ഞാൻ അവസാനത്തെ പരീക്ഷ എഴുതി തലകുനിച്ച് ഹാളിൽനിന്നിറങ്ങിപ്പോന്നു. എന്നെ സ്നേഹിച്ചവരിൽനിന്ന് ഓടിപ്പോകാനായിരുന്നു എന്റെ വിധി. സമരം ചെയ്തതിനാൽ എനിക്ക് സ്വഭാവ സർട്ടിഫിക്കറ്റ് തരില്ലെന്ന് പ്രിൻസിപ്പാൾ. ഞങ്ങൾ തമ്മിൽ തർക്കമായി. വിവരം ഞാനെന്റെ ഒരു കൂട്ടുകാരിയോട് പറഞ്ഞു. അവളുടെ സഹോദരൻ കമ്മ്യൂണിസ്റ്റ് പാർട്ടിയുടെ ഒരു നേതാവായിരുന്നു. പിറ്റേന്ന് സർട്ടിഫിക്കറ്റ് വീട്ടിലേക്ക് അയച്ചു എന്ന് അറിയാൻ കഴിഞ്ഞു.

ഇവിടെ എ. അയ്യപ്പനെപ്പറ്റിക്കൂടി എഴുതാം. എം. എ. അവസാനമാണ് എ. അയ്യപ്പനെ പരിചയപ്പെടുന്നത്. ബി.എഡ്. കാലത്ത് അയ്യപ്പൻ എന്റെ മുറിയിൽ പലപ്പോഴും താമസിക്കുമായിരുന്നു. അദ്ദേഹത്തിന്റെ കവിതകൾ അക്കാലത്ത് എന്നെ സ്വാധീനിക്കാൻ തുടങ്ങി. ഞാനും ഡിക്സനും ഒരുമിച്ചും ഞാൻ ഒറ്റയ്ക്കും അയ്യപ്പന്റെ വീട്ടിൽ പോയിട്ടുണ്ട്. അതിമനോഹരമായ കയ്യക്ഷരമാണ് അയ്യപ്പന്റേത്. അതിരാവിലെ മുതൽ മദ്യപിക്കുന്ന ആളായിരുന്നു അയ്യപ്പൻ. ഇല്ലെങ്കിൽ കൈവിറയ്ക്കും.

"എന്റെ മനസിൽ ഒരു മുളങ്കാടുണ്ട്" എന്ന് അയ്യപ്പൻ പറഞ്ഞതായി ഡിക്സൺ എന്നോട് പറഞ്ഞു. "ഞാനൊരാളെ കുത്തിക്കൊന്നു." എന്ന് മറ്റൊരിക്കൽ എന്നോട് പറഞ്ഞു. ഞാനതെല്ലാം ഇന്നുമോർക്കുന്നു. ഇടയ്ക്കിടയ്ക്ക് അയ്യപ്പൻ അപ്രത്യക്ഷനാകും.

ഒരു ബൊഹീമിയൻ ആയിരുന്നു അയ്യപ്പൻ. ഫ്രെഞ്ച് സാഹിത്യത്തിലും കലയിലും ഉണ്ടായ ഒരു ജീവിതരീതിയായിരുന്നു ബൊഹീമിയനിസം.

അത് ജിറ്റാനോകളെ (ജിപ്സികളുടെ ഫ്രെഞ്ച് വാക്ക്) അനുകരിക്കുന്ന കലാകാരജീവിതം ആണ്. ഗോഗിനും വാൻഗോഗും മറ്റും അങ്ങനെയുള്ളവരായിരുന്നു. കിഴക്കൻ യൂറോപ്പിലാണ് ബൊഹിമ. ബൊഹീമിയൻ എന്നത് ജിപ്സികളുടെ മറ്റൊരു പേരാണ്. ആ ജീവിതരീതിയാണ് ആധുനികകവിതയിലെ അയ്യപ്പനും ബാലചന്ദ്രനും വിനയചന്ദ്രനും സ്വാഭാവികമായി മാതൃകയായത്. അഥവാ അത്തരമൊരവസ്ഥ ഇവിടെ രൂപപ്പെടുകയായിരുന്നു എന്നും പറയാം. ജിപ്സികളെക്കുറിച്ചുള്ള തെറ്റായ ധാരണയും ഇതിന്റെ പിന്നിലുണ്ട്. ജിപ്സിക്ക് ഇണങ്ങനാകണമെന്നും അവളുമൊത്തൊരു മഴ നനയണമെന്നും കറുത്ത കല്ല് എന്ന കവിതയിൽ ഞാനും എഴുതിയിട്ടുണ്ട്. അതൊക്കെ സങ്കല്പത്തിൽനിന്ന് എഴുതിയതാണ്.

തിരുവനന്തപുരം വെടിഞ്ഞ് ഞാൻ നാട്ടിലേക്ക് പോകാൻ തീവണ്ടി സ്റ്റേഷനിൽനിൽക്കുമ്പോൾ ഡിക്സന്റെ അനിയൻ ഡഡ്‌ലി ജോർജും (പിന്നീട് അവൻ കടൽത്തിരയടിയേറ്റ് മരിച്ചു) കൂടെ ഉണ്ടായിരുന്നു. പിരിയുമ്പോൾ എനിക്കു സങ്കടമായി. അങ്ങനെ ഞാൻ നഗരത്തോട് വിടപറഞ്ഞു. പക്ഷേ അത് രണ്ടു വർഷത്തിനു ശേഷം തിരിച്ചുവരാനായിരുന്നു എന്ന് ഞാനപ്പോൾ അറിഞ്ഞില്ല.

നാട്ടിൽ വന്നിട്ട് ഒരു പണിയും ഇല്ലാതെ തകർന്ന പ്രണയത്തിന്റെ മുറിവുകളുമായി ഞാൻ കഴിഞ്ഞു. അതെല്ലാം നേരത്തേ പറഞ്ഞിട്ടുണ്ട്. കൂലിപ്പണിക്ക് പോകരുതെന്ന് താഴത്തെ വീട്ടിലെ തെയ്യാമച്ചേച്ചി പറഞ്ഞിട്ടുണ്ട്. അങ്ങനെയിരിക്കേ എന്റെ കൂട്ടുകാരൻ തങ്കച്ചൻ ഒരു ട്യൂഷൻ സെന്റർ വള്ളിക്കാട്ടിൽ തുടങ്ങി. അതിന്റെ പേരുകേട്ടാൽ ചിരിവരും. "കുട്ടതൊടി ട്യൂഷൻ സെന്റർ" എന്നായിരുന്നു പേര്. പള്ളിയിലെ അച്ചനെ വിളിച്ച് വെഞ്ചരിച്ചതിനാൽ ധാരാളം കുട്ടികൾ വന്നു. കുറച്ചുകഴിഞ്ഞപ്പോൾ ഞങ്ങൾ അവിടെ ഒരു പെയിന്റിംഗ് എക്സിബിഷൻ നടത്തി. അതോടുകൂടി കുട്ടികൾ കുറയുകയായിരുന്നു. അവസാനം അഭിപ്രായവ്യത്യാസങ്ങളായി. ഫീസ് കിട്ടാതായി. മൂത്രപ്പുര ഇല്ലാത്തതിനാൽ കുപ്പിയിലാണ് മൂത്രമൊഴിച്ചു കൊണ്ടിരുന്നത്. ഒരു കാര്യവുമില്ലാതെ ജീവിച്ചുപോകുകയായിരുന്നു ഞാൻ.

അധ്യായം 34

കാര്യങ്ങൾ പ്രതീക്ഷകളോടെ ആരംഭിക്കുന്നു. തകരുന്നു. അതാണ് കട്ടുതൊടി ട്യൂഷൻ സെന്ററിനും സംഭവിച്ചത്. ജോയി എന്ന ഒരു സുഹൃത്തും അവിടെ അധ്യാപകനായിരുന്നു. അവൻ പഴയ ഒരു ഷാപ്പുകോൺട്രാക്ടറുടെ മകനാണ്. രാവിലത്തെ ക്ലാസു കഴിഞ്ഞാൽ ഞങ്ങൾക്ക് പിന്നെ ബീഡി വലിയും തമാശ പറച്ചിലു മാണ് പരിപാടി (1990 ൽ ഞാൻ പുകവലി എന്നേക്കുമായി നിർത്തി). വൈകുന്നേരവും കുറെ കുട്ടികൾ വരും. മറ്റാരും ഇല്ലാത്ത ദിവസങ്ങ ളിൽ ഞങ്ങൾ രണ്ടും കിട്ടിയ പൈസായുമായി എന്റെ സൈക്കിളിൽ കിഴക്കേ കൂടല്ലൂരിലേക്ക് ഇളം പനങ്കള്ള് കുടിക്കാൻ പോകും. അങ്ങനെ യിരിക്കേ ഫീസ് തരാത്ത ഒരു കുട്ടിയുടെ വീട്ടിൽ ചെന്ന് ഒരു മൂത്രപ്പുര ഉണ്ടാക്കാൻവേണ്ടി ഫീസിനുപകരം കുറെ മെടഞ്ഞ തെങ്ങോലകൾ ഞങ്ങൾ കൊണ്ടുവന്നു. ഏതായാലും പ്രാഥമികമായ ഒരു കാര്യം ശരിയായി. പക്ഷേ കുട്ടികൾ കുറഞ്ഞു കൊണ്ടിരുന്നു. എല്ലാ ദിവസവും ക്ലാസെല്ലാം കഴിഞ്ഞ് ഞങ്ങൾ ഏറ്റുമാനൂർക്ക് പോകും. അമ്പലത്തിന്റെ മുന്നിൽ ഇരിക്കും. അവിടെ ധാരാളം കൂട്ടുകാരുണ്ടാകും. ഒമ്പതു മണി കഴിയുമ്പോൾ ഞാൻ സൈക്കിളുമായി പട്ടിത്താനം കേറ്റം ഉന്തിക്കയറും.

കട്ടുതൊടി പൂർണമായും തകർന്നു. പല ട്യൂട്ടോറിയൽ കോളേജു കളിലും ഞാൻ വേക്കൻസി അന്വേഷിച്ചു. അങ്ങനെ ഞാൻ ചെന്നെ ത്തിയത് പാലായിലെ സൂര്യ കോളേജിൽ ആയിരുന്നു. അവിടെ എം. എ. മലയാളം കോഴ്സ് ഉണ്ട്. ധാരാളം കുട്ടികളും. സെന്റ് തോമസ് കോളേജിലെ പ്രഗത്ഭരായ അധ്യാപകർ പൊതുവാൾ സാറും സെബാ സ്റ്റ്യൻ സാറും അവിടെ പഠിപ്പിക്കുന്നുണ്ട്. വ്യാകരണം എടുക്കാമോ എന്നെന്നോട് ചോദിച്ചു. എടുക്കാം എന്നു പറഞ്ഞു. അങ്ങനെ ആഴ്ചയിൽ മൂന്നു ദിവസം 450 രൂപ മാസശമ്പളത്തിൽ സൂര്യയിലെ അധ്യാപക നായി. അന്നത്തെ രീതിയിൽ അത് തരക്കേടില്ലാത്ത ശമ്പളമായിരുന്നു.

വ്യാകരണം മാത്രമല്ല കവിതയും ഫിക്ഷനും ഞാൻ പഠിപ്പിച്ചിരുന്നു. അവിടെ എനിക്ക് ധാരാളം അധ്യാപകസുഹൃത്തുക്കളെ കിട്ടി. വീട്ടിൽ അല്പം പൈസാ കൊടുക്കാനും പറ്റി. അവിടത്തെ പല അധ്യാപകർക്കും കാമുകിമാർ ഉണ്ടായിരുന്നു. എനിക്ക് അതൊന്നുമില്ല. ഒരു സുന്ദരിയായ ക്രിസ്റ്റ്യൻ ടീച്ചർ എന്നെ സ്നേഹിക്കാമെന്നു പറഞ്ഞു. ഞാൻ വേണ്ടെന്നും പറഞ്ഞു. ഞങ്ങൾ കുട്ടികളും അധ്യാപകരും അവരുടെ കാമുകിമാരും വാഗമണ്ണിനൊരു ടൂറിനു പോയി. പിന്നെ ഗുരുവായൂർക്കും പോയി. അതൊക്കെ രസകരമായിരുന്നു.

ക്ലാസിൽ ധാരാളം കവിതകൾ എനിക്ക് ഓർമ്മയിൽനിന്ന് ചെല്ലാൻ കഴിഞ്ഞു. വ്യാകരണവും ലീലാതിലകവും മിക്കവാറും ഹൃദിസ്ഥമായിരുന്നു. സംസ്കൃതവാക്കുകളുടെ നിരുക്തം കുറേയൊക്കെ അറിയാം. വൃത്തം, അലങ്കാരം, വ്യാകരണം തുടങ്ങിയ പഴയ കാര്യങ്ങൾ അറിയാമായിരുന്നു. അതിനാൽ കോളേജ് അധ്യാപകരുടെ പരീക്ഷയിൽ ജയിക്കാൻ പറ്റി. കവിതയെക്കുറിച്ചുള്ള ഒരു ഉപന്യാസം ഞാൻ അവസാനിപ്പിച്ചത് എന്റെ പേരിലാണ്. ആ പരീക്ഷയാണ് 2001 -ൽ ഗവ. കോളേജ് അധ്യാപകനാകാൻ സഹായിച്ചത്. യൂറോപ്പിൽ അറുപതുകളിൽ ഉത്തരാധുനികത വന്നെങ്കിലും കേരളത്തിൽ തൊണ്ണൂറുകളിൽ ആണ് അത് ചർച്ചാവിഷയമായത്. അത്രമാത്രം സമയമെടുക്കുമായിരുന്നു അന്നൊക്കെ.

1989 - 90 കാലത്ത് പാലായിൽ പഠിപ്പിക്കുന്ന ഞാൻ ഇതൊന്നും അറിഞ്ഞില്ല. എങ്കിലും ഹെഗലിയൻ ഡയലിറ്റിക്സ് വെച്ച് നോവലിനെ പഠിക്കുന്ന രീതി വി. പി. ശിവകുമാർ സാർ പഠിപ്പിച്ചിരുന്നു. ശൈലീവിജ്ഞാനീയം, ആധുനിക ഇമേജിസ്റ്റ് കവിത ഒക്കെ അറിയാം. പിന്നെ വായനകളിൽനിന്നും പലതും മനസിലാക്കിയിരുന്നു. ലോകസാഹിത്യത്തിൽ ഒരുമാതിരി ഭേദപ്പെട്ട വായന എനിക്ക് ഉണ്ടായിരുന്നു. പാലായിലെ ടീച്ചിംഗാണ് പിന്നീട് കോളേജ് അധ്യാപനത്തിൽ എന്നെ സഹായിച്ചത്. ഇതിനിടയിൽ ഞാൻ തിരുവനന്തപുരത്ത് പോകുകയും വരികയും ചെയ്തിരുന്നു. കവികളുമായിട്ടുള്ള ബന്ധം തുടർന്നിരുന്നു. ഏറ്റുമാന്നൂരിലെ കൂട്ടുകാരിൽ എല്ലാ വിഭാഗത്തിൽപ്പെട്ടവരും ഉണ്ടായിരുന്നു. മിക്കവരും മധ്യവർഗ്ഗസമൂഹത്തിൽപ്പെട്ടവരായിരുന്നു. സമുദായം എന്ന ചിന്ത എന്നിലുണ്ടായിരുന്നില്ല. ജാതി എന്റെ വിഷയമായിരുന്നില്ല. കവിത മാത്രമായിരുന്നു എന്റെ വിഷയം. എന്നാൽ കവിതയിൽ ഒട്ടും വ്യത്യാസം ഉണ്ടായതുമില്ല.

മനസുകൊണ്ട് പലതരം അന്വേഷണങ്ങൾ ഞാൻ നടത്തിക്കൊണ്ടിരുന്നു എന്നുമാത്രം. ഞാൻ എന്നും എന്റെ പ്രണയിനിയെ ഓർത്തു.

അവളെക്കുറിച്ച് കവിതകൾ എഴുതി. എന്നാൽ രണ്ടും കല്പിച്ച് അവളെ ഒന്നു പോയി കാണാൻ ഞാൻ ശ്രമിച്ചില്ല. ഒരു കത്തെഴുതാൻ പോലും ആഗ്രഹിച്ചില്ല. എന്റെ ഈഗോ അതിനെന്നെ അനുവദിച്ചില്ല. മനുഷ്യരോട് കാരുണ്യവും ഉദാരമായ സമീപനവും കാണിക്കണമെന്ന ആശയങ്ങൾ ഉള്ളിലുണ്ടെങ്കിലും അത് നടപ്പാക്കാൻ ഞാൻ തുനിഞ്ഞില്ല. ഈ സമയം ഞങ്ങളുടെ കൂടെ പഠിച്ച അവളുടെ ജാതിയിൽപ്പെട്ട ഒരുത്തൻ അവളെ വിവാഹം കഴിക്കാനെന്നുപറഞ്ഞ് അവളുടെ ജോലിസ്ഥലത്തു ചെന്നതായി ഞാനറിഞ്ഞിരുന്നു. അവൾ ഓടിച്ചുവിട്ടു. മുമ്പും അവൻ അവളെ ശല്യപ്പെടുത്തിയിരുന്നു. അന്ന് ഞാനവനെ ഒന്ന് പേടിപ്പിച്ചു വിട്ടതാണ്. പക്ഷേ പറഞ്ഞിട്ട് കാര്യമില്ല. ഓരോരോ തരം മനുഷ്യർ. ആസക്തികളുടെ ഭ്രാന്താലയങ്ങളിൽ ജീവിക്കുന്നവർ. "അവൾ എന്നെ മറന്നിരിക്കണം" ഞാനോർത്തു. എന്തൊരു കഠിനഹൃദയം! അച്ഛനോടുള്ള സ്നേഹത്തിന്റെ അടിമ .പിത്രാജ്ഞയ്ക്ക് വിധേയ. അഥവാ അജ്ഞാതമായ മരണാഭിരതി. വിധി ഒരുക്കുന്ന ജീവിതനാടകം. എനിക്ക് ഒരിക്കലും മനസിലാക്കാൻ കഴിയാത്ത പ്രഹേളിക. എന്റെ മരിച്ചു പോയ പാവം കൂട്ടുകാരി. പട്ടിത്താനത്തിന്റെ നിമ്നോന്നതങ്ങളിൽ, സ്നിഗ്ധഛായകളിൽ ജാതിവാദികളുടേയും കൊടും ദാരിദ്ര്യത്തിന്റെയും തൊഴിലില്ലയ്മയുടേയും ഇരയായ ഞാൻ അസ്ഥിരചിത്തനായി, മെലിഞ്ഞവനായി നടന്നു. ചാണകം മെഴുകിയ നിലത്ത് തഴപ്പായിൽ ഉറങ്ങി.

അക്കാലത്ത് എന്റെ സൈക്കിളായിരുന്നു എനിക്ക് കൂട്ട്. എന്റെ ജീവിതത്തിലെ നായകകഥാപാത്രം ഞാനായിരുന്നില്ല. സൈക്കിൾ ആയിരുന്നു. അതുമായി ഞാൻ ഒരിടത്ത് ചെന്നിടിച്ചു. അതിന് ചികിത്സിക്കേണ്ടിവന്നു. ആ സൈക്കിൾ പക്ഷേ എവിടെപ്പോയെന്ന് ഓർമ്മയില്ല. ആരും മോഷ്ടിച്ചതല്ല. അത് ഓർമ്മകളിൽ എവിടെയോ മാഞ്ഞു പോകുകയായിരുന്നു. അങ്ങനെയിരിക്കേ ഗവേഷണത്തിന് ചേരണമെന്ന് ഞാൻ ആഗ്രഹിച്ചു. ഇടയ്ക്ക് പാലായിൽ വന്ന് ക്ലാസെടുക്കാം. അങ്ങനെ ഗവേഷണത്തിന്റെ സാമ്പത്തിക പ്രശ്നം പരിഹരിക്കാം. ഏതായാലും ഞാൻ ദേശമംഗലം രാമകൃഷ്ണൻ സാറിനെ പോയിക്കണ്ടു. സച്ചിദാനന്ദന്റെ കവിതയിൽ ഗവേഷണവും തുടങ്ങി. ഘടനാവാദവും ഉത്തര ഘടനവാദവും വളരെ ലളിതമായി ഞാൻ മനസിലാക്കി. എന്നാൽ അക്കാലത്തുതന്നെ ചിത്രകലയിലേക്കും ശില്പകലയിലേക്കും ഞാൻ തിരിഞ്ഞിരുന്നു. തിരുവനന്തപുരത്ത് താമസം പ്രശ്നമായിരുന്നു. പാളയത്തെ ഹോസ്റ്റലിലെ എന്റെ ഒരു സുഹൃത്തിന്റെ മുറിയിൽ കൂടി. അവിടെ വെച്ചാണ് ഞാൻ തിരുക്കുടുംബം എഴുതുന്നത്. അത് ശ്രദ്ധിക്കപ്പെട്ടു. ദേശാഭിമാനിയിലാണ് ആ കവിത വന്നത്.

അധ്യായം 35

ഞാൻ റിസേർച്ച് ചെയ്തത് പാലാ സൂര്യയിൽ പഠിപ്പിച്ചു കൊണ്ടാണ്. തിരുവനന്തപുരത്തും പാലായിലും മാറി മാറിനില്ക്കും. എനിക്ക് റിസേർച്ച് ഹോസ്റ്റലിൽ പ്രവേശനവും ഭക്ഷണവും കിട്ടി. പൈസാ കൊടുക്കണം. അതിനാണ് ഞാൻ സൂര്യയിലെ പഠിപ്പീര് തുടർന്നത്. ഗവൺമെന്റിൽനിന്ന് സ്കോളർഷിപ്പ് ഒന്നും കിട്ടിയില്ല. എം. ശ്രീനാഥ്, ആസാദ്, കെ.എം. വേണുഗോപാൽ, സുജ സൂസൻ ജോർജ്, എം. നജ്മ തുടങ്ങിയ സുഹൃത്തുക്കൾ എന്നെ കുറെ സഹായിച്ചു. എന്റെ ഒപ്പുകൾ പെൺകുട്ടുകാരിട്ടു. എന്നാൽ വിഭാഗതലവൻ പ്രൊഫ. വി. എസ്. ശർമ്മ (ശരിക്കുള്ള പേര് അറിയില്ല) എന്നും വന്ന് ഒപ്പിടണമെന്ന് നിർബന്ധിച്ചു. അപ്പോൾ ഞാൻ കഴക്കൂട്ടത്ത് ഒരു കോളേജിൽ പഠിപ്പിക്കാൻ തുടങ്ങി. ഒരു മാസം കഴിഞ്ഞ് ശമ്പളം ചോദിച്ചു. ഒരു കവറിൽ 10 രൂപയാണ് ശമ്പളമായി തന്നത്. പിന്നീട് നോക്കിയപ്പോൾ ഞാൻ ഞെട്ടിപ്പോയി. ഞാനും ശിശുപാലൻ എന്ന സുഹൃത്തും കഴക്കൂട്ടത്തെ കമ്യൂണിസ്റ്റ് പാർട്ടി ഓഫീസിൽ പോയി വിവരം പറഞ്ഞു. അവർ കുറച്ചു പൈസാ വാങ്ങിത്തന്നു. ആയിടെ SC, ST ക്കാർക്ക് പ്രത്യേകമായ ഒരു സ്റ്റൈപന്റ് അനുവദിച്ചതായി ഞാൻ അറിഞ്ഞു. ഒന്നാം ക്ലാസു മുതൽ എല്ലാ കോഴ്സിലും SC, ST ക്കുള്ളതുപോലെ സ്റ്റൈപന്റ് OEC ക്കും ഉള്ളതുകൊണ്ട് അത് OEC വിഭാഗത്തിലെ പിഎച്ച്. ഡി. ഗവേഷകർക്കും നല്കണമെന്ന് ആവശ്യപ്പെട്ടുകൊണ്ട് ഞാൻ പട്ടികജാതി-പട്ടികവർഗ വകുപ്പിനും മുഖ്യമന്ത്രിക്കും പരാതി നല്കി. എൻ. സി. ഹരിദാസൻ മാഷാണ് എനിക്ക് കുറെ സഹായങ്ങൾ ചെയ്തു തന്നതും കൂടെ വന്നതും. അങ്ങനെ ഞാൻ പാളയത്തിനു താഴെ SC, ST പിന്നോക്ക വിഭാഗ ഓഫീസിൽ എത്തി. ഡയറക്ടർ ഒരു മുസ്ലീം സ്ത്രീയായിരുന്നു. അവർ ശരിക്കുള്ള ഓർഡർ എടുത്തു കാണിച്ചു. അതിൽ SC, ST, OEC ക്ക് പ്രതിമാസം 3000 രൂപ എന്നെഴുതിയിരുന്നു. അതിലെ OEC എന്നത്

സെക്രട്ടേറിയറ്റിൽ ആരോ വെട്ടി. ഞാൻ ഇതു വെച്ച് കേരള കൗമുദിയിൽ ഒരു കത്തു കൊടുത്തു. പിറ്റേന്ന് ഞാൻ സെക്രട്ടേറിയറ്റിൽ എത്തി വിവരം ചോദിച്ചപ്പോൾ ചില ഉദ്യോഗസ്ഥർ പരുങ്ങുന്നതു കണ്ടു. ഞാൻ മന്ത്രി പി. കെ. രാഘവൻ അവർകളെ പോയി കണ്ടു. അദ്ദേഹം ഇപ്പോൾ സംഘപരിവാർ പറയുമ്പോലെ സംസാരിച്ചു. ഹിന്ദുക്കൾ ക്രിസ്തുമതത്തി ലേക്ക് പരിവർത്തനം ചെയ്യുന്നതു കൊണ്ടാണിത് സംഭവിക്കുന്നതെന്ന് പറഞ്ഞു. OEC സ്റ്റൈപ്പന്റ് തരാനൊക്കില്ല എന്ന് തറപ്പിച്ചു പറഞ്ഞു. E K നായനാർ ആയിരുന്നു മുഖ്യമന്ത്രി. അദ്ദേഹത്തെ കാണാനുള്ള എന്റെ ശ്രമങ്ങൾ കമ്യൂണിസ്റ്റുകാരായ എന്റെ കൂട്ടുകാർ തന്നെ പരാജ യപ്പെടുത്തി. അന്ന് കോൺഗ്രസ് ആണ് ഭരിച്ചിരുന്നെങ്കിൽ ഞാനത് നേടിയെടുക്കുമായിരുന്നു എന്ന് എനിക്ക് പറയാൻ കഴിയും. കുറച്ചു കൂടി ഉദാരത അവർക്കാണ്.

ഞാനും കമ്യൂണിസ്റ്റ്, മന്ത്രിസഭയും കമ്മ്യൂണിസ്റ്റ്. പക്ഷേ കേരള ത്തിലെ കമ്യൂണിസ്റ്റുകാർ ഹിന്ദുക്കൾ ആണല്ലോ. ഇന്ന് ഈ സംഭവ ങ്ങൾ ഓർക്കുമ്പോൾ എനിക്ക് നിർവികാരത മാത്രമേയുള്ളു. എങ്കിലും കമ്യൂണിസ്റ്റ് പ്രസ്ഥാനങ്ങൾ കേരളത്തിൽ തകരാൻ പോകുന്നത് ഈ ഹിന്ദു പ്രീണനം കൊണ്ടാണ് എന്നത് പറയാതെ വയ്യ. കാരണം അന്ന് എന്നിൽ തകർന്നത് കാറൽ മാർക്സും ഏംഗൽസും ഒക്കെ എഴു തിവെച്ച പാഠങ്ങൾ ആണ്. ഇതെല്ലാം ശാപങ്ങളായി വരാതിരിക്കില്ല. അനാഥനായ, ഭൂമിയിലെ ഏറ്റവും നിരാലംബനായ താണ സമുദായക്കാ രനായ വിദ്യാർത്ഥി പഠിക്കാൻ കഴിയാതെ, തകർന്ന് തരിപ്പണമായി കണ്ണീരോടെ മടങ്ങി എന്നുള്ളതാണ്. എന്തെന്നാൽ ധാർമ്മികമായ തകർച്ചയാണ് ലോകത്തെ ശിഥിലമാക്കുന്നത്. Pariah Syndrome ആണിത്. അപ്പോഴാണ് ഗവേഷണം നിർത്തി എനിക്ക് വെള്ളിയാമ റ്റം സ്കൂളിലേക്ക് പോകേണ്ടി വന്നത്. കേസുകെട്ടു മൊത്തം ഗവേഷക രായ ദീനദയാൽ ബാബുവിനെയും കുഞ്ഞമ്മയെയും ഏല്പിച്ചിട്ട് ഞാൻ ദൂരെ ദൂരെ ഒരു കാട്ടുമരത്തിൽ കൂടുകൂട്ടി. പിന്നീടൊന്നും ഞാൻ അന്വേ ഷിച്ചില്ല. എന്റെ ലക്ഷ്യം സാമൂഹ്യപരിഷ്കരണം അല്ലല്ലോ. ഇതിനിടയിൽ ഞാൻ തിരുവനന്തപുരത്തുനിന്ന് കവിത ചൊല്ലാൻ കോട്ടയത്തുവന്നു. ആധുനികകവികൾ പാട്ടുപാടിത്തകർത്തിട്ട് ബാറിലേക്ക് പോയി. മിച്ച മുള്ളത് കൊത്തിത്തിന്നാൻ വന്ന കഴുകന്മാരിൽ ഒരാളായ എന്റെ പേര് അവസാനഭാഗത്ത് വിളിച്ചപ്പോൾ ഒരു സുഹൃത്ത് എന്നെ കാണാൻ വന്നതിനാൽ അയാളോട് സംസാരിക്കേണ്ടി വന്നു. തിരിച്ചു വന്ന് സി. ജെ. മണ്ണുമ്മൂട് സാറിനോട് അവസരം തരണമെന്ന് പറഞ്ഞപ്പോൾ അദ്ദേഹം അത് വിറഞ്ഞു കൊണ്ട് നിരസിച്ചു. ഞാൻ ഉണ്ണികൃഷ്ണൻ

കാഞ്ഞിരത്താനം എന്ന സുഹൃത്തിനോട് 25 രൂപ വാങ്ങി പിറ്റേന്ന ത്തെ UGC പരീക്ഷ എഴുതാൻ മലബാർ എക്സ്പ്രസിന് തിരുവനന്ത പുരത്തേക്ക് പോയി. ആളുകളെ കുത്തിനിറച്ച ട്രെയിനിൽവെച്ച് ഞാൻ തലകറങ്ങി വീണു. കവിത ചൊല്ലിയിരുന്നെങ്കിൽ ആ ആവേശത്തിൽ ഞാൻ പരീക്ഷയ്ക്ക് പോകില്ലായിരുന്നു. UGC ടെസ്റ്റിൽ ക്വാളിഫൈ ചെയ്തു. NET കിട്ടി. ഒന്നുകൂടെ എഴുതിയാൽ JRF കിട്ടുമായിരുന്നു. പക്ഷേ അതിനൊന്നുമുള്ള പൈസാ ഇല്ലായിരുന്നു.

ആയിടെ ഞങ്ങൾ സുഹൃത്തുക്കൾ എല്ലാരും കൂടി അഗസ്ത്യകൂട ത്തിലേക്ക് പോകാൻ തീരുമാനിച്ചു. ഷിബു, ഡഡ്‌ലി, ജോൺസൺ, ഹരോൾഡ് എന്നിവരാണ് പോയത്. ഞാൻ മദ്യപിക്കാത്ത നീണ്ട നാളുകൾ ആരംഭിക്കുന്നത് ഗവേഷണകാലത്താണ്. ഒരു കന്നാസ് ചാരായവുമായാണ് എല്ലാവരും കൂടി ബോണക്കാട് എത്തിയത്. അവിടെ കൊട്ടുംതണുപ്പത്ത് മരച്ചോട്ടിൽ ഉറങ്ങി. രാവിലെ ചാരായം ചെറിയ കുപ്പികളിലാക്കി എല്ലാവരും ജാക്കറ്റിനുള്ളിൽ ആക്കിയിരുന്നു. പെർമിഷൻ കിട്ടി. പിന്നെ യാത്ര തുടർന്നു. സംസ്കൃതവൃത്തത്തിലെഴുതിയ ഒരു കവിതയിൽ ഈ യാത്ര ഞാൻ അടുത്ത കാലത്ത് വിവരിച്ചിട്ടുണ്ട്. ആനകൾ ഉള്ള കാടാണ്. ഞങ്ങൾ കൊട്ടുമുടിയുടെ മുകളിലെത്തി. നിർഭാഗ്യവശാൽ അന്നാണ് എന്റെ പ്രണയിനിയുടെ വിവാഹം. ആത്മ ഹത്യയെക്കുറിച്ച് ഞാൻ ചിന്തിച്ചു എന്നത് സത്യമാണ്. പക്ഷേ കവി എന്നതാണ് എന്റെ നിയോഗം എന്ന് ഞാൻ അപ്പോഴും വിശ്വസിച്ചു. എനിക്കന്ന് 26 വയസാണ്. പിന്നെയും ഏഴു വർഷം കഴിഞ്ഞാണ് ഞാൻ കുറെ കവിതകൾ എഴുതുന്നത്. ഒരു ചെറിയ അംഗീകാരം ലഭിക്കുന്നത് മുപ്പത്താറാമത്തെ വയസിൽ ആണ്. എന്നുവച്ചാൽ 15-ാം വയസിൽ തുടങ്ങിയ എന്റെ എഴുത്ത് ഏതാണ്ട് 22 വർഷങ്ങൾ കഴിയുമ്പോഴാണ് ഒരിടത്തെത്തുന്നത് എന്നാണ്. ഈ വിധി എന്റെ ചെറിയ അറിവിൽ മലയാളകാവ്യചരിത്രത്തിൽ ആർക്കും ഉണ്ടായിട്ടില്ല. അതേ, ഞാൻ പറയട്ടെ, ഒടുവിൽ ഞാൻ ആ കവിത കണ്ടെത്തി. അതിന്റെ പിന്നിൽ എന്നെ സ്നേഹിക്കയും അതറിഞ്ഞാൽ അവളുടെ ആളുകൾ എന്നെ തല്ലിക്കൊല്ലുകയും ചെയ്യുമെന്ന് ഭയക്കുകയും അകാലത്തിൽ ബ്രെയിൻ ട്യൂമർ മൂലം പൊലിഞ്ഞു പോകുകയും ചെയ്ത ആ പെൺകുട്ടിയുണ്ട്. കുട ച്ചൂടി മറഞ്ഞവൾ, പ്രണയിക്കുമ്പോൾ, ഐഡന്റിറ്റി കാർഡ്, പതിനാറു കൊല്ലത്തിനുശേഷം എന്നിങ്ങനെ എത്രയോ കവിതകളിൽ അവളുണ്ട്. ഇതുവരെ പ്രസിദ്ധീകരിക്കാത്ത എത്രയോ കവിതകൾ അവളെക്കുറി ച്ചെഴുതി.

കേരളത്തിലെ അപര മനുഷ്യർക്കിടയിൽ ഞാൻ ജനിച്ചു.

ലക്ഷ്യമില്ലാതെ ചിതറിയ ജീവിതമാണ് ജീവിച്ചതെങ്കിലും കവിതയിലേക്കാണ് ഞാൻ എത്തിച്ചേർന്നത്. ചെയ്യേണ്ട പല കാര്യങ്ങളും ചെയ്യേണ്ട സമയത്ത് എനിക്ക് ചെയ്യാൻ സാധിച്ചില്ല. എടുത്തു പറയത്തക്ക കഴിവുകൾ ഇല്ല. മലയാളത്തിലെ മഹാനായ ഒരു കവി എന്നോട് സ്നേഹത്തോടെ പറഞ്ഞത് ഞാൻ "അസ്ഥൻ" ആണെന്നാണ്. എന്നുവച്ചാൽ ബുദ്ധിമാൻ അല്ലെന്നോ വിഡ്ഢി എന്നോ ആണ് അദ്ദേഹം ഉദ്ദേശിച്ച അർത്ഥം. വിഡ്ഢി ആയിരിക്കുക എന്നത് എന്റെ വിധിയാകുന്നു. അതെങ്ങനെയാണ് മഹാശാപങ്ങളായി മാറിയതെന്ന് പറയാം. കവിതയുടെ പിന്നിൽ സ്നേഹവും പ്രണയവും കരുണയും ഭാവനയും നിർമ്മാണശേഷിയും അന്വേഷണവുമാണുള്ളത്. ഗവേഷണലോകത്ത് വഴിതെറ്റിപ്പോയ ഒരാളാണ് ഞാൻ.

കാട്ടുകുതിരയെപ്പോലെയാണ് എന്റെ സഞ്ചാരം. അല്ലാതെ ഒരു സ്ഥലത്തുനിന്ന് പുറപ്പെട്ട് ലക്ഷ്യത്തിലെത്തിച്ചേരുന്ന ഒരു വാഹനമല്ല. ഗവേഷണവിഷയത്തിൽനിന്ന് ചിത്രകല, ശില്പകല എന്നിവയിലേക്ക് തെന്നിമാറി ഞാൻ. സ്പാനീഷ്, ആഫ്രിക്കൻ, ഫ്രെഞ്ച് സിമ്പോളിക്, സറിയലിസ്റ്റിക് കവിതയിലേക്കും പോയി ഞാൻ. കയ്യിൽ കിട്ടുന്നതൊക്കെ വായിക്കുക എന്നതാണ്, കാണുന്ന വഴിയേ നീങ്ങുക എന്നതാണ് എന്റെ രീതി. അതാകുമ്പോൾ എവിടെയെങ്കിലും എത്തുമെന്നേയുള്ളൂ. ചിലപ്പോൾ അതായിരിക്കാം നല്ല ലക്ഷ്യവും.

ഒരു കൊല്ലവും രണ്ട് മാസവും ആണ് ഞാൻ റിസേർച്ച് ചെയ്തത്. അത് ഒരു സാക്ഷ്യപത്രമായി കയ്യിൽ ഉണ്ട്. അതെന്റെ കോളേജ് അധ്യാപകനിയമനോത്തരവിൽ കുറിച്ചിട്ടുണ്ട്. അക്കാലത്ത് ഡിവൈൻ കോമഡിയും ഒഡീസി എ മോഡേൺ സീക്വലും ഹിസ്റ്ററി ഓഫ് ആർട്ടും ഞാൻ കുറേ വായിച്ചു. എ. അയ്യപ്പന്റെ അക്ഷരം മാസികാ ശേഖരം കാര്യവട്ടത്തുണ്ട്. അതും സർവ്വവിജ്ഞാനകോശവും അഖില വിജ്ഞാനകോശവും വായിച്ചു. ഫ്രെഞ്ച് ചിത്രകാരനായ എഡ്വേർഡ് മാനേയുടെ ഒളിമ്പിളിയയെ കഥാപാത്രമാക്കി ഒരു കവിത എഴുതി. അവൾ പാരീസിലെ ഒരു വേശ്യയായിരുന്നു. ആ കവിത ശരിയാകാത്തതുമൂലം പിന്നീട് കീറിക്കളഞ്ഞു. ആ ചിത്രം മനസിൽ കിടന്നു. പിന്നെ ഞാൻ ദിഗംബരം എന്ന മിസ്റ്റിക് കവിതയിൽ വർക്കു ചെയ്തു. അഞ്ചു ഖണ്ഡങ്ങളും ഒരു എപ്പിറ്റാഫും ഉള്ള ഒരു കവിതയായിരുന്നു അത്. കുറെ വർഷങ്ങൾകൊണ്ടാണ് തീർത്തത്. അതിലെ ഏതാനും വരികൾ താഴെ കൊടുക്കാം :

"ആടി മേഘത്തിലുണ്ടായിരുന്നു ഞാൻ

നീ വെറും കനവായ കാലം വരെ

നീ വരും വഴിത്താരയിൽ നൂറു പൂ -

വാർത്തു പൊട്ടി വിരിഞ്ഞ പുലരിയിൽ

നിത്യതേ, നിന്നെ ഉമ്മ വയ്ക്കാനൊരു

രശ്മിയായി പറന്നുവന്നെത്തി ഞാൻ"

അക്കാലത്ത് ഫാ. എസ്. കാപ്പൻ ദൈവത്തെ പരിസ്ഥിതിയുമായി ബന്ധിപ്പിച്ചുകൊണ്ട് പാഠഭേദം മാസികയിൽ ഒരു ലേഖനം എഴുതി. അതിനുമുമ്പ് അദ്ദേഹവും ഞാനും തിരുവനന്തപുരത്തെ മ്യൂസിയത്തിൽ പോയിരുന്നു. പുൽത്തകിടിയിൽ ഇരിക്കുമ്പോൾ ഒരു സുവിശേഷക്കാരൻ വന്ന് ഒരു നോട്ടീസു തന്നു. അയാൾ പോയിക്കഴിഞ്ഞപ്പോൾ "ദൈവം ഇല്ല" ഫാ. കാപ്പൻ എന്നോട് പറഞ്ഞു. "പക്ഷേ നമുക്കൊരു ദൈവത്തെ വേണം" കുറേ നേരം കഴിഞ്ഞ് അദ്ദേഹം കൂട്ടിച്ചേർത്തു. പാഠഭേദത്തിലെ ലേഖനം എന്നെ ചലിപ്പിച്ചിരുന്നു. "ദൈവം പ്രകൃതിയാണ് " എന്ന ആശയം എന്നിലെ മിസ്റ്റിക്കിനെ ഉണർത്തി. അതിന്റെ ഉല്പന്നമായിരുന്നു ദിഗംബരം എന്ന ദീർഘകവിത. അക്കൂടെ ഫ്രാൻസിസ് ഓഫ് അസീസിയുടെ ജീവചരിത്രവും എന്നെ സ്വാധീനിച്ചിരുന്നു. ദൈവം പ്രകൃതിയാണ് എന്ന ആശയം സ്പിനോസയുടേതാണ്. അത് പിന്നീടാണ് എനിക്ക് മനസിലായത്. അത് വിപ്ലവകരമായ ഒരു തത്വചിന്തയാണ്. ദൈവനിഷേധവുമാണ്. അതേ കവിതയിൽ പുതിയ ഒരു രീതി പെട്ടെന്ന് സ്വീകാര്യമാകണമെന്നില്ല. ജി. ശങ്കരക്കുറുപ്പ് ആദ്യകാലത്ത് വള്ളത്തോളിനെ ഒരു കവിത കാണിച്ചു എന്ന് കേട്ടിട്ടുണ്ട്. വള്ളത്തോൾ അത് ഒരു ശ്ലോകമാക്കി വെട്ടിക്കുറച്ചു. അതിലെ മിസ്റ്റിസിസം മനസ്സിലായില്ലായിരിക്കാം വള്ളത്തോളിന്. ഇതുപോലെ പുതിയ ഒരു രീതിയിലേക്ക് നാം എത്തുന്നത് മറ്റുള്ളവർക്ക് മണ്ടത്തരങ്ങൾ എന്ന് തോന്നാവുന്ന കാര്യങ്ങളിലൂടെയാവാം. മുമ്പൊരാൾ അഴുകിയ വസ്തുക്കളിൽനിന്ന് പുഴുക്കൾ ഉണ്ടാകുന്നതിന് സമാനമായി ചപ്പുചവറുകളിൽനിന്ന് എലികളുണ്ടാകുന്നു എന്നൊരു നിഗമനത്തിലെത്തി. ചിറകുകൾവെച്ചു കെട്ടി ഒരു മരത്തിൽനിന്ന് താഴേക്ക് ചാടിക്കൊണ്ട് പറക്കാൻ ശ്രമിച്ച ഒരാളുണ്ട്. എങ്കിലും മറ്റൊരാൾ ഇനി അങ്ങനെ ചെയ്യില്ലല്ലോ. അപ്പോൾ അത് ഗുണപാഠമായി. 22 വർഷത്തെ മണ്ടത്തരങ്ങൾക്കുശേഷമാണ് ഞാൻ എന്റെ കവിത കണ്ടെത്തിയത്. അതൊരു പരാജയങ്ങളുടെ പരമ്പരയായിരുന്നു. മേൽപറഞ്ഞ ദിഗംബരം എന്ന മിസ്റ്റിക് കവിതയും എന്റെ കവിതയായിരുന്നില്ല. അതിന്റെ പേരുതന്നെ നോക്കൂ. അതും ഒരു മണ്ടത്തരം ആയിരുന്നു. നമ്മൾ പഠിച്ച കാര്യങ്ങളിൽ, ചെയ്ത

കാര്യങ്ങളിൽ ഒരു പാട് അബദ്ധങ്ങൾ ഉണ്ട്. നമ്മുടെ ശരികളും യുക്തികളും ശരിയാകണമെന്നുമില്ല.

താരിൽത്തന്വീ ... എന്ന ശ്ലോകത്തിന്റെ പേരിൽ ഉദ്ദണ്ഡശാസ്ത്രി പുനം നമ്പൂതിരിക്ക് ഒരു ഉത്തരീയം കൊടുത്തു എന്ന കഥ തെറ്റാണ് എന്ന് ഞങ്ങളുടെ ബി. എ. മലയാളം അധ്യാപകൻ ഞങ്ങളെ പഠിപ്പിച്ചു. ഒരാളുടെ മുഷിഞ്ഞ രണ്ടാം മുണ്ട് മറ്റൊരാൾക്ക് സമ്മാനമായി കൊടുക്കുകയോ? സാർ ചോദിച്ചു. ശരിയാണെന്ന് എല്ലാവർക്കും തോന്നി. എന്നാൽ റഷ്യയിലെ പുഷ്കിനെ പാടി കരയിച്ച താന്യ എന്ന ജിപ്സി ഗായികയുടെ പാട്ടുകേട്ട് ഇറ്റാലിയൻ താരകസ്വരമായ കറ്റലാനി (Catalani) കരഞ്ഞുപോയി. അവർ തന്റെ ഷാൾ അവരെ അണിയിച്ചു. തെറ്റ് എന്ന് നമ്മൾ കരുതിയത് പലതും ശരിയായി മാറുന്നു. തിരിച്ചും സംഭവിക്കുന്നു.

കഴക്കൂട്ടത്ത് ഞാൻ മാർത്താണ്ഡവർമ്മ നോവലിലെ പിള്ളമാരെ തിരഞ്ഞു. അവരുടെ വീട് ഇരുന്നിടം മാർത്താണ്ഡവർമ്മ കുളം തോണ്ടി. ഞാനാഭാഗത്തൊക്കെ എന്തോ തിരഞ്ഞു. കാര്യവട്ടത്തിനും കഴക്കൂട്ടത്തിനും ഇടയിൽ വെളുത്ത മണലും ചെറുമരങ്ങളും നിറഞ്ഞ ഒരു പ്രദേശമുണ്ട്. അവിടെ വേണുവും ഞാനും അലഞ്ഞുനടന്നു. മണലിൽ ഞങ്ങൾ ഇരുന്നു. കുറ്റിക്കാടിന്റെ പച്ചപ്പും മണലിന്റെ വെളുപ്പും നിറഞ്ഞ ഒരിടം. വേണു അപ്പോൾ ഖസാക്കിലെ രവിയെപ്പറ്റി പറഞ്ഞു. ബോദ്ലെയർ, സോർബ ഒക്കെ വേണുവിൽനിന്ന് എന്നോടും കൂടി. രണ്ടു തരം ഗവേഷകർ എനിക്ക് ചുറ്റും ഉണ്ടായിരുന്നു. ഇടതുപക്ഷക്കാരും ഇടതുപക്ഷവിരുദ്ധരുമായ ഗവേഷകർ. അവർക്കിടയിൽ ഞാനൊരു തടിപ്പാലം ആയിരുന്നു. എനിക്ക് കൃത്യമായ നിലപാടുകൾ ഉണ്ടായിരുന്നില്ല. ഞാൻ രണ്ടു കൂട്ടരുടേയും കൂടെക്കൂടി. കാരണം സത്യം എന്നത് ഒരു സ്വപ്നത്തിലല്ല പല സ്വപ്നങ്ങളിൽ ആണ് കുടികൊള്ളുന്നത് എന്ന് പസോളിനി പറഞ്ഞിട്ടുണ്ട്. സത്യത്തിന്റെ സങ്കീർണതയെപ്പറ്റി ഗഡാമർ പറയുന്നുണ്ട്. അതിന്റെ നിർമ്മാണം ആണ് നാം ഇവിടെ നടത്തുന്നത്.

അങ്ങനെയിരിക്കേ ഒരു ദിവസം റിസേർച്ച് ഹോസ്റ്റലിന്റെ മുന്നിൽ ഒരു ബോർഡ് കണ്ടു. കഴക്കൂട്ടം ശ്രീകൃഷ്ണയിൽ ധൂമം. സംവിധാനം: അടൂർ ഗോപാലകൃഷ്ണൻ. മിക്കവാറും എല്ലാ ഗവേഷകരും ഇടതു-വലതു ഭേദമില്ലാതെ കഴക്കൂട്ടം ശ്രീകൃഷ്ണയിൽ സെക്കന്റ് ഷോയ്ക്കുണ്ടായിരുന്നു. അവരുടെ ഇടയിൽ ഞാനും. അവിടന്ന് പാതിരായ്ക്ക് ഹോസ്റ്റലിലേക്ക് മടങ്ങിവരും വഴിയാണ് ഞാൻ എം. ശ്രീനാഥിൽനിന്ന് പോസ്റ്റ് മോഡേണിസം മനസിലാക്കുന്നത്.

അധ്യായം 36

എന്നെ ചില ആളുകൾ നിലപാട് ഇല്ലാത്ത ആളായി ചിത്രീകരിക്കുന്നുണ്ട്. എനിക്ക് അതിൽ ദുഃഖമുണ്ടെന്ന് കരുതരുത്. എന്നാൽ നിലപാട് ഇല്ലായ്മ എല്ലാ വ്യക്തികളേയും സമൂഹത്തെയാകയും ബാധിച്ചിട്ടുണ്ട്. രണ്ട് ഉദാഹരണം പറയാം: പ്രീഡിഗ്രി ബോർഡ് എന്ന ആശയത്തിനെതിരേ ഞാനും സമരം ചെയ്തു. അത് ഇടതുപക്ഷം വന്നപ്പോൾ പ്ലസ് ടു ആക്കി മാറ്റി. മഹാരാജാസ് ഓട്ടോണമസ് കോളേജ് ആക്കുന്നതിനെതിരേ കോളേജിലെ ലെഫ്റ്റ് വലിയ സമരം നടത്തി. ഞാൻ പങ്കെടുത്തില്ല. കോളേജ് ഓട്ടോണമസ് ആയി. ഇടതുപക്ഷം വന്നപ്പോൾ അത് ഉറപ്പിച്ചു. സമരം ചെയ്തവരിൽ പലരും അപ്പോൾ ഓട്ടോമസ് അധികാരസ്ഥാനങ്ങളുടെ തലപ്പത്തായി.

മാതൃഭൂമിയിൽ എഴുതില്ല എന്ന് ഞാൻ പറഞ്ഞതാണ് എനിക്കു പറ്റിയ ഒരേയൊരു അബദ്ധം. രാത്രി മദ്യം കഴിച്ചിരുന്നപ്പോൾ ആണ് ഞാൻ അൻവറിന്റെ പോസ്റ്റ് എഫ്. ബി. യിൽ കണ്ടത്. പെട്ടെന്ന് അവന് പിന്തുണ കൊടുത്തതാണ്. രാവിലെയാണ് അബദ്ധം മനസ്സിലായത്. സത്യം പറയാമല്ലോ അൻവറിനുള്ള കഴിവുകൾ ഒന്നും എനിക്കില്ല. ആന വാ പൊളിക്കുമ്പോലെ അണ്ണാൻ വാ പൊളിച്ചിട്ട് കാര്യമില്ല. ഞാനൊരു കവി മാത്രമാണ്. എനിക്ക് ഉള്ളവരേ ഉള്ളൂ. ഇല്ലാത്തവർ ഇല്ല. ജീവിതത്തിൽ സ്ഥിരത ഉള്ള ചുരുക്കം ചിലരെ മാത്രമേ ഞാൻ കണ്ടിട്ടുള്ളൂ. അതൊന്നും വിശദീകരിക്കുന്നില്ല.

മറ്റൊന്ന് ദളിതനല്ല എന്നു പറഞ്ഞതാണ്. ഞാനെന്തിന് ദളിതൻ ആണെന്ന് നിങ്ങളോട് പറയണം? നിങ്ങളുടെ കുമ്പസാരക്കൂട്ടിൽ വന്ന് അയ്യോ എനിക്ക് തെറ്റുപറ്റി. ഞാൻ ശരിക്കും ദളിതനാണ് കേട്ടോ എന്ന് എന്തിന് മാനസന്തരപ്പെടണം ?

"അല്ലെന്നുമാണെന്നുംഞാൻഒഴിഞ്ഞേൻ" എന്ന്വൈലോപ്പിള്ളിക്ക്

എഴുതാം. ഞാൻ പറഞ്ഞാലേ പ്രശ്നമുള്ളു അല്ലേ?

എനിക്ക് എല്ലാ തുറകളിലും സുഹൃത്തുക്കൾ ഉണ്ട്. ഞാൻ പ്രണയിച്ചത് ദളിതരെയല്ല. വൈരുദ്ധ്യത്തിലേ പ്രണയം ഉള്ളു. എന്നെ കവി എന്ന നിലയിൽ സ്നേഹിച്ചവരിൽ, പ്രോത്സാഹിച്ചവരിൽ അടുത്ത കാലത്തൊഴികെ ദളിതരില്ല. കേരളത്തിലെ സർഗാത്മക ബൗദ്ധികമണ്ഡലമാണ് എന്നെ സ്നേഹിച്ചത്. ദളിതരൊക്കെ 2005 ന് ശേഷമാണ് എന്നെ തിരിച്ചറിയുന്നത്. അപ്പോൾ എനിക്ക് 40 കഴിഞ്ഞു. ഞാനപ്പോഴേക്കും രണ്ട് പുസ്തകങ്ങൾ ചെയ്തു കഴിഞ്ഞിരുന്നു. ദളിതൻ എന്ന ഇന്നത്തെ കൺസപ്റ്റിൽ അല്ല ഞാൻ ജീവിച്ചത്. ജാതിയെ ശ്രദ്ധിക്കാതെയും മതത്തെയും പള്ളിയെയും കബളിപ്പിച്ചും അവഗണിച്ചുമാണ് ഞാൻ ജീവിച്ചത്. ജാതിവാദികളെ എനിക്ക് അറിയില്ല. സഭയുമായി ബന്ധവുമില്ല. ക്രിസ്തുമതത്തിന്റെ നിയമാവലികളും ബൈബിളും തമ്മിൽ ഒരു പൊരുത്തവും ഇല്ല. മത സ്ഥാപനം എന്ന നിലയിൽ അത് ഒരു ഫാഷിസ്റ്റ് സ്ഥാപനമാണ്. ലോകത്തെല്ലാം അങ്ങനെതന്നെ. ഞാൻ പള്ളി സ്കൂളിലാണ് ജോലി ചെയ്തതെങ്കിലും മതത്തിന്റെ അടിമയായിരുന്നില്ല. ബൈബിൾ വായിക്കാൻ എനിക്ക് ഇഷ്ടമാണ്. ഖുറാനും വായിക്കും ഹിന്ദുമതവും ബുദ്ധജൈനമതവും വായിക്കും എന്നു മാത്രം. എത്തീസ്റ്റുമാണ്.

ഞങ്ങളുടേത് ലത്തീൻ പള്ളിയാണ്. ഞങ്ങളെ അപരരാക്കിയത് സുറിയാനി പള്ളിക്കാരാണ്. ആയതിനാൽ ലത്തീൻ കൾച്ചറിനോട് എനിക്ക് ചെറിയ ഒരു താല്പര്യം ഇല്ലാതില്ല. ഞാൻ ദളിതൻ അല്ല. വെറും മനുഷ്യൻ മാത്രമാണ്. ദളിതൻ എന്ന വാക്കും മനുഷ്യൻ എന്ന വാക്കും ഒരു ഭാഷാസങ്കല്പനം മാത്രമാണ്. അതുപോല ദ്വിജൻ എന്നുമില്ല. ദ്വിജന് രണ്ടു ജന്മമേയുള്ളു. ബഹുജൻ എന്നത് നിരവധി ജന്മങ്ങൾ ഉള്ളവൻ ആണ്. ബഹുജന്മങ്ങൾ ഉള്ളവനാണ് മനുഷ്യൻ.

ഒരു കവി ഇന്നതാകണം എന്ന് നമുക്ക് പറയാൻ പറ്റുമോ? അയാളുടെ ചില കവിതകൾ നന്നായാൽ പോരേ? തസ്കരന് കവിത എഴുതാമെന്നും തസ്കരനത് വായിക്കാമെന്നും പഴയ ഭാരതീയചിന്തകർ പോലും പറഞ്ഞിട്ടുണ്ട്. അയാളെ എന്തിനാണ് നിങ്ങൾ വരച്ച വരയിൽ നിർത്താൻ ശ്രമിക്കുന്നത്? നിങ്ങൾ എന്തിനാണ് കവിയെ പൊരിവെയിലിൽനിർത്തുന്നത്? “മഴയത്ത് നിർത്തുന്നത് ?” നോട്ടർഡാമിലെ കൂനനിലെപ്പോലെ വിചാരണ ചെയ്യുന്നത്? നിങ്ങൾ നോക്കുക. നമ്മുടെ സഹോദരങ്ങളായ ദളിത് ഹിന്ദുക്കൾക്ക് സംവരണം ലഭിക്കുന്നു എന്നതിന്റെ പേരിൽ എന്തെല്ലാം പീഡനമാണ് അവർ അനുഭവിക്കുന്നത്?

എത്ര പേർ കൊല്ലപ്പെട്ടു. കലാലയങ്ങളിൽ ആത്മഹത്യ ചെയ്തു. ഒരു കണക്കിന് സംവരണം ഇല്ലാതിരിക്കുകയാണ് നല്ലത്. പിച്ചതെണ്ടിയാണെങ്കിലും ജീവിക്കാമല്ലോ. ആരും കൊല്ലില്ലല്ലോ. ഞാൻ കോളേജുകളിൽ സംവരണം ലഭിക്കുന്ന ആളായിട്ടല്ല, തുല്യനിലയിൽ ഉള്ള അധ്യാപകനായിട്ടാണ് പരിഗണിക്കപ്പെട്ടത്. അതിന്റെ ഒരു കാരണം എന്റെ പേരാണ്. രണ്ടാമത്തെ കാരണം എല്ലാവരോടും കൂട്ടുകൂടാൻ ഉള്ള എന്റെ കഴിവാണ്. കാരണം ഞാൻ കവി എന്ന അധികാരത്തിലാണ് ജീവിച്ചത്. ഭാഷയുടെ അധികാരത്തിൽ. ഭാഷയുടെ കാര്യത്തിൽനിങ്ങളുടെ മുമ്പിൽ എനിക്ക് തലകുനിച്ച് മാറിനിൽക്കേണ്ടി വരില്ല. ഭാഷയാണ് എന്റെ സാമ്രാജ്യം. ഭാഷാസാമ്രാജ്യത്തിലെ ചക്രവർത്തിയാണ് കവി. അപാരേ കാവ്യസംസാരേ ... എന്നു പറഞ്ഞതിലൊക്കെ അല്പം കാര്യമുണ്ട്.

കാര്യവട്ടത്ത് കുറേക്കാലം എൻ.സി. ഹരിദാസൻ മാഷും ഞാനും കൂടി ഒരു കോർട്ടേഴ്സിൽ താമസിച്ചിരുന്നു. ചില്ലിട്ട ജനലുകൾ ആയിരുന്നു കോർട്ടേഴ്സിന്റേത്. എന്നാൽ കർട്ടൻ ഉണ്ടായിരുന്നില്ല. അതൊരു കുന്നിൽപുറം ആയിരുന്നു. വഴിയുടെ അങ്ങേയറ്റത്തെ കോർട്ടേഴ്സായിരുന്നു അതെന്നാണ് എന്റെ ഓർമ്മ. അവിടെ ധാരാളം മുരിങ്ങമരങ്ങൾ ഉണ്ടായിരുന്നു. ഫലഭാരനമ്രം. ഞങ്ങൾ സ്ഥിരമായി മുരിങ്ങയ്ക്ക കറിവെച്ചു. ചില സമയത്ത് മാഷ് ബാലുശ്ശേരിക്കുപോകും. അപ്പോൾ ഞാനൊറ്റയ്ക്കാകും. ജനൽ കർട്ടൻ ഇല്ലാത്തതിനാൽ പുറംലോകം അതേപടി കാണാം. നിലാവു കൂടി ഉണ്ടായിരുന്നു. എനിക്ക് ഉറക്കം വരില്ല. വനത്തിൽ ഉപേക്ഷിക്കപ്പെട്ട ഒരു നഗ്നനായ മനുഷ്യനെപ്പോലെ ഞാൻ കിടന്നു. ലോകം മുഴുവനും എന്നെത്തന്നെ കണ്ണുതുറന്ന് നോക്കിയിരിക്കും പോലെ തോന്നി. ഇരുട്ടില്ലാതെ ഒരിക്കലും ഉറങ്ങാൻ എനിക്ക് കഴിഞ്ഞിരുന്നില്ല. ഒരു തരം പീഡാനുഭവമായി ആ ഏകാന്തതയും ഒറ്റയ്ക്കുള്ള താമസവും എനിക്ക് അനുഭവപ്പെട്ടു. അവിടന്ന് മുകളിലേക്ക് കാട്ടുപ്രദേശങ്ങൾ ആണ്. ചെറുമൃഗങ്ങളും പാമ്പുകളും ജീവജാലങ്ങളും ഉള്ള സ്ഥലം. അതു പക്ഷേ മനസിന്റെ അബോധമണ്ഡലം എന്നിൽ തുറന്നിട്ടു. അതെന്റെ ക്രിയേറ്റിവിറ്റിയെ ഉണർത്തി. അങ്ങനെയാണ് കരിക്കാക്കയോട് എന്ന ഒരു കവിത എഴുതിയത്. അനേകം വഴികൾ ഒത്തുകൂടുന്ന കുന്നിന്റെ മുകൾ എന്ന ഒരു വിഷ്വൽ ആ കവിതയിൽ ഉണ്ടായിരുന്നു. ആ കവിതയും പിന്നീട് എനിക്ക് സ്വീകാര്യമായില്ല. ഇക്കാലത്തും ഹോസ്റ്റലിലെ ആരുടേയോ സൈക്കിളുമായി ഞാൻ കഴക്കൂട്ടം കൂടി പുത്തൻതോപ്പ് കടൽക്കരയിൽ പോകുമായിരുന്നു.

അധ്യായം 37

ഞാൻ എം. എ. യ്ക്ക് പഠിക്കുമ്പോഴാണ് കൂടെ പഠിച്ച, കൂടെ താമസിച്ച ഡിക്സൻ ജോർജ്ജിനൊപ്പം അവന്റെ നാടായ പുത്തൻതോപ്പിൽ എത്തുന്നത്. തമ്പാനൂർ ബസ്റ്റാന്റിൽ ഏറെ നേരം കാത്തിരുന്നപ്പോഴാണ് പെരുമാതുറ ബസ് വന്നത്. കടൽക്കരയിലെ ഒരു ഗ്രാമം ആണ് പുത്തൻതോപ്പ്. കടൽത്തീരത്തെ മണലും ഉൾപ്രദേശങ്ങളിലെ മണലും നിറംകൊണ്ട് വ്യത്യസ്തമാണ്. ഉൾപ്രദേശങ്ങളിൽ കശുമാവുകൾ ഉണ്ട്. വെളുത്ത മണലുണ്ട്. പട്ടിത്താനത്തെപ്പോലെ ചുവന്ന മണ്ണല്ല പുത്തൻതോപ്പിലേത്.

ആദ്യമായി പുത്തൻതോപ്പിലെത്തിയപ്പോൾ ഒരു സ്വപ്നഭൂമിയിൽ എത്തിയ പോലെയാണ് എനിക്ക് തോന്നിയത്. പഞ്ചസാരമണലാണതിനു കാരണം. ഞാൻ മണലുതെറിപ്പിച്ചു ഉല്ലസിച്ചു നടന്നത് വ്യക്തമായും ഓർക്കുന്നു. അന്ന് പാർവ്വതിപുത്തനാറിന്റെ കരയിലും മറ്റും പട്ട കിട്ടും. അതൊക്കെ കഴിച്ച് രാത്രിയിൽ പാതിരാവരെ ഞങ്ങൾ കടൽക്കരയിൽ ഉറങ്ങും. ഉറങ്ങിക്കിടക്കുമ്പോൾ ഞണ്ടുകൾ വന്ന് കാലിലിറുക്കും. അവിടത്തെ മണൽ കാലുകൊണ്ട് ചിതറിച്ചാൽ ഇരുട്ടിൽ തിളങ്ങുമെന്ന് ഡിക്സൺ കാണിച്ചു തന്നു. തോറിയം കലർന്ന മണലാണത്. ഞങ്ങൾ ഉച്ചയ്ക്കുശേഷം കാറ്റുകൊള്ളാൻ കടൽക്കരയിൽ പോകും. പായും തലയിണയുമിട്ട് കിടക്കുമായിരുന്നു. രാത്രിയിൽ മദ്യപിച്ചിരിക്കും. മദ്യം, കവിത, പ്രണയം, സിനിമ, കമ്മ്യൂണിസ്റ്റ് രാഷ്ട്രീയം ഇതൊക്കെയായിരുന്നു ഞങ്ങളുടെ വിഷയം.

പുത്തൻതോപ്പിലെ രണ്ട് പ്രധാന സ്ഥാപനങ്ങൾ ലത്തീൻ പള്ളിയും വായനശാലയുമാണ്. പള്ളിയുടെ സ്വാധീനം ശക്തമാണ്. പള്ളിയുടെ ചില വിലക്കുകൾ മുക്കുവർക്കുമേൽ ഉണ്ട്. ആ വിലക്കുകളെ

മറികടക്കുന്നതാണ് അവിടത്തെ ജീവിതം. പ്രത്യേകിച്ചും എന്റെ കൂട്ടുകാരുടെ. വിശാലമായ കടൽത്തീരത്തായി വീടുകളില്ല. കുറേ ഉള്ളിലോട്ട് കേറിയാണ് വീടുകൾ. അതുകൊണ്ട് കടലാക്രമണം ഇല്ല. കടലിന്റെ വായിൽക്കൊണ്ട് വീട് വച്ചിട്ട് കടലാക്രമിക്കുന്നേ എന്നു പറയുന്ന പൊതുവായ അവസ്ഥ പുത്തൻതോപ്പിലില്ല. ഒരു കാലത്ത് കുറെ ആളുകളെ രാത്രിയിൽ കൊണ്ടുവന്ന് കടൽത്തീരത്ത് താമസിപ്പിക്കാൻ ശ്രമം നടത്തിയതായി എന്റെ ചങ്ങാതി പറഞ്ഞിട്ടുണ്ട്. അതവർ പൊളിച്ചുകളഞ്ഞു. തരക്കേടില്ലാത്ത ധാരാളം സമ്പന്നർ ഉള്ള സ്ഥലമാണിത്. വിദേശ വരുമാനമാണ് അടിസ്ഥാനം. ഗൾഫിൽ മാത്രമല്ല ഇംഗ്ലണ്ട്, ഇറ്റലി, ഓസ്ട്രേലിയ എന്നിവിടങ്ങളിൽ ജോലി ചെയ്യുന്ന ധാരാളം പേർ അവിടെയുണ്ട്. അതുകൊണ്ടുതന്നെ പാശ്ചാത്യസ്വഭാവം പുതുതലമുറയുടെ ജീവിതത്തിൽ കാണാമായിരുന്നു. ലത്തീൻ-റോമൻ സംസ്കാരത്തിന്റെയും കേരളീയതയുടേയും വൈദേശീയതയുടേയും സങ്കരത അവിടെ ഉണ്ട്. അതിന്റെ കലാപരമായ നന്മകളിൽനിന്ന് ഉയർന്നുവന്നവരാണ് അലൻസിയർ എന്ന നടനും ഡിക്സനും റൂബിൻ ഡിക്രൂസും ഒക്കെ.

കടൽക്കരയിൽ തെങ്ങിൽതോപ്പുകൾ കാണാം. വള്ളങ്ങളും കട്ടമരങ്ങളും പൊതിഞ്ഞുകെട്ടിവെച്ചിരിക്കുന്ന വലകളും കാണാം. വല നന്നാക്കുന്നവരും ഉണ്ടാകും. ഡിക്സന്റെ അച്ഛൻ ലോപ്പസ് ചിലപ്പോൾ അവിടെ കാണും. ഡിക്സണിലൂടെ റോജർ, മൈക്ക്, സുനിൽ ജെറാൾഡ് റൂബിൻ ഡിക്രൂസ്, അലൻസിയർ എന്നിങ്ങനെ ധാരാളം സുഹൃത്തുക്കളെ എനിക്ക് കിട്ടി. 1985 മുതലുള്ള സൗഹൃദമാണ്. എസ്.എഫ്. ഐ പ്രവർത്തകരായിരുന്നു അവരെല്ലാം. എന്നെ എല്ലാവരും മത്സരിച്ച് വീട്ടിൽ കൊണ്ടുപോകും. ഊണുതരും. ഗൾഫിൽനിന്ന് കൊണ്ടുവന്ന പുതുവസ്ത്രങ്ങൾ എനിക്ക് തരും. മുണ്ടിൽനിന്ന് ജീൻസിലേക്കും അയഞ്ഞ ഉടുപ്പിലേക്കും ഞാൻ മാറുകയായിരുന്നു. അക്കാലത്ത് സിദ്ധാർത്ഥൻ എന്നൊരു കവിത എനിക്ക് ഉണ്ടായിരുന്നു. ഷാപ്പിലും മരച്ചോട്ടിലും മദ്യപിക്കുമ്പോൾ എന്റെ കവിത അനിവാര്യമായിരുന്നു. റോജർ ആണ് ആ കവിതയുടെ ഏറ്റവും വലിയ ആരാധകൻ. ഞാൻ ആ കവിതയും ഉപേക്ഷിച്ചു. ഡിക്സൻ കടൽ സ്പർശം ഉള്ള കവിതകൾ എഴുതിയിരുന്നു. ഞാൻ അവിടെ എത്തുന്നതിന് മുമ്പേതന്നെ അവിടത്തെ അന്തരീക്ഷത്തിൽ കവിത ഉണ്ടായിരുന്നു. "പടിഞ്ഞാറൻ കാറ്റിട്ട വിത്തുകൾ പറന്നേ കിടക്കുന്നു" എന്ന പോലെ ചില വരികൾ കാറ്റിൽ പറന്നുനടന്നു. ഡിക്സണ് നാടകത്തിലും താല്പര്യമുണ്ട്. ഇപ്പോൾ നോവലും എഴുതുന്നു. അവന്റെ അനിയൻ ജോൺസനും കവിതകൾ എഴുതിയിരുന്നു.

"ഡിസംബറിന്റെ ശവപ്പെട്ടിയിൽനിന്ന്

ജനവരിയുടെ കൈ ഉയരുന്നു" എന്നെഴുതിയത് എന്നെ ഞെട്ടിച്ചി യിട്ടുണ്ട്.

ഒരു പാട്ടുകാലം ഞാൻ ആ വീട്ടിൽ താമസിച്ചു. സാമ്പത്തികമായി അവർ എന്നെ സഹായിച്ചു. പുത്തൻ തോപ്പിലെ മിക്കവാറും ആളുകളെ എനിക്ക് അറിയാമായിരുന്നു. പട്ടിത്താനം കഴിഞ്ഞാൽ നീറിക്കാട് പോലെ എന്നെ പലർക്കും അറിയാവുന്ന ഒരു ഗ്രാമമായിരുന്നു പുത്തൻ തോപ്പ്.

1985 മുതൽ ഉള്ള ബന്ധമാണ് പുത്തൻ തോപ്പുമായി. ഡിക്സനും സഹോദരങ്ങളും അച്ഛനും ഒക്കെ എന്റെ വീട്ടിൽ വന്നിട്ടുണ്ട്. ഡിക്സന്റെ അച്ഛൻ വടക്കെങ്ങാണ്ടു മീൻ പിടിക്കാൻ പോയിട്ട് പട്ടിത്താനത്ത ഞങ്ങളുടെ വീട്ടിൽ ഒരാഴ്ചയോളം താമസിച്ചു. അവന്റെ സഹോദരി ശാന്തിയുടെ ഭർത്താവാണ് അലൻസിയർ എന്ന സിനിമാനടൻ. പുത്തൻതോപ്പിൽ അവരൊക്കെ നാടകക്കാർ ആയിരുന്നു. എം. എ. കഴിഞ്ഞ് ഞാൻ പുത്തൻതോപ്പിലെത്തുമ്പോൾ അവിടെയുള്ള എന്റെ കൂട്ടുകാർ എല്ലാവരുംതന്നെ എസ്.എഫ്. ഐ. വിരുദ്ധരായി കഴിഞ്ഞിരുന്നു. അതിനെക്കുറിച്ച് കൂടുതലായി ഒന്നും തന്നെ എനിക്ക് അറിഞ്ഞുകൂടാ. എസ്.എഫ്. ഐ.യുടെ അപചയം, ഫാഷിസം അതിലുണ്ട്. രാഷ്ട്രീയ വുമായി ബന്ധപ്പെട്ട് ഒരു ബസ് ഡ്രൈവറുമായുള്ള സംഘർഷത്തിൽ കുറേക്കാലം കേസുകെട്ടുമായി നടക്കേണ്ടിവന്നു ഡിക്സന്റെ സഹോദ രൻമാർക്ക്. നിനക്കൊന്നും വേറേ പണിയില്ലേ എന്ന് ഞാൻ ചോദിച്ചി ട്ടുണ്ട്. ഞാനവരെ ഗുണദോഷിക്കുമായിരുന്നു. അതിനുള്ള സ്വാതന്ത്ര്യം എനിക്ക് ഉണ്ടായിരുന്നു. ഡിക്സനെപ്പോലെ എനിക്ക് അടുപ്പം ഉള്ളവ രായിരുന്നു ഡഡ്‌ലിയും ജോൺസണും. അവർ രണ്ടു പേരും ഇന്നില്ല. അവരെ പ്രതി ഞാൻ ഒരു പാട് സങ്കടപ്പെട്ടിട്ടുണ്ട്. തിരുവനന്തപുരത്ത് പോകുമ്പോഴെല്ലാം ഞാൻ പുത്തൻതോപ്പിലും പോയി വന്നു. ഞാൻ അവിടെ ഒരു സന്ദർശകൻ ആയിരുന്നില്ല. ഒരു പരിധിവരെ അവിട ത്തുകാരൻ കൂടിയായിരുന്നു. കടലിന്റെ ആഴമുള്ള മനുഷ്യരാണ്. നിഷ്കള ങ്കരുമാണ്. ഞാൻ കടലിൽ കുളിച്ചിട്ടുണ്ട്. കർക്കിടകത്തിലെ ബ്ലാക് & വൈറ്റ് കടലും വേനലിലെ നീലസമുദ്രവും കണ്ടിട്ടുണ്ട്. രാത്രി ഞങ്ങൾ മണലിൽ നടക്കുമ്പോൾ ദൂരെ കപ്പലുകൾ, ബോട്ടുകൾ കാണാം. ആകാശം നിറയെ നക്ഷത്രങ്ങൾ. കമ്പാവല വലിക്കുന്നത് കണ്ടിട്ടുണ്ട്. കടൽക്കരയിൽ പാര്, കരിവാട്, ആറാമി, വസി പോലുള്ള വാക്കുകൾ ഉണ്ട്. പലതും മറന്നുപോയി. കടലിനെ അമ്മയായും അച്ഛനായും അവർ കണ്ടിരുന്നു. ഡഡ്‌ലിയുടെ മരണവുമായി ബന്ധപെട്ട് ഞാൻ ഒരു കവിത എഴുതിയിട്ടുണ്ട്.

"കടലിൽ നീ കളിക്കുന്നു

തിരകളിൽ മറിയുന്നു

താണുതാണ് പോകുന്നു

തിരിച്ചു നീ വരില്ലെന്ന്

വേദനിക്കുമ്പോൾ

കരയിൽ നീ വെയിൽ കൊള്ളു -

ന്നതു കാണുന്നു." (അൾത്താര)

ഇതെഴുതുമ്പോൾ എന്റെ മനസിൽ ഗ്യന്തർ ഗ്രെസിന്റെ ക്യാറ്റ് ആന്റ് മൗസിലെ അവസാന ഭാഗം ഉണ്ടായിരുന്നു. മാൽക്കമും ഇതുപോലെ കടലിൽ താഴുകയാണല്ലോ. ഇവിടത്തെ വ്യത്യാസം ഒരു മാജിക്കു കൂടി ഉണ്ടെന്നുള്ളതാണ്. എസ്. എഫ്. ഐ.യുടെ സമരചരിത്രവും അതിൽ സൂചിപ്പിച്ചിട്ടുണ്ട്.

റോജർ കഴിഞ്ഞ കൊല്ലം ഇറ്റലിയിൽ വെച്ച് മരിച്ചു. അവിടന്ന് എന്നെ ഫോൺ വിളിക്കുമായിരുന്നു.

"കതകിൽ നീ കവിത പോ-

ലെഴുതിയതവശേഷി

ച്ചിരിക്കുന്നു" എന്ന് ഞാൻ എഴുതിയത് റോജറിനെക്കുറിച്ചാണ്. വലിയ ഒരു തമാശക്കാരനായിരുന്നു റോജർ. ഏറെക്കാലം ഞാൻ താമസിച്ചിരുന്നത് ഡിക്സന്റെ ആന്റിയുടെ വീട്ടിൽ ആയിരുന്നു.

അവരും ഡിക്സന്റെ അമ്മയും വല്യമ്മയും വല്യപ്പനും ഡിക്സന്റെ അച്ഛനും എന്റെ ഓർമ്മകളിൽ ജീവിക്കുന്നു. ഡിക്സൻ കുറേക്കാലം ഗൾഫിൽ ആയിരുന്നു. നാട്ടിൽ വരുമ്പോൾ ധാരാളം ഡ്രസുമായി എന്റെ വീട്ടിൽ വരുമായിരുന്നു. ആ രാത്രി, കടൽക്കരയിലെ കൂട്ടുകാർ, കടൽക്കവിതകൾ എന്നിങ്ങനെ കുറെ കവിതകൾ കടൽ ജീവിതവു മായി ബന്ധപ്പെട്ട് ഞാൻ എഴുതിയിട്ടുണ്ട്. അവയുടെ ഘടനകളിൽ സ്വതന്ത്രമായ പരീക്ഷണങ്ങൾ ഉണ്ടായിരുന്നു. അക്കാലത്ത് ഞാൻ എഴുതിയ ലേഖനങ്ങളിൽ, ഇന്റർവ്യൂകളിൽ കടൽക്കവിത എന്ന സങ്കല്പം മുന്നോട്ടുവച്ചിട്ടുണ്ട്. പക്ഷേ അതെല്ലാം നഷ്ടപ്പെട്ടിരിക്കുന്നു. നഷ്ടപ്പെട്ടു പോയ കാലം നഷ്ടപ്പെട്ടതു തന്നെയാണ്. കടലിന്റെ കവിത, കാടിന്റെ കവിത എന്നീ രണ്ട് ധാരകൾ മുന്നോട്ടുവെച്ചത് ഞാനാണ്. പക്ഷേ കാലം അതെല്ലാം മായ്ച്ചു. അഹങ്കാരികളും കുത്സിത രാഷ്ട്രീയക്കാരു മായ പുതുകവികൾ പുതിയ അവകാശികളായി വന്നു. അവരും മാഞ്ഞു പോകും എന്നതാണ് മറ്റൊരു കാര്യം. അപ്പോൾ കാലം പൊട്ടിച്ചിരിക്കും.

മലയാറ്റൂർ രാമകൃഷ്ണന്റെ യന്ത്രം എന്ന നോവലിൽ കളക്ടർ ആയ ബാലചന്ദ്രനോട് തന്റെ തുണി പൊക്കിക്കാണിച്ചിട്ട് അയാളുടെ അച്ഛൻ പറയുന്നു. "നീയൊക്കെ ഇതിൽനിന്നാണ് വന്നത്" എന്ന്.

"കടൽക്കരയിലെനിക്കൊരു കാമുകിയുണ്ടായിരുന്നല്ലോ" എന്ന് ഞാൻ എഴുതിയത് കാമുകി ഇല്ലാത്തതു കൊണ്ടാണ്. അഭാവങ്ങളെ പൂരിപ്പിക്കുന്ന ഇടങ്ങൾ മാത്രമാണ് അത്തരം കവിതകൾ.

ഇപ്പോൾ തിരുവനന്തപുരത്തും പുത്തൻതോപ്പിലും ഒക്കെ പോയ കാലം മറന്നിരിക്കുന്നു. പതുക്കെ പതുക്കെ എല്ലാറ്റിൽനിന്നും വിട്ടുപോകുകയാണ് ഞാൻ. ജീവിതം അങ്ങനെയാണ്.

പുത്തൻ തോപ്പ് പള്ളി ബെൽജിയം മോഡൽ പള്ളിയാണെന്ന് ഡിക്സൻ പറഞ്ഞിട്ടുണ്ട്. പാളയംപള്ളിപോലെതന്നെ എനിക്ക് തോന്നി. അതിന് ഇന്ത്യൻ റെഡ് എന്ന കളറാണ് എന്റെ മനസിൽ. ഞാനും സുഹൃത്തുക്കളും അവിടെ പല തവണ കുർബാന കൂടിയിട്ടുണ്ട്. ലത്തീൻ റോമൻ കുർബാനയാണ് പട്ടിത്താനം പള്ളിയിലേതുപോലെതന്നെ അവിടെയും. പുരോഹിതൻ ഭക്തജനങ്ങൾക്കഭിമുഖമായി നില്ക്കുന്നു. പിന്നെ സുറിയാനിക്കാരെപ്പോലെ ഗദ്യം പദ്യമായി പാടുന്നില്ല എന്നതൊക്കെയാണ് അതിന്റെ പ്രത്യേകത. ഏതായാലും രണ്ടും രണ്ടു രീതിയാണ്. കുർബാന ഏത് രീതിയിലുള്ളതായാലും അത് സിംബോളിക്കും അനുഷ്ഠാനപരവുമാണ്. ബലിയാണ്. ദേവസ്ഥാനത്തോട് അടുത്തതാണ് അനുഷ്ഠാനം. പ്രസംഗമില്ലെങ്കിൽ 15 മിനിട്ടുകൊണ്ട് തീരാവുന്നതാണ് കുർബാന. ഒരാത്മീയതയുമില്ലാത്ത, അറിവിന്റെ ആഴമില്ലാത്ത പ്രസംഗങ്ങളാണ് പലതും. ഞാനും ഡിക്സനും സഹോദരന്മാരും ബൈബിൾ ചർച്ച ചെയ്യുമായിരുന്നു. ഡഡ്‌ലിക്ക് അതിൽ ഒന്നും താല്പര്യമില്ല. മുക്കുവ സമൂഹത്തിൽ പെട്ടവരായിരുന്നു ക്രിസ്തുശിഷ്യന്മാർ മിക്കവരും. മീനെ പിടിക്കുന്നവരെ മനുഷ്യരെ പിടിക്കുന്നവർ ആക്കാമെന്ന് ക്രിസ്തു അവരോട് പറയുന്നുണ്ട്. ക്രിസ്തുവിനെ ഉള്ളിൽ വഹിക്കുന്നവരാണ് പുത്തൻ തോപ്പുകാർ. ആദിമ ക്രൈസ്തവതയുടെ ചില അംശങ്ങൾ നമുക്ക് അവിടെ കാണാം. ഞാനവിടത്തെ വിളിച്ചതും വിളിക്കാത്തതുമായ നിരവധി കല്യാണങ്ങൾ കൂടിയിട്ടുണ്ട്. ഒരിക്കൽ ഡിക്സന്റെ അച്ഛൻ "നിങ്ങളെ വിളിച്ചില്ലല്ലോ" എന്ന് ഞങ്ങളോട് ചോദിച്ചു. അപ്പോൾ ഞങ്ങൾ ചെറുപ്പക്കാരുടെ ഒരു കൂട്ടം തന്നെയുണ്ട്. മീനാണ് പുത്തൻ തോപ്പുകാരുടെ പ്രധാന ഭക്ഷണം. നല്ല ഫ്രെഷ് മീൻ. തേങ്ങാ അരച്ചാണ് അത് കറിവയ്ക്കുന്നത്. അവരുടെ പറമ്പിൽ ധാരാളം തെങ്ങുകളും മാവുകളും ഉണ്ടായിരുന്നു. ഡിക്സനും റോജറും ഒക്കെ മീൻപിടുത്തക്കാർ ആയിരുന്നു. കടലിൽ കറുപ്പ്

കാണുന്നു എന്ന് ഒരു പ്രയോഗമുണ്ട്. കറുപ്പ് എന്നത് മീനിന്റെ നിറം ആണ്. കടലിൽ കുളിക്കുമ്പോൾ ശ്രദ്ധിക്കേണ്ട ഒരു കാര്യമുണ്ട്. വലിയ തിരവരുമ്പോൾ വെള്ളത്തിൽ മുങ്ങണം, അഥവാ തിരയ്ക്കു മുകളിലൂടെ കയറിപ്പോകണം. അല്ലെങ്കിൽ പുറത്ത് അടി കിട്ടും. എനിക്കൊരെണ്ണം കിട്ടിയിട്ടുണ്ട്. ദയവായി മദ്യപിച്ചിട്ട് ഒരു വെള്ളത്തിലും ചെന്നു ചാടരുത്. കടൽത്തിരയടിയേറ്റാണ് ഡഡ്‌ലി തളർന്നു പോയത്. ആ കിടപ്പിൽനിന്നവൻ ഒരിക്കലും എണീറ്റില്ല. അവന് തിരയടിയേൽക്കുന്നതിനുമുമ്പ് അവന്റെ ഇരട്ട സഹോദരൻ ജോൺസൺ ഗൾഫിലൊരു കെട്ടിടത്തിൽനിന്ന് വീണ് നടക്കുവാൻ വയ്യാതായി. ബൈബിൾ വായിച്ചപ്പോൾ ഉണ്ടായ ഒരു മിഥ്യാഭ്രമം ആയിരുന്നു എന്നാണ് കേട്ടത്. മറ്റൊന്ന് എന്റെ കാമുകി മരിച്ച കാര്യം ഞാനവന് എഴുതിയിരുന്നു. അത് വായിച്ചിട്ടാണ് അവന് വിഷമം ഉണ്ടായതെന്നാണ് കേട്ടത്. എന്തൊരു വിധി? അത്ര മാത്രം അവനെന്നെ സ്നേഹിച്ചിരുന്നു. അത് കേട്ട് ഞാൻ കരഞ്ഞു. എന്തായാലും അവന്റെ വീട്ടുകാർക്കൊപ്പം ഞാനും എന്റെ വീട്ടുകാരും അവരെ സ്നേഹിച്ചു. ജോസഫ് പെണ്ണിനേയുംകൊണ്ട് ഇങ്ങോട്ട് വരുമല്ലോ എന്ന് ഡിക്സന്റെ അമ്മയും പറയുമായിരുന്നു. ബൈബിൾ ഒരു നല്ല ഗ്രന്ഥം തന്നെ. പക്ഷേ ഏതൊരു പുസ്തകവും അപകടകാരിയാവാം എന്നത് നാം മറക്കരുത്. ഡോൺ ക്വിക്സോട്ടിന് ഭ്രാന്തു വന്നത് പുസ്തകങ്ങൾ വായിച്ചിട്ടാണ്. ഞാനൊക്കെ ഇങ്ങനെ പീഡിതജീവിതം ജീവിക്കുന്നതും പുസ്തകങ്ങൾ കാരണമാണ്. അതു പിന്നെ എഴുത്തിന്റെ മനോരോഗാലയം. അതിൽ ആനന്ദവും കണ്ണീരും ഉണ്ട്. ആധുനികരായ ചില കവികളും കഥാകൃത്തുക്കളും മനുഷ്യരെ അപകടത്തിലേക്ക് നയിക്കുന്ന രീതിയിൽ എഴുതിയിട്ടുണ്ട് എന്നത് നാം മറക്കരുത്. നോർമ്മൽ ജീവിതമാണ് നല്ലത് എന്ന് തോന്നാറുണ്ട്.

ഞാൻ ബി.എഡിനു പഠിക്കുന്ന കാലത്താണ് കുറേക്കാലം റോജർ പാളയം ഹോസ്റ്റലിൽ വന്നു താമസിച്ചത്. അക്കാലത്ത് എസ്.എഫ്. ഐ.യിൽ തന്നെ ആന്തരികസംഘർഷമുണ്ടായി. അങ്ങനെ റോജറിനെ എസ്.എഫ്. ഐ.ക്കാർ തല്ലി. എന്റെ മുറിയിലും റോജറിന്റെ കൂട്ടുകാരൻ എന്ന നിലയിൽ അവർ വന്നിരുന്നു. ആ കൂട്ടത്തിലുണ്ടായിരുന്ന ഒരാളെ ഞാൻ അതിനു മുമ്പ് പരിക്കു പറ്റിയപ്പോൾ ശുശ്രൂഷിച്ചിരുന്നു. എന്നെ നോക്കി "ഇയാളല്ല" എന്നവൻ പറഞ്ഞതുകൊണ്ടാണ് ഞാൻ രക്ഷപ്പെട്ടത്. അതിന്റെ ഒരു തിരിച്ചുതല്ലിച്ചയും അവിടെ ഉണ്ടായി. അപ്പോൾ ഒരു മൂന്നാറുകാരനെ ഓടിച്ചിട്ട് അവൻ വഴിയിലൂടെ പോയ ഒരു ഓട്ടോയിലേക്ക് ചാടിക്കയറി ഓടിക്കളഞ്ഞു. അത് പറഞ്ഞ് മധു എന്നൊരു

സുഹൃത്ത് ചിരിച്ച ചിരി ഞാൻ ഇപ്പോഴും കാണുന്നു. പിന്നീട് അവനെ കണ്ടിട്ടേയില്ല. ഞാൻ അവിടന്ന് പോന്നുകഴിഞ്ഞ് എ. അയ്യപ്പനെ എസ്. എഫ്.ഐ.ക്കാർ ഹോസ്റ്റലിൽനിന്ന് തല്ലി ഓടിച്ചു എന്നാണ് കേട്ടത്.

അന്ന് പഴഞ്ഞി ഗോപൻ എന്നൊരു സുഹൃത്ത് ഹോസ്റ്റലിൽ ഉണ്ടായിരുന്നു. അദ്ദേഹം മുമ്പ് ഒരു സി. പി. എം. ഗുണ്ടയായിരുന്നു എന്നു കേട്ടു. ഞങ്ങളെ വലിയ ഇഷ്ടം. മലയാളസാഹിത്യം പഠിച്ചിട്ടുള്ള ആളാണ്. അതുകൊണ്ട് ഞങ്ങൾ സാഹിത്യം സംസാരിച്ചിരുന്നു. നല്ല സ്നേഹം. ഒരു ദിവസം ഞങ്ങൾ ഒരു ഹോട്ടലിൽ പോയി. ഹോട്ടലുകാരനുമായി എന്തോ അഭിപ്രായവ്യത്യാസം ഉണ്ടായി. ഗോപൻ പെട്ടെന്ന് ഗൗരവത്തിലങ്ങു ചെന്നു. ഞാൻ പറഞ്ഞാണ് ശാന്തമാക്കിയത്. ഗോപൻ പിന്നെ ഏതോ ട്യൂട്ടോറിയൽ കോളേജിൽ പഠിപ്പിക്കാൻ പോയി എന്നും അവിടെ ആരോ പ്രശ്നമാക്കാൻ വന്നപ്പോൾ അത് ധീരമായി പരിഹരിച്ചു എന്നും കേട്ടു. അപ്പോൾ ഒരു ധനികയായ മുസ്ലീം പെൺകുട്ടി ഗോപനെ പ്രണയിച്ചു. അവർ കല്യാണം കഴിച്ചു. കുപിതരായ പെണ്ണിന്റെ വീട്ടുകാർ വന്നപ്പോൾ ഗോപൻ "ഇവൾ ഗർഭിണിയാണ്" എന്നു പറഞ്ഞു. പിന്നെ ചർച്ചയായി. ഗോപൻ പിന്നെ മുസ്ലീമായി, ധനികനായി എന്നൊക്കെ കേട്ടു. അദ്ദേഹത്തെ പിന്നെ കണ്ടിട്ടില്ല.

ഞാൻ പഠിക്കുന്ന കാലത്തെ യൂണിവേഴ്സിറ്റി കോളേജിലെ എന്റെ രണ്ടാം വർഷ കാലത്തെ ചെയർമാൻ ആയിരുന്നു എം. ജെ. മാത്യു. കണ്ണൂരുകാരൻ. മാത്യു വിവാഹം കഴിച്ചത് കിളിമാന്നൂർ കൊട്ടാരത്തിലെ ഒരു പെൺകുട്ടിയെയാണ്. അവർ പുത്തൻ തോപ്പിൽ വാടകയ്ക്ക് താമസിച്ചപ്പോൾ മാത്യു പറഞ്ഞിട്ട് ഞാൻ മാത്യുവിന്റെ ഭാര്യയെ സംസ്കൃതം പഠിപ്പിക്കാൻ അവിടെ പോകുമായിരുന്നു. ഒരു ദിവസം ശിഷ്യ എന്നെ ഒരു നോട്ടുപുസ്തകം കാണിച്ചു. അതിൽ കവി മധുസൂദനൻനായർ സാറിന്റെ അഗസ്ത്യഹൃദയം എന്ന കവിത ഉണ്ടായിരുന്നു. എനിക്ക് സാറിനെ മുമ്പേ അറിയാം. ഒരു പാട് കാലം കവിത ചൊല്ലി നടന്ന മനുഷ്യനാണ്. പിന്നീടാണ് അഗസ്ത്യഹൃദയവും നാറാണത്തുഭ്രാന്തനും ഒക്കെ ഹിറ്റായത്. അദ്ദേഹത്തിന്റെ കവിതകളോട് ഇഷ്ടക്കുറവുണ്ടെങ്കിലും വ്യക്തിയെ ഇഷ്ടമാണ്. എനിക്ക് മാത്യുവിന്റെ വീട്ടിൽനിന്ന് ഇറച്ചിക്കറി കൂട്ടി ഊണു തരുമായിരുന്നു. ശിഷ്യ പക്ഷേ തനി വെജിറ്റേറിയൻ ആണെന്ന് പറഞ്ഞു. ഞാൻ സംസ്കൃതത്തിൽ വലിയ അറിവുള്ള ആളല്ല. പഠിച്ച ചില കാര്യങ്ങളും ഗ്രാമറും ഒക്കെ അവരെ പഠിപ്പിച്ചു എന്നേയുള്ളൂ. ഇതുപോലെ ചിത്രകാരനായ എൻ. എൻ. മോഹൻദാസും ഭാര്യ ശോശ ജോസഫും (മാവേലിക്കര റിഫയിലെ എന്റെ വിദ്യാർത്ഥിനി) പുത്തൻ തോപ്പിൽ താമസിച്ചിരുന്നു. ഉണ്ണിക്കൃഷ്ണൻ കാഞ്ഞിരത്താനത്തിന്റെ ഒരു കവിതാ

പുസ്തകത്തിന് കവറു വരയ്ക്കുവാൻ വേണ്ടി ഞങ്ങൾ അവിടെ പോയിട്ടുണ്ട്. മോഹൻദാസ് ഇപ്പോൾ ഫോർട്ടുകൊച്ചിയിലാണ്. രോഗിയായി. വലിയ ചിത്രകാരനാണ്.

അധ്യായം 38

കുത്താട്ടുകുളംകാരനായ എൻ. എൻ മോഹൻ ദാസ് ബറോഡയിലാണ് പഠിച്ചത്. കാർത്തിക ലോജിൽ കുറെ വർഷങ്ങൾ മോഹൻദാസ് ഉണ്ടായിരുന്നു. അത് അദ്ദേഹത്തിന്റെ സ്റ്റുഡിയോ ആയിരുന്നു. പൂർത്തീകരിച്ചുകൊണ്ടിരിക്കുന്ന ചിത്രങ്ങൾ ആ മുറിയിൽ ഉണ്ടായിരുന്നു. ഒരു ശാന്തത മോഹൻദാസിന്റെ ചിത്രകലയിൽ ഞാൻ അനുഭവിച്ചിട്ടുണ്ട്. സ്വന്തമായ ശൈലിയാണ്. ഒരു കളറിസ്റ്റായിട്ടാണ് മോഹൻദാസിനെ ഞാൻ മനസിലാക്കിയിട്ടുള്ളത്. ഫോർട്ടുകൊച്ചിയിൽ വെച്ച് കുറെ പ്രാവുകളുടെ ചിത്രം കണ്ട് ഞാൻ അത്ഭുതപ്പെട്ടു. ചീന്തലാർ സ്കൂളിൽ ആയിരുന്ന കാലത്ത് മോഹൻദാസ് എനിക്ക് കത്തെഴുതുമായിരുന്നു. അതിന്റെ ഭാഗമായി ചില ഡ്രോയിംഗുകൾ കത്തിൽത്തന്നെ ചെയ്തിരുന്നത് ഞാൻ ഓർക്കുന്നു. രണ്ട് പെൺകുട്ടികളുടെ ചിത്രമാണ് മോഹൻദാസ് ചെയ്തത്. അന്ന് ഫെമിനിസവും മറ്റും പഠിക്കാത്ത എനിക്ക് അത് നമ്മുടെ കാലഘട്ടത്തിന്റെ സബ്ജക്ട് എന്ന നിലയിൽ ഫീൽ ചെയ്തു. കുന്നിമണിയോളം പോന്ന ഒരു ചെറിയ സൂചന മതി എനിക്ക് എന്നും ഒരു വിഷയവ്യാപ്തിയിൽ എത്തുവാൻ. മാവേലിക്കര റിഫയിൽ വെച്ചാണ് മോഹൻദാസ് ശോശ ജോസഫിനെ കണ്ടുമുട്ടുന്നത്. അന്ന് ഞാൻ അവിടെ പഠിപ്പിക്കുന്നുണ്ട്. പിന്നീട് അവരുടെ വിവാഹം നടന്നു. ഞങ്ങളെല്ലാം ഉണ്ടായിരുന്നു കല്യാണത്തിന്. തുടർന്നാണ് മോഹൻദാസ് പുത്തൻ തോപ്പിൽ താമസിച്ചത്. അവിടന്ന് മോഹൻദാസ് പിന്നീട് മലയിൽ കീഴിലോ മറ്റോ ഉള്ള ഒരു സ്ഥലത്തേക്കുപോയി. കുന്നിന്റെ മുകൾപ്പരപ്പിലുള്ള ഒരു വാടകവീട്ടിൽ കുറേക്കാലം താമസിച്ചു. പാടങ്ങൾ കടന്നാണ് ഞാൻ അവിടെ എത്തിയത്. മുൻവശം തുറന്ന ഒരു പ്രത്യേക വീട്. അന്ന് ഞാനവിടെ തങ്ങി. മോഹൻദാസ് ഒരു നല്ല പാചകക്കാരൻ കൂടിയാണ്. ഗുജറാത്തി ശൈലിയിൽ ഉള്ള ഒരു കറി രാവിലെ ഉണ്ടാക്കിയതോർമ്മയുണ്ട്. പരിപ്പും ചീരയിലയും ഒക്കെ

ഉണ്ടായിരുന്നു. മോഹൻദാസ്, അലക്സാണ്ടർ, ഭാഗ്യനാഥൻ, ഹരിന്ദ്രൻ തുടങ്ങിയ ചിത്രകാരൻമാരുടെ ഒരു പ്രത്യേകത അവരുടെ സാഹിത്യ ബന്ധം ആകുന്നു. സി. ജെ തോമസ്, ഡോസ്റ്റോവ്സ്കി എന്നിവരെക്കുറിച്ച് ഞങ്ങൾ തോനെ സംസാരിച്ചിട്ടുണ്ട്. മോഹൻ ദാസ് ഭാര്യയെ ബറോഡയിൽ വിട്ടുപഠിപ്പിച്ചു. വളരെ നാണം കുണങ്ങിയായിരുന്നു ശോശ. ഒരു ദിവസം ഫോർട്ടുകൊച്ചിയിൽ അവരുടെ വീട്ടിൽ ചെല്ലുമ്പോൾ ശോശ ഒരു സിഗരറ്റ് വലിച്ചിരിക്കുന്നതു കണ്ട് ഞാൻ ഞെട്ടിപ്പോയി. പിൽക്കാലത്ത് ഒരു വുമൺ ചിത്രകാരി എന്ന നിലയിൽ ശോശ ഏറെ ശ്രദ്ധിക്കപ്പെട്ടു. കുറെ നാളുകൾക്കുമുമ്പ് ഞാൻ മോഹൻദാസിനെ കണ്ടു. മഹാരാജാസിൽ വയ്ക്കാനായി കൊണ്ടുപോന്ന ചിത്രങ്ങൾ തിരിച്ചു നല്കാനാണ് ഞാൻ ചെന്നത്. രോഗിയായി മാറി അദ്ദേഹം. എനിക്ക് ഞങ്ങളുടെ നല്ല കാലം ഓർമ്മവന്നു.

പുത്തൻ തോപ്പ് എന്നെ ആധുനികനാക്കിയ സ്ഥലം ആണ് എന്ന് ഞാൻ പറയാതെ പറഞ്ഞല്ലോ. സ്നേഹം എന്തെന്ന് അവിടന്ന് ഞാൻ പഠിച്ചിട്ടുണ്ട്. വെറുമൊരു നാട്ടുംപുറത്തുകാരനായി തിരുവനന്തപുരത്തു വന്ന എന്നെയും എന്റെ കവിതകളെയും അവർ സ്വാധീനിച്ചു. കടൽക്കവിത എഴുതാൻ ഞാൻ ശ്രമിച്ചു. അതിൽ കുറച്ചു വാക്കുകൾ മാത്രമേ കടൽ ഭാഷയായിട്ടുള്ളൂ. മലയാളത്തിൽ ഒരു തീരദേശകവിത ഉണ്ടാകണമെന്ന് ഞാൻ ചിന്തിച്ചു. അതിൽ മുക്കുവരുടെ ജീവിതദു:ഖങ്ങൾ ആണ് ഉള്ളത്. അല്ലാതെ ഭാഷയല്ല. ആന്ത്യന്തികമായി ഭാഷയിലാണ് കവിത നില്ക്കുന്നത് എന്നും പറയാമോ? കവിത കൺസപ്ച്വൽ ആകുന്നു.

ഒരിക്കൽ ഡിക്സന്റെ കൂടെ അയ്യപ്പൻ പുത്തൻതോപ്പിൽ വന്നു. ഡിക്സന്റെ വീട്ടുകാർ ആദരവോടെ സ്നേഹപൂർവം ഭക്ഷണം കൊടുത്തു. പക്ഷേ ആശാന് മദ്യം മാത്രം മതിയല്ലോ. ഡിക്സന്റെ പെങ്ങളുടെ മോതിരം എടുത്ത് അയ്യപ്പൻ വിരലിലിട്ടു. അത് ഊരാൻ വയ്യാതെയായി. ഒടുവിൽ ഒരു കൊല്ലൻ വേണ്ടി വന്നു അത് ഊരിക്കൊടുക്കാൻ. ഡിക്സന്റെ അമ്മ വണ്ടിക്കൂലി കൊടുത്ത് അയ്യപ്പനെ പറഞ്ഞുവിട്ടു. അതുകൊണ്ട് കുടിച്ച് അയ്യപ്പൻ മടങ്ങിയെത്തി. ഒരു വിധത്തിലായിരിക്കും അവർ അയ്യപ്പനെ ഒഴിവാക്കിയത്.

പുത്തൻതോപ്പ് ഒരു പാട് സന്തോഷങ്ങൾ എനിക്കുനല്കി. അവരുടെ ദുരന്തങ്ങളിൽ ഞാനും ഉണ്ടായിരുന്നു. റോജറിന്റെ ജീവിതവും ദുരിതം നിറഞ്ഞതായിരുന്നു. റോജർ ഗൾഫിൽപ്പോയി. അവിടെവെച്ച് അവന്റെ സഹോദരി കൊല്ലപ്പെട്ടു. അറബികൾ ആണ് അത് ചെയ്തത്. തലേന്ന് സഹോദരിയോട് ഒരു സ്വർണമാല റോജർ ചോദിച്ചിരുന്നു.

അവളുടെ ഭർത്താവ് ഈ കാര്യം പോലീസിനോട് പറഞ്ഞു. റോജർ ജയിലിലായി. പുത്തൻതോപ്പിലുള്ള എന്റെ സുഹൃത്തുക്കൾ മദ്യപിക്കും. സ്വതന്ത്രമായി ജീവിക്കും. പക്ഷേ ധാർമികത വിട്ട പെരുമാറുകയില്ല. ജീവിതത്തിൽ ഡിക്സനെപ്പോലെ ദുഃഖങ്ങളും ദുരന്തങ്ങളും അനുഭവിച്ച ഒരാൾ എന്റെ ജീവിതാനുഭവത്തിൽ വേറെയില്ല. കടൽത്തീരത്ത് ഞാനും ഡിക്സനും നിൽക്കുന്നു. ദൂരെ ഒരു വളഞ്ഞ വരയായി കടലിന്റെ അതിര് കാണാം. നീണ്ട 38 വർഷങ്ങൾക്കു മുമ്പ് ഞാൻ ആദ്യമായി ഈ കടൽ കണ്ടു. ഞാൻ മടങ്ങുന്നു.

പുത്തൻ തോപ്പിൽനിന്ന് നമുക്ക് തിരുവനന്തപുരത്തേക്ക് സൈക്കിളിൽ മടങ്ങാം. സെന്റ് ആൻഡ്രൂസ് കൂടി കഴക്കൂട്ടത്തെത്തി കാര്യവട്ടത്തെത്താം. കുറേ ദൂരം തള്ളേണ്ടി വരും. റിസേർച്ച് ഉപേക്ഷിച്ച പോന്നത് നന്നായി എന്ന് എനിക്ക് പിന്നീട് തോന്നി. സ്കൂൾ ജീവിതമാണ് എന്റെ കവിതയെ കവിതയാക്കിയത്. സ്വാഭാവികമാക്കിയത്. കാര്യവട്ടം വിട്ടതിൽ പിന്നെ എന്റെ പ്രധാന താവളം തിരുവനന്തപുരത്തെ കാർത്തിക ലോഡ്ജ് ആയിരുന്നു. അവിടെ വരുന്ന പലരുമുണ്ടായിരുന്നു. പുസ്തകസംബന്ധമായ വർക്കുകൾ ചെയ്യുന്ന വിനയൻ എപ്പോഴും അവിടെ ഉണ്ടാകും. ഷുജാദ്, മോഹൻദാസ് എന്നിവരും ഉണ്ടാകും. വിനയൻ എന്ന വി. വിനയകുമാർ എം.എ.യ്ക്ക് എന്റെ സീനിയർ ആയി പഠിച്ചു. വിനയനും ആലീസും എപ്പോഴും ഒരുമിച്ചുണ്ടാകും. അന്ന് വിനയൻ മനോഹരമായ ഭാഷയിൽ കഥയെഴുതുമായിരുന്നു. പുത്തരിക്കണ്ടം ആണ് ആദ്യസമാഹാരം. അക്കാലത്ത് പി. കെ. രാജശേഖരനും കഥയെഴുതുമായിരുന്നു. കവിതയും എഴുതിയിട്ടുണ്ട്. രാജശേഖരനും രാധികയും പ്രണയബദ്ധരായിരുന്നു. അവർ പിന്നീട് വിവാഹം കഴിച്ചു. വിനയനും ആലീസും വിവാഹിതരായി. വിനയൻ തിരുവനന്തപുരത്ത് പലയിടത്തും വാടകയ്ക്ക് താമസിച്ചിട്ടുണ്ട്. ഞാൻ അവിടെയെല്ലാം പോയിട്ടുണ്ട്. താമസിച്ചിട്ടുണ്ട്. ഇടക്കാലത്തെ മൂന്നുവർഷത്തെ വിടുതി കഴിഞ്ഞ് കാർത്തികയിലെത്തുമ്പോഴൊക്കെ ഞാൻ മദ്യപിക്കുമായിരുന്നു. ഞാൻ ചെന്നാലുടൻ ഞാനും വിനയനുംകൂടി മദ്യം വാങ്ങാൻ പോകും. അക്കാലം അരാജകമായ കാലംതന്നെയായിരുന്നു. ഞങ്ങൾ ഒരു പാട് കാര്യങ്ങൾ ചർച്ച ചെയ്തിട്ടുണ്ട്. ഞാൻ അവിടെ കവിത വായിച്ചിട്ടുണ്ട്. യൂണിവേഴ്സിറ്റി കോളജിലെ പി. വി. അശോകൻ, കഥാകൃത്തായ ആർ ഉണ്ണി, ശരത്, ചാത്തു എന്ന മറ്റൊരു ശരത്. അൻവർ അലി, പപ്പൻ, നിരൂപകനായ അശോകൻ, അവിര റെബേക്ക അങ്ങനെ എത്രയോ പേർ. പിന്നീട് കാർത്തിക ലോഡ്ജ് ഇല്ലാതായി. അതിന്റെ താഴെ മറ്റ രണ്ട് താവളങ്ങളിലേക്ക് അവർ മാറി. അപ്പോഴെല്ലാം ഞാനവിടെ

പോയിരുന്നു. ആർ. മനോജ് അവിടെ വരുമായിരുന്നു. പക്ഷേ വീട്ടിലേക്ക് പോകുംവഴി കാലുതെന്നി പുഴയിൽ വീണ് അവൻ മരിച്ചു. അവന് അമ്മ മാത്രമേ ഉണ്ടായിരുന്നുള്ളു. അവൻ കവിത എഴുതിത്തുടങ്ങുന്ന കാലം മുതൽ എനിക്ക് അവനെ അറിയാം. വിനയൻ കല്ലാറിലേക്ക് താമസം മാറ്റി. അങ്ങനെയിരിക്കെ രോഗം മൂലം ആലീസ് മരിച്ചു. ഒരു കാലഘട്ടം മുഴുവനും മാഞ്ഞുപോയി. വിനയൻ കവിതകൾ എഴുതാറുണ്ട്. ഹിമാലയത്തിലേക്ക് എല്ലാവർഷവും പോകുന്ന ഒരു ടീം ഉണ്ടായിരുന്നു. ഹിമാലയം എന്ന പേരിൽ വിനയൻ ഒരു യാത്രാവിവരണവും എഴുതിയിട്ടുണ്ട്. എന്നെ ധാരാളം സഹായിച്ചിട്ടുണ്ട്.

തിരുവനന്തപുരത്തുള്ള അരാജകജീവിതം എന്റെ കവിതയെ സ്വാധീനിച്ചിട്ടുണ്ട്. രാഷ്ട്രീയദർശനവും സിനിമ, നാടകം, ചിത്രകല, കവിത കഥ, നോവൽ എന്നിവയെ കുറിച്ചുള്ള വിപുലമായ അറിവുകളും അക്കാലഘട്ടം എനിക്ക് നല്കി. അവസാനമായി ഞാൻ വിനയനെ കാണുന്നത് നെടുമങ്ങാട്ടു വെച്ചു നടന്ന ഒരു പരിപാടിയിൽ ആണ്. അന്ന് ഞങ്ങൾ ഒരു ബാറിൽ പോയി ബീയർ മാത്രം കഴിച്ചു സംസാരിച്ചിരുന്നു.

അധ്യായം 39

ഇക്കാലത്തെല്ലാം തിരുവനന്തപുരത്ത് ഉണ്ടായിരുന്ന ഗിരീഷ് കുമാർ. ഗിരീഷ് കോട്ടയം സി.എം. എസിലാണ് പഠിച്ചത്. അദ്ദേഹം ആധുനികകവികളുടെ ഒരു കവിയരങ്ങ് കോളേജിൽ അവതരിപ്പിച്ചതായി കേട്ടിട്ടുണ്ട്. കടമ്മനിട്ടയും ചുള്ളിക്കാടും യു. ജയചന്ദ്രനും ഉണ്ടായിരുന്നു. ഗിരീഷ് കുറേക്കാലം കോട്ടയത്ത് ഉണ്ടായിരുന്നു. പിന്നെ കുടമാളൂരിൽ. അവിടെയെല്ലാം ഞാനും ഉണ്ടായിരുന്നു. മിനി സുകുമാർ ആണ് ഗിരീഷിന്റെ ഭാര്യ. മകൾ അന്ന. ഗിരീഷിനെ ഞാൻ ആദ്യം കാണുന്നത് കോട്ടയത്തെ ബ്രൈറ്റ് ഹോട്ടലിൽ വെച്ചാണ്. അൻവർ പറഞ്ഞിട്ടാണ് ഞാൻ അവിടെ ചെന്നത്. എഴുതിക്കൊണ്ടിരുന്ന ഒരു ദീർഘകവിതയുമായിട്ടാണ് ചെന്നത്. ഞാൻ കവിത വായിച്ചുകേൾപ്പിച്ചു. ഗിരീഷ് ആ കവിതയെ അതിക്രൂരമായി വിമർശിച്ചു. അൻവർ ഇതിനിടയിൽ ഗിരീഷ് ഇങ്ങനെ പറയുന്ന ആളാണെന്നും നിശിതമായി വിമർശിക്കുമെന്നും എന്നോട് പറഞ്ഞു. “നീ അതൊന്നും കാര്യമാക്കേണ്ട” എന്ന് അവൻ പറഞ്ഞു. ആരുടേയും ഏത് വിമർശനത്തേയും സ്വീകരിക്കുന്ന സ്വഭാവമാണ് എന്റേത്. ദുഃഖം തോന്നും കുറച്ചു നേരത്തേക്ക്. നിശിതമായ വിമർശനമാണ് നമ്മളെ പരുവപ്പെടുത്തുന്നത്. ഈ കവിത മെലോഡ്രാമാറ്റിക് ആണെന്ന് സച്ചിമാഷും എനിക്കെഴുതി.

അവിടന്ന് ഞങ്ങൾ ശക്തി ബാറിലേക്ക് പോയി. മറ്റെന്തൊക്കെയോ സംസാരിച്ചു. മദ്യത്തിന്റെ കൂടെ ഒരു മുയലിറച്ചി ഫ്രൈ ഞാൻ പറഞ്ഞു. (ഗിരീഷിനെ ഞാൻ ശിക്ഷിച്ചതല്ല. അറിയാതെ പറഞ്ഞുപോയതാണ്) പിറ്റേന്ന് അവർ രണ്ടു പേരും കൂത്താട്ടുകുളത്തുള്ള നാടകക്യാമ്പിലേക്ക് എന്നോട് ചെല്ലാൻ പറഞ്ഞു. ഞാനവിടെ ചെന്നു. അവിടെ സ്ത്രീകളുണ്ട്. നാടകത്തിന്റെ പ്രാക്ടീസ് നടക്കുന്നു. അൻവർ വളരെ ആക്ടീവാണ്. എനിക്ക് അതെല്ലാം കണ്ടുകൊണ്ടിരിക്കയല്ലാതെ വേറെ റോൾ ഒന്നും

ഉണ്ടായിരുന്നില്ല. ഉച്ച കഴിഞ്ഞപ്പോൾ ഞാൻ മട്ടുത്തു. അപ്പോൾത്തന്നെ ഞാൻ തിരിച്ചുപോരുകയും ചെയ്തു. കോട്ടയത്ത് തിരുവാതിൽക്കൽ ഗിരീഷ് താമസിച്ചപ്പോൾ ബാലൻപിള്ള എന്നൊരാളെ അവിടെവെച്ച് ഞാൻ കണ്ടിട്ടുണ്ട്. ചിത്രകാരൻ ആണ്. അയാളുടെ ഭാര്യ ഒരു വിദേശിയായിരുന്നു. കോട്ടയത്തെ ചില പരിപാടികളിൽവെച്ച് അവരെ ഞാൻ കണ്ടിട്ടുണ്ട്. ബാലൻ മുമ്പിൽ പോകും. ഭാര്യ താണകണ്ണുകളോടെ മിണ്ടാതെ പുറകേ പോകും. ഒരു സന്യാസിനി മട്ട്.

ഒരു ചായ കിട്ടിയാൽ കൊള്ളാമെന്ന് ഞാൻ ഗിരീഷിനോട് പറഞ്ഞു. ഇട്ടുകുടിച്ചോളാൻ ഗിരീഷും പറഞ്ഞു. സോഷ്യലിസ്റ്റ് ഫെമിനിസ്റ്റ് കുടുംബം ആണെങ്കിലും മറ്റൊരാളുടെ അടുക്കളയിൽ കയറി ചായയിടുന്നതിൽ അല്പം ചമ്മൽ എനിക്കുണ്ടായിരുന്നു. ഭാഗ്യത്തിന് ആ സമയം ബാലൻ പിള്ള പോയിട്ടൊരു ചായയിട്ടു. ഒരു ഗ്ലാസ് ചായ എനിക്കും തന്നു. ഒരിക്കൽ അവിടെ ധാരാളം സുഹൃത്തുക്കൾ വന്നു. അതിൽ പി. കെ. രാജശേഖരനും ഉണ്ടായിരുന്നു. അവിടെയിരുന്ന് ഞങ്ങൾ എല്ലാവരും മദ്യപിച്ചു. പിന്നെ അവരെല്ലാം കൂടുതൽ മദ്യപിക്കാൻ നഗരത്തിലേക്കുപോയി. എന്നോട് പോരേണ്ട എന്ന് ഗിരിഷ് പറഞ്ഞു. ഞാനവിടെ കിടന്ന് ഉറങ്ങുകയും ചെയ്തു.

ഇടയ്ക്ക് ചിലപ്പോൾ ഞാൻ ഗിരീഷിനെ കോട്ടയത്തുവെച്ച് കാണാറുണ്ടായിരുന്നു. എപ്പോഴും ഉത്സാഹം ഉള്ള ആളായിരുന്നു ഗിരീഷ്. കടമാളൂരിൽ ഗിരീഷും കുടുംബവും താമസിച്ചപ്പോഴാണ് ഗിരീഷ് അപകടത്തിൽ പെടുന്നത്. കാല് മുറിച്ചുകളഞ്ഞ് കൃത്രിമക്കാൽ വയ്ക്കേണ്ടി വന്നു. ഒരു ദിവസം ഗിരീഷ് വിശ്രമിക്കുന്ന കുത്താട്ടുകുളത്ത് മിനിയുടെ വീട്ടിൽ ഞാൻ എത്തി. മിനിയുടെ അമ്മയേയും അച്ഛനേയും പിന്നീട് പലപ്പോഴും കാണാറുണ്ടായിരുന്നു. അന്ന് ഗിരീഷിന്റെ നിർബന്ധം കാരണം ഞാനവിടെ കൂടി. എന്നെക്കൊണ്ട് ഗിരീഷ് ദിഗംബരം എന്ന കവിത ചൊല്ലിച്ചു. അത് ഒരു ആത്മീയകവിതയാണ്. പ്രകൃത്യാത്മീയതയാണ് അതിലുള്ളത്.

“പാറപൊട്ടിച്ചുണർത്തിയെടുക്കുക
പ്രാക്തനസ്മിതം ; കാറ്റി,നടുപ്പുകൾ
കോട മഞ്ഞേകുമീ മലമ്പാതയിൽ
ഞാൻ നിനക്ക് തരുന്നെന്റെ ജീവിതം “

(പ്രകൃതി, ദിഗംബരം)

ഗിരീഷ് അതിൽ ലയിച്ചിരുന്നു. വളരെ ദീർഘമായ ആ കവിത

മുഴുവനും ഞാൻ ചൊല്ലി. രാവിലെ ഞാൻ അവിടന്ന് പോന്നു. ഇടയ്ക്ക് കാർത്തികയിലും ബാറിലുംവെച്ച് ഗിരീഷിനെ കണ്ടിട്ടുണ്ടെങ്കിലും പിന്നീട് ഏറെ വർഷങ്ങൾക്കുശേഷമാണ് ഞാൻ തിരുവനന്തപുരത്തെ ഗിരീഷിന്റെ വീട്ടിലെത്തിയത്. പ്രത്യേകരീതിയിലുള്ള വീടാണ്. മുകളിലത്തെ നിലയിലെ ഒരു മുറിയിൽ ഗിരീഷ് വരച്ച നിരവധി ചിത്രങ്ങൾ കണ്ടു. നല്ലതുപോലെ സൂക്ഷിച്ചിട്ടുണ്ട്. അമൂർത്തചിത്രങ്ങളാണ്. അമൂർത്തചിത്രങ്ങൾ അരൂപങ്ങളല്ല. അമൂർത്തം എന്നതിന് ഒരു പ്രയോഗം എന്ന നിലയിലുള്ള അർത്ഥം കൊടുത്താൽ മതി. എൻ. എൻ. മോഹൻദാസ് വരയ്ക്കുന്നത് മൂർത്തചിത്രങ്ങൾതന്നെ. ഗിരീഷും അതുതന്നെയാണ് വരയ്ക്കുന്നത്. തന്റെ ഒരു അമൂർത്തചിത്രത്തേക്കുറിച്ച് പൊള്ളോക്ക് പറഞ്ഞത് കാട്ടിലെ മൃഗങ്ങളുടെ പാച്ചിലാണെന്നാണ്. മുകൾനിലയിൽ തുറസായ ഒരു ഭാഗമുണ്ട്. അവിടെവെച്ച് ഞങ്ങൾ കുറേ നേരം സംസാരിച്ചു. താഴെ വന്നപ്പോൾ ഞാൻ മിനിയോടും സംസാരിച്ചു. ഏറെ നാളത്തെ ഇടവേളയ്ക്കു ശേഷം ഞങ്ങൾ മദ്യപിക്കുകയും എന്റെ കവിതകൾ ഞാൻ വായിക്കുകയും ചെയ്തു. ഗിരീഷ് ധാരാളം തമാശ പറയുന്ന ആളാണ്. പിന്നീട് ഒരിക്കലും ഞാൻ ശിരീഷിനെയും കണ്ടില്ല. ഇനി കാണുകയുമില്ല.

ഗിരീഷിന്റെ മരണം രോഗം മൂലമായിരുന്നു. ഡഡ്ലി മരിച്ച വിവരം കാറിൽവന്ന് എന്റെ വീട്ടിലറിയിച്ചത് ഗിരീഷും കൂട്ടുകാരുമായിരുന്നു. രാത്രിയിൽ അവർ പട്ടിത്താനത്തെ വീട്ടിൽ വന്നു. വീട് അവർ എങ്ങനെ കണ്ടുപിടിച്ചു എന്നത് അത്ഭുതമായിരുന്നു. പെട്ടെന്ന് കരഞ്ഞുകൊണ്ട് ഞാനൊരുങ്ങിയിറങ്ങി. എന്റെ വശം വണ്ടിക്കൂലി ഉണ്ടായിരുന്നില്ല. വണ്ടിക്കൂലിയും ഗിരീഷ് നല്കി. ഞാൻ കോട്ടയം കെ.എസ്. ആർ. ടി. സി. ബസ്റ്റാന്റിൽ ഇറങ്ങി. അവർ കാറിൽ മടങ്ങി. ഞാൻ പുത്തൻതോപ്പിലെത്തുമ്പോൾ നേരം പരപരാ വെളുത്തിരുന്നു. കഴക്കൂട്ടം വഴിയാണ് ഞാൻ പോയത്.

മറ്റൊരു വേളയും പറയാനുണ്ട്. മഹാരാജാസിൽ ആയിരുന്ന കാലത്ത് എന്നേയും കുടുംബത്തേയും ഏറ്റുമാനൂരിൽവെച്ച് കാറിടിച്ചു. മാതാ ആശുപത്രിയിലായി ഞങ്ങൾ. ചെറിയ പരിക്കുകളോടെ ഞങ്ങൾ രക്ഷപെട്ടു. ഞങ്ങളെ ഇടിപ്പിച്ച ആൾ ആശുപത്രി ചെലവുവഹിക്കാം എന്നു പറഞ്ഞെങ്കിലും പിന്നീട് മാറിക്കളഞ്ഞു. ആ വിവരം ഞാൻ ഗിരീഷിനോട് പറഞ്ഞിരുന്നു. അത് വാങ്ങാൻ ഗിരീഷ് ചിലരെ ഏർപ്പെടുത്തുകയും ചെയ്തു. പക്ഷേ അവർ പറഞ്ഞത് ഇൻഷ്വറൻസ് കിട്ടുമല്ലോ എന്നാണ്. ഇൻഷ്വറൻസും ഞങ്ങൾക്ക് കിട്ടിയില്ല.

1985-ൽ തിരുവനന്തപുരത്തേക്ക് ഞാൻ പോയത് ഏതോ ഉൾവിളി കേട്ടിട്ടെന്നപോലെയാണ്. ഏത് കോളേജിൽ വേണമെങ്കിലും എനിക്ക് പ്രവേശനം കിട്ടുമായിരുന്നു. പക്ഷേ യൂണിവേഴ്സിറ്റി കോളേജിൽത്തന്നെ പഠിച്ചു. പിന്നെയും ഞാൻ അടുത്ത കാലം വരെയൊക്കെ തിരുവനന്ത പുരത്തുണ്ടായിരുന്നു. അവിടെ ഒരുപാട് പ്രതിഭാധനരായ സുഹൃത്തു ക്കളെ ഞാൻ കണ്ടുമുട്ടി. എന്റെ രണ്ട് പ്രണയങ്ങളുടെ സാക്ഷിയും ആ നഗരമായിരുന്നു. അവിടെയാണ് ഒരു താണവർഗകവിയായി ഞാൻ രൂപപ്പെട്ടത്. അതിന് ഒരു നിശ്ചയവുമില്ലാതെ കുറെ വർഷങ്ങൾ എടുത്തു. ഞാനാകട്ടെ ഒരു പരാതിയോ പരിഭവമോ ഇല്ലാതെ ജീവിച്ചു. വൈകി പൂക്കുന്ന മാവുപോലെ ഞാൻ പറ്റുമ്പോലെ പൂത്തു. അറിയാതെ അബോധമായി കുറെ കവിതകൾ എഴുതി. എന്നെ വഴിതിരിച്ചുവിട്ട ഒരു പാട് പേർ ഉണ്ട്. അതിലെ പ്രധാനിയായിരുന്നു, ഞാൻ ഓർക്കുന്നു, ഗിരീഷ് കുമാർ എന്ന ചിത്രകാരൻ, ലിബറൽ കമ്യൂണിസ്റ്റുകാരൻ.

അധ്യായം 40

തിരുവനന്തപുരത്തെ എല്ലാ തീയറ്ററുകളിലും സിനിമ കാണുന്ന വരായിരുന്നു ഞങ്ങൾ. സെക്കന്റ് ഷോയ്ക്കാണ് പോകുന്നത്. ഞാനും ഡിക്സനും കൂടുതലും ഇംഗ്ലീഷ് സിനിമകൾ ആണ് കണ്ടത്. അല്ലാതെ ഫിലിം സർക്കിളിന്റെയും മറ്റും ലോകോത്തര സിനിമകളും കണ്ടിട്ടുണ്ട്. ടാഗോർ തീയേറ്ററിലായിരുന്നു ആ പ്രദർശനങ്ങൾ. അതിന് ഞങ്ങൾക്ക് പാസ് ഒന്നും ഉണ്ടാവില്ല. ഞങ്ങൾ വാതിൽക്കൽ കാത്തുനില്ക്കും. അവസാനം അവർ കേറിപ്പൊയ്ക്കോളാൻ പറയും. നിലത്ത് പടിയിൽ ഇരിക്കേണ്ടിവരും. ചിലപ്പോൾ നിന്നും കാണണം. കലാഭവൻ തീയറ്ററിൽവെച്ച് പഴയ ധാരാളം സിനിമകൾ കണ്ടു. വേജസ് ഓഫ് ഫീയർ, വോയ്സക്, ഡിസ്ക്രീറ്റ് ചാംസ് ഓഫ് ബൂർഷ്വാസി എന്നിങ്ങനെ എത്രയോ സിനിമകൾ. ഇത് പിൽക്കാലത്ത് സിനിമ പഠിപ്പിക്കാൻ എന്നെ സഹായിച്ചു. ഫിലിം തീയറീസ് എന്നൊരു ബൃഹദ് ഗ്രന്ഥം ഉണ്ട്. അത് ഞാൻ വായിച്ചത് ബ്രണ്ണനിൽ വെച്ചാണ്.

തിരുവനന്തപുരത്തെ ആദ്യത്തെ ഫിലിം ഫെസ്റ്റിവൽ മുതൽ സിനിമ കാണുന്ന ഒരാളായിരുന്നു ഞാൻ. പലപ്പോഴും മറ്റുള്ളവരുടെ പാസ് ഉപയോഗിച്ചും മറ്റുമാണ് സിനിമ കണ്ടത്. അവസാനം ആരോടെങ്കിലും വണ്ടിക്കൂലി വാങ്ങി മടങ്ങിപ്പോരും. ഒരു കാലത്ത് ഡോക്യുമെന്ററി സിനിമകൾ ആയിരുന്നു ഞാൻ കൂടുതലായി കണ്ടത്. മാഹിയിലും മഹാരാഷ്ട്രയിലുംവെച്ചും അങ്ങനെയായിരുന്നു.

ആരെങ്കിലും പറഞ്ഞ് നല്ല സിനിമകൾ ഇന്നതാണെന്ന വിവരം ലഭിക്കും. ഇതിനിടയിൽ ധാരാളം കവികളെയും സുഹൃത്തുക്കളേയും കാണാം. ചിലപ്പോൾ സുഹൃത്തുക്കളുമായി വളരെ നേരം മദ്യശാലകളിൽ ഇരിക്കും. ഞാനും ഷുജാദ്ദുമായിട്ടാണ് പല സിനിമകളും ഫെസ്റ്റിവൽ കാലത്ത് കണ്ടിട്ടുള്ളത്. പിൽക്കാലത്ത് ഗിരിജ, നീലാണ്ടേട്ടൻ, അനിത,

കെ. കെ. ബാബുരാജ് എന്നിവർക്കൊപ്പവും സിനിമ കണ്ടിട്ടുണ്ട്.

ചലിക്കുകയും പശ്ചാത്തല സംഗീതം സൃഷ്ടിക്കുകയും മനുഷ്യർ സംസാരിക്കുകയും ചെയ്യുന്ന പെയിന്റിങ്ങായി വേണമെങ്കിൽ സിനിമയെ കാണാം. പെയിന്റിങ്ങുകൾക്കു തന്നെ ചലനപ്രതീതിയുണ്ട്. അനവധി നിശ്ചലതകൾ ചേരുമ്പോഴുള്ള ഒരു പ്രതിഭാസമാകാം ചലന പ്രതീതി. ചലനവും നിശ്ചലതയും അങ്ങോട്ടുമിങ്ങോട്ടും കൺവേർട്ടുചെയ്യാവുന്നതാണ് എന്നും തോന്നുന്നു. ഇക്കാലത്ത് സിനിമയുടെ സ്വാധീനം നമ്മുടെയെല്ലാം കവിതകളിൽ ഉണ്ടായിട്ടുണ്ട്. അത് അമിതമായെന്ന് തോന്നിയപ്പോഴാണ് ഞാൻ സിനിമ കുറച്ചൊക്കെ ഉപേക്ഷിച്ചത്. മലയാളസിനിമയുടെ ചരിത്രം ജോസ് തോമസും (ഇന്നില്ല) അൻവർ അലിയും ചേർന്ന് ചെയ്തിട്ടുണ്ട്. കുട്ടികളെ പഠിപ്പിക്കാൻ അതിന്റെ ഒരു സി ഡി കോപ്പി നീലാണ്ടേട്ടൻ ആണ് എനിക്ക് വാങ്ങിത്തന്നത്. സിനിമയെക്കുറിച്ച് എനിക്കറിയാവുന്നതിലും കൂടുതലായി എത്രയോ കാര്യങ്ങൾ തിരുവനന്തപുരം സുഹൃത്തുക്കൾക്ക് അറിയാം. മേഘേ ധക്ക താര (Meghe Dhaka Tara) എന്ന സിനിമ കുറെ മെലോഡ്രാമാറ്റിക് ആണ് എന്ന് പറഞ്ഞത് വിനയൻ ആണ്. എങ്കിലും എന്നോട് കാണണമെന്നു പറഞ്ഞു. എനിക്ക് അത്തരം സിനിമകൾ ആണ് ഇഷ്ടം. ഐവാൻ ദി ടെറിബിളും ക്യൂ വിവാ മെക്സിക്കോയും മറക്കവയ്യ. വീണ്ടും പറയട്ടെ എനിക്ക് ഇക്കാര്യത്തിലൊക്കെ മനസിലായിട്ടുള്ള ഒരു കാര്യം എന്നേക്കാൾ അറിവുള്ളവരും ഇന്റലക്ചൽ ആയിട്ടുള്ളവരും ആണ് പലരും എന്നാണ്. കൊച്ചു കുട്ടിയെപ്പോലെ പലതും ഹൃദിസ്ഥമാക്കാനേ എനിക്ക് പറ്റൂ. എനിക്ക് എന്റെ പരിമിതി അറിയാം. ഇതുകൊണ്ടാവാം മലയാളത്തിലെ ഏറ്റവും ലളിതമായ കവിതകൾ ഞാൻ എഴുതിപ്പോയത്. അതോ മറ്റാളുകൾ എന്നേക്കാളും പ്രഗത്ഭരാണെന്നുള്ളത് എന്റെ തോന്നലാണോ? ചുള്ളിക്കാടിന്റെ പോക്കുവെയിൽ കണ്ടിട്ട് തീയേറ്ററിൽനിന്ന് ഇറങ്ങിപ്പോന്നു റോജർ. മട്ടുപ്പാണ് എന്നാണ് എന്നോട് പറഞ്ഞത്. പക്ഷേ റോജറിന്റെ ജീവിതം സിനിമയാക്കിയാൽ ശരിയാകും. സൗദിയിലും ഇറാക്കിലും കുവൈറ്റിലും ഇറ്റലിയിലും ഒക്കെ റോജർ ജീവിച്ചു. ജയിലിൽ കിടന്നു. പ്രണയിച്ചു വിവാഹം കഴിച്ചു. ഇറ്റലിയിൽ വെച്ചു മരിച്ചു. അവിടെത്തന്നെ അടക്കി.

ചാത്തു എന്ന ശരത് കാർത്തികയിൽ ഞങ്ങൾ താമസിച്ച മുറിയുടെ തൊട്ടപ്പുറത്ത് താമസിച്ചിരുന്നു. അദ്ദേഹം മുൻനക്സലാണ്. ഏതോ ഒരിടത്ത് ഒരു പ്രബന്ധം അവതരിപ്പിക്കണമെന്ന് പറഞ്ഞിരുന്നു. അദ്ദേഹത്തിന്റെ മുറിയിൽ ഒരു ലാന്റ് ഫോൺ ഉണ്ടായിരുന്നു. അത് എപ്പോഴും റിങ് ചെയ്യും. എപ്പോൾ എടുത്താലും ഒരു സ്ത്രീ സംസാരിക്കും.

ഒരു പ്രാവശ്യം ഞാനും ഫോൺ എടുത്തു. പിന്നെ നാളുകൾ കഴിഞ്ഞപ്പോൾ ശരത് എന്നെ വിളിച്ചു. ഗോപൻ എന്നൊരു ചിത്രകാരൻ ഉണ്ടായിരുന്നു ഞങ്ങളുടെ ഇടയിൽ. മാനസികപ്രശ്നം ഉള്ള ആളാണ്. ഗോപൻ സ്വന്തം ലോകത്തായിരിക്കും. നമ്മൾ പറയുന്നതൊന്നും ശ്രദ്ധിക്കുകയില്ല. നമ്മൾ സീരിയസായി സംസാരിക്കുമ്പോൾ ഗോപൻ സ്വയം സംസാരിച്ചുകൊണ്ടിരിക്കും. ഗോപന്റെ ചിത്രങ്ങളെക്കുറിച്ച് എന്നോട് എഴുതണമെന്ന് പറഞ്ഞു. ഞാൻ സമ്മതിച്ചു. പക്ഷേ അതൊന്നും നടന്നില്ല. റിയൽ എസ്റ്റേറ്റ് പരിപാടിയിലൂടെ ധാരാളം പണം സമ്പാദിച്ചു ശരത് എന്നു കേട്ടു. ഒരിക്കൽ ഒരു വലിയ കാറിൽ എവിടന്നോ പ്രത്യക്ഷപ്പെട്ടു. അതോ എന്റെ സ്വപ്നമാണോ? ഒരു സറിയലിസ്റ്റ് സിനിമ പോലെയാണ് എനിക്ക് ഇതെല്ലാം അനുഭവപ്പെട്ടത്. ബുനുവലിന്റെ സറിയലിസ്റ്റ് സിനിമ കണ്ടിട്ട് അതിലെന്താണ് സറിയലിസം എന്നെനിക്ക് മനസിലായില്ല. മോഹൻദാസാണ് പറഞ്ഞുതന്നത്. ഷിറാസലി, ഷംനാഥ്, ഷംനാഥിന്റെ കൂട്ടുകാരി, ലാൽ ലൂക്കോസ്, സജിത് അങ്ങനെ എത്രയോ പേർ തിരുവനന്തപുരത്ത് ഒത്തുകൂടി. അവിര റെബേക്ക സിനിമ ചെയ്തിട്ടുണ്ട്. അൻവർ പാട്ടെഴുതുന്നു. വിനയനും പാട്ട് എഴുതി. ആർ. ഉണ്ണി തിരക്കഥകൾ എഴുതി. രാജീവ് വിജയരാഘവൻ, എം. പി. സുകുമാരൻ നായർ എന്നിവർ സിനിമ പിടിച്ചു. അവരുടെ കൂടെ ചെലവഴിച്ച ചില ദിവസങ്ങൾ ഉല്ലാസകരങ്ങൾ ആയിരുന്നു. വലിയ ഒരു ഹോട്ടലിൽ സുകുമാരൻ നായരുടെ മുറിയിൽ ഞാൻ താമസിച്ചിട്ടുണ്ട്. രാജീവിന്റെ ഫ്ലാറ്റിൽ കൂടിയിട്ടുണ്ട്. അവിടെ അടുത്തായിരുന്നു ഏഷ്യാനെറ്റ് ജോസുചേട്ടന്റെ വീട്. ജോസുചേട്ടൻ മരിച്ചപ്പോൾ ഞാൻ കടമാളൂരിലെ വീട്ടിൽ ചെന്നിരുന്നു. സെലക്ഷൻ ലഭിച്ചിട്ടും എനിക്ക് കോളേജിൽനിയമനം കിട്ടാതിരുന്നപ്പോൾ എന്നെയും പി. എസ്. സി. ചെയർമാനെയും മാറിമാറി കാണിച്ച് ഒരു ഡോക്യുമെന്ററി ചെയ്തത് ജോസ് ചേട്ടനാണ്. ഞാനും ചെയർമാനും തമ്മിൽ കണ്ടിട്ടില്ല. രാജീവും ജോസുചേട്ടനും ഫലിതപ്രിയരാണ്. എം. പി. സുകുമാരൻ നായർ ലളിത സ്വഭാവിയും. ഒരു കാറപകടത്തിലാണ് ജോസുചേട്ടൻ മരിച്ചത്. രാജീവിന്റെ ഭാര്യ വിദേശിയാണ്.

ഞാൻ അവസാനമായി ഫെസ്റ്റിവലിന് പോയപ്പോൾ ഏറ്റുമാനൂരിലുള്ള ചില സുഹൃത്തുക്കളും ഉണ്ടായിരുന്നു. അവർക്ക് ബീമാ പള്ളിക്ക് പോകണമെന്ന് താല്പര്യം. അവർ അവിടെനിന്ന് ലോകപ്രശസ്തമായ ധാരാളം സിനിമകളുടെ ഡി.വി. ഡി.കളും സി.ഡി.കളും വാങ്ങി. പോർണോ ഗ്രാഫിക് ഫിലിംസിന്റെ ഒരു വില്പനകേന്ദ്രം കൂടിയായിരുന്നു അന്നത്. ഞാൻ അവിടെയൊന്നും ഒരിക്കലും പോയിട്ടില്ല.

അധ്യായം 41

സ്കൂളിൽ പഠിപ്പിക്കുമ്പോഴാണ് ഞങ്ങൾ നാല് അധ്യാപകർ ചേർന്ന് ഒരു യാത്രപോയത്. കൂടെ പഠിപ്പിക്കുന്ന ഒരു സാറിന്റെ ഭാര്യ കാശ്മീരിൽ പട്ടാളത്തിലാണ്. ആദ്യം അവിടേക്കാണ് യാത്ര. പിന്നെ പല സംസ്ഥാനങ്ങളിലും പോകണം. ഞങ്ങൾ ഒരു പെട്ടിയിൽ കുറെയധികം പൈനാപ്പിളുമായാണ് ട്രെയിനിൽ പുറപ്പെട്ടത്. സ്ലീപ്പർ ക്ലാസിലായിരുന്നു യാത്ര. ഇന്ത്യൻ യാത്ര അനുഭവിക്കാൻ നല്ലത് അതാണ്. എ.സിയിൽ പോയാൽ ഒന്നും കാണാനാവില്ല. ട്രെയിനിൽ വെച്ച് കമ്പാർട്ടുമെന്റിലുള്ള എല്ലാവരും കൈതച്ചക്ക കഴിച്ചു. പഠാൻ കോട്ട കഴിയുന്ന മലയാളികളായ ഒരു പട്ടാള കുടുംബവും കാശ്മീരിലേക്ക് പോകുന്ന ഒരു കാശ്മീരി കുടുംബവുമായും ഞങ്ങൾ കൂട്ടായി. അവർ അവരുടെ വീടുകളിലേക്ക് ഞങ്ങളെ ക്ഷണിച്ചു. പോകുന്ന വഴിയിലെ കാഴ്ചകൾ അത്ഭുതകരങ്ങൾ ആയിരുന്നു. ഗോതമ്പ് പാടങ്ങൾ, പരുത്തി കൃഷി, കൃഷ്ണാനദി, ചമ്പൽക്കാട്, ഝാൻസി, രാജസ്ഥാൻ അങ്ങനെ ജമ്മുവിലെത്തി. വിളഞ്ഞു കിടക്കുന്ന ഗോതമ്പുപാടങ്ങളും പണിയെടുക്കുന്ന കർഷകരും. എങ്ങും മനുഷ്യർ കുറവാണ്. ജമ്മുവിൽ വരെയേ ട്രെയിൻ ഉള്ളൂ. ഞങ്ങൾ അവിടന്ന് നടന്നുപോകുമ്പോൾ താവിനദി രണ്ടായി പിരിയുന്ന കാഴ്ച കണ്ടു. പെട്ടെന്ന് ജീപ്പുനിർത്തി കുറേ പോലീസുകാർ ഞങ്ങളെ പിടികൂടി. ഞെട്ടിപ്പോയ ഹിന്ദി അധ്യാപകൻ കുട്ടപ്പൻസാറിന് ഒന്നും പറയാൻ കഴിഞ്ഞില്ല. ഞാൻ അവരോട് ഇംഗ്ലീഷിൽ കാര്യം പറഞ്ഞു. സ്കൂളിൽനിന്നുള്ള രേഖ കാണിച്ചു. അവർക്ക് ഇംഗ്ലീഷ് ഒന്നും അറിയില്ല എന്നു തോന്നി. അവർ മടങ്ങുകയും ചെയ്തു. ഞങ്ങൾ അവിടന്ന് ഒരു വണ്ടിപിടിച്ച് സാറിന്റെ ഭാര്യ താമസിക്കുന്ന ക്വാർട്ടേഴ്സിലെത്തി. മുറ്റത്ത് ധാരാളം മരങ്ങൾ ഉള്ള സ്ഥലമായിരുന്നത്. ഹിന്ദിമാഷിന്റെ മകൾക്ക് മലയാളം അറിയില്ല. അന്ന് രാത്രി മാൾട്ട് വിസ്കിയും ഭക്ഷണവും ഒക്കെ കഴിച്ച് ഞങ്ങൾ പെട്ടെന്ന് ഉറങ്ങി. പിറ്റേന്ന് കാശ്മീരിലേക്ക്

പോകാനാണ് ആഗ്രഹിച്ചത്. ഞങ്ങളെ ക്ഷണിച്ച കാശ്മീരികുടുബത്തിൽ പോകാമെന്ന് ഞാൻ പറഞ്ഞെങ്കിലും ആർക്കും താല്പര്യം ഉണ്ടായില്ല. വെറുതേ ഉപചാരം പറഞ്ഞതാവും എന്നവർ പറഞ്ഞു. പക്ഷേ എനിക്ക് നിരാശയായി. കാശ്മീരികളെ മനസിലാക്കാനുള്ള അവസരമാണ് നഷ്ട പ്പെട്ടത്. ഇത്തരം കാര്യങ്ങളിൽ സാഹസികസ്വഭാവം എനിക്കുണ്ട്. അങ്ങനെ ഞങ്ങൾ ജമ്മുവിലെ ടൂറിസ്റ്റ് ഓഫീസിൽ എത്തി. കാശ്മീരിൽ പോകാൻ അവർ അനുവാദം തന്നില്ല. പകരം കാശ്മീർക്ക് പോകുന്ന വഴിയിലുള്ള വൈഷ്ണോദേവി ടെമ്പിളിൽ പോകാൻ പറ്റും.

ഇതിനോടകം അല്പം ഹിന്ദി ഞാൻ സ്വയം പഠിച്ചിരുന്നു. കൂടെ യിരുന്ന ഒരു യാത്രികനോട് മരങ്ങളുടെ പേരുകൾ ചോദിച്ചു. പെട്ടി വീടുകളുടെ മേൽക്കൂരയ്ക്ക് ഓടുകൾ അല്ല, ഒരു തരം പലകക്കല്ലുകൾ വിരിച്ചിരിക്കുകയാണ്. അതിനും മുകളിൽ പുല്ലുണ്ട് വളർന്നുനില്ക്കുന്നു. കേരളത്തിന്റെ കിഴക്കൻ ഭാഗത്തുകൂടി പോകുന്ന ഒരനുഭവമാണ് കട്ടറ എന്ന സ്ഥലത്തേക്ക് പോകുമ്പോഴും. ഞങ്ങൾ കട്ടറയിൽ എത്തി. അവിടന്ന് 14 കിലോമീറ്റർ കുന്നുകേറി നടന്നാലേ നമ്മൾ ക്ഷേത്രത്തി ലെത്തുകയുള്ളൂ. ആയാസകരമായ യാത്രയാണ്, പ്രത്യേകിച്ച് ഭക്തി യില്ലാത്തവർക്ക്. കുതിരസവാരി ലഭ്യമാണ്. സിമന്റിട്ട വഴിയാണ്. വഴിയുടെ വശങ്ങളിൽ അങ്ങു വരെ ധാരാളം കടകളുണ്ട്. എവിടെയും നൃത്തം ചെയ്യുകയും ചെണ്ട കൊട്ടുകയും ചെയ്യുന്ന ആളുകൾ. കുറേ കാശ്മീരി പെണ്ണുങ്ങളുടെ കൂടെക്കൂടി ഞാനും നൃത്തം ചെയ്തു. അവർക്കും സന്തോഷമായി. 1995-ൽ ആണിത്. അന്നൊന്നും മലയാളി ഇന്നത്തെ പോലെ പൊതുസമൂഹത്തിൽ നൃത്തം ചെയ്തുതുടങ്ങിയിട്ടില്ല. കാശ്മീരി സ്ത്രീകൾ അതിസുന്ദരികൾ ആണ്. ആപ്പിളിന്റെ നിറം. സമ്പന്ന സമൂഹ മായിട്ടാണ് എനിക്ക് തോന്നിയത്. പക്ഷേ എവിടേയും ജാഗ്രതയാണ്. ഒരു വണ്ടിയുടെ ടെയറുപൊട്ടിയത് ജമ്മു നഗരത്തെ മുഴുവൻ നടുക്കി. ആ യാത്രയിലുടനീളം അന്ന് കേട്ട പാട്ട് പർദേശി എന്ന ഹിന്ദി പാട്ടായിരു ന്നു. അധികം മഞ്ഞൊന്നും കണ്ടില്ല. ഞങ്ങൾ ടോപ്പിൽ എത്തി. അവിടെ മഞ്ഞുണ്ട്. അത് മഞ്ഞുകാലമല്ലല്ലോ. ഇനിയാണ് പ്രശ്നം വലതുവശത്തെ ചെരിവു മുഴുവനും ഉരുളൻ കല്ലുകൾ ആണ്. എപ്പോഴും അവയെല്ലാം ചെരിവിലൂടെ ഉരുണ്ടു പിരണ്ടു വീഴാവുന്ന പരുവത്തിലാണ്. രണ്ടും കല്പിച്ചാണ് മനുഷ്യർ പോകുന്നത്. അവസാനം ക്ഷേത്രത്തിലെത്തി. നമ്മുടെ കാളിയെപ്പോലെ ബംഗാളിലെ ദുർഗയെപ്പോലെ സ്ത്രീശക്തിയെ പ്രതിനിധാനം ചെയ്യുന്ന ദേവതയാണ് വൈഷ്ണോദേവി. കുറേ തുരങ്ക ങ്ങളിലൂടെ പോയിട്ടു വേണം ദേവിയെ ദർശിക്കാൻ. സൂക്ഷിച്ചുവേണം തുരങ്കത്തിലൂടെ പോകാൻ. അതെല്ലാം കഴിഞ്ഞ് അവിടെ നിന്ന്

പ്രകൃതിയുടെ മനോഹാരിതയെല്ലാം കണ്ട് ഞങ്ങൾ മടങ്ങുകയായി. തിരിച്ചുള്ള യാത്ര ഇറക്കമായ തുകൊണ്ട് അത്ര പ്രയാസമില്ല. കട്ടറയിൽ ഞങ്ങൾ തിരിച്ചെത്തി. എവിടന്നൊക്കെയാണ് ഭക്ഷണം കഴിച്ചതെന്ന് എനിക്ക് ഓർമ്മയില്ല. വൈഷ്ണോദേവി എന്ന പേരിൽ ഒരു യുദ്ധകവിത ഞാൻ എഴുതിയിട്ടുണ്ട്. അതും ഉപേക്ഷിക്കപ്പെട്ടു.

പിറ്റേന്ന് ഞങ്ങൾ ജമ്മുനഗരം കാണാനിറങ്ങി. ധാരാളം ക്ഷേത്ര ങ്ങൾ ഉള്ള സ്ഥലമായതിനാൽ ക്ഷേത്രനഗരം (City of temples) എന്ന പേരിലാണ് ജമ്മു അറിയപ്പെടുന്നത്. ഞങ്ങൾ സാരി വില്ക്കുന്ന ഒരു സ്ഥലത്തെത്തി. അത് അതിവിശാലമാണ്. ഇതുന്നുകൊണ്ടാണ് അവരും നമ്മളും തുണികളെപ്പറ്റി സംസാരിക്കുന്നത്. എനിക്കാണെ ങ്കിൽ ഒരു കാമുകിപോലും ഇല്ലാത്തതിനാൽ സാരിയുടെ ആവശ്യം ഇല്ല. ഉച്ചഭക്ഷണം ഞങ്ങൾ പുറത്തുനിന്നാണ് കഴിച്ചത്. ചപ്പാത്തിയും പച്ചരിച്ചോറും സബ്ജിയും തൈരും സവാളയും പച്ചമുളകും ഒക്കെയാണ് വിഭവങ്ങൾ. ഊണ് എനിക്ക് ഇഷ്ടപ്പെട്ടു. അങ്ങനെ കറങ്ങിക്കറങ്ങി നഗരത്തിലൂടെ വൈകിയ രാത്രിയിൽ നടന്നുവരുമ്പോൾ ഒരു കടയിൽ ചപ്പാത്തി ചവിട്ടിക്കുഴയ്ക്കുന്നതു കണ്ടു. അതിനുമുമ്പ് ഞങ്ങൾ ഒരു മദ്യക്കട അന്വേഷിച്ചുപോയിരുന്നു. നമ്മുടെ ഇവിടത്തെ മദ്യമൊന്നും അവിടെ കിട്ടുകയില്ല. പരിചയമുള്ള മദ്യം ഗ്രീൻ ലേബൽ ആയിരുന്നു. അതു വാങ്ങിച്ചു. സമ്പന്നരുടെ കാറുകളും അതിസുന്ദരിമാരും അതിസുന്ദരൻ മാരുമായുള്ള മനുഷ്യരും എന്നെ അത്ഭുതപ്പെടുത്തി. പക്ഷേ ഭയന്നു വേണം ജീവിക്കാൻ. പോലീസുകാർ ചിലരെ പരിശോധിക്കുന്നുണ്ട്. സിറ്റി സർവീസ് ബസിലൊക്കെ ഞങ്ങൾ കയറിയിരുന്നു. ഹിന്ദി, ഉറുദു, കാശ്മീരി, ഡോഗ്രി എന്നിങ്ങനെ നാല് ഭാഷകൾ ജമ്മുവിലുണ്ട്. പിറ്റേന്ന് ഞങ്ങൾ യാത്ര പറഞ്ഞുപോയി.

ജമ്മുവിൽനിന്നുള്ള ഹിമാചലിലേക്കുള്ള യാത്രയിൽ ഒരു തുടർച്ച എവിടെയോ നഷ്ടപ്പെട്ടിട്ടുണ്ട്. കാരണം ഞങ്ങൾ രാത്രി എട്ടുമണിയോടെ യാണ് ഒരു ബസിൽ ഹിമാചലിലേക്ക് പുറപ്പെടുന്നത്. അതുവരെ എവി ടെയായിരുന്നു എന്നാണ് ഓർത്തെടുക്കാൻ പറ്റാത്തത്. ചിലപ്പോൾ യാത്രയിലായിരുന്നിരിക്കാം.

ഹിമാചലിലേക്കുള്ള ബസിൽ എനിക്ക് സീറ്റ് കിട്ടാത്തതിനാൽ ഞാൻ തറയിലാണ് ഇരുന്നത്. പ്രായമുള്ള വർക്കിസാറിന് സീറ്റു കിട്ടി. ബാലകൃഷ്ണൻ തറയിലാണോ സീറ്റിലാണോ ഇരുന്നതെന്ന് ഓർമ്മയി ല്ല. ബസ് പുറപ്പെട്ടു കഴിഞ്ഞു. ഏതാണ്ട് 9 മണിയായപ്പോൾ എന്റെ മുന്നിലെ സീറ്റിലിരിക്കുന്നവർ ആഹാരം കഴിക്കാൻ തുടങ്ങി. കാണാൻ

നല്ല ചന്തവും ചേലുമുള്ള ഒരു യുവാവും യുവതിയും കുട്ടിയുമാണുള്ളത്. അവർ എന്നോട് ചപ്പാത്തി കഴിക്കാൻ കൂടുന്നോ എന്നു ചോദിച്ചു. ഞാൻ കഴിച്ചതാണ് എന്നു പറഞ്ഞു. അപരിചിതനായ എന്നോടുള്ള ആ കുടുംബത്തിന്റെ സ്നേഹം എനിക്ക് സന്തോഷമേകി. ആ കുടുംബത്തിന്റെ ഇമേജ് എന്റെ മനസിൽ പതിഞ്ഞു. ഞാൻ എന്റെ ബാഗിന്റെ വള്ളി ശരീരത്തിൽ കുടുക്കി ചാരിയിരുന്നു.

ഡ്രൈവർ ബസിന്റെ ഉള്ളിലെ വെളിച്ചമെല്ലാം കെടുത്തി. പുറത്ത് എല്ലാ വശങ്ങളിലും വെളിച്ചങ്ങൾ ഇട്ടു. ഞാൻ പുറത്തേക്ക് നോക്കി. ഒരു കാട്ടിലൂടെയാണ് ബസ് പോകുന്നത്. ബസ് അങ്ങോട്ടുമിങ്ങോട്ടും തിരിയുന്നു. പുറം ലോകം മുഴുവൻ വെളിച്ചം വിതറിയാണ് ബസിന്റെ പോക്ക്. മുമ്പിൽ സീറ്റിലിരുന്ന യുവാവിന്റെ തോളിൽ വീണ് ഭാര്യയുറങ്ങി. കുഞ്ഞ് അവരുടെ ഇരുവരുടേയും മടിയിൽ ഉറങ്ങി. യുവാവും ഉറങ്ങി. ബസിലുള്ള എല്ലാവരും ഉറങ്ങിക്കഴിഞ്ഞു. ഞാൻ പുറം ലോകത്തിലേക്ക് നോക്കിക്കൊണ്ട് ഏറെ നേരം ഇരുന്നു. ആ ബസിൽ ഡ്രൈവറുടെ മുന്നിൽ ഇങ്ങനെ എഴുതിയിരുന്നു.

"മേം ഏക് ഡ്രൈവർ ഹേ

ഡ്രൈവരി മേരാ കാം ഹേ

യാത്രാ മേരീ ദേവതാ ഹേ" (ഞാൻ ഒരു ഡ്രൈവറാണ്. ഡ്രൈവിംഗ് എന്റെ ജോലിയാണ്. യാത്ര എന്റെ ദേവതയാണ്)

ഇത്രയും മനോഹരമായ ഒരു കുറിമാനം ഞാൻ ജീവിതത്തിലൊരിക്കലും വേറെങ്ങും വായിച്ചിട്ടില്ല. ഒരു പക്ഷേ ബസ് കടന്നുപോകുന്നത് കാങ്ടാ വഴിയാണോ? അങ്ങനെ കണ്ടെന്ന് തോന്നി. എങ്കിൽ, ഇന്ത്യൻ ചിത്രകലയുടെ കേന്ദ്രമാണത്. ഹിമാലയത്തിന്റെ സാനു പ്രദേശങ്ങളിലാണ് മനുഷ്യരൂപങ്ങളുടെ പാർശ്വ ചിത്രീകരണങ്ങളുള്ള ചിത്രകല രൂപംകൊണ്ടത്. ഏതൊരാൾക്കും പ്രിയപ്പെട്ട കൃഷ്ണ രാധാ-ഗോപികാ കഥകളുടെ ചിത്രണങ്ങൾ ആണവ. പ്രത്യേകമായ ശൈലിയുണ്ട്. അങ്ങനെ പലതുമോർത്ത് ഞാനും എപ്പോഴോ ഉറങ്ങിപ്പോയി.

ഞാൻ അതിരാവിലെ ഉണർന്നു. ഞെട്ടിക്കുന്ന ഒരു കാഴ്ചയാണ് ഞാൻ കണ്ടത്. സ്വർണനിറത്തിൽ ഹിമാലയം. പെട്ടെന്നെനിക്ക് മനസിലായില്ല. പിന്നെയും ബസ് പോകുകയാണ്. പലരും ഇറങ്ങി. ആ കുടുംബത്തെ കണ്ടുമില്ല. അങ്ങനെ ഞങ്ങൾ കുളു മണാലിയിൽ എവിടെയോ എത്തി. വളരെ അടുത്തടുത്ത സ്ഥലങ്ങൾ ആണവ .ആപ്പിൾ മരങ്ങൾ നിറഞ്ഞ

കുന്നുകൾ. ആപ്പിൾ കായ്ക്കുന്ന ഋതുവല്ല. ബസിൽനിന്ന് ഇറങ്ങിയ പാടേ ഞങ്ങൾ ഒരു വലിയ ഹോട്ടലിൽ എത്തി. അവർ ഞങ്ങൾക്ക് റെന്റ് കുറച്ച് 200 രൂപായ്ക്ക് മുറി തരാമെന്നു പറഞ്ഞെങ്കിലും ഞങ്ങൾ മറ്റൊരു സാധ്യത തേടി. അങ്ങനെ 150 രൂപയ്ക്കുള്ള ഒരു റൂമെടുത്തു. പല ഭാഗങ്ങളും ഏച്ചുകെട്ടിയ ഹോട്ടലാണെങ്കിലും എല്ലാ സൗകര്യവും ഉണ്ടവിടെ. മദ്യവും ഭക്ഷണവും അവർ ഏർപ്പാടാക്കി. പ്രാതൽ കഴിച്ച് ഞങ്ങൾ യാത്രയായി. ആ ഹോട്ടൽകാരൻ ചെറുപ്പക്കാരൻ തന്നെ ഞങ്ങൾക്കായി ഒരു കണ്ടക്റ്റഡ് ടൂർ ബസ് ഏർപ്പാടാക്കി. ചില്ലിട്ട ഒരു ബസ്. അപ്പോൾ സമയം 10 മണി കഴിഞ്ഞിരുന്നു. ഹിമാലയത്തിന്റെ സ്വർണനിറം മാറി വെള്ളിനിറമായി മാറിക്കഴിഞ്ഞു. ഇപ്പോൾ നമുക്ക് നോക്കാൻ പ്രയാസമുണ്ട്. വല്ലാത്ത തിളക്കമാണ്. ഞങ്ങൾ പൂക്കൾ നിറഞ്ഞ താഴ്വരകൾ കണ്ടു. പിന്നെ വലിയ ഷൂ ഒക്കെ കാലിലിട്ട് ഞങ്ങൾ മഞ്ഞിലൂടെ നടന്നു. മഞ്ഞു വാരി എറിഞ്ഞു. റോതാങ് പാസ് എന്ന സ്ഥലമാണത്. അതിലേ പോകുന്ന വഴി ലഡാക്കിലേക്കാണെന്ന് പറഞ്ഞു കേട്ടു. വേനലിലേ അതുവഴി യാത്രായോഗ്യമാവുകയുള്ളൂ. പിന്നെ അവിടന്ന് നെഹ്റു കുണ്ട് എന്ന സ്ഥലത്തെത്തി. അവിടെ ഭൂമിക്കടിയിൽ നിന്ന് ചൂടുവെള്ളം പുറത്തേക്ക് ഒഴുകുന്ന ഒരു സ്ഥലം ഉണ്ട്. കുറച്ച് വെള്ളം ഞാനൊരു കുപ്പിയിൽ പിടിച്ചു. ബ്യാസ് നദി അവിടന്നെങ്ങാണ്ടാണ് ഉത്ഭവം കൊള്ളുന്നത്. ഈ നദിയോടൊപ്പമാണ് അടുത്ത ദിവസം ഞങ്ങൾ പഞ്ചാബിലേക്ക് പോയത്. ബ്യാസ് എന്നാൽ വ്യാസൻ എന്നാണ് അർത്ഥം. പിന്നെ ഞങ്ങൾ മുറിയിലെത്തി. പതിവുപോലെ കുറച്ച് മദ്യവും ഭക്ഷണവുമായിട്ടുറങ്ങി. പിറ്റേന്ന് ഞങ്ങൾ മറ്റിടങ്ങളിൽ കറങ്ങി നടന്നു. കാസറ്റുകടകളിൽനിന്ന് അവിടത്തെ പാട്ടുകൾ സംഘടിപ്പിക്കാൻ നോക്കി. പിറ്റേന്ന് രാവിലെതന്നെ ഞങ്ങൾ പഞ്ചാബിലേക്ക് ബസിൽ യാത്രയായി. ഹിമാചൽ പ്രദേശ് ഇന്ത്യയിൽ ഞാൻ കണ്ടിട്ടുള്ള ഏറ്റവും മനോഹരമായ സ്ഥലം ആകുന്നു. അവിടത്തെ സീസണിലല്ല ഞങ്ങൾ എത്തിയത്. മണിക്കിരൺ പോലുള്ള സ്ഥലങ്ങൾ ഒക്കെയുണ്ടെങ്കിലും ഞങ്ങൾ ആങ്ങോട്ടുപോയില്ല.

ഹിമാചൽ പ്രദേശിൽനിന്ന്, മഞ്ഞുപർവ്വതങ്ങളുടെ പ്രദേശത്തുനിന്ന് പഞ്ചാബിലേക്കുള്ള യാത്ര ബ്യാസ് നദിയോടൊപ്പമാണ്. ഒരു നദിപോലെ ഒഴുകുന്ന യാത്ര. ഒരിക്കലും മറക്കാനാവാത്ത യാത്രയായിരുന്നു അത്. ദീർഘദൂര ബസ് യാത്രകൾ എനിക്ക് ഇഷ്ടമാണ്. അത് എന്നെ ഏകാന്തതയിലേക്ക്, എന്നിലെ എന്നിലേക്ക് കൊണ്ടുപോകുന്നു. അത് ഒരു സ്ഥലകാലാനുഭവമാണ്. സമയസഞ്ചാരമാണ്. എവിടേയും പർവതഭാഗങ്ങളാണ്. അടുക്കിവെച്ച പലകകൾ മാതിരി പാറകൾ. അങ്ങനെ

മലയിറങ്ങുകയാണ്. അപ്പോൾ യാത്രക്കാരായ ഒരു ഭാര്യയും ഭർത്താവും തമ്മിൽ വഴക്കായി. പലരും ചിരിക്കുന്നുണ്ട്. എന്താണ് പറയുന്നതെന്ന് എനിക്ക് മനസിലാകുന്നില്ല. ഇടയ്ക്ക് ഡ്രൈവർ പ്രഭാതഭക്ഷണത്തിനായി വണ്ടി ഒരു ചെറിയ വഴിയോരക്കടയുടെ മുന്നിൽനിർത്തി. എല്ലാവരും രോട്ടിയും സബ്ജിയും കഴിച്ചു. ഗംഭീര ഭക്ഷണം. പിന്നെയും യാത്ര തുടർന്നു. വലതു ഭാഗത്ത് പർവ്വതച്ചെരിവാണ്. അവിടെ വെട്ടിയുണ്ടാക്കിയ വഴി യിലൂടെയാണ് വണ്ടി പോകുന്നത്. ഇടതുവശത്ത് ബ്യാസ് നദി ഒഴുകുന്നു. തെളിഞ്ഞ ജലമാണ്. ഇടയ്ക്ക് അക്കരയ്ക്കു കടക്കാനായൊരു തൂക്കുക്കാലം കണ്ടു. ഒരു വലിയ കൂട്ടം ആടുകളുമായി പോകുന്ന ഇടയനെ കണ്ടു. ഭക്രാനങ്കൽ എന്ന് കണ്ടു. ട്രാക്ടറിൽ ആണുങ്ങളും പെണ്ണുങ്ങളും യാത്ര ചെയ്യുന്നു. പഞ്ചാബിൽ മാത്രം കണ്ട ദൃശ്യമാണ്. നദികളുടെ നാടാണ് പഞ്ചാബ്. നിരപ്പായി കിടക്കുന്ന ഭൂമിയാണ്. ഗോതമ്പുപാടങ്ങളാണ് ച്ചുറ്റും. കാശ്മീരികളെപ്പോലെ കാണാൻ ഭംഗിയുള്ളവരായി തോന്നിയി ല്ല പഞ്ചാബുകാർ. ഹിമാചലിലും പൊക്കം കുറഞ്ഞ മനുഷ്യരെയാണ് കണ്ടത്. അങ്ങനെ ഞങ്ങൾ അമൃതസറിലെത്തി. അമൃതസറിൽ ആദ്യം ഞങ്ങൾ പോയത് ജാലിയൻ വാലാ ബാഗിലേക്കാണ്. ഒരു ആറടി മാത്രം വീതിയുള്ള ഒരു ഇടനാഴിയിലൂടെയാണ് നമ്മൾ അവിടെ ചെല്ലു ന്നത്. ജനറൽ ഡയറിന്റെ പട്ടാളക്കാരുടെ വെടിയുണ്ടകൾ കൊണ്ട പാടുകൾ ഭിത്തികളിൽ അതേപടി കാണാം. ഇടനാഴി അടച്ചിട്ടിട്ട് ആയിരുന്നു വെടിവയ്പ്. അതാണ് ആളുകൾ കിണട്ടിൽ ചാടിയത്. ഒരു വലിയ വട്ടം ഉള്ള മെമ്മോറിയൽ കിണറാണത്. ജീവഭയത്താൽ 200 പേരാണ് ആ കിണറ്റിൽ ചാടിയത്. അവിടെ രണ്ട് കത്തുകൾ ഞാൻ വായിച്ചു. ഒന്ന് ഈ കൂട്ടക്കൊലയിൽ പ്രതിഷേധിച്ച് തന്റെ സർ സ്ഥാനം ടാഗോർ മടക്കിക്കൊടുത്തതു സംബന്ധിച്ച കത്താണ്. രണ്ടാമത്തെ കത്ത് ഒരു സ്ത്രീയുടേതാണ്. പേരിന്റെ കൗർ എന്ന അവസാനഭാഗം ഞാൻ ഓർക്കുന്നു. വെടിവയ്പു നടന്ന രാത്രിയിൽ വിവരമറിഞ്ഞിട്ട് ഭർത്താവിനെ അന്വേഷിച്ചു വന്ന ഒരു സ്ത്രീയാണ് അവർ. ശവങ്ങൾ കൂടിക്കിടക്കുന്ന ആ സ്ഥലത്ത് ചെന്നായ്ക്കളും കുറുക്കന്മാരും മറ്റും അലയു ന്നതിനിടയിൽ തന്റെ ഭർത്താവിനരികിൽ ആ സ്ത്രീ ഇരുന്നു. ഈ രണ്ടു കത്തുകളും വായിച്ച ഞാൻ കരഞ്ഞുപോയി. നമ്മൾ എത്ര ആഴത്തി ലാണ് മനുഷ്യരെ സ്നേഹിക്കുന്നതെന്ന് ഞാൻ അത്ഭുതപ്പെടുന്നു. ഈ സംഭവത്തിന്റെ സാക്ഷിയായിരുന്നു ഉധംസിങ്. ആളുകൾക്ക് കുടിക്കാൻ വെള്ളം കൊടുക്കുകയായിരുന്നു അവിടെ അദ്ദേഹം. ജനറൽ ഡയറിനെ വധിച്ചുകൊണ്ടാണ് ഉധം സിങ് എന്ന "മഹാരക്തസാക്ഷി" അതിന് പ്രതികാരം ചെയ്തത്. അതിനായി സ്വന്തം ജീവിതംതന്നെ

ഉപേക്ഷിക്കേണ്ടിവന്ന അദ്ദേഹത്തിന്. വളരെ നാളുകളുടെ കാത്തിരിപ്പ് അതിനു വേണ്ടിവന്നു. ജാലിയൻ വാലാബാഗിൽനിന്നും അധികദൂരമില്ല സുവർണക്ഷേത്രത്തിലേക്ക് "ഞങ്ങൾ കേരളത്തിൽനിന്നാണ്. ഇവിടെ പ്രവേശിക്കാമോ?" ഞാൻ പ്രവേശനകവാടത്തിൽനില്ക്കുന്നവരോട് ചോദിച്ചു. "ഇവിടെ ആർക്കും കേറാം. കാല് കഴുകണമെന്നേയുള്ളൂ." അവർ ചിരിച്ചുകൊണ്ട് പറഞ്ഞു. നടയിലൂടെ വെള്ളം ഒഴുകുന്നുണ്ട്. ഒരു തടാകത്തിലാണ് 400 കിലോ സ്വർണം കൊണ്ടു പൊതിഞ്ഞ ക്ഷേത്രം നിലനില്ക്കുന്നത്. തടാകത്തെ ചുറ്റിയാണ് നമ്മൾ പോകേണ്ടത്. ഒരു കൂട്ടം ആളുകൾ ഇരുന്നുകൊണ്ട് ക്ഷേത്രത്തിൽനിന്ന് ഹിന്ദുസ്ഥാനീ രാഗത്തിലുള്ള ഭക്തിസംഗീതം ആലപിക്കുന്നു. തബലയും ഹാർമ്മോണിയവും എന്റെ ശ്രദ്ധയിൽ പെട്ടു. അവിടെ ഖാലിസ്ഥാൻ തീവ്രവാദികൾ ഒളിച്ചിരുന്ന ഭാഗവും ഞങ്ങൾ കണ്ടു. അവിടന്ന് പോയിട്ടും അവരുടെ സംഗീതം മനസിൽ മുഴങ്ങി. ഞങ്ങളുടെ അടുത്ത ലക്ഷ്യം പഠാൻ കോട്ട് പട്ടാളത്തിലേക്കായിരുന്നു. ഞങ്ങൾ അവിടെനിന്ന് പഠാൻ കോട്ടെത്തി. ആർമ്മി ഓഫീസിൽ ചെന്ന് ട്രെയിനിൽ വെച്ച് കണ്ടുമുട്ടിയ സാബുച്ചേട്ടനെ അന്വേഷിച്ചു. തമിഴരായ പട്ടാളക്കാരോടാണ് ഞങ്ങൾ അന്വേഷിച്ചത്. അവർ വളരെ പെട്ടെന്ന് ഒരു ട്രക്ക് സ്റ്റാർട്ടാക്കി ഞങ്ങളെ പട്ടാളക്യാമ്പിൽ കൊണ്ടുവിട്ടു. തമിഴർക്ക് ഞങ്ങളെ കണ്ടതിൽ സന്തോഷമായി. അവർ തമിഴിലാണ് ഞങ്ങളോട് സംസാരിച്ചത്.

ഞങ്ങൾ ചെല്ലുമ്പോൾ മലയാളികളായ പട്ടാളക്കാരെല്ലാം ഞങ്ങളുടെ കൂടെക്കൂടി. എന്റെ കൂടെയുള്ളവർ ഞാൻ കവിത എഴുതും എന്നു പറഞ്ഞപ്പോൾ ഇന്നിവിടെക്കൂടിയിട്ട് കവിതകൾ ചൊല്ലി നാളെ പോകാം എന്നു പറഞ്ഞു. പക്ഷേ എന്റെ സുഹൃത്തുക്കൾക്ക് പോകണം എന്നുണ്ടായിരുന്നു. എനിക്ക് അവിടെ തങ്ങണമെന്നുണ്ടായിരുന്നു. അങ്ങനെ ഞങ്ങൾ സാബുച്ചേട്ടന്റെ വീട്ടിലെത്തി. പോകുന്ന വഴിയിൽ ഒരു കൂട്ടം മെലിഞ്ഞു പൊക്കമുള്ള ആടുകളുമായി പോകുന്ന ഇടയനെ കണ്ടു. ഞങ്ങൾക്ക് സാബുച്ചേട്ടന്റെ ഭാര്യ ചായയുണ്ടാക്കിത്തന്നു. അവിടന്ന് പോകുമ്പോൾ ഒരു കുപ്പി മദ്യം സാബുച്ചേട്ടൻ ഞങ്ങളുടെ കയ്യിൽ തന്നു. ഞങ്ങൾ ഡൽഹിയിലേക്ക് ഒരു ട്രെയിനിൽ കയറി. ഞങ്ങൾക്ക് സീറ്റ് ലഭിച്ചെങ്കിലും വല്ലാത്ത തിരക്കായിരുന്നു ട്രെയിനിൽ. ഇതുപോലെ തിരക്കുള്ള ഒരു വണ്ടി ജീവിതത്തിൽ കണ്ടിട്ടില്ല. എന്റെ കാല് ഒരു യുവതിയുടെ കാലുകൾക്ക് ഇടയിൽ ആണ്. എല്ലാവരും കൂടിക്കുഴഞ്ഞാണ് ഇരിക്കുന്നത്. വണ്ടി പുറപ്പെട്ടു കഴിഞ്ഞ് കുറേ നേരം കഴിഞ്ഞപ്പോൾ ഒരു പോലീസുകാരൻ എവിടന്നോ ചാടിവീണു. എനിക്ക് എതിരെ ഇരിക്കുന്ന ചെറുപ്പക്കാരനെ അടിച്ചു. എന്റെ തോൾബാഗ്

പരിശോധിച്ചു. കവിതകൾ എല്ലാം അരിച്ചുപെറുക്കി. ഇംഗ്ലീഷിൽ സംസാരിച്ചതു കൊണ്ട് ഞാൻ രക്ഷപെട്ടു. അയാൾ പോയി കഴിഞ്ഞപ്പോൾ ഞാൻ ഒന്നു ശ്വാസം വിട്ടു. കാരണം സീറ്റിനടിയിൽ വേറൊരു ബാഗും ഒരു കുപ്പി മദ്യവും ഉണ്ടായിരുന്നു.

തീവണ്ടി തീപോലെ പായുകയാണ്. സൂചികുത്താൻ ഇടമില്ല. ഒരു വഴക്കും ബഹളവുമില്ലാതെ സൌരുമയോടെ ഒരു ജനത സഞ്ചരിക്കുകയാണ്. എന്റെ എതിർവശത്തിരിക്കുന്ന പെൺകുട്ടിയും അസ്വസ്ഥയല്ല. അതൊന്നും അവൾക്ക് വിഷയമല്ല. ശരീരങ്ങൾ തമ്മിൽ മുട്ടിയതുകൊണ്ട് എന്ത് സംഭവിക്കാനാണ്? അതാണ് ഉത്തരേന്ത്യക്കാർ. അപ്പോൾ എനിക്ക് മുള്ളാൻ മുട്ടി. ആളുകളിൽനിന്ന് എന്നെ ഊരിയെടുത്തു കൊണ്ട് ഞാൻ ചെല്ലുമ്പോൾ ടോയ് ലെറ്റിനകത്ത് നിറച്ച് പെണ്ണുങ്ങൾ ഇരിക്കുകയാണ്. അവർ ടോയ്‌ലെറ്റ് ഉപയോഗിച്ചോളാൻ പറഞ്ഞിട്ട് ഒതുങ്ങിയിരുന്നു. പിന്നെ എപ്പോഴോ ഡൽഹിയിൽ വണ്ടി എത്തുകയായി. അപ്പോഴാണ് അറിയുന്നത് ഈ തീവണ്ടി പുരാ ദില്ലിലേ പോകു, നയി ദൽഹിയിൽ പോകില്ല. രണ്ട് ദില്ലിയുണ്ടെന്ന് ഞാനപ്പോഴാണ് അറിയുന്നത്. ഇവിടന്ന് അത് ഗോരക് പൂരിലേക്കോ മറ്റോ പോകും. പെട്ടെന്ന് ഇറങ്ങണം. തങ്ങളുടെ തോളിൽ ചവിട്ടി പൊയ്ക്കോളാൻ ആളുകൾ എന്നോടു പറഞ്ഞു. അവരെ ചവിട്ടി ഒരു വിധത്തിൽ ഇറങ്ങി. ആ ഇറക്കത്തിൽ എന്റെ കാല് ഉളുക്കി. (അത് നാട്ടിൽ മടങ്ങി വന്നപ്പോൾ ഒരു മർമ്മാണി വൈദ്യൻ ആണ് ഭേദമാക്കിയത്.) ഞാൻ ചുറ്റിലും നോക്കി. കൂട്ടുകാരെ കണ്ടുപിടിച്ചു. അപ്പോൾ ബാലകൃഷ്ണൻ പറയുകയാണ് ചെറിയ ബാഗ് നഷ്ടപ്പെട്ടെന്ന്. വണ്ടിയുടെ മുന്നിൽക്കൂടി ഓടിച്ചെന്ന് മറുശത്ത് എത്തിയെങ്കിലും ഞങ്ങൾക്ക് അത് ലഭിച്ചില്ല. കമ്പാർട്ടുമെന്റ് കണ്ടുപിടിക്കാൻ ആയില്ല. അതിൽ 3000 രൂപ ഉണ്ടായിരുന്നു. ഞങ്ങളുടെ യാത്രയെ തകർത്ത ഒരു സംഭവം ആയിരുന്നു അത്. ഒരു സൈക്കിൾറിക്ഷ പിടിച്ചു. ഒരു പാവം മനുഷ്യനാണ് അത് ചവിട്ടുന്നത്. പ്രായമുള്ള അധ്യാപകനെ അതിൽ ഇരുത്തിയിട്ട് ഞങ്ങൾ റിക്ഷയുന്തി പിന്നാലെ നടന്നു. ദൽഹിയിൽ ഒരു ഹോട്ടലിൽ ഞങ്ങളൊരു മുറിയെടുത്തു. പിറ്റേന്ന് രാവിലെ ഒരു കണ്ടക്ടഡ് ടൂർ സംഘടിപ്പിച്ചു. ചുറ്റുപാടും കാണാവുന്ന വിധം ചില്ലിട്ട ഒരു വണ്ടിയായിരുന്നത്. ബിർള ഹൗസും ഗാന്ധിയുടെ ശവകുടീരവും ഇന്ദിരാഗാന്ധിയുടെ ശവകുടീരവും കണ്ടു. കുത്തബ് മീനാർ ദൂരെ നിന്നേ കണ്ടുള്ളു. ഇന്ദിരാഗാന്ധിയുടെ തീൻമൂർത്തീ ഭവനിലും പോയി. ഇന്ത്യാ ഗെയിറ്റ് കണ്ടു. അങ്ങനെ കാഴ്ചകൾ കണ്ട് ഞങ്ങൾ മടങ്ങി. തിരിച്ചു മുറിയിലെത്തി. അന്ന് രാത്രി അവിടെ ഞങ്ങൾ താമസിച്ച ഹോട്ടലിന്റെ എതിർവശത്തുള്ള ഹോട്ടലിൽ ഒരു

വഴക്കുണ്ടായി. ഹോട്ടലിന്റെ ചില്ലൊക്കെ അടിച്ചുപൊട്ടിച്ചു. പിറ്റേന്ന് ഞങ്ങൾ ആഗ്രയ്ക്ക് പുറപ്പെട്ടു.

ഇതുവരെയുള്ള യാത്രയിൽനിന്ന് ഞാൻ മനസിലാക്കിയ ചില കാര്യങ്ങൾ ഉണ്ട്. ഉത്തരേന്ത്യയിലെ ജനങ്ങൾ സ്നേഹമുള്ളവരാണ്. സ്വന്തം പരിമിതിയിൽ ജീവിക്കുന്നവരാണ് അവർ. നമ്മൾ ഇന്ത്യാക്കാരിലുള്ള ഒരു ഇന്ത്യൻനെസ് അവരും ഉള്ളിൽ സൂക്ഷിക്കുന്നു. മറ്റുള്ളവർക്കായി അവർ എന്തും സഹിക്കും. ആൺ - പെൺ വ്യത്യാസങ്ങൾ കുറവാണ്. സ്ത്രീകൾ നിർഭയരായി രാത്രിയിലും സഞ്ചരിക്കുന്നുണ്ടായിരുന്നു അക്കാലത്ത്. അത് ഞാൻ ശ്രദ്ധിച്ചിരുന്നു. നമ്മൾക്കെല്ലാവർക്കും ഇന്ത്യക്കാർ എന്ന മുദ്രയുണ്ട്. സ്വാതന്ത്ര്യസമരകാലം സൃഷ്ടിച്ച മൂല്യങ്ങളുടെ നാശത്തിൽ ഇന്ത്യക്കാർക്ക് ഇന്ന് പലതും നഷ്ടപ്പെട്ടു. ഇന്ത്യ രോഗാതുരമായി. എങ്കിലും എല്ലാ മൂല്യങ്ങളും ഇന്നും നശിച്ചുകാണില്ല എന്ന് വിശ്വസിക്കാനാണ് എനിക്കിഷ്ടം.

ദില്ലിയിൽനിന്ന് ഏതാണ്ട് 90 കിലോമീറ്ററാണ് ആഗ്രയിലേക്കെന്നാണ് അന്ന് ഞാൻ മനസിലാക്കിയത്. അത് അങ്ങനെതന്നെ ഇരിക്കട്ടെ. അഗ്രയിൽ കാണാനുള്ള പലസ്ഥലങ്ങളും ഉണ്ട്. പക്ഷേ റെഡ് ഫോർട്ടും താജ് മഹലും കാണുക മാത്രമായിരുന്നു ഞങ്ങളുടെ ലക്ഷ്യം. ഞങ്ങൾ ഒരു ഗ്രൂപ്പിന് ഒരു ഗൈഡിനെ കിട്ടിയിരുന്നു. അയാൾ അക്ബറിന് 1000 ഭാര്യമാരുണ്ടായിരുന്നു എന്നു പറഞ്ഞു. ശിഖണ്ഡികളായിരുന്നു അവർക്ക് കാവൽ. അതൊന്നും വലിയ കാര്യമല്ല. ജെങ്കിസ്ഥാന് 5500 ഭാര്യമാർ ഉണ്ടായിരുന്നു. അതൊക്കെ ഒരു കാലം.

അക്ബറിന്റെ ദർബാർ ഹാളും ഷാജഹാനെ മകൻ തടവറയിലാക്കിയ ഭാഗവും കാണിച്ചുതന്നു. മറ്റെല്ലാ കൊട്ടാരഭാഗങ്ങളും ചുമന്ന മാർബിളിൽ ആണെങ്കിൽ വെള്ള മാർബിളിൽ ആയിരുന്നു താജ് മഹൽ. ഞങ്ങൾ അകത്ത് കയറിക്കണ്ടു. ഉള്ളിൽ നല്ല തണുപ്പുണ്ട്. അതിന്റെ മുമ്പിലൂടെ യമുനാനദി ഒഴുകുന്നു. പക്ഷേ വെള്ളമില്ലാതെ ഉണങ്ങിവരണ്ടു കിടന്നിരുന്നു. ചന്ദ്രനുദിച്ചു നിൽക്കുന്ന രാത്രിയിൽ, നക്ഷത്രങ്ങൾ മിന്നുന്ന രാത്രിയിൽ യമുനയിൽ അതിന്റെ പ്രതിഫലനം ഉണ്ടാകും. കൂടെ താജ് മഹലും പ്രതിഫലിക്കും. അസുലഭമായ സൗന്ദര്യപ്രകർഷം ആണത്. അതിൽ പകുതിയേ മനുഷ്യനിർമ്മിതിയുള്ളൂ. ബാക്കി പ്രകൃതിയുടെ നിർമ്മിതിയാണ്. വെണ്ണക്കല്ലിൽ പണിത, ലോകത്തിലെ വിവിധ വാസ്തുവിദ്യാശൈലികൾ സമഞ്ജസമായി സമ്മേളിച്ച ആ പ്രണയസൗധം ഹാജഹാന്റെ മുറിയുടെ ഭിത്തിയിൽ പതിച്ച രത്നങ്ങളിലും പ്രതിഫലിക്കും. വാസ്തുവിദ്യയുടെ ഒരു പ്രത്യേകത അതിന്റെ പശ്ചാത്തലം പ്രധാനമാണ്, അതു കൂടിച്ചേർന്നാണ് ആ നിർമ്മിതിക്ക് ഭംഗി നല്കുന്നതെന്നാണ്.

ഭിത്തികളിലെ രത്നങ്ങൾ പറിച്ചെടുക്കപ്പെട്ടിരിക്കുന്നു. കണ്ണുകൾ ചൂഴ്ന്നെടുക്കപ്പെട്ട ഭിത്തികൾ അന്ധമായി നമ്മെ നോക്കുന്നു.

യാത്രയുടെ രസം യാത്ര മാത്രമാണ്. അത്ഭുതങ്ങൾ ആദ്യ കാഴ്ചയിൽ മാത്രമേ അത്ഭുതങ്ങൾ ആയിരിക്കയുള്ളൂ. പിന്നീടവ സാധാരണ കാഴ്ചകൾ ആകും. പണം തീർന്നുപോയതിനാൽ മറ്റു യാത്രകൾ ഉപേക്ഷിക്കേണ്ടി വന്നു. രാജസ്ഥാനിൽ പോകണമെന്നും ഖജുരാഹോയിൽ പോകണമെന്നും ഉണ്ടായിരുന്നു. ഞങ്ങൾ ബാംഗ്ലൂർക്കുള്ള തീവണ്ടിക്ക് ടിക്കറ്റ് ബ്ലാക്കിൽ എടുത്തു. പ്രായമുള്ള അധ്യാപകന് ബർത്ത് കിട്ടി. ഞങ്ങൾക്ക് കിട്ടിയില്ല. ബാലകൃഷ്ണന് RAC കിട്ടി. ഞാൻ ഓർഡിനറി കമ്പാർട്ടുമെന്റിലാണ് യാത്ര ചെയ്തത്. ഞാൻ ചെന്നപ്പോൾ അവിടെ നാടോടികൾ മാത്രം. അവർ എനിക്ക് സീറ്റു തന്നില്ല. ഒരു പട്ടാളക്കാരൻ അവരെ വിരട്ടി. അങ്ങനെയാണ് എനിക്ക് സീറ്റ് കിട്ടിയത്. മുഷിഞ്ഞ മനുഷ്യർ. അവരാണ് ഇന്ത്യൻ നാടോടികൾ, ബഞ്ചാരെ അഥവാ ജിപ്സികൾ. അവർക്ക് വോട്ടില്ല, വീടില്ല. അവർ ഒരു സമാന്തര ഇന്ത്യയാണ്. ഉത്തർപ്രദേശിലും എല്ലാം ഇവരെ കാണാം. പിൽക്കാലത്ത് നാടോടികളെപ്പറ്റി ഞാൻ വിപുലമായി വായിച്ചു. അത് ഞാൻ ഇവിടെ വിശദീകരിക്കുന്നില്ല. ഇടയ്ക്ക് ബാലകൃഷ്ണൻ എനിക്ക് ബർത്ത് ശരിയാക്കി എന്നെ വിളിച്ചുകൊണ്ടുപോയി. അങ്ങനെ ഞങ്ങൾ ബാംഗ്ലൂരിൽ എത്തി. വർക്കിസാറിന്റെ അനിയൻ ഫിലിം ഡിവിഷൻ കോർപ്പറേഷന്റെ ഡയറക്ടറായിരുന്നു. അദ്ദേഹത്തിന്റെ വീട്ടിൽ എത്തി ഞങ്ങൾ സ്കോച്ചുവിസ്കിയും ഭക്ഷണവും കഴിച്ചു സുഖമായിട്ടുറങ്ങി. പിറ്റേന്ന് ബാംഗ്ലൂരിൽ കറങ്ങിയിട്ട് രാത്രി ഒരു സുഖയാത്രാബസിൽ കയറിപ്പോന്നു. ഇതെന്റെ ആദ്യത്തെ ഇന്ത്യൻ യാത്രയായിരുന്നു. പിന്നീട് തീവണ്ടിയിലും വിമാനത്തിലും അനേക തവണ ഞാൻ ഇന്ത്യയിൽ പലയിടത്തും പോയിട്ടുണ്ട്. ഇന്ത്യ എന്താണ് എന്നുള്ള ഒരു അറിവ് എനിക്ക് ഉണ്ടായി. ചിന്തയിൽ ഒരു പരിധിവരെ എനിക്ക് ഇന്ത്യയെ വരച്ചെടുക്കാൻ കഴിയും. ലോകത്തിലെ എല്ലാ രാജ്യങ്ങളിലും വൈവിധ്യങ്ങളുണ്ട്. നാനാത്വത്തിൽ ഏകത്വവും എല്ലായിടത്തും ഉണ്ട്.

ഉത്തരേന്ത്യക്കാർക്ക് കേരളീയരോട് സ്നേഹവും ആദരവും ഉണ്ട്. ഇപ്പോൾ അധികാരം പിടിച്ചെടുക്കാനും നിലനിർത്താനും ഉള്ള കുത്സിത നീക്കങ്ങളിൽ ഇന്ത്യ പതറുന്നുണ്ട്. പക്ഷേ ജൈനരും ബുദ്ധമതക്കാരും ആജീവകരും പ്രതിബോധത്തിന്റെ അസ്ഥിവാരം ഉറപ്പിച്ച ഇന്ത്യ ഉണർന്നെഴുന്നേല്ക്കും എന്ന് ഞാൻ കരുതുന്നു.

അധ്യായം 42

എനിക്ക്30 വയസു കഴിഞ്ഞു. അറിയപ്പെടാത്ത കവിയായി ഞാൻ അലയുന്നു. പാലാ സൂര്യ കോളേജിലെ പ്യൂൺ പറഞ്ഞ ശാപം എന്നെ പിൻതുടരുന്നു. അയാൾ പറഞ്ഞു : "താങ്കൾ ഒരിക്കലും കവിയാവുകയില്ല." തിരുക്കുടുംബം, കറുത്ത കല്ല്, ഗ്രാമത്തിലെ ദേവാലയം, കടൽക്കരയിലെ കൂട്ടുകാർ, ഉറക്കം, കുട്ടികളോടൊത്ത് ഒരു ജീവിതം, ചന്ദ്രനെ സ്നേഹിച്ച പെൺകുട്ടി, ആ രാത്രി, കവിയും ചിത്രകാരനും എന്നിങ്ങനെ കുറച്ചു കവിതകളേ എനിക്കുള്ളൂ.

പകൽ എപ്പോഴും ചിരിക്കുകയും തമാശ പറയുകയും ചെയ്യുന്ന ഒരു കഥയില്ലാത്ത മനുഷ്യനായി ഞാൻ മാറി. രാത്രിയിൽ ഞാൻ കവിതകൾ എഴുതും, തിരുത്തും. ഒരു കവിത പൂർത്തിയാകാൻ മാസങ്ങൾ വേണം. ചിലതെല്ലാം ഉപേക്ഷിക്കപ്പെട്ടു. സ്കൂളിൽ ഞാൻ കുട്ടികൾക്കായി ചെറിയ നാടകങ്ങൾ ചെയ്തു. ഞാൻതന്നെ എല്ലാ റോളും അഭിനയിച്ചു കാണിക്കുമായിരുന്നു കുട്ടികളെ. ഇംഗ്ലീഷ് ടീച്ചർ ഇല്ലാത്തതിനാൽ കുറേക്കാലം ഇംഗ്ലീഷും പഠിപ്പിച്ചിരുന്നു. പുഷ്കിന്റെ ജിപ്സികൾ ഞാൻ കഥാപ്രസംഗമാക്കി. അക്കാലത്താണ് കെ. വി. സജയ് എന്ന സുഹൃത്തിനെ കിട്ടിയത്. ഇംഗ്ലീഷിൽ കേമനാണ്. മാറാടിയിൽവെച്ച് കൂട്ടായതാണ്. കൂത്താട്ടുകുളത്ത് പഠിപ്പിച്ചപ്പോൾ സജയ് അവിടെയും വരുമായിരുന്നു. ഞങ്ങൾ അവിടത്തെ ബാറിലെ ഒരു മുറിയിലിരിക്കും. മറ്റാരും ആ മുറിയിൽ ഉണ്ടാവുകയില്ല. കുറച്ചേ മദ്യപിക്കുകയുള്ളൂ. സാഹിത്യമാണ്, കവിതയാണ് ഞങ്ങളുടെ സംസാരവിഷയം. അവിടെ ഷിർദ്ദിസായിയുടെ ഒരു ക്ഷേത്രമുണ്ട്. അവിടെ പോയിരിക്കും. ചിലപ്പോൾ ബാറിൽ ശ്രീകുമാർ കരിയാട്ടും വന്നിട്ടുണ്ട്. പിന്നീട് അവർ വരാതായി.

കൂത്താട്ടുകുളത്ത് പഠിപ്പിക്കുമ്പോഴാണ് ഞാൻ വീട്ടിലേക്ക് രണ്ട് കുട്ടിലുകൾ വാങ്ങുന്നത്. വീട്ടിൽ ഞാൻ മിക്കവാറും വൈന്നേരം നേരത്തേ എത്തും. അപ്പോൾ അയലത്തെ ഷാജിയും രാജേഷും വരും. ഞങ്ങൾ

ഗോതമ്പ് അട ഉണ്ടാക്കിയത് തിന്നും. കാപ്പി കുടിക്കും. അവരോടൊക്കെ തമാശകൾ പറഞ്ഞ് അങ്ങനെ നേരം പോകും. ചാച്ചൻ അപ്പോൾ പണി കഴിഞ്ഞ് അല്പം കള്ളൊക്കെ കുടിച്ചുവരും. പിന്നെ കുളി. ഉറക്കം. അമ്മ ഏകാന്തതയിൽ ജീവിക്കും. എന്റെ സഹോദരിമാർ ആണ് വീട്ടിലെ ജോലികൾ ഒക്കെ ചെയ്യുന്നത്. വിറകു കീറി കൊടുക്കാനും വെള്ളം കൊണ്ടുവരുവാനും ഞാനും അനിയനും സഹായിക്കും. അവധി ദിവസങ്ങളിൽ പകലൊക്കെ അയലത്തെ അമ്പിളി, സിൽജി, ജോജി എന്നിവർ വരും. അവർ എന്റെ കവിതയിലെ കഥാപാത്രങ്ങൾ കൂടിയാണ്. അത് അവർക്കറിയില്ല. അവരൊക്കെ സഹോദരിമാരുമായി സംസാരിച്ചിരിക്കും. ഞാനവരോട് തമാശകൾ പറയും. ഇടയ്ക്ക് തമാശ പറയാൻ മായൻ വരും. ശരിപ്പേര് റ്റോജി മോൻ എന്നാണ്. അങ്ങനെയിരിക്കേ ഞങ്ങളൊരു കിണർ കുത്തി. ഒരു കക്കൂസും പണിതു. കിണറുകുത്തിത്തീർന്ന അന്ന് പണിക്കാർക്ക് മദ്യം കൊടുത്തു. ഞാനും അല്പം കൂടുതൽ മദ്യം കഴിച്ചു. അപ്പോഴത്തെ ആവേശത്തിൽ എനിക്ക് വിവാഹം കഴിക്കണമെന്ന് ഞാൻ പറഞ്ഞു. ഏതായാലും കവിയാകാൻ സാധിക്കില്ല. എന്നാൽ വിവാഹം എങ്കിലും ചെയ്തേക്കാം എന്നു ഞാൻ കരുതി.

വൈകാതെ എന്റെ വിവാഹം കഴിഞ്ഞു. രണ്ടാമത്തെ വർഷം ആദ്യത്തെ മകൾ ഉണ്ടായി. അടുത്ത വർഷം രണ്ടാമത്തെ മകളും. ഇക്കാലത്താണ് ആദ്യസമാഹാരമായ കറുത്ത കല്ലിലെ കവിതകൾ പലതും അടുക്കിവെച്ചത്. മേസ്തിരി എന്ന കവിത കുങ്കുമത്തിൽ വന്നതും ഇക്കാലത്താണ്. അന്ന് എന്റെ ഏറ്റവും പ്രസിദ്ധമായ കവിത മേസ്തിരിയാണ്. അത് വായിച്ചിട്ട് ചുള്ളിക്കാട് എന്നെ വിളിച്ചു. അദ്ദേഹം അതും മലയാളകവിതയ്ക്കൊരു കത്തും ചൊല്ലിയിട്ടുണ്ട്. മേസ്തിരി എന്നെ ആളുകൾ കവിയായി അംഗീകരിക്കാൻ കാരണമായി. ഞാൻ ഡി.സി ബുക്സിൽ പ്രസിദ്ധീകരിക്കാനായി കറുത്ത കല്ല് കൊണ്ടെക്കൊടുത്തു. ചില എഴുത്തുകുത്തുകൾക്കുശേഷം 2000 ൽ അത് പ്രസിദ്ധീകരിച്ചു. കോട്ടയത്തു വച്ചായിരുന്നു പ്രകാശനം. വിനയചന്ദ്രനും ചുള്ളിക്കാടും വിജയലക്ഷ്മിയും ഗിരിജയും നീലാണ്ടേട്ടനും അൻവറും ടോണിയും ഗോപീകൃഷ്ണനും എങ്ങണ്ടിയൂർ ചന്ദ്രശേഖരനും സുരേഷ് കുറുപ്പും പ്രസന്നകുമാറും മനോജ് കുറൂറും എസ്. കണ്ണനും ഒക്കെ വന്നു. തിരുവനന്തപുരത്തുനിന്ന് വിനയനും വന്നു. രണ്ട് ദിവസത്തെ പരിപാടിയായിരുന്നു. രാത്രിയിൽ ഞങ്ങളെല്ലാം കറുകച്ചാലിൽ ഒരു വീട്ടിൽ കൂടി. എന്റെ പുസ്തക പ്രകാശനത്തിന് പിന്നിൽനിന്ന് പ്രവർത്തിച്ചത് SUCI ക്കാരായിരുന്നു. ഗിരിജയാണ് ചെലവു വഹിച്ചത്. സ്കൂൾ ഓഫ് ലെറ്റേഴ്സിൽനിന്ന് കുട്ടികളും

വന്നു. അക്കാലത്ത് SUCI യുടെ ബാനർ സംഘടനയുടെ കൂടെയായി രുന്നു ഞാൻ. അവരോടൊപ്പം ഒരു പാട് സ്ഥലങ്ങളിൽ ഞാൻ കവിത ചൊല്ലി നടന്നിട്ടുണ്ട്. അവരെപ്പോലെ നല്ല മനുഷ്യരെ ഞാൻ അധികം കണ്ടിട്ടില്ല. അവർ എന്റെ കവിതകൾ പ്രചരിപ്പിച്ചിട്ടുണ്ട്.

കറുത്ത കല്ലിനെപ്പറ്റി വി. എം. ഗിരിജ മലയാളം വാരികയിൽ ഗംഭീ രമായിട്ടെഴുതി. ബാലചന്ദ്രൻ വടക്കേടത്തും വിമർശിച്ച് എഴുതി. പിന്നെ മലയാള കവിതയ്ക്ക് ഒരു കത്ത്, ഇടം, മീൻകാരൻ, പൂവരശിന്റെ ചുവട്ടിൽ അങ്ങനെയുള്ള പല കവിതകളും തുടരെത്തുടരെ വന്നു. അങ്ങനെ ഞാൻ എന്റെ കവിതയുടെ വഴിയിൽ എത്തി എന്നു തോന്നി. അഥവാ അങ്ങനെ പറയാം. ഭാര്യവീട്ടുകാർ കുറച്ചു രൂപാ തന്നിരുന്നു. അതുകൊണ്ട് അത്യാ വശ്യം സാധനങ്ങൾ ഒക്കെ വീട്ടിലേക്ക് വാങ്ങി. ഞാൻ കൂത്താട്ടുകുളം ബാങ്കിൽനിന്ന് കുറെ രൂപ ലോണെടുത്ത് വീട് ഒന്നു പുതുക്കിപ്പണിതു. രണ്ട് മുറികൾ കൂടി പിടിച്ചു. അത് വിഡ്ഢിത്തമാണെന്ന് താഴത്തെ വീട്ടിലെ തെയ്യാമച്ചേച്ചി പറഞ്ഞു. ജോസിനല്ലല്ലോ ഈ വീട് എന്നാണവർ പറഞ്ഞത്. ഞാൻ അങ്ങനെയൊന്നും ചിന്തിക്കാറില്ല. പക്ഷേ അവരുടെ വാക്ക് ഫലിച്ചു.

കിണറിന്റെ വക്ക കെട്ടി. അങ്ങനെ ജീവിതം അല്പം ഭേദപ്പെട്ടു. ഭാര്യയുടെ സ്വർണം വിറ്റ് പട്ടിത്താനത്ത് വീടുവയ്ക്കാൻ ആറ് സെന്റ് സ്ഥലം 85000 രൂപയ്ക്കു വാങ്ങി. ഈ സമയത്താണ് എനിക്ക് ബ്രണ്ണൻ കോളേജിൽ പണി ശരിയാകുന്നത്. 13 - 11 - 2001 ൽ ഞാൻ ബ്രണ്ണൻ കോളേജിൽ എത്തി. അവിടെ പ്രഭാകരൻ, നരേന്ദ്രൻ, മോഹൻ രാജ്, ബാലൻ, അലക്സ് എന്നീ മാഷുമാരും, പാർവർതി, ജിസ, ലിജി, ജയശ്രീ എന്നീ ടീച്ചർമാരും ഉണ്ടായിരുന്നു. തുടർന്ന് ബ്രണ്ണനിലേക്ക് എന്റെ കുടുംബവും കൂടെപ്പോന്നു. വീട്ടിലെ ചെലവിനായി ഞാൻ മാസാമാസം 1000 രൂപ കഷ്ടപ്പെട്ട് അയച്ചിരുന്നു. തലശേരിയിൽവെച്ചാണ് രണ്ടാ മത്തെ സമാഹാരം വരുന്നത്. അതാണ് മീൻകാരൻ. 2003 ൽ അത് വന്നു. അതാണ് കവിതയിലെ എന്റെ സിഗ്നേച്ചർ എന്ന് എല്ലാവരും പറഞ്ഞു. ചുരുക്കത്തിൽ 37-38 വയസിൽ ആണ് എന്റെ കവിത ഒരിട ത്തെത്തുന്നത് എന്നു പറയാം. ഇതെന്തുകൊണ്ട് സംഭവിച്ചു എന്നെനി ക്കറിയില്ല. ഒരുപക്ഷേ മന്ദബുദ്ധിയായതു കൊണ്ടാകാം. അല്ലെങ്കിൽ വിധിയായിരിക്കാം. വലിയ ഒരു ഇല്ലായ്മയിൽനിന്നാണ് ഞാൻ കവി തയിലേക്കുവരുന്നത്. ഇന്ന് പിന്തിരിഞ്ഞു നോക്കുമ്പോൾ അതൊരു ഗഹ്വരം പോലെ എന്നെ തുറിച്ചു നോക്കുന്നു. എന്താണ് എന്റെ ഇല്ലായ്മ ? അതെനിക്ക് പറയാൻ പറ്റുകയില്ല. പക്ഷേ എനിക്ക് ഇങ്ങനെ പറയാം. ഭാഷയിലായിരുന്നു എന്റെ ഇല്ലായ്മ. വാക്കുകൾ വഴങ്ങി വന്നില്ല.

ഭാവന എന്നെ അനുഗ്രഹിച്ചില്ല. കവിതയെ സംബന്ധിച്ച അറിവുകൾ ഉണ്ടായതിനാൽ ഒരാൾക്ക് സ്വന്തം കവിത എഴുതാൻ പറ്റണമെന്നില്ല. അയാളുടെ അബോധത്തിന്റെ ഉറവപൊട്ടി കവിത ചാലിട്ടൊഴുകണം. ചെറുപ്പത്തിൽ എനിക്ക് ഭാഷയിൽ സ്വാധീനം ഉണ്ടായിരുന്നില്ല. ഇഷ്ട വിഷയം കെമിസ്ട്രിയായിരുന്നു. ഭാഷയിൽ മുഴുവൻ തെറ്റുകളായിരുന്നു. കുറേയധികം ഇല്ലായ്മകളിൽ കുഴിച്ചപ്പോൾ അവിടെ ചില സാധ്യതകൾ തെളിഞ്ഞുവന്നു. ഇല്ലായ്മകൾ ഒന്നും ഇല്ലായ്മകൾ ആയിരുന്നില്ല. ഉണ്മകൾ ആയിരുന്നു എല്ലാം. ഇരുണ്ട ഗഹ്വരത്തിൽനിന്ന് കവിതകൾ തെളിഞ്ഞു വന്നു. അതൊരു പരമ്പരയായി. പടചിത്രപരമ്പര പോലെ. മീൻകാരൻ രണ്ട് പബ്ലീഷേഴ്സ് നിരസിച്ച കൃതിയാണ്. നിരസിച്ച ഒരു കൂട്ടർത്തന്നെ അത് പ്രസിദ്ധീകരിച്ചു. ആ പുസ്തകം കോഴിക്കോട്ടു വെച്ചാണ് പ്രകാശിപ്പിച്ചത്. മീൻകാരൻ വായിച്ചവർ എനിക്ക് 30 ൽ അധികം കത്തുകൾ എഴുതിയയച്ചു.

അധ്യായം 43

മീൻകാരൻ എന്ന പുസ്തകത്തിന് "മലയാള കവിതയ്ക്ക് ഒരു കത്ത് "എന്ന പേരിടാനാണ് എൻ. പ്രഭാകരൻ മാഷ് പറഞ്ഞത്. പക്ഷേ താണസ്വരം ആണ് പുതുകവിതയുടെ മട്ട് എന്ന് കരുതിയാണ് മീൻകാരൻ എന്നിട്ടത്. ജീവിച്ചിരുന്ന ഒരാളാണ് മീൻകാരൻ. അയാൾ മരിച്ചുകിടന്നത് ഞാൻ കണ്ടതാണ്. അന്നെനിക്ക് 13, 14 വയസേ കാണൂ. വിറങ്ങലിച്ച ശരീരം വെള്ളത്തിൽ കിടന്നു. മീൻകാരൻ ഒരു സ്ഥലത്തുനിന്ന് മീനെടുത്ത് ഇരുമ്പു വട്ടപ്പാത്രത്തിൽ തലച്ചുമടായി ഗ്രാമങ്ങളിൽ കൊണ്ടുനടന്നു വില്ക്കുന്നു. ചുഴലിദീനം ഉള്ളതിനാൽ അയാൾ പാത്രം കഴുകിക്കൊണ്ടിരുന്ന തവളക്കുഴിയിലെ (ഏറ്റുമാനൂർ) കൈത്തോട്ടിൽ കമിഴ്ന്നടിച്ചു വീണ് മരിച്ചു. അരയടിപോലും വെള്ളമുണ്ടായിരുന്നില്ല.

കൊട്ട എന്ന കവിതയിൽ ഗ്രാമത്തിന്റെ ഉൾദ്ദൂരങ്ങളിൽനിന്ന് കൊട്ട കെട്ടാനുള്ള ഒട്ടലും വഴകയും തേരും ഒക്കെ വെട്ടിച്ചീന്തി ചുമന്നുകൊണ്ടു വന്ന് അതുകൊണ്ട് കൊട്ട കെട്ടി തിരിച്ച് ഉൾഗ്രാമങ്ങളിലെ വീടുകളിൽ കൊണ്ടുകൊടുക്കുന്നു. ചന്തയ്ക്ക് കൊണ്ടു പോകുന്നു. കവിതയ്ക്ക് ഒരിടം എന്ന ഞങ്ങളുടെ ഒറ്റലക്കം കൊണ്ടവസാനിച്ച പതിപ്പിൽ തൊഴിലുകൾ ആണ് ഈ കവിതകളിൽ ഉള്ളത് എന്ന് പി. രാമൻ കണ്ടെത്തുന്നു. എനിക്ക് അതറിയില്ലായിരുന്നു. തൊഴിലായിട്ട് ഞാൻ ഒന്നിനെയും കണ്ടിരുന്നില്ല.

എന്നെ സംബന്ധിച്ചിടത്തോളം കവിതകളുടെ പിന്നിൽ സംഭവങ്ങൾ, അനുഭവങ്ങൾ ഉണ്ട്. സംഭവങ്ങളെ, അനുഭവങ്ങളെ വളച്ചുതിരിച്ചൊരു പരുവം ആക്കുന്നു. അഥവാ ഓരോന്നിലും കുഴിച്ചുകുഴിച്ചു ചെല്ലുമ്പോൾ കണ്ണുതുറന്നു വരുന്ന വെള്ളം കാണുന്നു. പട്ടിത്താനത്തെ ജീവിതാനുഭവങ്ങളാണ് എന്റെ കവിതയിൽ കൂടുതലും. പിന്നെ ഞാൻ പോയ സ്ഥലങ്ങളിലെ അനുഭവങ്ങൾ.

ചെറുപ്പത്തിൽ ഞാൻ മുതുക്കൻ പ്രാമലയിലെ മത്തായി പാപ്പന്റെ വീട്ടിൽ പോകുമായിരുന്നു. ഒരു ഇടവഴിയും തൊണ്ടും (ഇടുങ്ങിയ വഴി, ഇരുവശവും കയ്യാല കെട്ടിയത്) കടന്നുവേണം അവിടെ എത്താൻ. മഴക്കാലമാണെങ്കിൽ ഇടവഴിയിൽ വെള്ളമൊഴുകും. ചിലയിടത്ത് ചെറിയ ചതുപ്പ കാണും. അവരുടെ വീടെത്തുന്നതിന്റെ ഇപ്പുറം ഇഞ്ചി കൃഷിയും അതിൽത്തന്നെയുള്ള പച്ചമുളക കൃഷിയുമാണ്. ഇഞ്ചി ഇടതൂർന്ന് തഴച്ചുനില്ക്കും. ഇടയിൽ പച്ച നിറത്തിലും മഞ്ഞ കലർന്ന പച്ച നിറത്തിലും ചീനിമുളകുകൾ. അപൂർവ്വമായി പഴുത്തു ചുമന്ന മുളകുകളും കാണാം. ഇതിനെല്ലാം അപ്പുറത്താണ് മത്തായിപ്പാപ്പന്റെ വീട്. അദ്ദേഹത്തിന്റെ മൂത്തമകളാണ് ചിന്നച്ചേച്ചി. വീട്ടിനപ്പുറത്ത് കാശാവിൻ കാടുകളാണ്. പിന്നെ റബർക്കാടുകൾ. ഒരു ആനവായൻ പുരയായിരുന്നു അന്നവരുടേത്. ഞാനവിടെ ചെന്നപ്പോൾ എനിക്ക് തിന്നാൻ തികത്തിയ (തിളപ്പിച്ചുവേവിച്ച) ഉണക്കക്കപ്പയും മുളകുപൊട്ടിച്ചതും തന്നു. പന്നിക്കുഞ്ഞുങ്ങൾ പെരയ്ക്കുകത്തുകൂടി ഓടിനടക്കുന്നു. ഞാൻ കാലുപൊക്കിയിരുന്നു. അവയ്ക്ക് ഞാൻ കപ്പക്കഷണങ്ങൾ എറിഞ്ഞുകൊടുത്തു.

മത്തായിപ്പാപ്പന് വിക്കുണ്ടായിരുന്നു. കാളപൂട്ടുകാരനായിരുന്നു. അദ്ദേഹം കുറേയേറെ ഭൂമി സ്വന്തമാക്കിയിരുന്നു. ചിന്നച്ചേച്ചി ഞങ്ങളുടെ വീട്ടിൽ ഇടയ്ക്കൊക്കെ വരും. അമ്മയുമായി സംസാരിച്ചിരിക്കും. ഞാനെന്തെങ്കിലും തമാശ കാണിക്കും. ഇവനെ എന്റെ അനിയത്തിയെക്കൊണ്ട് കെട്ടിക്കാമെന്ന് ചേച്ചി അമ്മയോട് പറയും. എനിക്കത് കേൾക്കുമ്പോഴേ കലിയാണ്. ഞാൻ അവിടന്ന് മാറിക്കളയും. ചിന്നച്ചേച്ചിയുടെ ഒത്തുകല്യാണത്തിന് ഞങ്ങൾ എല്ലാവരും പോയിരുന്നു. ചേച്ചിയെ കെട്ടിച്ചുവിട്ടത് വയലായിലുള്ള കല്ലുവച്ചേൽ ചാക്കോ മകൻ അന്ത്രയോസിനാണ്. ഞാൻ മീൻപിടിക്കാൻ കൂടല്ലൂർക്ക് പോകുമ്പോൾ അവരെയൊക്കെ കാണാറുണ്ടായിരുന്നു. കല്യാണം കഴിഞ്ഞും ചേച്ചി ഒരിക്കൽ വീട്ടിൽ വന്നു. കെട്ടിയോനും കെട്ടിയോന്റെ അപ്പനും കുടിയന്മാരായിരുന്നു. ഞാൻ നാട്ടിലില്ലാതിരുന്നപ്പോഴാണ് ചേച്ചി ആത്മഹത്യ ചെയ്തത്. എന്റെ അമ്മ പറഞ്ഞാണ് വിവരം അറിഞ്ഞത്. തുണിയും വാരിയെടുത്ത് മകനേയുംകൊണ്ട് ചേച്ചി ഒരു കുളത്തിൽ തുണിയലക്കാൻ പോയി. മകനുമായി കുളത്തിൽ ചാടി മരിച്ചു. ഈ സംഭവത്തിൽനിന്നാണ് ചിന്നച്ചേച്ചി എന്ന കവിതയുണ്ടായത്. വിവാഹം ഒരു ഭാവികാലമാണ്. ചേച്ചിക്ക് പക്ഷേ ഭൂതകാലമേ ഉണ്ടായിരുന്നുള്ളൂ. സ്ഥലകാലങ്ങളെ കുരിശാകൃതിയിലാണ് ഞാൻ ആ കൃതിയിൽ രൂപപ്പെടുത്തിയത്.

"നീല നിറത്തിലുള്ള വെള്ളത്തിൽ
മകനെ ഇറുക്കിപ്പിടിച്ച് ചാടിത്താഴുമ്പോൾ
എന്റെ മകനേ എന്നു വിളിച്ച്
അവന്റെ നാരങ്ങാ അല്ലി കണക്കുള്ള തലമുടിയിൽ
അവൾ ഉമ്മ വച്ചിരിക്കണം"

എന്ന് ചിന്നച്ചേച്ചിയിലെഴുതിയപ്പോൾ ശരിക്കും ഞാൻ കരഞ്ഞു പോയി. വൈകാരികത കുറയ്ക്കാൻ ഞാൻ നോക്കാറുണ്ടെങ്കിലും ചിലപ്പോൾ കൈവിട്ടുപോകും.

മത്തായി പാപ്പന്റെ വീടിനു പുറകിൽ ഒരു കുറ്റിക്കാടുണ്ട്. കുറ്റിപ്പാണലും കാശാവും ഒക്കെ വളർന്നു നില്ക്കുന്ന ഒരു സ്ഥലം. അതിനപ്പുറം റബർത്തോട്ടം. ആ ഭാഗത്തെങ്ങും വേറെ വീടൊന്നുമില്ല. അവിടെ ഒരു പെരവെച്ച് താമസിക്കുന്ന കുഞ്ഞുമോൻ ചേട്ടനെ ചാച്ചൻ പറഞ്ഞിട്ട് പണിക്ക് വിളിക്കാൻ ഞാൻ പോയി. ചാച്ചന്റെ കൂടെ പണിക്കു നിന്ന മേരിയെ ആണ് കുഞ്ഞുമോൻ ചേട്ടൻ കൂടെ താമസിപ്പിച്ചത്. ഞാൻ അവിടെ ചെല്ലുമ്പോൾ രണ്ടു പേരും ഒരു പുതപ്പിനുള്ളിൽ തലമൂടി ഉറങ്ങുന്നുണ്ട്. അതും ഒരു ആനവായൻ പെര. വശങ്ങൾ മറച്ചിട്ടില്ല. ചുറ്റുപാടും കാട്. ഒരു നിലംതല്ലി തറയുടെ മൂലയ്ക്ക് ഇരിപ്പുണ്ട്. കുറേ നേരം വിളിച്ചപ്പോഴാണ് ചേട്ടൻ തലപൊക്കി നോക്കിയത്. "ഞാൻ വന്നേക്കാം," എന്നോട് പറഞ്ഞു. ഞാൻ തിരിച്ചുപോരുകയും ചെയ്തു.

ഒരു ദിവസം നാട്ടിൽ എവിടന്നോ വന്നവരാണ് പൈലോയും അനിയൻ കുഞ്ഞുമോനും. ചേട്ടൻ എന്നാണ് ഇരുവരെയും ഞാൻ വിളിക്കുന്നത്. മുതുക്കൻ പ്രാക്കാരുമായിട്ടാണ് അവർക്ക് ബന്ധം. ഞങ്ങളുമായിട്ട് അകന്ന ബന്ധം കാണും. യഥാർത്ഥത്തിൽ അവർ രണ്ടും അനാഥരായിരുന്നു എന്നു തോന്നുന്നു. പൈലോച്ചേട്ടൻ പാട്ടൊക്കെ പാടിക്കൊണ്ട് നാട്ടിലൂടെ പൊയ്ക്കാലിൽ എന്നവണ്ണം നടക്കുന്നത് ഞാൻ കണ്ടിട്ടുണ്ട്. പൈലോച്ചേട്ടൻ മേസ്തിരിപ്പണി പഠിച്ചു. ഒടുവിൽ എന്റെ അമ്മയുടെ ആങ്ങളയുടെ മകളെ കെട്ടി. കുഞ്ഞുമോൻ ചേട്ടൻ പിന്നീട് വേറേ പെണ്ണുങ്ങളെയും കൂടെ താമസിപ്പിച്ചു. മുമ്പ് വടകര മത്തായി എന്നു പേരുള്ള ഒരാൾ പട്ടിത്താനത്തുണ്ടായിരുന്നു. ഞാൻ കാണുമ്പോളൊക്കെ ഓരോരോ പെണ്ണുങ്ങളാണ് കൂടെ.

"ഇടം" എന്ന കവിതയിലെ വടക്കൻ പാട്ടുപാടുന്ന, കുട നന്നാക്കുന്ന, തവിയുണ്ടാക്കുന്ന പാപ്പൻ ചേട്ടന്റെ കൈ വെടിമരുന്ന് നിറച്ചപ്പോൾ തെറിച്ചുപോയി. വർഷങ്ങൾക്കുശേഷം കഴുത്തിൽ ഒരു കല്ലു

കെട്ടി അദ്ദേഹം മടക്കുളത്തിൽ എടുത്തുചാടി താണുപോയി. പാപ്പൻ ചേട്ടന്റെ മകൾ പട്ടിത്താനം സ്കൂളിൽ പഠിക്കുമ്പോൾ എം.സി. റോഡ് മുറിച്ചു കടന്നതാണ്. വണ്ടിയിടിച്ച് ആശുപത്രിയിലായി. അവളെ കല്യാണം കഴിച്ചുവിട്ടു. ആദ്യത്തെ രാത്രിയിൽത്തന്നെ ഭർത്താവു ഹൃദയം നിലച്ച് മരിച്ചു. "ഇട"ത്തിലെ ജോസ് പോളിയോ വന്നയാളാണ്. പുള്ളുതളർത്തിയെന്നാണ് നാട്ടുകാർ പറയുക. ഞാൻ പട്ടിത്താനത്ത് ചെല്ലുമ്പോഴൊക്കെ എന്നെ കാണുമ്പോൾ ഓടി വരുമായിരുന്നു. ഞാൻ പൈസ കൊടുക്കും. ഭ്രാന്തുള്ള ഒരു വൃദ്ധനും പട്ടിത്താനം പള്ളിക്കടുത്ത് മരുന്നുകരിമ്പുകൊണ്ടു മറഞ്ഞ ഒരു വീട്ടിൽ പാർത്തിരുന്നു. അയാളെ കുട്ടികൾ പ്രകോപിപ്പിക്കും. അയാൾ ചീത്തവിളിക്കും. ഇങ്ങനെയൊക്കെയുള്ള ധാരാളം മനുഷ്യർ പട്ടിത്താനത്തുണ്ടായിരുന്നു. അതിൽ ചിലതു മാത്രമേ എന്റെ കവിതയിൽ വന്നിട്ടുള്ളൂ. ഒരു ഡോക്യുമെന്റേഷൻ എന്ന താല്പര്യം എനിക്ക് ഒരിക്കലും ഉണ്ടായിരുന്നില്ല. ഞാൻ അറിയാതെ കവിതയിൽ ചിലതു സംഭവിച്ചു എന്നു കരുതിയാൽ മതി.

നമുക്ക് എന്റെ വിവാഹത്തിന്റെ കഥയിലേക്കുവരാം. എന്റെ വിവാഹം പട്ടിത്താനം ലത്തീൻ, റോമൻ പള്ളിയിൽ വച്ചായിരുന്നു. അതിന് രൂപതയിൽ മാര്യേജ് കോഴ്സു കൂടി. കോഴ്സിൽ വന്ന് ഒരാൾ 2000 രൂപ മാസവരുമാനമുള്ള ഒരു വീടിന്റെ കൃത്യമായ ബജറ്റ് തയ്യാറാക്കിത്തന്നു. ചികിത്സക്കായി നീക്കി വെച്ചത് 50 രൂപയായിരുന്നു. പ്രാർത്ഥിച്ചിട്ടുവേണം എന്തും ചെയ്യാൻ. കോഴ്സുകഴിഞ്ഞ് ഞാൻ വീട്ടിൽ വന്നു. പള്ളിയിൽ ഞാൻ പോകാറില്ലാത്തതിനാൽ പെങ്ങളേയും കൂട്ടിയാണ് ഞാൻ പോയത്. അച്ചനൊരു ചൂടനാണെന്ന് കേട്ടിരുന്നു. വെള്ളിയാമറ്റത്തും മറ്റും പഠിപ്പിച്ചിട്ടുണ്ട് എന്ന് പറഞ്ഞപ്പോൾ അച്ചൻ ചെറുതായിട്ടൊന്നു നോക്കി. അദ്ദേഹം വെള്ളിയാമറ്റംകാരനാണെന്നാണ് കേട്ടിട്ടുള്ളത്. ഒരു ബുക്കു തന്നിട്ട് പഠിച്ചോണ്ടു വരാൻ പറഞ്ഞു. ഞാൻ പഠിച്ച് മണിമണിയായി പറഞ്ഞുകേൾപ്പിച്ചു. "വെരിഗുഡ് " അച്ചൻ പറഞ്ഞു. അതുപോലെ കുമ്പസാരിക്കണം. കള്ളുകുടിച്ചിട്ടുണ്ട് എന്നൊക്കെ ഞാൻ പറഞ്ഞു. കുടിക്കരുതെന്ന് അച്ചനും പറഞ്ഞു. കല്യാണത്തിന്റെ തലേന്ന് വീട്ടുകാരുമായിട്ടുണ്ടായ ചെറിയ ഒരഭിപ്രായ വ്യത്യാസത്തിന്റെ പേരിൽ ഞാൻ വീട്ടിൽനിന്ന് ഇറങ്ങി. പട്ടിത്താനം വരെ പോയി തിരിച്ചുപോന്നു. പട്ടിത്താനത്തെ റേഷൻകട സ്റ്റോപ്പിൽ നിന്ന് ഞാൻ ആലോചിച്ചു. എങ്ങോട്ടുപോകും? കാരണം പോകാൻ ഒരിടം ഉണ്ടായിരുന്നില്ല. അതിൽനിന്നാവാം ധ്വനി എന്ന കവിതയിലെ പോക്കിടമില്ലാത്തവരുടെ മനുഷ്യാവസ്ഥയിലേക്ക് ഞാൻ തിരിഞ്ഞത്. എന്റെ കവിതയിലെ ഭാഷയും രാഷ്ട്രീയവും മറ്റു കാര്യങ്ങളും ഒന്നും എന്റെ

അറിവോടെ സംഭവിച്ചതല്ല. എങ്ങനെയോ സംഭവിച്ചതാണ്. "ഇട" ത്തിലെ വിഷയം ആഗോളമാക്കൽ (Globalization) ആണല്ലോ. എനിക്കത് എന്താണെന്ന് അറിയാതെയാണ് ഞാൻ ആ കവിത എഴുതിയത്. കാരണം അത്തരം തിരിച്ചറിവുകൾ എനിക്ക് അന്നൊന്നും ഉണ്ടായിരുന്നില്ല. അതൊക്കെ മനസിലായിട്ട് അധികം കാലവും ആയി ട്ടില്ല. ഞാനൊരിക്കലും ബുദ്ധിപൂർവ്വമായി ജീവിച്ചിട്ടില്ല.

ഒരിക്കൽ ചാച്ചൻ എന്നോട് തറവൻ കുട്ടപ്പൻ എന്ന പേരുള്ള ഒരാളെ വിളിച്ചുകൊണ്ടുവരാൻ പറഞ്ഞുവിട്ടു. കുട്ടപ്പൻചേട്ടന്റെ പ്ര ത്യേകത രണ്ടുകാലിലും രണ്ടു തരം ചെരിപ്പ് എന്നതാണ്. ബുദ്ധിമാന്ദ്യം ഉള്ള ആളായിരുന്നു. പുള്ളിയുടെ അനിയൻ കുട്ടായിയും അങ്ങനെയാ യിരുന്നു. അവരൊന്നും ഇപ്പോഴില്ല. ഞാൻ കുട്ടപ്പൻചേട്ടന്റെ വീട്ടിൽ ചെന്നപ്പോൾ അദ്ദേഹത്തിന്റെ അച്ഛനാണ് അവിടെ ഉണ്ടായിരുന്നത്. ഞാൻ പറഞ്ഞു : "തറവൻ കുട്ടപ്പനോട് തേങ്ങയിടാൻ വീട്ടിലേക്ക് വരാൻ ചാച്ചൻ പറഞ്ഞു." "അവനിവിടെയില്ല പഞ്ചായത്തിൽ സർവ്വേ നോക്കാൻ പോയി." അച്ഛൻ പറഞ്ഞു. എനിക്കറിഞ്ഞുകൂടായിരുന്നു തറവൻ എന്നത് അയാളെ കളിയാക്കുന്ന പേരാണ് എന്ന്. അത് സർവ്വേ ആണെന്നും തിരിഞ്ഞതപ്പോഴാണ്. ഞാൻ വീട്ടിൽ ചെന്ന് അതേപടി കാര്യം പറഞ്ഞു. വീട്ടുകാർ ചിരിയും തുടങ്ങി. മറ്റൊരു വേളയും ഉണ്ട്. ഞാനും ചാച്ചനും വീട്ടിൽ പണിയുകയാണ്. ഞാൻ മുകളിൽ ചാച്ചൻ താഴെ. ചുറ്റിക തല കുത്തിയിടാൻ ചാച്ചൻ പറഞ്ഞു. ഞാൻ പിടി ഭാഗം താഴെ വരത്തക്ക രീതിയിലാണ് ഇട്ടത്. "നിന്നെ പഠിപ്പിച്ച സാറേതാണ് ?" ചാച്ചൻ എന്നോട് ദേഷ്യപ്പെട്ട് ചോദിച്ചു. എന്റെ അനിയൻ ചിരിയും തുടങ്ങി. ചാച്ചൻ ഒരിക്കലും എന്നെ അംഗീകരിച്ചിരുന്നില്ല. ചാച്ചനെ എനിക്ക് ഭയമായിരുന്നു. വല്യമ്മ മരിക്കാൻ കിടന്നപ്പോൾ എന്നെ വടിയൊടിയുംവരെ തല്ലി. പക്ഷേ ചാച്ചൻ മരിച്ച ദിവസം അപരിചിത നായ ഒരാൾ വന്ന് എന്നോട് ഇങ്ങനെ പറഞ്ഞിട്ട് പെട്ടെന്ന് പോയി: "ജോസഫിന്റെ കവിതയുടെ കേന്ദ്രം പോയല്ലോ"

അധ്യായം 44

വിവാഹം കഴിക്കണമെന്നുള്ള കാര്യം വീട്ടിൽ പറഞ്ഞപ്പോഴേ ഇടക്കാരൻമാർ വരാൻ തുടങ്ങി. ("ഇടക്കാരൻമാർ നടന്നുകൊള്ളട്ടെ" എന്ന് ഇടം എന്ന കവിതയിൽ.) ഞങ്ങൾ ഒരു വണ്ടി പിടിച്ച് ചെങ്ങന്നൂർ ഉള്ള ഒരു വീട്ടിൽ എത്തി. പെൺകുട്ടി നല്ല വിദ്യാഭ്യാസമുള്ള ഒരാളായിരുന്നു. ഞങ്ങൾ കുറേ സംസാരിച്ചു. അവിടെ കിടപ്പിലായ ഒരു വല്യമ്മ ഉണ്ടായിരുന്നു. അവരോട് സംസാരിച്ചു. എനിക്ക് നല്ല വിശപ്പുണ്ടായിരുന്നതിനാൽ ഞാൻ രണ്ട് ഏത്തപ്പഴം കഴിച്ചു. തിരിച്ചുപോരുന്ന വഴി ചേട്ടൻ രണ്ട് ഏത്തപ്പഴം തിന്നതിന് എന്നെ വഴക്കുപറഞ്ഞു. അത് ശരിയാണെന്ന് എനിക്കും തോന്നി. പിന്നീട് ഒരു ദിവസം ചെങ്ങന്നൂർ ഉള്ള മറ്റൊരു വീട്ടിലും പോയി. ജോലിയുള്ള ആളാണ്. എന്നാൽ അതും ശരിയാകാതെ തിരിച്ചു പോരുംവഴിയാണ് വേറൊരു സ്ഥലത്ത് ഒരു പെണ്ണുണ്ട് എന്നറിഞ്ഞത്. ജീപ്പ് നേരേ അങ്ങോട്ടു വിട്ടു. ഇടയ്ക്ക് പെണ്ണിന്റെ ചേച്ചിയുടെ വീട്ടിലും കയറി. ഞങ്ങൾ അവിടെ ചെന്നപ്പോൾ എല്ലാവരും കാത്തിരിക്കുകയാണ്. ഏതായാലും അത് മുന്നോട്ടു നീങ്ങി. കവിയാണ് എന്ന കാര്യം ഞാൻ പറഞ്ഞില്ല. സ്കൂൾ അധ്യാപകൻ എന്ന പേരിലാണല്ലോ കല്യാണം. അവരുടെ കുടുംബക്കാരിൽ മിക്കവാറും എല്ലാവരും തന്നെ അധ്യാപകരാണുതാനും.

ഞാനോർത്തു. ഒരു വീട്ടിൽ ചെന്നിട്ട് കവിയാണ് എന്ന് പറഞ്ഞാൽ പെണ്ണുകിട്ടുകയില്ല. കവി എന്നത് ഒരു അലങ്കാരം മാത്രമാണ്. മറ്റെന്തെങ്കിലും ജോലി ഉണ്ടെങ്കിലേ അത് ശോഭിക്കുകയുള്ളൂ. കവി എന്ന നിലയിൽ മാത്രം ജീവിച്ചവർ ആരുംതന്നെ ഭിക്ഷയെടുക്കാതെ ജീവിച്ചിട്ടില്ല. അതാണ് കവികളുടെ അവസ്ഥ. കവിസ്ഥാനം പ്രജാപതിക്ക് തുല്യമാണ് എന്നൊക്കെ പറയുന്നത് വെറുതേ വായിച്ച് രസിക്കാനാണ്. ഞാൻ കവിയാണെന്ന് ആരോടും പറയാറില്ല. സാധാരണക്കാരുടെ

കവികൾ എന്നത് പോപ്പുലർ കവികളാണ്.

അങ്ങനെയിരിക്കേ പെൺവീട്ടുകാർ വീട്ടിൽ വന്നു. അപ്പോൾ ഞാൻ അളിയനാകാൻ പോകുന്ന ആളോട് ഞാൻ കവിതകൾ എഴുതാറുണ്ട് എന്ന് പറഞ്ഞു. അപ്പോൾ അദ്ദേഹം താനും കവിത എഴുതാറുണ്ട് എന്ന് പറഞ്ഞു. അന്നൊക്കെ ഇന്നത്തെ പോലെയല്ല, കവികൾ വിരളമാണ്. കല്യാണം കഴിഞ്ഞ് ഏതാനും ദിവസങ്ങൾ കഴിഞ്ഞപ്പോൾ എന്നെ അത്ഭുതപ്പെടുത്തിക്കൊണ്ട് ഭാര്യ താനും പ്രീഡിഗ്രിക്കാലത്ത് കവിതകൾ എഴുതിയിരുന്നു എന്ന് പറഞ്ഞു. എനിക്ക് സന്തോഷം തോന്നി. ഭാര്യ വിദേശസാഹിത്യം ഉൾപ്പെടെ കുറേ പുസ്തകങ്ങൾ വായിച്ചിരുന്നു എന്നതും സന്തോഷകരമായി. സാധാരണ ഒരു സ്ത്രീക്ക് ഒരു കവിയോടൊപ്പം ജീവിക്കുക എന്നത് പ്രയാസമാണ്. എന്റെ ഗുരുവായ ഗ്രാമീണകവിയുടെ വീട്ടിൽ എപ്പോഴും വഴക്കായിരുന്നു. ഒടുവിൽ അവർ പിരിഞ്ഞു. വിവാഹം കഴിഞ്ഞും ഞാനൊരു ചിട്ടപ്പടിയുള്ള ജീവിതമല്ല ജീവിച്ചത്. പലയിടത്തും കവിതപ്പരിപാടി കഴിഞ്ഞ് വൈകിയ രാത്രിയിൽ എത്തേണ്ടി വന്നിട്ടുണ്ട്. ചിലയിടത്ത് താമസിക്കേണ്ടി വന്നിട്ടുണ്ട്. ഇന്ത്യയിൽ പലയിടത്തും കവിതയ്ക്കായി പോയിട്ടുണ്ട്. അപ്പോഴൊക്കെ പറക്കമുറ്റാത്ത കുട്ടികളുമായി അവൾ ഒറ്റയ്ക്ക് കഴിയണം. ഞാൻ മനസുകൊണ്ട് പലപ്പോഴും മറ്റൊരു ലോകത്തായിരിക്കും. എന്നെക്കുറിച്ച് എന്താണ് അഭിപ്രായം എന്ന് ഞാൻ അടുത്തകാലത്ത് ചോദിച്ചപ്പോൾ കല്യാണം കഴിച്ച കുറച്ച ദിവസങ്ങൾ കഴിഞ്ഞപ്പോഴേ ഭ്രാന്തുണ്ട് എന്ന് മനസിലായെന്നാണ് പറഞ്ഞത്. വേറൊരു സ്ത്രീ എന്നെ ഭ്രാന്തൻ എന്ന് സ്നേഹത്തോടെ വിളിച്ചിരുന്നു. മറ്റൊരു സ്ത്രീ ഭ്രാന്തുണ്ട് എന്ന് ഉറപ്പിക്കുകയും ചെയ്തിട്ടുണ്ട്.

തലശേരിയിലേക്ക് പോകാം. മീൻകാരൻ പൂർത്തീകരിച്ചത് തലശേരിയിലെ വാടകവീട്ടിൽ വെച്ചാണ്. എൻ. ശശിധരൻ മാഷ് അതിനൊരു അവതാരിക എഴുതി. രണ്ടു വർഷത്തോളം ആ വീട്ടിൽ ഞങ്ങൾ താമസിച്ചു. മീത്തലപ്പീടികയിലാണ് ആ രണ്ടു നില വീട്. മുകളിലത്തെ ഒരു മുറി കുറെ സാധനങ്ങൾ ഇരിക്കയാൽ അടച്ചിടും എന്ന് പറഞ്ഞിരുന്നു. അടുക്കളയിൽനിന്ന് കിണർവെള്ളം കോരാം. പൈപ്പ സൗകര്യം ഒക്കെയുണ്ട്. ഭാര്യയുടെ അച്ഛനും അമ്മയും ആദ്യദിനം ഞങ്ങളോടൊപ്പം ഉണ്ടായിരുന്നു. ഞാനന്ന് രാത്രി തുണി തേക്കുന്ന ഒരിടഭാഗത്താണ് കിടന്നുറങ്ങിയത്. 1500 രൂപ വാടക. ഫുൾ ഫർണിഷ്ഡ്.

പിറ്റേന്ന് കോളേജിൽ പോയി വന്നപ്പോൾ അച്ഛനും അമ്മയും പോയിരുന്നു. ഭാര്യ കരയുന്നുണ്ട്. ഇളയമകൾ ഓടി വന്ന് അച്ചാച്ചാ എന്ന് വിളിച്ച് കെട്ടിപ്പിടിച്ചു. മൂത്തവൾ വന്ന് വട്ടംപിടിച്ചു. രണ്ടു പേർക്കും

ഉമ്മ കൊടുത്തു. എടുക്ക് എന്ന് ഇളയവൾ. അവളെ എടുത്തുകൊണ്ട് ഞാൻ ചോദിച്ചു : "അവരെന്തിനാണ് ഇത്ര പെട്ടെന്ന് പോയത് ?" ഈ വീട്ടിൽ ഒരു ചേട്ടൻ ആത്മഹത്യ ചെയ്തു എന്ന് അയൽക്കാരി പറഞ്ഞുവത്രേ! അതാണ് ഭാര്യ പേടിച്ച് കരയുന്നത്." നമുക്ക് ഇവിടന്ന് പോകാം." ഭാര്യ പറഞ്ഞു. ജനലിലൂടെ ഞാൻ നോക്കി. ശവം ദഹിപ്പിച്ച ഭാഗത്ത് ഒരു മൺകൂനയുണ്ട്. ചില അസ്ഥിക്കഷണങ്ങൾ, കരിക്കട്ടകൾ കണ്ടു. മക്കൾ ഇതൊന്നും അറിയുന്നില്ല. സത്യത്തിൽ ഞാൻ ചാവിൽ (മരിച്ചവരുടെ ആത്മാവിൽ) വിശ്വസിക്കുന്ന ആളല്ല. എങ്കിലും അത് എന്നെപ്പോലും ബോധ്യപ്പെടുത്താൻ എനിക്കുമാവില്ല. "ഓ അതൊന്നും സാരമില്ല. ഇത്രയും നല്ല വീടിനി എവിടെ കിട്ടാനാ?" എന്റെ വാക്കുകളുടെ ബലത്തിൽ ഭാര്യ കരച്ചിൽനിർത്തി. അന്ന് രാത്രി ഞങ്ങൾ ശരിക്കുറങ്ങിയില്ല. മുകളിലത്തെ മുറിയിലാണ് അയാൾ തൂങ്ങി മരിച്ചത്. സ്റ്റെയർകേസിൽ രക്തത്തുള്ളികൾ വീണത് മായാതെ കിടന്നിരുന്നു. ഇളയമോൾ നടന്നുതുടങ്ങിയിരുന്നു. അവൾക്ക് സ്റ്റെയറു കേറി മുകളിലേക്ക് പോകണം. അവിടെ ഞങ്ങൾ ഒരു തടസം വെച്ചു.

നല്ല പച്ച മീൻ കിട്ടുന്ന സ്ഥലം. സുഖവാസകേന്ദ്രം എന്നു പറയാവുന്ന കടൽക്കര. കടലിൽ പാറകൾ കാണുന്നു. അവിടെ പാലത്തിനിപ്പുറം മീൻബോട്ടുകൾ പലനിറങ്ങളിൽ. വേലിയറ്റത്തിൽ കയറിവരുന്ന കടൽ വേലിയിറങ്ങി ഉണങ്ങുന്ന കറുത്ത ചെളിപ്പുറം. ഇപ്പുറം കണ്ടൽക്കാടുകൾ. വെള്ളം ഇറങ്ങുമ്പോൾ കണ്ടലുകളുടെ വേരുകൾ തെളിയും. കല്ലുമ്മേക്കാ ശേഖരിക്കുന്ന ഒരാൾ. ഉള്ളിൽ ഭയത്തോടെ ഉള്ള ഞങ്ങളുടെ ജീവിതം. അതിനിടയിൽ ഞങ്ങളുടെ കടക്കാരൻ പറഞ്ഞു. "മാഷ് എന്തെങ്കിലും വലിയ ഒച്ച കേട്ടാലൊന്നും ഇറങ്ങി നോക്കേണ്ട" അതു കൂടി കേട്ടപ്പോൾ ആകെ അങ്കലാപ്പായി. തലശ്ശേരിയിലെ ബോംബുസ്ഫോടനത്തെക്കുറിച്ചാണ് അദ്ദേഹം പറഞ്ഞത്. ഇതിനിടയിൽ അനിയത്തി സഹായത്തിന് വന്നു. അനിയൻ വന്നു. അവിടെ ഒരു ലാന്റ് ഫോൺ ഉണ്ടായിരുന്നു. അതിലേക്ക് ഒരു പെൺകുട്ടി എപ്പോഴും വിളിക്കും. കളിയാക്കലാണ് പരിപാടി. ആരാണെന്ന് അറിയില്ല. ഔസേപ്പിന്റെ പെരയാണോ എന്നൊക്കെയാണ് ചോദിക്കുന്നത്. പിന്നെ ഫോൺ എടുക്കാതായി. കുറേക്കഴിഞ്ഞ് വീണ്ടും എടുത്തു നോക്കി. അപ്പോഴും ദാ വിളിക്കുന്നു. പിന്നെ ഫോൺ ഒട്ടും എടുക്കാതായി. കുറേക്കാലം കഴിഞ്ഞത് ഇല്ലാതായി.

ഡി.സി ബുക്ക്സ് മീൻകാരൻ പ്രസിദ്ധീകരിച്ച കാര്യം പറഞ്ഞിരുന്നല്ലോ. മലയാള മനോരമ എഡിറ്റേഴ്സ് ചോയ്സിൽ ആ വർഷത്തെ അഞ്ചു പുസ്തകങ്ങളിൽ ഒന്നായിട്ടതിനെ തിരഞ്ഞെടുത്തു. കോളേജിൽ

ഞാൻ കവിതയും ചിത്രകലയും സിനിമയും ഫോക് ലോറും ഒക്കെ പഠിപ്പിച്ചു. കമ്പ്യൂട്ടർ സ്കൂളിൽ വെച്ചേ അത്യാവശ്യം പഠിച്ചിരുന്നു. ഞാൻ റിലയൻസിന്റെ ഒരു മൊബൈൽ ഫോൺ മേടിച്ചു. അന്ന് അപൂർവ്വം ചിലർക്കേ മൊബൈൽ ഉള്ളൂ. കുട്ടികൾ സുഹൃത്തുക്കളായിരുന്നു. അവരുമായി പലസ്ഥലങ്ങളും പോയിക്കണ്ടു. ബേക്കൽ കോട്ട, ഏഴിമല. അമ്പലവയലിൽ കെ. ജെ. ബേബിയുടെ കനവ് സ്കൂൾ, എടയ്ക്കൽ ഗുഹ, തിരുനെല്ലി ... കാഞ്ഞങ്ങാട് പി. സ്മാരകത്തിൽ പലപ്പോഴും പോയിട്ടുണ്ട്. മാനന്തവാടിയിൽ, ഒരു പാട് കോളേജുകളിൽ കവിത ചൊല്ലുവാൻ, സംസാരിക്കുവാൻ പോയി. ശരിക്കും വടക്കുനിന്നാണ് ഞാൻ ഒരു കവി എന്ന നിലയിൽ അറിയപ്പെടുന്നത്. അതിന്റെ പിന്നിൽ എൻ. ശശിധരൻ, എൻ. പ്രഭാകരൻ, ഏ. റ്റി. മോഹൻരാജ് എന്നിവർ ഉണ്ട്.

മോഹൻരാജ് മാഷിന്റെ വീട്ടിലെ പുസ്തകങ്ങൾ ചിത്രകലയിൽ കൂടുതൽ അറിവുകൾ നേടാൻ സഹായിച്ചു. ഫിലിം സംബന്ധമായ തിയറികൾ പഠിച്ചു. വീട്ടിൽ ഒരു ദിവസം ഞങ്ങൾ അത്താഴം കഴിച്ചു കൊണ്ടിരുന്നപ്പോൾ ഭിത്തിയിലുണ്ടായിരുന്ന കുതിരയുടെ വലിയ ചിത്രം താഴെവീണു. ഞങ്ങൾ പേടിച്ചുപോയി. മുകൾനിലയിലേക്ക് ഞങ്ങൾ പകലേ പോകാറുണ്ടായിരുന്നുള്ളൂ. പകൽ ഞാൻ മുകളിലത്തെ ഹാളിൽ കിടന്നുറങ്ങുമായിരുന്നു. ഒരു ദിവസം രാവിലെ അടുക്കള തുറന്നപ്പോൾ ഗ്യാസ് കത്തിനില്ക്കുന്നു. എന്റെ ഭാര്യ അടഞ്ഞുകിടന്ന മുകളിലത്തെ മുറിയിൽ കയറി എല്ലാം നോക്കിക്കണ്ടു. എങ്ങനെ ധൈര്യപ്പെട്ടു എന്നു ചോദിച്ചപ്പോൾ അവൾ അബോധത്തിലാണ് അവിടെ എത്തിയതെന്നു പറഞ്ഞു. ബ്രണ്ണൻ കോളേജിലെ എന്റെ ഓർമ്മകൾ നിറമുള്ളവയാണ്. കുട്ടികളുടെ സ്നേഹം ധാരാളം ഞാൻ അനുഭവിച്ചു. പഴയ മലയാളം ഡിപ്പാർട്ടുമെന്റിലെ എന്റെ സീറ്റിന്റെ മുകളിലുള്ള ഒരു ഭാഗം ഇടിഞ്ഞുവീണപ്പോൾ ഞാൻ അവിടെ ഉണ്ടായിരുന്നില്ല. പ്രഭാകരൻ മാഷായിരുന്നു വകുപ്പ് അധ്യക്ഷൻ. സാഹിത്യത്തെ ഗൗരവമായിട്ടെടുക്കുന്നവർ ആണ് തലശ്ശേരിക്കാർ. വലിയ ഒരു വായനാ സമൂഹം അവിടെയുണ്ട്. ഞാൻ തലശ്ശേരിയിലെ DC ബുക്സിന്റെ പുസ്തകസ്ഥാപനത്തിൽ പലപ്പോഴും പോകുമായിരുന്നു. അവിടെ ധാരാളം സുഹൃത്തുക്കൾ വരും.

അധ്യായം 45

ഞാൻ ചെന്ന കാലത്ത് ഒരു ദിവസം ബ്രണ്ണൻ കോളേജിൽ എസ്. സിതാര വന്നു. സിതാര അവിടെ പഠിച്ചതാണ്. കഥാസാഹിത്യത്തിൽ സ്ഫോടനാത്മകമായ ആവിഷ്കാരങ്ങളാണ് അവർ നടത്തിയത്. അഗ്നി എന്ന കഥ വായിച്ച കാലത്താണ് ഞാൻ ശശി മാഷിന്റെ വീട്ടിൽ എത്തുന്നത്. ഏതോ സീരിയൽ കണ്ടുകൊണ്ടിരിക്കുന്ന സിതാരയെ ആണ് ഞാൻ കാണുന്നത്. അക്കാലത്തെ ഒരു പ്രത്യേകത കഥയിലെ പെണ്ണെഴുത്തിന്റെ തുറസുകൾ ആണ്. ശശിമാഷും ഞാനും തമ്മിൽ അഗാധമായ ബന്ധം ഉണ്ട്. മനോഹരമായ പ്രദേശങ്ങൾ ആണ് മാഷിന്റെ വീട്ടിലേക്ക് പോകുന്ന ഭാഗം. പ്രഭാകരൻമാഷാണ് എന്നെ ആദ്യം ശശിമാഷിന്റെ വീട്ടിൽ കൊണ്ടുപോയത്. എന്റെ ഇളയ പെങ്ങളുടെ കല്യാണത്തിന് തലശ്ശേരി SBI യിൽനിന്ന് ലോൺ എടുക്കാൻ സഹായിച്ചത് ശശിമാഷാണ്. എന്റെ കവിത മാഷ് വിവർത്തനം ചെയ്തിട്ടുണ്ട്. ഒരു വലിയ വായനക്കാരനാണ്. നാടകക്കാരനാണ്. നിരൂപകനാണ്. ഇടയ്ക്കിടയ്ക്ക് ഞാൻ ശശി മാഷിന്റെ വീട്ടിൽ പോകും. അവിടെ അടുത്തുള്ള ഒരു വർക്ക്ഷോപ്പിൽ ഇരുന്ന് ഞങ്ങൾ ചെറുതായി മദ്യപിക്കും. മാഷ് കോട്ടയത്തെ എന്റെ കുടുംബവീട്ടിലും വന്ന് താമസിച്ചിട്ടുണ്ട്.

പ്രഭാകരൻ മാഷുടെ പിശാൻ എന്ന കഥ 'ഇന്ത്യ ടുഡേ'യിലാണ് വന്നത്. ആദ്യകാല കഥയായ ഒറ്റയാന്റെ പാപ്പാൻ ആധുനികതയുടെ സ്വഭാവമുള്ള കഥയാണ്. മായാമയൻ, രാമൻ എന്നീ കഥകൾ പുതുകാലത്തിന്റേതാണ്. തീയൂർരേഖകളും കടകുകുറിപ്പുകളും ജന്തുജനവും ഏഴിനും മീതെ, ബഹുവചനം, ജനകഥ, പുലിജന്മം തുടങ്ങിയ കൃതികളും എനിക്ക് ഇഷ്ടമാണ്. ഭാഷ ഉപയോഗിക്കുന്നതിലെ താളം, സുതാര്യത എന്നിവ പ്രധാനമാണ്. അതാണ് മാഷുക്കുള്ളത്. തന്റെ പ്രശസ്തിക്കായി

ഒന്നുംതന്നെ ചെയ്യാത്ത എഴുത്തുകാരൻ ആണ്. പൊക്കുടേട്ടന്റെ ആത്മകഥയ്ക്ക് അവതാരിക എഴുതി. ചിത്രകല, വാസ്തുവിദ്യ, ഫോട്ടോഗ്രാഫി, ഡോക്യുമെന്ററി, വാസ്തുവിദ്യ, സിനിമ എന്നീ വിഷയങ്ങളിൽ എല്ലാം അറിവുള്ള ആളാണ് മോഹൻരാജ് മാഷ്. കുടിലുകൾക്കും വാസ്തുവിദ്യയുണ്ട് എന്ന് അദ്ദേഹം കണ്ടെത്തി. കണ്ണൂരിലെ ഗലികളിലൂടെ മാഷുമൊത്ത് സഞ്ചരിച്ചതും ചിത്രകാരന്മാരുടെ കൂടെ ഇരുന്നതും മുഴപ്പിലങ്ങാട് ബീച്ചിലെ കൂട്ടം കൂടലുകളും ഒക്കെ ഓർക്കുന്നു. പാർവതിടീച്ചർ തികഞ്ഞ അധ്യാപികയാണ്. തിരുവനന്തപുരത്തുവെച്ച് തന്നെ പരിചയം ഉണ്ട്. ഇരുത്തമുള്ള ഉന്നതവ്യക്തിത്വം. ജി. ഉഷാകുമാരി ഒരു വർഷം ഉണ്ടായിരുന്നു. ജിസ ജോസ് അന്നൊന്നും എഴുതിയതായി അറിവില്ല. പിന്നീട് കവിതകളും നോവലും ഒക്കെയായി സ്വയം പുതിയ ഒരു ലോകമായി മാറി. നരേന്ദ്രൻ മാഷ്, ബാലൻ മാഷ്, ജയശ്രീ ടീച്ചർ, ലിജി ടീച്ചർ, അലക്സ് എന്നീ മികച്ച അധ്യാപകരും ഉണ്ടായിരുന്നു.

ശാന്തിവനത്തിന്റെ അടുത്തുള്ള കുന്നിലേക്ക് മലയാളവിഭാഗം മാറിയത് ഞാനവിടെ ഉള്ള കാലത്താണ്. ഒരിക്കൽ എം. എൻ. വിജയൻമാഷ് അവിടെ വന്നു. തലശ്ശേരിയിൽ എനിക്ക് വലിയ ഒരു സുഹൃത് വലയം ഉണ്ടായിരുന്നു. നാടകക്കാരനായ പ്രകാശൻ മാണിക്കോത്ത്, ആർ. വിശ്വനാഥൻമാഷ്, ഹരി എന്ന ഇംഗ്ലീഷ് അധ്യാപകൻ, ദാസൻമാഷ്, സനൽ എം. എൻ., ശിവ കൃഷ്ണൻ മാഷ്, അസ്വ. സജീവൻ എന്നിങ്ങനെ എത്രയോ പേർ. എന്റെ മൂന്നാമത്തെ സമാഹാരം ഐഡന്റിറ്റി കാർഡ് ഏതാണ്ട് മുഴുവനുംതന്നെ എഴുതിയത് തലശ്ശേരിയിൽ വെച്ചാണ്. ദളിത് വർക്ക് എന്നു പൂർണമായ അർത്ഥത്തിൽ പറയാവുന്ന കൃതി അത് മാത്രമാണ്. അതിലുള്ള ഈ വരികൾക്കിടയിൽ എന്ന കവിതയിൽ അവിടത്തെ ചില അടയാളങ്ങൾ ഉണ്ട്. മീത്തലെപ്പീടികയിൽനിന്ന് ഞാൻ തലശ്ശേരിയിലേക്ക് ഒറ്റയ്ക്കും ജോബി മാഷിനൊപ്പവും നടക്കുമായിരുന്നു. റെയിൽപ്പാളത്തിലൂടെ നടന്നാൽ മറ്റൊരു ലോകം കാണാം. അതുപോലെ ധർമ്മടം റെയിൽവേ സ്റ്റേഷന്റെ ഭാഗത്ത് ഞാനും പി. പി. രാമചന്ദ്രനും ചുറ്റിനടന്നു. കണ്ടലുകൾ പലതരം ഉണ്ട്. അവയുടെ ഭംഗി അപാരമാണ്. ഒരു നീലപ്പൊൻമാൻ മീൻ പിടിക്കുന്നതു കണ്ടു. അവിടെ ഒരു ബീഡിതെറുപ്പുകേന്ദ്രം ഉണ്ട്. ഞാൻ കോളേജിൽ കൾച്ചറൽ പ്രോഗ്രാം ഓഫീസറും മാഗസിൻ സ്റ്റാഫ് എഡിറ്ററും ആയിരുന്നു. കുട്ടികളുടെ കൂടെ യൂത്ത് ഫെസ്റ്റിവലുകൾക്ക് പോയിട്ടുണ്ട്. മഞ്ജുളൻ വന്ന് ക്ലനൻ എന്ന നാടകം അവതരിച്ചു. ചുള്ളിക്കാട് സംഘപരിവാറിനെതിരേ സംസാരിച്ചു. സി. ആർ. നീലകണ്ഠൻ, സിവിക് , കല്പറ്റ നാരായണൻ, പി. രാമൻ, അൻവർ, ശ്രീകുമാർ

കരിയാട്, ഗിരിജ, അനിത, പി. പി. രാമചന്ദ്രൻ, മനോജ് കുറൂർ, വി. ആർ. സുധീഷ്, പവിത്രൻ തീക്കുനി എന്നിവർ അവിടെ വന്നു പോയവർ ആണ്. സുവീരൻ വന്ന് നാടകത്തെക്കുറിച്ച് സംസാരിച്ചു. പ്രിയനന്ദനന്റെ അടുക്കള നാടകം ഞാൻ കണ്ടിട്ടുണ്ട്. മാഹിയിലെ ഒരു ഡോക്യുമെന്ററി ഫെസ്റ്റിവലിൽ ഞാൻ പങ്കെടുത്തു. ഞങ്ങൾ താമസിച്ച വീട്ടിൽ സന്തോഷ് എച്ചിക്കാനം, കെ. എം. വേണുഗോപാൽ, എ. അയ്യപ്പൻ, വീരാൻകുട്ടി എന്നിവർ വന്നിട്ടുണ്ട്. തലശ്ശേരി നഗരത്തിന്റെ ഭൂപടം എന്റെ ഹൃദയത്തിലുണ്ട്. "കണ്ടൽ നമ്മുടെ പൈതൃമാണ് " എന്ന ഒരു ബോർഡ് വായിച്ച ഓർമ്മയാണ് ഏറ്റവും പ്രധാനമായി മനസിൽനില്ക്കുന്നത്. നഗരത്തിന്റെ പടിഞ്ഞാറു ഭാഗം മുഴുവനും കടലാണ്. കടലിൽ പാറകൾ കാണാം. തലശ്ശേരി കോട്ടയിലും പണ്ടികശാലയുൾപ്പെടുന്ന ഭാഗങ്ങളിലും ചന്തയിലും ഒക്കെ ഞാൻ പോയിട്ടുണ്ട്. കടൽപ്പാലത്തിൽ ഇരുന്നിട്ടുണ്ട്. ഗുണ്ടർട്ടിന്റെ ഇല്ലിക്കുന്നിലും പാലയാട് യൂണിവേഴ്സിറ്റിയിലും കണ്ണൂർ വിമൻസ് കോളേജ്, ഓൾ ഇന്ത്യ റേഡിയോ, ഒക്കെ പോയ സ്ഥലങ്ങൾ ആണ്.

വീടിന്റെ തൊട്ടുതാഴെയുള്ള കടപ്പുറത്തു കൂടി ഞാനും കുടുംബവും മിക്കവാറും വൈന്നേരങ്ങളിൽ നടക്കാൻ പോകാറുണ്ടായിരുന്നു. ഞാൻ അഞ്ചു സൂര്യനെ കണ്ടു എന്ന് എന്റെ മകൾ പറഞ്ഞു. ഞങ്ങളുടെ വീടിന്റെ അയൽക്കാരായി ചന്ദ്രദാസൻ മാഷും കുടുംബവും താമസിച്ചിരുന്നു. അവർ തലയോലപ്പറമ്പുകാരാണ്. ഞങ്ങൾക്കൊരു സഹായമായിരുന്നു. കടൽക്കരയിലായി ഒരു ബാറുണ്ട് തലശ്ശേരിയിൽ. അവിടെ സുഹൃത്തുക്കളോടൊപ്പം ഞാൻ പോകുമായിരുന്നു. പിന്നീട് പുതിയ ഒരു ബാറും വന്നു. നല്ല ഊണു കിട്ടുന്ന ഹോട്ടലുകൾ ഉണ്ടായിരുന്നു അന്നൊക്കെ. തലശേരിയിൽനിന്ന് പലപ്പോഴും ഞാൻ കോഴിക്കോട്ടും വടകരയിലും പോകാറുണ്ടായിരുന്നു. മുമ്പ് തലശേരിയിൽ പ്രശ്നങ്ങൾ, സംഘർഷങ്ങൾ ഉണ്ടായിട്ടുള്ളതായി കേട്ടിട്ടുണ്ട്. അതിന്റെ വിശദമായ ആഖ്യാനം തീയൂർ രേഖകളിൽ ഉണ്ട്. പ്രത്യേകിച്ച് ആമു ജിന്നിന്റെ കഥയിൽ.

എനിക്ക് തലശ്ശേരി ഇഷ്ടമായിരുന്നു. ഒരു പാട് ചെറിയ സ്വർണ്ണക്കടകൾ ഉള്ള ഒരു ഭാഗത്തുകൂടെ ഞാൻ പോയിട്ടുണ്ട്. കോളേജിന്റെ കോർട്ടേഴ്സ് കിട്ടിയപ്പോൾ ഞങ്ങൾ താമസം അങ്ങോട്ടുമാറ്റി. അപ്പോൾ സാധനങ്ങൾ വാങ്ങാനും മറ്റും ചിറക്കുനിയിലേക്കായി യാത്ര. മൂത്ത മകളെ അവിടത്തെ സ്കൂളിൽ ചേർത്തു. ശാന്തിവനത്തിൽനിന്ന് രാത്രി കുറുക്കൻമാരുടെ ഓരി കേൾക്കാം. അവിടെ താമസിച്ചപ്പോഴാണ് ഇളയ കുട്ടിക്ക് മംസ് വന്നത്. അത് ഭാര്യയ്ക്കും വന്നു. മകൾക്കു വന്നത് സ്വയം മാറി. എന്നാൽ ഭാര്യയുടേത് ഗുരുതരമായി. അവളെ തലശ്ശേരി

സഹകരണ ആശുപത്രിയിലാക്കിയെങ്കിലും ആള് തളർന്നുപോയിരുന്നു. വീട്ടിൽനിന്ന് അനിയനും ചേട്ടനും വന്നു. അവളുടെ അമ്മയച്ഛന്മാരും വന്നു. ഞങ്ങൾ അവളെ കോട്ടയം മെഡിക്കൽ കോളേജിലേക്ക് കൊണ്ടുപോന്നു. ഒരു വണ്ടിയിൽ തലയണവെച്ച് കിടത്തിക്കൊണ്ടാണ് പോന്നത്. പിറ്റേന്ന് ബന്ദ് ദിവസം ആയിരുന്നു. അന്നുതന്നെ ഞങ്ങൾ മെഡിക്കൽ കോളേജിലെ 3-ആം വാർഡിൽ അവളെ അഡ്മിറ്റ് ചെയ്തു. അവളുടെ തലച്ചോറിലേക്ക് രോഗാണുക്കൾ പ്രവേശിച്ചിരിക്കുന്നു എന്ന് ഡോക്ടർ പറഞ്ഞു. ഒരു ജീവൻ രക്ഷാമരുന്നു വേണം 48000 രൂപയാണ് വില.

രാവിലെ വി. എം. ഗിരിജ എന്നെ വിളിച്ചു. അതുവഴി ചെല്ലാൻ പറഞ്ഞു. കൂടാതെ ഗിരിജയും അനിതയും ആശുപത്രിയിൽ വരികയും ചെയ്തു. മോഹമഞ്ഞ എന്ന കെ. ആർ. മീരയുടെ കഥയിൽ സൂചിപ്പിക്കുന്ന സജിത് കുമാർ ഡോക്ടറാണ് രാജിയെ നോക്കിയത്. പകർച്ചവ്യാധി യുടെ വാർഡിലാണ് അവൾ കിടന്നിരുന്നത്. ആശുപത്രിയിൽനിന്ന് വന്നെങ്കിലും ഒരുപാട് കാലം ചികിത്സ തുടർന്നു. പതുക്കെ പതുക്കെ നടക്കാൻ തുടങ്ങി. ചികിത്സയുടെ പ്രശ്നം മൂലം ഞാൻ സ്ഥലം മാറ്റത്തിന് അപേക്ഷ കൊടുത്തു.

ഇടതുപക്ഷത്തു നിന്നവരായിരുന്നു പൊതുവേ തലശ്ശേരിയിലെ ബുദ്ധിജീവികളായ എന്റെ സുഹൃത്തുക്കൾ. പുത്തൻ മുതലാളിത്തവു മായി ഇടതുപ്രസ്ഥാനം സന്ധി ചെയ്തതോടെ പലരും രാഷ്ട്രീയം വിട്ടു. പ്രഭാകരൻ മാഷ് വൊളന്ററി റിട്ടയർമെന്റ് എടുത്തു. കണ്ടൽ നമ്മുടെ പൈതൃകം എന്ന ബോർഡ് കാണാനില്ലാതായി. മൂന്നു വർഷം മുമ്പാണ് ഞാൻ അവസാനമായി തലശ്ശേരിയിൽ കവിത ചൊല്ലാൻ എത്തിയത്. അതിനും മുമ്പ് കോളേജിലും മറ്റൊരു സ്ഥലത്തും ഞാൻ പോയിട്ടു ണ്ട്. ഒരിക്കൽ എന്നെ യാത്രയയയ്ക്കാൻ രാത്രി തലശ്ശേരി ടൗണിൽ പ്രഭാകരൻ മാഷ് എത്തിയിരുന്നു. കോളേജിൽ എത്തിയപ്പോൾ മോഹൻരാജ്, നരേന്ദ്രൻ എന്നീ മാഷുമാർ വന്നിരുന്നു. അതൊക്കെ സ്നേഹബന്ധത്തെ സൂചിപ്പിക്കുന്നു. ജീവിതം എന്താണെന്ന് എനിക്ക് ഇപ്പോഴും മനസ്സിലായിട്ടില്ല. എല്ലാ സുഹൃത് ബന്ധവും കുറേ കാലത്തേ ക്കേ തുടരാനാവൂ. ഞങ്ങൾ പഠിപ്പിച്ച കുട്ടികൾ പലരും ഉന്നതനിലയിൽ എത്തി എന്നറിയുന്നു. അല്ലാത്തവരും കാണും. തലശ്ശേരിയിൽ എത്തി യതുകൊണ്ട് കുറേയേറെ സത്യസന്ധരായ മനുഷ്യരെ കണ്ടെത്താൻ പറ്റി. ഇരുമ്പിനെ സ്വർണമാക്കുന്ന വിദ്യ അവർക്കറിയാം.

അധ്യായം 46

രണ്ട് സഹോദരിമാരാണ് എനിക്ക് ഉള്ളത്. അവരെ വിവാഹം കഴിച്ചുവിടാൻ വേണ്ടി കൂത്താട്ടുകുളത്തെ അധ്യാപക സൊസൈറ്റിയിൽനിന്നും തലശ്ശേരി SBI യിൽനിന്നും ലോൺ എടുത്തു. സഹോദരങ്ങളും സഹായിച്ചു. മൂത്ത ആളെ ചിങ്ങവനത്തും ഇളയവളെ ചങ്ങനാശ്ശേരിയിലും ആണ് കെട്ടിച്ചുവിട്ടത്. അവർ സുഖമായിരിക്കുന്നു എന്നത് സന്തോഷകരമാണ്. അവരെക്കൊണ്ട് ഒരു ദുഃഖവും ഉണ്ടായിട്ടില്ല.

വളരെ ചെറുപ്പത്തിലേ ഞങ്ങളുടെ അമ്മയ്ക്ക് വയ്യാതായി. അമ്മയെ ചികിത്സിച്ചതോടെ ചാച്ചന്റെ നല്ല കാലം അവസാനിച്ചു. വീട് നോക്കിയിരുന്നത് സഹോദരിമാർ രണ്ടും ആയിരുന്നു. അവർ രണ്ടു പേരും എന്റെ കവിതകളിൽ ഉണ്ട്. പെങ്ങളുടെ ബൈബിളിലെ കഥാപാത്രം ഇളയ സഹോദരിയാണ്. ബൈബിളിന്റെ ചുവന്ന പുറഞ്ചട്ട ഇല്ലാതാകുന്നു എന്നത് വലിയ വലിയ കാര്യങ്ങളുടെ തകർച്ചയായി കണ്ടവരുണ്ട്. സ്കൂൾ കുട്ടികളെ കൊച്ചുകാര്യങ്ങൾ പഠിപ്പിച്ചുനടന്ന ഞാനതെങ്ങനെ അറിയാനാണ് ? ക്രിസ്തുമതത്തിന്റെ തകർച്ച മാത്രമല്ല, വലിയ വലിയ കാര്യമായ കമ്യൂണിസത്തിന്റെ തകർച്ചയുമായിട്ടതിനെ കണ്ടവരും ഉണ്ട്. വളരെ വർഷങ്ങൾക്ക് മുമ്പ് "ചുവന്ന വീഞ്ഞെന്തിന് തള്ളിപ്പറഞ്ഞു" എന്നു ഞാൻ എഴുതിയതിനെ കമ്യൂണിസത്തെ തള്ളുന്നതായി വായിച്ചവർ ഉണ്ട്. അന്ന് സോവ്യറ്റ് യൂണിയനിലും കിഴക്കൻ യൂറോപ്പിലും ഒക്കെ കമ്യൂണിസം ഉണ്ട്. പക്ഷേ തകർച്ച ആരംഭിച്ചിരുന്നു. കമ്യൂണിസവും ക്രിസ്തുമതവും തമ്മിൽ എന്താണ് ബന്ധം എന്ന് ഞാൻ ആലോചിച്ചു പോയി. പിറന്നതിനു ശേഷമാണ് നമ്മൾ കുഞ്ഞിന് പേരിടുന്നത് എന്നപോലെ കവിതയ്ക്കും പേരിടുന്നത് കവിത പിറന്നതിനുശേഷമാണ്. അതുപോലെ കുട്ടി വളർന്നതിനു ശേഷമാണ് കുട്ടിയുടെ കഴിവും സ്വഭാവവും നമുക്ക് അറിയാൻ പറ്റുകയുള്ളൂ. മനുഷ്യരുടെ ഭാവി

പോലെയാണ് കവിതയുടെ ഭാവിയും. വലിയ കാര്യങ്ങളുടെ തകർച്ചകൾ ഞാനറിഞ്ഞ കാര്യങ്ങൾ അല്ല.

പഠിച്ച പല കാര്യങ്ങളും ജീവിതത്തിൽ നേരിട്ട് ഗുണപ്പെട്ടില്ല. പുസ്ത കങ്ങളേക്കാളും മഹത്വമുള്ളത് മനുഷ്യർക്കും ജീവജാലങ്ങൾക്കുമാണ്. ഒരു പാറ, ഒരു മല, ഒരു മരം, മഴ, വേനൽ എന്നിവയെ വായിക്കാൻ കഴിഞ്ഞാൽ നമ്മൾ കവികളായി. ജീവനില്ലാത്തവയായി ഒന്നുമില്ല. രണ്ട് പെങ്ങന്മാർ എനിക്ക് രണ്ട് നക്ഷത്രങ്ങൾ ആയിരുന്നു. ഭൂമിയിലെ ഏറ്റവും പ്രിയപ്പെട്ടവരായി അവരെ ഞാൻ കണ്ടു. വീട്ടിൽ അവരുണ്ടായിരുന്ന കാലം സ്വർഗമായിരുന്നു. ഞാൻ വാങ്ങിക്കൊടുത്ത ഇളയവളുടെ സ്വർ ണമോതിരം പണയംവെച്ച് ഞാൻ പള്ളിക്കൂടം സാഹിത്യകലാക്യാമ്പ് നടത്തി. ജയലാൽ റബർ ഷീറ്റും വിറ്റു. ക്യാമ്പ് കഴിഞ്ഞപ്പഴേ ക്യാമ്പിനു വന്നവരെല്ലാം പൈസാ തന്നു. അതുകൊണ്ട് മോതിരം എടുത്തുകൊടു ത്തു. എനിക്ക് പെങ്ങൻമാരെ ഒരിക്കലും വഴക്കുപറയേണ്ടിവന്നിട്ടില്ല. ഭാരിദ്ര്യം കൊണ്ട് ജീവിതത്തിന്റെ താളം തെറ്റാം. പക്ഷേ ഞങ്ങളുടെ ജീവിതം താളമുള്ളതായിരുന്നു. അമ്മയുടെ തളർച്ചയ്ക്കു ശേഷം വീട്ടിൽ ഒരിക്കലും വഴക്കും ബഹളവും ഉണ്ടായിരുന്നില്ല. ദാരിദ്ര്യം ഒരിക്കലും ജീവിതത്തെ തകർത്തില്ല. ദേശാഭിമാനി വാരികയിൽനിന്നോ യുവധാര മാസികയിൽനിന്നോ കിട്ടുന്ന 70, 50 രൂപകൊണ്ട് അരി സാമാനങ്ങൾ വാങ്ങിയിട്ടുണ്ട്. കറുത്ത കല്ലിൽ "തുണികൾക്കിസ്തിരിപ്പകിട്ടു നല്കിയ സഹോദരിമാരെ" ക്കുറിച്ച് ഞാൻ പാടിയിട്ടുണ്ട് .

മൂത്തവളുടെ പേര് ലിസിമോൾ എന്നും ഇളയ ആളിന്റെ പേര് സോഫി എന്നുമാണ്. മൂത്തവൾ ഇരട്ട പ്രസവിച്ച ഒരു കുട്ടി പ്രസവത്തോടെ മരിച്ചു. അടുത്ത കുട്ടിയെ നാല്പതിലധികം ദിവസങ്ങൾ മെഡിക്കൽ കോളേജിലെ കുട്ടികളുടെ ആശുപത്രിയിലാണ് സംരക്ഷിച്ചത്. ഇൻക്യു ബേറ്ററിൽ നോക്കുന്നത് നല്ല ചെലവുണ്ട്. പക്ഷേ രണ്ടാമത്തെ കുട്ടിയും മരിച്ചുപോയി. ഇപ്പോൾ അവൾക്ക് ഒരു മകളുണ്ട്. ഇളയവൾക്ക് രണ്ടുമ ക്കൾ ഉണ്ട്. അവർക്ക് രണ്ടു പേർക്കും സ്നേഹമുള്ള ഭർത്താക്കൻമാരെ ലഭിച്ചു. ലിസിമോളുടെ വീടിരുന്നത് ഒരു കുന്നിന്റെ മുകളിലായിരുന്നു. മണ്ണുമാഫിയ വന്ന് വീടിന്റെ മുറ്റം എടുത്തു കൊണ്ടുപോയി. ഞാൻ വിവരം അന്വേഷിക്കാൻ അവിടെ പോയിരുന്നു. അപ്പോൾ എഴുതിയ കവിതയിൽ താഴെ പറയുന്ന വരികൾ ഉണ്ട് :

"കുന്നെടുത്തവൻ ഒരു
കുഴിയായ് വെന്തുരുകണം
മണ്ണു വിറ്റ് നേടിയവ

ഒരു പിടി മണ്ണാകണം"

മുമ്പ് ഞാനവരെ എഴുതുന്ന കവിതകൾ വായിച്ചു കേൾപ്പിക്കുമായിരുന്നു. "ചന്ദ്രനെ സ്നേഹിച്ച പെൺകുട്ടി" സോഫിയെക്കുറിച്ചുള്ള കവിതയാണ്. അത് ചൊല്ലാവുന്ന കവിതയാണ്. പക്ഷേ കവിത സാധാരണ ആളുകൾക്ക് രസിക്കുന്നത് അതിൽ ഉപകരണസംഗീതവും ചേരുമ്പോഴാണ്. പക്ഷേ അത് കേരളത്തിന്റെ ചെറിയ വട്ടത്തിലേ ഇഷ്ടപ്പെടുകയുള്ളൂ. കവിത മറ്റൊരു ദേശത്തെ ഭാഷയിലേക്ക് പോകുന്നത് അതിലെ തീം ആയിട്ടാണ്. ഭാഷമാറുന്നു. താളവും ഈണവും മാറുന്നു. എന്റെ കവിതകൾ കേരളത്തിലെ ജനങ്ങളുടെ ഹൃദയങ്ങളിൽ തൊടാത്തതിന്റെ കാരണം എന്താണെന്ന് എനിക്ക് അറിഞ്ഞുകൂടാ. എന്റെ വീട്ടിലുള്ളവർക്കും അയലത്തുള്ളവർക്കും എന്റെ കവിതകൾ പ്രിയങ്കരങ്ങൾ ആയിരുന്നു. ചാച്ചനും അമ്മച്ചിക്കും വയ്യാതായ കാലത്ത് സഹോദരിമാർ വീട്ടിൽ വന്ന് അവരെ ശരിക്കും നോക്കിയിട്ടുണ്ട്. അതിന്റെ കൃതാർത്ഥത ഞങ്ങൾക്കെല്ലാമുണ്ട്.

പ്രിയ വായനക്കാരേ, നിങ്ങൾ സൂക്ഷിച്ചുനോക്കിയാൽ എന്റെ കവിതയിൽ ഒരു കുടുംബം കാണാം. പല കുടുംബങ്ങൾ ഉള്ള ഗ്രാമം കാണാം. പിന്നെ കൂട്ടുകാർ, കടൽപ്രദേശങ്ങൾ, മലമ്പ്രദേശങ്ങൾ , നഗരങ്ങൾ ഒക്കെ കാണാം. അതിൽ ഞാൻ ഏറ്റവും കൂടുതൽ എഴുതിയിട്ടുള്ളത് സ്ത്രീകളെപ്പറ്റിയാണ് എന്നും പറയാം. മലയാളത്തിലെ ഒരു കവയിത്രി അതെല്ലാം വായിച്ച് കരഞ്ഞിട്ടുണ്ട് എന്നെന്നോട് പറഞ്ഞു. കഥാകാരി കെ. രേഖ "ദുഃഖങ്ങളൊക്കെ കവിതകളാക്കുവാൻ ദു:ഖമേ നീയെന്റെ കൂടെയുണ്ടാവണം" എന്ന വരികൾ ഇങ്ങോട്ടു പറഞ്ഞു തന്നു. അക്ബർ അത് കവിതയുടെ ആമുഖമായി കൊടുത്തു.

സഹോദരി എന്നത് ഏറ്റവും ആഴപ്പെട്ട ബന്ധമാണ്. ചന്ദ്രനെ സ്നേഹിച്ച പെൺകുട്ടി എന്ന കവിതയിൽ "എന്റെ കവിതതൻ ജ്ഞാനസ്നാനത്തിനാൽ നിന്നെ സഹോദരിയാക്കുകയാണു ഞാൻ" എന്നാണ് പറയുന്നത്. അതിന്റെ കാര്യം ഞാൻ വിശദീകരിക്കേണ്ടല്ലോ.

അധ്യായം 47

ബ്രണ്ണനിൽനിന്ന് മഹാരാജാസിൽ പോകാനാണ് ആഗ്രഹിച്ചത്. ഇടയ്ക്ക് പട്ടാമ്പി വഴി പോകാമെന്നും വിചാരിച്ചു. സ്ഥലം മാറ്റം കിട്ടിയത് മഹാരാജാസിലേക്കാണ്. അതും നല്ലതു തന്നെ. ഞങ്ങൾ വീട്ടിലെത്തി പുറകിലത്തെ മുറിയിലാണ് കിടന്നത്. അതിനുമുമ്പ് അവധിക്കാലത്ത് ഞാൻ താഴത്തെ പറമ്പിൽ വഴതന നട്ടു. ഞാൻ വാങ്ങിച്ച ആറ് സെന്റിൽ മഞ്ഞളും ഇഞ്ചിയും നട്ടു. വീട്ടുപറമ്പിൽ എമ്പാടും ചേനയും നട്ടു. കുറച്ചു കഴിഞ്ഞപ്പോൾ യാത്രാസൗകര്യം കരുതി കാണക്കാരി അമ്പലക്കവലയിൽ ഒരു വീട്ടിലേക്ക് താമസം മാറ്റി. ആഴ്ചയിൽ ഒരിക്കൽ ഞങ്ങളുടെ കിട്ടു എന്ന പട്ടിയുമായി ഓട്ടോയിൽ ഞങ്ങൾ കുടുംബവീട്ടിലേക്ക് പോകും. മിക്കവാറും ചേട്ടനും ചേച്ചിയും വരും. വഴതനകൾ ധാരാളം കിട്ടി. അയൽക്കാർക്കും കൊടുത്തു. മഞ്ഞളും ഇഞ്ചിയും ആർത്തുവളർന്നു. ചേനകൾ പറമ്പു നിറയെ പച്ചക്കുടകൾ നിവർത്തി.

വർഷം 2005 ആണ്. മഴക്കാലം കഴിഞ്ഞു. ആകാശം തെളിഞ്ഞു. ഓണം വന്നു. ഓണത്തിന് ഞങ്ങൾ വീട്ടിൽ ഒത്തുകൂടി. ഞങ്ങളുടെ ഓണം പണ്ടേ വെജിറ്റേറിയൻ ആണ്. അത് എന്റെ ചെറുപ്പകാലം മുതലേ പട്ടിത്താനത്ത് എല്ലാം അങ്ങനെയാണ്. ആളുകൾ മത്തങ്ങയും ചേനയും മറ്റും കൈമാറും. കുട്ടികൾ ഓണപ്പൂക്കളം ഇടും. വാടകവീട്ടിൽ ഞാനൊരു ഊഞ്ഞാലും കെട്ടി. എന്റെ മക്കൾ ഞാൻ പഠിച്ച പട്ടിത്താനം യു. പി. സ്കൂളിൽ പഠിച്ചു. മൂത്ത മകൾ മലയാളം മീഡിയം ആയിരുന്നു. ഇളയവൾ ഇംഗ്ലീഷ് മീഡിയവും. എന്നെ അത്ഭുതപ്പെടുത്തുന്ന കാര്യം മൂത്തമകൾക്ക് നല്ലപോലെ ഇംഗ്ലീഷ് അറിയാം എന്നുള്ളതാണ്.

ഞാനൊരു ഡെസ്ക് ടോപ്പ് കമ്പ്യൂട്ടറും പ്രിന്ററും വാങ്ങി. അതിലാണ് ഞാൻ പണി പഠിച്ചത്. വീട്ടിൽ ഒരു തെങ്ങുപോയതിന്റെ അപേക്ഷ പഞ്ചായത്തിൽ കൊടുക്കാനായി ചാച്ചൻ പറഞ്ഞു. ഞാൻ അത് പഠിച്ച

പണി പതിനെട്ടും നോക്കിയിട്ടും ശരിയാവുന്നില്ല. ഒടുവിൽ കൈ കൊണ്ട് എഴുതിത്തരാൻ ചാച്ചൻ പറഞ്ഞു.

ഞാൻ രണ്ടു മണി രാത്രി വരെ കമ്പ്യൂട്ടറിൽ ഓരോന്നും ചെയ്തു കൊണ്ടിരിക്കും. കമ്പ്യൂട്ടർ കളികളിൽ ഏർപ്പെടും. കാറോടിക്കലാണ് പരിപാടി. പിന്നെ ഞാൻ കമ്പ്യൂട്ടർ അഴിച്ചു. കമ്പ്യൂട്ടറിന്റെ കുറേ പണികൾ പഠിച്ചു. അവസാനം ആ കമ്പ്യൂട്ടർ ഒന്നിനും കൊള്ളാതായി. ആക്രി ക്കാർ കൊണ്ടുപോയി. പക്ഷേ ഞാൻ കമ്പ്യൂട്ടർ പഠിച്ചു. അതിനാൽ കോളേജിൽ എനിക്ക് പലതും ചെയ്യാൻ പറ്റി. ചെറിയ കേടൊക്കെ പരിഹരിക്കാൻ പറ്റി. കമ്പ്യൂട്ടറിന്റെ മുന്നിൽ രാത്രി രണ്ടു മണി വരെ ഇരിക്കുന്നതിനാൽ ഭാര്യയും മക്കളും നേരത്തേ ഉറങ്ങും. ഞാൻ കമ്പ്യൂട്ടർ വെച്ച മുറിയിലാണ് ഉറങ്ങുക. അങ്ങനെയിരിക്കേ കനത്ത കാറ്റും മഴയും വന്നു. ഞാൻ ഉറങ്ങുകയായിരുന്നു. മുറ്റത്തെ ഒരു മരത്തിന്റെ വലിയ ഒരു കൊമ്പ് മുകളിലത്തെ ആസ്ബസ്റ്റോസ് തകർത്ത് താഴേക്കു വീണു. ഞാൻ കാല് അകത്തിയാണ് കിടന്നത്. അതു വന്ന് എന്റെ കാലുകളുടെ കൃത്യം ഇടയിൽ തന്നെ വീണ് കുത്തിനിന്നു. ഞാൻ രക്ഷപ്പെട്ടു. ഇതു പോലുള്ള അപകടങ്ങൾ എന്നും എന്നെ പിൻതുടർന്നു.

ഞങ്ങളുടെ പട്ടിയുടെ ഒരു പ്രശ്നം വഴിയേ ആംബുലൻസ് പോയാൽ ഓരിയിടുക എന്നുള്ളതായിരുന്നു. ഒരു ദിവസം ഭാര്യയും മക്കളും രാത്രിയിൽ പള്ളിയിൽ പോയി. ഞാൻ ഒറ്റയ്ക്കാണ് വീട്ടിൽ. പട്ടി കുരയോട് കുര. ഞാൻ ഇറങ്ങിനോക്കി. ഒരു സ്ത്രീ ഇലകൾക്കിടയിൽ മറഞ്ഞുനിൽ ക്കുന്നു. വഴിയോരത്ത് താമസിക്കുന്ന ഒരു അംഗൻവാടി ടീച്ചറാണ്. ഭർത്താവ് അവരെ അടിച്ചിറക്കി. ഞാനവരെ വിളിച്ചു. ഹൗസ് ഓണർ തൊട്ടുതാഴെയാണ്. അദ്ദേഹം ഭർത്താവിനെ വിളിച്ചുകൊണ്ടുവന്നു. പ്ര ശ്നങ്ങൾ തീർത്ത് ഞങ്ങൾ അവരെ വിട്ടു. പിറ്റേന്ന് ഞാൻ അറിയുന്നത് അവർ വീണ്ടും വഴക്കായി ആ സ്ത്രീ രാവെളുപ്പോളം വിജനമായ ഒരു സ്ഥലത്തുപോയിരുന്നു എന്നാണ്. ഓട്ടോക്കാരനായ ഭർത്താവ് പോയി ട്ടാണവർ വീട്ടിലേക്ക് പോയത്. പ്രശ്നം അമ്മായിയമ്മപ്പോരായിരുന്നു.

ഞങ്ങൾ അവിടന്ന് മറ്റൊരു വീട്ടിലേക്ക് മാറുകയുണ്ടായി. അത് ഒരു റബർത്തോട്ടത്തിനപ്പുറം ആയിരുന്നു. പോണ വഴിയിൽ ഒരു വലിയ കുളം ഉണ്ട്. ആമ്പലുകൾ വിരിഞ്ഞിരിക്കുന്നു. അവിടത്തെ താമസ കാലത്താണ് ഞാൻ “ചില ഇരുണ്ടയിടങ്ങൾ” എന്ന കവിത എഴുതു ന്നത്.

അത് അച്ചടിച്ച് വന്ന ദിവസം ജി. ഉഷാകുമാരി ടീച്ചർ എന്നെയും വിളിച്ചുകൊണ്ട് കാന്റീനിലേക്ക് പോയി. അതിനെപ്പറ്റി പറഞ്ഞു.

ഇരുട്ടിൽ ആയിരുന്നു മിക്കവാറും ഞങ്ങളുടെയെല്ലാം ജീവിതം. മണ്ണെണ്ണ ഇല്ലാത്തതിനാൽ കരിന്തിരി കത്തിയ ജീവിതം. എന്റെ അമ്മവീട്ടിൽവെച്ച് ചൂട്ടുകത്തിച്ച് ഞാൻ കഞ്ഞികുടിച്ചിട്ടുണ്ട്. മണ്ണെണ്ണയില്ലാതെ കരിന്തിരി കത്തി ഉറങ്ങിയ ജീവിതം. വെട്ടമില്ലാത്ത ജീവിതം. അവിടെ പക്ഷികളാണ് അവരുടെ കൂവലുകൾ കൊണ്ട് വിളക്കുകൾ കത്തിച്ചുവെച്ചത്. പക്ഷികളുടെ കൂടുകൾ അന്വേഷിച്ചുള്ള യാത്രയാണത്. യാത്രയവസാനിക്കുന്നത് പോയ സ്ഥലത്തുതന്നെ. സച്ചിമാഷ് അത് വിവർത്തനം ചെയ്തത് ഞങ്ങൾ ഇരുവരും ഷില്ലോങ്ങിൽ ആയിരിക്കുമ്പോളാണ്. പുതിയ വാടകവീട്ടിൽ ഞാൻ ചുരയ്ക്ക കൃഷി ചെയ്തു.

കൃഷിയുമായി വളരെ അടുത്തുനിൽക്കുന്ന ഒരു രൂപമാണ് കവിത. ഇടശ്ശേരിയിലും വൈലോപ്പിള്ളിയിലും കൃഷിയുണ്ട്. പങ്കുകൃഷി ഞാൻ എഴുതിയ കൃഷികവിതയാണ്. രണ്ടു പേർ ചേർന്ന് കൃഷി ചെയ്തതും അവസാനം കൂട്ടുകാരനെ കുത്തിക്കൊന്നതുമാണ് അതിന്റെ തീം. സംഭവിച്ച കാര്യമാണ്. കുത്തിയതുമാണ്. പക്ഷേ ആൾ മരിച്ചില്ല. പച്ചനിറം ആത്മഹത്യ ചെയ്ത കർഷകകുടുംബത്തിന്റെ പഴയ ഗ്രൂപ്പഫോട്ടോ അവതരിപ്പിക്കുന്നു. അയാൾ കലപ്പയുമായി നില്ക്കുന്ന സ്റ്റിൽ അവതരിപ്പിക്കുന്നു. പട്ടിത്താനത്തെ കാർഷിക ജീവിതം തകർന്നുപോയി. കാലം മാറിയപ്പോൾ കൃഷി തീരെ ഇല്ലാതായി. നോർവീജിയയിലുള്ള എന്റെ കൂട്ടുകാരി ക്രിസ്റ്റി ഇന്ദ്രീദിന് പച്ചനിറവും പെണ്ണുങ്ങളുടെ ബൈബിളും മറുകും ഒക്കെ ഇഷ്ടമായിരുന്നു. ഗൂഗിളിലൂടെ അവർ എന്റെ പട്ടിത്താനത്തെ വീടുകണ്ടെത്തി. അവർ ഒരു സ്കൂൾ ടീച്ചറും അവിടത്തെ കവിയുടെ ഭാര്യയുമാണ്. ഇത്രയും ജനുവൻ ആയ ഒരു സ്ത്രീ അപൂർവ്വമാണ്.

അധ്യായം 48

കാണക്കാരിയിലെ വീട്ടിൽനിന്ന് വി. സി. ഹാരീസും അനില ച്ചേച്ചിയും താമസിച്ച പട്ടിത്താനം കവലയിലെ വീട്ടിലേക്ക് ഞങ്ങൾ മാറി. അവർ തവളക്കുഴിക്കപ്പുറത്ത് താമസമായി. ഞങ്ങൾക്ക് 2000 രൂപയായിരുന്നു വാടക. ഞാൻ ഇപ്പോൾ താമസിക്കുന്ന വീടിന്റെ അടുത്താണ് ആ വീട്. കൂടുതലും തടി ഉപയോഗിച്ച് പണിത വീടായി രുന്നു അത്. നടുക്കത്തെ മുറിയിൽ മച്ചുള്ളതായതിനാൽ സുഖമാണ് ഉറക്കം. ഹാളിന്റെ കുറേ ഭാഗത്തും മച്ചുണ്ട്. ഇടത്തെ മുറിയും സുഖകരം. എറണാകുളം റോഡിന്റെ സൈഡിലാണ് ആ വീട്. മുററത്ത് ഒരു കിളിച്ചുണ്ടൻ മാവുണ്ടായിരുന്നു. അപ്പുറത്ത് കിണറും. ധാരാളം ചക്കയും വാഴകളും പേരയും ഉണ്ടായിരുന്നു. ചക്ക ഞങ്ങൾക്ക് പറിക്കാം. വാഴക്കുല വെട്ടാം. ചൃ ചൃ എന്നൊരു പൂച്ച ഞങ്ങൾക്ക് ഉണ്ടായിരുന്നു.

ഹാരീസ് മാഷ് അവിടെ താമസിച്ച കാലത്ത് ഞാനൊരു ദിവസം അവിടെ താമസിച്ചിട്ടുണ്ട്. ഞാനവിടെ മാഷിനെ കാണാൻ പോകുമായി രുന്നു. ഞങ്ങളുടെ ആസ്ഥാനം ടിപ്സി ബാർ ആയിരുന്നു. അവിടെ ഏറെ നേരം ഞങ്ങളിരിക്കും. മാഷ് ഒരു പാട് കാര്യങ്ങൾ സംസാരിക്കും. സംസാ രിക്കാൻ അത്രയ്ക്ക് അറിഞ്ഞുകൂടാത്തതിനാൽ ഞാൻ മിക്കവാറും കേട്ടി രിക്കും. വളരെ സത്യസന്ധനും ഉദാരമതിയുമായിരുന്നു ഹാരീസ് മാഷ്. മറ്റുള്ളവരെ സഹായിക്കുന്നതിൽ മുമ്പൻ. എന്നെ ഓട്ടോയിൽ വീട്ടിൽ കൊണ്ടാക്കിയിട്ടേ പോകൂ. മാഷിന്റെകൂടെ നടന്ന കാലത്താണ് ഞാൻ ഒരു പാട് കാര്യങ്ങൾ മനസിലാക്കുന്നത്. മാഷ് വളരെ ആസ്വദിച്ച് മദ്യം കഴിക്കുന്ന ആളായിരുന്നു. എനിക്ക് അതറിയില്ല. അതുകൊണ്ട് മാസത്തിൽ ഒരിക്കലൊക്കെയേ ഞാൻ ഇപ്പോൾ മദ്യപിക്കാറുള്ളൂ. മാഷ് ഒരുപാട് അനുഭവങ്ങൾ പറയും. ആഹാരം വാങ്ങിത്തരും.

ഗായകനും നടനും നിരൂപകനും ഒന്നാന്തരം അധ്യാപകനും

ആയിരുന്നു അദ്ദേഹം. ഉത്തരാധുനികചിന്തയുടെ ഉസ്താദായിരുന്നു. അതിബുദ്ധിമാനും. ഏതു മദ്യവും അദ്ദേഹം വളരെ ആസ്വദിച്ചുകഴിക്കും എന്നുള്ളതാണ്. ആരുടെ കൂടെയും മദ്യപിക്കും. ഇടയ്ക്ക് ഞങ്ങൾ ജയലാലിന്റെ ഒരു താമസസ്ഥലത്ത് കൂട്ടമായിരുന്നു. ഞാൻ കവിതചൊല്ലും : മാഷ് സൈഗാളിന്റെ പാട്ടുപാടും, സൈഗാളിന്റെ സ്വരത്തിൽ. സ്വന്തം വീട്ടിൽ അദ്ദേഹം ബാവുൽ സംഗീതം നടത്തിയപ്പോൾ കവി ബിനു. എം പള്ളിപ്പാടും ക്രിസ്പിൻ ജോസഫും ഉണ്ടായിരുന്നു. ഞാൻ പോയിരുന്നില്ല. ചിത്രകലയെപ്പറ്റി സംസാരിക്കാൻ അദ്ദേഹം എന്നെ സ്കൂൾ ഓഫ് ലെറ്റേഴ്സിലേക്ക് വിളിച്ചിട്ടുണ്ട്. എന്റെ കവിതയെപ്പറ്റി യൂണിവേഴ്സിറ്റിയിൽവെച്ച് അദ്ദേഹം സംസാരിച്ചിട്ടുണ്ട്. ഷത്തീസ് ഗഡ്ഢിലേക്ക് ഞാൻ കവിത ചൊല്ലാൻ പോയപ്പോൾ യാത്രയയയ്ക്കാൻ വന്നത് മാഷും അൻവർ അബ്ദുള്ളയും ആയിരുന്നു. ഞാൻ പാന്റ്സ് ഇൻ ചെയ്തു ചെന്നപ്പോൾ മാഷു പറഞ്ഞത് ഇത് കെ. ജി.എസ്. വൃത്തത്തിൽ കവിത എഴുതിയ പോലാണെന്നാണ്. മാഷിനൊരു സഹായി ഉണ്ടായിരുന്നു. പലർക്കും അറിയാവുന്ന ഫിലിപ്പ്. മാഷ് മദ്യപിച്ചിട്ട് ചിലപ്പോൾ ഗഹനമായി സംസാരിക്കും. അതിന് സമാന്തരമായി അപ്പോൾ ഫിലിപ്പ് വേറെന്തെങ്കിലും സംസാരിക്കും. മാഷിന്റെ വീട്ടിലെ വേലക്കാരിക്ക് മൂന്ന് പെൺമക്കളാണ്. അവർക്ക് അച്ഛനില്ല. ആ കുട്ടികളുടെ സ്കൂളിലെ പി. റ്റി. എ. മീറ്റിംഗിന് പോയത് മാഷും ഭാര്യയും ആണ് എന്ന് പറഞ്ഞുകേട്ടിട്ടുണ്ട്.

എന്റെ ഭാര്യ ആശുപത്രിയിൽ കിടന്നപ്പോൾ അവർ രണ്ടും കാണാൻ വന്നു. 2000 രൂപയും തന്നു. എന്റെ അമ്മ മെഡിക്കൽ കോളേജിൽ കിടന്നപ്പോൾ ഒരാളുടെ ബൈക്കിൽ വന്ന് ആയിരം രൂപ തന്നു. മാഷിന്റെ ആദ്യഭാര്യയിലെ മക്കൾ ഇടയ്ക്ക് വരുമായിരുന്നു. മകളുടെ കല്യാണക്കാര്യം പറഞ്ഞ് മാഷ് ദു:ഖിക്കുന്നത് ഞാൻ കണ്ടിട്ടുണ്ട്. ഒരു വളയുടെ പ്രശ്നത്തിനാണ് ആദ്യഭാര്യയിൽനിന്ന് മാറിയത് എന്ന് മാഷ് പറഞ്ഞത് ശരിയോ എന്ന് എനിക്ക് അറിയില്ല. മാഷ് മരിച്ചപ്പോൾ ശവസംസ്കാരത്തിന് അവർ വന്നിരുന്നു. എന്റെ പറമ്പിന്റെ അപ്പുറത്തെ പറമ്പിൽ മാഷ് അന്ത്യവിശ്രമം കൊള്ളുന്നു. എന്റെ വീടിന്റെ പടിഞ്ഞാറെ ടെറസിൽനിന്നാൽ അല്ലെങ്കിൽ താഴെ അടുക്കള വാതിൽക്കൽനിന്നാൽ ശവകുടീരം കാണാം. ആ പറമ്പിൽ കുറേ മരങ്ങളുണ്ട്. അപ്പുറത്തെ പറമ്പിലെ ഇല്ലിക്കൂട്ടങ്ങളുണ്ട്. മഞ്ചാടികളുണ്ട്. കീരികളും ഉടുമ്പും പാമ്പുകളും ഉണ്ട്. അവിടെ കൊക്കുകൾ വരാറുണ്ട്.

ഞങ്ങൾ രണ്ടും ഒരുമിച്ചാണ് സ്ഥലം വാങ്ങിയത്. അതൊരു കഥയാണ്. ഞാൻ ഒരു വീടും സ്ഥലവും വാങ്ങാൻ കുറേക്കാലം അലഞ്ഞു നടന്നു. അതിനിടയിൽ എന്റെ ഇടക്കാരൻ മരിച്ചും പോയി. അപ്പോൾ

മാഷാണ് നമുക്ക് ഒരുമിച്ച് ഒരു മുപ്പത്തി മൂന്നര സെന്റ് സ്ഥലം വാങ്ങാം എന്നു പറഞ്ഞത്. പട്ടിത്താനത്ത് ഞാൻ വാങ്ങിയ ആറ് സെന്റ് സ്ഥലം ഞാൻ നേരത്തേ വിറ്റിരുന്നു. ആ കാശെല്ലാം തീർന്നു പോയിരുന്നു. ഞാൻ പതിനൊന്നേകാൽ സെന്റ് സ്ഥലം വാങ്ങി. ബാക്കി മാഷും വാങ്ങി. അങ്ങോട്ട് വണ്ടിപോകാവുന്ന വഴിയുണ്ടായിരുന്നില്ല. അതൊക്കെ ഞങ്ങൾ സ്ഥലം കൈമാറ്റം ചെയ്ത് ശരിയാക്കി. മാഷ് അവിടെ വീടുവച്ചില്ല. ഞാൻ ഒരു രണ്ടു നില വീടുവെച്ചു. ഒരു പാടു പേർ എന്നെ സഹായിച്ചിട്ടുണ്ട്. മാഷ് ഒരു ഓട്ടോയിൽനിന്ന് വളവെടുത്തപ്പോൾ തെറിച്ചുവീണാണ് മരിച്ചത്. ഞാനും ജയലാലും അന്ന് രാത്രി ഉറങ്ങിയില്ല. ഇടയ്ക്കിടയ്ക്ക് കട്ടൻ കാപ്പി കുടിച്ച് ഇരുന്നു. സിനിമയും നാടകവും സാഹിത്യവും പോസ്റ്റ് മോഡേണിസവും ആയിരുന്നു ഹാരീസ് മാഷിന്റെ ലോകം. പക്ഷേ ഫലിത പ്രിയനും ആയിരുന്നു. ഞങ്ങൾ അവസാനമായി കാണുന്നത് കടുത്തുരുത്തിയിലെ ഒരു പരിപാടിയിലാണ്. സണ്ണി എം. കപിക്കാടും ഉണ്ടായിരുന്നു.

വീടില്ലാത്തവരുടെ വേദന ഞാൻ ഏറെക്കാലം അനുഭവിച്ചു. ഭാര്യയും രണ്ടു പെൺകുട്ടികളുമായി വാടകവീടുകൾ തോറും ഞാൻ അലഞ്ഞു. ഞാനും ഭാര്യയും സങ്കടപ്പെട്ടിട്ടുണ്ട്. കവിയുടെ ജീവിതം ജീവിച്ചതിനാൽ സ്വന്തം കാര്യം നോക്കാൻ എനിക്ക് കഴിഞ്ഞില്ല. വി. സി. ഹാരീസ് ആണ് ഒരു സ്ഥലം വാങ്ങാനും വീടുവയ്ക്കാനും എനിക്ക് വഴികാട്ടിയായത്. ഈ ലോകത്തിന്റെ പ്രായോഗികവശങ്ങളിലും കാര്യങ്ങളിലും എനിക്ക് പിടിപ്പുകേടുണ്ട്. അതിനെ മറികടന്ന് ഭൗതികജീവിതത്തിൽ മെച്ചപ്പെട്ട അവസ്ഥ കൈവരിക്കാൻ എന്നെ സഹായിച്ചത് ഹാരീസാണ്. ഹാരീസ് മരിച്ചപ്പോൾ ഞാൻ എഴുതിയ "പ്രിയപ്പെട്ട ഹാരീസിന് " എന്ന കവിതയുടെ ഒരു ഭാഗം ഇവിടെ കൊടുക്കട്ടെ.

ഭൂമിതേടിപ്പോയവന്റെ പാട്ട്

തെക്കുതെക്കൊരുദിക്കിൽ
ഭൂമിതേടിപ്പോയി ഞാൻ
ഭൂമികിട്ടാതെ മടങ്ങുമ്പോൾ
വഴിക്കു പാട്ടൊന്നു കേട്ടുഞാൻ
അതു സൈഗാൾ പാടിയ
ഗാനമാണെന്നറിഞ്ഞു ഞാൻ.
അപ്പാട്ടിന്റെയറ്റംവരെ
ഞാനങ്ങുനടന്നുപോയ്

അവിടെ താടിയും ചുരുണ്ട
മുടിയും ചിരിയുമായൊരാൾ
പാട്ടും കഥയും ലഹരിയുമായ്
അവിടെക്കൂടിഞാൻ.
അന്നയാൾ പിറന്നദിനം
ഞാനൊരു കവിതയും പാടി
ഒരുവനയാളെ പ്ലാവിലയാ-
ലൊരുകിരീടം ചൂടിച്ചു
അയാൾ ചുമ്മാതെ ചിരിച്ചുംകൊ-
ണ്ടതെല്ലാമേറ്റുവാങ്ങുന്നു.
അങ്ങനെ ഓരോ കളികളിൽ
രസിച്ചിരിക്കെ നേരം പോയ്
അന്നവിടം വിട്ടുപോകെയെന്റെ
ദുഃഖമെല്ലാം പൊയ്പ്പോയി
അദ്ദിക്കിലൊരിടം ചൂണ്ടി
ക്കാണിച്ചൊരുനാളയാളെന്നെ
അവിടുള്ളൊരു കാഞ്ഞിരത്തി-
ന്നടിയിലിന്നെന്റെ പാർപ്പിടം
അതിനും താഴെ കുടമ്പുളി-
മരമൊരെണ്ണം നിൽക്കുന്നു
അതിൻ താഴെയുറങ്ങുന്നു
ഒരു പാട്ടിന്റെ നിശബ്ദത
ഒരു കാലത്താപ്പാട്ടിനുചുറ്റും
കുറെയാളുകൾ കൂടിയപോൽ
ഇന്നുമുണ്ടുകൂട്ടുവാൻ
പറവകളും ചെറുജീവികളും
മഴയത്തവിടെ തുമ്പികൾ
ചുറ്റിപ്പറന്നുകളിക്കുന്നു
പുറപ്പെട്ടുന്നവിടെനിന്നു നേരം
വെളുക്കുമ്പോൾ ഞാനെന്നും

അധ്യായം 49

2005ൽ എം.ബി മനോജ് വിളിച്ചിട്ടാണ് തലശ്ശേരിയിൽനിന്ന് ഞാൻ ചങ്ങനാശ്ശേരിയിൽ എത്തുന്നത്. അവിടെ സണ്ണി എം. കപിക്കാട്, വി. വി. സാമി, രേണുകുമാർ തുടങ്ങിയവരും ഉണ്ടായിരുന്നു. ഇവരെയെല്ലാം ആദ്യമായി കാണുകയാണ്. ദളിത് സാഹിത്യം, ദളിത് രാഷ്ട്രീയം എന്നിവ രണ്ടും എനിക്ക് അത്ര പരിചയമുള്ള കാര്യങ്ങളായിരുന്നില്ല.

ഞങ്ങൾ രേണുകുമാറിന്റെ വീട്ടിലും സണ്ണിച്ചേട്ടന്റെ വീട്ടിലും ഒക്കെ ഒരുമിച്ചിരുന്നിട്ടുണ്ട്. പിന്നീട് ദളിത് ചിന്തകരേയും പ്രവർത്തകരേയും ഞാൻ എന്റെ വഴികളിലെല്ലാം കണ്ടുമുട്ടി. DSM (ദളിത് വിദ്യാർഥി പ്രസ്ഥാനം) ന്റെ പരിപാടിയിൽ കൂടിയിട്ടുണ്ട്. ചെറായിയിലെ സംഗമത്തിൽ ഞാനും ജയലാലും ബിജുവും (അവർ ദളിതരല്ല) ഉണ്ടായിരുന്നു. കൊച്ചേട്ടൻ എന്ന കെ. കെ. കൊച്ച്, കെ. കെ. ബാബുരാജ്, കെ. എം. സലീംകുമാർ, രേഖാരാജ്, സന്തോഷ്. ഒ. കെ, എ. കെ. വാസു, കൊച്ചു സന്തോഷ്, സൂര്യൻ, സന്തോഷ് കുമാർ, അജയ് ശേഖർ, പ്രദീപൻ പാമ്പിരിക്കുന്ന്, അരുൺ, സുനിൽകുമാർ, സി. എസ്. മുരളി, സി. എസ്. രാജേഷ് അങ്ങനെ എത്രയോ പേർ !

വാകത്താനം ചന്തയ്ക്ക് അടുത്തുകൂടി പോകുമ്പോൾ ക്രിസ്തു എന്ന കാളയെ വില്ക്കാൻ ചന്തയിലെത്തിയ അപ്പച്ചനെ ഞാൻ ഓർക്കും. 2005ന് ശേഷമാണ് ഞാൻ പൊയ്കയിൽ അപ്പച്ചനെ അറിയുന്നത്. എന്നുവച്ചാൽ 40 വയസിനുശേഷം. അയ്യങ്കാളിയെപ്പോലെ അദ്ദേഹം അറിയപ്പെട്ടിരുന്നില്ല. ചെന്താരശേരിയുടെ പുസ്തകങ്ങൾ വായിച്ചിരുന്നു. സൂചകം എന്ന മാസികയ്ക്ക് പൊയ്കയിൽ അപ്പച്ചനെ വീണ്ടെടുത്തതിൽ വലിയ പങ്കുണ്ട്. ഞാനതിന്റെ അവസാന ലക്കമേ കണ്ടിട്ടുള്ളൂ. അതിലാണ് ഞാനും സന്തോഷ് ഒ. കെ. യും തമ്മിലുള്ള സംസാരമുള്ളത്.

അലക്കുകല്ല് എന്ന കവിതയും ഉണ്ട്. വി. വി. സാമി പറഞ്ഞിട്ട് ഞാൻ പൊയ്കയിൽ അപ്പച്ചന്റെ പാട്ടുകളെപ്പറ്റി ഒരു ലേഖനം എഴുതി. അപ്പച്ചനെപ്പറ്റി എഴുതിയിട്ടുള്ള പുസ്തകങ്ങളിൽ എനിക്ക് ഏറെ ബോധിച്ചത് ഇരുമ്പുകുഴി ശ്രീധരൻ എന്നയാളുടെ "ഭൂമിയുടെ നിറം" എന്ന പുസ്തകമാണ്. അദ്ദേഹം അപ്പച്ചനെ കണ്ടിട്ടുണ്ട്. കൂടെയുണ്ടായിരുന്നു. ആ പുസ്തകത്തിൽ അപ്പച്ചൻ ഒരു മിത്തായി മാറുന്നുണ്ട്. സൂസി താരുവും ലക്ഷ്മണയും കോട്ടയത്ത് വന്നിരുന്നു. പിന്നീടാണ് No Alphabet in Sight (കാണുന്നില്ലൊരക്ഷരവും) എന്ന പുസ്തകം വരുന്നത്.

ദലിത് കവിതകളുടെ പുസ്തകം പെൻഗ്വിനും ഇറക്കിയിട്ടുണ്ട്. വാഗമണ്ണിൽ മനോജിന്റേയും രേണുവിനേയും പുസ്തകപ്രകാശനത്തിന് ഞാനും പോയിരുന്നു. ബാംഗ്ലൂരിൽവെച്ചാണ് ഞാൻ ലക്ഷ്മൺ ഹൊയ്ഗ്വാർഡിനെ കാണുന്നത്. ഞങ്ങൾ അല്പനേരം വർത്തമാനം പറഞ്ഞു. അദ്ദേഹത്തിന്റെ ഉചല്യ, ലിംബാലെയുടെ അക്കർമശി, പാമയുടെ കരുക്ക്, പോയ്സൺ ബ്രഡ്, ഞാൻ എന്തു കൊണ്ട് ഹിന്ദുവല്ല. എരുമ ദേശീയത, വെയിറ്റിംഗ് ഫോർ എ വിസ എന്നീ കൃതികൾ വായിച്ചാൽ ദലിത് സാഹിത്യത്തെക്കുറിച്ച് ഒരു ധാരണ കിട്ടും. ബ്ലാക് ലിറ്ററേച്ചർ, ആഫ്രോ അമേരിക്കൻ ലിറ്ററേച്ചർ എന്നിവയുമായി ദലിത് സാഹിത്യത്തിന് സമാനതകൾ ഉണ്ടെന്ന് പറയാം.

സംസ്കൃതം കുറച്ച എഴുത്താണ് ദലിത് കവിതകളിൽ ഉള്ളത്. അത് വെറും അനുഭവാവിഷ്കാരം അല്ല. അനുഭവങ്ങളെപ്പറ്റിയുള്ള ചിന്തയാണ്. അനുഭവങ്ങളുടെ ഓർമ്മയാണ്. ഓരോ കവിയും ഓരോ വഴിയാണ്. ദലിത് കവികൾ തമ്മിൽ ആദ്യകാലത്ത് നല്ല ഒരുമ ഉണ്ടായിരുന്നു. പിന്നീട് എല്ലാവരും അവരുടെ വഴിക്കു നീങ്ങി. അതൊക്കെ സ്വാഭാവികമാണ്. ദലിത് കവിതയ്ക്ക് ഒരു നേതൃത്വം ആവശ്യമില്ല. അനുഭവങ്ങളുടെ ഐക്യമാണ് അതിനെ ഒരു ഴാനർ (Genre) ആക്കുന്നത്. വൈരൂപ്യത്തിന്റെ സൗന്ദര്യമാണ് ആ കവിതകളിൽ ഉള്ളത്. ഓരോ കവിക്കും സ്വയം നില്ക്കാൻ കഴിയും. ഒരു പിതൃരൂപത്തിന്റെ ആവശ്യമില്ല. അനാഥരാണ് എന്റെ കവികൾ. അദലിതരുമായിട്ടാണ് ദലിത് കവികൾക്കെല്ലാം കൂടുതൽ ബന്ധം. വിധേയത്വമില്ല. അത് "അസിമിലേഷ"ന്റെ കാര്യം കൂടിയാണ്.

എന്റെ ഒരു പ്രശ്നം കമ്യൂണിസ്റ്റ് പശ്ചാത്തലമാണ്. മറ്റൊന്ന് ക്രിസ്ത്യൻ പശ്ചാത്തലം, മൂന്നാമത്തേത് ഞങ്ങളിൽനിന്ന് മായ്ച്ചുകളയപ്പെട്ട ദലിത് പശ്ചാത്തലം ആണ്. പൊയ്കയിൽ അപ്പച്ചൻ മാഞ്ഞു പോയതുപോലെ ദലിത് പശ്ചാത്തലം എന്നിൽനിന്നും കുറെ മാഞ്ഞുപോയിരുന്നു.

എന്നാൽ ദാരിദ്ര്യവും കഷ്ടപ്പാടും കൂട്ടത്തിലുള്ളവരുടെ വേദനകളും ഞങ്ങളെയെല്ലാം ഒന്നിപ്പിക്കുന്നു.

ഹിന്ദു മിഥോളജി, പാശ്ചാത്യസാഹിത്യ സംസ്കാരം, നക്സലൈറ്റ് ആശയങ്ങൾ, പിൽക്കാല മാർക്സിസം എന്നിങ്ങനെയുള്ള ആശയങ്ങൾ എന്നെ സ്വാധീനിച്ചിട്ടുണ്ട്. ബുദ്ധിസത്തിലേക്കും ഇസ്ലാമികതയിലേക്കും ഞാൻ പോയിട്ടുണ്ട്. ഉത്തരാധുനികചിന്തകൾ ആണ് എന്നെ സൂക്ഷ്മരാഷ്ട്രീയത്തിൽ എത്തിക്കുന്നത്. അംബേഡ്കറിനെ കുറേയെല്ലാം ഞാൻ മനസിലാക്കുന്നത് സണ്ണി കപിക്കാട്, ബാബുരാജ് എന്നിവരിൽനിന്നാണ്. കൂടാതെ ജയിംസ് ബാൾവിൻ, മാൽക്കം എക്സ്, ബെൽ ഹുക്സ്, ഗെയ്ൽ ഓംവെദ് എന്നിവരെ മനസിലാക്കുന്നത് ദളിത് ചിന്തകരിൽ നിന്നാണ്. എന്നാൽ ഈ മനസിലാക്കലിനും മുമ്പേ ഞാൻ കവിതകൾ എഴുതിക്കഴിഞ്ഞു.

കോട്ടയത്തുള്ള ബാറുകളിൽ ഞാനും സണ്ണിച്ചേട്ടനും പലപ്പോഴും കൂടിയിട്ടുണ്ട്. അദ്ദേഹത്തിന്റെ വീട്ടിൽ പോയിട്ടുണ്ട്. കാര്യങ്ങളെ കൃത്യമായി കാണാൻ ഉള്ള ശേഷി അദ്ദേഹത്തിന് ഉണ്ട്. നല്ല പ്രഭാഷകനും ചിന്തകനും ആണ്. ഭരണഘടനയെ പരിരക്ഷിക്കുന്നതുമായി ബന്ധപ്പെട്ട് കോട്ടയത്ത് ഒരു ചർച്ച നടത്തിയപ്പോൾ കവിത ചൊല്ലാൻ ഞാനും ഉണ്ടായിരുന്നു. ഞാനന്ന് കയ്യൊടിഞ്ഞ് ഇരിക്കുകയായിരുന്നു. കപിക്കാടിന്റെ അഭിപ്രായത്തിൽ എന്റെ കവിത ദളിത് കവിതയ്ക്കും മുഖ്യധാരയ്ക്കും ഇടയിലാണ് നിൽക്കുന്നത്.

കെ. കെ. ബാബുരാജിന് അതിരമ്പുഴയിൽ മുറിയുണ്ടായിരുന്നപ്പോൾ അവിടേയും പോകുമായിരുന്നു. പി. ജെ. ബിനോയിയും വന്നിരുന്നു. ബിനോയ് ആണ് മായാ ആഞ്ചലോയുടെ ആത്മകഥ മലയാളത്തിൽ ആക്കിയത്. ബാബുരാജ് എഴുതിയിട്ടുള്ള പുസ്തകങ്ങൾ ബുദ്ധിപരമാണ്. സണ്ണിച്ചേട്ടനും ബാബുരാജും ഫിലോസഫി പഠിച്ചവരാണ്. കടുത്തുരുത്തിക്ക് പടിഞ്ഞാറുള്ള അപ്പർ കുട്ടനാട്ടുകാരാണ്.

എത്രയെത്ര മനുഷ്യരിലൂടെയാണ് എന്റെ കവിതകൾ കടന്നുപോയത് എന്ന് ഞാൻ അത്ഭുതപ്പെടുന്നു. വൈരുദ്ധ്യങ്ങൾ എനിക്ക് ഉണ്ട്. എല്ലാ വിഭാഗം മനുഷ്യരും എന്റെ സുഹൃത്തുകൾ ആയിരുന്നു. ദളിത് കവിതകൾ മാത്രമെഴുതിയ ഒരു കവിയല്ല ഞാൻ. ലോകം വിശാലമാണ്. അവിടെ മനുഷ്യരായി നമ്മൾ ജീവിക്കുന്നു. ബഹുസ്വരതകളെ അംഗീകരിക്കുക എന്നതാണ് ശരിയായ സമീപനം. ഉത്തരാധുനികചിന്തയുമായി ദളിത് രാഷ്ട്രീയവും സാഹിത്യവും ബന്ധപ്പെട്ടിരിക്കുന്നു.

കാണുന്നില്ല ഒരു എഴുത്തുപോലും
ഇവിടെ
എൻ
വംശത്തിനെപ്പറ്റി
ഞാൻ കാണുന്നുണ്ട്
ചരിത്രം ഏറെയെഴുതപ്പെട്ടുള്ള വംശങ്ങൾ
എൻ
വംശത്തിന്റെ ചരിത്രമൊട്ടും എഴുതാൻ
ആരോരും ഇല്ലാതെപോയല്ലോ
ഭൂമിയിൽ
ഓർത്തിടുമ്പൊൾ അകമേ
ഖേദത്തിന് ആരംഭമായ്

അധ്യായം 50

തലശ്ശേരിയിൽ താമസിക്കുമ്പോഴാണ് മുത്തങ്ങാ സമരവും വെടിവയ്പ്പും നടന്നത്. ശശിമാഷ്, പ്രഭാകരൻ മാഷ് തുടങ്ങി തലശ്ശേരിയിൽനിന്ന് ഒരു ചെറിയ വണ്ടി നിറയെ ആളുകൾ മുത്തങ്ങയ്ക്ക് പുറപ്പെട്ടു. കുറെ അരി സാമാനങ്ങളും കരുതിയിരുന്നു. അതെല്ലാം ഒരു ആദിവാസി സെറ്റിൽമെന്റിൽ കൊണ്ടെക്കൊടുത്തു. അത് വനമേഖലയുടെ ഒരു ചെരിവ് ആണ്. അവിടെ കുറെ കുടിലുകൾ ഉണ്ട്. പിന്നീട് ഞങ്ങൾ മുത്തങ്ങയിൽ എത്തി വെടിവയ്പുനടന്ന ഭാഗം കണ്ടു. അവിടെ ഒരു ഇല്ലിക്കൂട്ടത്തിന്റെ മുകളിൽ ഒരു ഏറുമാടം ഉണ്ടായിരുന്നു. അതെങ്ങനെ പണിതു എന്നത് ചിന്തിച്ചു പോയി. മരങ്ങളും താഴെ പുല്ലും നിറഞ്ഞ പ്രദേശം.

അവിടന്ന് മീറ്റിംഗ് നടക്കുന്ന സ്ഥലത്ത് എത്തി. എം. ടി. വാസുദേവൻ നായർ ഒരു കാരണവരുടെ സ്ഥാനത്ത് അവിടെ ഉണ്ടായിരുന്നു. വളരെനേരം അവിടെ ചെലവഴിച്ചിട്ടാണ് ഞങ്ങൾ മടങ്ങിയത്. ഇക്കാലത്ത് ഞാനും വീരാൻകുട്ടിയും ആദിവാസികൾക്കുവേണ്ടി കവിതകൾ ചൊല്ലുകയും സംസാരിക്കുകയും ചെയ്തിട്ടുണ്ട്. കല്പറ്റ നാരായണൻ മാഷും ആദിവാസികൾക്കുവേണ്ടി വളരെ സംസാരിച്ചിട്ടുണ്ട്. ആന, ഏറുമാടം, അലക്കുകല്ല് തുടങ്ങി അഞ്ചാറു കവിതകൾ ആദിവാസികളെക്കുറിച്ച് ഞാൻ എഴുതിയിരുന്നു. നേരത്തേ മുതലേ അത്തരം കവിതകൾ എഴുതുമായിരുന്നു. അലക്കുകല്ല് പോലീസ് അടിച്ച വീർത്ത സി. കെ. ജാനുവിന്റെ മുഖമാണ്.

മാനന്തവാടി പബ്ലിക് ലൈബ്രറിയിൽ കവിത ചൊല്ലാൻ ചെന്നപ്പോൾ മേൽപ്പറഞ്ഞ കവിതകൾ എഴുതിയതിന്റെ പേരിൽ അവിടത്തെ പൊതുജനങ്ങളുടെ സ്നേഹം എനിക്ക് ലഭിക്കുകയുണ്ടായി. എന്റെ സുഹൃത്ത് സജീവിനെ അവിടെവെച്ച് ഞാൻ കണ്ടു. അദ്ദേഹം

എന്നെ കൂട്ടിക്കൊണ്ട് അംബേഡ്കർ സ്കൂളിലേക്ക് പോയി. ഞാനന്ന രാത്രി അവിടെ അടുത്ത് സജീവിന്റെകൂടെ താമസിച്ചു. പിറ്റേന്നാണ് ബ്ര ണ്ണനിൽ ഞാൻ പഠിപ്പിച്ച വിജയലക്ഷ്മിയുടെ വീട് അവിടെയാണെന്നറി ഞ്ഞത്. ഞാൻ വിജയലക്ഷ്മിയുടെ വീട്ടിൽച്ചെന്നു. വിജയലക്ഷ്മി അവർക്ക് കരണ്ടു കിട്ടാത്തത് മഠംകാർ കാരണമാണെന്ന് പറയുകയുണ്ടായി. ചെടികൾക്കിടയിൽനിന്ന് എന്നെ ആ കുട്ടി യാത്ര അയച്ചത് ഞാൻ ഓർക്കുകയാണ്. വിജയലക്ഷ്മി എന്റെ കവിതയിൽ ഉണ്ട്. അടുത്ത കാലത്ത് വിജയലക്ഷ്മി കോളേജ് അധ്യാപികയായെന്നറിഞ്ഞു.

പിറ്റേന്ന് ഞങ്ങൾ ഉറവിൽപ്പോയി. ഉറവിലെ ആന്റണിയേട്ടൻ വീട്ടിൽ വരാറുള്ള ആളാണ്. അപ്പോൾ അവിടെ ഉണ്ടായിരുന്നില്ല. ഞാൻ സജീവിനോട് യാത്ര പറഞ്ഞ് അവിടന്ന് പോന്നു. വർഷങ്ങൾ ക്കു ശേഷം അറിയുന്നത് സജീവിന് സ്ട്രോക്കു വന്നു എന്നാണ്. ഞാനും കുടുംബവും ജയലാലും സജീവിനെ കാണാൻ പോയി. മടത്തറയിലാണ് സജീവിന്റെ വീട്. കോളേജിൽ പഠിക്കുന്ന കാലത്ത് സജീവിന്റെ വീട്ടിൽ ഒരാഴ്ചയോളം ഞാൻ താമസിച്ചു. സജീവ് എന്നെക്കൊണ്ട് കാവിലെപ്പാട്ട് ചൊല്ലിച്ച് റിക്കോഡ് ചെയ്തു. ഞങ്ങൾ അവിടത്തെ ഒരു വനത്തിന്റെ ഉള്ളിൽ പോയത് ഓർക്കുന്നു. അകത്തെത്തിയപ്പോൾ എനിക്ക് പേടിയായി. ഒരു കാക്കച്ചിറക് ഞാനവിടെ കണ്ടു. പിന്നെ പുറത്തിറങ്ങി കുച്ചിത്തുറുവിരിക്കുന്ന സ്ഥലവും പാടവും കാണുകയു ണ്ടായി. ആ പ്രദേശത്ത് ഒരു പഴയ വീട്ടുമുണ്ടായിരുന്നു. അവിടന്ന് സജീവിന്റെ സ്വന്തം പാടത്തും പോകുയുണ്ടായി. അവിടെ കവുങ്ങുകൾ നിന്നിരുന്നു. കവുങ്ങിന്റെ ചോട്ടിലെ വെള്ളം ചോരനിറത്തിൽ എണ്ണ കലർന്നപോലെ കിടന്നിരുന്നു. മറ്റൊരു വനത്തിൽ പോയപ്പോഴാണ് ഒരു മരം നിന്നു കത്തി ചാരമാകുന്നത് കണ്ടത്. എന്നിട്ടും മരം നില്ക്കുക യാണ്. ആ മരത്തിന്റെ ഇമേജ് മനസിൽ പതിഞ്ഞു. കൊല്ലം ജില്ലയുടെ കിഴക്കേ ഭാഗമാണവിടം. സജീവിനെ കണ്ടിട്ട് എനിക്ക് സങ്കടം വന്നു. കുറേ നേരം ഞങ്ങൾ അവിടെയിരുന്നു. പിന്നീട് ഞങ്ങൾ പൊന്മുടിക്ക് പോയി. പൊന്മുടി എനിക്ക് ഏറ്റവും ഇഷ്ടപ്പെട്ട ഒരു സ്ഥലം ആകുന്നു. മൂന്നാർ രാജമലയേക്കാളും ഇഷ്ടമാണ്. മഞ്ഞുള്ള സമയം ആയിരുന്നില്ല അത്. മുകളിലെ വിശാലത, സീത കുളിച്ച കുളം. അവിടത്തെ ആളുകൾ അന്ന് അവിടെ താമസിക്കാൻ സൗകര്യമുണ്ടെന്നൊക്കെ ഞങ്ങളോട് പറഞ്ഞിരുന്നു. പക്ഷേ ഞങ്ങൾ പിന്നെ വരാമെന്ന് പറഞ്ഞ് തിരിച്ചു പോരികയാണുണ്ടായത്.

പൊതുവേ സമൂഹികപ്രശ്നങ്ങളിൽ പങ്കെടുക്കുന്ന ആളല്ല ഞാൻ. എങ്കിലും മുത്തങ്ങയിൽ പോയതുപോലെ ചങ്ങറയിലും

പോവുകയുണ്ടായി. ചങ്ങറസമരം നടക്കുന്ന സന്ദർഭം. ജയലാലും ഞാനും അങ്ങോട്ട് പോകാൻ തീരുമാനിച്ചു. ഫോട്ടോഗ്രാഫർ അജിലാലും ഉണ്ടായിരുന്നു. കോട്ടയത്തുനിന്ന് ഞങ്ങൾ ബസിൽ പത്തനംതിട്ടയിലെത്തി. കൃത്യമായി സ്ഥലം ഓർമ്മയില്ല, ളാഹ ഗോപാലനെ കണ്ടിട്ട് അദ്ദേഹത്തിൽനിന്ന് അനുവാദം വാങ്ങാൻ ഞങ്ങൾ ചെല്ലുമ്പോൾ അദ്ദേഹം ഒരു കട്ടിലിൽ കിടക്കുകയായിരുന്നു. ഞാൻ മഹാരാജാസ് കോളേജിലെ അധ്യാപകനാണെന്നും കവിതകൾ എഴുതുന്ന ആളാണെന്നും ജയലാൽ പറഞ്ഞു. അജിലാൽ പത്രത്തിലെ ഫോട്ടോഗ്രാഫർ ആണെന്നും പറഞ്ഞു. അദ്ദേഹം അതൊന്നും ശ്രദ്ധിച്ചതായി തോന്നിയില്ല. മുഖത്ത് ഭാവഭേദങ്ങൾ ഒന്നും ഉണ്ടായില്ല. ഞങ്ങളോട് പൊയ്ക്കൊള്ളാൻ പറഞ്ഞു. അതൊരു വീടായിരുന്നു. അവിടെ വേറെയും ആളുകൾ ഉണ്ടായിരുന്നു. അത്ര വ്യക്തമായിട്ടൊന്നും ഓർമ്മയിൽ തെളിയുന്നില്ല. ഞങ്ങൾ ചെങ്ങറയിൽ ചെന്നപ്പോൾ ആരെയും പ്രവേശിപ്പിക്കുന്നില്ല എന്നു പറഞ്ഞു. പുറത്തുള്ള ആളുകളായിരുന്നു അവർ. പിന്നെ അവരുമായി ഞങ്ങൾ ശാന്തമായി സംസാരിച്ചു. ഞാൻ എറണാകുളം മഹാരാജാസിലെ അധ്യാപകനാണെന്നും കവിയാണെന്നും ജയലാൽ പൊലിപ്പിച്ചു പറഞ്ഞപ്പോൾ അവർ ഞങ്ങളെ കയറ്റിവിട്ടു. ഏക്കറുകണക്കിന് റബർത്തോട്ടമാണ് ചെങ്ങറ. ഒരു കുന്നിൻ പ്രദേശം. കയറ്റം കയറിവേണം നിരപ്പിലെത്താൻ. കുറച്ചാളുകളെ മാത്രമേ ഞങ്ങൾ കണ്ടുള്ളൂ. സലീന പ്രക്കാനവുമായി ഞങ്ങൾ സംസാരിച്ചു എന്നാണ് ഓർമ്മ. നിരപ്പായ പ്രദേശങ്ങളിൽ ചിലർ കപ്പയും കാച്ചിലും കൃഷി ചെയ്തിരുന്നു. ചിലർ ആടുകളെ വളർത്തുന്നു. ഭർത്താവിനെ കാത്തിരിക്കുന്ന വീട്ടമ്മയെ ഓർക്കുന്നു. അവരുടെ കണ്ണീർ മറച്ചത് എളിയിലിരിക്കുന്ന കുട്ടിയാണ്. സ്കൂളിലേക്ക് പോകാൻ പറ്റാത്ത കുട്ടികൾ. ചില കുടിലുകളിൽനിന്ന് തീയുയരുന്നു. ഒടുവിൽ യാത്ര തീരുന്നത് പുഴയുടെ അടുത്താണ്. അതിനപ്പുറം ആനയുള്ള കാടാണ്. പുഴ ഈ മലകളെ ചുറ്റുന്നുണ്ട്. ഞങ്ങൾ പുഴയിൽ കാലും മുഖവും കഴുകി. നല്ല വിശപ്പുണ്ടായിരുന്നു .

"പക്ഷികൾ ചേക്കേറുന്ന രീതികൾ" എന്ന കവിതയായി ആ യാത്ര മാറി. അതിലെ അവസാന ഭാഗത്തെ വരികൾ ഇങ്ങനെ:

"ഓരോ സിന്ദാബാവിളിയും നെറ്റിയിൽനിന്ന് പൂവായ് പറിച്ചെറിയുന്നൊരു പെൺകുട്ടിയുണ്ടിവിടെ"

അധ്യായം 51

"എണ്ണവും എഴുത്തും" എന്ന കവിത പ്രദീപൻ പാമ്പിരിക്കുന്ന് എന്ന സുഹൃത്തിനെക്കുറിച്ച് എഴുതിയതാണ്. പക്ഷേ അങ്ങനെ ഒരു കാര്യം ഞാൻ ഒരു സ്ഥലത്തുവച്ചേ പറഞ്ഞിട്ടുള്ളൂ. കവിതയുടെ ഭാഗമായി സൂചനയൊന്നും കൊടുത്തില്ല. ചെങ്ങറയെക്കുറിച്ച് എഴുതിയ കവിതയ്ക്കും സൂചന കൊടുത്തില്ല. അതിനാലാവാം അതും അങ്ങനെയാരും വായിക്കാതിരുന്നത്. എടയ്ക്കൽ ഗുഹയിലെ പാറകളിൽ ഉളികൾകൊണ്ട് പണ്ടത്തെ മനുഷ്യർ കൊത്തിവെച്ച ചിത്രങ്ങളെക്കുറിച്ചാണ് എണ്ണവും എഴുത്തും എന്ന കവിത. എടയ്ക്കലിലെ ഗൂഢമായ പ്രതീകങ്ങളുടെ രഹസ്യം തേടിപ്പോകുന്ന ഒരാളാണ് അതിലെ കഥാപാത്രം. ചില ഇരുണ്ട ഇടങ്ങളുമായി ചില കാര്യത്തിൽ അടുപ്പം തോന്നാം. രണ്ടിലും അന്വേഷണം ഉണ്ട്. മാത്രമല്ല അല്പം ദീർഘമായ കവിതകളുമാണ് അവ. എടയ്ക്കലിലെ ഗൂഢചിത്രങ്ങളും ഗൂഢചിഹ്നങ്ങളും ആണ് നമ്മുടെ അക്ഷരങ്ങളും അക്കങ്ങളും ആയി മാറിയതെന്നാണ് ആ കവിതയിൽ പറയുന്നത്.

എ. റ്റി. മോഹൻരാജ് മാഷ് "എടയ്ക്കൽ" എന്നൊരു ഡോക്യുമെന്ററി ചെയ്തിട്ടുണ്ട്. മിനിഞ്ഞാന്നാണ് ഞാനത് കണ്ടത്. അതിൽ ഇക്കാര്യങ്ങൾ വിശദമായിട്ട് പ്രതിപാദിച്ചിട്ടുണ്ട്. തെയ്യം പോലുള്ള കലാരൂപങ്ങളുമായിട്ട് എടക്കൽ ചിത്രങ്ങൾക്കുള്ള ബന്ധം ആ ഡോക്യുമെന്ററിയിൽനിന്ന് മനസിലാക്കാം.

കവിത തുടങ്ങുന്നത് ഇങ്ങനെയാണ് :

"എണ്ണവും എഴുത്തുമില്ലാതെ കഴിഞ്ഞകാലം അവതേടി പുറപ്പെട്ടൊരാൾ

അവന്റെ വീടൊരുമലഞ്ചെരുവിൽ

കാട്ടുകോഴികളുടെ കൂക്കുകൾ കേട്ടുവളർന്നു.

പരതിനടക്കെ ഒരിക്കൽ വള്ളിപ്പടർപ്പിന്റെയുള്ളിൽ

മുട്ടകൾ കണ്ടു.

മായാനിറങ്ങൾ കാട്ടി മിന്നായംപോലെ

മറഞ്ഞൊരു കോഴി

എത്ര തിരഞ്ഞാലും അങ്ങനെ കണ്ടുകിട്ടില്ല.

അവയിറങ്ങുന്ന നേരങ്ങളുണ്ട്.

അപ്പോൾ ഒത്താൽ മിന്നിത്തെളിയുമെന്നേയുള്ളൂ.

ഇല്ലെങ്കിലും ശബ്ദങ്ങളാലവ ഉണ്ടെന്നുറപ്പിക്കാം.

ആ ഉറപ്പവനുതുണ

എണ്ണവുമെഴുത്തും തിരയുവാൻ"

ഈ കവിത പൂർത്തിയാക്കാൻ എനിക്കൊരു കാട്ടുകോഴിയെ കാണ ണമെന്നുണ്ടായിരുന്നു. അക്കാലത്ത് കോളേജിലെ ടൂറുമായി ബന്ധപ്പെട്ട് കഥാകൃത്ത് സിൽവിക്കുട്ടിട്ടീച്ചറിന്റെ കഞ്ഞാർ പുള്ളിക്കാനം റോഡിലെ വീട്ടിൽച്ചെന്നു. വീടിന്റെ പിൻഭാഗം പാറകൾ ഉള്ള കുത്തനേയുള്ള ചെരിവാണ്. മരങ്ങൾ നിറഞ്ഞതിനാൽ ഇരുണ്ട ഒരു ഇടം. അവിടെ കാട്ടുകോഴികൾ ഉണ്ട്. ആ ഒരു പ്രദേശം എനിക്ക് ഇഷ്ടമായി. പക്ഷേ കോഴിയില്ല. എന്നാൽ പിന്നീട് സൈലന്റ് വാലിയിൽവെച്ച് ഞാൻ കാട്ടു കോഴികളെ കണ്ടു. രണ്ടു സ്ഥലങ്ങളും ഞാൻ ചേർത്തുവെച്ചു. അതിൽ പിന്നെയാണ് കവിത പൂർത്തിയാക്കാൻ പറ്റിയത്. എന്റെ കവിതകൾ ക്കെല്ലാം പിന്നിൽ ഇതുപോലെ ചില കാര്യങ്ങൾ ഉണ്ട്.

പ്രദീപൻ പാമ്പിരിക്കുന്നിനെ ഞാൻ കാണുന്നത് കൊയിലാണ്ടി യിൽ വെച്ചാണ്. കെ. വി. സജയ് ആണതിന് നിമിത്തമായത്. ഞങ്ങൾ അദ്ദേഹത്തിന്റെ വീട്ടിൽ ചെന്നപ്പോൾ ഭാര്യയും മകനും ഉണ്ടായിരുന്നു. പുതുകവിതയുടെ ഒരു തുടക്കക്കാലമായിരുന്നു അത്. നല്ലൊരു കവി താവായനക്കാരനായിരുന്നു പ്രദീപൻ. കൊയിലാണ്ടി റെയിൽവേ സ്റ്റേഷനിലേക്ക് പോകുന്ന വഴി ഞങ്ങൾ പുതുകവിതയെപ്പറ്റി സംസാ രിച്ചിട്ടുണ്ട്. പിന്നീട് ഞങ്ങൾ ഒരുമിച്ച് പാലയാട് പരീക്ഷാപേപ്പർ നോട്ടത്തിന് ഉണ്ടായിരുന്നു. ഒരു വ്യാകരണപണ്ഡിതൻ കൂടിയാണ് പ്രദീപൻ എന്നെനിക്ക് മനസിലായി. കവിത ചൊല്ലാനും കവിതയെ പ്പറ്റി സംസാരിക്കുവാനും അദ്ദേഹം കൊയിലാണ്ടി കേന്ദ്രത്തിലേക്ക് എന്നെ വിളിച്ചിട്ടുണ്ട്. അദ്ദേഹം തെയ്യം കലാകാരൻമാരുടെ കുടുംബ ത്തിൽ പിറന്നു. മഹാരാജാസ് കോളേജിൽ മലയാളസിനിമാഗാന ങ്ങളെപ്പറ്റി സംസാരിക്കാൻ വന്നിട്ടുണ്ട്. ആ പ്രഭാഷണത്തിന് വലിയ

അംഗീകാരമാണ് ലഭിച്ചത്. പിന്നെയും കാലങ്ങൾ കഴിഞ്ഞു.

കോട്ടയത്തുനിന്നാണ് ദളിത് എഴുത്തുകളുടെ, പ്രവർത്തനങ്ങളുടെ ഒരു ഭാരിച്ച ലോകം ഉണ്ടായത് എന്ന് എല്ലാവർക്കും അറിയാവുന്ന കാര്യമാണല്ലോ. അതിനൊരു തിരുത്താണ് ഒറ്റയ്ക്കുനിന്നുകൊണ്ട് ദളിത് സാഹിത്യത്തിലും ചിന്തയിലും അന്വേഷണങ്ങൾ നടത്തിയ പ്രദീപന്റെ സംഭാവനകൾ. മേഘജ്യോതിസുപോലെ ക്ഷണികകാലത്തിനുള്ളിൽ അരികാളരുടെ ജീവിതത്തിന് അർത്ഥമുണ്ടാക്കി അദ്ദേഹം മറഞ്ഞു. അക്കൂട്ടത്തിൽ ജാത്യാതീതമായ പ്രണയത്തിന് ഒരു ദാമ്പത്യശില്പം പണിയാനും അദ്ദേഹത്തിന് കഴിഞ്ഞു. ജാതിയെ പൊളിച്ചടുക്കി എന്നർത്ഥം. ദളിത്ചിന്ത ജാതിചിന്തയിൽ മുഴുകുവാൻ അദ്ദേഹം സമ്മതിച്ചില്ല. പണിയെടുക്കുന്നവരുടെ സൗന്ദര്യശാസ്ത്രം അദ്ദേഹം കണ്ടെത്തി. ദളിത്ചിന്ത ഇന്ന് ഇന്ത്യയിൽ എമ്പാടും ബാധിച്ചിട്ടുള്ള ഒരു കാര്യമാണ്. അതാണ് ഹിന്ദുത്വയുടെ ശരിയായ വിമർശനം മുന്നോട്ടുവെച്ചത്. അക്കാദമിക് ലോകത്ത് പ്രസക്തമായ എഴുത്തുകൾ (Writings) അദ്ദേഹത്തിനുണ്ട്. ദളിത് ചിന്തയ്ക്ക് തന്റേതായ എണ്ണവും എഴുത്തും നല്കാൻ അദ്ദേഹത്തിന് കഴിഞ്ഞു. നല്ല ഒരു ഗായകനും ആയിരുന്നു. “No Alphabet in Sight “ എന്ന പുസ്തകത്തിന്റെ എറണാകുളത്തുവെച്ചുള്ള പ്രകാശനത്തിൽ അദ്ദേഹം പൊയ്കയിൽ അപ്പച്ചന്റെ “കാണുന്നില്ലൊരക്ഷരവും” എന്ന പാട്ട് വ്യത്യസ്തമായി പാടിയത് ഞാൻ ഓർക്കുന്നു. അദ്ദേഹത്തെ ഞാൻ അവസാനമായി കണ്ടത് കോഴിക്കോട്ടുവെച്ചുള്ള ഒരു പരിപാടിയിലാണ്. അവിടന്ന് ഞങ്ങൾ രണ്ടും രണ്ടു വഴിക്ക് പിരിഞ്ഞെങ്കിലും റെയിൽവേസ്റ്റേഷനിൽ വെച്ച് അദ്ദേഹത്തെ ഞാൻ വീണ്ടും കണ്ടുമുട്ടി. അദ്ദേഹം വളരെ ക്ഷീണിതനായിരുന്നു എന്ന് തോന്നുന്നു. കുറേയേറെ നേരം ഞങ്ങൾ സംസാരിച്ചു.

ഞാനും സണ്ണി എം. കപിക്കാടും അവസാനമായി ഒരു നോക്കു കാണുവാൻ ഒരു കാറിൽ കോട്ടയത്തുനിന്ന് പുറപ്പെട്ടു. പല പ്രിയപ്പെട്ടവരും അവിടെ ഉണ്ടായിരുന്നു. ഇനി കവിതയുടെ അവസാനഭാഗം കൂടിവായിച്ചാലും :

“ അങ്ങനെയിരിക്കെ ഒരിക്കൽ

എണ്ണമൊപ്പിച്ചുവരച്ചവരകളിൽ കാട്ടുകോഴിയെക്കണക്കെ

മിന്നായം പോലെ തെളിഞ്ഞ

എണ്ണവും എഴുത്തുമെടുത്തുപോരുന്നു.

പുലിയാൽ മുറിവേറ്റ മുഖവുമായ്

കുരങ്ങെക്കണക്കെ മരങ്ങളിൽ നിന്നും
മരങ്ങളിലേക്ക് ചാടിയും
മയിലെക്കണക്കെ നിറങ്ങൾ വെടിഞ്ഞ് വെറുംകൂവലായ് മാഞ്ഞും
മയിലായി വീണ്ടും തെളിഞ്ഞും
പെരുമ്പാമ്പെക്കണക്കെ ചുറ്റുംചുരുളുമഴിച്ച്
മാനിന്റെ വേഗം കടംകൊണ്ട്
ചെന്നായ്ക്കളുടെ വേഗം പതുക്കനെയാക്കി
മുള്ളുകൾകൊണ്ട കാലുമായ്
വന്നവൻ ഇങ്ങനെ പറഞ്ഞു:
എണ്ണവും എഴുത്തുമിതാ കാട്ടുകോഴിതൻ
മുട്ടകൾ മാതിരി ഇവയും വിരിയും
അതുപറഞ്ഞവൻ നിന്ന നിൽപ്പിൽ മറഞ്ഞുപോയ്
അവൻ മാഞ്ഞവഴിയിൽ കൊഴിഞ്ഞു ലിപികൾ,എണ്ണങ്ങൾ
അവനൊരു കാട്ടുകോഴിയെക്കണക്കെ മായാനിറങ്ങൾ
മിന്നിച്ചുമാഞ്ഞുപോയ്
എത്രവായിച്ചാലും തീരാത്ത പുസ്തകം
തന്നിട്ടുപോയി
അതുകൊണ്ടുഞങ്ങൾ പഠിച്ചപലതും
അതുകൊണ്ടുഞങ്ങൾ വരച്ചപലതും
അവനെങ്ങുപോയേ മറഞ്ഞു?
അവനില്ലാലോകത്തിലെഴുത്തുകുറഞ്ഞുവോ?
അവനില്ലാ കാലത്തിലെണ്ണം പിശകിയോ?
കാട്ടുകോഴിയെപ്പോലെയെങ്കിലും മായാനിറങ്ങൾ കാട്ടി
കാട്ടുവള്ളികൾക്കിടയിൽ അവനൊന്നുകൂടി
മിന്നുമോ?”

അധ്യായം 52

സോമൻ കടലൂർ കാഞ്ഞങ്ങാട് പി. സ്മാരകത്തിൽ പഠിപ്പിച്ചിരുന്ന കാലത്ത് പല തവണ അവിടെ സംസാരിക്കാൻ പോയിട്ടുണ്ട്. അംബികാസുതൻ മങ്ങാട് മാഷ് കാഞ്ഞങ്ങാട് നെഹ്റു കോളേജിൽ ആണ് പഠിപ്പിച്ചിരുന്നത്. അദ്ദേഹത്തെ പി. സ്മാരകത്തിൽ വെച്ച് കണ്ടിട്ടുണ്ട്. പി. ഒരു ബൊഹീമിയൻ എന്നുപറയാം. അദ്ദേഹത്തിന്റെ ജീവിതം ഫ്യൂഡൽ കാലവുമായി ബന്ധപ്പെട്ടിരിക്കുന്നു. പി. ക്ക് 60-ആം വയസിലും പ്രണയം ഉണ്ടായിരുന്നു എന്ന് കേട്ടിട്ടുണ്ട്. (അങ്ങനെ വേണമെന്ന് എനിക്കും അഭിപ്രായം ഉണ്ട്.) അതിന്റെ പേരിലാണ് പുഷ്പചക്രം എന്ന കൃതി എഴുതിയതും. അദ്ദേഹം ഒരുപാട് തമാശകൾ സൃഷ്ടിച്ചു. പിന്നീട് എ. അയ്യപ്പനിലാണ് അത്തരം തമാശകൾ കാണുന്നത്. പി.യെക്കുറിച്ച് എഴുതപ്പെട്ട ഏറ്റവും നല്ല പുസ്തകം അദ്ദേഹത്തിന്റെ സന്തത സഹചാരിയായ ഇയ്യക്കോട് ശ്രീധരന്റെ സ്വപ്നാടനം എന്ന കൃതിയാണ്. ഇയ്യക്കോടിനെ പാലക്കാട്ടുവെച്ച് കണ്ടിട്ടുണ്ട്. ഇന്ന് പി.യെപ്പോലെ ജീവിക്കാൻ ഒരു കവിക്കും ആവില്ല. ഒന്നാമത് അക്കാലത്തിന്റെ ധാർമ്മികത മാറി. മറ്റൊന്ന് നൊമാഡിസം തടയപ്പെട്ടു. സെഡെന്ററി (Sedentary) ആവുക എന്നതാണ് അധികാരവ്യവസ്ഥ ആഗ്രഹിക്കുന്നത്. പി. യെപ്പറ്റിയുള്ള എന്റെ ഒരു വിമർശനം പട്ടാമ്പിയിൽനിന്ന് പ്രണയിച്ചുകൂടെക്കൂട്ടിയ ആദ്യഭാര്യയോട് കാണിച്ച ക്രൂരതയാണ്. അവരുടെ ലേഖനം മാതൃഭൂമിയിൽ വരുമ്പോൾ എല്ലാം പി. അവരെ ഉപദ്രവിച്ചു. സ്വന്തം കവിത മാതൃഭൂമിയിൽ വരാത്തതിനുള്ള പീഡനം.

പി. സ്മാരകത്തിന്റെ അടുത്തായിരുന്നു സോമൻ കടലൂർ വിദ്യാർത്ഥികളുടെ കൂടെ താമസിച്ചിരുന്നത്. നല്ല വിദ്യാർത്ഥികൾ ആയിരുന്നു അവർ. ഞാൻ അവരോടൊപ്പം താമസിച്ചിട്ടുണ്ട്. എന്റെ കവിതകൾ

വായിക്കുകയും അഭിപ്രായങ്ങൾ പങ്കുവയ്ക്കുകയും ചെയ്തിട്ടുണ്ട്. മദ്യവും ഉണ്ടായിരുന്നു. സോമൻ അന്നൊന്നും കവിതകൾ എഴുതിയിരുന്നില്ല. പുതുകവിതയുടെ വലിയൊരു ശേഖരം പി.സ്മാരകത്തിൽ ഉണ്ടായിരുന്നു.

തീവണ്ടിയിൽ തലശ്ശേരിയിലേക്ക് യാത്രയാക്കാൻ സോമൻ കൂടെ വന്നു. പി.യെപ്പോലെ കാഞ്ഞങ്ങാട് തീവണ്ടി സ്റ്റേഷന്റെ വിശാലതയിൽ സഞ്ചിയും തൂക്കി എങ്ങോട്ട് പോകണമെന്നറിയാതെ ഞാൻ നിന്നു. അപ്പോഴാണ് സോമൻ എന്നോട് ഭാവിയിൽ ഒരു ആത്മകഥ എഴുതണമെന്ന് പറഞ്ഞത്.

ഒരു ദിവസം സോമൻ പറഞ്ഞിട്ട് ചീമേനിയിൽ ഒരു പരിപാടിക്കു പോയി. ചെന്നത് അവിടത്തെ ആൾക്കാർക്ക് സന്തോഷമായി. അവർ എന്നെ കയ്യൂർ രക്തസാക്ഷിമണ്ഡപം കാണിച്ചു. പിന്നെ തേജസ്വിനിപ്പുഴ. എൻമഗജെ എവിടെയാണെന്ന് ഞാൻ ഇടയ്ക്കിടെ ചോദിച്ചിരുന്നു. പിന്നെ തിരിച്ചുവന്ന് ഒരു വീട്ടിൽ കൊണ്ടുപോയി. അവിടെ കശുമാങ്ങാ വാറ്റിയ ചാരായം ഉണ്ടായിരുന്നു. ഗോവയിലെ ഫെനിയുടെ രുചിയാണ്. പെട്ടെന്ന് ലഹരിയാകും. പെട്ടെന്ന് അത് പോകുകയും ചെയ്യും. ഞാൻ സ്റ്റേജിൽ കയറി പത്തോളം ചെറിയ കഥകൾ പറയുക മാത്രമാണ് ചെയ്തത്. പരിപാടി കഴിഞ്ഞ് പി. സ്മാരകത്തിൽ പഠിക്കുന്ന ഒരു പെൺകുട്ടിയുടെ വീട്ടിലാണ് താമസിച്ചത്. ആ കുട്ടിയുടെ അച്ഛനാണ് അവിടെ കൊണ്ടുപോയത്. സോമൻ സ്വന്തം വീട്ടിലേക്ക് പോയി എന്നാണ് ഓർക്കുന്നത്. ധാരാളം കശുമാവുകൾ ഉള്ള സ്ഥലമാണ്. അതിരാവിലെ എന്നെ ബസ്സ്റ്റോപ്പിൽ ആക്കിയത് ആ കുട്ടിയുടെ അച്ഛനാണ്. കശുമാവിൻ തോട്ടത്തിലൂടെ നടന്നാണ് ഞങ്ങൾ വഴിയിൽ എത്തിയത് .

പിന്നെയും ഒരിക്കൽ ഞാനും സോമനും അദ്ദേഹം പഠിപ്പിക്കുന്ന സ്കൂളിലും പോകുകയുണ്ടായി. അത് കിഴക്ക് എവിടെയോ ആയിരുന്നു. അവിടത്തെ കുട്ടികൾക്കായി കവിതയ്ക്ക് ഒരു ക്ലാസുമെടുത്തു. ഒരിക്കൽ സോമൻ സ്വന്തം വീട്ടിൽ എന്നെ കൊണ്ടുപോകുകയുണ്ടായി. കടൽക്കരയിലാണ് സോമന്റെ വീട്. അദ്ദേഹത്തിന്റെ ഭാര്യ വീട്ടിലുണ്ടായിരുന്നു. അവിടന്ന് ഞങ്ങൾ കടൽക്കര ചുറ്റിനടന്നതും ഒരു ഷാപ്പിൽ കയറിയതും ഓർക്കുന്നു. സോമൻ നല്ലതുപോലെ വരയ്ക്കുമായിരുന്നു. സമയം മാസികയിൽ വരയും എഴുത്തും തുടർന്നിരുന്നു. കഴിഞ്ഞ തവണ പട്ടാമ്പിയിൽ സോമൻ വന്നപ്പോൾ കാണുകയുണ്ടായി. സാഹിത്യത്തിലും ഫോക്‌ലോറിലും മാസ്റ്ററിയുള്ള ആളാണ് സോമൻ .

എൻഡോസൾഫാൻ ബാധിതരുടെ ദുരിതത്തിലേക്ക് ഞാൻ ദൂരെ നിന്ന് മാത്രമേ നോക്കിയുള്ളൂ. സുഹൃത്തായ എം. എ. റഹ്മാൻ മാഷ്ടെ അരജീവിതങ്ങൾ എന്ന ഡോക്യുമെന്ററിയാണ് എന്നെ തട്ടിയുണർത്തിയത്. പക്ഷേ ചീമേനിവരെ പോകാനേ സാധിച്ചുള്ളൂ. പിന്നീട് എന്റെ തന്നെ ദുരിതങ്ങളുമായി ഞാൻ മടങ്ങുകയാണ് ഉണ്ടായത്. അത് "വടക്കൻ യാത്രകൾ" എന്ന കവിതയിൽ സൂചിപ്പിച്ചിട്ടുണ്ട്. അടുത്ത കാലത്ത് കാഞ്ഞങ്ങാട് നെഹ്റു കോളേജ് സംഘടിപ്പിച്ച ഫെസ്റ്റിവലിൽ ഞാൻ പങ്കെടുത്തിരുന്നു. എന്റെ പ്രിയ വിദ്യാർത്ഥിനി ഷീജ അവിടെ അധ്യാപികയാണ്. അവിടെ ഞാൻ കവിതകൾ ചൊല്ലി, സംസാരിച്ചു.

അധ്യായം 53

ഈയിടെ സുകേതുവിനെ കണ്ടിരുന്നു. അദ്ദേഹം "അട്ടക്കളപ്രം" എന്ന പുസ്തകം തന്നു. സുകേതുവിന്റെ എഴുത്തുകൾ മുമ്പേ ഇഷ്ടം. ശ്രീജൻ മാഷിനെക്കുറിച്ച് ചോദിച്ചു. സുകേതുവിന്റെ ചേട്ടനാണ് വി.സി. ശ്രീജൻ. അദ്ദേഹം ബ്രണ്ണൻ കോളേജിലെ ഇംഗ്ലീഷ് വിഭാഗത്തിൽ ഉണ്ടായിരുന്നു. ഇടയ്ക്കിടയ്ക്ക് മലയാളവിഭാഗത്തിൽ (പഴയ കെട്ടിടം) വരുമായിരുന്നു. അവിടത്തെ ടോയ് ലെറ്റിൽ പോകാൻ വരുന്നതാണ്.

മോഹൻരാജ് മാഷ് പറഞ്ഞു. "മുമ്പ് ഒരാൾ ആ ടോയ് ലെറ്റിൽ ചെന്നുകേറിയ പാടേ തിരിച്ചോടിപ്പോന്നു. അതിലൊരു പാമ്പുണ്ടായിരുന്നു." ശ്രീജൻ മാഷുടെ ആത്മകഥയാണ് "ഒരു വിഡ്ഢിയുടെ ആത്മകഥ" അത് വായിച്ച് കുറേ ചിരിച്ചിട്ടുണ്ട്.

ഞാൻ ഓർക്കുന്നു, വല്ലപ്പോഴും മാത്രം വരുമായിരുന്ന ബി. എ. മലയാളത്തിലെ ഒരു പയ്യനെ ഒരു ചേരപ്പാമ്പ് കടിച്ചു. വിരലിലാണ് കടിച്ചത്. വിരൽ പൂളിയതുപോലെയായി. ഞാൻ ആശുപത്രിയിൽ കൊണ്ടുപോയി.

ബ്രണ്ണനിൽ പ്രിയപ്പെട്ട ധാരാളം വിദ്യാർത്ഥികൾ ഉണ്ടായിരുന്നു. മലയാളത്തിലെ വിദ്യാർത്ഥികൾ പലരും കൂട്ടുകാരായിരുന്നു, നിത, സന്ധ്യ എൻ. പി., സിനു, ജോത്സ്ന, ബിജിലി, ജോബിഷ്, അബ്ദുൾ സലാം, സുരേഷ്, ശ്യാം മുരളി, ഷീജ എന്നിവരെ ഓർക്കുന്നു. എസ്.എഫ് ഐ. ക്കാരെല്ലാം സുഹൃത്തുക്കളായിരുന്നു. ഒരു ഷിജിനെ, സന്ദീപിനെ ഓർക്കുന്നു. മലയാളത്തിലല്ലാത്ത വിജിർമയിയെ, യമുനയെ ...

ഞങ്ങൾ യാത്രപോയതിൽ (ടൂറ് അല്ല) എനിക്ക് ഏറ്റവും ഇഷ്ടപ്പെട്ടത് ഏഴിമലയിലേക്കുള്ള യാത്രയായിരുന്നു. അവിടെ കടൽ വ്യത്യസ്തമാണ്. മണലല്ല പാറയാണ് തീരത്ത്. നേവൽ അക്കാദമിയുടെ

ടവറിന്റെ മുകളിൽനിന്നുള്ള കാഴ്ച ഗംഭീരം. ഏഴിമലയിൽ പോകുന്നതിനു മുമ്പുള്ള ഓർമ്മ സച്ചിമാഷിന്റെ ഏഴിമല എന്ന കവിതയാണ്. സംഘകാലസ്മരണ അതിലുണ്ട്. നേവൽ അക്കാദമി വരുന്നതിനെതിരേയുള്ള പ്രതിരോധകവിതയാണ്. എനിക്കത് ഇഷ്ടം. ഞാൻ അഖിലന്റെ മൂഷികവംശം എന്ന കൃതി വായിച്ചു. ഐതിഹ്യജടിലമാണ് ആ കൃതി. ശരിക്കുള്ള ചരിത്രം അതിൽ മറഞ്ഞുകിടക്കുന്നു.

ബേക്കലിലും എടയ്ക്കലിലും കനവിലും പോയി. ബേക്കൽ കോട്ടയിൽനിന്ന് കടൽ കാണാൻ രസമാണ്. വടക്ക് ലഭ്യമായ ചെങ്കല്ലാണ് മെറ്റീരിയൽ. എടയ്ക്കലിൽ ടൂറിസം വകുപ്പ് ഒരു പാട് മാറ്റം വരുത്തി. വലിയ പ്രയാസമാണ് കയറിപ്പോകാൻ. എടയ്ക്കൽ പോലുള്ള സ്ഥലങ്ങൾ ലോകത്ത് പലയിടത്തുമുണ്ട്. തലച്ചോറാണ് കലയുടെ ഉറവിടം. ആദിമ മനുഷ്യരുടേതും ഇപ്പോഴുള്ള മനുഷ്യരുടേതും തലച്ചോറുകൾ തമ്മിൽ വ്യത്യാസം ഇല്ല എന്ന് മോഹൻരാജ് മാഷിന്റെ ഡോക്യുമെന്ററിയിൽ പറയുന്നുണ്ട്. എല്ലാ കലകളും പ്രതീകാത്മകമാണ്. മുള്ളുക്കുറുമരും തേൻകുറുമരും ഒക്കെയായ ആദിവാസിജനതയുടെ പൂർവ്വികരുടെ ആവിഷകാരങ്ങളാണവ. വളരെ ബുദ്ധിപരവും ചുരുക്കെഴുത്തിന്റെ ചിഹ്നഭാഷയുമാണത്. ചെറിയ ഒരു ഇടത്തെയാണ് അവർ ഒരുപാട് നിഗൂഢമായ ആഖ്യാനത്തിന് ഉപയോഗിച്ചിരിക്കുന്നത്. അക്കാലത്തെ സംസ്കാരത്തിന്റെ നറേറ്റീവാണത്. ഡോക്യുമെന്ററിയിൽ ഉള്ള വിവരങ്ങൾ ആണിവ. കനവിലേക്കുള്ള യാത്രയും ഓർമ്മയിലുണ്ട്. മാവേലിമന്റും നോവലിന്റെ ആഖ്യാനവും കൈപ്പാടന്റെ അടിമ അനുഭവവും മിത്തുകളും. കൊയ്ത്തു കഴിഞ്ഞ പാടങ്ങൾ സ്കൂളിനു മുന്നിൽ. മുളവെട്ടുന്നിടത്ത് ഞങ്ങളും പോയി. ഒരു കാല്പനികമായ ലോകമാണത്. നാടുഗദ്ദിക ഓർക്കുന്നു. ഗദ്ദികകാരൻ പി.കെ. കാളനെ മാനന്തവാടിയിൽ വെച്ച് കണ്ടിട്ടുണ്ട്. വള്ളിയൂർക്കാവ് ക്ഷേത്രത്തിൽ പോയിട്ടുണ്ട്. തിരുനെല്ലി ക്ഷേത്രത്തിലും.

തലശ്ശേരിയിലെ എന്റെ സുഹൃത്തായിരുന്ന പ്രകാശൻ മാണിക്കോത്ത്. നാടകക്കാരൻ. ഞാൻ പ്രകാശന്റെ വീട്ടിൽ പോയി. തലശ്ശേരിയുടെ ഉൾപ്രദേശങ്ങൾ ആണവിടം. ഒരിക്കൽ അദ്ദേഹത്തിന്റെ സുഹൃത്തുക്കളുടെ അരികിൽ കൊണ്ടുപോയി. ഞങ്ങൾ മദ്യം കഴിച്ചു. കവിത ചൊല്ലി. പ്രകാശൻ എന്നെ വണ്ടികേറ്റിവിട്ടു. മാഹി വിശദമായി കാണാൻ പലപ്പോഴും ആഗ്രഹിച്ചിരുന്നു. പക്ഷേ ബാറുകൾക്കപ്പുറത്തേക്ക് പോകാൻ ആരും കൂടെ വന്നില്ല.

വി. ആർ. സുധീഷ് ബ്രണ്ണനിൽ വന്നിട്ട് എന്നെയും കൂട്ടി മാഹിക്കു പോയി. പവിത്രൻ തീക്കുനിയും ഞാനും പോയി. ശശി മാഷും

പ്രിയനന്ദനനും സുവീരനും ഒക്കെയായിട്ടും പോകുകയുണ്ടായി. അഞ്ജുരാജ് തലശ്ശേരിയിൽ വന്ന് ഞങ്ങളെ കൂട്ടിക്കൊണ്ടും പോയിട്ടുണ്ട്. പൂർവവിദ്യാർത്ഥിസംഗമം കോളേജിൽ നടത്തിയപ്പോഴും മാഹിയിലെത്തി. കേരളത്തിലും ഒരു മാഹിയുണ്ട്. അവിടെയും പോയിട്ടുണ്ട്. എം. എ.യ്ക്ക് പഠിച്ച സുരേഷിന്റെ സഹോദരൻ മരിച്ചപ്പോൾ ഞങ്ങൾ അധ്യാപകരും വിദ്യാർത്ഥികളും കാസറഗോഡു പോയി. ഒരു വലിയ കുഴിയിലായിരുന്നു അവരുടെ വീട്. സുരേഷ് അവിടന്ന് പോന്നു. ശ്യാമും ഭാര്യ യമുനയും മഹാരാജാസിൽ എന്നെ കാണാൻ വന്നിരുന്നു. സുരേഷ് വിളിച്ചിരുന്നു. സുരേഷ് കോട്ടയത്തെ എന്റെ വീട്ടിൽ വന്നിട്ടുണ്ട്. വടക്ക് പ്രഭാകരൻ മാഷുടെ കൂടെ മാടായിപ്പാറയിലും പിന്നീട് പൊക്കുടേട്ടന്റെ വീട്ടിലും പോയി. അങ്ങോട്ടു പോയപ്പോൾ വരണ്ടുകിടന്ന പ്രദേശം തിരിച്ചുവന്നപ്പോൾ വെള്ളം കേറിക്കിടന്നു. അവിടെനിന്ന് ഞാൻ മന്ദപ്പനെ ഓർത്തു. മന്ദപ്പന്റെ കുടകിലേക്കുള്ള യാത്ര. ചെമ്മരത്തിയെ ഭാര്യയാക്കിയ കഥ. ഒടുവിൽ കതിവന്നൂർ വീരനായ കഥ. കതിവന്നൂർ വീരനെ മനസിൽ ഏറ്റുകൊണ്ട് ഞാൻ ബസിൽ യാത്രയായി.

അധ്യായം 54

പട്ടിത്താനത്തിന്റെ ഏതാണ്ട് 50 വർഷത്തെ ചരിത്രമാണ് ഞാൻ എഴുതുന്നത്. പടിത്താനം കാലാകാലങ്ങളായി കുറേയേറെ മാറി യിട്ടുണ്ട്. മുമ്പ് ഒരു വായനശാലയും ക്ലിനിക്കും ചായക്കടയും ചെറിയ മാടക്കടയും പോസ്റ്റാഫീസും ഉണ്ടായിരുന്നു. ഇപ്പോൾ വായനശാല കുറേയിങ്ങ് മാറി ലത്തീൻപള്ളിയുടെ അടുത്തായി. മുമ്പിരുന്നിടത്തുനിന്ന് അല്പം മാറി പോസ്റ്റോഫീസ് ഒറ്റയ്ക്കായി. ചായക്കട ചാക്കോച്ചേട്ടന്റെ ദോശയ്ക്കും ബോണ്ടയ്ക്കും (ഉണ്ടമ്പൊരി പോലെയുള്ളത്) എന്തൊരു രുചി യായിരുന്നു. അതൊന്നും ഇപ്പോഴില്ല.

പലതും മൊത്തത്തിൽ ചിതറിപ്പോയി എന്നും പറയാം. പട്ടി ത്താനം ബസ്റ്റോപ്പിന്റെ അടുത്തായി അങ്ങാടിമരുന്നു വിൽക്കുന്ന ഒരു വീട് ഉണ്ടായിരുന്നു. കല്ലുമടകൾ വന്നപ്പോൾ അവർ വെടിമരുന്ന് വില്പനയിലേക്കു മാറി. ലത്തീൻ റോമൻ പഴയപള്ളി ഹാളായി മാറി. പുതിയ പള്ളി കുറേ അല്പം ദൂരെമാറി പണിതു. അവിടത്തെ വലിയ വാകമരം വെട്ടി, സപ്പോട്ട മരവും പാണ്ടിമാവും ഇല്ലാതായി. സിറിയൻ പള്ളിയുടെ ഭാഗമായി ഒരു പുതിയ ബിൽഡിംഗ് വന്നിട്ടുണ്ട്. അവിടെ കുറേ കച്ചവടപ്പരിപാടികൾ നടക്കുന്നുണ്ട്. ലത്തീൻ റോമൻ പള്ളിക്ക് പട്ടിത്താനം കവലയിൽ മൂന്നേക്കർ സ്ഥലമുണ്ട്. അവിടെ ഒരു വലിയ ബിസിനസ് കോംപ്ലക്സിനോ ആശുപത്രിക്കോ സാധ്യതയുണ്ട്. ഈ വിവരം ഞാൻ പള്ളിയിലെ ആളുകളോട് പറഞ്ഞിരുന്നു. പക്ഷേ മെത്രാൻ സമ്മതിക്കില്ല എന്നാണവർ പറഞ്ഞത്. പട്ടിത്താനത്തെ ലത്തീൻ പള്ളിക്ക് അവിടത്തെ ദളിതരുടെ ഉന്നതിക്കുവേണ്ടി പലതും ചെയ്യാനാകും. അത്രമാത്രം സ്വത്തുള്ള ഒരു പള്ളിയാണത്. പക്ഷേ ഇലകൾ കൊഴിയുന്നു, മഴ പെയ്യുന്നു. ദളിത് ക്രിസ്ത്യാനികളുടെ ജീവിതം മന്ദഗതിയിൽ മുന്നോട്ടുപോകുന്നു.

ഒരു തമാശയുണ്ട്. എന്റെ ചേട്ടൻ ഉണ്ടാക്കിപ്പറഞ്ഞതാണോ എന്നറിയില്ല. പത്തുനാല്പത് വർഷങ്ങൾക്കു മുമ്പ് വർക്കിച്ചേട്ടനും മറ്റും വഴിയരുകിൽ കപ്പവാട്ടിക്കൊണ്ടിരുന്നപ്പോൾ ഒരു സായിപ്പും മാദാമ്മയും അതുവഴി വന്നു. "What work?" അവർ ചോദിച്ചു. " വർക്കി കപ്പ വാട്ടുവാ " അവർ ഉത്തരം പറഞ്ഞു. ബസും ലോറിയും കൂട്ടിയിടിച്ച് ഉണ്ടായതാണ് പാണ്ടി ലോറി എന്നു പറഞ്ഞു തന്ന ചേട്ടനായതുകൊണ്ട് നമുക്ക് അവിശ്വസിക്കാം. ഇതിനു തൊട്ടടുത്താണ് കാലടി ഫ്രാൻസിസിന്റെ സൈക്കിൾ യജ്ഞം നടന്നത്. ഞങ്ങൾ യജ്ഞത്തിന് പോകുമായിരുന്നു. ഫ്രാൻസിസിനെ മണ്ണിൽ കുഴിച്ചിട്ടു. അയാൾ ലോറി മുടി കെട്ടിവലിക്കുന്നു. സൈക്കിളിൽ പല അഭ്യാസങ്ങൾ കാണിക്കുന്നു. ഒരാൾ 24 മണിക്കൂറും സൈക്കിളിൽ ജീവിക്കുന്നു. (അതെല്ലാവരും വിശ്വസിച്ചിരുന്നു!) വെടിമരുന്നു വില്ക്കുന്ന വീട്ടുകാരുടെ താഴെ എന്റെ കൂടെ പഠിച്ച, എന്നെ നാക്കു വളച്ച് വിസിലടിക്കാൻ പഠിപ്പിച്ച ഒരു കൂട്ടുകാരന്റെ വീടുണ്ടായിരുന്നു. സർക്കസുകണ്ട അവിടത്തെ പിള്ളേർ അവരുടെ ഇളയ അനുജനെ കുഴികുത്തിയിട്ട് കിടത്തി മൂടി എന്ന് കേട്ടിട്ടുണ്ട്. എങ്ങനെയോ രക്ഷപ്പെട്ടു. ആളിപ്പോഴും ഉണ്ട്. സൈക്കിൾയജ്ഞം പട്ടിത്താനത്ത് രണ്ടുമൂന്ന് സ്ഥലത്ത് വന്നിട്ടുണ്ട്. ഒരാഴ്ച എന്നൊക്കെ പറഞ്ഞുതുടങ്ങിയിട്ട് പിന്നെയും നീട്ടും. ദയനീയമായിരുന്നു അവരുടെയൊക്കെ ജീവിതം.

എം. സി. റോഡിന്റെ വീതികൂട്ടിയപ്പോൾ ലത്തീൻ പള്ളിയുടെ കുറേ സ്ഥലം പോയി. ഇപ്പുറത്തെ റേഷൻ കട ജംക്ഷനിലെ കൊച്ചേട്ടന്റെ ആദ്യത്തെ കട ഇരുന്ന സ്ഥലത്തുനിന്ന് മറ്റൊരിടത്തേക്ക് മാറി. പിന്നീട് നിന്നുപോയി. ആ ഭാഗത്ത് ഒരു വലിയ കുഴിയുണ്ടായിരുന്നു. അവിടെ രണ്ട് പാമ്പുകൾ പൊനയുന്നത് ചേട്ടനും ഞാനും കണ്ടുനിന്നു. എനിക്ക് അത് എന്താണെന്ന് മനസിലായില്ല. ചേട്ടനും മനസ്സിലായിക്കാണില്ല. കൊച്ചേട്ടന്റെ കടയുടെ തൊട്ടപ്പുറത്തെ കട രൂപം മാറി മറ്റൊന്നായി. ശിവൻചേട്ടന്റെ ചായക്കടയും ഇല്ലാതായി. ഇപ്പോൾ വളവു നൂർക്കാൻ വേണ്ടി വഴി മറ്റൊരു ഭാഗത്തുകൂടിയായി. ഇരുളുകൾ നിറഞ്ഞ വളവുകൾ നിവർന്നു. ഉൾപ്പറമ്പുകളിലെ റബർമരങ്ങളും റോഡരുകിൽനിന്നിരുന്ന കുറ്റൻ മരങ്ങളും പോയതോടെ അവിടമെല്ലാം തെളിഞ്ഞു. ആ പ്രദേശങ്ങളിലെ ഭൂതപ്രേതപിശാചുക്കൾ സ്ഥലം വിട്ടു.

വഴിയരുകിലെ വന്മരങ്ങൾ വെട്ടിയതു സംബന്ധിച്ച് കേസുണ്ടായിരുന്നു. ചാച്ചൻ അപ്പോൾ അത് വെട്ടുന്നതും നോക്കി അവിടെ നിന്നിരുന്നു. അങ്ങനെ സാക്ഷിയാകയാൽ സമൻസുവന്നു. ചാച്ചന് പേടിയായി. ഏതായാലും പിന്നീട് അതേപ്പറ്റി ഒന്നും കേട്ടില്ല. ഒരു

അച്ചൻ ബൈക്കപകടത്തിൽ മരിച്ച വളവിൽത്തന്നെ ഒരു പട്ടക്കുറ്റൻ വീട്ടു വന്നു. ഞാൻ അച്ചന്റെ പ്രേതത്തെ പേടിച്ച് ആ വഴി പോവില്ലായിരുന്നു. കുറേ തെക്കോട്ടു മാറി സുറിയാനിപ്പള്ളിയുടെ ശവക്കോട്ടയ്ക്കു താഴെ മറ്റൊരു പട്ടക്കുറ്റൻ വീട്ടുവന്നു. അവിടെ ഒരു മൂലയിൽ കേറ്റം കേറിയാൽ അതേപടി പുറകോട്ട് തിരിച്ചിറങ്ങിപ്പോരുമായിരുന്ന ഒരു കുത്തനെയുള്ള കേറ്റം കാണാനേയില്ല. അതിന്റെ എതിർവശത്ത് ഒരു ഏഴിലംപാല നിന്നിരുന്നു. അത് ഇപ്പോഴും ഉണ്ടെന്ന് തോന്നുന്നു. കയറ്റങ്ങൾ കുറഞ്ഞു. വീതികൂടി. പട്ടിത്താനത്തിന്റെ അന്നും ഇന്നുമുള്ള ഏറ്റവും വലിയ സമ്പന്നത എം. സി. റോഡാണ്. ഏത് പാതിരായ്ക്കും ബസുള്ള വഴിയാണ്. എങ്ങോട്ടും പുറപ്പെടാം. എവിടന്നും തിരികെ എത്താം. എന്നിട്ടും പട്ടിത്താനം ഒരു കുഗ്രാമമായി തുടർന്നു.

മരിച്ചുപോയ ഫോട്ടോഗ്രാഫർ വിക്ടർ ജോർജിന്റെ വീട് ലത്തീൻ പള്ളിയുടെ പുറകിലായിട്ടായിരുന്നു. ഒരു മലയുടെ രണ്ടുവശത്തായിട്ടാണ് ഞങ്ങൾ താമസിച്ചിരുന്നത്. എന്റെ ചേട്ടനുമായി നല്ല സുഹൃത്ബന്ധം അദ്ദേഹത്തിന് ഉണ്ടായിരുന്നു. അദ്ദേഹത്തിന്റെ സഹോദരി ജർമ്മനിയിൽ ആയിരുന്നു. പെരുവന്താനം ഭാഗത്തെ ഉരുൾപൊട്ടലിന്റെ ദുരന്തത്തിലേക്ക് ഫോട്ടോ എടുക്കാൻ എടുത്തുചാടിയ ഒരു സാഹസികനായിരുന്നു വിക്ടർ. ഫോട്ടോഗ്രാഫി വെളിച്ചംകൊണ്ടുള്ള ചിത്രകലയാണ് എന്ന് എനിക്ക് പറഞ്ഞു തന്നത് മോഹൻരാജ് മാഷാണ്. ഞാൻ വിക്ടർ ജോർജിനെക്കുറിച്ച് ഒരു കവിത എഴുതി ഭാഷാപോഷിണിക്ക് കൊടുത്തു. അവർ അത് മടക്കിയയച്ചു. ആരുടേതായാലും ചില കവിതകൾ മടക്കി അയയ്ക്കപ്പെടും എന്നാണ് ഞാൻ മനസിലാക്കിയിട്ടുള്ളത്.

അധ്യായം 55

കട്ടുള്ള കപ്പ വൈകുന്നേരം പറിച്ച് പുറന്തൊലിയും അകന്തൊലിയും കളഞ്ഞ് കൊത്തിനുറുക്കി കഴുകി തിളപ്പിച്ച് വെള്ളത്തിൽ ഇട്ടുവയ്ക്കുന്നു. രാവിലെ അത് കഴുകിവാരി അടുപ്പത്തുവെച്ച് മഞ്ഞളും ഉള്ളിയും മുളകും തേങ്ങയും കരിയേപ്പിലയും ഉപ്പും ചേർത്ത് വേയിക്കുന്നു. ചുട്ട ഉണക്കമീനോ, മത്തിക്കറിയോ ഒക്കെയാണ് കൂടെ, പിന്നീട് മോരും വന്നു; ഉണക്കമീൻ വറുത്തതും വന്നു. ഇതായിരുന്നു രാവിലെയും വൈകുന്നേരവും ഭക്ഷണം. ഉച്ചയ്ക്ക് ചോറും ഒന്നോ രണ്ടോ കറികളും. ചാച്ചൻ പന്നിയിറച്ചി വാങ്ങുമായിരുന്നു. അതിന്റെ കൂടുതൽ ഭാഗവും തോൽക്കണ്ടം ആയിരിക്കും. ചീനിച്ചട്ടിയിൽ ഇട്ട് അത് ഉരുക്കിയ ശേഷമായിരിക്കും കറിവയ്ക്കുക. ഉരുക്കിയത് രണ്ടു മൂന്നെണ്ണം കൊതികൊണ്ട് ഞാൻ തിന്നും. ഉരുക്കുമ്പോൾ കിട്ടുന്ന നെയ്യ് അമ്മയും വല്യമ്മയും കുപ്പിയിലൊഴിച്ച് അടുപ്പിനുമുകളിൽ തൂക്കിയിടും. കോഴിക്കറി വയ്ക്കുമ്പോൾ കോഴിനെയ്യും ഇങ്ങനെ കുപ്പിയിലാക്കി തൂക്കിയിടുമായിരുന്നു. കൈപൊള്ളിയാൽ അത് പുരട്ടും. തട്ടിൽ പല സാധനങ്ങൾ കാണാം. കുടംപുളി പുകയടിക്കാൻ ഇടും. വല്യമ്മ ഉണ്ടായിരുന്നപ്പോൾ പോത്തിറച്ചി കഷണങ്ങളാക്കി തൂക്കിയിടുമായിരുന്നു. അത് ഉണങ്ങിക്കഴിയുമ്പോൾ ഞുറുക്കി വറുക്കും. പന്നിനെയ്യിൽ മുള്ളൻകറിച്ചി വറുക്കുന്നത് വളരെ രുചികരമായിരുന്നു. എന്നാൽ അടുത്ത കാലത്ത് ഞാനങ്ങനെ ചെയ്തുനോക്കി. അത്ര നന്നായിത്തോന്നിയില്ല. കാലം മാറുമ്പോൾ രുചിയും മാറുന്നു.

പിന്നീട് കട്ടുള്ള കപ്പയുടെ കാലം പോയി. പച്ചക്കപ്പ പറിച്ച് വേയിക്കുകയോ ചെണ്ടൻ പുഴുങ്ങുകയോ ചെയ്യും. ചെണ്ടന് കാന്താരി മുളകായിരിക്കും നല്ലത്. ഞങ്ങൾ മീനും കൂട്ടുമായിരുന്നു. എല്ലാ ഞായറാഴ്ചയും എല്ലും കപ്പയും പോത്തിറച്ചിയും ഒക്കെ കാണും. ചിലപ്പോൾ

പോട്ടിയും. ഇന്നത് ഉന്നതമായ ഭക്ഷണമാണ്. തട്ടുകടകളിലും ഷാപ്പുകളിലും ചില ഹോട്ടലുകളിലും കിട്ടും. ഞങ്ങൾ അതൊക്കെ കഴിക്കുന്നത് നിർത്തി. ചീനിക്കിഴങ്ങ് ഇളം മധുരമുള്ളതാണ്. അതും പുഴുങ്ങുമായിരുന്നു. വൈകുന്നേരം മിക്കവാറും ചക്ക വേയിക്കുമായിരുന്നു. അത് പോത്തിച്ചിക്കറിയും കൂട്ടി കഴിക്കുന്നത് രുചികരം. ചക്കപ്പുഴക്ക് മോരും ഉണക്കമീൻ വറുത്തതും കൂട്ടി കഴിക്കുന്നത് എനിക്ക് ഇഷ്ടമാണ്. ഞങ്ങൾ കാളയുടേയോ പശുവിന്റെയോ ഇറച്ചി കഴിച്ചിരുന്നില്ല. ഞങ്ങൾ മാത്രമല്ല, ഞങ്ങളുടെ പ്രദേശത്തുതന്നെ അങ്ങനെയായിരുന്നു. പുട്ട് മുള ങ്കുറ്റിയിലായിരുന്നു ഉണ്ടാക്കിയിരുന്നത്. തേങ്ങയ്ക്ക് ഒട്ടും പഞ്ഞം ഉണ്ടായി രുന്നില്ല. ഗോതമ്പ് പൊടിപ്പിച്ച് കുമ്പിളുണ്ടാക്കുമായിരുന്നു. ഇടനയുടെ (വയണ) ഇലകൊണ്ടാണ് അത് ഉണ്ടാക്കുക. ഗോതമ്പുകൊണ്ട് ഉണ്ടയുണ്ടാക്കുമായിരുന്നു. അതിനകത്ത് ശർക്കരയും തേങ്ങയും വയ്ക്കും. മറ്റൊരു വിഭവം അടയായിരുന്നു. പൊട്ടിയ മൺകലത്തിൽ ഇലയട യുണ്ടാക്കും. ഗോതമ്പുകൊണ്ട് ദോശയും ഉണ്ടാക്കും. പള്ളിയിൽനിന്ന് കിട്ടുന്ന മെയിസുപൊടികൊണ്ട് ഉതിരുണ്ടാക്കുമായിരുന്നു. കലത്തിന്റെ വക്ക് തുണികൊണ്ട് കെട്ടിയിട്ട് അതിലാണ് ഉണ്ടാക്കുന്നത്. മെയിസു പൊടിയുടേയും പഴയ രുചി ഇന്നില്ല.

കടുത്ത ദാരിദ്ര്യത്തിന്റെ കാലത്ത് ഗോതമ്പ് കഞ്ഞിയുണ്ടാക്കിയിരു ന്നു. ചക്കക്കുരു കൂട്ടാൻ കൂട്ടി ഗോതമ്പുകഞ്ഞി കുടിക്കും. വല്യ പ്രയാസ മായിരുന്നു അത്. അങ്ങനെയുള്ള ഒരു കാലത്ത് ഞാൻ പള്ളിയിലെ അച്ചനോട് ഞങ്ങൾ പാട്ടത്തിനു പിടിച്ച പ്ലാവിലെ ചക്ക പറിച്ചോട്ടെ എന്ന് ചോദിച്ചു. പറ്റില്ല എന്ന് അച്ചൻ പറഞ്ഞു. ചാച്ചന് പണിയില്ല അതുകൊണ്ടാണ് പൈസാ അടയ്ക്കാത്തതെന്ന് ഞാൻ താണുപറഞ്ഞു. അദ്ദേഹത്തിന്റെ മനസലിഞ്ഞില്ല. "കഴിഞ്ഞ നാല്പതുവർഷമായി ഞാൻ മണ്ണുതിന്നാണ് കഴിഞ്ഞത്" എന്ന് ആരും കേണലിന് എഴുതുന്നില്ല എന്ന മാർക്കേസിന്റെ നോവലിൽ കേണലിന്റെ ഭാര്യ പറയുന്നതാണ് ഞാൻ ഇപ്പോൾ ഓർക്കുന്നത്. വൈകുന്നേരം ചേട്ടൻ പറഞ്ഞു. നമുക്ക് ചക്ക പറിക്കാൻ പോകാം. "അത് മോഷണം അല്ലേ?" ഞാൻ ചോദിച്ചു. "നീ വാ" ചേട്ടൻ പറഞ്ഞു. ഞങ്ങൾ രണ്ട് മോഷ്ടാക്കൾ ഇറങ്ങിത്തിരി ച്ചു. നേരം ഇരുണ്ടുതുടങ്ങി. ഞങ്ങൾ പ്ലാവിന്റെ ചോട്ടിൽ പമ്മിനിന്നു. അവിടെ ഇരുട്ടിന്റെ കൂടാരമാണ്. അച്ചനെ മേടയിൽ കണ്ടില്ല. ഞങ്ങൾ രണ്ട് ചക്ക പറിച്ചുകൊണ്ടുപോന്നു. വേയിച്ചപ്പോൾ ചെറുതായി കയ്പുതോ ന്നി. "ചേരകേറിയ പ്ലാവായതുകൊണ്ടാണ് " അമ്മച്ചി പറഞ്ഞു. പക്ഷേ അതിൽ ഒരു ചക്ക പഴുത്തു. അത് തേൻതുള്ളി വരിക്കയായിരുന്നു എന്ന് ഞങ്ങൾ തിരിച്ചറിഞ്ഞു.

മറ്റൊരിക്കൽ ഞങ്ങൾ ഒരു കുഴപ്ലാവ് പാട്ടത്തിന് പിടിച്ചു. അതിൽ നൂറുകണക്കിന് ചക്കയുണ്ടായിരുന്നു. ഞങ്ങൾ അതെല്ലാം പറിച്ചുകൊണ്ടിരുന്നപ്പോൾ, തടി ചുമന്നു പാലത്തിലൂടെ പോയപ്പോൾ കാലുതെന്നി വെള്ളത്തിൽ വീണുമരിച്ച കുടല്ലൂരുള്ള ഞങ്ങളുടെ ഒരു അകന്ന ബന്ധുവിന്റെ മനോരോഗിയായ മകന്റെ തലയ്ക്കു പിടിച്ച് അച്ചനെക്കൊണ്ട് പ്രാർത്ഥിപ്പിക്കാൻ അയാളുടെ ഭാര്യയും മകനും പള്ളിയിൽ വന്നു. പ്ലാവിന്റെ പണം ഞങ്ങൾ കൊടുത്തിരുന്നു. അവിടെ എനിക്ക് പ്ലാവും ചക്കകളും ആ അമ്മയും മകനും തമ്മിൽ ഒരു ബന്ധം ഉള്ളതായി പിന്നീട് തോന്നി. അതിൽനിന്നാണ് "പാലങ്ങൾ, പാളങ്ങൾ" എന്ന കവിത ഉണ്ടായത്. മാർക്കേസിന്റെതന്നെ ഉച്ച മയക്കം എന്ന കഥയിൽ ഒരു അമ്മയും മകനും ഇതുപോലെ പള്ളിയിലെ അച്ചനെ കാണാൻ വരുന്നുണ്ട്. അക്കഥയായിരിക്കാം കഴിഞ്ഞ കാലത്തിന്റെ എലിമാളങ്ങളിൽനിന്ന് ഇത്തരം സംഭവകഥകൾ പുറത്തെടുക്കാൻ എന്നെ സഹായിച്ചതും അത് കവിതയായതും. ഞാൻ തിരുവനന്തപുരത്തുനിന്ന് ഒരിക്കൽ വന്നപ്പോൾ ആ പയ്യൻ മരിച്ചു എന്ന് ആരോ പറഞ്ഞു. അവൻ തീർത്തും മനോരോഗിയായി മാറിയിരുന്നു. വഴിയിൽ വണ്ടികൾക്കെല്ലാം കൈകാണിച്ചു. തീവണ്ടിക്കും അതുപോലെ കൈകാട്ടി. അങ്ങനെ മരിച്ചു എന്നാണ് കേട്ടത്. കവിത ഞാൻ പ്രസിദ്ധീകരിച്ചിരുന്നു. പിന്നീടാണ് അവനെ ഞാൻ വഴിയിൽവെച്ചു കണ്ടത്. അവന് കോങ്കണ്ണ് ഉണ്ടായിരുന്നു. ആരെക്കണ്ടാലും കൈകൾ കൂട്ടിത്തിരുമ്മി "ആ എന്തൊരു ശേല് " എന്നവൻ പറയുമായിരുന്നു. മേൽപ്പറഞ്ഞ കവിതയിലെ അമ്മയും കുഞ്ഞും എന്നതിൽനിന്ന് പലതരം ബന്ധങ്ങൾ ഉണ്ടാക്കിക്കൊണ്ടാണ് "അമ്മയും കുഞ്ഞും" എന്ന കവിത ഞാൻ എഴുതിയത്. കടുത്ത ദാരിദ്ര്യം ഒരു കാലത്ത് ഞങ്ങൾ അനുഭവിച്ചിട്ടുണ്ട്. ഞങ്ങൾ മാത്രമല്ല ഞങ്ങളെപ്പോലുള്ള എല്ലാവരുംതന്നെ. പലരും സവർണക്രൈസ്തവരെ ആശ്രയിച്ചുകാണും. പക്ഷേ ഞങ്ങളും ഞങ്ങളുടെ ബന്ധുക്കളും ആരെയും ആശ്രയിച്ചില്ല. അരകല്ലിൽവെച്ച് പച്ചരിയരച്ച് അടയുണ്ടാക്കി ഇളയത്തുങ്ങൾക്ക് കൊടുത്തിട്ടുണ്ട് ഞാൻ. തെങ്ങിൽ കയറി തേങ്ങാ പറിച്ച് വിശപ്പടക്കിയിട്ടുണ്ട്. ഉണക്കകപ്പ തിളപ്പിച്ചതിലെ കപ്പമുട്ടി വരെ തിന്നിട്ടുണ്ട്. മുമ്പുപറഞ്ഞതുപോലെ മാസികയിൽനിന്ന് കിട്ടുന്ന തുച്ഛമായ തുക കൊണ്ട് അരിസാമാനങ്ങൾ വാങ്ങിയിട്ടുണ്ട്. ചാച്ചന്റെ ചേട്ടന്റെയും മൂത്ത ചേട്ടന്റെയും മാത്രമല്ല പട്ടിത്താനത്തെ ദളിതരുടെയും പിന്നോക്കക്കാരുടെയും ജീവിതത്തിലെല്ലാം ഈ ദാരിദ്ര്യം ഇന്നും നിലനിൽക്കുന്നു. ലൂയി ബുനുവലിന്റെ "ലാന്റ് വിത്തൗട്ട് ബ്രഡ്" എന്ന ഡോക്യുമെന്ററി ഒരു കാലത്തെ ഞങ്ങളുടെയൊക്കെ പട്ടിണിയുടെ പ്രതീകമായി എനിക്ക്

കാണാൻ കഴിഞ്ഞത് മേൽപ്പറഞ്ഞ ഞങ്ങളുടെ അവസ്ഥകൊണ്ടായിരുന്നു.

ഭക്ഷണരീതിയിലേക്ക് നമുക്കു വരാം. ദോശ, അപ്പം എന്നിവ മുമ്പേ ഉണ്ടായിരുന്നു. എന്നാൽ ചായക്കടകളിൽ പൊറോട്ടയും ചപ്പാത്തിയും വന്നു. ചപ്പാത്തി, ദോശ, പുട്ട്, ഇടിയപ്പം എന്നിങ്ങനെ ഭക്ഷണം മാറി. കപ്പ ഒരു പലഹാരമായി. ചക്ക വേയിച്ചത് വല്ലപ്പോഴുമായി. ജൂണിലും ജൂലൈയിലുമായിരുന്നു ദാരിദ്ര്യം. എനിക്ക് ജോലിയായതോടെ അതൊക്കെ കുറെ മാറിവന്നു. പുതിയ ദാരിദ്ര്യങ്ങൾ വന്നു. ഇന്ന് ഭക്ഷണരീതികൾ എത്രയോ മാറി. പക്ഷേ ഞങ്ങൾ ഇപ്പോഴും ഗോതമ്പ് അട ഉണ്ടാക്കും. കുമ്പിൾ ഉണ്ടാക്കും; ചക്കക്കുരുക്കൂട്ടാനും.

അധ്യായം 56

എന്റെ അറിവിൽ പട്ടിത്താനത്ത് നാലു കാളവണ്ടികൾ ഉണ്ടായിരുന്നു. ഒരു ഫിയറ്റുകാറും ഒരു അംബാസിഡർ ടാക്സികാറും. ബസുള്ള ഒരു വീട്ടുകാരും ബസിന് ഷെയർ ഉള്ള ഒരാളും ഉണ്ടായിരുന്നു. രണ്ട് കൂട്ടർക്ക് പിടിവണ്ടിയുണ്ടായിരുന്നു. കർണൻ ചേട്ടന്റെ കാളവണ്ടി ആടിയാടിപോകുന്നത് ഓർമ്മയിൽ ഉണ്ട്. കാളയുടെ വാലിന്റെ ചോട്ടിൽ കൈകൊണ്ട് തിരിച്ചാണ് വേഗം കൂട്ടുന്നത്. കാളവണ്ടി കണ്ടാൽ ഞങ്ങൾ ഉന്തിക്കൊടുക്കും. പ്രത്യേകിച്ച് കർണൻ ചേട്ടന്റെ കാളവണ്ടി. ചിലർ അതിന്റെ ചക്രത്തിലെ ഗ്രീസ് തോണ്ടിയെടുക്കും. നിരപ്പിലാണെങ്കിൽ ചില കുട്ടികൾ തൂങ്ങും. അത് കർണൻ ചേട്ടന് അറിയാൻ കഴിയും. പുതിയതായി വാങ്ങുന്ന ചില കാളകൾ മടിയന്മാരായിരിക്കും. ചന്തയിൽനിന്ന് ചരക്ക് കൊണ്ടുവരികയും അവിടേക്ക് കൊണ്ടുപോകുകയും ഒക്കെയാണ് കാളവണ്ടികളുടെ പണി. അതുകൊണ്ടാണ് കർണൻ ചേട്ടൻ ജീവിച്ചത്. കാളവണ്ടിക്കാരും കാളപൂട്ടുകാരും കാളകളോട് സംസാരിക്കുന്നത് കേട്ടിട്ടുണ്ട്. പലപ്പോഴും വാകൊണ്ട് ഉണ്ടാക്കുന്ന ശബ്ദങ്ങളുടെ അർത്ഥം കാളകൾക്ക് മനസിലാകും. കാളവണ്ടി അനങ്ങിക്കഴിഞ്ഞാൽ കാളവണ്ടിയുടെ ബ്രേക്ക് ചവിട്ടിയാലേ സാധാരണഗതിയിൽ കാളകൾ നില്ക്കുകയുള്ളൂ. കാളമൂരികളല്ല വരിയുടച്ച കാളകളെയാണ് ഉപയോഗിക്കുന്നത്. അവയ്ക്ക് ലൈംഗികശേഷി ഇല്ല. കാളകളെ ചരിച്ച് കിടത്തിയിട്ട് അവയുടെ കാലിൽ ഇരുമ്പുലാടൻ തറയ്ക്കും. അത് ഞാൻ കണ്ടിട്ടുണ്ട്. അങ്ങനെ നല്ലൊരു തൊഴിലധിഷ്ഠിതവിദ്യാഭ്യാസത്തിനും ശിക്ഷകൾക്കും ശേഷമാണ് ഒരു വണ്ടിക്കാള രൂപപ്പെടുന്നത്. വണ്ടിക്കാള മനുഷ്യനിർമ്മിതിയും പകുതി യന്ത്രവുമാണെന്ന് പറയാം. ഇത്തരം കാളവണ്ടികളെയാണ് ഏറ്റുമാനൂർ അമ്പലത്തിലെ കുറ്റൻ മൂരി ഓടിച്ചിരുന്നത്. മറ്റൊരു കാളവണ്ടി പുലിയിളയിലെ തൊമ്മൻ ചേട്ടന്റേതായിരുന്നു. അത് കുറച്ചുകൂടി ഗെറ്റപ്പ് ഉള്ള

കാളവണ്ടിയായിരുന്നു എന്നാണോർമ്മ. കാളകളെ കുളിപ്പിക്കാനായി അദ്ദേഹം തോട്ടിൽ വരുമായിരുന്നു. പക്ഷേ പട്ടിത്താനം വഴിയിലേക്ക് പോകാൻ അവരുടെ വീടിന്റെ മുകളിലേക്കുള്ളത് ഒരു മരണക്കേറ്റമായതിനാൽ അവർ ഇപ്പുറം വഴിയായിരിക്കണം വണ്ടി ഓടിച്ചുകൊണ്ടുപോയത് എന്ന് ഞാൻ ഊഹിക്കുന്നു. ഞാനത് കണ്ടതായിട്ട് ഓർക്കുന്നില്ല. കാലം മാറിയ കാലത്ത് ഞാൻ പുലിയളവീട്ടിൽ എന്തോ ആവശ്യത്തിന് ചെന്നു. കാളവണ്ടിയുടെ ചില അവശിഷ്ടങ്ങൾ ഒരു സ്ഥലത്ത് കിടക്കുന്നതു കണ്ടു. എന്റെ ഓർമ്മയിൽ ഒരു കാലഘട്ടം കടന്നുപോയി.

വണ്ടിനീലാണ്ടൻ എന്നൊരാൾ ഉണ്ടായിരുന്നു. അയാൾക്കും കാളവണ്ടിയുണ്ടായിരുന്നിരിക്കണം. അല്ലെങ്കിൽ ആ പേര് വരികയില്ലല്ലോ. പക്ഷേ ഞാൻ അദ്ദേഹത്തിന്റെ വണ്ടി കണ്ടിട്ടില്ല. അദ്ദേഹത്തെക്കുറിച്ച് എനിക്ക് മങ്ങിയ ഒരോർമ്മയേ ഉള്ളൂ.

മറ്റൊരു കാളവണ്ടി റേഷൻകടയ്ക്ക് അടുത്തുള്ള വീട്ടുകാരുടേതായിരുന്നു. വണ്ടിപ്പാപ്പച്ചൻ എന്നായിരുന്നു അദ്ദേഹത്തിന്റെ പേര്. അദ്ദേഹത്തിന്റെ മകൻ എന്റെ സുഹൃത്തായിരുന്നു.

താഴ് വനായിലെ മാണിക്കും കാളവണ്ടി ഉണ്ടായിരുന്നു. അതിന്റെ മുകൾ ഭാഗം വല്ലാതെ ആടുമായിരുന്നു. ഒരു ദിവസം ചേട്ടനും ഞാനും കൂടി കാളവണ്ടിക്ക് വെമ്പള്ളിയിൽനിന്ന് കയറി. സമയം രാത്രിയായിരുന്നു. അതുകൊണ്ടാണ് ഞങ്ങൾ മാണിയോട് ഞങ്ങൾ കൂടി പോന്നോട്ടേ എന്നു ചോദിച്ചത്. കേറിക്കോ എന്നു പറഞ്ഞു. കല്ലുകളെല്ലാം ഞെരുക്കി വണ്ടി പട്ടിത്താനത്തെത്തി. വല്ലാത്തെ നാറ്റം. ദേഹം മുഴുവനും കോഴിക്കാട്ടം. കോഴികളെ കൊണ്ടുപോയ വണ്ടിയായിരുന്നു അത്. പിന്നെ ഞാനൊരിക്കലും കാളവണ്ടിയിൽ കയറിയിട്ടില്ല. കുറച്ചു വർഷങ്ങൾ കഴിഞ്ഞപ്പോൾ ജോണി ജീപ്പു വാങ്ങി. ജീപ്പിൽ പോന്നിട്ടുണ്ട്.

കർണൻചേട്ടൻ വീടിന്റെ മുറ്റത്ത് ഒരു മുറുക്കാൻ കടയിട്ടു.

കാളവണ്ടിക്കാർ കാളവണ്ടികളുടെ കാലം വളരെ വേഗം അവസാനിക്കുമെന്ന് കരുതിക്കാണില്ല. ചിലർ വണ്ടികളോടെ അവസാനിച്ചു. യന്ത്രവാഹനങ്ങൾ വന്നപ്പോൾ കാളവണ്ടിയും പിടിവണ്ടിയും ഒക്കെ ഇല്ലാതാവുകയായിരുന്നു. ലോകത്തിന്റെ മാറ്റങ്ങൾ പലതും കണ്ടുപിടുത്തങ്ങൾ ഉണ്ടാക്കുന്നതാണ്. യന്ത്രങ്ങളുടെ കണ്ടുപിടുത്തം ലോകത്തെ മാറ്റിമറിച്ചു. അതൊക്കെ മനുഷ്യസ്വഭാവങ്ങളെയും യാന്ത്രികമാക്കി. സത്യത്തിൽ ഇന്നൊവേഷൻസ് ഇല്ല എന്നു പറയാം. ഇല്ലായ്മയിൽനിന്ന് എന്തെങ്കിലും ഉണ്ടാക്കാൻ ആർക്കും കഴിയില്ല. ദൈവത്തിനുപോലും. കാരണം അപ്പോഴും ദൈവമുണ്ടല്ലോ. ഡിസ്കവറി മാത്രമേയുള്ളൂ.

മനുഷ്യൻ കണ്ടുപിടിച്ചത് എന്ന് പറയുന്നതെല്ലാം വേറൊരു രീതിയിൽ പ്രകൃതിയിൽ ഉണ്ടായിരുന്നു എന്നതാണ് യാഥാർത്ഥ്യം.

സിറിയൻ പള്ളിക്ക് രത്നഗിരി പള്ളി എന്നാണ് പേര്. പട്ടിത്താനം പള്ളി എന്നു പറഞ്ഞാൽ ലത്തീൻ / റോമൻ പള്ളിയാണ്. ഇതാണ് സിറിയൻപള്ളിക്കാരുടെ പ്രശ്നം. പട്ടിത്താനത്ത് പള്ളി സംബന്ധമായി ദളിതർക്കാണ് മുൻതൂക്കം. പട്ടിത്താനത്തെ പള്ളിയുടെ പട്ടിത്താനം കവലയിലുള്ള രണ്ടുമൂന്ന് തൊട്ടി (Plot) കളിൽ ഞങ്ങൾ പാട്ടത്തിന് കപ്പയിട്ടിരുന്നു. ഞാനും ചേട്ടനും അനിയനും ഒക്കെ അവിടെ പണിക്ക് പോയിരുന്നു. അമ്മ ഉച്ചയാകുമ്പോൾ ചോറും കൊണ്ടുവരും. പക്ഷേ തെങ്ങിൻതോട്ടമാകയാൽ കൃഷി ഒട്ടും മെച്ചപ്പെട്ടില്ല. ആദ്യവർഷം കപ്പയും കപ്പക്കോലുംകൊണ്ടുവന്നത് ലോറിക്കായിരുന്നു. കപ്പക്കോല് ചീകിയുണങ്ങിയാൽ തീകത്തിക്കാം. ഞങ്ങടെ പശുവിന് ചീകാത്ത കോല് തിന്നാൻ കൊടുക്കാം. കപ്പ ഞങ്ങൾ വാട്ടിയുണക്കി. രാത്രി വൈകിയേ വാട്ട് തീരുകയുള്ളു. അക്കാലത്തെ ഒരു മംഗ്ലീഷ് പ്രയോഗ മായിരുന്നു "വാട് കപ് തോട് മീൻ കൂട് മോ ?" (വാട്ടു കപ്പേം തോട്ടു മീനും കൂട്ടുമോ?) ചാച്ചന്റെ ചേട്ടന്റെ മകൻ രാജുവും ഞാനുമൊക്കെയാണ് വാട്ടുന്നവർ. വാട്ടാനായി ചെമ്പ് എവിടന്നെങ്കിലും വാങ്ങും. അതൊക്കെ ചോദിച്ചാൽ ആരും തരും. പറമ്പ് അടിച്ചിട്ട് മണ്ണിൽ കപ്പ വിരിച്ചാലും ഉണങ്ങിക്കോളും. മഴ പെയ്താൽ ചീത്ത മണം വരും. മഴ നനഞ്ഞ കപ്പ വെന്തു കലങ്ങും. പാറപ്പുറം ആണെങ്കിൽ നല്ലതു തന്നെ. പെറുക്കിയെ ടുക്കാൻ എളുപ്പമുണ്ട്. മണ്ണു പറ്റുകയുമില്ല.

അങ്ങനെയിരിക്കേ കപ്പക്കൃഷിയുടെ അവസാനവർഷം ഞങ്ങൾ കപ്പകൊണ്ടുവന്നത് പാറേക്കാരുടെ പിടിവണ്ടി വാടകയ്ക്ക് എടുത്തി ട്ടാണ്. പിടിവണ്ടി നിരപ്പിലൂടെ കൊണ്ടുപോകാൻ പ്രയാസമില്ല. കയറ്റ ത്തും ഉന്താനാളുണ്ടെങ്കിൽ പ്രയാസമില്ല. എന്നാൽ ഇറക്കത്തിൽ നല്ല ബാലൻസുവേണം. പട്ടിത്താനം പള്ളിയുടെ താഴോട്ടു കിടക്കുന്നത് കുത്തനെയുള്ള ഇറക്കമാണ്. ചേട്ടൻ മുന്നിൽ വണ്ടി നിയന്ത്രിക്കുന്നു. ഞാൻ പുറകിൽനിന്ന് വലിക്കുന്നു. കപ്പ നിറച്ചുണ്ട്. വണ്ടി പിടിച്ചിട്ട് നിൽക്കുന്നില്ല. എന്നെപ്പോലെ മെലിഞ്ഞ ആളല്ല ചേട്ടൻ. രണ്ടു പ്ലേറ്റ് കപ്പതിന്നുന്ന ആളായിരുന്നു. ചേട്ടനെ തള്ളിക്കൊണ്ടുപോകുകയാണ് വണ്ടി. എങ്ങനെയോ കപ്പ വീട്ടിലെത്തിച്ചു എന്ന് പറഞ്ഞാൽ മതി. അയൽക്കാരെല്ലാം കൂടി ഒരുക്കി. കപ്പക്കത്തികൊണ്ട് ചീകി. (അത് ഒരേ കനത്തിൽ ചീവാൻ പഠിക്കണം) ഞങ്ങൾ കപ്പ ചെമ്പിൽ കയറ്റി. അതോടെ ഞങ്ങളുടെ കപ്പയിടീൽ പരിപാടി അവസാനിച്ചു. മാത്രമല്ല ഭക്ഷണക്രമവും മാറുകയായിരുന്നു.

അധ്യായം 57

പട്ടിത്താനത്ത് കോമർ എന്നൊരാൾ ഉണ്ടായിരുന്നു.ഒരു ക്രിസ്ത്യൻ സുവിശേഷകൻ. കൈയിൽ ഒരു ബാഗും ബൈബിളുമായി നടക്കും. കടുവാക്കുഴി എന്ന സ്ഥലത്തുള്ള ബാബു ജയിംസും ഞാനും ഒരു ദിവസം അദ്ദേഹത്തെ കണ്ടുമുട്ടി.ഞങ്ങൾ പ്രീഡിഗ്രിയ്ക്ക് പഠിക്കുകയാണ്. ഇംഗ്ലീഷാണ് ഞങ്ങളുടെ പ്രശ്നം. ബാബു ഇംഗ്ലീഷിൽ കുറേ മെച്ചപ്പെട്ടിട്ടുണ്ട്. ഞാൻ ബാബുവിനോട് ചോദിച്ച് പലതും മനസിലാക്കുന്നു. കോമർ എന്ന ആ മനുഷ്യന് ഇംഗ്ലീഷ് അറിയാമെന്ന് കേട്ടതുകൊണ്ടാണ് ഞങ്ങൾ അദ്ദേഹത്തെ കുറേ കാലമായി അന്വേഷിച്ചുനടന്നത്. അദ്ദേഹത്തോട് ഞങ്ങൾക്ക് ട്യൂഷൻ എടുക്കാമോ എന്ന് ചോദിക്കണം. ട്യൂഷൻ എടുക്കാൻ പറ്റില്ലെന്ന് അദ്ദേഹം ആദ്യമേ പറഞ്ഞു. അദ്ദേഹം എന്റെ ചാച്ചനെ കുറ്റപ്പെടുത്തി എന്തൊക്കെയോ പറഞ്ഞു. ഇംഗ്ലീഷിൽ ആണ് സംസാരിച്ചത്. പലതും മനസിലായില്ല. അതിനിടയിൽ ആവർത്തിച്ചുപറഞ്ഞ ഒരു വാക്കുണ്ട്. സെഗ്രിഗേഷൻ (segregation). എനിക്ക് ആ വാക്കിന്റെ അർത്ഥം മനസിലായില്ല. എന്തിനാണ് അയാൾ എന്റെ ചാച്ചനെ കുറ്റപ്പെടുത്തിയതെന്നും അറിയില്ല. ഇന്നും ആ വാക്ക് എന്നിൽ മുഴങ്ങുന്നു. കോമർ എന്ന പേര് ഹോമർ എന്ന വാക്കിന്റെ ഒരു രൂപം ആയിരുന്നിരിക്കണം. അതാണ് എന്നെ അയാളെ തേടാൻ പ്രേരിപ്പിച്ചത്. അന്ധനായ ആ ഗ്രീക്ക് കവി തന്റെ കവിതകളുമായി അലഞ്ഞു. കോമർ/ഹോമർ ഇപ്പോഴും എന്നിൽ അലയുന്നു.

അലയുന്ന വേറേയും കുറെ മനുഷ്യർ ഓർമയിലുണ്ട്. ഇരുന്നക്കുഴി പിച്ചി എന്നൊരു സ്ത്രീ വലിയ ഒരു ഭാണ്ഡക്കെട്ടും ചുമന്ന് പട്ടിത്താനത്ത് വരുമായിരുന്നു. പല തവണ അവരെ കണ്ടിട്ടുണ്ട്. എപ്പോഴും എന്തെങ്കിലും പിറുപിറുത്തുകൊണ്ടിരിക്കും. കൺപോളകൾ പാതിയടഞ്ഞിരിക്കും. എണ്ണയില്ലാത്ത പാറിയ മുടി. വെറുപ്പും ദുഃഖവും ചേർന്ന മുഖഭാവം.

വഴിയരുകിലിരുന്ന് തിന്നും. എന്തെങ്കിലും പിറുപിറുത്തുകൊണ്ടിരിക്കും. ഒരുപാടു കറികൾ ചെറുപാത്രങ്ങളിൽ എടുത്തു നിരത്തിവയ്ക്കും. പല വീടുകളിൽനിന്ന് കിട്ടിയവയായിരിക്കാം. കുളിയില്ല. മുടിചീകലില്ല. ആരോടും ഒന്നും മിണ്ടില്ല. എടുക്കാൻ വയ്യാത്ത ഭാരവും ചുമന്ന് അവർ ഗ്രാമത്തിലൂടെ കടന്നുപോയി.

ചെറുക്ലാസ്സുകളിൽ പഠിക്കുമ്പോൾ, മാനത്തുനിന്ന് പൊട്ടിവീണ ഒരത്ഭുതം പോലെ വരുമായിരുന്ന ഔസേപ്പച്ചേട്ടനും ഉണ്ടായിരുന്നു. ജസ്യൂട്ട് പാതിരിയുടെ വേഷം ആയിരുന്നു അയാൾക്ക്. അരയിൽ ഒരു ചരടുകെട്ട് ഉണ്ടാകും. വിടർന്ന് അത്ഭുതം നിറഞ്ഞ കണ്ണുകൾ അയാളുടെ പ്രത്യേകതയായിരുന്നു. ഉയരം കുറഞ്ഞ ആൾ. പാറിയ മുടി. മുഷിഞ്ഞ വേഷം. അദ്ദേഹത്തിനും വലിയ ഒരു ഭാണ്ഡക്കെട്ട് ഉണ്ടായിരുന്നു. ഞങ്ങൾ കുട്ടികൾ ഔസേപ്പച്ചേട്ടന്റെ കൂടെക്കൂടും. ഞങ്ങളുടെ പേര് എഴുതാമോ എന്നുചോദിക്കും. ഒരു പരുക്കൻ ശബ്ദത്തിൽ നിന്റെ പേരെന്താ എന്നദ്ദേഹം ചോദിക്കും. ഒരു കല്ലെടുത്ത് കയ്യാലയിലെ കല്ലിലും മറ്റും ടക് ടക് എന്ന് കൊട്ടിക്കൊട്ടി എഴുതും. അക്ഷരമൊന്നും തെളിയില്ല. അപ്പോൾ അടുത്ത കുട്ടിവരും പേരെഴുതിക്കാൻ. കുട്ടികളെ അയാൾക്ക് ഇഷ്ടമായിരുന്നു; കുട്ടികൾക്ക് അയാളെയും. അച്ചനാകാൻ പഠിച്ച് ഭ്രാന്തായിപ്പോയതാണ് എന്ന് ആളുകൾ പറയുമായിരുന്നു. ആരോ കൈവിഷം കൊടുത്തതാണെന്നും.

ഗ്രാമത്തിൽത്തന്നെ വയ്യാത്ത മനുഷ്യർ ഉണ്ടായിരുന്നു. ഒരു കുട്ടപ്പൻ, അയാളുടെ അനിയൻ കുട്ടായി എന്നിവർ ഇന്നത്തെ രീതിയിൽ പറഞ്ഞാൽ, ഭിന്നശേഷിയുള്ളവർ ആയിരുന്നു. തെങ്ങുകേറ്റവും വിറകു കൊത്തിക്കീറലും പോലുള്ള നാട്ടുമ്പുറത്തെ ചില്ലറപണികളൊക്കെ ചെയ്ത് അവർ ജീവിച്ചു.

പപ്പടം വിൽക്കുന്ന ഒരു സ്ത്രീ ഉണ്ടായിരുന്നു. അവർ ബീഡിവലിക്കുമായിരുന്നു. മുണ്ട് മടക്കിക്കുത്തിയായിരുന്നു നടത്തം. എനിക്ക് അവർ ഒരു അത്ഭുതമായിരുന്നു. എഴ്യേക്കുന്നേലെയാണെന്ന് വല്യമ്മ പറയുമായിരുന്നു. ഒരു മനോരോഗിയായ, അടുക്കിട്ടുടുത്ത ഒരു സ്ത്രീ അരിവാളുമായി കൈയിൽ ഒരു തുണിക്കെട്ടുമായി എം. സി. റോഡുവഴി പോകുമായിരുന്നു. അവരെക്കണ്ട് കുട്ടികൾ ചൂട്ടുപിടിപ്പിക്കും. എന്തോ കഥ നാടൻപാട്ടുമട്ടിൽ പാടിയായിരുന്നു അവർ പോയത്. ഒരു പക്ഷേ അവരുടെ അബോധത്തിലെ ദുഃഖങ്ങളാവും അവർ പാടിയത്. ഇടം എന്ന കവിതയിലെ പുള്ളുതളർത്തിയ ജോസ് ഇന്നുമുണ്ട്. കാണുമ്പോഴൊക്കെ ഓടിവരും.

ഇങ്ങനെ എത്ര മനുഷ്യർ പട്ടിത്താനമെന്ന ചെറിയ ദേശത്ത് ജീവിച്ചു. അതുവഴി കടന്നുപോയി. പലരുടേയും കൈയിൽ ഭാണ്ഡക്കെട്ടുണ്ടായിരുന്നു. അത്തരമൊരു ഭാണ്ഡക്കെട്ടുമായി പട്ടിത്താനത്തിന്റെ ദുഃഖങ്ങളിലൂടെ, സന്തോഷങ്ങളിലൂടെ കടന്നുപോയ ഒരു മനുഷ്യൻ ആണ് ഞാനും. അതിൽ കുറെ ഓർമകൾ, ചില കവിതാശ്രമങ്ങൾ, പാഴായ സ്വപ്നങ്ങൾ, കുറ്റങ്ങൾ...

അധ്യായം 58

ജീവിതത്തിൽ ചെറുകിടമോഷണങ്ങളിൽ ഞാൻ ഏർപ്പെട്ടിട്ടുണ്ട്. അത് മരങ്ങളിൽ ഞാൻ ജീവിച്ച കാലത്താണ്. അതിന്റെ ഓർമ്മയിൽനിന്നാണ് "മരങ്ങളിൽ ജീവിതം" എന്ന കവിത എഴുതിയത്. ഞാൻ കുഞ്ഞൂഞ്ഞ്, വിജയൻ എന്നീ കൂട്ടുകാരുടെ കൂടെ (അവർ സഹോദരങ്ങളാണ്) രാവിലെ വീട്ടിൽ നിന്നിറങ്ങും. ഞങ്ങളുടെ പരിപാടി നാട്ടിലുള്ള ആഞ്ഞിലി (അയനി) കളിൽ കയറി വിള (അയനിച്ചക്ക) പറിക്കുകയാണ്. മരത്തിലിരുന്ന് തിന്നുകയും ചെയ്യും. ചിലപ്പോൾ കുറേയെണ്ണം വീട്ടിലേക്ക് കൊണ്ടുവരികയും ചെയ്യും. ഞാൻ ഒറ്റയ്ക്കും പോകും. മരത്തിൽ കയറാൻ എനിക്ക് നല്ല വശമായിരുന്നു. ചില കമ്പുകളുടെ തീരെ തുഞ്ചത്ത് ഇവരൊന്നും പോകുകയില്ല. അതൊക്കെ ഞാനാണ് പോകുക. അന്ന് എനിക്ക് ഒരു പേടിയുമില്ല. ആഞ്ഞിലിയുടെ ചെറിയ ചില്ലകൾക്കുപോലും നല്ല ബലമാണ്. മാവുകളിൽ അങ്ങനെ കേറാറില്ലെങ്കിലും മാമ്പഴക്കാലവും ഓർത്തുകൊണ്ട് കവിതയിൽ മാവുകളും ആഞ്ഞിലികൾക്കൊപ്പം ഉണ്ട്.

ആകാശവീക്ഷണം (ഏരിയൽ വ്യൂ) ഈ കവിയിൽ ഞാൻ പ്രയോഗിച്ചു. "ഇട"ത്തിൽ മുമ്പേ അറിയാതെ അതുണ്ട്. ഉയരത്തിലിരുന്നുകൊണ്ട് താഴെയുള്ള ജീവിതം കാണുക എന്നതാണത്. കാരുണ്യവും ശിക്ഷയും നല്കുക എന്നതാണ്. "ഉയരങ്ങളിലുള്ള" ദൈവത്തെപ്പോലെയാണ് ആ കവിതയിലെ "ഞാൻ" എന്ന പേർസൊണാ (Persona).

മാങ്കൊമ്പത്തിരിക്കുമ്പോൾ ഒരു പാവാടക്കാരി താഴെക്കൂടി പോകുന്നു. ഒരു മാമ്പഴം ഇട്ടു കൊടുത്തു. അവൾ അത് ഓടി ചെന്നെടുക്കുന്നു. ഇതൊരു കാരുണ്യമാണ്. ഇവിടെ ഇറാനിയൻ സംവിധായകനായ മക്മൽ ബഫിന്റെ "പെഡ്ലാർ" എന്ന ചെറുസിനിമയിലെ ഒരു സീൻ ആവർത്തിച്ചു കാണിക്കുന്ന ടെക്നിക്ക് ഉപയോഗിച്ചിട്ടുണ്ട്. ആ ഭാഗം

ഇങ്ങനെയാണ്:

“മാവിന്റെ കവരത്തിരിക്കുമ്പോൾ

മുടിക്കുറ്റപ്പമായിട്ടൊരുത്തി കടന്നുപോയി

മാമ്പഴമിട്ടു കൊടുത്തു

കാറ്റു വീഴ്ത്തിയതാവാം എന്നു കരുതി ഓടിച്ചെന്നെടുത്ത്

ചാഞ്ഞു നടന്നത് തിന്നും കൊണ്ടവൾ പോയി.

കുന്നുകൾക്കിടയിലെ തടത്തിൽ വീണ

പുള്ളി വെയിലുമാതിരിയാണവൾ മാമ്പഴത്തിനുമീതേ പടർന്നത്

വലിയൊരു വട്ടത്തിൽനിന്ന് പിന്നെയവൾ കൂർത്തുയർന്നു

ച്ചുറ്റും നോക്കി നടന്നുപോയി”

എനിക്കത് വളരെ ഇഷ്ടപ്പെട്ട ഒരു ഭാഗമാണിത്. ഈ കവിതയിൽ തന്നെ ഒരിക്കൽ ഇഞ്ചി കട്ടുപറിച്ചതിന്റെ പേരിൽ എന്നെ വീട്ടിൽ വന്ന് അറസ്റ്റുചെയ്തുകൊണ്ട് കുഞ്ഞുമാനുമായി കൂട്ടിച്ചോദിക്കാൻ കൊണ്ടു പോയ കുട്ടിച്ചേട്ടനെ ശിക്ഷിക്കുന്നുണ്ട്. ഞങ്ങൾ മത്തായിച്ചേട്ടന്റെ താഴെയുള്ള കല്ലുകൾ നിറഞ്ഞ ഇടുങ്ങിയ വഴിയിലൂടെയാണ് രാത്രി ടോർച്ചുവെട്ടത്തിൽ പോയത്. ഞാനും കുഞ്ഞുമോനും ഇഞ്ചിപറിച്ചുകഴി ഞ്ഞ പറമ്പിൽ കാലാപെറുക്കാൻ പോയതാണ്. അപ്പോൾ അവിടെ ഇഞ്ചി പറിക്കാത്ത കണ്ടങ്ങൾ കണ്ടു. അതിൽനിന്ന് കുറേ ഇഞ്ചി ഞങ്ങൾ പറിച്ചിട്ട് മണ്ണുമൂടിയിട്ടു. അതിന്റെ പേരിലാണ് പിടിക്കപ്പെട്ടത്. അദ്ദേഹം ഞങ്ങളെ പോലീസിൽ ഏല്പിച്ചില്ല. ചാച്ചനോട് പറഞ്ഞുമില്ല. ഇനി അങ്ങനെ ചെയ്യരുതെന്നേ പറഞ്ഞുള്ളൂ. എന്നെ തിരിച്ച് വീട്ടിൽ കൊണ്ടുവിട്ടു. എന്നെയല്ല കുഞ്ഞുമാനെയാണ് അദ്ദേഹം കുറ്റക്കാരനായി കണ്ടത്. കുഞ്ഞുമാന്റെ സ്വാധീനത്തിൽപ്പെട്ട ആളായിട്ടാണ് എന്നെ കണ്ടത്. ഏതായാലും ഈ കവിതയിൽ പുള്ളിക്കൊരു ചെറിയ ശിക്ഷ “ഞാൻ” കൊടുക്കുന്നുണ്ട്. അദ്ദേഹം ആഞ്ഞിലിയുടെ താഴെക്കൂടി ഒരു കൊട്ടനിറയെ പച്ചയും ചുവപ്പുള്ള മുളകുമായി പോകുമ്പോൾ ഒരു പട്ടുവിള (പഴുത്തു ചീത്തയായ വിള) മുകളിൽനിന്ന് അദ്ദേഹത്തിന്റെ ദേഹത്തേ ക്ക് ഇടുന്നുണ്ട്. അത് ചിതറിമരം പെയ്യുമ്പോലെ വീണു.

ഇഞ്ചിമോഷണം ഞങ്ങൾ അല്പാല്പമായി നടത്തിയിരുന്നു എന്നതൊരു സത്യമാണ്. അത് കൊണ്ടു വിറ്റിട്ടു വേണം ഞങ്ങളുടെ ചെറിയ ചെലവുകൾ നടത്താൻ. ഇതുപോലെ കശുവണ്ടിയുടെ സീസണായാൽ ഞങ്ങൾ മരച്ചോട്ടിൽനിന്ന് കശുവണ്ടികൾ പെറു ക്കിയെടുക്കുകയും പറിച്ചെടുക്കുകയും ചെയ്യുമായിരുന്നു. ഇത്തരം

മോഷണങ്ങൾ ഞാൻ മാത്രമല്ല, നാട്ടിലെ ദരിദ്രരായ ആളുകൾ ഒക്കെയും ചെയ്തിരുന്നു. പിന്നെ ഞങ്ങൾ റബർക്കാ പെറുക്കി പൊട്ടിച്ച് കടയിൽ കൊണ്ടു കൊടുത്തും വീട്ടിലെ ചെലവു നടത്തിയിട്ടുണ്ട്.

ഇതേ സമയം കാശുള്ളവർ മറ്റുള്ളവരുടെ ഭൂമിയുടെ അതിരുമാന്തുക, മറുകണ്ടത്തിലേക്ക് വെള്ളം കൊടുക്കാതിരാക്കുക, കോൺട്രാക്ടർമാരായി പാലവും ചീപ്പും ബണ്ടും പണിയുമ്പോൾ സിമന്റ് കുറച്ചിടുക, അകംപൊള്ളയാക്കി പണിയുക തുടങ്ങിയ കൃത്യങ്ങൾ ആണ് ചെയ്തത്. ബാക്കിയുള്ളവരെ അവർ അപരവൽക്കരിച്ചു.

മോഷണം എന്നതിന് പലതരം അർത്ഥങ്ങൾ ഉണ്ട്. മഖ്മൽ ബഫിന്റെ പെഡ്‌ലർ സിനിമയുടെ ആഖ്യാനരീതി ഞാൻ മോഷ്ടിച്ചു എന്ന് പറയാം. പ്രെമാത്യൂസ് തീ മോഷ്ടിച്ചതിന്റെ അർത്ഥം എന്താണ്? പട്ടിത്താനത്തെ വലിയ ഭൂസ്വത്തിന്റെ നല്ലൊരു ഭാഗം കുറച്ചുപേർക്കു മാത്രം എങ്ങനെ കിട്ടി? അതിലെ ബലതന്ത്രങ്ങൾ, അടിമത്തവ്യവസ്ഥ എന്തായിരുന്നു ? എനിക്ക് ഒന്നും മനസിലാകുന്നില്ല. മനസിലായ കാര്യം "നീതിമാൻ ആരുമില്ലെ, ഒരുത്തൻ പോലുമില്ല എന്നതാണ് " (ബൈബിൾ, റോമർ).

ഇറ്റാലോ കാൽവിനോയുടെ ഒരു കഥ ഞാൻ ഓർക്കാറുണ്ട്. ഒരു നാട്ടിലെ എല്ലാവരും മോഷ്ടാക്കളാണ്. തമ്മിൽ തമ്മിൽ അവർ സാധനങ്ങൾ മോഷ്ടിക്കുന്നു. സംഭവം ഒരുതരം കൈമാറ്റം ആയി മാറുന്നു. പിന്നെ അവരെല്ലാവരും ചേർന്ന് മോഷണം ഇനി വേണ്ട എന്നു തീരുമാനിച്ചു. ഇത്തരം ഒരു അലിഗറി എന്നെന്നും നിലനില്ക്കുന്നതുതന്നെ. മരങ്ങളിലെ ജീവിതവും ഇഞ്ചിമോഷണവും എനിക്ക് ആ കവിത തന്നു. നന്മയുടെ വഴിയിലൂടെ ദൈവത്തിന്റെ കുഞ്ഞാടിനെപ്പോലെ ഒരു തെറ്റും ചെയ്യാതെ ഞാൻ നീങ്ങിയിരുന്നു എങ്കിൽ ഇങ്ങനെയുള്ള കവിതകൾ എനിക്ക് എഴുതാൻ കഴിയുമായിരുന്നില്ല. ഏതായാലും തെറ്റും ശരിയും ബൈനറി ഓപ്പസിറ്റുകളല്ല.

അധ്യായം 59

എന്റെ കവിതയിൽ കുറെ പക്ഷികൾ ഉണ്ട്. ഉപ്പൻ, കാക്ക, തത്ത, മൈന, പച്ചിലക്കുടുക്ക, ഓലേഞ്ഞാലി, കാക്കത്തമ്പുരാട്ടി, മുണ്ടി, താറാവ്, കരികിലാംപിട, കുളക്കോഴി, ഇരട്ടത്തലച്ചി, കാട്ടുകോഴി, കോഴി, കുയിൽ, മരങ്കൊത്തി, നീർക്കാക്ക, പുള്ള്, മഞ്ഞക്കിളി, നീലപ്പൊൻമാൻ, വെള്ളിമൂങ്ങ, മൂങ്ങ എന്നിങ്ങനെ. പൊതുവേ കവിതയിൽ എല്ലാം സിംബലുകൾ ആണ്. പക്ഷേ എനിക്കവ സിംബലുകൾ അല്ല. പറക്കുന്ന, തീറ്റ തേടുന്ന, ഇണചേരുന്ന പക്ഷികളാണ്. ഞാനവരെ കണ്ടിട്ടുണ്ട്. ഓരോ ദിവസവും അവരെ കാണാൻ കാത്തിരുന്നിട്ടുണ്ട്. അതിന്റെ ശബ്ദം കേട്ട ദിക്കിലേക്ക് ചെവി കൂർപ്പിച്ചിട്ടുണ്ട്. ഒരു കാലത്ത് എന്നോടൊപ്പം ജീവിച്ചിരുന്ന, ഒരു പക്ഷേ ഇപ്പോഴും ജീവിക്കുന്ന പക്ഷികൾ ആണ്. പക്ഷികൾ മാത്രമല്ല കുറേ മൃഗങ്ങളും പാമ്പുകളും ഒക്കെയുണ്ട് കവിതയിൽ. കീരി, പൂച്ച, പശുക്കൾ, പുള്ളിപ്പുലി, ആന, കടുവ, പട്ടി, പന്നി, കാട്ടുപന്നി, മാൻ എന്നിങ്ങനെ. ചേര, മൂർഖൻ, മഞ്ചട്ടി, വളകഴപ്പൻ എന്നിങ്ങനെ പാമ്പുകൾ. താന്നി, വട്ട, പയ്യാനി, കുടംപുളി, കാഞ്ഞിരം, ആഞ്ഞിലി, ഓടൽമരം, ഇലഞ്ഞി, പുന്ന എന്നിങ്ങനെ മരങ്ങൾ. ഇവയെല്ലാം എനിക്ക് യഥാർത്ഥജീവികളായിരുന്നു; മരങ്ങളും മനുഷ്യരെപ്പോലെയായിരുന്നു.

കവിതയിലെ മനുഷ്യർ ജീവിച്ചിരുന്ന, ജീവിക്കുന്ന മനുഷ്യർ ആണ്. ലീലാമ്മ, അമ്പിളി, ജയലാൽ, ഹാരീസ്, എന്റെ ചാച്ചനും അമ്മയും സഹോദരങ്ങളും കുട്ടിച്ചേട്ടനും ഡിക്സനും റോജറും ചിന്നച്ചേച്ചിയും പ്രണയിനികളും ഭാര്യയും മക്കളും ഒക്കെ. ശരിക്കും ഈ ജീവലോകമാണ് എന്റെ കവിത. വാക്കുകൾകൊണ്ടാണ് ഇവരെ സൂചിപ്പിക്കുന്നത്. പക്ഷേ എനിക്ക് ഇവർ വാക്കുകൾ അല്ല. ജീവനില്ലാത്ത ഒന്നും എന്റെ അറിവിൽ ഇല്ല. ജീവനില്ലാത്തവയ്ക്കും ഉണ്ട് ഭാഷ. അവ സ്വയം ഒരു ഭാഷയാണ്.

ഒച്ചയില്ലാത്ത സംസാരമാണ്. ഒരു മരം ചോദിക്കുന്നു: "എന്നെ അറിയാമോ? എന്നെ ഓർക്കുന്നില്ലേ?" പാറയും സംസാരിക്കുന്നു.

അതുകൊണ്ട് എന്റെ കവിതകൾ എല്ലാം യാഥാർത്ഥ്യമായിരിക്കുന്നു. യാഥാർത്ഥ്യം എന്നത് ഒരു പ്രത്യേക പരിധിയിൽ ആണ് നിലനില്ക്കുന്നത്. അതിന് മുൻപോ ശേഷമോ അല്ല. എന്നെ ശരിക്കും തൊടാത്ത സംഭവങ്ങളോ ജീവികളോ വസ്തുക്കളോ എന്റെ കവിതയിൽ വരുന്നില്ല. അതിനായി ഞാൻ ഏതറ്റത്തോളവും പോകും. കാട്ടുകോഴിയെ കാണാൻ പോയ കാര്യം പറഞ്ഞല്ലോ. ഞാനൊരു ഭൗതികവാദിയാണ്. അതിൽത്തന്നെയാണ് ആത്മീയതയും. ജീവിക്കുന്ന കാലവും അതിലെ സംഭവങ്ങളും ഒരു സ്വപ്നമല്ല എനിക്ക്. പനിപോലെ, ആഹാരംപോലെ യാഥാർത്ഥ്യമാണ്. കെട്ടിപ്പിടുത്തംപോലെ യാഥാർത്ഥ്യമാണ്. സിദ്ധാന്തങ്ങൾ, ഉത്തരാധുനികമായ അറിവുകൾ ഒന്നും കവിയായ ഞാൻ അങ്ങനെ നോക്കാറില്ല. ഉറങ്ങാനും ഇരിക്കാനും ഒരു ഇടം വേണം. ഭക്ഷണം വേണം. വെള്ളവും വെളിച്ചവും വേണം. പിന്നെ സ്നേഹിക്കാൻ ആരെങ്കിലുമൊക്കെ വേണം. മനുഷ്യർതന്നെ വേണം. അതിലുപരിയേയുള്ളു മൃഗങ്ങൾ, പക്ഷികൾ തുടങ്ങിയവ. മനുഷ്യർ ഇല്ലാതെ മനുഷ്യർക്ക് ജീവിക്കാനാവില്ല.

ഉപ്പന്റെ കൂവൽ വരയ്ക്കുന്നു എന്ന പേരിന്റെ അർത്ഥം എന്താണെന്ന് ചിലർ ചോദിച്ചിട്ടുണ്ട്. കൂവലിനെ എങ്ങനെയാണ് വരയ്ക്കുക എന്നാണ് സംശയം. കൂവൽ നാം കേൾക്കാറുള്ള ഒരു യാഥാർത്ഥ്യമാണല്ലോ. യാഥാർത്ഥ്യത്തെ വരയ്ക്കാൻ പറ്റും. ഒരു വാമൊഴിജീവിതമാണ് എന്റെ കവിതകളിൽ ഉള്ളത്. അതിന് രേഖകളോ തെളിവുകളോ ഇല്ല. ഒരു നാലുതലമുറയ്ക്കു മുമ്പ് ഞങ്ങൾക്ക് ചരിത്രമില്ല. കേരളത്തിന്റെ ചരിത്രത്തിൽ ഞങ്ങളുടെ ആരുമില്ല അടയാളപ്പെട്ടവരായി. എല്ലാവരും എങ്ങനെയൊക്കെയോ ജീവിച്ചു മരിച്ചു. അവർ എങ്ങനെ ജീവിച്ചു എന്ന് അറിയില്ല.

ഞാൻ എഴുത്തും വായനയും പഠിച്ചു. അനുഭവവും ചിന്തയും ഭാവനയും സ്വപ്നങ്ങളും ആണ് പ്രധാനം. അതിൽനിന്ന് എഴുതാനുള്ള ഉയിർ കിട്ടുന്നു. വിദ്യാഭ്യാസവും അറിവും കവിതയും ജോലിയുമൊക്കെ എന്നെ ഗ്രാമത്തിൽനിന്നകറ്റി. ഞാൻ കേരളത്തിൽ പലയിടത്തും ജീവിച്ചു. സാഹിത്യപരിപാടികളിൽ പങ്കെടുത്തു. അതിരാവിലെ വീട്ടിൽനിന്നിറങ്ങും മയക്കലുകൂട്ടി മടങ്ങിവരും. അല്ലെങ്കിൽ ചാപ്പാതിരാനേരങ്ങളിൽ, ഉത്തരേന്ത്യയിൽ കവിത ചൊല്ലി 2 മണി രാത്രിയിൽ തിരിച്ചുവന്ന എന്നെ പോലീസു ചോദ്യം ചെയ്തിട്ടുണ്ട്. നിങ്ങൾ എന്തിനാണ് ഇങ്ങനെ

മദ്യപിക്കുന്നതെന്ന് അപരിചിതനായ ഒരു KSRTC ബസ് കണ്ടക്ടർ എന്നോട് ഉപദേശരൂപേണ ചോദിച്ചിട്ടുണ്ട്.

പകൽ അപ്രത്യക്ഷനാകയാൽ എന്റെ നാട്ടിൽ എന്നെ ആരും അറിയില്ല. ഞാൻ വാടകവീടുകളിൽനിന്ന് വാടകവീട്ടിലേക്ക് പൊയ്ക്കൊണ്ടിരുന്നു. അതനുസരിച്ച് പലതരം കവിതകൾ എഴുതിക്കൊണ്ടിരുന്നു. പട്ടിത്താനത്തിന്റെ ഓർമ്മകൾ പത്തായത്തിൽ ഞാൻ സൂക്ഷിച്ചു.

ചെറുപ്പത്തിൽ ഒരു " സൊരുമ " ഉണ്ടായിരുന്നു. ഒരു റിഥം അഥവാ താളം. ആ താളം ഇന്നില്ല.

ആളുകൾ കാർഷികോപകരണങ്ങൾ അങ്ങോട്ടുമിങ്ങോട്ടും കൊടുത്തു സഹായിച്ചിരുന്നു. ജന്മികളുടെ വീട്ടിൽ ചെന്നാൽ എന്തും കിട്ടും. തൂമ്പയും കോടാലിയും പിക്കാസും അരുവയും (അരിവാൾ) കപ്പക്കത്തിയും വാക്കത്തിയും ചെമ്പും വാർപ്പും ചട്ടുകവും ഉരുളിയും ഒക്കെ. സ്വന്തക്കാരുടെ വീട്ടിലുമുണ്ടാകും പലതും. പെരയ്ക്ക് തൂണിടാൻ ഒരു തടിയോ പട്ടികയ്ക്കായി ഒരു കവുങ്ങോ വെറുതേ കിട്ടാൻ പ്രയാസമില്ല. ചാണകം, ചാരം, ചകിരി, വിറക് ഒക്കെ ലഭിച്ചിരുന്നു. ചക്കയും ചക്കപ്പഴവും മാമ്പഴവും കൈതച്ചക്കയും പേരയ്ക്കയും നെല്ലിക്കയും ലഭിച്ചിരുന്നു. നല്ല തൈര് ലഭിച്ചിരുന്നു. കൃഷിക്കാർ വെണ്ടയ്ക്കയും പാവയ്ക്കയും പയറും പടവലങ്ങയും പറിക്കുമ്പോൾ നോക്കിനിൽക്കുന്ന ഞങ്ങൾക്കും കുറച്ച് തന്നിരുന്നു. പച്ചക്കറിക്കൃഷിയുള്ള പാടവും നെൽക്കൃഷിയുള്ള പാടവും മണമുള്ള ഭൂമിയെ ഓർമ്മിപ്പിച്ചു. ഒരാളെ കൂട്ടുകിടക്കാൻ വിളിച്ചാൽ വരുമായിരുന്നു. ഞങ്ങൾ അങ്ങോട്ടും കൂട്ടുകിടക്കാൻ പോകുമായിരുന്നു. ഒരു വഴി വെട്ടാൻ ആളുകൾ കൂടുമായിരുന്നു. അതൊരു ആഘോഷമായിരുന്നു. കൊയ്ത്തിനും കപ്പപറിക്കും ഇഞ്ചി, മഞ്ഞൾ എന്നിവ ഒരുക്കാനും ആളെ കിട്ടുമായിരുന്നു. ഇതിനെല്ലാം ഞാനും പോയിട്ടുണ്ട്. ഒരാൾക്ക് കൂട്ടുപോകാൻ, ഒരു രോഗിയെ പരിചരിക്കാൻ, ഒരു രോഗിയെ മരിക്കുന്നതിനു മുമ്പ് അവസാനമായി കാണാൻ എല്ലാരും പോകുമായിരുന്നു. വഴക്കുനടന്ന മൂന്നാലിടങ്ങളിൽ തടയാനായി ഞാൻ പോയിച്ചിട്ടുണ്ട്. അവരൊക്കെ എന്നെക്കണ്ട് നന്ദി പറഞ്ഞിട്ടുണ്ട്.

ഇപ്പോൾ കാർഷികമേഖല തകർന്നു. അൺ എയിഡഡ് സ്കൂളുകൾ വന്നു. മനുഷ്യർ പലതട്ടുകളിലായി. കണ്ടങ്ങൾ പുല്ലുകേറിക്കിടന്നു. പരസ്പരസഹായം ഒരു കെട്ടുകഥയായി. ചിലർ വിദേശത്തായി. പലർക്കും സ്വന്തം കാറുകൾ ഉണ്ട്. അപരിചിതരാണ് ഗ്രാമത്തിൽ കുറെ ആളുകൾ. വീടുകൾക്കെല്ലാം മതിലുകൾ. ഉള്ളിൽ വില കൂടിയ നായ്ക്കൾ. പാവപ്പെട്ടവർ മാത്രം നാടൻപട്ടികളെ സ്നേഹിച്ചു. ഒരു പട്ടിയുടെ പേര് കുഞ്ഞവൻ

എന്നായിരുന്നു. ഞങ്ങടെ പട്ടിയുടെ പേര് കിട്ടു എന്നും. ഞങ്ങൾ എവിടെ പോയാലും അവൻ കൂടെ വരും. എന്റെ കൂടെ പള്ളിയിൽ വന്നു. ഓടി ക്കൊണ്ടിരുന്ന ഒരു പാണ്ടി ലോറിയ്ക്കടിയിലൂടെ കേറി പുറത്തുവന്നു. ദേഹത്ത് ഓയിലുപറ്റി എന്നു മാത്രം. മനുഷ്യരുടെ സ്നേഹാധിക്യം പട്ടികളിലേക്ക് കവിഞ്ഞൊഴുകി. മൊബൈൽ വന്നതോടെ ആളുകൾ ക്ക് നേരിൽ കാണാതെ വിളിച്ച് കാര്യങ്ങൾ പറയാം. വെറുതേ ഒരു വീട്ടിലേക്ക് ആരും പോകാതായി.

പട്ടിത്താനം ഒരു രാഷ്ട്രീയ ഗ്രാമം ആയിരുന്നില്ല. പല രാഷ്ട്രീയക്കാരും അവിടെയുണ്ട്. മാണിഗ്രൂപ്പും ജോസഫ് ഗ്രൂപ്പും ഉണ്ട്. കോൺഗ്രസുകാരു ണ്ട്. കമ്യൂണിസ്റ്റുകാരുണ്ട്. ഒരു ബി.എസ്. പി .കാരനുണ്ടായിരുന്നു. നക്സ ലൈറ്റ്കാരുണ്ടായിരുന്നു. പക്ഷേ രാഷ്ട്രീയമായ രീതിയിലായിരുന്നില്ല മനുഷ്യബന്ധങ്ങൾ. കുറ്റകൃത്യങ്ങൾ കുറഞ്ഞ ഒരു സമൂഹം ആയിരുന്നു. ജയിലിൽ പോയവർ തീരെ ചുരുങ്ങും. ഞങ്ങളുടെ സ്വന്തക്കാരിൽ, ബന്ധുക്കളിൽ ആരും തന്നെയില്ല.

അധ്യായം 60

കാണക്കാരിയെക്കുറിച്ച് എഴുതിയപ്പോൾ അവിടെ താമസിക്കുന്ന ചേട്ടൻ ബാബുവിനെക്കുറിച്ചും ചില കാര്യങ്ങൾ പറഞ്ഞിട്ടുണ്ട്. അദ്ദേഹം വിവാഹം ചെയ്തത് തോട്ടയ്ക്കാട്ടുനിന്നാണ്. എം. എ. പരീക്ഷ കാരണം വിവാഹം കഴിഞ്ഞാണ് ഞാൻ തിരുവനന്തപുരത്തുനിന്ന് പട്ടിത്താനത്ത് എത്തിയത്. ക്ലാസിലെ ഒരു പെൺകുട്ടിയാണ് വണ്ടിക്കൂലി തന്നത്. അന്നുതന്നെ മടങ്ങുകയും ചെയ്തു.

ചേട്ടന്റെ കല്യാണം പട്ടിത്താനത്ത് ഒരു മാറ്റം കുറിച്ചു. അക്കാലം വരെ ഈഴവർ, സവർണക്രൈസ്തവർ ഒന്നും കല്യാണത്തിന് വന്നാൽ ആഹാരം കഴിക്കില്ലായിരുന്നു. പട്ടിത്താനത്തെ ഏറ്റവും ധനികരായ ചാണകപ്പാറയിലെ കുട്ടിസാറിന്റെ ഭാര്യയും ചാച്ചനും തമ്മിൽ നല്ല സ്നേഹത്തിലായിരുന്നു. ചാച്ചൻ അവരുടെ വീട്ടിൽ ചില പണികൾ ചെയ്തിട്ടുണ്ട്. ജഡ്ജിയുടെ മകളായിരുന്ന അവർ എന്ന് കേട്ടിട്ടുണ്ട്. പാലാ സെന്റ് തോമസ് കോളേജിലെ അധ്യാപകനായ ഭർത്താവിന്റെ "മൊശടൻ" സ്വഭാവം അല്ലായിരുന്നു അവരുടേത്. ഇംഗ്ലീഷ് മട്ടിലാണ് അവർ മലയാളം പറയുക. (അവരുടെ മകൾ മാമി കോളേജ് അധ്യാപികയായിരുന്നു; ഭർത്താവ് പൈലറ്റും. അവർ രണ്ടുപേരും എന്നെ അന്വേഷിച്ചിരുന്നു എന്ന് കേട്ടു.) എന്നേയും രാജുചേട്ടായിയേയും ഒരു ദിവസം ആ സാറത്തി (അങ്ങനെയാണ് അവരെ എല്ലാവരും വിളിച്ചത്) വിളിച്ചു കൊണ്ടുപോയി ഒരു വലിയ പാത്രം നിറയെ തൈര് തന്നുവിട്ടു. ഞാൻ അവരുടെ വീട്ടിനുള്ളിൽ എല്ലാം കയറിയിട്ടുണ്ട്. ഉള്ളിൽ ആണ് കിണർ. ഞാനതിന്റെ ആഴത്തിലേക്ക് നോക്കി. ചാച്ചൻ അവരേയും കല്യാണത്തിന് വിളിച്ചിരുന്നു. അവർ വരുകയും ചെയ്തു. കല്യാണത്തിന് വിളിക്കപ്പെട്ട നാട്ടിലെ മേൽജാതിക്കാരെല്ലാം ഊണിനുമുമ്പ് സംഭാവന കൊടുത്ത് എണീറ്റുപോകാൻ തയ്യാറായി പന്തലിൽ ഇരിക്കുന്നു.

അപ്പോൾ സാറത്തി ചോറുവിളമ്പാൻ പറഞ്ഞു: അവർ ഉണ്ണാനും തുടങ്ങി. പിന്നെ എല്ലാവരും ചോറുണ്ടു. ഇതാണ് പട്ടിത്താനത്തുണ്ടായ ഒരു നിശ്ശബ്ദവിപ്ലവം. പിന്നീട് എല്ലാവരും വിളിക്കുന്ന കല്യാണങ്ങൾക്കെല്ലാം പോകുകയും ആഹാരം കഴിക്കുകയും ചെയ്തു. മാറുന്ന കാലത്തെ എല്ലാവരും മുമ്പേ മനസിലാക്കിയിരിക്കാം. മാറ്റത്തിന് ഒരാൾ മുന്നിട്ടിറങ്ങി.

വിവാഹം കഴിഞ്ഞ് ചേട്ടൻ തയ്യലിലേക്ക് നീങ്ങി. അതേസമയം കലാപരിപാടിക്കും പോയി. രണ്ടും തമ്മിൽ ഒരുമിച്ചുകൊണ്ടുപോകുക എന്നത് ഒട്ടും എളുപ്പമല്ല. വീട്ടുചെലവുകൾ ചാച്ചൻതന്നെ നടത്തേണ്ടിവന്നു. ചാച്ചനും ചേട്ടനും തമ്മിൽ പലപ്പോഴും വഴക്കായി. ഇക്കൂടെ ചേട്ടന്റെ കൂട്ടുകാരും വരും. അവർക്കും ചെലവിന് കൊടുക്കണം. കല്യാണത്തിനുമുമ്പും ചേട്ടനും ചാച്ചനും തമ്മിൽ വഴക്കായിരുന്നു. ചേട്ടന് ആഹാരം കൊടുക്കരുതെന്ന് ചാച്ചൻ പറഞ്ഞു. പക്ഷേ ചേട്ടൻ രാത്രിയിൽ ഒളിച്ചും പാത്തും വന്ന് ആഹാരം കഴിക്കും. അമ്മ ചേട്ടന് ആഹാരം കൊടുക്കും. ഒരർത്ഥത്തിൽ ഒരു തബലിസ്റ്റിന്റെ ഗതികെട്ട ജീവിതമായിരുന്നു അത്. ചേട്ടന്റെ ഒരു രീതി വല്ലപ്പോഴുമേ വരികയുള്ളൂ. വരുമ്പോൾ കുറേ കൂട്ടുകാരെക്കൂടി കൊണ്ടുവരും. ഒരു പാട് പേർ വീട്ടിൽ ഏറെക്കാലം അങ്ങനെ വന്ന് താമസിച്ചിട്ടുണ്ട്. ചേട്ടൻ ഗാനമേളയ്ക്കും ബാലേയ്ക്കും തബല കൊട്ടിനടന്നു. ഒരിക്കൽ ബാലേയ്ക്കു പോയിട്ട് ഒരു വീട്ടിൽ താമസിച്ചു. രാവിലെ ആ വീട്ടിലെ കഴിക്കൂസിൽ വീണു. ആ വീട്ടിലെ രണ്ടു പെണ്ണുങ്ങൾ കൂടിയാണ് പൊക്കിയെടുത്തത്. ഈ വിവരം ചേട്ടൻ എന്നോട് പറഞ്ഞിട്ടുള്ളതാണ്. ഇതിനിടെ പുള്ളി ബോങ്കോസും പഠിച്ചു. ഒരു ട്രിപ്പിൾ ബോങ്കോസ് ഉണ്ടാക്കാൻ തെങ്ങിന്റെ മൂന്നു കഷണങ്ങൾ ഞങ്ങൾ കൊത്തിയെടുത്തു. അയൽക്കാരായ ഷാജിയും രാജേഷും വന്ന് ഉളിയും ചുറ്റികയും ഉപയോഗിച്ച് കൊത്തും. എന്നും ഞങ്ങളുടെ പണി ഇതായിരുന്നു. ചേട്ടനെ വിവാഹം കഴിക്കാൻ ആഗ്രഹിച്ച ഒരു പെൺകുട്ടി കൂടല്ലൂരിൽ ഉണ്ടായിരുന്നു. പുള്ളിക്കാരി ഇടയ്ക്ക് വീട്ടിൽ വരും. അപ്പോൾ ഞാനാണ് ചായയുണ്ടാക്കി കൊടുക്കുന്നത്. അവരെയാണ് വർഷങ്ങൾക്കുശേഷം ഏലപ്പാറയിൽവെച്ച് കണ്ടതും അവരുടെ വീട്ടിൽ പോയതും.

കുഞ്ഞു ദേവസ്യാ പാപ്പന്റെ മകൾ വൽസയും (മരിച്ചു പോയി) പെങ്ങൾ പെണ്ണമ്മയും വീട്ടിൽ വരുമായിരുന്നു. തബലിസ്റ്റും മിമിക്രിക്കാരനും ഒക്കെ ആയതിനാൽ ചേട്ടന് കുറേ ശിഷ്യന്മാർ ഉണ്ടായിരുന്നു. ചേട്ടൻ ഒരു സുഹൃത്തുമായി പട്ടിത്താനത്ത് ഒരു തയ്യൽക്കടയിട്ടു. അത് പരാജയപ്പെട്ടു. പിന്നീടാണ് കാണക്കാരി ഗവൺമെന്റ് സ്കൂളിന്റെ

എതിർവശത്തായി ഒരു കട തുടങ്ങിയത്. അവിടെത്തന്നെയാണ് ചേട്ടനും ഭാര്യയും താമസിച്ചത്. ഒരു മുറിയും ഒരു കുഞ്ഞടുക്കളയും ഉണ്ടായിരുന്നു. കക്കൂസ് പൊതുവായിട്ടായിരുന്നു. അതിനപ്പുറത്ത് കുറേപ്പേർ വാടകയ്ക്ക് താമസിച്ചിരുന്നു. തീരെ പാവപ്പെട്ടവരായിരുന്നു അവർ. കക്കൂസിന്റെ കാര്യം പരിതാപകരമായിരുന്നു. കാണക്കാരി യിലെ വാടകക്കെട്ടിടം അക്കരെ ഔസേപ്പച്ചൻ സാറിന്റേതായിരുന്നു. വാടകയ്ക്കായി സാർ വരുമ്പോൾ ചിലപ്പോൾ ചേട്ടൻ ഒളിച്ചിരിക്കുമാ യിരുന്നു. വെള്ളിയാമറ്റത്ത് പഠിപ്പിക്കാൻ പോകാൻ വണ്ടിക്കൂലി വാങ്ങാനായി ഞാൻ രാത്രിയിൽ അവിടെ ചെല്ലും. പരിപാടികഴിഞ്ഞ് വരുന്ന ചേട്ടനെ കാത്ത് പാതിരാവരെ ഞാൻ ഉറങ്ങാതിരിക്കും. ആ പൈസയും വാങ്ങിച്ച് രാവിലെ നാലുമണിക്ക് ഞാൻ തൊടുപുഴയിൽ എത്തി വെള്ളിയാമറ്റത്തേക്ക് പോകും. എനിക്കാണെങ്കിൽ മരുന്നും വാങ്ങണം. സ്കൂളിൽനിന്ന് ശമ്പളം കിട്ടിയിരുന്നില്ല. ചേട്ടന് മക്കൾ ഇല്ല. ഇപ്പോഴും തബല വായിക്കാൻ പോകാറുണ്ട്. കാണക്കാരിയിലെ തയ്യൽ ക്കട മറ്റൊരിടത്തേക്ക് മാറി. അദ്ദേഹം സാമാന്യം നല്ലൊരു വീടുവെച്ചു. തയ്യലും നടക്കുന്നു. ചില കുട്ടികൾ തബല പഠിക്കുന്നുണ്ട്. പട്ടിത്താനത്ത് തബല പഠിച്ചവർ ഉണ്ട്. പക്ഷേ അധികം ശ്രദ്ധേയരായ മറ്റാരെയും ഞാൻ കണ്ടിട്ടില്ല.

ഞങ്ങളുടെ കുടുംബത്തിലെ പുതുതലമുറയിലെ ആരുംതന്നെ ഇപ്പോൾ തബല പഠിക്കുന്നില്ല. അനിയൻ തബല വായിക്കുമായിരുന്നു. ചേട്ടനു ശേഷം ആ കല ഞങ്ങളിൽനിന്ന് വിടപറയും. ജീവിതത്തിന് താളം നല്കിയ ആ ഉപകരണങ്ങൾ ഇല്ലാതാവുകയാണ്. ആട്ടിൻതോലുണക്കി യാണ് തബലയും ഡക്കയും ഉണ്ടാക്കുന്നത്. അവ ഹിന്ദുസ്ഥാനീ വാദ്യോ പകരണങ്ങളാണ്. പേർഷ്യയിൽനിന്നാവണം അവ ഇന്ത്യയിലേക്ക് വന്നത്. പലതരം തബലകളുടെ ഒരു പ്രദർശനം ഞാൻ കണ്ടിട്ടുണ്ട്. ഒരു തബല മത്തങ്ങാ മുറിച്ച പോലെയിരുന്നു. സാങ്കേതികമായി വികസിച്ച ഈ കാലത്ത് പാശ്ചാത്യസംഗീതത്തിന്റേയും ഓർഗൺ, സിന്തസൈസർ എന്നിവയുടേയും സഹായത്താൽ സംഗീതത്തിന് തബല വേണ്ടെന്നായിട്ടുണ്ട്. പക്ഷേ ഗാനമേളയ്ക്ക് അത് ആവശ്യമാണ്. അതിനെ ആശ്രയിച്ച് ജീവിക്കുക സാധ്യമല്ല. കവിത എഴുതി ജീവിക്കാൻ ഒരാൾക്ക് സാധിക്കുകയില്ല, ഇക്കാലത്ത് പ്രത്യേകിച്ചും തബലയടിച്ച് ജീവിക്കുകയും പ്രയാസമാണ്. എന്നാൽ കലയില്ലാതെ ജീവിക്കാനും പറ്റുകയില്ല. അപ്പോൾ കലയെയും തൊഴിലിനേയും ഇണക്കിയെടുക്കുക എന്നതാണ് ചെയ്യേണ്ടത്. അതിലദ്ദേഹം ഒരു പരിധിവരെ വിജയിച്ചു എന്നു പറയാം.

അധ്യായം 61

ഞങ്ങളുടെ വീടിന്റെ മുകൾ ഭാഗത്ത് താമസിച്ചത് പാപ്പച്ചേട്ടനും ഭാര്യയും നാല് മക്കളും ആയിരുന്നു. ഞങ്ങൾക്കു ശേഷമാണ് അവർ അവിടെ വന്നതും ഓലപ്പുരവെച്ചു താമസിച്ചതും. അതിൽ മൂത്തയാൾ ഷാജിയും ഞാനും ഒരുമിച്ചിരുന്ന് സാഹിത്യകാര്യങ്ങൾ സംസാരിക്കു മായിരുന്നു. ഞങ്ങൾ ഡോസ്റ്റോവ്സ്കിയുടെ പുസ്തകങ്ങൾ വായിക്കുകയും ചർച്ച ചെയ്യുകയും ചെയ്യും. അത് പ്രധാനമായും ഞാൻ ഏകദേശം 6 മാസത്തോളം പല്ലുകൾ എല്ലാം കൂട്ടിക്കെട്ടി ലിക്വിഡ് ഫുഡ് മാത്രം കഴിച്ച രോഗിയായി കഴിഞ്ഞ കാലത്താണ്. ഒരു വീഴ്ച മൂലം കീഴ്ത്താടി സ്ഥാനം മാറി പ്പോയതാണ് കാരണം. ഷാജി ഭൂതാവിഷ്ടർ വായിച്ചു എന്നത് എന്നെ ഏറെ സന്തോഷിപ്പിച്ചു. ഷാജിയും ഇളയ സഹോദരർ രാജേഷും എന്നെ ഒരു പാട് സ്നേഹിച്ചിട്ടുണ്ട്. രാജേഷ് കവിത എഴുതാൻ ശ്രമിക്കുകയും ചെയ്തു. എന്റെ കവിതയുടെ പ്രധാന വായനക്കാർ ആയിരുന്നു അവർ രണ്ടു പേരും. അന്നൊന്നും കവിതകൾ ഏറെയൊന്നും എനിക്ക് പ്ര സിദ്ധീകരിക്കാൻ കഴിഞ്ഞില്ല. ആയതിനാൽ അവർ എനിക്ക് നല്കിയ സ്നേഹം നിസാരമായിരുന്നില്ല.

ഞാനും ഷാജിയും ചില സാഹിത്യകാരൻമാരെ കാണാൻ ഒരുമിച്ച് പോയിട്ടുണ്ട്. ജോണി ജെ. പ്ലാത്തോട്ടം, കെ. എം. വേണുഗോപാൽ എന്നിങ്ങനെ ചിലരെ. ഇടയ്ക്ക് ഞങ്ങൾ ഒന്ന് പിണങ്ങുകയുണ്ടായി. വീണ്ടും കൂടുതലായി അടുക്കുകയും ഉണ്ടായി. ഞങ്ങൾ പെരുന്നാളിനും ആറാട്ടിനും ഗാനമേളകൾക്കും പോകുമായിരുന്നു. ഷാജി ഹിന്ദിയാണ് പഠിച്ചത്. അത്യാവശ്യം മലയാളം പാട്ടുപാടാനും അവന് കഴിഞ്ഞിരുന്നു. ഞങ്ങൾ ഒന്നിച്ച് തോട്ടിൽ കുളിക്കാൻ പോകും. മീൻ പിടിക്കാൻ പോകും. ഷാജി ഇടയ്ക്കൊക്കെ പാടും. സിനിമയ്ക്കു പോകും. ഞങ്ങൾ രണ്ടു പേരും കാല്പനികരായിരുന്നു.

അവർക്ക് ഒരു ക്രൈസ്തവജന്മി കൊടുത്ത അഞ്ചാറു സെന്റ് സ്ഥലത്താണവർ വീടുവെച്ച ജീവിച്ചത്. അന്നൊക്കെ ജന്മിത്വത്തിന് കുറേ കാരുണ്യമുണ്ടായിരുന്നു. പള്ളിവഴി വിദേശത്തുനിന്ന് രാജേഷന് പഠിക്കുവാൻ സഹായം ഉണ്ടായിരുന്നു. പക്ഷേ അവന് പഠിക്കുന്നതിൽ താല്പര്യം ഉണ്ടായിരുന്നില്ല. അവന്റെ വിശേഷങ്ങൾ കാണിച്ചുള്ള കത്തുകൾ വിദേശത്തേക്ക് അയയ്ക്കുവാൻവേണ്ടി ഞാൻ എഴുതിയിട്ടുണ്ട്. പട്ടിത്താനം പള്ളി അവർക്ക് ചെറിയൊരു വീടും വെച്ചുകൊടുത്തു. ഷാജി ഇതിനിടയിൽ വടക്കേ ഇന്ത്യയിൽ പഠിപ്പിക്കാൻ പോകുകയുണ്ടായി. ഷാജിയുടെ അമ്മയ്ക്കും അച്ഛനും തീരെ വയ്യാതായി. ഇളയ മകൾക്ക് വിദ്യാഭ്യാസം ഉണ്ടായിരുന്നെങ്കിലും ജോലി ഒന്നും ശരിയായില്ലെന്നു മാത്രമല്ല വൈകാതെ അവൾ നിത്യരോഗിയായി മാറുകയും ചെയ്തു. ഞാൻ കാണക്കാരിയിൽ താമസിക്കുന്ന കാലത്താണ് അവർ അവിടെനിന്ന് താമസം മാറിപ്പോകുകയാണെന്ന് അറിഞ്ഞത്. ചാച്ചനും ഞാനും അവരോട് അവിടന്ന് പോകരുത് എന്ന് പറഞ്ഞിരുന്നു. അവർ ഞങ്ങൾക്ക് അത്ര പ്രിയപ്പെട്ടവർ ആയിരുന്നു. അവരെ അവിടെ താമസിപ്പിച്ചവരുടെ താല്പര്യം അവർ പോകുന്നതിന്റെ പിന്നിൽ ഉണ്ടായിരുന്നു എന്നാണ് തോന്നുന്നത്. ഏതായാലും അവർ അവിടന്ന് പോയി. ഷാജിയെ പിന്നെ ഞാൻ കണ്ടില്ല. രാജേഷിനെ ഏറ്റുമാനൂരിൽ വെച്ച് ഒരിക്കൽ കണ്ടിരുന്നു. കുറവിലങ്ങാടിന് അടുത്തെവിടെയോ ആണ് താമസം എന്നു പറഞ്ഞു. പട്ടിത്താനത്ത് അവരുടേയും ഞങ്ങളുടെയും വീടിരുന്ന ഭാഗമെല്ലാം മണ്ണുമാഫിയ വിഴുങ്ങി. ഷാജിയുടെ വീടിരുന്ന ആ പറമ്പിൽനിന്നും താഴെത്തെ പ്രദേശത്തുനിന്നും എല്ലാം മണ്ണെടുത്തുകഴിഞ്ഞു. ഞങ്ങളുടെ താഴെനിന്നും മണ്ണെടുത്തു. അവിടെയെല്ലാം ആരുടെയൊക്കെയോ വീടുകൾ വന്നു. അങ്ങനെ ഒരു കുന്നുതന്നെ അവിടെ ഇല്ലാതായി. അങ്ങുമിങ്ങും ചില ഭാഗങ്ങൾ മാത്രം അവശേഷിച്ചു. ഞാൻ ഷാജിയുടെ അച്ഛൻ പാപ്പച്ചേട്ടനെ ഒരു മരിച്ചടക്കിൽവെച്ച് കണ്ടിരുന്നു. പിന്നീട് വർഷങ്ങൾ കഴിഞ്ഞു. അതിനിടയിൽ അവരെ ആരെയും കണ്ടിട്ടില്ല.

പട്ടിത്താനത്തെ ഓരോ വലിയ വീടും പല വീടുകളായി മാറി. പട്ടിത്താനം പലെടത്തേക്കും ചിതറിപ്പോയി. അവർ ഒഴിഞ്ഞ ഇടങ്ങളിൽ പുതിയ ആളുകൾ വന്നു. അമ്മയുടേയും ചാച്ചന്റെയും മരണം ഞങ്ങളെയും ചിതറിച്ചു കളഞ്ഞു. ഞങ്ങളും അഞ്ച് വീടുകളായി. അമ്മ മരിച്ചു കഴിഞ്ഞാണ് ചാച്ചൻ മരിച്ചത്. മരിക്കുന്നതിന് അഞ്ചാറു വർഷം മുമ്പുവരെ മേസ്തിരിപ്പണിക്ക് പോയിരുന്നു. ഒരിടത്ത് പണിക്കുപോയി പ്രശ്നത്തിലായി. ഒടുവിൽ അനിയൻ ചെന്ന് ഓട്ടോയിൽ കൂട്ടിക്കൊണ്ട് പോരികയാണുണ്ടായത്. പണി സാമാനങ്ങളായ ചുറ്റികയും

കൊലശ്ശേരും (കരണ്ടി) മുഴക്കോലും തൂക്കുകട്ടയും ഇനി സംസാരിക്കു കയില്ല. മൂകമായി വീടിന്റെ കോണിൽ ഇരിക്കുകയേ ഉള്ളൂ. പതുക്കെ പതുക്കെ അവയും കാണാതാകും. പട്ടിത്താനത്തും കോട്ടയം ജില്ലയിലും എത്ര വീടുകൾ, മതിലുകൾ, ബണ്ടുകൾ കിണറുകൾ, ശവക്കല്ലറകൾ, വെയിറ്റിംഗ് ഷെഡ് ചാച്ചൻ പണിതു. എന്റെ ചെറുയാത്രകളിൽ ഞാൻ പലതും കാണാറുണ്ട്. ചിലതൊക്കെ പണിയാൻ ഞാനും കൂടിയിട്ടുണ്ടല്ലോ. ചാച്ചനെയും അമ്മയേയും അടക്കിയ കല്ലറകളിൽ തുടർന്ന് പലരേയും അടക്കി. അമ്മയുടെ ഓർമ്മകൾ ചാച്ചനിൽ തങ്ങിനില്ക്കും. ചാച്ചന്റെ ഓർമ്മകൾ മേൽപ്പഞ്ഞ പണികളായ് കുറേക്കാലം കൂടി ഉണ്ടാകും. ഓർമ്മകളെ വായിച്ചെടുക്കാൻ കഴിയുന്നവർക്കുമാത്രം അവ പുസ്തകങ്ങൾ പോലെയാകും. അല്ലാത്തവർക്ക് അതൊന്നും ഒന്നുമല്ല.

ആ സംഭവത്തിനു ശേഷം ചാച്ചൻ പിന്നീട് പണിക്ക് പോയില്ല. എനിക്ക് ഒരു വീട് ഉണ്ടാകണമെന്ന് അദ്ദേഹത്തിന് വലിയ ആഗ്രഹമായിരുന്നു. കാരണം ഞാൻ പരമാവധി അലഞ്ഞുകഴിഞ്ഞു. ഒരു വിശ്രമം എനിക്കും ആവശ്യമാണ്. എന്റെ വീടിന്റെ പണിക്കിടയിൽ കാണാൻ വരുമായിരുന്നു. അവസാനകാലത്ത് എന്നോടൊപ്പം ഒരുപാട് കാലം താമസിച്ചിരുന്നു. എന്നാൽ അല്ലാത്തപ്പോഴും ചാച്ചൻ ഇടയ്ക്കിടയ്ക്ക് കാണക്കാരിയിൽ എന്നെ കാണാൻ വരുമായിരുന്നു. അപ്പോഴെല്ലാം ഞാൻ മരുന്നിന് പൈസ കൊടുക്കും. ഒരു ദിവസം ഞങ്ങൾ പൊൻമുടിക്ക് കാറ് വാടകയ്ക്കെടുത്ത് ഒരു യാത്ര പോകുകയായിരുന്നു. പട്ടിത്താനം കവലയിൽ എത്തിയപ്പോൾ വഴിയിലൂടെ മുഷിഞ്ഞ വസ്ത്രം ധരിച്ച് ചാച്ചൻ പതുക്കെ നടന്നുവരുന്നു. ഞങ്ങൾ ചാച്ചനെ കാറിൽ കയറ്റി മരുന്ന് വാങ്ങിച്ച് കുടുംബവീട്ടിൽ കൊണ്ടുവിട്ടിട്ടാണ് പോയത്. മറ്റൊരിക്കൽ ഞാനൊരു കല്യാണം കൂടിയപ്പോൾ ചാച്ചന് വയ്യെന്ന് പറഞ്ഞ് വിളിവന്നു. ഞാൻ കല്യാണം കൂടാതെ മടങ്ങി. ഇതിനിടയിൽ ചാച്ചൻ വീട്ടുപറമ്പിൽ വീണു. ചാച്ചന് കിഡ്നിയുടെ അസുഖം വന്നു. ഡോക്ടർ ഓപ്പറേഷൻ വേണമെന്ന് പറഞ്ഞു. ഞങ്ങൾ പക്ഷേ ചേർത്തലയിൽ മാസംതോറും കൊണ്ടുപോയി ഹോമിയോ ചികിത്സ നടത്തി. പ്രഷറിന്റെ പ്രശ്നവും ഉണ്ടായിരുന്നു. ഞാൻ കുടുംബവീട്ടിൽ ചെല്ലുമ്പോൾ എന്റെ ചെറിയ കാറിൽ ഞാനും ഭാര്യയും കിഴക്കേ കൂടല്ലൂർ ഷാപ്പിൽ എത്തി അവിടന്ന് കറികളും കപ്പയും വാങ്ങി ചാച്ചന് പല തവണ കൊടുത്തിട്ടുണ്ട്. അപ്പോൾ ഒക്കെ തറവാട്ടിൽ ആയിരുന്നു അദ്ദേഹം. വാട്ടർ ബഢിൽ ആണ് അവസാനം കിടന്നത്. ചാച്ചനെ നോക്കാൻതന്നെ ഒരു സഹായിയെ ഏർപ്പെടുത്തി. അങ്ങനെ ഒരു പാട് കഷ്ടപ്പാടുകൾക്കും വേദനകൾക്കും ശേഷം ചാച്ചൻ യാത്രയായി.

അധ്യായം 62

ആരുടേയും ഒന്നും മോഷ്ടിക്കരുത് എന്നും കള്ളം പറയരുത്, പുഴക്കളെ അറയ്ക്കരുത് എന്നും ചാച്ചൻ എന്നോട് പറഞ്ഞിട്ടുണ്ട്. പക്ഷേ അല്പം വൈകി പോയിരുന്നു. ഒരു ദിവസം പട്ടിത്താനം സ്കൂളിൽ നിന്ന് (മൂന്നിലോ നാലിലോ പഠിക്കുമ്പോൾ) ഞാൻ ഒരു കുട കുളായി എടുത്തുകൊണ്ടുപോന്നു. ക്ലാസിൽനിന്ന് എല്ലാവരും പോയപ്പോൾ ഒരു കുടയിരിക്കുന്നതു കണ്ടു. അത് തിരിച്ച് സ്കൂളിൽകൊണ്ടു കൊടുക്കണമെന്ന് ചാച്ചൻ എന്നോട് പറഞ്ഞു. പക്ഷേ സ്കൂളിൽ ഞാൻ കള്ളനായിട്ട് അറിയപ്പെടും എന്നെനിക്ക് തോന്നി. ഞാനത് സ്കൂളിലേക്ക് പോകും വഴിയുള്ള ഉറുകുഴിക്കാരുടെ പറമ്പിലെ കുറ്റിക്കാട്ടിൽ കൊണ്ടുവെച്ചു. അത് അവിടെയിരുന്ന് നശിച്ചു. ഇടയ്ക്കിടയ്ക്ക് ഞാൻ ചെന്നുനോക്കുമായിരുന്നു.

എന്റെ ഒരു ബി. എ. മൂന്നാം വർഷ വിദ്യാർത്ഥിനി 500 രൂപ മോഷ്ടിച്ചു എന്ന് കുട്ടികൾ എന്നോടു പറഞ്ഞു. ക്ലാസിൽ ആകെ ബഹളം. ഞാൻ ആ കുട്ടിയെ അപമാനത്തിൽനിന്ന് രക്ഷിക്കുകയാണുണ്ടായത്.

ചാച്ചൻ ഒരു പഴയ കമ്യൂണിസ്റ്റു കലാകാരൻ ആയിരുന്നല്ലോ. കമ്യൂണിസം ലോകത്ത് പല രാജ്യങ്ങളിലും പരാജയപ്പെട്ടു എന്ന കാര്യം അദ്ദേഹം അറിഞ്ഞിരുന്നില്ല. അതുപോലെ ദളിത് ചിന്ത വന്നതോ ഇന്ത്യയിൽ ബി. ജെ. പി. അധികാരത്തിൽ വന്നതോ കോൺഗ്രസ് ശിഥിലമായതോ അറിഞ്ഞിരുന്നില്ല. ഇന്ത്യയിലെ മനുഷ്യാവകാശധ്വംസനങ്ങൾ അദ്ദേഹത്തെ വേദനിപ്പിച്ചില്ല. ഒരു കണ്ണിന് കാഴ്ചയില്ലാത്തതിനാൽ അദ്ദേഹം പത്രം വായിച്ചിരുന്നില്ല. പണിക്കണക്കുകൾ കുറെക്കാലം ഞാനാണ് എഴുതിക്കൊണ്ടിരുന്നത്. ഒരു കണ്ണുകൊണ്ടാണ് അദ്ദേഹം ലോകത്തെ കണ്ടതും അറിയപ്പെടുന്ന മേസ്തിരിയായതും. അദ്ദേഹം നാനാ ജാതി മതസ്ഥരെ മേസ്തിരിപ്പണി പഠിപ്പിച്ചു. (പത്തിരുത്തഞ്ച് മേസ്തിരിമാർ ഉണ്ട് പട്ടിത്താനത്ത്.) എനിക്ക് കേരള സാഹിത്യ അക്കാദമി അവാർഡ് ലഭിച്ചത് അറിഞ്ഞിരുന്നു. ഒന്നും

പറഞ്ഞില്ല. അവസാനകാലത്ത് അദ്ദേഹം എല്ലാം മറന്നുപോയിരുന്നു. മധുരിക്കും ഓർമ്മകളേ പോലുള്ള പ്രിയപ്പെട്ട ഗാനങ്ങളും മറന്നിരുന്നു. ചിലപ്പോൾ മകളെ വിളിച്ച് പത്രത്തിലുള്ള ചില വാർത്തകളെപ്പറ്റി ചോദിക്കുമായിരുന്നു. മരുന്നുകളും കുറിപ്പടികളും സൂക്ഷിക്കുന്ന ഒരു ചെറിയ ബാഗ് അദ്ദേഹത്തിനുണ്ടായിരുന്നു. കുറിപ്പടകൾ ഞങ്ങളെ ക്കൊണ്ട് വായിപ്പിച്ചിരുന്നു. കണ്ണിൽനിരന്തരമായി മരുന്നൊഴിക്ക ണമായിരുന്നു. "കണ്ണ് " എന്ന കവിതയിലുള്ളത് ആ ഒരു കണ്ണുകൂടി ഇല്ലാതായാലുള്ള വേദനയാണ്. അദ്ദേഹം മരിച്ചുകഴിഞ്ഞ് ഒരു ദിവസം സുരേഷ് കുറുപ്പ് സാർ ഞങ്ങളുടെ വീട്ടിൽ വന്നിരുന്നു. കുറേ നേരം ഞങ്ങ ളുമായി സംസാരിച്ചിരുന്നു.

പട്ടിത്താനത്തെ പ്രായമുള്ളവർ പലരും മരിച്ചു. പൈലോച്ചേട്ടൻ, മുതുക്കൻപ്രായിലെ അമ്മ, അന്ത്രോസ് അച്ചന്റെ ഭാര്യ, ചെറുപ്പക്കാരായ ബെന്നി ഫിലിപ്പും ശ്രീധരൻ ചേട്ടന്റെ മകനും. അങ്ങനെ എത്രയോ പേർ. കോവിഡിനാൽ അങ്ങനെ ആരും മരിച്ചതായി അറിവില്ല. ഞങ്ങളുടെ വീട്ടിൽ പണിത വാവ വാടകയ്ക്ക് എടുത്ത, ഭിത്തിയും തറയും കഴുകുന്ന ഒരു പമ്പു സെറ്റുകൊടുക്കാനായി കുന്നുംപുറത്തുള്ള വെള്ളാരം കാലായിലെ വീട്ടിൽ ഞാൻ ചെന്നു. അപ്പോൾ അവിടത്തെ വീട്ടിലെ കുഞ്ഞേട്ടൻ എന്നെ വിളിച്ചു. ചാച്ചന്റെ കൂട്ടുകാരൻ ആയിരുന്ന ഒരു മേസ്തിരിയാണ്. വിശേഷങ്ങൾ ചോദിച്ചു. പ്രായാധിക്യത്താൽ വിശ്രമിക്കുകയാണ് അദ്ദേഹം. എന്റെ പരിചയക്കാരായ എല്ലാ വിഭാഗം മനുഷ്യരും മരി ക്കുന്നു. ദ്രവിച്ച ഒരു ചരിത്രപുസ്തകം പോലെയായി പട്ടിത്താനം. വഴി കളുടേയും വളവുകളുടേയും രൂപം മാറി. കാടുകൾ തീരെ ഇല്ലാതായി. ഭംഗി നഷ്ടപ്പെട്ടു. മണ്ണെടുത്ത സ്ഥലങ്ങൾ, പാറ പൊട്ടിച്ച ശൂന്യതകൾ കുളങ്ങളായി. പലരും എന്നെ അറിയാത്തവരായി. എന്നെ പലർക്കും സൂക്ഷിച്ചു നോക്കിയാലേ തെളിഞ്ഞു കിട്ടൂ.

ഞങ്ങളുടെ അവസ്ഥയിൽ ജീവിച്ചവർ അങ്ങനെതന്നെ തുടരുന്നു. ദാരിദ്ര്യവും കഷ്ടപ്പാടും തുടരുന്നു. സർവ്വവും ശിഥിലമാകുന്നു എന്ന അച്ചീബിയുടെ നോവലിലേതുപോലെ കൂടുതൽ ശിഥിലമാകുന്നു ജീവിതം. ആത്മഹത്യകൾ സംഭവിക്കുന്നു. ബാങ്ക് ജപ്തിഭീഷണി കൂടുന്നു. അവിവാഹിതരായി തുടരുന്ന സ്ത്രീകൾ. അപകടമരണങ്ങൾ, അപ്രത്യക്ഷമാകൽ, വീടില്ലായ്മകൾ. റേഷൻകടയിൽനിന്ന് തുച്ഛമായ വിലയ്ക്ക് അരി ലഭിക്കുന്നു എന്നത് ഒരു ആശ്വാസമാണ് എന്നൊരു സ്ത്രീ പറഞ്ഞു. ഗൾഫിൽപ്പോയി രക്ഷപെടാതെ തിരികേ പോന്നവർ ഉണ്ട്. ഭർത്താവ് ഉപേക്ഷിച്ച സ്ത്രീകൾ. പുതുതലമുറ വന്നതോടെ ജന്മിത്വം വിഭ ജിക്കപ്പെട്ടു. ഓരോ കുടുംബവും വീട് മാത്രമായി. വിദ്യാഭ്യാസപരമായ

പിന്നോക്കാവസ്ഥ മാറിക്കൊണ്ടിരിക്കുന്നതേയുള്ളൂ. എന്റെ അമ്മയുടെ വീട്ടുകാരുടെ അവസ്ഥ അതിശോചനീയമാണ്. അപൂർവം ചിലർക്കാണ് ഗതിയുണ്ടായത്.

ഈ ജീവിതവുമായി ബന്ധപ്പെട്ടാണ് എന്റെ കവിതകൾ ഉണ്ടായത്. അവയിൽ പലതും ലളിതമായിരിക്കാനുള്ള കാരണവും അതാവാം. ദളിത്, ആദിവാസി, പെണ്ണെഴുത്ത്, ട്രാൻസ് ജെന്റർ എന്നൊക്കെ മുൻകൂട്ടി നിശ്ചയിക്കപ്പെട്ട വിഷയമേഖലകളാൽ സ്വയം വിഭജിക്കപ്പെട്ട് ആളുകൾ കവിത എഴുതുന്ന കാലമാണിത്. കാരണം സൂക്ഷ്മരാഷ്ട്രീയം ഒരു ആദർശമായും സ്ഥൂലരാഷ്ട്രീയം ഒരു ആധിപത്യമായും നില കൊള്ളുന്നു. തല്ക്കാലരക്ഷയുടെ മാർഗം സ്ഥൂലരാഷ്ട്രീയമാണ്. അത് അങ്ങനെയാട്ടെ.

ഇതെല്ലാം വരുന്നതിനുമുമ്പാണ് വിഷയശൂന്യതയിൽനിന്ന് വിട്ടുമാറി ഞങ്ങളുടെ ജീവിതം ഞാൻ കവിതകളായി എഴുതിയത്. മരണത്തെ അതിജീവിക്കാനായി, അനശ്വരത നേടുവാനായി നാം എഴുതുന്നു. പക്ഷേ നാം അതിനിടയിൽ ഈ ലോകം വെടിഞ്ഞ് പോകുന്നു. അറിവുപോലെതന്നെ പ്രധാനമാണ് അറിവില്ലായ്മയും എന്ന് ഞാൻ കരുതുന്നു. “അറിവില്ലായ്മ” എന്നത് പ്രകൃതിദത്തമായ ഒരു അറിവ് ആകുന്നു. ആ പ്രകൃതിദത്തമായ അറിവുകളുടെ ലോകം ആണ് ആ കവിതകൾ. എഴുതുന്ന വരികളിലേക്ക് കവിത കടന്നുവരും എന്ന് ഞാൻ മുമ്പൊരിക്കൽ എഴുതിയിട്ടുണ്ട്. അതൊരു രാഷ്ട്രീയവാക്യമാണ്.

നമുക്ക് ഒരു പ്രായംവരെയേ സുഹൃത്തുക്കൾ ഉള്ളൂ എന്ന് ഞാൻ തിരിച്ചറിയുന്നു. പിന്നീട് നാം ഒറ്റയാണ്. നാം ഒറ്റയ്ക്കു വന്നു. ഒറ്റയ്ക്കു പോകുന്നു. ഞാനിപ്പോൾ ഒറ്റയാണെന്നുള്ള തോന്നലുണ്ട്. ജീവിതത്തിലെ ഒരു വേളയാണിതും. വിദ്യാഭ്യാസം നല്ലതാണ്. ഒരുപാട് അറിവും നല്ലതാണ്. പക്ഷേ അത് നമ്മളെ പ്രകൃതിയിൽനിന്ന് അകറ്റും എന്ന് എനിക്ക് തോന്നുന്നു. മൃഗങ്ങൾ മഴനനയുന്നു. വെയിലുകായുന്നു. ഞാനും മഴനനഞ്ഞും വെയിലുകാഞ്ഞും ജീവിച്ചിരുന്നു. മരച്ചോട്ടിൽ ഇരുന്നു. നന്മയും തിന്മയും തമ്മിലുള്ള വ്യത്യാസം അറിയാതെ ജീവിച്ചു. പാറപ്പുറത്ത് ഇരുന്നു. കാട്ടിൽ ഒളിച്ചിരുന്നു. കളിക്കൂട്ടുകാരുമായി ഉണ്ടപ്പിട്ടത്തം പിടിച്ചു. തല്ലു കൂടി. മാപ്പു പറഞ്ഞു. കൃഷിപ്പണികൾ ചെയ്തു. കൃഷിചെയ്തു മാത്രം മനുഷ്യർക്ക് ജീവിക്കാം.

കവിതയുടെ അടിസ്ഥാനസ്വഭാവം അതിന്റെ ഫോക് ടച്ചാണ്. നാടൻപാട്ട് മലയാളിയെ ഫോക് ലോകത്തേക്ക് കൊണ്ടുപോകുന്നു. എന്നാൽ നാടൻ മനുഷ്യരുടേതാണ് നാടൻ പാട്ട്. കവിതയാകട്ടെ

വിദ്യാസമ്പന്നരുടേതാണ് എപ്പോഴും. എല്ലാ തുറകളിലുമുള്ള വിദ്യാസമ്പന്നരാണ് അതിലുള്ളത്. നാട്ടുമനുഷ്യർ ഇല്ല. അവർക്ക് ഇപ്പോഴും നാടൻ പാട്ടും സിനിമാപ്പാട്ടും തന്നെ. കഴിഞ്ഞ ദിവസം ഞാൻ പട്ടിത്താനത്ത് പോയിരുന്നു. സിറിയൻ പള്ളിയുടെ മുന്നിലെ ബോർഡിൽ രത്നഗിരി എന്നെഴുതിയതിനു താഴെ പട്ടിത്താനം എന്നെഴുതാത്തതു കണ്ടിട്ട് എനിക്ക് ചിരി വന്നു. പട്ടിത്താനത്ത് ആർക്കും ആ സ്ഥലപ്പേരിന്റെ അർത്ഥമറിയില്ല . ഞാൻ ആവർത്തിച്ചു പറയാം: പട്ടി എന്നാൽ പടിഞ്ഞിരിക്കുന്നത് എന്നാണ് അർത്ഥം. അചലം എന്നു പറയാം. കുന്നിൽ മേലുള്ള നിരപ്പ് എന്നാണ് ശരിക്കുമുള്ള അർത്ഥം. നിരവധി കുന്നുകൾ ഉണ്ടിവിടെ.

മലയാളത്തിലെ മിക്കവാറും എല്ലാ കവികളുമായും എഴുത്തുകാരുമായും എനിക്ക് സ്നേഹബന്ധം ഉണ്ട്. എന്നെ സ്നേഹിച്ച മനുഷ്യരുടെ സ്നേഹം മതി എന്റെ കവിതകൾക്ക് കുറേക്കാലം ജീവിക്കാൻ അതിലപ്പുറം മലകൾ പടിഞ്ഞിരിക്കുന്ന (പട്ടി) ഇടമായ പട്ടിത്താനത്ത് പിറന്ന ഞാൻ മറ്റൊന്നും ആശിക്കുന്നില്ല.

അധ്യായം 63

മഹാരാജാസ് കാലത്ത് കേട്ട കഥ രസകരമാണ്. സ്വകാര്യ ട്യൂഷൻ കൊടുത്തതിന്റെ പേരിൽ മഹാരാജാസിലെ അധ്യാപകനെ ത്തേടി അന്വേഷകർ അദ്ദേഹത്തിന്റെ വീട്ടിലേക്ക് പുറപ്പെട്ടു. ഏതോ ഉൾപ്രദേശത്താണ്. കുന്നും മലയും താണ്ടി ചെല്ലുമ്പോൾ കേറ്റത്തൊരിടത്ത് പെരമുകളിലിരുന്ന് ഓല കെട്ടുന്ന ഒരാളെ കണ്ട് അധ്യാപകന്റെ വീട്ടിലേക്കുള്ള വഴി ചോദിച്ചു. അത് താനാണ് എന്നു പറഞ്ഞ് അയാൾ പുരപ്പുറത്തുനിന്ന് താഴെയിറങ്ങി വന്നു. ഇതിലേ വന്നപ്പോൾ വെറുതെ അന്വേഷിച്ചതാണെന്നു പറഞ്ഞ് അന്വേഷകർ മടങ്ങി. മുമ്പ് കോളേജ് അധ്യാപകരിൽ ചിലരുടെ അവസ്ഥ ഇങ്ങനെയായിരുന്നിരിക്കാം. പ്രത്യേകിച്ച് സബാൾട്ടൺ (കീഴാള) മേഖലയിൽനിന്ന് വരുന്നവരുടെ അവസ്ഥ. കഥയിൽ എത്രമാത്രം വാസ്തവം ഉണ്ടെന്ന് അറിയില്ല. ഇതിനോട് ഒരു സാമ്യം എന്റെ ജീവിതത്തിലും ഉള്ളതുകൊണ്ടാവും 2005 -ലോ മറ്റോ പറഞ്ഞുകേട്ട കാര്യം ഞാൻ ഓർത്തുവയ്ക്കുന്നത്. ഞങ്ങളുടെ പഴയ ഓലവീടിന്റെ അരികിലൂടെയുള്ള തൊണ്ടി (ഇടുങ്ങിയ വഴി) ലൂടെയാണ് അന്വേഷകർ വന്നതെന്നും ഞാൻ അപ്പോൾ പെരമോളിലിരുന്ന് ഓല കെട്ടുകയാണ് എന്നുമുള്ള മട്ടിൽ ഒരു ചിത്രം ഈ കഥയോടൊപ്പം മനസിൽ പതിയുകയും ചെയ്തു.

കോളേജ് അധ്യാപകനായിട്ടും പഴയപോലെ ഞാനൊരു ബൊഹീമിയൻ ജീവിതമാണ് ജീവിച്ചത്. ഏതാണ്ട് 2018 വരെയെങ്കിലും വളരെ പ്രയാസപ്പെട്ടുതന്നെയാണ് എന്റെ കാര്യങ്ങൾ നീങ്ങിയത് എന്നു പറഞ്ഞാൽ അവിശ്വസനീയമായി തോന്നും. ഞാൻ നിന്നത് ശൂന്യതയിൽ ആയിരുന്നു. ഒരു പാട് ഭാരങ്ങൾ എനിക്ക് ചുമക്കേണ്ടതായിട്ടുണ്ടായിരുന്നു. പക്ഷേ അതിലൊന്നും ഒരിക്കലും ദു:ഖിച്ചില്ല. മഹാരാജാസിൽ എത്തുമ്പോൾ (2005 ജൂൺ 3) പ്രൊഫ. ധനലക്ഷ്മിടീച്ചർ

ആയിരുന്നു ഡിപ്പാർട്ടുമെന്റ് ഹെഡ്. പ്രിൻസിപ്പാൾ ഇല്ലായിരുന്നു എന്നാണ് തോന്നുന്നത്. വൈസ് പ്രിൻസിപ്പൽ ആരായിരുന്നു എന്നും ഓർക്കുന്നില്ല. ആദ്യകാലത്തൊന്നും ഞാൻ ആരോടും അധികം സംസാരിച്ചില്ല. കുട്ടികളിൽനിന്ന് ഒരു ദൂരം പാലിച്ചു. കോളേജ് വീട് എന്നീ രണ്ട് കാര്യങ്ങളെ ബന്ധിപ്പിക്കുന്ന വരയിലൂടെ ഒരു തീവണ്ടി പോലെ ഞാൻ സഞ്ചരിച്ചു. എറണാകുളത്തിന്റെ പരപ്പുകളിലേക്കോ ഉൾക്കളങ്ങളിലേക്കോ കണ്ണുകൾ പായിച്ചില്ല. കാലുകൾ ചലിച്ചില്ല. തീവണ്ടി യാത്രകളിൽ ഡോ. എം. ജി. ബാബുജിസാർ പലപ്പോഴും കൂടെയുണ്ടായിരുന്നു. എന്തെങ്കിലും സാഹിത്യകാര്യങ്ങൾ ഞങ്ങൾ സംസാരിച്ചിരുന്നു. വേണാട്, ഷട്ടിലുകൾ, പരശുറാം എന്നീ തീവണ്ടികളിൽ ഞങ്ങൾ യാത്ര ചെയ്തു. അദ്ദേഹം ഇടതുപക്ഷക്കാരനായിരുന്നു. കെ. ജി. ശങ്കരപ്പിള്ള സാറിന്റെ കവിത അദ്ദേഹത്തിന് ഏറെ പ്രിയം. കെ. ജി. എസ്. ഒരു കാലത്ത് മലയാള വിഭാഗം തലവനും പിന്നീട് കോളേജ് പ്രിൻസിപ്പാളും ആയിരുന്നു. കെ. ജി. എസ്. പാവപ്പെട്ട കുട്ടികൾക്ക് ഉച്ച ഭക്ഷണം കഴിക്കാൻ ഏർപ്പാടുണ്ടാക്കി. അതൊരു നല്ല കാലം ആയിരുന്നു എന്ന് കേട്ടിട്ടുണ്ട്. ബാബുജിമാഷ് ചെറുതായി കവിത എഴുതിയിരുന്നു.

ക്ലാസ് എടുക്കാൻ ഭേദപ്പെട്ട ഒരു അന്തരീക്ഷം മഹാരാജാസിന്റെ പ്രത്യേകതയാണ്. എങ്കിലും പഠിപ്പിക്കാനുള്ള വിഷയം പഠിച്ചുകൊണ്ട് കോളേജിൽ ചെല്ലുമ്പോൾ വിദ്യാർത്ഥിസംഘടനകളുടെ മാറി മാറിയുള്ള നിരന്തരസമരങ്ങൾ ആദ്യകാലത്ത് എന്റെ ഇച്ഛാശക്തിയെ തളർത്തിയിട്ടുണ്ട്. എനിക്ക് പഠിപ്പിക്കാൻ ഏറ്റവും ഇഷ്ടം സയൻസ് ബാച്ചിന്റെ ലാംഗ്വേജ് (സെക്കന്റ് ലാംഗ്വേജ്) ക്ലാസുകൾ ആയിരുന്നു. കുട്ടികൾക്കും കൂടുതൽ താല്പര്യം ഉണ്ടായിരുന്നു എന്ന് ഞാൻ ഓർക്കുന്നു. ഹിന്ദി രണ്ടാം ഭാഷയായി എടുത്ത കുട്ടികളിൽ കുറേപ്പേർ ക്ലാസിൽ ഉണ്ടായിരുന്നു. അത് കുറേ കഴിഞ്ഞാണ് ഞാൻ മനസിലാക്കിയത്. “അപ്പോൾ എങ്ങനെ ഹിന്ദി പഠിക്കും?” ഞാൻ അവരോട് ചോദിച്ചു. “അത് ഞങ്ങൾ സ്വയം പഠിക്കും” അവർ പറഞ്ഞു. സമരങ്ങൾ ബ്രണ്ണനിലും ഉണ്ടായിരുന്നു. പിന്നീട് ഞാൻ സമരങ്ങളുമായി ഒരു തരം നിസംഗത വരിച്ച് പൊരുത്തപ്പെടുകയും ചെയ്തിട്ടുണ്ട്.

ധാരാളം മരങ്ങൾ ഉള്ള കാമ്പസ് ആണ്. ഞാവൽ, ചൂണ്ടപ്പന, കൂവളം ... മരമഞ്ഞൾ തുടങ്ങിയ വള്ളികൾ. കുറെ വന്മരങ്ങൾ വേറേ. പേരറിയാത്തവ. ഒരു വനത്തിന്റെ ഭാഗമായിട്ട് കോളേജിനെ എന്റെ ജോലിയുടെ അവസാനകാലത്ത് ചിത്രീകരിച്ചിട്ടുണ്ട്. അത് “മഹാരാജാസ് ഒരു ചിത്രണം” എന്ന കവിതയിൽ ആണ്. കായലിന്റെ തീരത്താണ് കോളേജ്. തുറമുഖം, കപ്പലുകൾ. അറബിക്കടൽ എന്നിങ്ങനെ

സാന്നിധ്യങ്ങൾ ഉണ്ട്. തീരപ്രദേശത്താണ് കോളേജ് നിലകൊള്ളു ന്നത്. കായലും നദികളും വെള്ളം കേറിക്കിടക്കുന്ന ഭാഗങ്ങളും ഉള്ള ഒരു പട്ടണമാണ് എറണാകുളം. വൃത്തിയാക്കിയെടുത്താൽ കുറേക്കൂടി നല്ല പട്ടണമാകും. അപ്പോൾ പാവങ്ങൾക്ക് ഇടം നഷ്ടപ്പെടും. കറുത്ത നിറത്തിലാണ് ഉൾജലാശയങ്ങൾ. ചിലയിടത്ത് കെട്ടിക്കിടക്കുന്ന വെള്ളത്തിന്റെ ഗന്ധകഗന്ധം രൂക്ഷമാണ്. സൗത്ത് റെയിൽവേ സ്റ്റേഷനിലേക്ക് വരുന്ന വഴി കാടുകൾ നിറഞ്ഞ ഭാഗങ്ങൾ ഉണ്ട്. മുള ങ്കൂട്ടങ്ങളും ഉണ്ടവിടെ. മുൻപ് ഞാനീ നഗരത്തിൽ വന്നപ്പോൾ എനിക്ക് വഴിതെറ്റമായിരുന്നു. യാത്ര തുടങ്ങിയിടത്ത് വീണ്ടും എത്തുമായിരുന്നു. ആയതിനാൽ ഞാൻ ഈ നഗരത്തെ ലാബറിന്തായി (Labarynth, രാവണൻ കോട്ട) കണ്ടു.

വർഷങ്ങൾക്കുശേഷം, കൊല്ലപ്പെട്ട അഭിമന്യുവിനെക്കുറിച്ച് ഞാൻ ഒരു കവിത എഴുതിയിട്ടുണ്ട്. എന്റെ എല്ലാ പൊളിറ്റിക്കൽ കവിതകളും പോലെ അതും പ്രമുഖ മാസികയിൽ പ്രസിദ്ധീകരിച്ചില്ല. പകരം കോളജിലെ മാഗസിനിലാണ് അത് വന്നത്. അത് അത്ര നല്ല കവിതയായിരുന്നില്ല എന്നാണ് ഞാൻ കരുതുന്നത്. പക്ഷേ ലാബറിന്ത് എന്ന ഒരു ആശയം അതിലും ഉണ്ട്. വഴികളുടെ ചുറ്റിക്കെട്ടിൽപ്പെട്ട് ആ കുട്ടി കുരുങ്ങി മരിച്ചു. അങ്ങു ദൂരെ, മലകളുടെ ഉച്ചിയിലെ ഗ്രാമത്തിലെ ഒറ്റമുറി വീട്ടിൽനിന്ന് ഫിസിക്സ് പഠിക്കാൻ നഗരത്തിലെത്തിയ ആദി വാസിയായ, നിഷ്കളങ്കനായ കുട്ടി നഗരത്തിലെ കോളേജിൽവെച്ച് കൊല്ലപ്പെട്ടു. അതിൽ ഉത്തരം കിട്ടാത്ത ഒരു വലിയ അനീതിയുണ്ട്. ആദിവാസി ക്രൊസ്റ്റ്യൻ ഉണ്ട്. കൂടെ പറയട്ടെ, ഒരു പെൺകുട്ടിയും അമ്മയും ബോട്ടു മുങ്ങി മരിച്ച സംഭവത്തിലും ഒരു കവിത എഴുതാൻ ഞാൻ ശ്രമിച്ചതാണ്. ആ കുട്ടി കൊമേഴ്സ് വിഭാഗത്തിൽ പഠിച്ച കുട്ടി യായിരുന്നു. പക്ഷേ അത് തുടങ്ങിവയ്ക്കാനേ പറ്റിയുള്ളൂ. എറണാകുളം നഗരത്തിലെത്തിയിട്ടും എന്റെ കവിതയിൽ ഏറെക്കാലം നഗരജീവിതം വന്നില്ല. വളരെ വർഷങ്ങൾക്കുശേഷമാണ് കോളേജിന്റെ ചുമരിൽ, സ്വര ത്താൽ, മേ മാസം തുടങ്ങിയ കവിതകൾ ഞാൻ എഴുതുന്നത്. പതിനാറ് വർഷത്തിന് ശേഷമാണ് മഹാരാജാസ് ഒരു ചിത്രണം എഴുതുന്നതും. അതായത് ഞാനവിടന്ന് പോരുന്ന വർഷം. തിരുവനന്തപുരത്തെ ജീവിതത്തിനു ശേഷം മറ്റൊരു നഗരം എന്റെ കവിതയിൽ ഒരു പ്രമേ യമാകാൻ മടിച്ചുനിന്നു എന്നതാണ് യാഥാർത്ഥ്യം.

അധ്യായം 64

പനമ്പള്ളി നഗർ, പെന്റാ മേനക പോലുള്ള പോഷായ നഗരഭാഗങ്ങളും മുഷിഞ്ഞ തെരുവുകളും ചുമ്മാ സാധനങ്ങൾ കൂട്ടിയിട്ട പോലുള്ള സ്ഥലങ്ങളും പഴയ കടകളും ഉള്ള നഗരമാണിത്. മെട്രോ റെയിൽ കുറേ മാറ്റങ്ങൾ വരുത്തി. കുറഞ്ഞ പക്ഷം കീഴേ തണലുകൾ സൃഷ്ടിച്ചു. മഴയത്ത് കേറി നില്ക്കാനും പറ്റും. വൻ തിരക്കുകൾ മിക്കവാറും പഴയപോലെത്തന്നെ ഉണ്ട്. ഒരിടത്ത് സമയത്ത് എത്തണമെന്നുള്ള കണക്കുകൂട്ടലുകൾ പലപ്പോഴും പിഴച്ചുപോകാൻ സാധ്യതയുണ്ട്. അതുകൊണ്ട് നേരത്തേ എത്തുക എന്നത് പ്രധാനമാണ്. ധാരാളം വഴികൾ ഉള്ള ഇതുപോലൊരു നഗരം കേരളത്തിൽ വേറെയില്ല എന്നു തോന്നുന്നു. ഞാൻ മുമ്പ് വിചാരിച്ചത് എറണാകുളം ഒരു ചെറിയ നഗരമാണെന്നാണ്. തിരുവനന്തപുരത്തേക്കാൾ ചെറുതെന്ന് കരുതി. പക്ഷേ അത് തിരുവനന്തപുരത്തേക്കാളും വലുതാണെന്ന് തോന്നിയിട്ടുണ്ട്. ഈ നഗരത്തിലെ വഴികളും ഇടവഴികളും അത്ഭുതപ്പെടുത്തുന്നുണ്ട് ഇപ്പോഴും. ഓരോ യാത്രയിലും പുതിയ വഴികൾ, ഇടവഴികൾ പ്രത്യക്ഷപ്പെടും, പ്രത്യേകിച്ച് ഓട്ടോയിൽ കയറിയാൽ.

എന്നാൽ വർഷകാലം ഇവിടെ പ്രയാസമാണ്. കെ.എസ്. ആർ.ടി.സി.യിൽ, സൗത്ത് റെയിൽവേ സ്റ്റേഷൻ ഭാഗങ്ങളിൽ ഒക്കെ വെള്ളം കയറും. പാൻറ്സ് നനഞ്ഞ് കോളേജിൽ എത്തേണ്ടി വന്നിട്ടുണ്ട്. (എനിക്ക് വെള്ളത്തോട് ഒരു ഇഷ്ടം ഉണ്ട്. വെള്ളത്തിൽ കളിക്കാൻ ഇഷ്ടമാണ്. ഈ കാര്യം എന്റെ വീട്ടുകാർ കണ്ടു പിടിച്ചിട്ടുണ്ട്.) കോളേജിൽ മഴക്കാലത്ത് ഇരുട്ടായിരിക്കും. കറണ്ടു കൂടിയില്ലെങ്കിൽ കുട്ടികളെ കാണാനും കൂടി പറ്റില്ല.

"ഒരമ്മ പെറ്റമക്കളെല്ലാം ഒരു പോലിരിക്കുന്ന കൂരിരുട്ടിൽ"

എന്ന അയ്യപ്പൻ കവിത ഓർത്തുപോകും. പരീക്ഷ എഴുതുന്ന കുട്ടികളുടെ കാര്യം കഷ്ടമാണ്. മൊബൈൽ ലൈറ്റിട്ട് ഞാൻ

ക്ലാസിൽ പ്രവേശിച്ചിട്ടുണ്ട്. കൂടാതെ കൊതുകിന്റെ ശല്യവും ഉണ്ട്. നടന്ന് ക്ലാസ് എടുക്കുന്നതിനാൽ കൊതുക് അങ്ങനെ കുത്തുകയില്ല. എന്നാൽ, കുട്ടികൾക്ക് അത് പ്രയാസമാണ്. അവർക്ക് ഓൾ ഔട്ട് ഉണ്ടാകും ചിലപ്പോൾ. ഞാൻ വാങ്ങിക്കൊടുത്തിട്ടുമുണ്ട്. എങ്കിലും മഹാരാജാസിലെ മഴകൾ എനിക്ക് ഇഷ്ടമായിരുന്നു. സർവ്വമരങ്ങളിലും മഴ പെയ്യുന്നു. മരങ്ങളും പെയ്യുന്നു. കോളേജിന്റെ വശങ്ങളിലുള്ള ഓടകൾ നിറയുന്നു. ചില പാത്തികളിലൂടെ തുമ്പിക്കൈ വണ്ണത്തിൽ വെള്ളം വീഴുന്നു. കനത്ത മഴ പെയ്യുമ്പോൾ ചിലപ്പോൾ ഞാൻ മഴ നോക്കി വരാന്തയിൽനില്ക്കുമായിരുന്നു. കുറേദൂരം മഴ നനയാതെ നടക്കാം എന്നതാണ് മഹാരാജാസിന്റെ പ്രത്യേകത. മെയിൽ കെട്ടിടത്തിന്റെ ഒരു സാധ്യത അതാണ്. എന്റെ യാത്രകൾ അവിടന്നും നീണ്ടുപോയി. എറണാകുളത്തുനിന്ന് ഫോർട്ടുകൊച്ചിയിലേക്ക് പലപ്പോഴും പോകേണ്ടി വന്നിട്ടുണ്ട്. ബസിൽ തോപ്പുംപടി കൂടിയും പോകാം. എന്നാൽ ബോട്ടു ജെട്ടിയിൽനിന്ന് ഫോർട്ടുകൊച്ചിയിലക്കുള്ള യാത്രയായിരുന്നു എനിക്ക് ഏറെ ഇഷ്ടം. നമുക്ക് ഇഷ്ടമുള്ള ആളുകളുടെ കൂടെയാണെങ്കിൽ യാത്ര കാല്പനികമാകും. ഒരു യാത്രയിൽ ഞാനൊരു ഡോൾഫിൻ പൊങ്ങി മറിയുന്നതു കണ്ടിട്ടുണ്ട്. ഫോർട്ടുകൊച്ചിയിൽ പലതവണ പോകുകയും ചിത്രപ്രദർശനങ്ങൾ കാണുകയും കവിത ചൊല്ലുകയും ചെയ്തിട്ടുണ്ട്. ഇതുപോലെ മറ്റൊരു യാത്രയാണ് കണ്ണൈനർ റോഡുവഴി കാറോടിച്ചു പോകൽ. അവിടെ മൂലംപള്ളിയിൽ അച്ഛൻ മരിച്ച ഒരു വിദ്യാർത്ഥിനി യുടെ വീട്ടിൽ ഞാനും സീനിയർ സഹാധ്യാപികയും കൂടി ഒരു വാഹന ത്തിൽ പോയിട്ടുണ്ട്. വളരെ ഇടുങ്ങിയ ഒരു വീട്ടിൽ ആണ് ആ കുട്ടിയും അമ്മയും താമസിച്ചിരുന്നത്. കേക്കുണ്ടാക്കി വിറ്റ് അവർ ജീവിക്കുന്നു. അവരുടെ വീടിന്റെ താഴെക്കൂടി ഒരു പുഴ കടന്നുപോകുന്നുണ്ട്. അവിടെ ചീനവലയും കണ്ടു. ചീനവല എറണാകുളം ജില്ലയുടെ പല ഭാഗങ്ങളിലും കാണാം. ഡിപ്പാർട്ടുമെന്റിൽ സ്വരൂപിച്ച കുറച്ചു രൂപ കുട്ടിക്ക് കൊടുക്കാനാണ് ഞങ്ങൾ പോയത്.

ചെറായി ബീച്ച് മനോഹരമാണ്. സഹോദരൻ അയ്യപ്പന്റെ പഴയ വീട് നില്ക്കുന്നിടത്ത് ഒരു സാഹിത്യ പരിപാടിക്ക് പോയിട്ടുമുണ്ട്. എത്ര മനോഹരമാണ് ആ ഓലവീട്. ചെറായി ബീച്ചിനപ്പുറത്തുള്ള മറ്റൊരു ബീച്ചിലും പോയി. അവിടെയും ധാരാളം ചീനവലകൾ കണ്ടു. അത് കായൽ കടലിലേക്ക് ഒഴുകിയെത്തുന്ന ഒരു സ്ഥലത്താണ്. ഷിനോ എന്ന വിദ്യാർത്ഥിനിയുടെ കല്യാണത്തിനായി ചേരാനെല്ലൂരിലുള്ള വീട്ടിലും അവിടന്ന് അന്ധകാരനഴിയിലും പോയിട്ട് ചേർത്തലവഴി കോട്ടയത്ത് എത്തുകയുണ്ടായി. ഷിനോ താമസിക്കുന്നത് കടലിന്റെ

അടുത്താണ്. ഒരു ഇരുണ്ട സ്ഥലമാണ് അന്ധകാരനഴി. സന്ധ്യാസമയത്താണ് അവിടെ ചെന്നത്. അവിടെ കുറേ നേരം കറങ്ങി നടന്നു. ചെറിയ ഒരു അന്ധകാരം തങ്ങിനില്ക്കുന്നതായി തോന്നി. സി. അയ്യപ്പൻ സാർ മരിച്ചപ്പോൾ അദ്ദേഹത്തിന്റെ വട്ടുതലയിലുള്ള വീട്ടിൽ ഞങ്ങൾ എത്തുകയുണ്ടായി. അതിന് മുമ്പ് സാറിനെ കാണാൻ എ. കെ. വാസുവിനോടൊപ്പം ഞാൻ പോയിട്ടുണ്ട്. അതും ഒരു കായൽപ്രദേശമാണ്. ഞാറക്കൽ പോലുള്ള സ്ഥലങ്ങളിലും സാഹിത്യപരിപാടിക്കായി പോയിട്ടുണ്ട്. മനോഹരമായ സ്ഥലങ്ങളാണ്. കുമ്പളങ്ങിയിൽ ചിത്രകാരന്മാരുടെ കൂട്ടായ്മയിലും പങ്കെടുത്തു. എറണാകുളത്ത് ഞാൻ കാണാത്ത ധാരാളം സ്ഥലങ്ങൾ ഉണ്ട്.

എത്ര കണ്ടാലും തീരാത്തതാണ് നിരന്തരം മാറിക്കൊണ്ടിരിക്കുന്ന നഗരം. മാറുന്നത് നഗരം മാത്രമല്ല. തീവണ്ടിയാത്രകൾക്കും മാറ്റം ഉണ്ടായിട്ടുണ്ട്. തീവണ്ടിയാത്രകൾ എനിക്ക് ഏറ്റവും പ്രിയംകരമായിരുന്നു .എന്റെ വായനശാലയായിരുന്നു തീവണ്ടികൾ. സൗത്ത് റെയിൽവേ സ്റ്റേഷനിലെത്തിയിട്ട് (എറണാകുളം ജംങ്ഷൻ) എഞ്ചിൻ മാറി പുറകോട്ടായിരുന്നു വേണാട്ടും ന്യൂഡൽഹി എക്സ്സ് പ്രസും പോയിരുന്നത്. അത് പല യാത്രക്കാർക്കും ആശയക്കുഴപ്പം ഉണ്ടാക്കുന്ന ഒരു കാര്യമായിരുന്നു. ന്യൂഡൽഹി ട്രെയിൻ ഇപ്പോൾ സൗത്തിൽ പോകുന്നില്ല എന്ന് തോന്നുന്നു. ഇടക്കാലത്ത് കുറച്ചുമാസങ്ങൾ വേണാട് സൗത്തിൽ വരാതെ പോയിരുന്നു. അന്ന് ഔട്ടറിൽ ഇറങ്ങി പാളങ്ങൾക്കിടയിലെ മിറ്റിലിലൂടെ നടന്ന് കോളേജിൽ എത്തുമായിരുന്നു. വണ്ടി പതുക്കെയാകുമ്പോഴാണ് ഇറങ്ങുക. സ്ത്രീകൾക്ക് ഇറങ്ങാൻ പ്രയാസമായിരുന്നു. ചിലർ ഇറങ്ങി വീണിട്ടുണ്ട്. യോഗനാദം മാസികയിൽ ജോലി ചെയ്ത സുഹൃത്ത് സാബു വീണിട്ടുണ്ട്. തീവണ്ടി പതുക്കെയാണെന്ന് തോന്നും. പക്ഷേ അതിന്റെ വേഗം നമ്മുടെ കണക്കുകൂട്ടലിന് അപ്പുറം ആയിരിക്കും. മിറ്റിലിലൂടെ എത്ര നടന്നാലും മുന്നോട്ട് നീങ്ങുകയില്ല. നിലത്തു നോക്കിവേണം നടക്കുവാൻ. ഇതുപോലെ നോർത്തിൽ വരുന്ന വണ്ടി സൗത്തിലെത്താതെ നേരേ കോട്ടയത്തിനു പോകും. അപ്പോൾ സൗത്തിൽ ഇറങ്ങേണ്ട ആളുകൾക്ക് തൃപ്പൂണിത്ത(ു)റയിൽ എങ്കിലും ഇറങ്ങേണ്ടിവരും. സൗത്തിൽനിന്ന് വടക്കോട്ടുപോകുന്ന ചില വണ്ടികൾ നോർത്തിൽനിർത്തുകയുമില്ല. ചുരുക്കത്തിൽ എറണാകുളം യാത്രക്കാരെ കുഴപ്പത്തിലാക്കുന്ന ഒരു നഗരം ആണ്. ഇങ്ങനെ ധാരാളം വൈചിത്ര്യങ്ങൾ എറണാകുളത്തിനുണ്ട്. ഇതേ സങ്കീർണത കോളേജിലും ഉണ്ട്. കോളേജിന്റെ പൈതൃകനിർമ്മിതി (പ്രധാന കെട്ടിടം)ചതുരാകൃതിയിലാണ്. കേംബ്രിഡ്ജ് മാതൃകയിലാണ്

എന്ന് കേട്ടിട്ടുണ്ട്. ഇതിനുള്ളിൽ ഓരോ വിഭാഗവും അന്വേഷിച്ചു വരുന്ന അപരിചിതർ കുടുങ്ങും. കോളേജിന്റെ മുൻവശം പിൻവശമായി മാറി എന്നത് മറ്റൊരു സങ്കീർണതയാണ്. ഇത് പരിഹരിക്കാനാവാത്ത ഒരു പ്രശ്നം തന്നെയാണ്. അതിനാൽ കോളേജിന്റെ ഐ. എം. എ. ഭാഗത്ത് പോകണമെന്നാണ് ഓട്ടോക്കാരോട് പറഞ്ഞിരുന്നത്.

സൗത്തിൽനിന്ന് മഹാരാജാസിൽ എത്താനും തിരിച്ചെത്താനും എനിക്ക് കുറെ ഇടവഴികൾ അറിയാം. അതിലൂടെയെല്ലാം മാറിമാറി സഞ്ചരിച്ചു. പലപ്പോഴും ഒറ്റയ്ക്ക്. ജീവിതത്തിലെ ആകെയുള്ള നടത്തം അതുമാത്രമായിരുന്നു. ഒരു വഴിയിൽ ഒരു കൊച്ചു ചായക്കട ഉണ്ടായിരുന്നു. ചിലപ്പോൾ അവിടെ നിന്ന് രാവിലത്തെ ഭക്ഷണം പുട്ടും കടലയും ചായയും കഴിച്ചിരുന്നു. അവിടെ ഒരു ഓട്ടോ സ്റ്റാന്റുമുണ്ട്. ഓട്ടോയിലാവും കോളേജിലേക്കുള്ള യാത്ര. ആദ്യകാലത്ത് വീട്ടിൽനിന്ന് ബസിലോ തീവണ്ടിയിലോ കോളേജിൽ എത്തിയിരുന്നു. ഏറ്റുമാനൂരുനിന്നും കുറുപ്പംതറയിൽനിന്നും വൈക്കം റോഡിൽനിന്നും എറണാകുളത്തേക്ക് പോയിരുന്നു. മടക്കയാത്രയും ഏതാണ്ട് അങ്ങനെയൊക്കെയായിരുന്നു. കുറെ വർഷങ്ങൾ കഴിഞ്ഞാണ് ഞാൻ സ്കൂട്ടർ വാങ്ങുന്നത്. സ്കൂട്ടർ വാങ്ങാനായുള്ള രൂപയുമായി കോട്ടയത്തുള്ള സുഹൃത്തുക്കളുടെ അടുത്തുചെന്നു. ഒടുവിൽ എല്ലാവരുംകൂടി മദ്യപിച്ചു പിരിഞ്ഞു. പിന്നീട് രണ്ടും കല്പിച്ച് കോട്ടയത്തുചെല്ലുകയും സ്കൂട്ടർ വാങ്ങുകയും ചെയ്തു. എന്റെ ഓർമ്മ ഏതാണ്ട് 2010 ഓടുകൂടിയാണ് സ്കൂട്ടർ വാങ്ങുന്നത് എന്നാണ്.

ഏറ്റുമാനൂർ എറണാകുളം തീവണ്ടിപ്പാതയ്ക്ക് ഇരുവശവും ഗൃഹാതുരത്വം ഉണർത്തുന്ന കാഴ്ചകൾ ഉണ്ടായിരുന്നു. വിശാലമായ പാടങ്ങൾ, തോടുകൾ, ഒറ്റയടിപ്പാതകൾ, വെള്ളക്കെട്ടുകൾ, തീപ്പെട്ടിക്കമ്പനി, നദികൾ, എണ്ണപ്പനകൾ എന്നിവ ഓരോ യാത്രയിലും പുതുതായി തോന്നി. സൈബീരിയൻ കൊക്കുകൾ, വെള്ള കൊക്കുകൾ, താമരക്കോഴികൾ, ചേക്കേറുന്ന കാക്കകൾ എന്നിവ ഇഷ്ടകാഴ്ചകൾ ആയിരുന്നു. പാടങ്ങൾ കാണുമ്പോൾ ഗൃഹാതുരത്വമുണരും. തീവണ്ടിയിൽനിന്നിറങ്ങി അവിടെക്കൂടി നടക്കാൻ തോന്നും. ഒരു കൃഷിക്കാരനായി തലയിൽ ഒരു കെട്ടും കെട്ടി നടക്കാൻ തോന്നും. ഒരു പെൺകുട്ടിയുമായി വർത്തമാനം പറഞ്ഞ് പാടത്തിന്റെ നടുക്കുകൂടിയുള്ള വഴിയിലൂടെ പോകാൻ തോന്നും. ട്രെയിൻ യാത്രയുടെ ഒരു പ്രത്യേകത എത്ര തവണ ഒരേ റൂട്ടിൽ യാത്ര ചെയ്താലും ഓരോ തവണയും കാണുന്നതിൽ ചിലത് നാം ആദ്യം കാണുന്നതായിരിക്കും എന്നതാണ്. യാത്രയിൽ ചിലപ്പോൾ ഞാൻ ഉറങ്ങിപ്പോകും. പഠിപ്പിക്കാനുള്ള ഭാഗങ്ങൾ വായിക്കും. നോവലുകൾ, മാസികകൾ വായിക്കും. ചിലപ്പോൾ

സുഹൃത്തുക്കളുമായി സംസാരിക്കും. ശരി കടപ്പൂര്, കലേഷ്, കേരളവർമ്മ സാർ, ജോൺ, സാബു, മോഹൻദാസ്, ഷാജി എന്നിങ്ങനെ ധാരാളം സുഹൃത്തുക്കൾ അക്കാലത്ത് ഉണ്ടായിരുന്നു. ട്രെയിനിൽ വാതുറന്ന് ഇരുന്നുറങ്ങുന്നവർ എനിക്കൊരു കൗതുകമായിരുന്നു. പക്ഷികൾ ഒറ്റക്കാലിൽ ഉറങ്ങുന്നു എന്നപോലെ ഒരു ശൈലിയാണിതും.

അധ്യായം 65

എന്റെ ക്ലാസുകളിൽ കെട്ടഴിച്ചു വിട്ട പശുക്കളെപ്പോലെയായിരുന്ന ആശയങ്ങൾ പുറപ്പെട്ടിരുന്നത് എന്നു പറയാം. അതിൽ ആത്മ പ്രശംസ കരുതരുത്. മലയാളസാഹിത്യത്തിൽ മാത്രമായി ക്ലാസ് ഒതുങ്ങിനിന്നില്ല. സ്കൂൾ അധ്യാപകൻ എന്ന നിലയിൽ ഞാൻ ഒരു പരാജയ മായിരുന്നു. കോളേജിൽ കുറച്ചു കൂടി സന്തോഷിക്കാൻ വകയുണ്ടായി. ചിലപ്പോൾ ചില കാര്യങ്ങൾ ഇംഗ്ലീഷിൽ പറയുമായിരുന്നു. അത് കാര്യങ്ങളെ ഉറപ്പിക്കുവാൻ കൂടിയാണ്. തുടർച്ചയായി ഇംഗ്ലീഷ് സംസാരിക്കാൻ പദകോശത്തിന്റെ കുറവുണ്ടെങ്കിലും ഇംഗ്ലീഷ് വ്യാകരണം കുറേ നിശ്ചയമുണ്ട്. പക്ഷേ വ്യാകരണം വെച്ച് സംസാരിക്കാൻ പറ്റുകയില്ല. വ്യാകരണം എന്നത് ഒരു ജന്മഗൃഹം മാത്രമാണ്. നമ്മൾ വീടും ഗ്രാമവും വിട്ടുപോകുന്നു. അപ്പോൾ വ്യാകരണം അകലെയാകും. അകലെയാകണം.

ആദ്യകാലത്ത് എം. എ. ക്കാർക്ക് വ്യാകരണം എടുത്തിരുന്നു. വിനീത വിജയൻ എന്ന ബി. എ. റാങ്കുകാരിയായ ഒരു കുട്ടിയുണ്ടായിരുന്നു. ചോദ്യങ്ങൾ ചോദിക്കുമായിരുന്നു. ഇടയ്ക്ക് പഠിത്തം നിർത്തി. എറണാകുളത്ത് നാരങ്ങാവെള്ളം വില്ക്കുന്ന അവളെ പ്രൊഫ. രമാദേവി ടീച്ചർ വഴക്കുപറഞ്ഞു. പിന്നീടവൾ ഗവേഷണത്തിന് ചേർന്നു. എന്റെ പേർ ലീലാവതിട്ടീച്ചറുടെ കവിതാസാഹിത്യചരിത്രത്തിൽ വരാത്തതിൽ പ്രതിഷേധിച്ച കുട്ടിയാണ്.

പവർ പോയന്റ് പ്രസന്റേഷനും മറ്റും പഠിപ്പീരിനെ സഹായിക്കുമെങ്കിലും ബോർഡിൽ എഴുതിയാണ് ഞാൻ പഠിപ്പിച്ചിരുന്നത്. ഫലപ്രദമായി ചെയ്യുവാൻ പറ്റുന്നവർക്ക് ലെക്ചർ മെത്തേഡ് നല്ലതാണെന്ന് തോന്നുന്നു. എം. എൻ വിജയൻ മാഷ് പവർപോയന്റ് സഹായത്തോടെ ക്ലാസെടുത്താൻ എങ്ങനെയിരിക്കും? എന്നാൽ

സിനിമ പഠിപ്പിക്കുമ്പോൾ മൊണ്ടാഷും സൂപ്പർ ഇമ്പോസിങ്ങും മീസെൻ സീനും കോസ് കട്ടിംഗും ജംപ് കട്ടും എന്താണെന്ന് പറഞ്ഞു കൊടുക്കുവാൻ സിനിമകൾ കാണിച്ചിട്ടുണ്ട്. ക്ലാസിൽ സ്മാർട്ട് ടി. വി. ഉണ്ടായിരുന്നു. പ്രൊജക്ടറും ഉണ്ട്. സാങ്കേതികമായ പല സൗകര്യങ്ങളും മലയാളവിഭാഗത്തിൽ ഉണ്ട്. ആവശ്യത്തിന് കമ്പ്യൂട്ടറുകളും ഉണ്ട്.

കമ്പ്യൂട്ടറുകളെപ്പറ്റി പറഞ്ഞപ്പോഴാണ് മരിച്ച കമ്പ്യൂട്ടറുകളുടെ ശവക്കോട്ട ഓർത്തത്. ഇ. വെയിസ്റ്റ് എന്നത് യാഥാർത്ഥ്യമാണ്. കോളേജിലെ മുറിയിൽ ഉപേക്ഷിക്കപ്പെട്ട കമ്പ്യൂട്ടറുകൾ കൂട്ടിയിട്ടിരുന്നു. അതിൽ കൊള്ളാവുന്നതു വല്ലതും ഉണ്ടെങ്കിൽ എടുക്കാൻ വേണ്ടി പോയതാണ്. എന്റെ തന്നെ ഒരു ഡെസ്ക് ടോപ്പ് കമ്പ്യൂട്ടറും ലാപ്ടോപ്പും വീട്ടിൽവെച്ച് കേടായിപ്പോയിട്ടുണ്ട്. സ്പാർക്കിൽനിന്ന് സ്വയം ശമ്പളം എടുത്തിരുന്ന കാലത്ത് ഒരു കൊള്ളാത്ത കമ്പ്യൂട്ടർ ഉപയോഗിച്ചാണ് ഞങ്ങൾ ശമ്പളം എടുത്തത്. അതിനൊക്കെ ചില ട്രിക്കുകൾ ഉണ്ട്. ഞാൻ പറഞ്ഞല്ലോ, കമ്പ്യൂട്ടറിന്റെ ചില പ്രവർത്തനങ്ങൾ മനസിലാക്കിയിട്ടുണ്ടെന്ന്. 2005-നു മുമ്പേ കമ്പ്യൂട്ടറിലും കവിതകൾ എഴുതിയിരുന്നു. ഇന്റർനെറ്റിന്റെ സാധ്യതകൾ കവിതയുടെ വഴി സുഗമമാക്കി. അത് ഇന്ത്യയിൽ പലയിടത്തും കവിത അവതരിപ്പിക്കാൻ സഹായിച്ചു. മെയിലുകൾ, ഫോൺവിളികൾ, മറുപടികൾ അങ്ങനെ കാവ്യയാത്രകൾ മുന്നോട്ടുപോയി. കമ്പ്യൂട്ടറൈസേഷൻ വന്നതോടെ ഒരുപാട് സാധ്യതകളും ചില ഇരട്ടിപ്പണികളും ഉണ്ടായിട്ടുണ്ട്. ഇതുമൂലം അധ്യാപകരുടെ ജോലിഭാരം കൂടി. അധ്യാപകരുടെ വായന കുറഞ്ഞും കാണും. തീവണ്ടി എന്റെ വായനശാല ആയത് അങ്ങനെയാണ്.

നാക്ക് അക്രഡിറ്റേഷൻ വന്നതോടെ കുറേ രേഖകൾ വായുവിൽനിന്ന് നിർമ്മിക്കേണ്ടിവന്നിട്ടുണ്ട്. (ഇന്ത്യ മുഴുവൻ കീഴടക്കിയ, രഘുവംശത്തിലെ രഘു തന്റെ സ്വത്തെല്ലാം എല്ലാ മനുഷ്യർക്കുമായി ദാനം ചെയ്തു. ശേഷിച്ചത് കുറേ മൺചട്ടികൾ മാത്രമാണ്. അപ്പോഴാണ് ഒരു മഹർഷി കുറെ ധനം ചോദിച്ച് ശിഷ്യനെ പറഞ്ഞു വിട്ടത്. ആകാശത്തുനിന്ന് എടുത്തുകൊടുക്കുകയാണ് ഉണ്ടായത്.)

ടീച്ചിംഗ് ഇന്ന് പരീക്ഷയെ കേന്ദ്രീകരിച്ചാകുന്നു. മാർക്കറ്റ് ഓറിയന്റഡ് ആണ് വിദ്യാഭ്യാസം. അതിനാൽ എത്തിക്സ്, ഭാവന, ക്രിയേറ്റിവിറ്റി എന്നിവ കുറയുന്നുണ്ട്. പുതിയ വിദ്യാഭ്യാസമാറ്റത്തിന്റെ കാലത്ത് ഇംഗ്ലീഷ് ഒഴികെയുള്ള ഭാഷകൾ പിന്നോക്കമായി പോകുന്നു. ന്യൂജെൻ കോഴ്സുകളിൽ മലയാളത്തിന്റെ അസാന്നിധ്യവും കാണുന്നു.

മലയാളവിഭാഗം ശാഠ്യംപിടിച്ചിട്ടാണ് ആർക്കിയോളജിയിൽ മലയാളം വിഷയമാക്കിയത്. മലയാളത്തിലും ഇംഗ്ലീഷിലുമുള്ള പ്രാവീണ്യം വളരെ പ്രധാനമാണ്. ഹിന്ദിയും സംസ്കൃതവും തമിഴും ഒക്കെയും അറിയുന്നത് നല്ലതു തന്നെ. കേരളത്തിൽ ഇപ്പോൾ ഇംഗ്ലീഷു മീഡിയം വിദ്യാഭ്യാസ മാണ്. ഇവിടെ ഒരു പ്രശ്നം മലയാളവും കേരളസംസ്കാരവും ഇവിടത്തെ ജീവിതവും ഇംഗ്ലീഷു ഭാഷയിൽ പ്രതിഫലിപ്പിക്കാൻ പറ്റില്ലെന്നാണ്. നമ്മുടെ ഭാഷയിലെ തനി മലയാളവാക്കുകൾക്ക് പകരം ഇംഗ്ലീഷ് ഇല്ല എന്നതാണ്. കൊട്ട എന്നത് ബാസ്കറ്റ് അല്ല. പറ, നാഴി, കോഞ്ഞാട്ട, ഒട്ടൽ, വഴുക, വട്ടോൻ , പുളവൻ എന്നിവയെല്ലാക്കെ ഇംഗ്ലീഷ് കണ്ടുപി ടിക്കുക പ്രയാസമാണ്.

എന്റെ വായനകൾ പുതിയ ഒരു മേച്ചിൽപ്പുറങ്ങൾ തേടി. എറണാകുളം പബ്ലിക് ലൈബ്രറിയിൽനിന്നാണ് സംസ്കൃത നാടകങ്ങളും പാശ്ചാത്യനാടകങ്ങളും വായിച്ചത്. മുദ്രാരാക്ഷസം, പ്രതിജ്ഞായൗഗ ന്ധരായണം, പ്രതിമാനാടകം, മൃച്ഛകടികം, മാളവികാഗ്നിമിത്രം, മധ്യമ വ്യായോഗം, അമ്മ, സൂസ് സ്റ്റോറി, പാഠം, കാണ്ടാമൃഗം, രക്തവിവാഹം, എന്നിങ്ങനെ എത്രയോ നാടകങ്ങൾ. മുമ്പ് വായിച്ചവയാണ് മറ്റുള്ളവ. പബ്ലിക് ലൈബ്രറിയിൽനിന്ന് ഞാൻ മുന്നോട്ടുപോയി. അങ്ങനെ ബ്ലോസം ബുക്സിൽ എത്തുകയുണ്ടായി.

അധ്യായം 66

എറണാകുളത്തെ അവസാന വർഷങ്ങളിലാണ് ബ്ലോസം ബുക്സ് കണ്ടുപിടിക്കുന്നത്. ആരും പറഞ്ഞിട്ടല്ല. പ്രസ് ക്ലബ് വഴി പോയപ്പോൾ കണ്ട് കയറിയതാണ്. പുസ്തകങ്ങൾ കുറഞ്ഞ വിലയ്ക്ക് ലഭിച്ചു. ജേർണി ടു പോർച്ചുഗൽ, ഹിസ്റ്ററി ഓഫ് ഫിലോസഫി, മാൽക്കം എക്സ്, സതേൺ മ്യൂസിക്, ദി ടൈം ഓഫ് ദി ഹീറോ, ഡേഞ്ചറസ് ലൗ, ഗാന്ധി ബിഫോർ ഇന്ത്യ, ദി കേവ്, ഇറ്റാലിയൻ ഫോക് ടെയിൽസ് ... അങ്ങനെ. ഓരോ പുസ്തകവും തുറക്കുന്നത് അപൂർവ്വമായ രഹസ്യലോകത്തേക്കാണ്. ഹിസ്റ്ററി ഓഫ് ഫിലോസഫിയുടെ തുടക്കത്തിൽ സോക്രട്ടീസിനുമുമ്പുള്ള ചിന്തകരെക്കുറിച്ചാണ് വിവരിക്കുന്നത്. ഇറ്റാലിയൻ ഫോക് ടെയിൽസ് ലളിതമായി വായിച്ചു പോകാം. എന്നെ സ്പർശിച്ച മറ്റൊരു പുസ്തകം ജേർണി ടു പോർച്ചുഗൽ ആണ്. അത്തരമൊരു യാത്ര കേരളത്തിന്റെ വടക്കുമുതൽ തെക്കുവരെ ഉദ്ദേശിച്ചിരുന്നു. അതിനൊരു സുഹൃത്തും വരാമെന്ന് പറഞ്ഞിരുന്നു. ഇനി ഒറ്റയ്ക്ക് ഒരു യാത്ര ഉദ്ദേശിക്കുന്നുണ്ട്. ഇന്നലെ എഴുതിയതിന്റെ ബാക്കിയിട്ടാണിത് ഇങ്ങനെ തുടങ്ങിയത്. നമുക്ക് മഹാരാജാസിലേക്കു മടങ്ങാം.

കേരളത്തിൽ ആധുനികതയുടെ തുടക്കത്തിൽ മഹാരാജാസ് കോളേജും സ്ഥാപിക്കപ്പെട്ടു. ഹാബർമാസ് പറഞ്ഞതു പോലെ നമ്മുടെ സമകാലസാഹചര്യം ഇപ്പോഴും തുടരുന്ന പ്രോജക്ട് ഓഫ് മോഡേണിറ്റിയുടെ ഭാഗം ആയിരിക്കാം. ഉത്തരാധുനികതയിൽ അതിന്റെ ചില അംശങ്ങളേ ഉള്ളൂ. പാരമ്പര്യം, ആധുനികത, ടെക്നോളജി, സയൻസ്, എത്തിക്സ് എന്നിവയെല്ലാം ചേർന്ന അവസ്ഥ. അത്തരത്തിൽ ആണ് ബ്രണ്ണൻ, യൂണിവേഴ്സിറ്റി കോളേജ്, മഹാരാജാസ് കോളേജ് എന്നീ സ്ഥാപനങ്ങളെ വിലയിരുത്തേണ്ടത് എന്ന് തോന്നുന്നു. മഹാരാജാസ് കോളേജിന് അതിന്റെ കേന്ദ്രത്തിൽ ചിന്തയെ, ശാസ്ത്രത്തെ, കലയെ,

സാഹിത്യത്തെ സ്ഥാപിക്കാൻ കഴിഞ്ഞിട്ടുണ്ട്. പണ്ഡിറ്റ് കെ. പി. കറുപ്പൻ, ഭാഷാശാസ്ത്രജ്ഞരായ എൽ. വി. രാമസ്വാമി അയ്യർ, സി. എൽ. ആന്റണി, ദാക്ഷായണി വേലായുധൻ എന്നീ നാലു പേർ മഹാരാജാസിന്റെ ഭാഗം ആയിരുന്നു. അതുപോലെ എത്രയോ ബുദ്ധിജീവികൾ, ശാസ്ത്രജ്ഞർ, രാഷ്ട്രീയക്കാർ, കവികൾ, ഫിക്ഷൻ എഴുത്തുകാർ, ആർട്ടിസ്റ്റുകൾ ഈ സ്ഥാപനത്തിലൂടെ കടന്നു പോയി. ഞാൻ മഹാരാജാസിൽ ചെന്ന കാലത്ത് ഒരു ദിവസം ജെ. ദേവിക എന്നെ ഫോണിൽ വിളിക്കുകയുണ്ടായി. ദാക്ഷായണി വേലായുധനെ ക്കുറിച്ചുള്ള രേഖകൾ എന്തെങ്കിലും കോളേജിൽനിന്ന് ലഭിക്കുമോ എന്നു ചോദിച്ചു. ഞാൻ ഓഫീസിലും മറ്റും അന്വേഷിച്ചെങ്കിലും ഒരു രേഖയും എനിക്ക് കിട്ടിയില്ലെന്ന് മാത്രമല്ല അങ്ങനെ ഒരു കാര്യം ആരുമൊട്ട് കേട്ടിട്ടുപോലുമില്ല. അംബേഡ്കറും ഭരണഘടനയും പ്രസക്തമാകുന്ന ഇന്നത്തെ കാലമാണ് ദാക്ഷായണീ വേലായുധനെ ഓർമ്മിച്ചത്.

മഹാരാജാസ് കോളേജ് മലയാളവിഭാഗത്തിന്റെ സെമിനാർഹാളിന്റെ മധ്യത്തിൽ ഉള്ളത് ജി. ശങ്കരക്കുറുപ്പിന്റെ ഫോട്ടോ ആണ്. എന്നാൽ ആദ്യത്തെ അധ്യക്ഷൻ കുറ്റിപ്പുറത്ത് കേശവൻ നായരാണ് എന്നാണ് എന്റെ ഓർമ്മ (ഇത് തിരുത്താവുന്നതാണ്) പണ്ഡിറ്റ് കെ.പി. കറുപ്പൻ ഓറിയന്റൽ ഫാക്കൽട്ടിയുടെ അധ്യക്ഷൻ ആയിരുന്നു. മലയാളവിഭാഗത്തിൽ അദ്ദേഹത്തിന്റെ എണ്ണച്ചായചിത്രം ഉണ്ട്. കവികളായ വൈലോപ്പിള്ളി, ഡി. വിനയചന്ദ്രൻ, സച്ചിദാനന്ദൻ, കെ. ജി ശങ്കരപ്പിള്ള, ബാലചന്ദ്രൻ ചുള്ളിക്കാട്, വിജയലക്ഷ്മി, ജോസ് വെമ്മേലി, അജീഷ് ദാസൻ എന്നിവരുടെ ഒരു കാലം ഉണ്ടായിരുന്നു മഹാരാജാസിൽ. ഞാൻ 2005 ൽ ചെല്ലുമ്പോൾ ജോസ് വെമ്മേലി മലയാളവിഭാഗത്തിൽ ഉണ്ടായിരുന്നു. എന്നാൽ കുട്ടികളുടെ ഇടയിൽനിന്നോ അധ്യാപകരുടെ ഇടയിൽനിന്നോ അത്ര ശ്രദ്ധേയരായ കവികൾ ഒന്നും ഈ കാലയളവിൽ ഉയർന്നുവന്നില്ല.

2005-ന് ശേഷം കലകളിൽ മാത്രമാണ് മഹാരാജാസ് ശ്രദ്ധിച്ചത്. സാഹിത്യമേഖലയെ മറന്നു. സിനിമ ഒരു പ്രധാന മേഖലയായി. അതിനാൽ ഒരു ഫിലിം സ്റ്റഡീസ് കോഴ്സ് കൂടി ആരംഭിക്കേണ്ടതാണ് എന്ന് ഞാൻ സൂചിപ്പിച്ചിട്ടുണ്ട്. സി. അയ്യപ്പൻസാർ പരാതിപ്പെട്ടിട്ടുള്ള ഒരു കാര്യം അധ്യാപകർ കൂടിയിരുന്ന് ആഹാരം കഴിക്കുകയില്ല എന്നതാണ്. എന്നാൽ കഴിഞ്ഞ കാലങ്ങളിൽ അതിന് മാറ്റം വന്നിരുന്നു. സി. അയ്യപ്പൻ മാഷിന് മഹാരാജാസിൽ അവഗണന ഉണ്ടായിട്ടുണ്ട് എന്ന് കേട്ടിട്ടുണ്ട്. ഒരിക്കൽ ലീലാവതി ടീച്ചർ വന്നപ്പോൾ ധനലക്ഷ്മി ടീച്ചർ എന്റെ കാര്യം പറയുകയുണ്ടായി. കവിതാസാഹിത്യചരിത്രം

പുതുക്കുമ്പോൾ എഴുതാം എന്നോ മറ്റോ അവർ പറഞ്ഞു. സാഹിത്യ അക്കാദമിയിൽനിന്ന് ലഭിക്കുന്ന പുസ്തകങ്ങൾ അനുസരിച്ചാണ് കവിതാസാഹിത്യചരിത്രം വിപുലമാക്കുന്നതെന്ന് ടീച്ചർ സൂചിപ്പിച്ചു . ഞാൻ ടീച്ചറെ കാണാൻ പോകുകയോ അത്തരം ഒരു ചരിത്രപ്പെടുത്തലിന് ശ്രമിക്കുകയോ ചെയ്തില്ല. പെൻഷനാകുന്ന സമയത്താണ് ടീച്ചർ എന്റെ മുഴുവൻ പുസ്തകങ്ങൾക്കും ദീർഘമായ ഒരു ആർട്ടിക്കിൾ എഴുതിത്തന്നത്. പ്രൊഫ. മാർഗരറ്റ് ടീച്ചറാണ് അതിൽ സഹായിച്ചത്.

എന്റെ കവിതകൾ കോളേജിൽ ചില സന്ദർഭങ്ങളിൽ ചൊല്ലിയിട്ടുണ്ടെങ്കിലും അവിടെ ഒരു അധ്യാപകൻ മാത്രമായിരിക്കാനാണ് ഇഷ്ടപ്പെട്ടത്. ജോസഫ് സെബാസ്റ്റ്യൻ എന്നായിരുന്നു കുട്ടികൾക്ക് എന്നെ പരിചയപ്പെടുത്തിയിരുന്നത്. എന്റെ കവിതയെ സംബന്ധിച്ച് കുട്ടികളോടോ ആധ്യാപകരോടോ ഏറെയൊന്നും സംസാരിച്ചിട്ടില്ല. എന്റെ ഒരു പുസ്തകവും അവിടെവെച്ച് പ്രകാശിപ്പിച്ചിട്ടില്ല. പൊതുവിൽ സാധാരണ കുട്ടികൾക്ക് കരീപ്പുഴ ശ്രീകുമാർ, മധുസൂദനൻ നായർ, ചുള്ളിക്കാട്, മുരുകൻ കാട്ടാക്കട, അനിൽ പനച്ചൂരാൻ എന്നിവരുടെ കവിതകൾ ആയിരുന്നു ഇഷ്ടം. ചുള്ളിക്കാടിന്റെ കാല്പനികകവിതകളെയാണ് കുട്ടികളും ആലുംനിയും കൊണ്ടാടുന്നത്. ടി. ആറും കെ. ജി. എസും സി. അയ്യപ്പനും അവിടെ ഉണ്ടായിരുന്നു. ഒരു ആലുംനിയോട് "മഹാരാജാസ് ഒരു ചിത്രണം" എന്ന കവിത ഒരു ഡോക്യുമെന്ററിയാക്കാൻ ഫണ്ടു തരാമോ എന്ന് ചോദിച്ചു. അതേസമയം എന്റെ കവിതകൾ സ്കൂൾ ഓഫ് ലെറ്റേഴ്സിലെ കുട്ടികൾ എഴുതി മരത്തിൽ കെട്ടിത്തൂക്കുകയുണ്ടായി. ഉത്തരാധുനികവിചാരധാരയുടെ ഭാഗമായിരുന്നതുകൊണ്ടാവാം അവർ അത് ചെയ്തത്. നക്സൽ കാലത്ത് കെ. കെ. കൊച്ച്, കെ. കെ. ബാബുരാജ്, സണ്ണി കപിക്കാട്, എം. ബി. മനോജ്, കെ. എം. സലീം കുമാർ തുടങ്ങിയ ദളിത്- ആദിവാസി ബുദ്ധിജീവികളെ സൃഷ്ടിക്കാൻ മഹാരാജാസിന് കഴിഞ്ഞിരുന്നു. ഡോ. ഒ. കെ സന്തോഷ് കുറേക്കാലം താല്ക്കാലികമായി മലയാളത്തിൽ പഠിപ്പിച്ചിരുന്നു.

ഞാൻ കോളേജ് മാഗസിൻ സ്റ്റാഫ് എഡിറ്ററായി മൂന്നാലു കൊല്ലം ഇരുന്നിട്ടുണ്ട്. മാഗസിനിൽ എനിക്ക് സ്വന്തം കവിതയോ ലേഖനമോ കൊടുക്കുക എന്നല്ലാതെ വലുതായി ഒന്നും ചെയ്യാൻ സാധിച്ചിട്ടില്ല. അതൊക്കെ വിദ്യാർത്ഥികൾ ചെയ്തുകൊള്ളും. ഒരു ആർട്ടിക്കിളോ മറ്റോ വേണ്ടെന്ന് പറഞ്ഞിട്ടുണ്ട്. രാമദാസ് സാർ എ.കെ ജി.സി.ടി.യുടെ സെക്രട്ടറിയാകാൻ എന്നോട് പറഞ്ഞതാണ്. പക്ഷേ കവിയായ എനിക്ക് രാഷ്ട്രീയം ശരിയാവില്ല എന്നതുകൊണ്ട് ഒരു "സാ" മട്ടിൽ നില്ക്കുക മാത്രമേ ചെയ്തിട്ടുള്ളൂ. അതെന്നെ കോളേജിലെ മുതിർന്ന

അധ്യാപകരുടേയും സുഹൃത്താക്കി മാറ്റി. അവരുടെ ആഘോഷങ്ങളിൽ ഞാനും ചേർന്നു. എന്റെ കവിത മേസ്തിരി മുതലെങ്കിലും സ്വന്തം വഴിയിലൂടെ ആയിരുന്നു. എസ്.എഫ്.ഐ.ക്കാരുമായി സൗഹൃദത്തിൽ ആയിരുന്നു. നല്ല സ്നേഹം ഉള്ള കുട്ടികൾ അവർ. ചിലരുമായി എനിക്ക് നല്ല അടുപ്പവും ഉണ്ടായിരുന്നു. യൂത്ത് ഫെസ്റ്റിവലിലും മറ്റും യൂണിയൻകാരുടെ കഷ്ടപ്പാടുകൾ ഞാൻ നേരിട്ട് കണ്ടിട്ടുണ്ട്. അവരുടെ കൂടെ ഞാനും പോയിട്ടുണ്ട്. അവർ എന്നെ സ്നേഹിച്ചിരുന്നു.

അധ്യായം 67

ശ്രീകുമാർ കരിയാട് ആദ്യകാലത്ത് എന്നെ കാണാൻ വരുമായിരുന്നു. ഞങ്ങൾ വൈകുന്നേരം ഏതെങ്കിലും ബാറിൽ കേറി ചെറിയതായി മദ്യപിക്കുകയും (പണം കമ്മിയായിരിക്കും) ധാരാളമായി കവിതയെപ്പറ്റി സംസാരിക്കുകയും ചെയ്യും. അക്കാലത്ത് ഞാൻ മാധ്യമത്തിലും ഭാഷാപോഷിണിയിലും മാതൃഭൂമിയിലും തുടർച്ചയായി എഴുതിയിരുന്നു. പി. ടി. ബിനു, അജീഷ് ദാസൻ, കലേഷ് തുടങ്ങിയവരും ആദ്യകാലങ്ങളിൽ കോളേജിൽ വരുമായിരുന്നു. അവരൊക്കെ നാട്ടിലെ വാടകവീട്ടിലും വന്നിട്ടുണ്ട്. അക്ബർ എറണാകുളത്ത് ഉണ്ടായിരുന്നു. ഒന്നുരണ്ടു തവണ അവന്റെ അരികിൽ പോയി. ഒരു തവണ കേരളാവിഷന്റെ സ്റ്റുഡിയോയിലാണ് ഞങ്ങൾ കിടന്നുറങ്ങിയത്. ഡി. സി. ബുക്സിന്റെ സരിതയിലുള്ള സ്ഥാപനത്തിലും പത്മയുടെ അടുത്തുള്ള സ്ഥാപനത്തിലും സാഹിത്യപരിഷത്തിന്റെ ഹാളിലും ദേശാഭിമാനി ബുക്സിലും മറ്റും കവിതാ പരിപാടികൾ നടന്നിട്ടുണ്ട്. ചലച്ചിത്രസംവിധായകൻ അവിര റെബേക്ക എം. എ. ക്ലാസിൽ സിനിമയെപ്പറ്റി സംസാരിക്കാൻ വന്നു. ഞാനും അദ്ദേഹത്തിന്റെ താമസസ്ഥലത്തുപോയി. പിന്നെ അവിടെക്കൂടി. പിറ്റേന്നാണ് വീട്ടിൽ പോയത്. ചിത്രകാരനായ ഭാഗ്യനാഥൻ, രാജൻ എം. കൃഷ്ണൻ എന്നിവരുടെ സ്റ്റുഡിയോകളിലും പോയിരുന്നു. ഭാഗ്യനാഥനും സക്കീർ ഹുസൈനും ചിത്രകലയെപ്പറ്റി സംസാരിക്കാൻ മലയാളത്തിൽ വന്നിട്ടുണ്ട്. അത് ചിത്രകലയ്ക്ക് വലിയ ഒരു ബൂം ഉണ്ടായ കാലമാണ്. ചിത്രകാരന്മാർ സമ്പന്നരായി. പല എഴുത്തുകാരും കവികളും കോളേജിൽ വന്നിട്ടുണ്ട്. എൻ. പ്രഭാകരൻ, എൻ. ശശിധരൻ, ജി.പി. രാമചന്ദ്രൻ. എം.ടി അൻസാരി, എം.എ. റഹ്മാൻ, പി. ബാലചന്ദ്രൻ, സച്ചിദാനന്ദൻ, സേതു, അടൂർ, വി. രാജകൃഷ്ണൻ, ചുള്ളിക്കാട് എന്നിങ്ങനെ. വിനയചന്ദ്രൻ മാഷ് വന്നപ്പോൾ ചിത്രകാരൻ ഷിബു നടേശനും കൂടെ വന്നു. ഞങ്ങൾ ഒരു ബാറിൽ കൂടി. ശ്രീകുമാർ

കരിയാട്ടും ബാബുജി മാഷും കേരളവർമ്മ സാറും ഉണ്ടായിരുന്നു. ഇടയ്ക്ക് വിനയചന്ദ്രൻമാഷും ഷിബു നടേശനും പോയി. ആശാനെക്കുറിച്ചുള്ള ചർച്ച സങ്കീർണമായി. ഒരു വിധത്തിലാണ് പരിഹരിച്ചത്.

മഹാരാജാസിൽ ചെന്ന കാലത്ത് അത്ഭുതപ്പെടുത്തിയ കാര്യം അവിടത്തെ ഓണാഘോഷം ആയിരുന്നു. മലയാളത്തിൽത്തന്നെ ഓരോ ക്ലാസിലുമായി ഓരോ ദിവസവും ഓണാഘോഷം, അത് ഒരാഴ്ച മുഴുവനും കാണും. എനിക്ക് ചോറു കൊണ്ടുവരേണ്ടതില്ല.

മഹാരാജാസ് കാലത്താണ് ഇന്ത്യയിൽ പലസ്ഥലത്തും കവിത ചൊല്ലാൻ പോയത്. അതിനെ സംബന്ധിച്ച് ചില വിവരണങ്ങൾ പുതുകവിതയുടെ സഞ്ചാരങ്ങൾ എന്ന കൃതിയിൽ ഉണ്ട്. അതൊക്കെ 2008 മുതൽ ആണ് തുടങ്ങിയത്. അത് പിന്നീട് കുറഞ്ഞുവന്നു. കോവിഡിനുമുമ്പ് ഡൽഹിയിൽ ഒരു പരിപാടിക്കു വിളിച്ചതാണ്. എങ്കിലും കോവിഡ് കാരണമായി ആ പരിപാടി അവർ ക്യാൻസൽ ചെയ്തു.

പല കാലങ്ങളിൽ പല കാര്യങ്ങളാണ് പഠിപ്പിച്ചത്. വൃത്തശാസ്ത്രവും ലോകസാഹിത്യവും ഒക്കെ പഠിപ്പിച്ചു. ക്രിയേറ്റീവ് ലിറ്ററേച്ചറും ലീലാതിലകവും നളചരിതവും ശാകുന്തളവും പഠിപ്പിച്ചിരുന്നു. ഒരുപാട് കോളേജുകളിൽ സംസാരിക്കാൻ പല തവണ പോയി. മഹാരാജാസ് ഓട്ടോമസ് ആകുന്നതിനു മുമ്പ് വളരെ സ്വാതന്ത്ര്യം ഉണ്ടായിരുന്നു. സമരം ആണെങ്കിൽ വീട്ടിൽ പോകാം. ഉച്ചവരെ പരീക്ഷാ ഡ്യൂട്ടിയെങ്കിൽ ഉച്ചകഴിഞ്ഞ് ലീവുകിട്ടുമായിരുന്നു. ഉച്ചകഴിഞ്ഞാണ് പരീക്ഷയെങ്കിൽ രാവിലെ ലീവ്. സെമസ്റ്റർ സിസ്റ്റം വന്നതോടെ സാംസ്കാരികമായ പരിപാടികൾ കുറഞ്ഞു. പുറകേ പഞ്ചിങ്ങും വന്നു. ഇക്കാലത്താണ് വിദ്യാർത്ഥികൾ മലയാളം എഴുതാൻ അറിയാത്തവർ ആയത്. സിനിമയും സ്ത്രീസാഹിത്യവും മാധ്യമവും ഒക്കെ പഠിപ്പിക്കുന്നുണ്ട്. കുട്ടികൾക്ക് ഭാഷയറിയില്ല എന്നത് ഒരു യാഥാർത്ഥ്യമായി മാറി. സമർത്ഥരായ ധാരാളം കുട്ടികളും ഉണ്ടായിരുന്നു. സാമർത്ഥ്യം കുറഞ്ഞവരെയും മിടുക്കരാക്കണമല്ലോ.

എന്റെ കവിതയെഴുത്ത് കൂടുതലായും നടന്നിട്ടുള്ളത് വൈകുന്നേരം കോട്ടയത്തേക്ക് പോകുന്ന ഷട്ടിലുകളിലാണ്. എട്ടരയ്ക്കുള്ള വണ്ടിയാണെങ്കിൽ തീരെ ആളുകുറവായിരുന്നു. ഒറ്റയ്ക്കായിരിക്കും ഞാൻ. എട്ടപ്പങ്ങൾ പ്രയാസങ്ങൾ, ആഴങ്ങൾ അടച്ചിട്ട പുഴ, മിന്നൽ, ചന്ദ്രനോടൊപ്പം എന്നീ കവിതകൾ ഷട്ടിൽ തീവണ്ടികൾ തന്നതാണ്. ഒരു ദിവസം സുഹൃത്തുമായി മദ്യപിച്ച് വണ്ടി മാറിക്കേറി ഞാൻ തൃശ്ശൂർക്കു പോയി. അവിടന്ന് ബസിനാണ് വീട്ടിലെത്തിയത്. മറ്റൊരിക്കൽ വണ്ടി മാറി ഇടപ്പള്ളിവരെയും പോയി. ഒരേ സമയം കോട്ടയത്തിനും ഷൊർണ്ണൂർക്കും ഓരോ

ഷട്ടിൽ ഉള്ളതുകൊണ്ടാണ് ഇങ്ങനെ സംഭവിച്ചത് .

ഇടയ്ക്ക് ആലുംമ്നിയുടെ വലിയ ആഘോഷങ്ങൾ കോളേജിൽ നടക്കും. അവിടെ പഠിച്ച മമ്മൂട്ടിയും വരും. പറഞ്ഞു കേട്ട ഒരു തമാശയുണ്ട്. കോളേജിലെ യൂണിയൻകാരോ മറ്റോ മമ്മൂട്ടിയോട് ഒരു സാമ്പത്തിക സഹായം ചോദിച്ചു. താൻ അഭിനയിച്ച ഒരു സിനിമയിൽനിന്ന് കിട്ടിയ തുക മുഴുവൻ തരാമെന്ന് അദ്ദേഹം പറഞ്ഞു. സിനിമ മതിലുകൾ. കിട്ടിയ തുക പതിനായിരം.

ഒരിക്കൽ ഷൂട്ടിംഗിന് വന്നവർ HOD റൂമിന്റെ ഒരു അരപ്പാളിയും കൊണ്ടുപോയി. ഞാനോർത്തു ഇനി അരപ്പാളി ഇല്ലായിരുന്നോ ? ഏതായാലും തിരിച്ചു വയ്പിച്ചു. മലയാളത്തിൽ പഠിച്ച രാമചന്ദ്രൻ ഒക്കെ യായിരുന്നു ഷൂട്ടിംഗിന് വന്നത്. ഉഗ്രനൊരു സിനിമ മലയാളത്തിലെ ഒരു കുട്ടി ചെയ്തിട്ടുണ്ട്. വൈകാതെ വരുമായിരിക്കും.

ഒരു ദിവസം രാവിലെ ചെല്ലുമ്പോൾ ഞങ്ങളുടെ ടോയ്‌ലെറ്റിന്റെ അടിവിട്ട് താഴെക്കിടക്കുന്നു. പകൽ ഉപയോഗിച്ചിരുന്നപ്പോഴല്ല രാത്രി യിലാണ് താഴെ വീണത്. അതോർത്തിട്ട് ചിരിക്കണോ കരയണോ എന്നറിയാതെയായി. എത്രയോ പഴക്കമുള്ള പൈതൃകമന്ദിരം ആണ്. നിരന്തരം കേടുപാടുകൾ തീർക്കണം. കാഴ്ചയില്ലാത്ത ഒരു രസികനായ മാഷ് പറഞ്ഞത് ഇത് പൊളിച്ച് പുതിയ ഒരു കെട്ടിടം പണിതാൽ ഇത്രയും പണം നഷ്ടപ്പെടില്ലെന്നാണ്. ഒരു പൊതുമീറ്റിം ഗിലാണ് പറഞ്ഞത്. എല്ലാവരും ചിരിച്ചു. കഷ്ടകാലങ്ങൾ എന്നും എന്റെ പിന്നാലെ ഉണ്ടായിരുന്നു. അവസാനകാലത്ത് പൊളിറ്റിക്സിൽ പോയിരുന്ന എന്റെ തലയിൽ മുകളിൽനിന്ന് സിമന്റ് തേപ്പടർന്നുവീണു. അതാകട്ടെ താരതമ്യേന പുതിയ കെട്ടിടമാണ്. ജനറൽ ആശുപത്രി യിൽ എന്നെ കൊണ്ടുപോയത് റഷീദ് സാറാണ്. മുമ്പ് എന്റെ മേശയുടെ മീതെ മരപ്പട്ടി കാഷ്ഠിക്കുമായിരുന്നു. എന്നിട്ടും മരപ്പട്ടി ഒരു ചിന്തയായി കവിതയിൽ വരുന്നത് വർഷങ്ങൾക്കുശേഷമാണ്. “അവിടെ മരപ്പട്ടി ഉണ്ടോ?” കവി വിജയലക്ഷ്മിച്ചേച്ചി എന്നോട് ചോദിച്ചു. ചേച്ചി അവിടെ പഠിച്ചതാണല്ലോ. ഒരു ദിവസം ഞാൻ വരാന്തവഴി മലയാളത്തിലേക്ക് നടന്നു ചെല്ലുമ്പോൾ അതായിരിക്കുന്ന ഒരു പ്രൊഫസറുടെ ഗമയിൽ ഒരു വലിയ വെള്ളി മൂങ്ങ. ആ കാഴ്ച എന്നിലൊരു അനുഭൂതിയായി മാറി. വെള്ളിമൂങ്ങകളെ പല തവണ കണ്ടിട്ടുണ്ട്. വെള്ളിമൂങ്ങയെപ്പറ്റി എഴുതാൻ നീണ്ട പതിനഞ്ച് വർഷങ്ങൾ വേണ്ടിവന്നു. ആ ഭാഗം താഴെ :

“ചിത്രം തന്നെ

വിചിത്രമാണൊരു

പുലർക്കാലത്തു ഞാനേകനായ്
സ്വപ്നം കണ്ടു നടന്നുപോകെ
മുകൾഭാഗത്തുള്ളവിട്ടത്തിലായ്
ചിത്രം വച്ചൊരു വെള്ളിമൂങ്ങ ഞൊടിയിൽ
മാഞ്ഞങ്ങുപോയ് ?
ഞാനതിൻ
ചിത്രം പേറി നടന്നതിന്റെ വരയും
വർണങ്ങളും മാഞ്ഞുപോയ്

വർണ്ണങ്ങൾക്ക് കലർപ്പ ,
പ്രേമഭരിതം രേഖാങ്കനം ,
ക്രൂരതയ്ക്കുണ്ടേ കൃഷ്ണമണിത്തിളക്ക, മതിലെൻ
ഛായാപടം മുദ്രിതം
കാണാം വിസ്മയഭാവവും ദയയുമേ
സൂക്ഷ്മത്തിൽ സൂക്ഷ്മങ്ങളായ് ;
വെള്ളത്തേപ്പിൽ
തവിട്ടുപൊട്ടുകളതിൻ
മാറാത്തമൂർത്തങ്ങളായ് "

അധ്യായം 68

ഒരു ദിവസം കോളേജ് വരാന്തയിലൂടെ വരുമ്പോൾ അപൂർവ്വമായ മത്സ്യങ്ങളെ കണ്ടെത്തിയതായ ഒരു പത്രറിപ്പോർട്ട് സുവോളജി യുടെ ഇപ്പുറത്തെ ചുമരിൽ ഒട്ടിച്ചുവെച്ചതു കണ്ടു. അതാണ് കോളേജിന്റെ ചുമരിൽ എന്ന കവിത എഴുതാൻ കാരണമായത്. വംശീയന്യൂനപക്ഷ ങ്ങ (ethinic minorities) ളെക്കുറിച്ചുള്ള കവിതയായിരുന്നു അത്; പാരിസ്ഥിതികവുമാണ്. ഒരു അബോധം ആകാം ഈ കവിതയിലേക്ക് നയിച്ചത്. ഇത്തരം കാര്യങ്ങൾ പിന്നീടാണ് മനസിലാക്കുന്നത്.

അതുപോലെ ഒരു കവിതയായിരുന്നു സ്വരത്താൽ. കാഴ്ചയില്ലാത്ത ആറ് പെൺകുട്ടികളെ ഗ്രൗണ്ടിലെ സിഗ്നലിൽ വെച്ച് കണ്ടുമുട്ടിയപ്പോൾ ഞാൻ ചോദിച്ചു. “നിങ്ങൾ എവിടെ പോകുവാ?” “ ജോസഫ് സാറല്ലേ ?” എന്നവർ തിരിച്ചു ചോദിച്ചു. ശബ്ദത്താൽ അവർ എന്നെ തിരിച്ചറിഞ്ഞ താണ് കവിതയിൽ കാര്യമാകുന്നത്. ആ കുട്ടികളും ഞാനും തമ്മിലുള്ള അന്തരത്തിൽ ഒരു പാലമിടുന്നത് സ്വരമാണ്. കാഴ്ച തടസ്സപ്പെടുന്നിട ത്ത് ശബ്ദം വഴികാട്ടിയാകുന്നത് ഞാൻ ശ്രദ്ധിച്ചിട്ടുണ്ട്.

ഒരു കൊല്ലം മുമ്പ് ഒരു സ്വകാര്യകോളേജിൽ ചെന്നപ്പോൾ മഹാരാ ജാസിനെക്കുറിച്ച് വളരെ മോശമായി അവിടത്തെ ഒരു അധ്യാപകൻ എന്നോട് പറയുകയുണ്ടായി. എന്നാൽ മറ്റൊരു ജില്ലയിലുള്ള ഒരു സ്വകാര്യ കോളേജ് തുടർന്ന് പഠിപ്പിക്കാൻ പറ്റില്ലെന്ന് പറഞ്ഞ് ഒരു അന്ധയായ കുട്ടിയെ ഉപേക്ഷിച്ചപ്പോൾ മഹാരാജാസിലെ മലയാള ത്തിൽ ആ കുട്ടിയെ ചേർക്കുകയാണുണ്ടായത്. ഭിന്നശേഷിയുള്ള എത്ര യധികം കുട്ടികളെയാണ്, ട്രാൻസ് ജെന്റേഴ്സിനെയാണ് മഹാരാജാസ് ചേർത്തുപിടിക്കുന്നത്. അവിടത്തെ സ്നേഹനിധികളായ കുട്ടികൾ അവരെ സംരക്ഷിക്കുന്നത് കണ്ട് എന്നേക്കാളും എത്രയോ വലിയവ രാണ് ഈ കുട്ടികളെന്നോർത്ത് ഞാൻ ചെറുതായിപ്പോയിട്ടുണ്ട്. ഒരു

സ്വകാര്യ കോളേജിൽ അഡ്മിഷൻ കിട്ടിയ ഒരു ദളിത് വിദ്യാർത്ഥി അവിടെ പഠിക്കാൻ പറ്റുകയില്ല എന്ന് പറഞ്ഞ് ദു:ഖിതനായി മഹാരാജാസിൽ അഡ്മിഷന് അമ്മയേയും കൂട്ടി വന്നതും പിന്നീട് ചേർന്നു പഠിച്ചതും ഓർക്കുന്നു. കോളേജിന്റെ മുറ്റത്തുകൂടി പാറിപ്പറക്കുന്ന അവനെ പിന്നീട് കണ്ടു. അന്ധതയെക്കുറിച്ചും അന്ധരെക്കുറിച്ചും നിരവധി കവിതകൾ എഴുതി. അയാൾ എന്ന കവിത അങ്ങനെയുള്ളതാണ്. കോളേജിലെ തൂപ്പുകാരി അവരുടെ വയ്യായ്കൾ എന്നോട് പറയുമായിരുന്നു. ഞാൻ അധ്യാപകരെപ്പോലെ ഓഫീസുകാരെയും പ്യൂൺമാരെയും സ്നേഹിച്ചു.

ബി. എ. മലയാളത്തിന്റെ ക്രിയേറ്റീവ് ലിറ്ററേച്ചർ ക്ലാസിൽ താമസിച്ചുവരുന്നവരെക്കുറിച്ചൊരു കവിത എഴുതിയിരുന്നു. അത് ക്ലാസിലെ കുട്ടികൾക്ക് ഇഷ്ടപ്പെട്ട കവിതയായിരുന്നു. പി.രാമൻ അത് നല്ല കവിതയാണെന്ന് പറഞ്ഞത് ഓർക്കുന്നു.

മെട്രോ വന്നതിനു ശേഷം സൗത്തിലെ ഒരു ഭാഗം കെട്ടിടങ്ങൾ ഇല്ലാതായി. അവിടെ ഭിക്ഷയെടുക്കാൻ വരുന്ന ഒരു മുത്തശ്ശി ഉണ്ടായിരുന്നു. വൈന്നേരം ആകുമ്പോൾ മറ്റൊരു സ്ത്രീ അവരെ കൂട്ടിക്കൊണ്ടു പോകുമെന്ന് ഒരു പോലീസുകാരൻ എന്നോട് പറഞ്ഞു. ആ സംഭവം ഒരു കവിതയിൽ കടന്നുവരുന്നുണ്ട്.

മേ മാസം എന്ന കവിതയിൽ കോവിഡ് കാലത്ത് സർവീസിൽനിന്ന് പിരിഞ്ഞുപോയ അധ്യാപികമാരാണ് കഥാപാത്രങ്ങൾ. അവരെ യാത്രയയയ്ക്കാൻ അധികം ആരുമുണ്ടായിരുന്നില്ല.

മഹാരാജാസിലെ എന്റെ സായാഹ്നകാലത്താണ് മിന്നൽ എന്ന കവിത എഴുതുന്നത്. ട്രെയിനിൽ ഇരുന്ന യാത്രക്കാരിയായ ഒരു പെൺകുട്ടിയാണതിലെ കഥാപാത്രം. ആ കവിതയിലാണ് കോട്ടയം കുമാരനെല്ലൂരിൽ കൊല്ലപ്പെട്ട കെവിനെക്കുറിച്ചുള്ള സൂചനയുള്ളത്.

മഹാരാജാസിലെ അഭിമന്യുവിന്റെ കൊലപാതകത്തെപ്പറ്റി ഒരു കവിത എഴുതിയ കാര്യം പറഞ്ഞിരുന്നല്ലോ. ആ കുട്ടിയുടെ വട്ടവടയിലെ വീട്ടിൽ ഞാനും കുടുംബവും അഭിജിത് എന്ന എന്റെ വിദ്യാർത്ഥിയും എന്റെ സന്തതസഹചാരിയായ ജയലാലും കൂടി പോയിരുന്നു. മൂന്നാറിൽനിന്ന് 40 കിലോമീറ്റർ അകലെയാണ് വട്ടവട. കാട്ടിലൂടെയുള്ള വഴിയേ പോണം. ഫോറസ്റ്റുകാരുടെ അനുവാദം വാങ്ങണം. നീലക്കുറുഞ്ഞി പറിക്കരുതെന്ന് അവർ പ്രത്യേകം പറഞ്ഞു. ഞങ്ങൾ ഉയരത്തിലെ മലയിൽ എത്തി. മുകളിൽ ഒരു ഗ്രാമമുണ്ട്. അതാണ് വട്ടവട. താഴ് വരയിലെല്ലാം കാരറ്റ്, ഉള്ളി, ക്യാബേജ് തുടങ്ങിയ കൃഷികൾ. ഞങ്ങൾ അഭിമന്യുവിന്റെ വീട്ടിലെത്തി. ഒറ്റമുറി വീടാണ്. അതിലാണ്

നാല്പ പേർ താമസിക്കുന്നത്. മുറിയിലെ വൃത്തിയും പാത്രങ്ങളും സാധനങ്ങളും വച്ചിരിക്കുന്ന ചൊവ്വും ചേലും അത്ഭുതപ്പെടുത്തി. എല്ലാവരും പായിലിരുന്നു. അവർ പലതും പറഞ്ഞ് കരഞ്ഞു. അവന്റെ അമ്മ ചായയിട്ടു തന്നു. ഞാൻ എന്റെ പുതിയ എച്ച് എം ടി വാച്ച് അച്ഛന് കൊടുത്തു. ഞങ്ങളുടെ കാറിന്റെ ഡിക്കിയിലുള്ള ഒരു ചക്ക കൊടുത്തു. 25 കിലോ അരി വാങ്ങിക്കൊടുത്തു. അവിടത്തെ ആളുകൾ ഞങ്ങളുടെ ചുറ്റും കൂടി. ഞങ്ങളെ അവർ ലൈബ്രറിയിലേക്ക് നയിച്ചു. 2000 രൂപയുടെ പുസ്തകങ്ങൾ ഞങ്ങൾ ലൈബ്രറിക്കു കൊടുത്തു. അവനെ അടക്കിയ സ്ഥലത്ത് ഞങ്ങൾ പോകുകയുണ്ടായി. ഞാൻ അഭിമന്യുവിനെ പഠിപ്പിച്ചിട്ടില്ല. ഒന്നുരണ്ടു തവണ ഡിപാർട്ടുമെന്റിൽ വന്ന് കണ്ടിട്ടുണ്ട് എന്നു മാത്രം.

ആദിവാസികൾക്ക് സ്വാഭാവികമായുള്ള നിഷ്കളങ്കതയാണ് അഭിമന്യുവിന്റെ മരണത്തിൽ കലാശിച്ചത് എന്ന് എനിക്കറിയാം. അവൻ മഹാരാജാസിലെ അരഭിത്തിയിലെ ഭീമൻ തൂണിൽ ചാരിയിരുന്ന് പാടിയ പാട്ട് ഞാൻ ഓർക്കുന്നു. ആ ഗാനം എറണാകുളത്തിന്റെ വഴിക്കുരുക്കുകളിൽ പെട്ട് ഞെരുങ്ങുന്നു. അങ്ങു ദൂരെ ഊരും അവിടത്തെ ആളുകളും അവനെയോർത്ത് ഇന്നും കരയുന്നു.

അധ്യായം 69

"രക്തം നിറയെ കുയിലുകളുള്ള ഏപ്രിൽ" എന്ന് ചുള്ളിക്കാട് എഴുതിയത് മഹാരാജാസിലെ കുയിലുകളെക്കുറിച്ചാവാം എന്ന് തോന്നിയിട്ടുണ്ട്.

വേനലായാൽ "ശബ്ദം നിറയെ കറുപ്പുകളുള്ള കുയിലുകളെ" കേൾക്കായി.

"രേ രേ കോകിലേ, മാ ഭജ മൗനം

കിഞ്ചിദുദഞ്ചയ പഞ്ചമ രാഗം"

(കുയിലേ, മൗനം ഉപേക്ഷിച്ച് നീ പഞ്ചമരാഗം പാടുക - സുഭാഷിതം)

ഉപ്പൻമാർ ഇണപ്പെടുന്നതും ചേര ഇഴഞ്ഞുപോകുന്നതും കോവിഡ് കാലത്തെ കാഴ്ചകൾ ആയിരുന്നു. കുട്ടികൾ ഇല്ലാത്ത കാമ്പസ് ഉറങ്ങിക്കിടക്കുന്ന ശൂന്യതയാണ്. അത് ഏറെ പരക്കുന്നതായി തോന്നും. അത് കുട്ടികൾക്കുവേണ്ടി പച്ചമരക്കൊമ്പുകൾ വീശി കാത്തിരുന്നു. മഹാരാജാസിന്റെ അകമുറ്റത്ത് മരങ്ങൾക്കു ചുറ്റും ഉള്ള കെട്ടുകളിൽ അവർക്ക് ഇരിക്കാം. ഒരിടത്ത് നാലുപാളി കല്ലുകൾ ചതുരത്തിൽ വച്ചിട്ടുണ്ട്. അവിടെ ഞാൻ കുട്ടികളുടെ കൂടെ ഇരുന്നു. അണ്ണാൻമാർ കണിക്കൊന്നയുടേയും ഞാവലിന്റേയും പനയുടെയും തടികളിൽ, ശിഖരങ്ങളിൽ ഓടിനടന്നു. മരങ്ങളിൽനിന്ന് നിലത്തിറങ്ങി ഞെട്ടിപ്പൊട്ടിത്തെറിക്കും അവ. മഹാരാജാസിന്റെ വ്യാകരണം പഠിക്കാൻ എനിക്ക് നീണ്ട 16 വർഷങ്ങൾ വേണ്ടിവന്നു.

രതീഷ് എന്ന ഒരു പയ്യൻ അജീഷ് ദാസന്റെ സുഹൃത്തായിരുന്നു. മിക്കവാറും കോളേജിൽ വരുമായിരുന്നു. ഞങ്ങൾ ഡർബാർ ഹാളിന്റെ മുന്നിലെ കല്ലിലിരിക്കും. കവിതയിൽ താല്പര്യം നല്ലതുപോലെയുണ്ട്. അയാൾ തോപ്പുംപടിയിലുള്ള ഒരു കണ്ണാടിക്കടയിൽനില്ക്കുയാണ്.

അയാളാണ് എനിക്ക് ഒരു കണ്ണാടി വാങ്ങിത്തന്നത്. ഞങ്ങൾ കടയിൽ നിന്നിറങ്ങി നടന്ന് പാലത്തിൽ വന്നു നിന്നു. അപ്പോൾ അയാൾ എന്നെ വേറേ ആരോ എഴുതിയ കുറേ കവിതകൾ കാണിച്ചു. "ഇതൊന്നും പോരല്ലോ" ഞാൻ പറഞ്ഞു. "പക്ഷേ ഞങ്ങൾക്കും കവിതയെഴുതേണ്ടേ " എന്നയാൾ പറഞ്ഞത് എന്നെ അത്ഭുതപ്പെടുത്തി. ഞാൻ ചെറുതായ പോലെ തോന്നി. ഈ ചോദ്യം പിൽക്കാലത്ത് വളർന്ന് എത്രയോ വലുതായി. ഞാൻ യാത്രപറഞ്ഞ് പോന്നു. പിന്നെ തമ്മിൽ കാണുന്നത് വർഷങ്ങൾക്കുശേഷം പി. രാമൻ മഹാരാജാസിൽ വന്നപ്പോഴാണ്. രതീഷ് മതം മാറി വിവാഹം കഴിച്ചു എന്ന് അറിഞ്ഞു. കവിത ഒക്കെ വിട്ടു എന്നാണ് തോന്നുന്നത്.

മഹാരാജാസ് ആദ്യകാലത്ത് (2005 ൽ ആയിരിക്കാം) ജ്യോതിലക്ഷ്മിട്ടീച്ചർ, ഒരു ഫ്ലാറ്റ് വാങ്ങി എറണാകുളത്ത് താമസിക്കാൻ എന്നോട് പറഞ്ഞതാണ്. പക്ഷേ ജന്മനാട്ടും സ്വന്തക്കാരും ബന്ധുക്കളും അയൽക്കാരും കൂട്ടുകാരും എന്നെ കോട്ടയത്തുതന്നെ ഉറപ്പിച്ചു. ജീവിതത്തിൽ ഉത്കണ്ഠകൾ ഉണ്ടായിരുന്നു എങ്കിലും ഭൗതികമായ ലക്ഷ്യങ്ങൾ ഒന്നും എനിക്ക് ഉണ്ടായിരുന്നില്ല. ഭാര്യയ്ക്ക് പട്ടിത്താനം സ്കൂളിൽ താല്ക്കാലികമായി പഠിപ്പിക്കാൻ അവസരം കിട്ടി. മക്കളും അവിടെ പഠിച്ചു. വി.സി. ഹാരീസ് താമസിച്ച വീട്ടിലേക്ക് ഞങ്ങൾ താമസവും മാറ്റി. മാഷ് തവളക്കുഴിക്കു മാറിയിരുന്നു. ഞങ്ങളുടെ വാടകവീടിന് അടുത്തായിരുന്നു വാങ്ങിയ പതിനൊന്നേകാൽ സെന്റ് സ്ഥലം.

ഞാൻ ഏറ്റുമാനൂർ എസ്. ബി. ടി. യിൽ ഒരു ലോണിന് ചെന്നു. ലോൺ കൺസൾട്ടന്റ് വലിയ തിരക്കിലായിരുന്നു. അദ്ദേഹം ഒരു വിദ്യാർത്ഥിനിയുടെ ലോണിന്റെ കാര്യത്തിൽ ചർച്ചയിലായിരുന്നു. എന്നോട് പിന്നെ വരാൻ പറഞ്ഞു. നേരേ മാന്നാനം എസ്. ബി. ഐ. യിൽ എത്തി. ഒരു കാറുപോകുന്ന വഴി ഞങ്ങൾക്കുണ്ടായിരുന്നില്ല. ഹാരീസ് മാഷും ഞാനും അതിനായി ഒരു പാട് ശ്രമങ്ങൾ നടത്തി. ഒരാൾക്ക് ഞങ്ങളുടെ സ്ഥലം ഇരട്ടി കൊടുത്ത് വഴിയുണ്ടാക്കി. പിന്നീടാണ് ലോൺ ശരിയായത്. ലോറിയിൽ സാധനങ്ങൾ എത്തിക്കാൻ മറ്റൊരാളുടെ പറമ്പിലൂടെ അയാൾ അറിയാതെ കൊണ്ടുവരണമായിരുന്നു. അറിഞ്ഞപ്പോൾ അയാൾ ആ പറമ്പ് ഉഴുതിട്ടു. അപ്പോൾ കുറേ സാധനങ്ങൾ താഴെ ഇറക്കിയിട്ട് ചെറുവണ്ടിക്ക് കൊണ്ടുവരേണ്ടി വന്നു. അതിനിടയിൽ പറമ്പിലേക്ക് ഇറക്കിയിട്ട സാധനങ്ങൾ മോഷണം പോയി. ആയതിനാൽ രാത്രി കാവലായി മണലിൽ കിടന്നുറങ്ങേണ്ടിവന്നു. ജയലാലും മനോജും മാറി മാറി കൂട്ടു കിടക്കാൻ വന്നിരുന്നു, ചിലപ്പോൾ എന്റെ അനിയനും അവരും കിടന്നു.

പലരും സാമ്പത്തികമായി സഹായിച്ചിട്ടുണ്ട്. അങ്ങനെ പണിതീർത്തു. പെരവാസ്റ്റോലിയുടെ അന്നാണ് ടി. പി. ചന്ദ്രശേഖരൻ കൊല്ലപ്പെട്ടത്. തികച്ചും അപ്രതീക്ഷിതമായ ഒരു ആഘാതമായിരുന്നു അത്. പലർക്കും വരാനൊത്തില്ല. പിറ്റേന്നും ആളുകൾ വന്നു. ആ ആഴ്ച മുഴുവനും ആളുകൾ വന്നു.

ഒരു വീടുണ്ടാക്കാൻ കഴിഞ്ഞു എന്നത് വലിയ കാര്യമായി. വീടിന്റെ പിൻവശത്ത് ഒരു റബർ തോട്ടമായിരുന്നു. താഴെ ഒരു ഇല്ലിക്കൂട്ടവും. മഴക്കാലരാത്രികളിൽ ഇല്ലിയിൽനിറയെ മിന്നാമിനുങ്ങുകൾ ഉണ്ടായിരുന്നു. വീടിന്റെ മുൻവശവും കാടുകേറിക്കിടന്നു. ഇടതുവശത്ത് ഹാരിസ് മാഷിന്റെ പറമ്പ്. അതും കാടു കയറിക്കിടന്നു. ഇപ്രദേശത്ത് വന്നതിനു ശേഷം ഒരുപാട് കവിതകൾ എഴുതി. പാമ്പുകൾക്ക് ഒരു ഇടം, കീരി, കാക്കകൾ, ഒരു പ്രകൃതിവർണന തുടങ്ങിയ കവിതകൾ. ധാരാളം പാമ്പുകൾ ഇപ്പോഴുമുണ്ട്. ചേരകളെ പലപ്പോഴും കാണാം. മൂർഖനും ശംഖുവരയനും കീരിയും കുഞ്ഞുകീരിയും ഉടുമ്പും വലിയ പന്നിയെലിയും ഉള്ള സ്ഥലമാണിത്. ഞങ്ങൾ എത്തുന്ന കാലത്ത് വിജനമായ ചെറിയ കാട്ടുപ്രദേശം ആയിരുന്നു അത്.

കീരി എന്ന കവിത കീരിയായി കീരികളുടെ ലോകത്തേക്ക് പോയ അപമാനിതനായ മനുഷ്യനെക്കുറിച്ചാണ്. കേരളത്തിലെ നിന്ദിതരും പീഡിതരുമായ മനുഷ്യരുടെ പ്രതീകം ആണ്. പുലി മറഞ്ഞ തൊണ്ടച്ചൻ എന്ന തെയ്യത്തിന്റെ പുരാവൃത്തം എന്നെ സ്വാധീനിച്ചിട്ടുണ്ട്. പക്ഷേ അത്തരം സൂചനയൊന്നും ആ കവിതയിൽ ഇല്ല. ഒരു പ്രകൃതിവർണന എന്ന കവിതയിൽ വീട്ടുമുന്നിലെ കാത്തിരത്തെയാണ് വർണിച്ചത്. അതിലെ ഒരു ഭാഗം താഴെ കൊടുക്കാം:

“തന്റെ രൂപമതു വക്രരേഖയതി -
നാൽ വരച്ചതിവിരൂപമായ്
ധൂളിവർണ്ണമതുതേച്ചുവെച്ച നിജ
കാണ്ഡമാകെയുമഭംഗിയായ്
രണ്ടുകൊണ്ടുമതിനായതില്ല മറ-
തീർക്കുവാനതിനുമുള്ളിലായ്
തന്നെ നില്ക്കുമപരം മരം മുകളിൽ
ചന്ദ്രനും വലയദീപ്തിയും”

വീടിന്റെ മുന്നിലായി അടുത്ത പറമ്പുകാരന്റേതായി ഒരു വലിയ കാഞ്ഞിരമുണ്ട്. കാഞ്ഞിരത്തടത്തിൽ എന്നാണ് ഞങ്ങളുടെ വീട്ടുപേര്.

അങ്ങനെ ഒരു കാഞ്ഞിരത്തിന്റെ തടത്തിൽ താമസിക്കുന്നു ഞങ്ങൾ. അതുകൊണ്ട് ആ കാഞ്ഞിരം വൈകാരികമാണ്. അതിന്റെ അപ്പുറത്തെ പുളിമരത്തിൽ ഒരു മൂങ്ങയുമുണ്ട്. വേനലിൽ കാഞ്ഞിരത്തിന്റെ ഇലകൾ കൊഴിയും. ആദ്യമഴയിൽ അതിൽനിറയെ പുതിയ ഇലകൾ വിളക്കുകത്തിക്കും.

അയൽവീടുകൾ മുകൾ ഭാഗത്ത് ഉണ്ട്. ബാക്കി ഭാഗങ്ങളിൽ അടുത്തൊന്നും വീടുകൾ ഇല്ല. പ്രേതശല്യം ഉള്ള സ്ഥലമാണിതെന്ന് അയല്ക്കാർ പറഞ്ഞു. അതിനും അപ്പുറത്തായി വലിയ ഒരു കുടം പുളിമരവും ഉണ്ട്. അതിനാൽ ഞങ്ങൾക്ക് പുളി വങ്ങേണ്ടതില്ല. വീട്ടിൽ കണിക്കൊന്ന, നെല്ലി, പ്ലംമരം, ആത്തക്ക, മഞ്ഞമുള, തെങ്ങുകൾ, മുള്ളങ്കി, പേര, തേക്ക്, വാഴകൾ, മയിലാഞ്ചി, മാവുകൾ, അശോകം, മൾബറി, ചെറി എന്നിങ്ങനെ മരങ്ങളും ചെടികളും ഉണ്ട്. ഞാൻ കുറെ കോഴികളെ വളർത്തിയിരുന്നു. കരിങ്കോഴി ടൈപ്പ് പൂവൻകോഴികൾ പിള്ളേരെയും എന്നെയും കൊത്താൻ ഓടിക്കുമായിരുന്നു. നാടൻകോഴികൾക്ക് അവ ഭീഷണിയായി. ഞാൻ അവയെ വിറ്റു. കോഴിക്കൂട് ഒരു വിദ്യാർത്ഥിക്ക് വെറുതേ കൊടുത്തു. അങ്ങനെയിരിക്കേ തേക്കിന്റെ താഴെ ഒരു പൊത്തിൽനിന്ന് ഇളംവെയിലിനൊപ്പം മൂന്ന് പൂച്ചക്കുഞ്ഞുങ്ങൾ ഇറങ്ങി വന്നു. എന്നെക്കണ്ട് ഓടി പൊത്തിനകത്തു കയറി. പതുക്കെ പതുക്കെ ഞങ്ങളുമായി കൂട്ടായി. തള്ളയും വന്നു. ഞാൻ എന്നും പാലുവാങ്ങി കൊടുക്കുമായിരുന്നു. പിന്നെ ആഹാരവും കൊടുത്തു. അവർ കാറിനടിയിൽ ആണ് ഉറങ്ങുക. ഇടയ്ക്ക് ഇറങ്ങിവന്ന് മൈലാഞ്ചിയിൽ കയറും. അതൊക്കെ നോക്കിയിരിക്കുക രസമാണ്. രണ്ട് പൂച്ച കുഞ്ഞുങ്ങൾ ചത്തുപോയി. ഒരാൾ ഇപ്പോഴും അവിടെയുണ്ട്. ഞാൻ ചെല്ലുമ്പോൾ എവിടന്നെങ്കിലും അവൻ വരും. കുയിലുകളുടെ സാന്നിധ്യം എപ്പോഴും ഉണ്ട്. അതിനാൽ ഇങ്ങനെ എഴുതാം:

"ശബ്ദം നിറയെ കറുപ്പുകളുള്ള കുയിലുകൾ"

അധ്യായം 70

ചാച്ചനും അമ്മയും പോയിക്കഴിഞ്ഞപ്പോൾ വലിയൊരു അനാഥത്വത്തിലേക്ക് പോകുകയുണ്ടായി. പൊട്ടിത്തെറിച്ച പയ്യാനിക്കാപോലെ ഞങ്ങൾ മക്കളെല്ലാം എങ്ങോട്ടോ പറന്നുപോയി.

ഇന്നോർക്കുമ്പോൾ മകനെന്ന നിലയിലെ ജീവിതമായിരുന്നു എനിക്ക് കൂടുതൽ ഇഷ്ടം. അതാകുമ്പോൾ ഒന്നും അറിയേണ്ടിയിരുന്നില്ല. വീട്ടിലെ ചെലവ് നോക്കേണ്ട. ഒരു ഉത്തരവാദിത്വവും ഇല്ല. ഒരുപാട് അലഞ്ഞുനടക്കാം. ഒരു പോക്കു പോയാൽ കുറേ നാൾ കഴിഞ്ഞു വന്നാൽ മതി. ഒരുപാട് വായിക്കാം. ആളുകളെ കാണാം.

എങ്കിലും ഇപ്പോഴും ജീവിതത്തിന് ഒരു താളമുണ്ട്. താളത്തിലാണ് കവിതകൾ ഉണ്ടാകുന്നത്. അതിൽ അധികസന്തോഷമില്ല. ഏറെ ദു:ഖവുമില്ല. ഒരു ഒഴുകൽ ആണ്. ഭാഗ്യത്തിന് ഇപ്പോൾ താമസിക്കുന്നതിന്റെ അടുത്തുതന്നെ പുഴയൊഴുകുന്നുണ്ട്. പുഴ കണ്ടുള്ള ജീവിതം ഉണ്ടായത് ഇപ്പോഴാണ്. അപ്പോൾ പറയാം: ജീവിതം ഒരു നദിപോലെ ഒഴുകുകയാണ് എന്ന്. അവിടെനിന്നുള്ള കുളിർമ്മയുള്ള കാറ്റേൽക്കാം.

ചാച്ചന്റെ മരണം എന്നിലേല്പിച്ച ആഘാതത്തിൽനിന്നാണ് അടയാളം എന്ന കവിത എഴുതുന്നത്.

“അക്കാലം പോയ് മറഞ്ഞെന്നാലും പോയ് മറഞ്ഞില്ല

ഇക്കാലം മാറിയെന്നാലും മാറിയുമില്ല”

എന്ന വരികൾ അതിലുള്ളതാണ്. തദ്ദേശീയ പാരമ്പര്യങ്ങളിലേക്കും മാന്ത്രികലോകങ്ങളിലേക്കും മടങ്ങുന്ന കവിതയാണത്. ചെങ്ങന്നൂരാതി പാട്ടിന്റെ താളം. അപ്പനപ്പൂപ്പൻമാരെ ദൈവങ്ങളായി കാണുന്ന പാരമ്പര്യമായിരുന്നു ഞങ്ങളുടേത്. പണ്ടുപണ്ടേ കേരളത്തിൽ പാർത്തിരുന്നവരാണല്ലോ. പിന്നീടാണ് ക്രൈസ്തവതയിലേക്ക്

മാറുന്നത്. ഞാനാണെങ്കിൽ അവിടവും കടന്ന് എല്ലാ മതങ്ങളിലേക്കും പോയി. എന്നിൽ പ്രാകൃതമിത്തുകളുടെ ഒരു ലോകമുണ്ട്. (എന്റെ ഒരു സുഹൃത്ത് കവയിത്രി എന്നെ സ്നേഹത്തോടെ പ്രാകൃതൻ എന്ന് വിളിച്ചിരുന്നു.) മാടനും മറുതയും ചാവും അറുകൊലയും അപ്പനപ്പൂപ്പൻമാരും ദൈവങ്ങളും അതിൽ ഉണ്ട്. പതികളിൽ പിതൃക്കളുടെ സാന്നിധ്യം. അവരെത്തേടി പോകുന്നത് എളുപ്പമല്ല. അങ്ങോട്ട് വഴിയില്ല, നേർവഴിയില്ല. കാക്കകളിലൂടെയാണ് അവിടെ എത്തുന്നത്.

"കാക്കകൾക്കിടയിൽപ്പെട്ട്

കറുപ്പുകളിൽ കലർന്നുമറഞ്ഞ്

മലകളിൽ തെളിഞ്ഞു ഞാൻ"

മടങ്ങിയെത്തുന്നതോ മൈനകളായിട്ടാണ്. ഇത്തരം രൂപാന്തരങ്ങൾ ആദ്യകാലത്തെ ഗ്രാമത്തിലെ ദേവാലയം എന്ന കവിതയിൽ ഉണ്ട്. കേരളത്തിലെ അധ:സ്ഥിതരായ മനുഷ്യരുടെ ദൈവങ്ങളെ ഇല്ലായ്മ ചെയ്തു കൊണ്ടാണ്, പിശാചുക്കളാക്കി മാറ്റിക്കൊണ്ടാണ്, ക്രിസ്തീയത കടന്നുവന്നത്. ഹിന്ദുമതവും ഒക്കെ അതിനുമുമ്പേ അങ്ങനെ വന്നതാവാം. എന്നാൽ ക്രിസ്തുമതം തദ്ദേശീയപാരമ്പര്യങ്ങളെ മുഴുവനും ഇല്ലാതാക്കി. അതുകൊണ്ടാണ് ക്രിസ്ത്യാനികൾക്കൊരു കേരളീയഭൂതകാലം ഇല്ലാതെ പോയത്. (കവിതയിൽ അവർക്ക് അധികം മുന്നേറാൻ പറ്റാതിരിക്കുന്നതും അതിനാലാവാം.) കേരളീയതനതു സംസ്കാരത്തിന്റെ ഭാഷയും മുദ്രകളും അവർക്ക് ഇല്ലാതെ പോയി. അതിന്റെ മിത്തുകൾ ഇല്ലാതെ പോയി. എന്നാൽ ഹിന്ദുമതം തദ്ദേശീയപാരമ്പര്യങ്ങളുമായി കുറേയൊക്കെ ലയിക്കുകയാണുണ്ടായത്, കലരുകയാണുണ്ടായത്. ഞങ്ങളാകട്ടെ ലത്തീൻ-റോമൻ പാരമ്പര്യങ്ങളിലേക്ക് ദത്തെടുക്കപ്പെട്ടു. അപ്പോൾ ഞങ്ങളുടെ ഭൂതകാലം മായ്ക്കപ്പെട്ടു. ഓർമ്മകൾ മായ്ക്കപ്പെട്ടു. ഞങ്ങൾക്ക് വേരുകൾ ഇല്ലാതായി. എന്നാൽ തദ്ദേശീയ പാരമ്പര്യങ്ങൾ എന്നിൽനിന്ന് മാഞ്ഞു പോയില്ല. പള്ളിയിൽ നിന്ന് കുർബാന കഴിഞ്ഞ് എം. സി. റോഡിലൂടെ ആളുകൾ വരുമ്പോൾ ഞാൻ എതിരേ കവിതയന്വേഷിച്ച് പോകുമായിരുന്നു.

ഞാൻ ക്രിസ്തുമതത്തിന്റെ അടിമയല്ല. ക്രിസ്തീയതയും തദ്ദേശീയപാരമ്പര്യവും തമ്മിൽ ഒരു സംഘർഷം ഗ്രാമത്തിലെ ദേവാലയം, ടോം എന്നീ കവിതകളിൽ സൂക്ഷിച്ചുനോക്കിയാൽ കാണാം.

മന്ത്രവാദവും പ്രാകൃതാരാധനകളും മാന്ത്രികരൂപങ്ങളും ഒക്കെ ഞാൻ കണ്ടിട്ടുണ്ട്. വീട്ടിൽ ഒരു പോത്തിന്റെ കൊമ്പുണ്ടായിരുന്നു. അത് മരുന്നായി ഉപയോഗിച്ചിരുന്നു. ഒപ്പം ഒരു മരക്കുരിശും വീട്ടിൽ

ഉണ്ടായിരുന്നു. രണ്ടും ഓരോരോ ചിഹ്നങ്ങളാണ്. മന്ത്രവാദങ്ങളുടെ കഥ ഞാൻ നേരത്തേ എഴുതിയിട്ടുണ്ട്. രൂപാന്തരങ്ങൾക്ക് ഉദാഹരണ മായി മലയിൽ തീ കാണുന്നതും പാടത്ത് ചാച്ചൻ കണ്ട തീഗോളവും സൂചിപ്പിക്കാം. പോക്കുവരുകൾ സൂചിപ്പിക്കാം. ഒരുപാട് തലകളുള്ള പാമ്പുകളെയും പറയാം. അതും ഒരു മിത്താണ്. ശാസ്ത്രവും ഒരു തരം ദുർമന്ത്രവാദം ആണെന്ന് തിയോഡോർ അഡോണ. ശാസ്ത്രവും മിത്തും പ്രസക്തമെന്ന് ലെവിസ്ട്രോസ്.

കാർന്നോൻമാരുടെ എളിയിൽ പിച്ചാത്തിയുണ്ടായിരുന്നു. അവർ കാലിപ്പൊകലയും ഞെട്ടേക്കെട്ടൻ പൊകലയും കൂട്ടി മുറുക്കുന്നവർ. അവർ പോത്തിനെയും മൂരിയേയും കൊല്ലുന്നവർ. അവർ ജീവിതത്തേ ക്കുറിച്ച് തത്ത്വചിന്താപരമായി ചർച്ചചെയ്യുന്നത് ഞാൻ ശ്രദ്ധിച്ചു കേട്ടി ട്ടുണ്ട്. ബന്ധുക്കളും സ്വന്തക്കാരും അവരുടെ വിവരങ്ങളും ദേശങ്ങളും അവർ ഓർമ്മയിൽ സൂക്ഷിച്ചു. അവരിൽ പലരും എഴുത്തുവിദ്യ പഠിച്ചി രുന്നില്ല. അതുകൊണ്ട് അവർക്ക് കുറവൊന്നും ഉണ്ടായില്ല. അവരിൽ ഭൂരിഭാഗം പേരും വെള്ളം കയറാത്ത കുന്നിൻപുറങ്ങളിൽ പാർത്തു. (ഈ വെള്ളപ്പൊക്കത്തിന്റെ കാലത്ത് അതെന്നെ അത്ഭുതപ്പെടുത്തുന്നു.) അവർക്ക് എല്ലാവരുടേയും സ്വഭാവങ്ങൾ അറിയാമായിരുന്നു. അവർ ജ്ഞാനികൾ ആയിരുന്നു. കടത്തനാടൻ അഭ്യാസികൾ ആയിരുന്നു. അവർക്ക് വടിയടി / വടി കടക്കൽ, കോലടി (ഞാനും ചെറുപ്പത്തിൽ ഇതൊക്കെ പഠിച്ചിട്ടുണ്ട്. പക്ഷേ പൂർത്തിയാക്കിയില്ല.) വടക്കൻപാട്ട്, ചെങ്ങന്നൂരാതി പാട്ട് ഒക്കെ അറിയാമായിരുന്നു. അവർ നാടകം അഭി നയിച്ചിരുന്നു. അവർക്ക് നാടൻ പാട്ടുകൾ അറിയാമായിരുന്നു:

“ഒട്ടക്കാട്ടീട്ടി കറുത്ത പെണ്ണേ” എന്നവർ പാടി. അവർ പാതിരാവരെ കഥകൾ പറഞ്ഞു. അവർക്കൊരു വ്യവസ്ഥയുണ്ടായിരുന്നു. വിലക്കുകൾ ഉണ്ടായിരുന്നു. അവർ ആരെയും കൊന്നിട്ടില്ല. ഒരുപാട് അപ്പനപ്പ പ്പൻമാരെ എനിക്കറിയാം. സ്ത്രീകൾക്ക് ഏതാണ്ട് തുല്യതയുണ്ടായിരു ന്നു. അതൊരു പരമ്പരയാണ്. അവരിലേക്കുള്ള മടക്കം ആണ് ആ കവിതയിൽ ഉള്ളത്.

ക്രിസ്ത്യാനിറ്റിയും മറ്റും വന്നതുകൊണ്ട് സ്വത്വം നഷ്ടമായി എന്ന് ഞാൻ വിചാരിക്കുന്നില്ല. താരതമ്യേന ആധുനികമായ ഒരു മതമാണ് ക്രിസ്തുമതവും. റോമിന്റെ ആധിപത്യംതകർന്ന കാലത്താണ് പുതിയ ഒരു ആധിപത്യത്തിനായി ക്രിസ്തുമതം രൂപപ്പെട്ടതെന്ന് ഒരു അഭിപ്രായം ഡോസ്റ്റോവ്സ്കിയുടെ ഇഡിയറ്റ് എന്ന നോവലിൽ പറയുന്നുണ്ട്. അപ്പോൾ സ്വത്വം എന്നത് സ്ഥായിയാണ് എന്ന് പറയാൻ ആവില്ല.

പക്ഷേ ഞങ്ങൾ ക്രിസ്ത്യാനികളുടെ ഒരു പ്രശ്നം ക്രിസ്തുമതത്തിൽ ജാതീയമായി ഡിസ്ക്രിമിനേറ്റ ചെയ്യപ്പെട്ടു എന്നാണ്. അപ്പോൾ തീർച്ചയായും ഞങ്ങൾ അവരുടെ ചരിത്രത്തിലേക്കും മിത്തുകളിലേക്കും മടങ്ങും. മുന്നോട്ട് പോകാൻ പറ്റിയില്ലെങ്കിൽ പിന്നോട്ട് പോകും. പുറകോട്ടു പോകുമ്പോഴും മുന്നോട്ടാണ് പോകുന്നത്. അവരെ ആവിഷ്കരിക്കാൻ അവർക്ക് അത് ആവശ്യമാണ്. ആവിഷ്കരിക്കാനായി അവർക്ക് വേരുകളില്ലാത്ത ഒരു ക്രൈസ്തവതകൊണ്ട് കവിതയിൽ ഒരു കാര്യവുമില്ല. അവരാരും ക്രൈസ്തവ വിഷയത്തിൽ മഹാകാവ്യം എഴുതിയുമില്ല. ദൈവത്തെപ്പോലെതന്നെ പിശാചുക്കളും (ഒരു കാലത്തെ ദൈവങ്ങൾ) അവർക്ക് ആവശ്യമായിരുന്നു. ഞാൻ എന്നോടൊപ്പം സകല ദൈവങ്ങളേയും പിശാചുക്കളേയും കൂട്ടുന്നു. വിശ്വാസിയും അവിശ്വാസിയുമായി ജീവിക്കുന്നു.

അധ്യായം 71

2020ന് ശേഷം കുറേ കവിതകൾ സംസ്കൃതവൃത്തത്തിലാണ് എഴുതിയത്. അതൊക്കെ വായിച്ചവരിൽ ചിലർക്ക് വിയോജിപ്പുകൾ ഉണ്ടായിരുന്നു. ശ്ലോകരചന ഇപ്പോഴത്തെ ഫാഷൻ അല്ലാത്തതുകൊണ്ടാകും. പഴേ മട്ടിൽ കവിത എഴുതിയതിന്റെ കാരണം മറ്റൊന്നുമല്ല. സമകാലീനകവികളെയല്ല പഴയ കവികളെ പിന്തുർന്നാണ് ഞാൻ കവിത എഴുത്തുപഠിക്കുന്നത്. അന്നൊക്കെ ആധുനികകവികൾ കത്തിനില്ക്കുന്ന കാലമായിരുന്നു. ഞാൻ ഏറെക്കാലം അതൊന്നുമറിഞ്ഞില്ല.

ഇന്നായിരുന്നെങ്കിൽ ഗദ്യത്തിൽ എഴുതിത്തുടങ്ങിയേനേ. എങ്കിലും ഇടയ്ക്കിടയ്ക്ക് പദ്യരചനകളും ഉണ്ടാകുന്നുണ്ട്. വൃത്തങ്ങൾ മലയാളികളുടെ ഒരു അസറ്റ് ആണ്.

എന്റെ ആദ്യസമാഹാരത്തിൽ മഞ്ഞക്കിളി, മഞ്ഞ് മകൾ കവിത എന്നീ രണ്ട് കവിതകൾ സംസ്കൃതവൃത്തത്തിലാണ്. ഇപ്പോൾ കവിതകൾ കൂടുതലും ഗദ്യത്തിലാകുന്നത് കാലഘട്ടത്തിന്റെ പ്രത്യേകത കൊണ്ടുമാവാം. അതൊക്കെ ശരിയാണ്. പക്ഷേ എന്റെ അടുത്ത നീക്കം എങ്ങോട്ടാണ് എന്ന് എനിക്കു തന്നെ അറിയില്ല. പക്ഷേ ഗദ്യത്തിലെഴുതി വിജയിക്കുക എന്നതും പ്രയാസമാണ്. ഗദ്യം വെറും ഗദ്യമാകാതെ സംഭവിക്കണം. ഡോസ്റ്റോവ്സ്കി, പാമുക്ക്, തോമസ്മൻ, (ബുഡൻ ബ്രൂക്സ്), സി. വി. രാമൻപിള്ള, ഒ.വി. വിജയൻ, സേതു (പാണ്ഡവപുരം), മാധവിക്കുട്ടി (എന്റെ കഥ, കഥകൾ), നളിനി ബേക്കൽ (കൃഷ്ണ), സരമാഗു (ജേർണി ടു പോർച്ചുഗൽ), നെരൂദ (മെമ്മോയേഴ്സ്), സാക്കിസ് (റിപ്പോർട്ട് ടു ഗെക്കോ), ഹുവാൻ റൂൾ ഫോ തുടങ്ങി ഗദ്യകൃതികൾ എഴുതിയവർ വലിയ കവികൾ ആണ്.

തടാകം എന്ന കവിത എഴുതിയ കവിതയല്ല. പണിതെടുത്തതാണ്.

ഇരുമ്പുപണിക്കാരുടെ പണിപോലെ കട്ടിപ്പണിയാണ്. അതും ഒരു രസമാണ്. നീണ്ട വാക്യങ്ങൾ ആണ് അതിന്റെ പ്രത്യേകത. സ്രഗ്ധ രാവൃത്തം ആണത്. തടാകത്തിലെ ഭാഷ നാട്ടുമലയാളമല്ല താനും.

അതിന്റെ പിന്നിലെ പ്രചോദനം ആണ് ഞാൻ പറയുന്നത് : കേരള സാഹിത്യഅക്കാദമിയുടെ തേക്കടിയിലെ സാഹിത്യക്യാമ്പിൽ എന്നെയും ക്ഷണിച്ചു. കൊല്ലം ഓർമ്മയില്ല. മൂന്നാലു കൊല്ലം മുമ്പാണ് എന്ന് തോന്നുന്നു. ഞാനും ഭാര്യയും ഇളയമകളും ഏറ്റുമാനൂരിൽനിന്ന് ഒരു ചെറിയ കാറിൽ പുറപ്പെട്ടു. കെ. പി. മോഹനൻ മാഷ് സെക്രട്ടറിയും വൈശാഖൻ മാഷ് പ്രസിഡന്റും ആയിരുന്ന കാലത്താണ് ആ ക്യാമ്പ് സംഘടിപ്പിച്ചത്. വൈസ് പ്രസിഡന്റ് ഖദീജാ മുംതാസ് മാഡവും ഉണ്ടാ യിരുന്നു. വനം വകുപ്പുമായി സഹകരിച്ചാണ് ആ പരിപാടി നടത്തി യത്. പ്രത്യേകരീതിയിലുള്ള കോട്ടേജാണ് താമസിക്കാൻ കിട്ടിയത്. ഉച്ചകഴിഞ്ഞ് ക്യാമ്പ് അംഗങ്ങൾ അടുത്തുള്ള കാടുകാണാൻ പോയി. കുറേ പോത്തുകളെ കണ്ടു. കൂടെ എരുമകളും കാണും. ദൂരെനിന്നാണ് കാണുന്നത്. തോക്കും പിടിച്ച് വനപാലകരും കൂടെയുണ്ടായിരുന്നു. മരങ്ങളിൽ കുരങ്ങുകളെയും കണ്ടു. ശരിക്കും വനത്തിനുള്ളിലാണ്. അതൊരു സായാഹ്നസവാരി ആയിരുന്നു.

തേക്കടിയിൽ ബിനു പള്ളിപ്പാട്ടും ചിത്രകാരൻ ശാന്തനും ഉണ്ടാ യിരുന്നപ്പോൾ ഞാൻ പോയിട്ടുണ്ട്. പക്ഷേ ഇതുപോലെ ഉൾവനങ്ങ ളിൽ പോയിട്ടേയില്ല. തേക്കടിയിലേക്കു കയറിച്ചെല്ലുന്ന ഭാഗത്തെ ഉൾവനത്തിൽ ബിനുവിനോടൊപ്പം പോയിട്ടുണ്ട്. അവന് അവിടെ പരിചയം ഉണ്ടായിരുന്നല്ലോ. ശാന്തന്റെ ഒരു മൃഗശില്പവും (പുലിയാണെ ന്നാണ് ഓർമ്മ) രഘുനാഥന്റെ ആമയുടെ രൂപത്തിലുള്ള പീഠികയും (ആമക്കട) ഉണ്ടവിടെ. കാട്ടിനുള്ളിൽ ചില പ്രേമമൂലകൾ ഉണ്ടെന്നാണ് ഓർമ്മ. അവിടെ ഇരുന്നതും ഓർക്കുന്നു. മുമ്പ് വലിയ ഒരു ചിത്രപ്രദർ ശനം കുമളിയിൽ നടന്നിട്ടുണ്ട്.

എന്നാൽ എറണാകുളം പോലെ അവിടെ സാധ്യത ഉണ്ടായിരുന്നി ല്ല. ഞാനും ജയലാലും അതിന് പോയിരുന്നു. അതിൽ ചിത്രകലയെപ്പറ്റി ഞാൻ സംസാരിച്ചിരുന്നു. ഓർമ്മകൾ അല്പം വഴിതെറ്റിയോ? നമുക്ക് തുടരാം:

ആദ്യ ദിവസത്തെ പ്രോഗ്രാം നടന്ന കെട്ടിടവും മനോഹരം. ഞാൻ എണ്ണവും എഴുത്തും എന്ന കവിതയാണ് ചൊല്ലിയത്. വിനോയ് തോമസ്, പ്രമോദ് രാമൻ, ടി. ഡി. രാമകൃഷ്ണൻ, ഫ്രാൻസിസ് നെറോണ, അയ്മനം ജോൺ, അശോകൻ ചെരുവിൽ, നാരായൻ, അദ്ദേഹത്തിന്റെ

ഭാര്യ, അഷ്ടമൂർത്തി എന്നിവരെ ഞാൻ ഓർക്കുന്നുണ്ട്. അവരൊക്കെ പിറ്റേന്നാണ് കഥകൾ അവതരിപ്പിച്ചത്. ചെന്ന അന്ന രാത്രി ഭക്ഷണം കഴിച്ച് ഞങ്ങൾ സുഖമായി ഉറങ്ങി. പിറ്റേന്ന് രാവിലെ ഒരു ബോട്ടിൽ പുറപ്പെട്ടു.

മുമ്പും തടാകത്തിൽ യാത്ര ചെയ്തിട്ടുണ്ട്. അന്നില്ലാത്ത ഒരു സന്തോഷം തോന്നി. പന്നികൾ, ആനകൾ, മാനുകൾ ഒക്കെക്കാണാം. തടാകത്തിലെ ഇലകൾ ഇല്ലാത്ത മരക്കൊമ്പുകളിൽ നീർക്കാക്കകൾ നീണ്ട കഴുത്തുമായി ഇരിക്കുന്നു. ജലപ്പരപ്പിന് മനസിനെക്കാളും പരപ്പാണ്. മുകളിൽ ആകാശം. മുല്ലപ്പെരിയാർ വഴി വളഞ്ഞ് പിന്നെ പോകുന്നത് സാധാരണഗതിയിൽ നമ്മൾക്കാർക്കും പ്രവേശനം ഇല്ലാത്ത ഭാഗങ്ങളിലേക്കാണ്. ഇടയ്ക്ക് നാല് നീർനായകൾ നീന്തിമറിയുന്നതു കണ്ടു. (ഒരു നീർനായയെ മുമ്പ് അഗസ്ത്യകൂടത്തിൽവെച്ച് കണ്ടിരുന്നു.) അങ്ങനെ ഞങ്ങൾ പുതിയ ഒരു താവളത്തിലെത്തി. ഉച്ചഭക്ഷണം അവിടെയായിരുന്നു. ഉച്ചകഴിഞ്ഞ് വീണ്ടും ഉൾക്കാട്ടിലേക്കുള്ള യാത്ര പേടിയും രസവും എല്ലാം ചേരുന്നതാണ്. കൂടെയുള്ള ചിലർ മൃഗസ്വഭാവങ്ങളെക്കുറിച്ച് സംസാരിച്ചിരുന്നു.

അതൊക്കെ കവിതയിൽ സൂചിതമാണ്. (കണ്ടല്ലോ ഞങ്ങളെല്ലാം കടുവയൊരടയാ –

ളത്തിനാലോർത്തു വെയ്ക്കും

വൻവൃക്ഷം)

വണ്ടിപോകുന്ന ഒരു വഴി തെളിഞ്ഞുകാണാം. വന്മരങ്ങൾ ഒറ്റപ്പെട്ടുനിൽക്കുന്നു. ഇട തൂർന്ന വനമല്ല. പക്ഷേ ഈ യാത്രയിൽ മൃഗങ്ങളെ കണ്ടതായിട്ട് ഓർക്കുന്നേയില്ല. ഞാൻ ഒരു പാട് വനങ്ങളിൽ പോയിട്ടുണ്ട്. പക്ഷേ കാട്ടിലേക്കുള്ള യാത്ര ഏറെ ഇഷ്ടമാണ്. കല്ലും മുള്ളും ചവിട്ടി കാട്ടിലേക്കുള്ള യാത്ര എത്ര ആഹ്ലാദകരം എന്ന് എ. അയ്യപ്പൻ എഴുതി. (വരികൾ ഓർമ്മയിൽനിന്നാണ്.)

തിരിച്ചു വന്നിട്ട് കഥ വായനയായിരുന്നു. പലരും ഗംഭീരകഥകളാണ് വായിച്ചത്. രാത്രി ആഹാരം കഴിഞ്ഞപ്പോൾ ഞാനും കുടുംബവും മടങ്ങാൻ ആഗ്രഹിച്ചു. ഭാഗ്യത്തിന് ഒരു സ്പീഡ് ബോട്ടുണ്ടായിരുന്നു. ക്യാമ്പ് സന്ദർശിക്കാൻ വന്ന ഡി. എഫ്. ഒ. മടങ്ങുന്നുണ്ട്. ഡി. എഫ്. ഒ. കോട്ടയംകാരിയാണ്. ചെറുപ്പമാണ്. ആ മടക്കയാത്ര മൂലമാണ് ഞാൻ തടാകം എന്ന കവിത എഴുതിയത്.

അധ്യായം 72

ഏതാണ്ട്9 മണിയോടെയാണ് ഉൾക്കാട്ടിലെ താവളത്തിൽനിന്ന് മടങ്ങിയത്. ഞങ്ങൾ ആറ് പേരാണ് ബോട്ടിൽ ഉണ്ടായിരുന്നത്. നല്ല തണുപ്പ് ഉണ്ടായിരുന്നതിനാൽ എല്ലാവരും സ്വെറ്റർ ഇട്ടിരുന്നു. ബോട്ടിൽ പോകുമ്പോൾ തണുപ്പ് കൂടും. എനിക്ക് തോന്നുന്നത് അറുപത് കിലോമീറ്റർ സ്പീഡിലെങ്കിലുമാണ്, അതോ അതിൽ കൂടുതലോ, ബോട്ട് പോകുന്നത് എന്നാണ്. ഏതായാലും ചീറിപ്പായുകയാണ്. ഇരുട്ടുണ്ട്. വെള്ളം കറുത്തു കിടക്കുന്നു. ഓളം വെട്ടുന്നതിനാൽ വെള്ളിത്തിളക്ക ങ്ങളും ഉണ്ട്. ബോട്ടിൽ ഞങ്ങൾ ഏതാണ്ട് മലർന്നു കിടന്നാണ് യാത്ര. അതിനാൽ ആകാശം കാണാം :

“നക്ഷത്രാകീർണവ്യോമം മിന്നുമിനെ, മതിയും
കൂടെ, യിങ്ങോ തടാകം
മിഥ്യാലോകം പണിഞ്ഞു, പകരമതധികം
ഭംഗിയായ് മേളിലേക്കാൾ
മേലും കീഴും സുവർണം കരിനിറമതിലായ്,
വിഭ്രമംകൊണ്ടു യാനം
വേറേ ലോകത്തു പോയോരനുഭവരസമായ്
തീർന്നതിന്നോർമ്മയിന്നും”

കവിതയിൽ പറഞ്ഞിട്ടും എനിക്ക് പോരാതെ വരുന്നു. അതൊന്നു കാണേണ്ട കാഴ്ചയായിരുന്നു. എണ്ണിയാലൊടുങ്ങാത്ത നക്ഷത്രങ്ങൾ, ചന്ദ്രൻ. താഴെയും അതേ ആകാശം. താഴെ പ്രതിഫലിച്ച ആകാശം ആണ് കൂടുതൽ മനോഹരം എന്നു തോന്നും. ഉണങ്ങിയ മരങ്ങൾ ബോട്ട് പോകുന്ന വഴിയിൽ എങ്ങുമുണ്ട്. അതിനാൽ വണ്ടി അങ്ങോട്ടും ഇങ്ങോട്ടും വെട്ടിക്കുന്നുണ്ട്. രണ്ടു പേരാണ് ബോട്ട് നിയന്ത്രിക്കുന്നത്. ഒരാൾ വെട്ടം

കാണിക്കുന്ന സഹായിയാണ്. തടാകം അങ്ങനെ കിടക്കുകയാണ്. ബോട്ട് പോകുന്നതിനാൽ വെള്ളം ഇളകിമറിയുന്നു. ബോട്ട് ഇടത്തോട്ടും വലത്തോട്ടും ചെരിയുകയും ചെയ്യുന്നുണ്ട്. ഇടയ്ക്ക് വഴി മാറിപ്പോകും. ഡി. എഫ്. ഒ. മാഡം പലതും വിശദീകരിക്കുന്നുണ്ട്. നേരത്തേ ഒരു കടുവയെ കണ്ട കാര്യവും പറഞ്ഞു. ബോട്ടിന് ലൈറ്റ് ഇല്ലാതെയാണ് ഞങ്ങൾ പുറപ്പെട്ടത്. ഒരു ടോർച്ച് നീട്ടിയടിച്ചിരുന്നു. പക്ഷേ അതിന്റെ വെട്ടവും കുറയുന്നുണ്ടായിരുന്നു.

ഞാൻ ചുറ്റും നോക്കി. ഇതുവരെ കാണാത്ത ഒരു മായാലോകം. എന്നാൽ അത് യഥാർത്ഥവും ആണ്. കടുവയും പുലിയും ഒക്കെ വേട്ടയ്ക്കിറങ്ങിക്കാണും. ആനയൊക്കെ ഉറങ്ങിക്കാണും. ഈ യാത്രാവഴിയിൽ തടാകത്തിലൂടെ ആന കടന്നുപോകാറുള്ള സ്ഥലമെത്തിയപ്പോൾ വണ്ടി പതുക്കെയായി. ആനത്താരയാണത്. ആനയുണ്ടെങ്കിൽ തുമ്പിക്കൈ വെള്ളത്തിന് മുകളിൽ കാണാം. ഭാഗ്യത്തിന് ആന ഉണ്ടായിരുന്നില്ല.

"ആനക്കൂട്ടം കടക്കും വഴിയൊഴിയുകയാൽ

തോണി മാറുന്നിടത്തേ -

ക്കാകപ്പാടേ കലുക്കം, ക്ഷണമതു തുലനം

വീണ്ടെടുത്തേറിടുന്നൂ

വെള്ളത്തിൽക്കണ്ട ചന്ദ്രൻ ചിതറിയൊരുരുവം

ചെമ്പുപാത്രം കണക്കേ

മിന്നിത്താഴ്ന്നങ്ങു മാഞ്ഞൂ ജലമിനിയതിനെ -

ക്കോരി വയ്ക്കും സഹർഷം"

രാത്രിയിലെ യാത്രയുമായി താരതമ്യം ചെയ്യുമ്പോൾ പകലത്തെ യാത്ര ഒന്നുമല്ല.

ഒടുവിൽ ഞങ്ങൾ കരയണഞ്ഞു. അന്ന് കാട്ടിലെ സാഹിത്യ താവളത്തിൽ കഴിഞ്ഞിരുന്നെങ്കിൽ ഈ അസുലഭയാത്ര ലഭിക്കുമായിരുന്നില്ല. ഈ സംഭവം കവിതയാക്കുക എന്നത് അത്ര എളുപ്പമല്ല. ഇതൊരു ക്ലാസിക്കൽ യാത്രയാണ്. ഒരു കോസ്മിക് വിഷൻ അതിലുണ്ട്. അത് പെയിന്റേർലിയാണ്. അത് ഗദ്യത്തിലോ മലയാളവൃത്തത്തിലോ എഴുതുന്നതിൽ എനിക്ക് താല്പര്യം തോന്നിയില്ല. അതിനാലാണ് പകൽ യാത്രകൂടി ഉൾപ്പെടുത്തി ആകാശം ഭൂമി എന്നപോലെതന്നെ കവിതയ്ക്കും ഇരു മുഖമുള്ള ആഖ്യാനം വരുന്നത്.

"തീരത്തേക്കുണ്ടു ദൂരം കുറെ, യധികമതാ -

വട്ടെ, ബോട്ടിന്റെ ലക്ഷ്യം
സാധിക്കും, യാത്രതീരും, നിരുപമനിമിഷം
മാഞ്ഞുപോയോർമ്മയാകും
എന്നാൽപ്പോലും തടാകം ഖരപരിണതിയാൽ
നിശ്ചലവ്യാപ്തിയായി -
ട്ടെങ്ങാനും മാറുമെങ്കിൽ പ്രിയതരമതിനാൽ
ലഭ്യമാമേകചിത്രം"

ഞങ്ങൾ പിറ്റേന്ന് രാവിലെതന്നെ മടങ്ങുകയുണ്ടായി. ഞാൻ സംസ്കൃതവൃത്തത്തിൽ പിന്നെയും കവിതകൾ എഴുതി. അതൊക്കെ ഒരു കാലം. അക്കാലം കഴിഞ്ഞു എന്ന് തോന്നുന്നു. കവി ഒരു ഭ്രാന്തനാണ്. ഒരു മിസ്റ്ററിയാണ്. എല്ലാ മനുഷ്യരും മിസ്റ്ററിയാണ് എന്ന് ഇഡിയറ്റിൽ പറയുന്നുണ്ട്. അയാളുടെ മാനസികവ്യാപാരങ്ങൾ അയാൾക്കുപോലും അറിയില്ല. കവിത ഉള്ളടക്കം മാത്രമല്ല. രൂപങ്ങളുമാണ്. രൂപങ്ങൾ അനന്തമാണ്. അതിലൂടെയാണ് നമ്മൾ കവിതകൾ തിരിച്ചറിയുന്നത്. മറ്റൊരർത്ഥത്തിൽ കവിത ഒരു കളിയാണ്. കവി ഒറ്റയ്ക്കുകളിക്കുന്ന ഒരു ചെസുകളി. അത് ജീവിതം അനുവദിക്കുംവരെ ചെയ്യുക എന്നതാണ് കവിയുടെ പണി. സാഹിത്യ അക്കാദമിയുടെ ഈ ക്യാമ്പിൽ പരിസ്ഥിതി പ്രവർത്തകർ ഉണ്ടായിരുന്നു. എം. മുകുന്ദൻ വന്നിരുന്നു. സാഹിത്യ അക്കാദമിയുടെ ഭാഗമായി സൈലന്റ് വാലിയിലും ഞാൻ പോയിരുന്നു. എന്റെ കുടുംബം ഉണ്ടായിരുന്നില്ല. അതും രസകരമായ യാത്രയായിരുന്നു. രാവിലെ ഞങ്ങൾ നടക്കാൻ പോയി. വൈകുന്നേരം ചൂളക്കാക്കയുടെ പാട്ടുകേട്ടു. കുന്തി (കുന്ത) പ്പുഴയിൽ കുളിച്ചു മറിഞ്ഞു. രാജവെമ്പാലയുടെ കഥ കേട്ടു. കാട്ടുകോഴികളെ കണ്ടു. ആദിവാസി ഊരു കണ്ടു. അതൊന്നും തടാകം പോലെ ഒരു കവിത എഴുതാൻ എന്നെ പ്രേരിപ്പിച്ചില്ല. കാട്ടുകോഴിയുടെ ഇമേജ് മാത്രം ഞാനെടുത്തു എന്നുമാത്രം.

അധ്യായം 73

Things fall apart; the centre cannot hold,
Mere anarchy is loosed upon the world “

(The Second Coming, W. B. Yeats)

പതിവുപോലെ രാവിലെ 7.30-ന്റെ ഷട്ടിലിൽ ഞാൻ ഏറ്റുമാനൂരിൽനിന്ന് എറണാകുളത്തേക്ക് പോയി. നല്ല മഴയുണ്ടായിരുന്നു. തീവണ്ടി സൗത്തിലെത്തി. വണ്ടിയിൽനിന്ന് ഇറങ്ങുമ്പോൾ കാലുതെന്നി മലർന്നടിച്ച് വീണു. കയ്യിൽ ബാഗുണ്ടായിരുന്നു. വീഴ്ചയിൽ തല നിലത്തടിച്ച് മരിക്കേണ്ടതായിരുന്നു. എന്റെ ഇടതുകൈ എങ്ങനെയോ ശരീരത്തിന്റെ അടിയിൽപ്പെട്ടു. അതുകൊണ്ടാവാം തലയടിച്ചില്ല. കൈ ഒടിഞ്ഞു. ആരും എന്നെ സഹായിക്കാൻ വന്നില്ല. മഴ അപ്പഴും ചെയ്യുന്നുണ്ട്. വണ്ടിയിൽനിന്നിറങ്ങിയ ആളുകൾ തിരക്കുകൂട്ടി ചിതറിയോടുന്നു. പരിചയക്കാർപോലും തിരിഞ്ഞുനോക്കിയില്ല. റെയിൽവേ പോലീസിനെ കണ്ടില്ല. കൈക്ക് വല്ലാത്ത വേദന. ഒരു ചെരിപ്പ് താഴെ വണ്ടിക്കടിയിൽ വീണിരുന്നു. ആരോ അത് എടുത്തു തന്നു. അപ്പോഴാണ് മഹാരാജാസിലെ സ്പോർട്സ് വിഭാഗത്തിലെ അജുസാർ എവിടന്നോ ഓടിവന്നത്. ചെറുമഴയിൽ അദ്ദേഹം എന്നെ മെഡിക്കൽ ട്രസ്റ്റിൽ എത്തിച്ചു. കുറച്ചു കഴിഞ്ഞപ്പോൾ കോളേജിൽനിന്ന് മലയാളത്തിലെ മാത്യുസാറും റഷീദ് സാറും വന്നു. സംഭവം എങ്ങനെയോ അറിഞ്ഞ എന്റെ മുൻവിദ്യാർത്ഥി അഭിജിത് കെ. ബോസും എവിടന്നോ വന്നു. ഏറ്റുമാനൂരിൽനിന്ന് ഭാര്യയും മക്കളും കാറിൽ വന്നു. ആശുപത്രിക്കാർ പറഞ്ഞു. “കുത്തിവയ്ക്കണം. പക്ഷേ ഷുഗർ വരും.” അങ്ങനെയാണ് ഞാൻ ഷുഗർ രോഗിയായത്. അന്ന് കുത്തിവയ്പിക്കാതെ, തൃപ്പൂണിത്തുറ ആയുർവേദാശുപത്രിയിൽ പോയാൽ മതിയായിരുന്നു എന്ന് പിന്നീട് തോന്നി. എറണാകുളത്തുനിന്ന് ഞാൻ ഏറ്റുമാനൂർ

(തെള്ളകം) മാതാ ഹോസ്പിറ്റലിലേക്ക് പോയി. അവർ ഓപ്പറേഷനു ശേഷം കൈക്ക് പ്ലാസ്റ്റർ ഇട്ടു. കുറെ ദിവസം കിടന്നു. ഞാൻ ഒടിഞ്ഞ കയ്യുമായി തുടർന്നും കോളേജിൽ പോയി. പ്ലാസ്റ്റർ ഇട്ട കയ്യുടെ ഉള്ളിൽ സഹിക്കാൻ പറ്റാത്ത ചൊറിച്ചിൽ വരും. അതാണൊരു പ്രശ്നം. ഞാൻ വീട്ടിൽവെച്ച് ഇർക്കിലിട്ട് കുത്തും. അക്കാലത്തെ ഭാര്യാപരിചരണം ജീവിതത്തിലെ ഏറ്റവും മനോഹരമായ നിമിഷങ്ങൾ ആയി മാറി. മറ്റുള്ളവർ നമ്മെ സ്നേഹിക്കുകയും നമ്മെ കരുതുകയും ചെയ്യുമ്പോഴാണ് നമ്മുടെ ജീവിതം അർത്ഥവത്താകുന്നത് എന്ന് ഞാൻ മനസിലാക്കി. അങ്ങനെയിരിക്കെ മാതൃഭൂമി ഫെസ്റ്റിവലിലേക്ക് ചെല്ലണമെന്നുപറഞ്ഞു വിളിച്ചു. അവസ്ഥയിതാണെന്ന് പറഞ്ഞു. അവർ കാറിന് ചെല്ലാൻ പറഞ്ഞു. അങ്ങനെ ജയലാലും ഞാനും കാറിൽ തിരുവനന്തപുരത്തു പോയി. കുറേക്കാലം കടന്നു പോയി. അപ്പോൾ വലതുകൈക്കും കഴുത്തിനും വേദനയായി. ഷുഗർ കൂടിയതാണ് കാരണം. അതിന്റെ ചികത്സയായി പിന്നീട്. എന്റെ ജീവിതരീതിയൊക്കെ മാറി. അങ്ങനെയിരിക്കേ കോവിഡ് ഇവിടെ വന്നു. ആദ്യമൊന്നും എന്താണെന്ന് മനസിലായില്ല. കോളേജ് അടച്ചു. ഓൺലൈൻ ക്ലാസായി.

കോവിഡ് കാലത്ത് മരണം എല്ലാരുടേയും അടുത്തു വന്നു. കൂടെ നടന്നു. കൂടെയിരുന്നു. സുഹൃത്തുക്കളിൽ ചിലർ മരിച്ചു. ബന്ധുക്കളിലും ഒരാൾ മരിച്ചു. ഭാര്യയ്ക്ക് കോവിഡു വന്ന് കൂടുതലായി. മെഡിക്കൽ ട്രസ്റ്റിൽ ചികിത്സിക്കേണ്ടി വന്നു. ഒരു ദിവസം 25000 രൂപ ചികിത്സാ ചെലവ്. അവസാനം അവർ ചില കുറവുകൾ ചെയ്തു തന്നു. ഞങ്ങൾക്കാർക്കും കോവിഡ് വന്നില്ല. പിന്നീട് കോളേജിൽനിന്ന് എനിക്ക് കിട്ടി. പക്ഷേ ഒരു ദിവസമേ കോവിഡിന്റെ പനി നിന്നുള്ളൂ. ഭാര്യയ്ക്ക് വീണ്ടും കോവിഡ് വന്നു. ഭാര്യയെ മെഡിക്കൽ കോളേജിലാക്കി. അവിടന്ന് കാരിത്താസിൽ ഒരുമാസത്തോളം കിടന്നു. മൂത്തമകളാണ് സധൈര്യം അമ്മയെ നോക്കിയത്. ഞങ്ങൾക്ക് എന്റെ മൂത്ത സഹോദരനും ചാച്ചന്റെ ചേട്ടന്റെ മക്കളും ആഹാരം ഗെയിറ്റിൽ കൊണ്ടുവന്നു തന്നു. ഭാര്യയുടെ മൂത്ത ആങ്ങളയും ഭക്ഷണം കൊണ്ടു തന്നു.

നിർവികാരത മൂടി ലോകത്തിന്റെ മനസ് ഇരുണ്ടു. പക്ഷേ പ്രകൃതി തെളിഞ്ഞു. ഇളം മഞ്ഞ കലർന്ന പച്ചപ്പ് എല്ലായിടത്തും പരന്നു. അക്കാലം നമ്മളെല്ലാം അടച്ചുകെട്ടി ഗുഹകളിൽ കഴിഞ്ഞു. എങ്കിലും അതായിരുന്നു ശാന്തമായ കാലം. എന്റെ ജീവിതത്തിൽ മനുഷ്യർ മനുഷ്യരായി ജീവിച്ച സമാധാനകാലം. ദുരിതങ്ങളുടെ നരകവാരിധിയായിരുന്നെങ്കിലും ഭൂമിയിലെ ജീവിതം ധാർമ്മികമായി. കുറ്റകൃത്യങ്ങൾ വളരെ വളരെ കുറഞ്ഞു. അപകടമരണം ഇല്ലായിരുന്നു.

രോഗങ്ങൾ കുറഞ്ഞു. കോവിഡിലേക്ക് എല്ലാ രോഗങ്ങളും ചേർന്നു. ഒരേയൊരു രോഗം കോവിഡ് മാത്രമായി.

ഭരണകൂടം പിതൃ മാതൃഭാവം കൈവരിച്ചു. കോവിഡ് അവസ്ഥ അല്പം പിന്നിട്ടപ്പോൾ ഞങ്ങൾ സൗത്തിൽ കാരിക്കാമുറി റോഡിൽ ഒരു മൂന്നു മുറി ഫ്ലാറ്റെടുത്തു. 20000 രൂപ വാടക. കോളേജിലേക്ക് നടന്നു പോകാം. കോവിഡ് മഹാമാരി പതുക്കെപ്പതുക്കെ നമ്മളെയെല്ലാം വിട്ടുപോയി. പിന്നീട് മറ്റൊരു വിചിത്രമായ ഒരു ലോകം പിറന്നു. ഒരു ഇരുണ്ട കാലം. അപ്പോൾ മാതൃ പിതൃ ഭാതൃ ഹന്താക്കൾ പെരുകി. തിന്മകളും അഴിമതികളും പെരുകി.

പട്ടിത്താനത്തും ഒരുപാട് മാറ്റങ്ങൾ ഉണ്ടായി. ഞാനും എന്റെ മക്കളും പഠിച്ച , ഭാര്യ പഠിപ്പിച്ച ലത്തീൻ റോമൻ യു. പി. സ്കൂളിൽ ഇപ്പോൾ 50 കുട്ടികൾ ആണുള്ളത്. സിറിയൻ കത്തോലിക്കരുടെ ഇംഗ്ലീഷ് മീഡിയം അര കിലോമീറ്റർ ദൂരത്ത് വന്നതാണ് ഒരു കാരണം. മറ്റൊന്ന് കേരളത്തിന്റെ ഇംഗ്ലീഷിലേക്കുള്ള മാറ്റം. മലയാളിക്കുട്ടികൾ നാലാം ക്ലാസ് കഴിഞ്ഞ് ഇംഗ്ലീഷ് പഠിച്ചാൽ പോരേ ? കൊച്ചിലേ അവരിൽ ഇൻസ്റ്റാൾ ചെയ്യുന്ന സോഫ്റ്റ് വെയർ ഒരിക്കലും ഇംഗ്ലീഷ് ഭാഷയുടേതാകരുത്. അത് അവരെ സാംസ്കാരിക കേരളത്തിൽനിന്ന് ഭ്രഷ്ടരാക്കും. അവർക്ക് കേരളം മനസിലാവില്ല. (മലയാളഭാഷയിൽ ചിഹ്നപ്പെട്ടുകിടക്കുകയാണ് മലയാളനാട്.) അവർ അരാഷ്ട്രീയസമൂഹമാകും. മറുപുറം ഇംഗ്ലീഷ് ലോകത്തുനിന്ന് ബഹിഷ്കരിക്കപ്പെട്ട ക്രിമിനലുകളെയും ലഹരി ഉപഭോക്താക്കളെയും കൊണ്ടുനിറയും. ഇംഗ്ലീഷ് ഭാഷ വൃത്തിയായി പഠിക്കാൻ ഇംഗ്ലീഷ് നല്ലതുപോലെ പഠിപ്പിച്ചാൽ മതി. മറ്റു വിഷയങ്ങൾ മലയാളത്തിൽ പഠിപ്പിച്ചാൽ അടിസ്ഥാനജനത ഉയിർത്തെഴുന്നേല്ക്കും. കോളേജിലും എല്ലാ വിഷയവും മലയാളത്തിൽ പഠിപ്പിക്കണം.

പട്ടിത്താനം സ്കൂളിന്റെ ഈ അവസ്ഥയിൽ എനിക്ക് ദു:ഖമുണ്ട്. അവിടത്തെ ഒന്നാം ക്ലാസിൽ ഇപ്പോൾ വളരെ കുറച്ചു കുട്ടികൾ ആണ് ഉള്ളത്. മാനേജ്മെന്റ് മാറുന്ന സമൂഹത്തെ ഉൾക്കൊണ്ടില്ല. നല്ല കെട്ടിടങ്ങളും സ്കൂൾ ബസും ആവശ്യമായിരുന്നു. സ്വയം മാറേണ്ടതുണ്ട്. സിറിയൻസ് അവരുടെ ആധിപത്യം സ്ഥാപിച്ചെടുത്തു. കാലികമായി മാറാൻ സ്കൂൾ ശ്രമിച്ചുവോ? ഒരു കാലത്ത് പട്ടിത്താനത്തെ നാനാജാതി മതസ്ഥർ ഒന്നിച്ചിരുന്ന് പഠിച്ച സ്കൂൾ ആയിരുന്നു അത്. മിഷനറിദൗത്യത്തിന്റെ ഭാഗമായിരുന്നു അത്. മത- ജാതി ചിന്തകൾ വല്ലാതെ വളർന്നു വന്നതാവാം സ്കൂളിന്റെ ഈ അവസ്ഥയ്ക്ക് കാരണം. ഒരു പക്ഷേ ഈ സ്കൂൾ അതിന്റെ സുവിശേഷദൗത്യം പൂർത്തികരിച്ചിരിക്കാം

അധ്യായം 74

നീതി അഥവാ ധർമ്മം ഏറ്റവും പ്രധാനമാണ്. ബുദ്ധനിൽനിന്നും ലെവിനാസിൽനിന്നും ഞാൻ അത് മനസിലാക്കി. ബുദ്ധൻ ധർമ്മചക്രം തിരിക്കാനായി ഉരുവേലയിൽനിന്ന് ബനാറസിലേക്കു പോയി. മെറ്റാഫിസിക്സ് ആദ്യ തത്ത്വചിന്ത എന്ന വീക്ഷണത്തെ തള്ളി എത്തിക്സ് ആണ് ആദ്യ ഫിലോസഫി എന്ന് ലെവിനാസ് സ്ഥാപിച്ചു. നീതിലാഭം വരുംകാലത്തിലേക്ക് നിരന്തരം മാറ്റിവയ്ക്കപ്പെടുന്നു. നീതിയിൽ അധിഷ്ഠിതമായി കുറെ കാര്യങ്ങൾ നീങ്ങുന്നുണ്ട്. പക്ഷേ അനീതി എവിടേയും ഉണ്ട്. നീതിയിലേക്കുള്ള വഴി നടന്നാലും നടന്നാലും എത്താത്തത്ര നീണ്ടതാണ്. നീതിയാണ് ഇക്കാലത്തെ പ്രധാന വിഷയം.

വലിയ ഒരു ബഹളം കേട്ടാണ് ഞാൻ കുടുംബവീടിന്റെ അടുത്തുള്ള ഒരു പറമ്പിലേക്ക് ഓടിച്ചെന്നത്. അവിടെ അയൽക്കാർ തമ്മിൽ കല്ലുകൾവെച്ചെറിയുകയും കല്ലുകൊണ്ട് തമ്മിൽ ഇടിക്കുകയും ചെയ്യുന്നു. "നിങ്ങൾ എന്താണീ ചെയ്യുന്നത്. ഇതു നിർത്തുക. നമുക്കത് പറഞ്ഞുതീർക്കാം." ഇത് ഉറക്കെപ്പറഞ്ഞുകൊണ്ട് ഞാൻ ഓടിയെത്തി. മറ്റൊരാളും വന്നു. അവർ ഞങ്ങളെ കേട്ടില്ല. കുറേപ്പേരെ ഞങ്ങൾ പിടിച്ചുമാറ്റി. ഒരാഴ്ച കഴിഞ്ഞപ്പോൾ അതിൽ താഴത്തെ വീട്ടിലെ കാരണവർ മുറ്റത്ത് വീണുമരിച്ചു. വഴിയുടെ പ്രശ്നമാണ് അവർ തമ്മിലുണ്ടായിരുന്നത്. അവർ പ്രശ്നം തീർക്കാൻ മറ്റെങ്ങും പോയില്ല. അവർ ശക്തിപരീക്ഷിച്ചു. അവരെല്ലാം ഞങ്ങൾക്ക് പ്രിയപ്പെട്ടവർ ആയിരുന്നു.

താഴെ വീട്ടുകാർക്ക് വഴി വേണം എന്നത് ന്യായമാണ്. അവർക്ക് വേറേ വഴിയില്ല. പക്ഷേ മുകൾ വീട്ടുകാർ ഭൂമി കൊടുക്കില്ല. ഒരാൾക്ക് ലഭിക്കേണ്ട നീതി മറ്റെയാൾ തടയുന്നു.

ഇപ്പോൾ ഞങ്ങൾ താമസിക്കുന്ന വീടിന്റെ മുകളിലുള്ള

ആളുകൾക്കിടയിൽ വഴക്കായി. അവർ സ്വന്തക്കാരാണ്. അവരും ഇതുപോലെ കല്ലുവെച്ച് എറിഞ്ഞു. പക്ഷേ കല്ലുകൊണ്ട് ഇടിച്ചില്ല. അതിലും ഞാൻ ചെന്നു പറഞ്ഞു. വിദ്യാഭ്യാസമുള്ള അവിടത്തെ മകനെ അടുത്ത ദിവസം കണ്ടപ്പോൾ സമാധാനം പാലിക്കണമെന്ന് ഞാൻ "പതുക്കെ" പറയുകയുണ്ടായി. വൈകാതെ അവർ തമ്മിൽ രമ്യതയി ലായി. നീതി ഇവിടെ സ്വാഭാവികമായി സംഭവിച്ചു എന്ന് തോന്നുന്നു. അതോ എല്ലാം സ്വയം ആറിത്തണുത്തോ?

ഭൂസ്വത്തിന്റെ കാര്യത്തിലെ അവകാശങ്ങൾ ലംഘിക്കപ്പെടുന്നത് കാണുന്നുണ്ട്. പിതാവ് സ്വന്തമായി വാങ്ങിയ സ്വത്തെല്ലാം പെൺമ ക്കൾക്ക് കൊടുക്കാതെ ആൺമക്കൾക്ക് മാത്രമായി കൊടുക്കുന്നു. അതിന് നിയമത്തിന്റെ പിൻബലമുണ്ട്. പക്ഷേ ധാർമ്മികതയുടെ പ്രശ്നവുമുണ്ട്. സ്വത്തിന്റെ കാര്യത്തിൽ അതിഭീകരമായ ആണാധിപ ത്യമാണ് ഉള്ളത്. ഇതുപോലെ മാതാപിതാക്കളുടെ മരണശേഷം സഹോദരീസഹോദരൻമാർക്ക് വിഭജിച്ചുകൊടുത്ത സ്വത്തിലേക്ക് പോകാൻ, പറമ്പിന്റെ മുൻഭാഗത്തായി വഴിയരുകിൽ സ്ഥലം ലഭിച്ച ഇളയ സഹോദരൻ വഴികൊടുക്കുന്നില്ല. അവന് എല്ലാവരും കൂടി ഇരട്ടിവീതം കൊടുത്തതാണ്. അവനെ പിന്തുണയ്ക്കാൻ ആളുകൾ ഉണ്ട്. ഈ പറമ്പിൽനിന്ന് നിങ്ങൾ ഒരു തരിമണ്ണു പോലും കൊണ്ടുപോകില്ല എന്നയാൾ സഹോദരിമാരോട് പറഞ്ഞായി കേട്ടു. ഇങ്ങനെ പലരേയും വല്ലാതെ വിഷമിപ്പിക്കുന്ന ഒരുപാട് കാര്യങ്ങൾ ഉണ്ട്. മുമ്പും ഈ അനീതികൾ ഉണ്ടായിരുന്നു. അതെല്ലാം ആവർത്തിക്കുകയാണ്.

കയ്യൂക്കുള്ളവൻ കാര്യക്കാരൻ (Might is right) എന്നത് പഴയ രീതിയാണ്. ഇന്ന് തുല്യനീതിയാണ്. പക്ഷേ സൂക്ഷിച്ചുനോക്കിയാൽ എവിടെയൊക്കെയോ പഴയ നീതിതന്നെയാണ് പ്രവർത്തിക്കുന്നത് എന്നു കാണാം. വേറെ ഒരു രീതിയിലാണെന്ന് മാത്രം. ഡോൺ ക്വിക്സോട്ട് വായിക്കുമ്പോൾ നീതിമാനായ സാങ്കോ പാൻസയെ നാം കാണുന്നുണ്ട്. വിഡ്ഢിയായ അയാൾ ശരിക്കും നീതിമാനാണ്. നീതി ചിലപ്പോൾ ക്രൂരമാകുന്നു. ഴാങ് വാൽ ഴാങ് ഒരു റൊട്ടി മോഷ്ടിക്കുന്നു. 5 വർഷത്തേക്ക് കഠിനമായ ശിക്ഷ വിധിക്കുന്ന നിയമജ്ഞൻ. പക്ഷേ ആ ശിക്ഷ അനീതിയാണ് എന്ന് ഇന്ന് നമുക്കറിയാം.

എല്ലായിടത്തും എന്ന പോലെ പട്ടിത്താനത്തും അനീതിയുണ്ട്. സ്വ ത്തുതർക്കങ്ങൾ ഉണ്ട്. നീതിമാനായ ഒരാൾക്ക് ജീവിക്കാൻ പറ്റാത്ത ഇടമായി പട്ടിത്താനവും മാറിയോ? റഷ്യ മൈഷ്കിന് ജീവിക്കാൻ പറ്റിയ രാജ്യമല്ല എന്ന് ഇഡിയറ്റിൽ പറയുന്നതുപോലെ ?

അധ്യായം 75

ചാച്ചന് മേസ്തിരിപ്പണിക്കായി കുറേ പണിസാധനങ്ങൾ ഉണ്ടായിരുന്നു. ചുറ്റിക, കൊലശേര് (കരണ്ടി) തൂക്കുകട്ട, കൈപ്പാണി, മുഴക്കോൽ, അളക്കുന്ന ടേപ്പ്, സമനം, ട്യൂബ്, ഡയറി, പേന എന്നിങ്ങനെ. എന്റെ കവിതയുടെ പണി സാമാനങ്ങൾ എന്തൊക്കെയായിരുന്നു ?

ഒരു പേന അഥവാ പെൻസിൽ. മഷിപ്പേന സ്കൂൾ കാലത്താണ് ഉണ്ടായിരുന്നത്. അതിന്റെ നിബ്ബ് കടിച്ച് വലിച്ചൂരുമ്പോൾ മഷി വായിലും ചുണ്ടിലും പറ്റുമായിരുന്നു. ചിലപ്പോൾ പോക്കറ്റിൽ മഷിപറ്റും. മഷി വരാത്തപ്പോൾ ബ്ലേഡ് ഉപയോഗിച്ച് നിബ്ബിന്റെ പിളർപ്പ് ചെറുതായി അകറ്റും. അതിന്റെ നാക്ക് ക്ലീൻ ചെയ്യും. ബോൾപ്പെന്നിന്റെ വരവോടെ അതുകൊണ്ടായി എഴുത്ത്. അതിന്റെ മഷിയും ചിലപ്പോൾ പോക്കറ്റിൽ പറ്റും. ചിലപ്പോൾ റീഫിൽ മാത്രമേ ഉണ്ടാകൂ. അപ്പോൾ കടലാസുചുറ്റി റബർ ബാന്റുകൊണ്ട് കെട്ടി ഞാൻ പേനയുണ്ടാക്കും. മഷിപ്പേനയോ ബോൾപ്പെന്നോ ഇല്ലാതെ വരുമ്പോൾ ഞാൻ പെൻസിൽ കൊണ്ടും എഴുതും.

ഇടയ്ക്ക് ഞാനും ജയലാലും കോട്ടയത്തെ ഒരു കാസറ്റുകടയിൽനിന്ന് വലിപ്പമുള്ള കറുത്ത ഫൗണ്ടൻ പേന വാങ്ങി. അതുപയോഗിച്ച് അവൻ ചിത്രം വരച്ചു. ഞാനും ചെറുങ്ങനേ വരയ്ക്കും. ഇടയ്ക്ക് കവിതകളും എഴുതും. കറുത്ത മഷി എനിക്ക് കൂടുതൽ ഇഷ്ടം. പേനകൾ വാഴാത്ത ഒരാളായിരുന്നു ഞാൻ. ഞാൻ വാങ്ങിച്ച പേനകൾ എത്ര ? പലതും നഷ്ടപ്പെട്ടു. എവിടെയെങ്കിലുംവെച്ച് മറന്നുപോകും.

ഞാനെഴുതുന്നത് വായിക്കാൻ പലർക്കും പറ്റിയിരുന്നില്ല. വളരെ വേഗത്തിൽ ഞാൻ എഴുതും. അങ്ങനെയെഴുതുമ്പോൾ ആശയങ്ങൾ ഒഴുകിവരും. ചിലപ്പോൾ എനിക്കുതന്നെ വായിക്കാൻ പറ്റിയിരുന്നില്ല.

കവിതകൾ എഴുതാൻ എനിക്ക് നോട്ടുബുക്കുകൾ ഉണ്ടായിരുന്നു. പക്ഷേ ഒരു കവിതയ്ക്കുതന്നെ മിക്കപ്പോഴും ഒരു നോട്ടുബുക്ക് വേണ്ടിവരും. എന്റെ ഇന്നില്ലാത്ത പ്രണയിനി ഒരു ഡയറിയിൽ കവിതകൾ പകർത്തിത്തന്നു. ആ കവിതകൾ ഒന്നുംതന്നെ പ്രസിദ്ധീകരിച്ചില്ല. കളഞ്ഞുമില്ല. വീട്ടിൽ ഉണ്ട്. വായിക്കുന്ന മാസികയുടെ ഉള്ളിലെ വെളുത്ത സ്ഥലങ്ങളിൽ കവിതകൾ എഴുതുന്നത് ഇഷ്ടം. ബസിലോ ട്രെയിനിലോ സഞ്ചരിക്കുമ്പോൾ കവിത തോന്നും. അപ്പോൾ അത് കുറിച്ചുവെച്ചില്ലെങ്കിൽ നഷ്ടപ്പെടും. അതിനാൽ കിട്ടുന്ന സ്ഥലത്ത് അവ അപ്പോൾത്തന്നെ എഴുതിവയ്ക്കും. സ്കൂളിൽ പരീക്ഷാഡ്യൂട്ടിക്കിടെ എഴുതിയതാണ് മഞ്ഞക്കിളിയോട് എന്ന ശ്ലോകം. എനിക്ക് വളരെ പ്രിയപ്പെട്ട കവിതയാണത്. കിട്ടുന്ന കടലാസുകഷണങ്ങളിലോ നോട്ടീസിലോ കവറിലോ ഒക്കെ ഞാൻ കവിതകൾ എഴുതിയിരുന്നു. ആദ്യകാലത്തൊക്കെ കവിതകൾ കടലാസിന്റെ ഒരു വശത്ത് എഴുതി മാസികകളിലേക്ക് അയച്ചു കൊടുത്തിരുന്നു. അവർ അത് തിരിച്ചുമയച്ചു. "യോഗ്യമെങ്കിൽ പ്രസിദ്ധീകരിക്കണേ"മെന്നേ എഴുതിയിരുന്നുള്ളു.

2001-നു ശേഷം കമ്പ്യൂട്ടറിൽ എഴുതാൻ ശ്രമിച്ചിരുന്നു. അങ്ങനെ 2005-ഓടെ രചന മലയാളം സോഫ്റ്റ്‌വെയർ വാങ്ങി കമ്പ്യൂട്ടറിൽ ഇൻസ്റ്റാൾ ചെയ്തു. ട്രെയിനിലോ റെയിൽവേസ്റ്റേഷനിലോ ഇരുന്ന് എഴുതിയ കവിതകൾ രാത്രിയിൽ കമ്പ്യൂട്ടറിൽ ടൈപ്പ് ചെയ്ത് വേണ്ടവണ്ണം എഡിറ്റ് ചെയ്യുമായിരുന്നു. ആ കമ്പ്യൂട്ടർ കാലഹരണപ്പെട്ടപ്പോൾ ലാപ് ടോപ്പ് വാങ്ങി. അതിൽ മൊഴി കീമാൻ ഇൻസ്റ്റാൾ ചെയ്താണ് എഴുതിക്കൊണ്ടിരുന്നത്. ഇക്കാലം മുതൽ കവിതകളും ലേഖനങ്ങളും മാസികകളിലേക്ക് മെയിൽ ചെയ്തിരുന്നു. അത് വളരെ സൗകര്യപ്രദം ആയിരുന്നു. മുമ്പ് എനിക്ക് നല്ല മൊബൈൽ ഒന്നും ഉണ്ടായിരുന്നില്ല. സിൽവിക്കുട്ടി ടീച്ചർ എനിക്കൊരു പഴയ മൊബൈൽ തന്നു. പിന്നീട് ഒരു സ്മാർട്ട് മൊബൈൽ ഫോൺ വാങ്ങുന്നത് വർഷങ്ങൾക്ക് ശേഷമായിരുന്നു. 2009- ലേ ഞാൻ ഫെയിസ് ബുക്കിൽ ഉണ്ട്. പക്ഷേ എന്തെങ്കിലും എഴുതാൻ ധൈര്യം ഉണ്ടായിരുന്നില്ല. ഒന്ന് രണ്ടു തവണ കയറി നോക്കിയതാണ്. ഏതാണ്ട് 2020 കാലത്താണ് ഫെയിസ് ബുക്കിൽ ആക്ടീവായത്. മൊബൈലിൽ വിരലുകൊണ്ട് എഴുതാനും പറ്റിയിരുന്നു. ഇപ്പോൾ വിരലാണ് പേന. ബുക്കിൽ എഴുത്ത് തീരെ കുറഞ്ഞു.

എഴുതാൻ പേനയും കടലാസും മാത്രം പോര. എങ്ങനെ എഴുതണം. എന്തൊക്കെ എഴുതണം എന്നിങ്ങനെ കുറേ കാര്യങ്ങളും ഉണ്ട്. ചാച്ചൻ എങ്ങനെയോ പണി പഠിച്ചു. അദ്ദേഹത്തിന് കുറേ ആശയങ്ങൾ ഉണ്ടായിരുന്നു.

എനിക്കുള്ളത് പറയാം :

പുസ്തകവായന ഒരു പ്രധാന കാര്യമാണ് ; കവിത വായനയും. കവിതയെഴുത്തിന് ചില വഴക്കങ്ങൾ, ശൈലികൾ ഒക്കെയുണ്ട്. ഭാഷയെ കവിതയാക്കി മാറ്റണമായിരുന്നു. അത് സ്വാഭാവികമായി ഉണ്ടാവുന്നതാണ്. എഴുതിത്തുടങ്ങിയ കാലത്ത് ജി., ആശാൻ, ചങ്ങമ്പുഴ, വൈലോപ്പിള്ളി, അക്കിത്തം എന്നിവരുടെയൊക്കെ കവിതകളിൽ ഉള്ള ഒരു പ്രത്യേകതരം കാവ്യഭാഷ എന്റെ ശ്രദ്ധയിൽ പെട്ടിട്ടുണ്ട്. ഹാ, അഹഹ, മാമകം, താവകം, മേവിന, ആരാൽ, തിങ്ങിവിങ്ങി തുടങ്ങിയവ. ആധുനിക കവികൾ അതെല്ലാം തള്ളിക്കളഞ്ഞു. അതും കഴിഞ്ഞ് പുതുകവിതയിൽ നാട്ടുമലയാളം വാണു.

പാരമ്പര്യകവിതകൾ കുറേയെങ്കിലും വായിച്ചും പഠിപ്പിച്ചുമുള്ള പരിചയം ഗുണം ചെയ്തിട്ടുണ്ടാവാം. അതിന്റെ ദോഷവും കാണും. പാരമ്പര്യത്തിന്റെ തുടർച്ചതന്നെയാണ് ഇന്നത്തെ കവിതയും. പാരമ്പര്യത്തിന്റെ പരോക്ഷത അഥവാ ആംശികത പുതിയ കവികളിൽ ഉണ്ടാകുമ്പോഴേ അവരെ മലയാളകവികളായി സമൂഹം പരിഗണിക്കുകയുള്ളൂ എന്ന് തോന്നുന്നു. എന്റെ തോന്നലാണ് കേട്ടോ. കവികൾ ഏത് ജാതിയിൽപ്പെട്ടവരായാലും സ്ത്രീയായാലും ആദിവാസിയായാലും എല്ലാവരും മലയാളികളാണ്. മലയാളികളുടെ സമൂഹമനസിൽ കവിയും കവിതയും മിത്തുകളായി, ലെജന്റുകളായി പതിയുമ്പോൾ ആണ് ഒരു കവി പിറക്കുന്നത് എന്നാണ് തോന്നുന്നത്. സവർണ-അവർണ സംസ്കാരങ്ങളെയും ഭാഷാഭിമുഖ്യങ്ങളേയും വൈരുദ്ധ്യങ്ങളെയും ഒരു കവി ഉൾക്കൊള്ളേണ്ടതുണ്ട് എന്നുമൊക്കെ തോന്നാറുണ്ട്. ഇതൊക്കെ ഒരഭിപ്രായമായിട്ടേ കരുതാവൂ .

പുതുമ എഴുതുന്നു എന്നു പറയുമ്പോൾ അത് എവിടെയാണ് എഴുതുന്നത് എന്നുകൂടി പറയേണ്ടതുണ്ട്. അത് പാരമ്പര്യത്തിൽത്തന്നെയാണ് എഴുതുന്നത്. ഒരു പുതുമയുള്ള കവിതയെ സംബന്ധിച്ചിടത്തോളം ബാക്കി എല്ലാ കവിതകളും പാരമ്പര്യകവിതകൾ ആണ്.

അധ്യായം 76

ഒരിക്കൽ എറണാകുളം സൗത്തിൽവെച്ച് വൃദ്ധയായ ഒരു സ്ത്രീയും ഭർത്താവും പതുക്കെ നീങ്ങിക്കഴിഞ്ഞ ട്രെയിനിൽ കേറാൻ ശ്രമിക്കുകയും വീഴാൻ തുടങ്ങുകയും ചെയ്തു. ഞങ്ങൾ കുറെ ആളുകൾ അവരെ പിടിച്ചു മാറ്റി. തീവണ്ടിനിർത്തി എന്നാണ് തോന്നുന്നത്. വണ്ടി നിർത്താനായി തുടങ്ങുമ്പോൾ വണ്ടിപിടിച്ചു നിർത്താൻ ശ്രമിക്കുന്നവരുണ്ട്. "വണ്ടി നില്ക്കട്ടെ നിങ്ങൾ മാറിനില്ക്കുക" എന്ന് ഞാൻ പറയും. ചിലർ കാര്യങ്ങൾ മനസിലാക്കും. തീവണ്ടിയുടെ വാതിലിൽ ഇരുന്നും നിന്നും യാത്ര ചെയ്യുന്നവരോട് അവിടെ യാത്ര അരുതെന്ന് ഞാൻ പറയാറുണ്ടായിരുന്നു. ചിലപ്പോൾ പോലീസുകാരും പറയുന്നത് കേട്ടിട്ടുണ്ട്. വേണാടിൽ വൈന്നേരത്തെ യാത്രയിൽ പാട്ടുപാടുന്ന ഒരു സംഘം ചെറുപ്പക്കാർ ഉണ്ടായിരുന്നു. അവർ എട്ടു നാട്ടും പൊട്ടും പോലെ ചിരിക്കുമായിരുന്നു. ഒരു ദിവസം പോലീസുകാരൻ അവരോട് ടിക്കറ്റ് ചോദിച്ചത് ഓർക്കുന്നു. അവരുടെ പാട്ട് പിന്നെയും തുടർന്നു. വില കൂടിയ സോക്സും തുവാലയും വിൽക്കുന്ന ഒരാൾ ഉണ്ട്. അയാൾ വണ്ടിയിലൂടെ വളരെ വേഗത്തിലാണ് സഞ്ചരിക്കുന്നത്. ഞാൻ അയാളോട് രണ്ട് തുവാലകൾ വാങ്ങിയിട്ടുണ്ട്. സാധാരണ അയാൾ പായ്ക്കറ്റായിട്ടാണ് വില്ക്കുക. അയാൾ വിൽക്കുന്ന സാധനങ്ങളുടെ പേരു പറയുന്നത് വ്യക്തമല്ല. അതുകൊണ്ടാണോ എന്നറിയില്ല വളരെ കുറച്ചാളുകൾ മാത്രമേ സാധനങ്ങൾ വാങ്ങുന്നതായി കണ്ടിട്ടുള്ളു. തീവണ്ടിയാത്രയിൽ ഒരു കുഞ്ഞുമായി വരുന്ന ഒരു സ്ത്രീ ഉണ്ടായിരുന്നു. ആൺകുട്ടി വണ്ടിക്കുള്ളിൽ അമ്മയ്ക്ക് മുമ്പേ നടക്കും. അമ്മ ഭിക്ഷയെടുക്കയാണ്. അവർ പറയും "ഈ വണ്ടിയിലെ യാത്രക്കാരോ", യാത്രക്കാരോ എന്നാണവർ പറയുന്നത്. അവരുടെ ശരീരത്തിന്റെ ഒരു ഭാഗത്തു ഓപ്പറേഷൻ ചെയ്ത ഇടം അവർ കാണിക്കും. ചിലർ എന്തെങ്കിലും കൊടുക്കും. അപ്പോഴും മകൻ വണ്ടിയിൽ ഓടി നടക്കുകയാവും. അവർക്ക് പൈസ ഞാനും കൊടുത്തിട്ടുണ്ട്. പക്ഷേ ഞാനവരുടെ ശരീര

ഭാഗത്തേക്ക് നോക്കുകയില്ലായിരുന്നു. പേടി മൂലമാണ്. നിലത്തുകൂടി നിരങ്ങി നടക്കുന്ന ഒരു ഭിക്ഷക്കാരൻ ഉണ്ടായിരുന്നു. അയാളെ ഒരു ദിവസം ഒരാൾ വഴക്കു പറയുന്നതു കേട്ടു. അയാൾക്ക് നല്ല ആരോഗ്യമുണ്ടെന്നും തൊഴിലെടുത്തു ജീവിച്ചുകൂടെയെന്നും ചോദിച്ചു. എനിക്ക് അതൊരു അപമാനിക്കലാണെന്ന് തോന്നി. പക്ഷേ ഒരു ദിവസം ഞാൻ കോട്ടയത്ത് ട്രെയിൻ ഇറങ്ങുമ്പോൾ അയാൾ നടന്നുപോകുന്നതു കണ്ടു. ഇതുപോലെ ഊമയായ ഒരു പയ്യനും ഉണ്ടായിരുന്നു. മൂളുക മാത്രമേ ചെയ്യുകയുള്ളൂ. കയ്യിൽ എന്തോ ഉണ്ടായിരുന്നു എന്നാണ് തോന്നുന്നത്. അത് എനിക്ക് ഓർത്തെടുക്കാൻ പറ്റുന്നില്ല. അയാളെ പോലീസ് പിടിച്ചതായി എവിടെയോ കണ്ടതായിട്ടോർക്കുന്നു. പിന്നെയും കുറേ നാൾ കഴിഞ്ഞ് അയാളെ ട്രെയിനിൽവെച്ച് കണ്ടിട്ടുണ്ട്.

എറണാകുളം സൗത്ത് സ്റ്റേഷനിലെ മേൽപ്പാലത്തിൽവെച്ച് ഒരു കുഞ്ഞുമായി ഭിക്ഷയെടുക്കുന്ന യുവതിയെ കണ്ടു. അവരെ കാണാൻ സാമാന്യം നല്ല ഭംഗിയുണ്ടായിരുന്നു. എന്റെ മനസിൽ അനുതാപത്തിന്റെയും പ്രേമത്തിന്റെയും ഒരു ചിത്രം മിന്നി മാഞ്ഞു. സത്യത്തിൽ ഞാൻ ഇത്തരം ലോകങ്ങളിലാണ് എന്നും ജീവിച്ചത്. ഇത്തരം മനുഷ്യർ നമ്മുടെ ജീവിതത്തെ നിശ്ശബ്ദമായി ചോദ്യം ചെയ്യുന്നുണ്ട് എന്നാണ് തോന്നുന്നത്? പിച്ചക്കാരൻ എന്നൊരു കവിതയിൽ ഞാൻ ആത്മനിന്ദ രേഖപ്പെടുത്തിയിട്ടുണ്ട്. ആ കവിത എഴുതുന്നത് പിച്ചക്കാരനാണ്. അയാൾ വണ്ടിയിൽ പുസ്തകം വായിച്ചിരിക്കുന്ന എന്നെപ്പറ്റി പറയുന്നത് ഒരു പൈസാ പോലും ആർക്കും ഭിക്ഷ കൊടുക്കില്ല എന്നാണ്. നിന്ദിതരും പീഡിതരും എന്ന കൃതി പല തവണ വായിച്ചിട്ടുണ്ട്. അതിലെ നെല്ലിയും അവളുടെ വല്യപ്പനും അസോർക്ക എന്ന നായും എന്നെ കരയിച്ചിട്ടുണ്ട്. ഇന്ത്യയിലെ നാടോടികൾ, പിച്ചക്കാർ എന്റെ കവിതയുടെ വിഷയമാണ്. അത്തരം കുറേ കവിതകൾ ഞാൻ എഴുതിയിട്ടുണ്ട്. അവരും മനുഷ്യരാണ്. പക്ഷേ ഭരണകൂടം എവിടെയെങ്കിലും സ്ഥിരമായി താമസിക്കുന്നവരെയേ പൗരന്മാരായി അംഗീകരിക്കുന്നുള്ളൂ. ട്രാവലർ വിഭാഗത്തിൽപ്പെട്ട മനുഷ്യരാണ് നാടോടികൾ. അവരുടെ ആന്തരിക പ്രകൃതി സഞ്ചാരത്തിലൂടെ സത്ത നേടുന്നതാണ്. അവർ ടെന്റ് കെട്ടി താമസിക്കുന്നു.

ഭിക്ഷക്കാരും ഭരണകൂടത്തിന്റെ നോട്ടത്തിന് വെളിയിലാണ്. സൗത്തിൽ ഒരു കടയിൽ പത്തു രൂപയുമായി മിഠായിക്ക് വന്ന രണ്ട് നാടോടിക്കുട്ടികളെ കടക്കാരൻ ഓടിച്ചുവിട്ടു. ഒരു പെൺകുട്ടി എന്റെ മുമ്പിൽ കൈ നീട്ടി. ഞാൻ 10 രൂപ കൊടുത്തു. ഒരു കാലത്ത് തൊഴിലില്ലാതിരുന്ന ഞാനും മറ്റുള്ളവരോട് പൈസാ വാങ്ങിയിട്ടുണ്ട്. എന്റെ

യാത്രകളും ആവശ്യങ്ങളും മറ്റുള്ളവരുടെ സഹായം കൊണ്ടാണ് ഏറെക്കാലവും നടന്നത്. അക്കാലത്ത് മദ്യപിക്കാനും കള്ളം പറഞ്ഞ് ഞാൻ ആളുകളോട് പൈസാ വാങ്ങിയിട്ടുണ്ട്. അത് അയ്യപ്പന്റെ കൂടെ നടന്നതിന്റെ സ്വാധീനംകൊണ്ട് ഉണ്ടായതാണ്. ഒരു തരം ഭിക്ഷാടനം ആയിരുന്നു അത്. എത്രയോ പേരുടെ സഹായംകൊണ്ടാണ് ഞാൻ ഇന്നത്തെ അല്പം ഭേദപ്പെട്ട അവസ്ഥയിൽ എത്തിയത്. എല്ലാ മനുഷ്യർക്കും മറ്റുള്ളവരുടെ സഹായം ആവശ്യമാണ്.

എന്റെ കവിതയെ സ്നേഹിച്ച എനിക്ക് അറിയാവുന്ന മനുഷ്യരും അറിയാത്ത മനുഷ്യരുമുണ്ട്. ഇന്നുള്ള മിക്കവാറും എല്ലാ കവികളും എന്നോടും എന്റെ കവിതകളോടും ബന്ധപ്പെട്ടിരിക്കുന്നു. കുറേയേറെ വായനക്കാരും എന്റെ കവിതകളെ ഇഷ്ടപ്പെട്ടു. പിന്നെ കുറെ അവാർഡുകളും ലഭിച്ചു. എന്നെപ്പോലെ ഒരു കവിക്ക് ലഭിക്കാവുന്നതെല്ലാം ഏറെക്കുറെ ലഭിച്ചുകഴിഞ്ഞു. ഇനി എന്റെ കവിതകൾക്ക് ശേഷിയുണ്ടെങ്കിൽ അവ ഭാവിയിലും കുറെയൊക്കെ വായിക്കപ്പെടും. എന്റെ ജീവിതം ഒരു പ്രതികരണമായിരുന്നു. ചവിട്ടി താഴ്ത്തപ്പെട്ട ഒരു സമൂഹത്തിൽനിന്ന് ഞാൻ ഇവിടം വരെയെത്തി. അരികുമനുഷ്യരുടെ, നാടോടികളുടെ, പിച്ചക്കാരുടെ കവി മാത്രമാണ് ഞാൻ.

www.ingramcontent.com/pod-product-compliance
Lightning Source LLC
LaVergne TN
LVHW102106041026
849558LV00002B/70
* 9 7 8 9 3 5 5 1 7 8 3 8 1 *